HAIR 900

THEORY & PRACTICE

New edition

●*900 Questions*   ●*Practice*   ● *Images*   ●*Lesson review*

VAN HOA PUBLISHER
Designer: *Helen Le*
Typesetting: *Parker Le*
Front cover: *Jessica Trinh*
Back cover: *Photograph of Author*

GREAT THANKS TO ANNIE LE, PHARMACY. DOCTOR.; CINDY NGUYEN, OPTOMETRY.DOCTOR.; PARKER LE, M.S. ADMINISTRATION.; GWENDOLYN, B.S. IN BIOLOGY AND HELEN, B.A. IN PSYCHOLOGY; KATHERINE LE, M.A. IN COUNSELING. FOR YOUR HELP IN COMPLETING THIS BOOK.

UNITED STATES COPYRIGHT OFFICE
THE LIBRARY OF CONGRESS TX 6 -006 -918
Effective date of registration July - 30 – 2004

ISBN: 978-0-9799651-2-8

* PRINTED IN THE UNITED STATES OF AMERICA ISBN 978-0-9799651-2-8

FOR MORE INFORMATION, CONTACT:

Van Le Cosmetology Instructor
442 N. RANCHO SANTIAGO BLVD.
ORANGE, CA 92869

Website: **http://www.levan900.net**

Email:thammy900@yahoo.com
Tel: **(714) 878-2365**

Distributors:

- *Sacramento: CAPITAL BEAUTY COLLEGE: (916) 682-3385*
- *San Jose: CHRISTINE BEAUTY COLLEGE (408) 438-1686*
- *San Diego: TRAMY BEAUTY COLLEGE (619) 229- 8188*
- *Saint -Louis-MO: Ms VENESSA (314) 773-5000*
- *Virginia: AHEAD BEAUTY COLLEGE (703) 241-4143*
- *Georgia: ATLANTA BEAUTY ACADEMY (770) 449-1740*
- *Houston- PROGRESS BEAUTY COLLEGE (281495-6136*
- *Oregon: PORTLAND BEAUTY COLLEGE (503) 730-4979*
- *Colorado: Mr. TRITAN (303) 523-2156*
- *Rosemead, CA: ROSEMEAD BEAUTY COLLEGE (626) 285-8688*
- *Seattle, WA: LE TAM BEAUTY COLLEGE (206) 244-9870*
- *San Francisco: Ms. COLEEN (415) 621-1333*
- *Milpitas: VICTORIA BEAUTY COLLEGE (408) 891-4358*
- *Las Vegas: ADVANCE BEAUTY COLLEGE (702) 320-4315*
- *Philadelphia: Ms KIMBERLY (215) 852-5460*
- *Renton-Washington: RENTON BEAUTY SCHOOL (425) 251-8882*
- *El Monte, CA: UNIVERSAL BEAUTY COLLEGE (626) 433-1371*
- *Denver: UNITED BEAUTY COLLEGE (303) 922-1852*
- *Orlando: Ms PHUONG TRAM (407) 292-6727*
- *San Jose: JADE BEAUTY&BARBER COLLEGE (408) 218-5082*
- *Charlotte: Ms. LARA PHAM (704) 777-9047*
- *North Carolina: SAIGON BEAUTY COLLEGE (919) 450-5955*
- *Arlington-Virginia: PRO.NAILS & SKIN CARE SCHOOL (703) 276-7199*
- *Sacramento: MY LE BEAUTY COLLEGE: (916) 422-0223*
- *Orange County: VAN BOOK (714) 895-7080*
- *Florida: Ms. Huong ACADEMY OF HEALTH: (407) 284-7861*
- *Boston-Massachusetts: Mr. TRI VO (617) 288-1811*
- *Philadelphia: HUONG BEAUTY COLLEGE (215) 744-9755*
- *Orange County: TU QUYNH BOOKSTORE (714) 531-4284*
- *Pomona: THUY PRINCESS BEAUTY COLLEGE (909) 620-6893*
- *San Francisco: DR HENRY (415) 749-0103*
- *Richmond, Virginia: DERM ELITE. Ms Duyen: (804) 306-7793*
- *Hawaii: HONOLULU NAILS ACADEMY (808) 944-1121*
- *Georgia: THẾ KỶ VIDEO LLC (770) 4413040*
- *Oakland: INTERNATIONAL BEAUTY COLLEGE (510) 261-0866*
- *Ohio: ELEGENT NAILS SUPPLY (937) 258-3087*

Thanks to God with all my love
To my Parent with all my respects
Special thanks to Jessica who encouraged me to write this book

REFERENCES

- *Make up by Jane Campsie*
- *Basic face by Cindy Crawford*
- *Kien thuc tong quat by Xuan Truong*
- *Color Me Beautiful by Carole Jackson*
- *The Esthetician Guide by Maria Santana*
- *Natural Beauty Book by Sally Struthers*
- *Examination Study Guide by Connie Moya*
- *1001 Beauty Solution by Beth Barrick Hickey*
- *American Red Cross Orange County Chapter*
- *Living with hepatitis by Christopher Bui, M.D.*
- *HIV/AIDS and Hepatitis by Douglas D. Schoon*
- *Competencia en Cosmetologia by Anthony B. Colletti*
- *Health and Safety for Beauty Professional by UC Berkeley*
- *Standard Textbook of Cosmetology by Susan Simpfendefer*
- *Technology Workbook Teacher Edition by Linnea Lindquist*
- *Nail Structure and Product Chemistry by Douglas D. Schoon*
- *Standard Textbook for Professional Esthetician by Joel Gerson*
- *Regents/Prentice Hall textbook of Cosmetology by Mary Healy Third Edition*
- *Modern English-Vietnamese Dictionary 65,000 Entries by DaiNam Co., Glendale*
- *New International Dictionary 600,000 entries, 3,350 pages by G & C. Merriam, Mass.*
- *Images from www.google.com/images*

CONTENTS

LỜI TÁC GIẢ

Cosmetology là ngành học về thẩm mỹ tổng quát mà chúng ta thường gọi là học tóc. Đây chính là một lãnh vực nghề nghiệp đang thịnh hành, phục vụ nhu cầu làm đẹp toàn diện của con người. Từ xa xưa, cách làm đẹp, sự chăm sóc bên ngoài của phụ nữ để nêu lên sự quí phái, cách phân chia giai cấp. Nhưng giờ đây qua thực tế, cosmetology là một ngành nghề phục vụ thẩm mỹ và sức khỏe mọi giới trong xã hội. Chãi tỉa và làm đẹp mái tóc chính là tạo khuôn mặt cân đối, chăm sóc da chính là giúp cho hệ thống da khỏe mạnh, tăng sự tuần hoàn, giúp cho làn da tươi mát, chống sự lão hóa, trang điểm để tăng nét hấp dẫn và chăm sóc tay chân là giúp cho tứ chi thêm mềm mại. Hãy nhìn một người có mái tóc thích hợp, làn da mịn với nét trang điểm thích hợp, tay chân chăm sóc có móng đẹp, gọn gàng càng tăng thêm nét cao sang, lịch lãm cho cả nam lẫn nữ giới và thêm phần phong phú, hài hòa hơn vào cuộc sống của nhân loại.

Theo những thăm dò mới nhất, tỉ lệ nam giới cũng tăng dần trong việc chăm sóc mái tóc, làn da và tay chân. Đây cũng là điều dễ hiểu, vì đàn ông cũng cần che giấu đi mái tóc bạc, hoặc đổi màu tóc để phù hợp với công việc và trẻ trung hóa đời sống. Chính vì thế, hằng năm kỹ nghệ thẩm mỹ tổng quát tại Hoa Kỳ tăng lợi nhuận thật đáng kể. Đặc biệt người Việt hải ngoại, ngành thẩm mỹ đã hấp dẫn mọi tầng lớp, mọi giới trong xã hội và không ai phủ nhận sự thành công trong lãnh vực này. Đây là một nghề tương đối dễ học, sạch sẽ, thích hợp với thiên khiếu khéo léo của đôi bàn tay xinh xắn của chúng ta.

Quí vị sau khi hoàn tất chương trình ở trường đại học thẩm mỹ từ 1,500 giờ đến 2,000 giờ, đậu kỳ thi Tiểu Bang, là nhận ngay Cosmetologist license, thế là hợp thức hóa một nghề chuyên môn ở beauty salon, vừa có việc làm thoải mái và cơ hội làm chủ viện thẩm mỹ trong tầm tay.

Quả thật cosmetology là một nghề đã giúp cho người Việt chúng ta có đời sống sung túc toàn khắp Hoa Kỳ, mà còn là cơ hội cho chính quí vị góp phần tăng thêm nhựa sống tươi đẹp cho xã hội nữa.

Qua nhiều năm trong lãnh vực chuyên môn, qua kinh nghiệm giảng dạy ở các trường thẩm mỹ công và tư, qua chương trình tu nghiệp sư phạm hằng năm, tham dự và tham khảo các sách giáo khoa giá trị đang được giảng dạy tại các Beauty College khắp Hoa Kỳ, vì thế tôi đã biên soạn tập sách thẩm mỹ tổng quát này với hình thức song ngữ nhằm thích ứng cho mọi đối tượng. Hơn nữa sách Hair 900 được chia ra từng phần gồm: thực hành, tóm tắt bài, câu hỏi lý thuyết, qui định an toàn, luật lệ và ngay cả cách thi thực hành mới dù trên người mẫu thật hay manikin, và đề tài thi bằng anh ngữ cả việt ngữ. Hair 900, sách song ngữ này đều tạo thuận tiện cho quí vị học ngành thẩm mỹ tổng quát, vừa có đủ tài liệu chính xác để dễ đậu kỳ thi của Tiểu Bang, vừa có đủ khả năng hành nghề.

Hiện nay một vài tiểu bang đã áp dụng, trước tiên thi đậu phần thực hành, sau đó mới thi câu hỏi lý thuyết trên computer. Dù hình thức thi nào, quí vị nên trao dồi kỹ từng phần để khỏi lãng phí thời gian hoàn tất lấy Cosmetologist License.

Với hoài bão và niềm vui được hướng dẫn đồng hương dễ dàng theo học ngành cosmetology có bằng cấp thẩm mỹ tiểu bang, và giá trị toàn khắp thế giới, lại phù hợp với khả năng của chúng ta mà lợi nhuận cao, đồng thời dễ có cơ hội phát triển với nhiều tiềm năng trong lãnh vực chuyên môn này, chính là nguồn thúc đẩy tôi hoàn thành cuốn sách này, như là một bổn phận đóng góp trong khả năng, và phần nào bổ sung để tăng thêm sự phồn thịnh của Cộng Đồng Người Việt chúng ta tại hải ngoại.

Kính chúc quí vị đạt ý nguyện,

Lê Van

Hair 900

LESSON REVIEW

Bài 1: NÉT CHUYÊN NGHIỆP CỦA THỢ THẨM MỸ

Luôn nhớ rằng, người khách có thể phán đoán qua phong cách hoạt động của bạn, từ những cử chỉ đi, đứng, tư thế làm việc, ngồi, và ngay cả động tác nhặt một vật rơi trên nền salon nữa. Thêm vào đó sự tươm tất từ tóc, làn da, móng tay, quần áo gọn gàng, sạch sẽ, hơi thở tươi mát, thơm tho, xinh xắn, nói năng duyên dáng, và đầy vẻ hấp dẫn khi hiện diện trước khách hàng, chính là bạn đã tạo dựng được cho bạn niềm tự tin và là tác phong đúng cách đưa bạn đến thành công trong nghề thẩm mỹ.

Chuyên viên thẩm mỹ là công việc tiếp xúc rất nhiều người, nên cần có đạo đức trong nghề nghiệp:

Đối với người chủ và đồng nghiệp: nâng đỡ, hổ trợ và đóng góp vào sự thành công của salon.

- *Không tạo sự mâu thuẫn với nhau, tạo sự bất hòa giữa đồng nghiệp, tung tin xấu hoặc xầm xì trước khách hàng về một đồng nghiệp nào đó, nịnh hót với chủ để tạo phần lợi về mình.*
- *Nhận trách nhiệm và thành thật, cố gắng giữ lời hứa, thông báo với chủ những sự việc khó giải quyết, đừng đổ lỗi cho đồng nghiệp, nên chịu trách nhiệm hành động của chính mình gây ra.*
- *Khi có khách than phiền hoặc bất đồng về công việc của bạn đồng nghiệp nào đó, bạn nên đứng trung gian, không nên phê bình ác ý, bạn đề nghị khách cứ nói thẳng, nếu cần bạn chỉ đề nghị nhẹ nhàng sửa lại cho khách và tránh đổ lỗi cho bất cứ ai.*
- *Tôn trọng tài năng lẫn nhau, khen ngợi và khuyến khích*

Đối với khách hàng: đạo đức của bạn làm khách tin tưởng, lời khen, chính họ sẽ mang khách khác đến cho bạn và đó là nguồn quảng cáo tốt nhất.

- *Không nên nói xấu bất cứ người khách nào với khách thân quen của bạn, hoặc nói xấu người chủ, đồng nghiệp của bạn cho khách biết. Vì điều này làm khách sẽ ngại ngùng vì nghĩ rằng một lúc nào đó, bạn sẽ nói xấu họ.*
- *Phải biểu lộ cho khách biết bạn là người luôn tuân hành luật lệ ngành thẩm mỹ, luật vệ sinh. Đừng làm cẩu thả, vội vã hoặc rút ngắn tiến trình phục vụ vì khách sẽ nhận biết. Giữ lời hứa với khách và tôn trọng những đòi hỏi của khách.*
- *Luôn tạo cho khách sự thoải mái với công việc bạn làm. Nếu cần, giải thích công việc và đừng làm thêm những dịch vụ mà khách không cần, không muốn.*
- *Cần quan tâm đến khách hàng dù bạn thay đổi chỗ làm, giới thiệu khách với đồng nghiệp tin tưởng thay thế để phục vụ cho khách. Tạo cho khách thuận tiện dù bạn phải rời salon.*
- *Công bằng với khách, đừng tỏ lộ một đặc biệt cho khách người khách nào , hoặc bớt giá vô cớ.*
- *Nên giữ sự trung lập khi nghe có lời phê bình của người thợ nào, tiệm nào, chủ nào, chỉ lắng nghe rút tỉa kinh nghiệm sống mà không cần cho ý kiến nào.*

Hình nét bên ngoài của thợ thẩm mỹ: thợ thẩm mỹ luôn tạo cảm giác cho khách thích nhìn bạn trong lúc phục vụ, ngồi đối diện với nhau, dáng vẻ, và trang điểm của bạn sẽ luôn được khách chiếu cố và chính bạn cũng muốn người khác khen tặng vậy.

Những yếu tố cần thiết cho người thợ thẩm mỹ.

- *Lưu ý đến làn da chăm sóc mịn màng, mái tóc gọn gàng, móng tay phải sạch sẽ. Trông sao như có nét đẹp tự nhiên là tốt. Cơ thể cần phải tắm rửa mỗi ngày, súc miệng kỹ và khử mùi hôi, nhất là sau mỗi lần ăn v.v...*
- *Mặc quần áo thích hợp, sạch sẽ, hợp thời trang phản ảnh được sự tận tâm của nghề và tự tin khi tiếp xúc với khách hàng.*
- *Hơi thở không mùi nồng nặc, răng chăm sóc tốt, trắng đều, dùng thuốc súc miệng để lúc nào hơi*

thở cũng thơm tho. Khám răng định kỳ, hạn chế thức ăn có mùi, cần mang theo bàn chãi răng súc miệng sau khi ăn để giúp làn hơi dễ chịu khi giao tiếp với khách hàng.

Ngay cả tư thế đứng, đi, ngồi, và nhặt đồ vật cũng phải tập theo tư thế lịch sự và đúng cách:

Lúc đứng : Nữ giới đứng xoay người 1 chút, vừa đẹp và trông hơi cao cao. Là một nữ thẩm mỹ, khi đứng trên một bàn chân thẳng phía trước và bàn chân sau xéo góc 45 độ so với bàn chân trước. Nam giới thì đứng thẳng cân đối đều trên 2 chân và hai bàn chân cách nhau 12 inches.

Lúc đi : Nên di chuyển nhẹ nhàng, tay đong đưa nhẹ, lòng bàn tay xoay bên trong, chân đi song song, đừng tạo tiếng ồn, hai chân khép gần nhau khi đi.

Lúc ngồi : Lưng thẳng, đầu thẳng, đầu gối kề nhau.

Lúc nhặt đồ: Đứng kề bên đồ vật để nhặt trông tư thế lịch sự và khi đứng lên dùng sức bắp thịt đùi đứng dậy. Vật nặng nhấc lên bằng bắp thịt ở chân chứ không dùng bắp thịt ở lưng.

Cách hành xử với chủ và đồng nghiệp trong ngành thẩm mỹ phải tạo được bầu khí hòa hợp mà cạnh tranh với mục đích cùng nhau phát triển, đồng thời làm cho khách hàng vui thích môi trường làm việc của bạn mà trung thành.

- *Bày tỏ sáng kiến để cải tổ tốt nơi làm việc, vừa có lợi chung cho mọi người, kể cả người chủ*
- *Thành tâm công nhận điểm hay, giỏi trong chuyên môn của bạn đồng nghiệp.*
- *Chịu học hỏi điều hay, kỷ thuật mới, cởi mở đầu óc, sẵn sàng chấp nhận đề nghị, đừng cố chấp.*
- *Hiểu rõ sản phẩm mới trước khi bán hoặc giải thích sự ích lợi cho khách, đừng nài ép họ mua.*
- *Vấn đề cá nhân về việc làm nên trực tiếp nói thẳng chủ, đừng cho khách và đồng nghiệp biết.*
- *Tôn trọng ý kiến đồng nghiệp để có giải pháp tốt nhất, dù ý tưởng của bạn hay và quan trọng.*
- *Nâng đỡ học hỏi lẫn nhau để đáp ứng nhu cầu công việc và kỷ thuật mới nhằm phát triển salon.*
- *Lợi dụng tình cảm để hỏi mượn tiền, đồ vật của chủ và đồng nghiệp sẽ làm họ khó chịu và coi thường. Không đem chuyện cá nhân kể cho khách, đồng nghiệp và người chủ nghe, dẫn đến sự phân tâm cho khách. Không nên dùng điện thoại salon giao tiếp việc riêng mình, trừ trường hợp khẩn cấp.*

PART WITH SIDE BANG, NAPE NATURAL SHORT

Chãi bang qua một bên, tóc gáy ngắn tự nhiên

Phong cách làm việc: Là cách làm việc có kế hoạch, sắp xếp lịch trình cá nhân và công việc sao cho không gây trở ngại việc hẹn khách đúng ngày giờ.

- Tạo cho khách cảm giác an toàn, chu đáo khi khách đến, gọi đúng tên, việc sẽ làm và làm đúng giờ đã hẹn. Chuẩn bị bàn, vật liệu, dụng cụ khử trùng và trong tư thế sẵn sàng phục vụ.

- Đừng cho khách thấy bạn nhai kẹo, ăn, gọi điện thoại làm cho khách khó chịu hoặc bạn hút thuốc dễ gây nguy hiểm vì hóa chất quanh bạn.

- Lịch hẹn khách thích hợp thời gian cho từng dịch vụ, đừng làm trễ hẹn hoặc hẹn khách vào ngày khác. Nếu không làm được phải thông báo cho khách để khỏi mất thì giờ của họ mà họ vẫn thấy sự thành thật ở bạn.

- Tạo cho khách thoải mái khi đến salon, nên thân mật, vui vẻ và giúp họ cởi áo khoát nếu cần, mời họ ngồi hoặc hướng dẫn phòng vệ sinh. Thái độ khiêm tốn, quan tâm và lắng nghe khách.

- Đừng than phiền và tranh cãi với khách mà cần đề nghị và thảo luận để giúp ý kiến cho họ. Bạn nên giải thích ở mức độ nghề nghiệp là bạn đang làm gì cho họ và tại sao bạn làm vậy.

Chapter 1: **POSTURE AND PROFESSIONAL HEALTH**

Good health is a basic element for living that increases your value to yourself. Hygiene is the branch of applied science that deals with healthful living. Public hygiene concerns the care taken by individuals to preserve health by following the rules of healthful living.

You should be a model of good grooming apart of the beauty industry. Client will want to look like you. It is necessary to maintain a professional appearance.

Your professional image includes all of dressing professional, wearing make up and fresh breath, and use deodorant for your body.

The way in which you behave when you are working with clients, coworkers, and your employer in a salon is called professional ethics. Clients should always be called by their names

If you have a client that likes to gossip about other clients, coworkers, or employer, you should: remain neutral in conversation.

Bạn sẽ là người gương mẫu tươm tất trong ngành thẩm mỹ. Khách muốn được giống như bạn. Đó là điều cần thiết để duy trì một nét chuyên nghiệp. Hình thức chuyên nghiệp bao gồm đồng phục chuyên môn, trang điểm, hơi thở thơm tho, và dùng thuốc khử mùi cho cơ thể của bạn.

Cách mà bạn biết tôn trọng trong lúc bạn đang phục vụ khách, đồng nghiệp, và người chủ ở trong tiệm được gọi là: đạo đức nghề nghiệp. Khách nên luôn luôn được gọi bằng chính tên của họ

Nếu bạn có người khách mà họ thích đồn nhảm về người khách khác, thợ, hoặc người chủ, bạn nên: giữ thái độ trung lập trong cuộc nói chuyện.

chuyên viên thẩm mỹ

Your personal and professional health:

- Rest: adequate sleep (6-8 hrs)
- Exercise: Fitness program, improves circulation
- Relaxation: Movie, dancing, gets away from it all
- Nutrition: food supplies the body with energy. Avoid sugar, salt, caffeine and fatty.
- Personal grooming: Attractive image, one to the best advertisements, professional
- Personal hygiene: Daily cleanliness, bathing, using deodorant, mouthwash
- Care of the feet: Proper foot care, avoid poor fitting shoes

Correct standing technique

- Shoulders are leveled
- Abdomen is flat
- Spine is straight
- Hips are level
- Chin is level with floor
- Knees are slightly flexed

Correct sitting technique

- Feet close together
- Knees close together
- Feet out slightly farther than knees
- Back is straight
- Lower back against the chair

CLIENT CONSULTATION: Before you perform a service on a client, you will discuss the client's general health, nails and skin, the client's lifestyle and need. You will use your knowledge of skin, nails, and each type of nail service to help your client select the most appropriate service.

A good client consultation is the difference between being a professional and just "doing nails."

Condition of nails and skin

- Generally, if there is no inflammation, infection, swelling or broken skin it is okay to work on that client. If you need to refer a client to a physician, you must act responsibly & tactfully. Never attempt to diagnose the problem because you could cause unnecessary stress for your client. If your client does have a reaction to a product, be sure to make a note on his or her client's health/record card.

What kind of lifestyle does the client have?

- A gardener might need short nails (difficult to remove dirt from under long nails).
- A guitar player may need short nails on the left hand and needs calluses on left hand too.
- A model needs beautiful nails and skin
- A runner may have calluses on the feet that protect the feet during running

If your client gets a service and is not happy with it, he or she may not return. To explain any safety precaution you will take during the procedure.

For example: you would not want your client to believe that nail wraps stayed on forever and needed no maintenance or apply acrylic nails you should explain why you would wear safety goggles while applying primer and your client too for protection.

Your client will leave your salon as a satisfied client and will also return to you again and again as a steady client.

If your salon is computerized, health/record information can be kept on computer and accessed by making a few simple keystrokes.

HEALTH/RECORD CARD: *Name:....*   *Phone ......*

Do you have: Arthritis___Cancer ___ Diabetes___Heart Problems ___High blood pressure?

1. How frequently do you have professional nail services?

2. What type of work do you do? Hobbies?

-Have you ever had a stroke?

-Best hours for appointment are........What future nail service was discussed?

Both the client/record card is a consultation tool that tells your clients that you are professional. As a professional you care about health, safety and the quality of the services your clients receive.

Effective client relations:

Emotional control: Do not reveal negativity (anger, dislike, envy)

Positive approach: Good sense of humor

Good manners: Saying" thank you" and "please"

Bad manners: Gum chewing, nervous habits

Effective communication:

- As listening skill, voice, conversational skills, a cosmetologist needs good communication skills for the following reasons: To make contacts; To meet and greet clients; To be self promoting; To build business; To understand a clients needs, likes, dislikes and desire; To sell services and products; To talk on the telephone; To carry on pleasant conversations; To interact with the salon staff Human relations and your professional attitude

The psychology of getting along well with others helps you to gain confidence.

- Greet client by name
- Good listener
- Topic of conversation (travel)
- Acting in a professional
- Give your undivided attention
- Show interest
- Be punctual
- Develop business and sales abilities
- Continue to add knowledge and skills
- Avoid criticizing your competitors
- Be ethical
- Be capable and efficient
- Use tact when suggesting service
- Keep informed products, services
- Practice the highest standards of sanitation

To be successful:

1. Be punctual, keep all appointments
2. Be courteous, keep regular customers
3. Be neat and attractive
4. Be efficient and skillful
5. Practice effective communication
6. Good listener and courteous
7. Know the laws, regulations and safety rules.

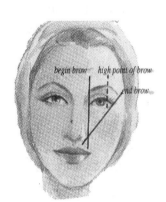

Professional ethics: Ethics deals with proper conduct and business dealing with employers, clients, co-worker and others with whom you come in contact.

Rules of ethics you should practice:

a) Give courteous and friendly service to all clients
b) Show respect, feeling, and beliefs of others
c) Keep your promise
d) Build your reputation
e) Be loyal to your employers, managers and associates
f) Obey state cosmetology laws

- **The basic requirements for good personal hygiene are:**

Take a daily shower, use a deodorant; Brush teeth after meals; Keep clothing clean and neat; Have regular medical and dental checkups; Keep hands and nails clean and well groomed; Follow a daily regiment of good diet, exercise, and adequate rest

Attitude, thought, and emotion affect the body: Mental depression weakens the function of the organs, thereby lowering resistance of the body to disease. A thought may either stimulate or depress the functions of the body. Strong emotions, such as worry, anger, and fear have a harmful effect on the heart, arteries, and glands.

Những điều căn bản đòi hỏi cho vệ sinh cá nhân lành mạnh là: tắm rửa hằng ngày, thoa thuốc khử mùi hôi, đánh răng sau mỗi bửa ăn; mặc quần áo sạch sẽ và gọn gàng; khám bệnh định kỳ và khám răng đều giữ cho tay và móng luôn sạch sẽ và mịn; hằng ngày phải theo cách ăn uống tốt, tập thể dục và ngủ nghĩ đủ.

Thái độ, suy nghĩ, và xúc cảm mạnh ảnh hưởng đến cơ thể như sau: Tâm thần chán nản làm suy yếu nhiệm vụ của các chức năng, vì thế giảm đi sức đề kháng bệnh của cơ thể; sự suy nghĩ có thể vừa là kích thích hoặc căng thẳng các chức năng của cơ thể; xúc cảm mạnh, như lo lắng, giận dữ, và sợ tạo nguy hại ảnh hưởng đến tim, động mạch và các tuyến.

The basic rules for maintaining good posture: Keep your shoulders back, carry the weight on the balls of your feet, not on the heels, and keep your knees slightly flexed.

A good standing posture is accomplished correct posture to improved functioning of the internal organs, prevention of fatigue, improve personal appearance

A good sitting posture is accomplished by: Allowing the feet to carry the weight of the thighs; Sitting well back in the chair, never slouching.

The proper way to lift a heavy object is: Lift with your back straight, push with the heavy thigh muscles, never back muscles; Suggestion for hands and nails grooming are; should not be too long and pointed nails shape; when you place your hands in harsh solutions, wear plastic or rubber gloves.

If you bite or pick your nails, you must break this habit

Some good topics for conversation between a manicurist and a client are: Travel, literature; Personal grooming and cosmetic needs; Client's own activities; Fashions, client's personal interests.

Topic to avoid when conversing with a client are personal problems, religions

Other client's poor behavior; Poor workmanship of co-workers; Health problems, financial status; Confident information given to you by the client.

Những điều căn bản để cho tư thế ngay ngắn: Giữ 2 vai ngã ra sau, giữ sức nặng của thân thể lên bàn chân, không phải gót chân, giữ hai đầu gối uyển chuyển. Một tư thế đứng đúng những ích lợi với tư thế đúng cách là tăng thêm các hoạt động các chức năng bên trong, ngăn ngừa mỏi mệt, tăng thêm vẻ đẹp cá nhân.

Tư thế ngồi đúng cách được thực hiện: Để cho bàn chân chịu sức nặng của đùi: Ngồi sát tựa vào ghế, đừng bao giờ ngồi thụn người xuống.

Phương cách đúng để nâng một vật nặng là: Giữ lưng thẳng khi nhấc đồ, chịu sức nặng trên bắp thịt đùi, không bao giờ dùng bắp thịt ở long. Chú ý cho đôi tay và móng mịn màng, đừng để móng dài và nhọn. Khi tay bạn đúng vào dung dịch mạnh, mang bao tay nhựa hoặc cao su.

Nếu bạn cắn hoặc xướt móng, nên bỏ thói quen này.

Những đề tài hấp dẫn trong đàm thoại giữa thợ thợ chăm sóc tay chân và khách là: du lịch, văn chương; cá nhân gọn gàng và mỹ phẩm cần thiết; các hoạt động riêng của khách; thời trang, điều thích thú của khách.

Đề tài cần tránh nói chuyện với khách như về vấn đề cá nhân, tôn giáo, tính xấu của khách hàng khác; những điều không tốt về bạn đồng nghiệp; trở ngại sức khỏe, tình trạng tài chánh; sự riêng tư mà khách đã tâm sự cho bạn biết.

Rules for ethical behavior:

- Practice the highest standards of professionalism at all times
- Be honest, but tactful, with all your clients
- Treat all clients fairly, and with equal amounts of respect
- Be dependable in all your dealing with co-workers, clients, and others
- Take the initiative in solving problems for your clients and for your salon

BALANCE BETWEEN EYES & EYEBROWS
Cân bằng mắt và chân mày

The Cosmetologist's responsibilities are must know the laws, rules and regulations governing cosmetic, and must comply with them. A very easy way to lose your coworker respect is to borrow money from them. You should never smoke when you are around chemical products, clients, coworkers.

Nguyên tắc về tư cách đạo đức:

- *Ứng dụng tiêu chuẩn thực hành cao nhất của nghề nghiệp tất cả mọi lúc*
- *Có sự thành thật mà tế nhị với tất cả mọi khách hàng*
- *Đối xử công bằng và có sự kính trọng mọi người khách như nhau*
- *Có thể tin cậy được trong cách xử thế với bạn đồng nghiệp, khách và mọi người*
- *Cần có sự sáng kiến, chủ động giải quyết vấn đề đối với khách và đối với salon*

Bổn phận của người chuyên viên về chăm sóc tay chân là phải hiểu rõ luật, điều lệ và qui tắc ngành thẩm mỹ, và phải tuân hành luật. Rất dễ mất đi sự kính trọng của người đồng nghiệp là mượn tiền của họ. Bạn không bao giờ hút thuốc khi chung quanh bạn là các hóa chất, khách hàng, các đồng nghiệp.

Bài 2: LIÊN HỆ VI TRÙNG VÀ SỰ LÂY TRUYỀN BỆNH

Có hơn 1 thế kỷ qua, nhà hóa học Pháp Louis Pasteur (1822 – 1895) khám phá vi sinh vật (microorganisms), nghĩa là ông tìm ra được một sự sống rất nhỏ mang ảnh hưởng vô cùng lớn. Có hơn 15.000 loại vi trùng tồn tại khắp nơi và sinh sản cực nhanh đến hàng triệu con trong 60 phút.

Active bacteria: vi trùng hoạt động, và phát triển là *(active stage)*. Chúng tồn tại trong môi trường ấm, tối, bẩn, và môi trường ẩm. Hầu hết vi trùng tiến đến giai đoạn trưởng thành trong vòng 20 đến 30 phút và khi tiến sang giai đoạn sanh sản trực phân *(direct division or mitosis)*.

Inactive bacteria: vi trùng không hoạt động được trong môi trường nhiều ánh sáng, nóng, thiếu thức ăn hoặc thiếu chất ẩm. Với điều kiện trên phần đông vi trùng sẽ chết hoặc biến sang giai đoạn không hoạt động *(inactive stage)*, và lập thành bào tử *(spore)*, nghĩa là chúng trong giai đoạn nghĩ ngơi, ngủ. Bào tử có thể bay lẫn trong không khí và gặp điều kiện thuận lợi như ẩm mốc, tối thì chúng lại sinh sôi nẩy nở. Các chất diệt trùng mạnh cũng không đủ diệt được bào tử.

Là một chuyên viên ngành thẩm mỹ bạn cần cẩn thận hơn để tránh sự nhiễm trùng cho bạn, cho khách. Sự nhiễm trùng không nhất thiết do vi trùng hoặc nấm, mà cơ thể có loại nhiễm trùng khác lây lan trong khi phục vụ khách.

HAI LOẠI VI TRÙNG:

1. **Vi trùng không gây bệnh, vô hại, hoặc vi trùng có lợi (nonpathogenic):** Vi trùng trong đất, hỗn hợp phân càng giúp cho thêm màu mỡ đất, và ở con người loại vi trùng này thường ở ruột và miệng giúp cho tiến trình tiêu hủy thức ăn và tiêu hóa. Vi trùng không gây bệnh này chiếm 75%.

2. **Vi trùng gây bệnh, có tác hại (pathogenic):** Loại vi trùng này được gọi là *(germ: vi khuẩn)* sinh sôi nẩy nở nhanh, tiết ra độc tố khi chúng xâm nhập ăn mất chất sống. Loại vi trùng gây bệnh này chiếm 30%. Vi khuẩn gây bệnh hay độc tố của chúng có trong máu hoặc các mô khác là **bị nhiễm khuẩn (sepsis)**, và không có vi trùng gây bệnh là **vô nhiễm khuẩn (asepsis)**.

BA LOẠI VI TRÙNG GÂY BỆNH: ***Cocci*** *(cầu trùng),* ***Bacilli*** *(hình que),* và ***Spirilla*** *(hình xoắn).*
* CẦU TRÙNG (cocci): vi trùng hình tròn trái berry, không di chuyển trong dung dịch, bay trong không khí, bụi. Có 3 loại vi trùng cocci:

- ***a. Streptococci:*** *vi trùng hình chuỗi thường ở trong hệ hô hấp và ruột, nhiễm độc máu, gây đau họng, sốt cảm cúm, nóng đau nhức.*
- ***b. Staphylococci:*** *vi trùng phát triển từng chùm, từng bó là loại vi trùng mạnh trong số vi trùng không có vỏ bọc, gây nhiều bệnh lở da, mụt mủ, nhiễm độc thức ăn.*
- ***c. Diplococci:*** *vi trùng đi từng cặp, gây bệnh sưng phổi, sởi, và cảm cúm.*

COCCI	DIPLOCOCCI	STREPTOCOCCI	STAPHYLOCOCCI
vi trùng hình tròn	vi trùng hình tròn từng đôi	vi trùng hình tròn từng chuỗi	vi trùng hình tròn từng chùm

** **VI TRÙNG HÌNH QUE (bacilli):** vi trùng như ống cuốn tóc, hình gậy. Một số vi trùng này biến thành*

dạng bào tử. Loại này là nguyên nhân gây 1 số bệnh trầm trọng như cứng hàm, lao phổi, bạch hầu.

VI TRÙNG HÌNH XOẮN (spirilla): có hình xoắn ốc, một trong số vi trùng xoắn là Treponema pallidum gây bệnh giang mai.

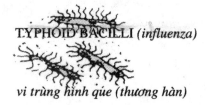
TYPHOID BACILLI *(influenza)*

vi trùng hình que (thương hàn)

BACILLI *(tuberculosis)*

vi trùng hình que (lao phổi)

SPIRILLA *(syphilis)*

vi trùng hình xoắn (giang mai)

SỰ NHIỄM TRÙNG Ở SALON

1. Rủi ro đứt tay, nhiễm trùng từ người này sang người khác, vết thương mở miệng, bất cứ ai có ho, cảm cúm, nhảy mũi, chảy nước mắt, mũi....

2. Dễ gây nấm, mốc, vi trùng gây bệnh giữa móng giả và thật. Lây vi khuẩn từ khách

3. Tiếp xúc qua đồ vật ở tiệm như tay nắm cửa, điện thoại, chai, cọ sơn, khăn, bàn...

4. Dụng cụ không khử trùng, khăn bẩn, thùng rác bẩn, dũa, kềm hoặc dùng lại vật liệu như dũa giấy, bông gòn.

THỢ THẨM MỸ CẦN NGĂN NGỪA SỰ NHIỄM TRÙNG Ở SALON

- *Tránh ép mạnh trên những nệm móng nhạy cảm, đánh buffer mạnh quá, dùng dũa máy cẩu thả, cắt da phao tay nhiều quá, rách da vì dũa quá sâu, ép mạnh làm bầm da.*

- *Phải có trách nhiệm nghề nghiệp, thực hành đúng phương cách khử trùng, đừng viện cớ sự bận rộn công việc mà làm tắt (short cut) trong tiến trình vệ sinh, khử trùng dụng cụ.*

- *Khi khách đã từng đề nghị đi bác sĩ chữa trị, do đó khi trở lại salon cần xem giấy giới thiệu an toàn. Không thể phục vụ cho khách khi biết họ đang mắc bệnh truyền nhiễm thông thường như cảm cúm, ngay cả bạn mắc bệnh cũng cần phải nghĩ ngơi và trị bệnh để tránh lây bệnh cho khách và đồng nghiệp nữa.*

SỰ NHIỄM TRÙNG VÀ GÂY BỆNH

Sự nhiễm trùng và bệnh xảy ra là lúc vi trùng gây bệnh *(pathogenic bacteria)* tấn công cơ thể con người, lấn mạnh qua hệ thống phòng thủ của cơ thể và từ đó sản sinh cực nhanh tạo độc tố *(toxin)* để gây bệnh.

- **Local infection** là nhiễm trùng ở một vùng nhất định như mụn nhọt *(pimples)*, hoặc vết cắt.

- **General infection** là nhiễm trùng trong dòng máu tiến đến các phần trên cơ thể, là hình thức nhiễm độc máu như bệnh giang mai *(syphilis)*.

Tuy nhiên cơ thể chúng ta cũng tạo một mạng lưới để bảo vệ sự tấn công của vi trùng. Một làn da lành lặn luôn là màng bảo vệ chính yếu cho cơ thể, nước mắt, nước bọt (miếng), lông mịn bên trong mũi và màng nhầy ẩm ướt giữ vi trùng nằm hẳn bên ngoài mũi, chất dịch acid trong bao tử tiêu diệt vi trùng và nguồn máu trắng *(white blood cells)* sẵn sàng tấn công các loại vi trùng gây bệnh xâm nhập cơ thể.

Ví dụ khi chúng ta bị sốt, cơ thể phản ứng chống lại làm nhiệt độ tăng lên và sự nóng đó chính là lúc cơ thể tấn công tiêu diệt vi trùng.

SỰ MIỄN NHIỄM (immunity)

Miễn nhiễm là khả năng chống bệnh, tiêu diệt vi khuẩn khi vi trùng gây bệnh tấn công cơ thể. Có hai loại miễn nhiễm.

1. **Miễn nhiễm tự nhiên** (natural immunity) là cơ thể có khả năng chống bệnh khi sinh ra, đặc tính di truyền, thể lực tốt, đời sống lành mạnh. Thêm vào đó các chất dịch cơ thể, mồ hôi, làm da lành lặn, hệ thống bạch cầu khỏe là phương tiện tốt có tính tự nhiên tạo miễn nhiễm.

2. **Miễn nhiễm tự tạo hoặc nhân tạo** (acquired immunity) có được là do cơ thể sau khi trãi qua cơn bệnh đã tạo được loại kháng thể (protein molecule) để sẵn sàng chống trả khi bệnh đó trở lại gọi là miễn nhiễm có tính tự tạo tự nhiên (natural acquired immunity), hoặc phải chủng ngừa (inoculation) để tạo kháng thể mà chúng ta biết qua hình thức đưa vào cơ thể một lượng vi trùng nhỏ và yếu để tạo hệ được hệ thống miễn nhiễm như chích ngừa cảm cúm (influenza), phong đòn gánh (tetanus), thương hàn (typhoid fever), trái rạ (chicken pox), ho gà(whooping cough) ...

Vi trùng dễ lây lan qua không khí, qua tiếp xúc vật dụng bẩn, qua nước, chúng phát triển cực nhanh trong những nơi ấm, tối, ẩm mốc. Vi trùng sinh sản theo lối trực phân, khi chúng đủ điều kiện để trưởng thành phân chia hai và cứ thế sinh sản. Hơn nữa, chính vi trùng tự có khả năng di chuyển, đặc biệt loại vi trùng hình gậy (bacilli) và hình xoắn (spirilla) tự xoay, lắc qua lắc lại bằng những sợi lông như chân giả (flagella or cilia) trong chất dịch cơ thể để đẩy đi.

Là một chuyên viên thẩm mỹ, không chỉ biết phục vụ khách mà còn phải biết phân tích bệnh cho khách biết và hiểu rõ cách phòng ngừa vì nhiều trường hợp gây bệnh là do thợ. Người thợ cần nhận biết khi móng đổi màu, biết móng bị nấm (fungus) có màu trắng quanh móng, móng bị mốc, thúi móng (mold, mildew) có màu xanh, vàng do vi khuẩn bài tiết, hoặc lâu ngày thành màu đen, có mùi ..... thợ cần phải biết và khuyên khách đi bác sĩ trị liệu.
Người thợ thẩm mỹ cần ý thức, trách nhiệm với nghề nghiệp bằng sự hiểu biết và thi hành luật vệ sinh, nếu không thì hình ảnh chuyên nghiệp của bạn sẽ tạo ảnh hưởng vô cùng xấu đối với khách của bạn và kỷ nghệ làm móng nói chung.

Chapter 2: THE RELATIONSHIP OF BACTERIA AND SPREADING OF DISEASE

Over a century ago, French chemist and biologist Louis Pasteur (1822-1895) discovered micro-organism, an ultra small but incredibly influential living thing. There are around 15,000 types of micro-organisms known as bacteria existing around us and they develop at an astonishingly fast pace: millions of new bacteria are reproduced every 60 minutes.

-*Active bacteria* are bacteria that exist and develop in warm, dark, dirty and damp conditions. Most of them reach their maturity within 20 to 30 minutes and then start reproducing by direct division or mitosis.

-*Inactive bacteria* are bacteria that cannot function in environments where there is a lot of light, heat, or where there is a shortage of nutrients and humidity. Given such conditions, most bacteria will either die or enter their inactive stage by forming *spores*, that is a state of hibernation. *Spores* are airborne and multiplied when meeting favorable conditions such as humidity, moisture and darkness, and they cannot be eradicated even by the strongest disinfectants available.

As a nail technician or cosmetologist, you need to take a lot of precautions to avoid infection to yourself and your customers. Moreover, infection is not necessarily caused by only bacteria; fungus and some other infectious agents can be transmitted during a manicure or pedicure session.

TWO TYPES OF BACTERIA

1. **Non-pathogenic bacteria**, or the ones that do not cause diseases, are harmless or beneficial. When existing in soil, these non-pathogenic bacteria help enrich its nutrients. In human body, this type of bacteria often exists in our intestines and mouth and help with the digestion of food. Non-pathogenic bacteria account for approximately 75% of all bacteria.

2. **Pathogenic bacteria** include those bacteria that can cause diseases and are harmful. This type of bacteria is also referred to as **germs**. They reproduce rapidly and can secrete toxic compounds or toxins when penetrating the human body, and subsequently cause a complete rupture of necessary nutrients. Pathogenic bacteria make up about 25% of all bacteria. The condition in which pathogenic bacteria or their toxins present in the blood or tissues is described as sepsis, and asepsis is when there is no presence of pathogenic bacteria.

THREE GROUPS OF PATHOGENIC BACTERIA

They are *Cocci* (spherical-shaped), *Bacilli* (rod-shaped) and *Spirilla* (spiral-shaped).

* *Cocci* are bacteria of berry shape that do not move in fluid, but are airborne and can also fly in dust. *Cocci* can be divided into three sub-groups including *Streptococci*, *Staphylococci* and *Diplococci*.

-**Streptococci** are bacteria that often grow in chains. They can be found in our respiratory system and can cause blood infection, throat infection, cold, flu and rheumatic fever.

-**Staphylococci** are bacteria that have the form of grape-like clusters and are the strongest among non-capsulated bacteria. They can cause skin and wound infection, and blood poisoning.

-**Diplococci** are bacteria that often formed in pairs and can cause pneumonia, measles and cold or flu.

* *Bacilli* are rod-shaped bacteria that look similar to hair curlers. Some of them are transformed into *spores*. This type of bacteria is a major cause of some fatal diseases including *jaw death* or *"osteonecrosis of the jaw"*, pulmonary tuberculosis and leukemia.

* *Spirilla* have spiral shape. One of them is *treponema pallidum* which is the cause of syphilis.

INFECTION AT A SALON

1. Infection at a salon can be caused by a minor cut or passed from one person to another. Open wounds, cough, as well as cold, flu and their related symptoms such as sneezing, runny nose, tear-shedding eyes, etc. are among the causes of infection.
2. Pathogenic fungus and bacteria can develop between natural nails and synthetic nails, and infection can be transmitted from customers.
3. Infection can be caused by contact with objects at a salon such as doorknobs, telephones, bottles, nail brushes, towels, tables, etc.
4. Unsterilized tools, dirty towels, filthy trash bins, nail files and pliers, used sand papers and cotton buds, etc. can also be the causes of infection at a salon.

Anton Van Leeuwenhock (1632 – 1723), a Dutch naturalist discovered bacteria. Bacteria (germs or microbes) can exist on the skin, air, and decayed matter. They can be seen with the aid of a microscope. Bacteria also named micro-organisms, germs or microbes are minute, one-celled vegetable. Bacteria are too small, about fifteen hundred-rod shaped bacteria barely reach access the head of a pin.

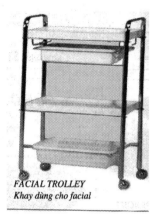
FACIAL TROLLEY
Khay dùng cho facial

Pathogenic bacteria are harmful, produce disease. Non-pathogenic bacteria are beneficial or harmless type, they are not produce disease. Hairlike projection attached to the bacteria and allow it to move is called a flagella (cilia)

Nhà tự nhiên học người Hà Lan là Anton Van Leeuwenhock khám phá ra vi trùng. Vi trùng (germs hoặc mirobes) có thể tồn tại trên da, không khí, vật mục nát. Chúng có thể thấy được với sự trợ giúp của kính hiển vi.

Vi trùng cũng là micro-organisms, germs hoặc microbes là những đơn bào thực vật cực nhỏ Vi trùng rất nhỏ khoảng 1,500 con vi trùng hình gậy chỉ vỏn vẹn ở trên đầu mũi kim.

Vi trùng gây bệnh là vi trùng có hại, tạo bệnh. Vi trùng không gây bệnh là loại vi trùng có lợi hoặc dạng vô hại, chúng không sinh bệnh. Cấu trúc giống sợi tóc để vi trùng di chuyển gọi là chân giả, hoặc lông bơi.

Bacteria multiply by this manner; each organism divides in the middle, forming two daughter cells, which grow to full size and then reproduce again. A local infection, such as a boil that contains pus. A general infection such as blood poisoning, results when bacteria or their poisons enter the bloodstream. A general infection is syphilis by spirilla bacteria, also known as treponema pallida

Bacteria form spherical spores with tough covering during the inactive stage are anthrax and tetenus bacilli.

Vi trùng phát triển như phép nhân; mỗi vi khuẩn tự chia đôi từ giữa, lập 2 tế bào con, lớn dần lên như tế bào mẹ và rồi tiếp tục sinh sản.

Nhiễm trùng tại chỗ như mụt nhọt có chứa mủ; Nhiễm trùng toàn bộ là nhiễm độc trong máu, kết quả là lúc vi trùng nhiễm độc vào trong dòng máu. Nhiễm trùng toàn bộ là bệnh giang mai do vi trùng hình xoắn là treponema pallida

Dạng vi trùng mà thành lập bào tử với lớp vỏ bọc trong suốt thời kỳ không hoạt động là loại vi trùng hình gậy anthrax và tetenus.

-**Four common contagious** disease that prevent and esthetician from working are tuberculosis, virus infections, ringworm, and head lice. A certain kind of mosquito cause malaria

-**Four principal routes** through which bacteria can enter the body are through the mouth, nose, eyes, and breaks or wounds in the skin. The tough outer covering that bacteria create during the inactive stage is called a spore

-**Four ways** the body resists infection are: - Unbroken skin; Body secretions such as perpiration; White blood cells; Antitoxins

Bốn loại bệnh truyền nhiễm làm cản trở việc làm của thẩm mỹ viên là bệnh lao, nhiễm siêu vi khuẩn, nấm, và chí. Một điều chắc chắn con muỗi là nguyên nhân gây ra bệnh sốt rét

Bốn nơi chính mà vi trùng xâm nhập vào cơ thể qua miệng, mũi, mắt và da bị thương. Lớp bọc ngoài của vi trùng tạo ra trong giai đoạn thụ động được gọi là bào tử.

Bốn cách mà cơ thể chống sự nhiễm trùng là: Làn da lành lặn; Cơ thể bài tiết như mồ hôi thoát ra; Tế bào bạch huyết; Kháng độc tố

Immunity is the ability of the body to fight and overcome certain disease caused by germs and their poisons.

-**Natural immunity** means natural resistance to disease to develop through hygienic living.

-**Acquired immunity** is secured the body develops after it has overcome a diseases, or by injections of serum (inoculation).

A human disease carried is a person who immune to the disease himself can infect other persons with the germs of the disease.

Two examples are diphtheria and typhoid fever. Disinfectants, intense the heat and ultra-violet rays can destroy bacteria

Dry sanitizer

Sự miễn nhiễm là khả năng của cơ thể chống lại sự nhiễm trùng và trải qua cơn bệnh do vi trùng gây bệnh và chất độc của chúng.

Miễn nhiễm tự nhiên là tự nhiên chống lại cơn bệnh được phát triển qua đời sống vệ sinh.

Miễn nhiễm tự tạo là sự có được sau khi cơ thể trải qua một cơn bệnh, hoặc do chích thuốc chủng ngừa.

Một người bệnh truyền nhiễm là người đã qua cơn bệnh và tự miễn nhiễm có thể truyền bệnh người khác với vi trùng gây bệnh. Hai ví dụ đó là bệnh yết hầu và thương hàn. Chất diệt trùng, sức nóng và tia U.V có thể hủy diệt vi trùng.

SAFETY IN THE SALON *(An toàn trong tiệm)*

- **Chemical's gas** found in formalin is an active gas cause cancer and has prohibited by many states is formaldehyde.

  Chất khí của hóa chất tìm thấy trong formalin là hơi khí hoạt động gây ung thư và bị cấm dùng ở nhiều tiểu bang là khí formadehyde.

- An antiseptic is a chemical agent that may kill or retards the growth of bacteria. **Asepsis** is freedom from disease causing germs. **Sepsis** is contamination due to pathogenic germs.

  Chất sát trùng là một hóa chất có thể giết hoặc làm yếu đi sự sinh sản của vi trùng. Sự vô trùng là tuyệt đối không có vi trùng. Nhiễm trùng máu là nhiễm bẩn do vi trùng gây bệnh tạo ra.

- Forms of heat sterilizing are: *các dạng dùng nhiệt để tiệt trùng là*

  - Dry heat from 320 – 338 degrees F at least 30 minutes or more depending on load

    Nhiệt khô từ 320 – 338 độ F tối thiểu 30 phút hoặc hơn tùy số lượng dụng cụ nhiều hay ít

  - Autoclave (steam) from 250 – 273 degrees F in 9 to 20 minutes

    Lò hơi tự động (hơi nóng) từ 250 – 273 độ F trong 9 đến 20 phút

- Disinfectants usually are stronger than antiseptics and destroy all bacteria as Quats, alcohol.

  Chất diệt trùng thường mạnh hơn loại sát trùng và hủy diệt các vi trùng như Quats, alcohol

- Two forms of radiation for disinfection are: *hai loại quang tuyến dùng cho diệt trùng là:*

  - **Ultra-violet radiation**, especially in the shorter wavelength, destroys most bacteria

    Tuyến tử ngoại cực tím (U.V) đặc biệt trong tần sóng ngắn, tiêu diệt hầu hết vi trùng

  - **Gamma ray radiation** destroys micro-organisms through the action of ionized particles

Tuyến gamma tiêu diệt vi sinh vật qua tác động của các phân tử ion.

- Bacteria form spherical spores with tough covering during the inactive stage are anthrax and tetenus bacilli. Boils or pimples that contain pus are signs of local infection

  Dạng vi trùng mà thành lập bào tử với lớp vỏ bọc trong suốt thời kỳ không hoạt động là loại vi trùng hình gậy anthrax và tetenus. Nhọt và mụn có chứa mủ là dấu hiệu của nhiễm trùng tại chỗ

- 12.5 % solution of Quats mixed 1oz (ounce) of Quats to 1 gallon of water. The ideal temperature of the salon should be about 70 degrees F

  12.5 % dung dịch nước Quats trong 1 ounce pha với 1 gallon nước. Nhiệt độ thích hợp của salon nên giữ khoảng 70 độ F

Brush with Liquid soap & warm water
Dùng bàn chải chà rửa dụng cụ

- **Sterilization** is the process of making an object germ-free, by destroying all micro-organisms, both pathogenic and non-pathogenic include spores as hospital level.

  Sự tiệt trùng là tiến trình làm vô trùng, hủy diệt tất cả vi sinh vật, cả hai loại vi trùng gây bệnh và không gây bệnh kể cả bào tử của vi trùng như cách diệt trùng cấp bệnh viện.

- **Sanitation** is the process of making object clean and safe for use, to prevent the growth of germs and to reduce the risk of infectious disease.

  Vệ sinh là tiến trình làm cho vật được sạch sẽ và an toàn khi dùng, để ngăn ngừa sử nẩy nở của vi trùng và giảm bớt nguy cơ của sự nhiễm trùng bệnh.

- **OSHA** (Occupational Safety & Health Administration): *Quản trị an toàn sức khỏe nghề nghiệp*

COSMETOLOGIST NEED TO PREVENT THE RISK OF INFECTION AT THE SALON

- Avoid pressing hard on sensitive nail base and buffing too hard. Avoid careless use of electric nail files and too much trimming of excess skin pushed back from nail. Avoid cutting the skin due to too-deep filing and bruising the skin due to hard pressing.

- Always practice your professional code of ethics and follow strict sterilizing and sanitary procedures. Never use any short-cut in the sanitizing and tool sterilizing process, no matter how busy you are.

- If a customer has been recommended to be medically treated by a doctor, always check his/her safety recommendation letter when he/she wants to use the service of the salon. Service shall not even be rendered to customers who are known to have common contagious illnesses such as cold or flu. Also as estheticians, you need to rest and be treated to avoid infecting your customers and colleagues if you are experiencing a cold or flu.

Bài 3: VỆ SINH, DIỆT TRÙNG, VÀ AN TOÀN Ở SALON

Luật lệ về vệ sinh và diệt trùng trên toàn khắp Hoa Kỳ rất nghiêm ngặt, đặc biệt các ngành nghề tiếp xúc cơ thể con người đều phải qua kỳ thi lấy giấy phép, và trong lãnh vực thẩm mỹ gồm có chuyên viên về móng *(manicurist)*, chuyên viên săn sóc da, trang điểm *(esthetician)*, chuyên viên lấy lông vĩnh viễn *(electrologist)*, và thẩm mỹ toàn phần *(cosmetologist)* càng cần lưu ý hơn.

Người thợ tiếp xúc với khách, dụng cụ làm cho khách, do đó sự lây bệnh trực tiếp rất dễ dàng. Qua những xảy diễn nguy hại đến khách như trong việc làm các loại móng giả gây nhiễm trùng từ dụng cụ, thiếu phân tích, hoặc cẩu thả trước khi làm móng sẽ dẫn đến bị nấm, mốc hoặc ngay cả những thiết bị hiện đại tạo sự thoải mái chăm sóc chân *(pedicure spa)* đã xảy ra một số trường hợp đáng tiếc, cũng chỉ vì thiếu kiến thức và trách nhiệm mà vệ sinh và diệt trùng không đúng cách.

Vệ sinh là cách làm hằng ngày của người thợ cần phải rửa tay thường xuyên sau khi tiếp xúc đồ vật, trước và sau khi ăn, sau khi đi tiểu, tiện, trước khi và sau khi phục vụ khách, vì qua rửa tay là loại đi những chất bẩn, vi khuẩn gây bệnh được tẩy đi phần mặt ngoài qua hình thức này.
Vệ sinh cũng là cách để duy trì một salon chuyên nghiệp luôn giữ cho salon sạch sẽ, an toàn phục vụ khách hàng.

GLOVES

bao tay dùng khi diệt trùng

Vì thế người thợ và chủ đều phải có trách nhiệm sau:
- *Salon luôn sạch sẽ không có bất cứ loại côn trùng nào như gián, chuột.*
- *Bụi, bột giũa rơi xuống nền, bay trong không khí, do đó cửa ra vào, bàn, tủ nên lau chùi thường xuyên, sàn nhà thường quét, hút bụi. Rác rưởi bỏ vào thùng có nắp đậy và đổ rác nhiều lần trong ngày để tránh ô nhiễm môi trường vì xử dụng nhiều hóa chất cho khách như alcohol, acetone.v.v...*
- *Cung cấp nước uống sạch, dùng loại ly giấy một lần vứt bỏ, xà phòng tẩy trùng, giấy lau tay, giấy vệ sinh, khăn giấy trải bàn làm cho khách, khăn giấy lót dụng cụ sạch và đầy đủ.*
- *Salon không nên dùng để ở, nấu nướng, thức ăn không đặt chung cùng sản phẩm hành nghề trong cùng tủ. Không ăn, uống bừa bãi và tuyệt đối cấm hút thuốc tại salon theo luật liên bang.*
- *Các dung dịch làm móng đều có nhãn rõ ràng, đặt nơi thích hợp. Ví dụ các dụng cụ dùng lại như kềm cắt da, cây sủi kim loại cần diệt trùng và cất giữ đúng cách.*
- *Đừng cho bất cứ con vật nào vào salon để tránh ô nhiễm trừ khi con chó dẫn đường cho người mù. Quần áo người thợ luôn sạch, khử mùi hôi thân thể (deodorant) và súc miệng sau khi ăn.*

HÌNH THỨC KHỬ TRÙNG

Hội đồng thẩm mỹ và sức khỏe nêu ra những phương pháp cần thực hành ở salon đều được cơ quan quản trị về thực phẩm và thuốc *(FDA: Food and Drug Administration)* và trung tâm kiểm soát bệnh tật *(CDC: Center for Disease Control)* chuẩn nhận.

- ***SÁT TRÙNG** (antiseptic)* có thể giết vi trùng hoặc làm chậm sự phát triển của vi trùng, là chất an toàn dùng trên da như *Hydrogen Peroxide 3 – 5%, Boric Acid 2 - 5%, cồn Isopropyl 60%, Tincture of Iodine 2%, Merthiolate* sát trùng vết thương.
- ***DIỆT TRÙNG** (disinfection)* giết tất cả vi trùng cả vi trùng có lợi và gây bệnh, diệt vi trùng trên hầu hết bề mặt của dụng cụ nhưng không đủ khả năng diệt bào tử *(spores)* như *Formalin từ 10%, Phenol 5%, Alcohol 70% v.v....*
- ***TIỆT TRÙNG** (sterilization)* hiệu quả và cách dùng như diệt trùng, có khả năng diệt các loại

vi trùng, diệt được bào tử vi trùng, cách này không đòi hỏi xử dụng ở salon và thường được dùng trong bệnh viện. Đây là phương thức dùng nhiệt như sử dụng nồi hấp nhiệt độ cao (autoclave).

PHƯƠNG PHÁP VỆ SINH KHI CHUẨN BỊ PHỤC VỤ KHÁCH

1. Sạch sẽ bàn làm móng bằng lau chùi, dùng dung dịch diệt trùng lau bàn hoặc bình xịt chất diệt trùng được chuẩn nhận từ EPA (Environment Protection Administration).

2. Dụng cụ làm cho khách phải được diệt trùng rồi theo phương cách từng bước một diệt trùng dụng cụ như sau: rửa sạch dụng cụ bằng nước ấm và xà phòng, xả sạch nước và lau khô, ngâm dụng cụ vào dung dịch diệt trùng theo qui định, xả sạch dụng cụ bằng nước, lau khô và cất giữ trong bao kín hoặc hộp kín cho đến khi dùng cho người khách mới.

3. Dùng khăn sạch, khăn giấy sạch trải bàn, gối lót tay, các vật liệu hoàn toàn mới cho mỗi người khách như dũa giấy, buffer, que gỗ cam (orange wood stick), bông gòn.

4. Tay bạn được rửa kỹ bằng xà phòng khử trùng và khi bắt tay cần thoa thêm loại gel chứa alcohol là chất khử trùng tốt để lau tay. Mọi việc bạn chuẩn bị đều được khách hàng quan sát và họ sẽ tin tưởng vào nghề nghiệp của bạn hơn.

HÓA CHẤT SÁT TRÙNG THÔNG THƯỜNG

- *Xà phòng, kem diệt vi khuẩn (antimicrobal soap, cream) 2%, dùng để rửa tay.*
- *Hóa chất formalin 5%, sát trùng bồn nước, bồn gội, lau tủ, bàn……*
- *Cồn Isopropyl 60% dạng dung dịch, gel, hoặc bọt dùng sát trùng tay, da, vết cắt nhỏ, nhưng không nên dùng nếu chỗ đó đang ngứa.*
- *Hydrogen Peroxide (H_2O_2) 3 – 5%, dạng dung dịch, dùng sát trùng da và vết cắt nhỏ*
- *Tincture of Iodine 2%, dạng dung dịch, dùng sát trùng vết cắt và vết thương*
- *Boric Acid 2 – 5%, dạng bột trắng, dùng sát trùng mắt*

DỤNG CỤ VÀ CÁC CHẤT DIỆT TRÙNG CÓ HIỆU QUẢ

Diệt trùng có hiệu quả phải có những đặc tính, tiêu diệt hết mọi vi trùng *(bactericides)*, diệt nấm *(fungicides)*, và diệt được siêu vi khuẩn *(viricides)*.

- **Quats (Quaternary Ammonium Compounds)** là hỗn hợp ammonium diệt trùng chuyên nghiệp thích hợp cho salon vì tác dụng nhanh, giá rẻ, ổn định, không bay hơi nhanh, không mùi. Nước Quats tiếp xúc trực tiếp với làn da lâu cũng gây ngứa da và sưng da. Độ mạnh của Quats 1/1000, thời gian 20 phút đủ khả năng diệt trùng.
Cách pha chế nước Quats 1/1000 như sau:
12.5% độ mạnh với 1 oz dung dịch (30ml) quat pha 1 galon (3 lit 8) nước.
Công thức pha chế nước Quats hiện nay đều có chứa chất chống mòn, chống rỉ sét. Ngoài ra có thể dùng nước Quats lau chùi mặt bàn, tủ.

- **Phenol 5%** (**Carbolic Acid**) dạng dung dịch, dùng diệt trùng dụng cụ ngâm chìm ít nhất là 10 phút, các chất liệu như cao su có thể bị mềm và đổi màu với hóa chất này. Tránh để da tay tiếp xúc gây ngứa, hơi phenllics hít vào làm tổn thương màng mũi, cổ họng và phổi. Đây là hóa chất diệt trùng tốt nhưng giá cả mắc quá.

- **Alcohol Ethyl or Methyl 70%** hoặc **Alcohol Isopropyl 99%** dạng dung dịch, ngâm dụng cụ hoặc điện cực thủy tinh ít nhất 20 phút. Các loại cồn này tiếp xúc đều gây ngứa mắt, mũi, cổ họng, và phổi, ảnh hưởng trung khu thần kinh, ngứa da và sưng da. Sự bất tiện của cồn là dễ bay hơi, dễ bốc cháy, và ăn mòn dụng cụ.

- **Formalin** là dung dịch diệt trùng mạnh với **10% độ mạnh** cần ngâm dụng cụ diệt trùng trong 20 phút và **25% độ mạnh** cần ngâm dụng cụ trong 10 phút. Trong dung dịch formlin có chứa chất khí độc formaldehyde dễ gây ung thư, gây ngứa mắt, mũi, cổ họng, dị ứng da, và tạo hen suyển mà hiện bị cấm dùng ở một số tiểu bang. Formalin trong kỷ nghệ chứa 37% formaldehyde và dùng trong việc diệt mối, gián, và sâu bọ.

- **Sodium Hypochlorite 10%** dạng dung dịch để tẩy rửa nhà, chất này có khả năng chống lại siêu vi trùng HIV. Đây là 1 hóa chất mạnh, bào mòn dụng cụ bằng kim loại, gây bệnh gan. Dụng cụ diệt trùng cần ngâm ít nhất 10 phút.

- **Hấp dụng cụ bằng hơi nước sôi 100 độ C** *(212 độ F)* để diệt trùng và trong cơ sở y tế người ta dùng **Autoclave** là dụng cụ có sức ép và hơi nóng có sức diệt trùng hữu hiệu.

- **Tia cực tím Ultraviolet rays** diệt được nấm và vi trùng, khi xử dụng cần che mắt.

- **Hơi nhiệt** hình thức như hơ nóng, nướng.

- **Tủ khử trùng khô (dry cabinet sanitizer)** là tủ kín chứa khí formaldehyde tỏa mùi nồng nặc diệt trùng.

tủ khử trùng tia UV

AN TOÀN NGHỀ NGHIỆP

Để tạo sự an toàn cho nghề nghiệp cần biết sử dụng từ những hóa chất sát trùng, diệt trùng, sạch sẽ cá nhân, giữ vệ sinh cho salon, mang bao tay, kính che mắt, biết phân biệt thế nào là sự xáo trộn thông thường về da, móng, bệnh nào cần đưa đi bác sĩ.

Các chai lọ hóa chất cần có nhãn hiệu rõ ràng, đừng ngửi hóa chất để xác định, đậy chặt nắp hóa chất và cất giữ nơi khô ráo, tối, và mát xa nguồn thức ăn, nước uống, xa tầm tay trẻ con, và ngay cả cần hộp cấp cứu đầy đủ ngay khi nguy cấp. Salon phải có First Aid Kit.

NHỮNG TAI NẠN CÓ THỂ XẢY RA Ở SALON – CÁCH ỨNG XỬ

1. **Chất primer văng tóe vào quần áo, thấm vào da hoặc văng cả vào mắt khách.**

   * Hóa tính primer giúp định chặt giữa mặt móng và lớp bột móng khi làm móng acrylic. Primer là dạng acid mạnh, ăn mòn và bỏng cháy, lỡ nhiễu vào da, vào mắt cần cởi bỏ quần áo và dùng bông gòn hoặc khăn thấm nước mát lau ngay, lau nhiều lần nếu dính vào làn da. Nếu primer văng vào mắt phải giúp khách vốc nước mát rửa mắt trong 15 phút và gọi cấp cứu ngay.

2. **Khách khó thở mặt tái xanh vì không khí salon quá nhiều chất độc hại như alcohol, acetone, chất pha loãng nước sơn (paint thinner), primer, và ngay cả sự bốc hơi từ hóa chất lau nhà (cleaning product).**

   * Khi biết chắc người khách chỉ khó thở, đem người khách ra chỗ thoáng mát (fresh air) ngoài salon và quan sát, nếu biểu hiện trạng thái không ổn định thì gọi ngay trung tâm kiểm soát chất độc hại. Nếu bạn cất giữ hóa chất trong phòng vệ sinh, nếu các em nhỏ lỡ uống vào, bạn gọi ngay nhân viên của Trung Tâm Kiểm Soát Chất Độc. Trong khi chờ đợi, cho em bé uống nước, hoặc sữa ngay, bé ói ra càng tốt và chỗ ói ra đó chờ nhân viên đến xét nghiệm, khi thấy tỉnh nên cho em bé nằm nghiêng.

3. **Các dung dịch đổ nhiều, nền salon ướt nước làm khách té ngã, chảy máu, thương tích hoặc nằm bất động.**

   * Người gần nhất đến ngay để hỏi "Ông/Bà có sao không? Nếu thấy khách im lặng, bất tỉnh hãy gọi cấp

cứu. Không được di chuyển nạn nhân trừ trường hợp nơi đó nguy hiểm hoặc nằm trong vùng tràn đổ hóa chất. Trong khi chờ đợi xe cứu thương đến, người biết CPR sẽ đặt tai vào mũi nạn nhân nghe, nhìn lồng ngực, đặt tay thử nhịp van máu nơi cổ, nếu không nghe thấy gì là tim và phổi ngưng hoạt động hãy tiến hành cấp cứu ngay.

4. Khách bị nghẹn thức ăn, khó thở.

* Khách nghẹn thức ăn sẽ khó nói, khó ho nghẹn đường thở nên gọi ngay cấp cứu. Trong khi chờ đợi người đến giúp, nếu quan sát thấy khách trong tình trạng nguy kịch thì xem trong miệng có vật lạ không, nhờ ai trong salon biết CPR thực hiện. Cho khách cúi đầu xuống và dùng lòng bàn tay đập đập giữa 2 vai; đứng phía sau vòng tay ôm thắt lưng nạn nhân dưới xương giữa ngực, một tay nắm và bàn tay kia ép vào 6 lần liên tiếp và ép lại với hy vọng vật lạ sẽ vọt ra ngoài, chờ cấp cứu.

5. Khi làm móng tay nếu lỡ cắt đứt da tay, tỉa tóc cắt trúng tai khách hoặc thợ bị đứt tay.

* Khách bị đứt tay khi làm móng, nên dẫn khách rửa tay sạch, lau khô, thoa chất sát trùng 3% Hydrogen Peroxide và băng lại. Cắt tóc lỡ xước da tai chảy máu nên ngưng làm, thoa chất sát trùng và băng lại. Đặc biệt nếu thợ bị đứt tay cũng làm tương tự như khách và mang bao tay làm tiếp. Bông gòn có máu bỏ vào bao nhựa kín vứt vào thùng rác và diệt trùng dụng cụ khoảng 15 phút bằng nước Quats

6. Khi Wax chân mày, môi trên bị sưng đỏ, bỏng nổi mụn nước.

* Luôn xem kỹ loại da để dùng đúng wax cho da đó. Nhớ làm sạch làn da ở mí mắt hoặc môi trên, thoa phấn (waxing powder); và nhớ thử độ nóng trước khi cho lên lớp da mỏng và sau khi wax nhớ thoa chất làm dịu da (after wax lotion). Nếu bị phỏng thoa kem 1% Gentian Violet Jelly .

ĐỀ PHÒNG TAI NẠN Ở SALON – HẠN CHẾ RỦI RO ĐÁNG TIẾC

- Hiểu rõ sự nguy hại hóa chất, mở đóng nắp cẩn thận
- Môi trường salon thông khí tốt, đặt hệ thống lọc khí, hút khí ra ngoài (ventilation system) và đặt hệ thống báo động khí độc (carbon monoxide alarm)
- Chủ cơ sở thẩm mỹ nên tham dự lớp cấp cứu CPR vì những rủi ro thường xảy ra như té ngã, nghẹt thở, nghẹn đồ ăn, giảm nhẹ nguy cơ đưa đến tử vong.
- Nên lau ngay hóa chất nhiễu, nền salon luôn giữ sạch và khô ráo
- Khuyên khách không nên ăn, uống vì hóa chất bám vào trong lúc phục vụ họ
- Chủ salon nên hợp tác và tìm hiểu luật lệ ngành thẩm mỹ để cập nhật hóa những qui định kịp thời phổ biến cho chuyên viên của salon.
- Sử dụng sản phẩm đúng tiêu chuẩn qui định ngành thẩm mỹ tiểu bang
- Hướng dẫn thợ cách gọi khi cần cấp cứu. Số điện thoại cần thiết rõ ràng dễ thấy nên đặt cạnh hộp cấp cứu trong tầm mắt mọi người.

Ngành thẩm mỹ dùng rất nhiều hóa chất từ thuốc duỗi tóc, uốn tóc, nhuộm tóc, móng tay có trong cơ sở thẩm mỹ. Sự cẩu thả, thiếu vệ sinh chẳng những làm mất niềm tin cho khách, bị phạt tiền hoặc rút bằng hành nghề từ cơ quan kiểm tra mà còn làm ảnh hưởng kỷ nghệ thẩm mỹ mà điều quan trọng trên hết là trực tiếp tác hại sức khỏe của khách hàng và chính chúng ta.

Chapter 3: SANITATION, DISINFECTION, AND SAFETY IN THE SALON

The lowest level of decontamination of salon is called sanitation. Guidelines to keep the salon looking its best such as floors should be swept clean; employees must be worn clean attire; no pets or animals in salon (except for trained Seeing Eye Dogs); soiled linen are removed. Reduce the number of pathogens on a surface.

A good rule to remember in caution wear gloves and safety glasses when apply primer; formalin and borax are a disinfectant and fumigant in dry cabinet sanitizer, formadehyde is the gas released from fomalin and can get cancer. Not suggest using in salon.

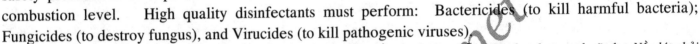

kính che khi dùng primer

All disinfectant approved by the (E.P.A) and each state for proper use, safety precautions & important information sheet in (M.S.D.S) as hazard, combustion level. High quality disinfectants must perform: Bactericides (to kill harmful bacteria); Fungicides (to destroy fungus), and Virucides (to kill pathogenic viruses)

Vệ sinh ở tiệm là cấp thấp nhất trong các phương pháp như khử trùng bề mặt. Hướng dẫn giữ salon được sạch sẽ như: Nền lót phải được quét sạch; thợ mặc đồ sạch sẽ; không có thú vật nào trong tiệm (ngoại trừ con chó được huấn luyện dẫn đường cho người mù); khăn, vải dơ bẩn phải dọn dẹp sạch. Giảm bớt lượng vi trùng trên các bề mặt.

Một điều lệ đúng cần ghi nhớ là luôn lưu ý mang bao tay và kính an toàn khi thoa chất primer; formalin và borax là một chất diệt trùng, tạo xông hơi khí khô khử trùng trong tủ, formadehyde là chất khí thoát ra từ formalin và có thể gây ung thư. Không nên dùng ở salon.

Các chất diệt trùng phải chuẩn nhận bởi E.P.A (Cơ quan bảo vệ môi trường) và cách sử dụng từng mỗi tiểu bang, sự lưu ý an toàn và những tin tức quan trọng trong (bảng dữ kiện an toàn vật liệu) về sự nguy hại, mức độ bùng cháy. Chất diệt trùng mạnh phải có khả năng diệt các loại vi trùng; diệt nấm; và siêu vi khuẩn.

There are three types of decontamination.

1. **Sanitation** (sanitizing): lowest level to reduce of pathogen. Cleaning with detergent and water is an example; cleaning a cut with antiseptic is another example of sanitizing. **Antiseptic** are sanitizers that help prevent skin infection, slow the growth of bacteria and safe for skin.

Dung dịch Quats diệt trùng

2. **Disinfections**: kill all bacteria and on non-living surfaces but does not kill bacteria spores and use for instruments and implements.

3. **Sterilization**: is the process of making an object germ-free, by destroying all micro-organisms, both pathogenic and non-pathogenic includes spores as hospital level.

O.S.H.A: Occupation safety and health administration created as part of the U.S department of labor to regulate.

Có ba hình thức tẩy uế:

-Sự vệ sinh (khử trùng) là mức thấp nhất để loại bỏ vi trùng. Ví dụ: Làm sạch bằng chất tẩy pha nước; sát trùng vết cắt. Sát trùng là khử trùng để ngăn ngừa da bị nhiễm trùng, hoặc làm chậm sự phát triển của vi trùng và an toàn cho da.

-Diệt trùng: giết tất cả vi trùng và các bề mặt dụng cụ nhưng không giết được các bào tử của vi trùng và diệt trùng cho dụng cụ và đồ nghề của thợ.

-Tiệt trùng là tiến trình tiêu diệt hết mọi vi trùng, tiêu huỷ mọi vi sinh vật, cả 2 loại vi trùng gây bệnh và không gây bệnh kể cả bào tử vi trùng, được gọi là chất diệt trùng bệnh viện.

TYPES OF DISINFECTANTS:

- **Quats:** Quaternary ammonium compounds disinfect implements in 10 to 15 minutes.
- **Phenol:** (phenolic disinfectants) like Quats but disadvantage: rubber and plastic are softened and discolored.
- **Alcohol has 3 types:** Methyl, Ethyl (or grain) and Isopropyl (from chemical) alcohol. To be affected for disinfection: ethyl and methyl 70% or Isopropyl 99%. Disadvantage of alcohol: flammable, evaporates quickly and corrode.
- **Bleach** (sodium hypochlorite) uses household bleach.
- **High frequency** sound waves to create powerful combined disinfectants to clean nooks, crannies of implements is called ultrasonic cleaners.

Electric sanitizer

O.S.H.A: Quản trị về sức khỏe và an toàn cho nghề nghiệp điều hành do bộ lao động. Các chất diệt trùng:
-Hỗn hợp nước Quat diệt trùng dụng cụ từ 10 đến 15 phút.
-Phenol hay chất diệt trùng phenolic cũng giống nước Quat nhưng bất tiện vì cao su và nhựa bị mềm và bay màu.
-Cồn có 3 loại là Methyl, Ethyl (từ ngũ cốc) và Isopropyl (điều chế). Để được hữu hiệu diệt trùng loại ethyl, methyl 70% hoặc Isopropyl là 99%. Sự bất tiện của cồn là dễ cháy, bay hơi nhanh và ăn mòn.
-Chất tẩy (sodium hypochlorite) dùng tẩy nhà
-Dùng sóng cao tần tạo khả năng để kết hợp với chất diệt trùng để làm sạch các kẻ, hóc của dụng cụ được gọi là cách làm sạch ultrasonic.

WORKING SAFETY:

Overexposure is a danger you need to avoid. Overexposure for prolonged period causes most of the problems. All of this product can be safe, but all can be dangerous if used incorrectly.
Your body will usually give you some early warning: Rash; Insomnia; Irritability; Lightheadedness; Watery eyes; Sore; Tingling toes; Runny nose; Fatigue; Breathing problems; Dry throat; Sluggishnes.

M.S.D.S (material safety data sheet) contains the following information:
-Permissible exposure limits. Identify of chemical (hazardous ingredients)
-Primary routes of entry into the body: chemical entry through the skin, mouth or lungs.
-Physical hazards; explosion; fire hazards; evaporate
-You breathe them (inhalation), you contact through your skin and you eat them (ingestion).
Primer, monomer, adhesives or phenolic disinfectant solutions in the eye are worse. Wearing contacts in salon in risky because vapors will collect in soft contacts.
Prolonged inhalations of excessive amounts of nail filing may be harmful. Always wear a dust mask when filing especially if you used a drill.

An toàn làm việc Sự tiếp xúc nhiều hóa chất sẽ nguy hiểm bạn cần nên tránh. Sự tiếp xúc lâu dài là nguyên nhân tạo ra vấn đề. Tất cả sản phẩm có thể là an toàn, nhưng có thể là nguy hiểm nếu dùng không đúng cách.
Cơ thể của bạn thường sẽ báo trước các dấu hiệu. rát da, chứng mất ngủ, nóng nảy, đau đầu nhẹ, chảy nước mắt, đau, ngứa ngón chân, chảy nước mũ, mệt mỏi, khó thở, khô cổ họng, uể oải.
M.S.D.S là bảng dữ kiện an toàn vật liệu bao gồm những tin tức sau đây:
Giới hạn sự tiếp xúc cho phép. Nhận rõ hóa chất có thành phần độc hại; Đường đầu tiên vào cơ thể: hóa chất vào qua da, miệng hoặc phổi. Nguy hại thể lý; sự bùng nổ; lửa cháy; bốc hơi; Bạn hít thở hóa chất, bạn tiếp xúc qua da và bạn ăn phải hoá chất (ăn vào bụng)
Primer (chất kết dính), monomer (nước acrylic), keo hoặc chất diệt trùng phenolic gây nguy hại khi dính vào mắt. Mang contact lens dễ nguy hiểm vì hơi sẽ bám vào màng mắt kính mềm.
Hít nhiều bột giữa móng lâu dài gây nguy hại. Luôn luôn mang mặt nạ che bụi khi giũa đặc biệt là khi dùng máy.

Charcoal filters must be discarded after 20 hours to use. Your breathing zone is and invisible sphere in front your face but it is very important.

Chemical's gas found in formalin is an active gas cause cancer and has prohibited by many states is formaldehyde.

Two forms of radiation for disinfection are:

-Ultra-violet radiation, especially in the shorter wavelength, destroys most bacteria

-Gamma ray radiation destroys micro-organisms through the action of ionized particles

- The ideal temperature of the salon should be about 70 degrees F
- Which of the following bacteria form spherical spores with tough covering during the inactive stage are anthrax and tetenus bacilli.
- Boils or pimples that contain pus are signs of local infection

Miếng lọc than ở bàn làm móng phải vứt bỏ sau 20 giờ xử dụng. Vùng hơi thở của bạn là khối cầu nhỏ trước mặt không thấy được nhưng rất quan trọng. Chất khí của hóa chất tìm thấy trong formalin là hơi khí hoạt động gây ung thư và bị cấm dùng ở nhiều tiểu bang là khí formadehyde.

Hai loại quang tuyến dùng cho diệt trùng là:

-Tuyến tử ngoại cực tím (U.V) đặc biệt trong tần sóng ngắn, tiêu diệt hầu hết vi trùng

-Tuyến gamma tiêu diệt vi sinh vật qua tác động của các phân tử ion.

Nhiệt độ thích hợp của salon nên giữ khoảng 70 độ F

Dạng vi trùng mà thành lập bào tử với lớp vỏ bọc trong suốt thời kỳ không hoạt động là loại vi trùng hình gậy anthrax và tetenus.

Nhọt và mụt có chứa mủ là dấu hiệu của nhiễm trùng tại chỗ

The ideal temperature of the salon should be about 70 degrees F

12.5 % solution of Quats mixed 1oz (ounce) of Quats to 1 gallon of water. Use gloves, safety glasses, disinfectants, personal hygiene and salon cleanliness together is universal sanitation.

-OSHA (Occupational Safety & Health Administration)

Sanitation is the process of making object clean and safe for use, to prevent the growth of germs and to reduce the risk of infectious disease.

Horse shoe electrode uses at neck
điện cực hình móng ngựa dùng ở cổ

Nhiệt độ thích hợp của salon nên giữ khoảng 70 độ F

12.5 % dung dịch nước Quats trong 1 ounce pha với 1 gallon nước. Những cách sử dụng như dùng bao tay, kính an toàn, chất diệt trùng, vệ sinh cá nhân và làm sạch sẽ ở tiệm phối hợp với nhau được gọi là cách vệ sinh toàn bộ.

- OSHA là cơ quan quản trị an toàn sức khỏe nghề nghiệp

Sự tiệt trùng là tiến trình làm vô trùng, hủy diệt tất cả vi sinh vật, cả hai loại vi trùng gây bệnh và không gây bệnh kể cả bào tử của vi trùng như cách diệt trùng cấp bệnh viện.

Vệ sinh là tiến trình là cho vật được sạch sẽ và an toàn khi dùng, để ngăn ngừa sử nẩy nở của vi trùng và giảm bớt nguy cơ của sự nhiễm trùng bệnh.

SAFETY PRECAUTION

1. Always cover the mouth when sneezing or coughing; to prevent the spread of germs.
2. **Do not bite (chew)** your fingernails. Nails should be manicured and well-groomed at all times.
3. Do not lend or borrow personal items such as combs, drinking cups, brushes or cosmetics. Diseases or infections may be transmitted in this manner.
4. **Keep articles** out of the mouth for sanitary reasons and to prevent accidental swallowing or injury.
5. Use your own towel and washcloth to prevent contact with germs.
6. **Bathe daily** to keep the body clean and free from odor.
7. **Brush teeth** and massage gums at least twice daily. Use mouth wash often to prevent bad breath.
8. Maintain a healthy body through exercise, adequate rest and a balanced diet.
9. **Wear clean** undergarments and hose.
10. To avoid fatigue, maintain correct posture when walking, standing or sitting.
11. **Do not rub** eyes when trying to remove foreign matter from them.
12. Women should keep their legs and armpits free of superfluous hair by using a safety razor or depilatories.
13. **Drink a sufficient quantity of water** to keep the digestive system functioning properly and to promote better elimination.
14. Have a dental examination at least every six months.
15. **Some clients** are allergic to cigarette smoke; avoid smoking in salon and in their presence.

- *Luôn luôn che miệng khi hắt hơi hoặc ho để đề phòng việc lây lan vi trùng*
- *Không nên cắn (nhăm) móng tay. Móng tay cần chăm sóc và luôn luôn gọn gàng*
- *Không nên cho mượn hoặc mượn vật dụng cá nhân như lược, ly uống nước, bàn chải hoặc mỹ phẩm. Bệnh hoặc nhiễm trùng có thể lây lan qua vật dụng này.*
- *Đừng giữ đồ vật bằng miệng vì lý do vệ sinh và cũng để ngăn ngừa sự rủi ro nuốt vào hoặc bị thương.*
- *Dùng khăn riêng và áo giặt sạch để ngăn ngừa tiếp xúc với vi trùng gây bệnh*
- *Tắm rửa hằng ngày để giữ thân thể sạch và không có mùi*
- *Để tránh thân thể có mùi, chất khử mùi và chống mồ hôi nên dùng hằng ngày*
- *Đánh răng và massage lợi răng tối thiểu 2 lần một ngày. Nên súc miệng thường xuyên để ngăn ngừa mùi hôi.*
- *Giữ cho cơ thể khỏe mạnh bằng cách tập thể dục, ngủ đủ và ăn uống điều độ*
- *Mặc quần áo sạch và tất sạch*
- *Để tránh mỏi mệt, giữ cơ thể cân bằng đúng cách khi đi bộ, đứng hoặc ngồi*
- *Đừng nên chà vào mắt trong lúc cố gắng lấy vật lạ dính vào mắt.*
- *Phụ nữ nên dùng dao cạo hoặc phương pháp lấy lông nào để không có nhiều lông trên chân và nách.*
- *Uống đủ lượng nước cho cơ thể để giữ cho hệ thống tiêu hóa và bài tiết hoạt động tốt hơn.*
- *Nên khám răng định kỳ tối thiểu là mỗi 6 tháng.*
- *Một số khách dị ứng với khói thuốc, tránh hút thuốc ở tiệm và có sự hiện diện của họ.*

SANITIZATION

1. Do not re-use soiled linens; place them in a covered container.
2. **Do not use** any article dropped on the floor. It must be washed and sanitized before using again.
3. Do not use in common a styptic alum stick for cuts. An infection may result.
4. **Do not use** a common drinking container, powder puff, facial brush. Disease may be spread from one person to another in this manner.
5. Do not smell the contents of a bottle in order to identify it.
6. **All bowls**, containers, and shampoo sinks should be cleaned and sanitized after use. Return bowls and container to their proper places.
7. Remove cotton, oil or other spilled liquids from floor to prevent slipping or falling.
8. **Carefully** read labels on jars and bottles before using contents.
9. Do not use contents of broken jars or bottles. Place in paper bag, label "broken glass", and place in trash container.
10. **Work only under** adequate light. Improper lighting will result in eyestrain. Wear eyeglasses if prescribed.
11. Wipe cream or oil from outside of bottles or jars. This prevents jars or bottles from slipping out of your hands.
12. **When sanitizing** glass electrodes, use pad of cotton dampened with 70% alcohol.
13. Boiling or steaming time of water and immersion time of implements in chemical solutions should conform to the State Board of Cosmetology regulations issued by state.
14. **Keep complete** first aid kit on hand.
15. Purchase chemicals in small quantities. Store in cool, dry place; otherwise they may deteriorate due to contact with air, light and heat.

Mushroom electrode high-frequency
điện cực cao tần hình nấm

- *Đừng dùng lại vải đã dùng rồi; bỏ chúng vô thùng có nắp đậy.*
- *Không nên dùng bất cứ vật dụng gì rớt trên nền nhà. Vật đó phải được rửa và khử trùng trước khi dùng lại.*
- *Không nên dùng thỏi phèn chua cầm máu khi bị cắt đứt. Nhiễm trùng dễ xảy ra.*
- *Không nên dùng đi dùng lại cùng một ly uống nước, bông đánh phấn, bàn chải mặt. Bệnh có thể lây lan từ người sang người nếu dùng chung vật liệu đó.*
- *Không nên ngửi dung dịch chứa trong bình để xác định chất đó.*
- *Tất cả các tô, đồ chứa và bồn gội tóc nên được giữ sạch và khử trùng sau khi dùng. Đặt chúng đúng vị trí.*
- *Lấy, lau đi những bông gòn, dầu hoặc các hóa chất khác rớt trên nền nhà để đề phòng trơn trợt hoặc té ngã.*
- *Đọc kỹ nhãn hiệu trên lọ hoặc bình chứa trước khi sử dụng chúng.*
- *Không dùng chai, lọ bị vỡ. Đặt chúng trong bao giấy có ghi là vật dụng thủy tinh bị vỡ, và đặt trong thùng rác.*
- *Chỉ nên làm chỗ có đủ ánh sáng. Nếu không đủ sáng sẽ làm mắt mỏi mệt. Mang kính nếu bác sĩ khuyên và cấp giấy mang kính.*
- *Lau sạch kem và dầu bên ngoài chai, lọ. Để phòng khi lấy, tay sẽ bị trợt khi đụng đến lọ hoặc chai đo.*
- *Khi khử trùng điện cực thủy tinh, nên dùng miếng bông gòn thấm ẩm cồn 70%.*
- *Thời gian nước sôi, xông hơi bằng nước và nhúng dụng cụ vào hóa chất diệt trùng do sự ấn định của ngành thẩm mỹ được điều hành bởi tiểu bang.*
- *Giữ đầy đủ dụng cụ cấp cứu trong tầm tay*
- *Mua hóa chất trong số lượng nhỏ và cất chúng vào nơi mát, khô; nếu không thì có thể phân hủy do tiếp xúc với không khí, ánh đèn và nóng.*

Bài 4: CHĂM SÓC TÓC VÀ DA ĐẦU

Là chuyên viên thẩm mỹ chuyên nghiệp, chắc hẳn bạn sẽ gặp nhiều câu hỏi của khách về tình trạng mất tóc. Hiện nay có hơn 60 triệu người tại Hoa Kỳ mắc phải, và qua nghiên cứu hơn 90% đàn ông và đàn bà trải qua sự mất tóc dần gọi là sự mất tóc do di truyền (androgenetic alopecia).

Bạn cần giải thích cho khách một số kiến thức trong nghề nghiệp mình lý do mất tóc vì tóc cột quá chặt, nhiều gàu, dùng nhiều hóa chất không thích hợp, dầu gội với nồng độ alkaline cao, hoặc do di truyền. Đồng thời chuyên viên thẩm mỹ cũng cần khám xét da đầu để phát hiện dấu hiệu sớm bị rụng tóc và chữa trị đúng cách hoặc khuyên đến bác sĩ.

Tuy nhiên, sự gợi ý tế nhị cho khách thường xuyên giữ da đầu và tóc luôn được sạch, tóc đẹp bóng vẫn là điều căn bản.

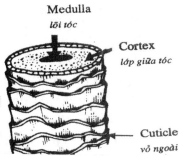

Tóc (trichology): mục đích chính của tóc là trang điểm cho con người thêm đẹp và là lớp sợi bảo vệ cho da đầu, sọ đầu từ môi trường nóng quá, lạnh quá, là màn che chắn khi có sự cọ xát, thương tổn đến da đầu.

Hai phần căn bản của tóc, lông:

   - Gốc tóc, lông (hair root) phần dưới bề mặt da bao gồm cả nang lông

   - Cọng tóc, lông (hair shaft) mọc dài bên trên mặt da.

Hair mọc khắp cơ thể con người ngoại trừ lòng bàn tay, bàn chân, môi, mí mắt và mỗi giống dân cũng có dạng khác nhau như tóc thẳng (straight hair); tóc quăn dợn (wave hair); và quăn xoắn nhiều (kinky, curly).

Tùy từng vị trí hair cũng có đặc điểm riêng như:

* **Hair trên đầu (capilli)** *là sợi hair dài, cứng trang điểm và bảo vệ cho đầu, và lông dài, mềm (soft, long hair) mọc ở nách cả đàn ông và đàn bà.*

* **Lông ở mặt (barba)** *do kích thích tố nam hoặc nữ, nhưng lông mặt ở phụ nữ mềm mại hơn.*

* **Lông ngắn, cứng (cilia)** *như lông mi (eyelashes) giúp cho đôi mắt tránh bớt ánh sáng chói và giữ lại bụi bậm có trong không khí bay vào mắt.*

* **Lông ngắn, cứng và dày (supercilia)** *là lông mày (eyebrows) giúp cản trở và lệch hướng mồ hôi ra ngoài bảo vệ đôi mắt.*

* **Lông tơ, măng (lanugo or vellus)** *là lông mịn, mềm mọc khắp làn da con người và ở vùng trán, đôi má, giúp toát mồ hơi và bốc hơi lượng mồ hôi chảy ra.*

CẤU TRÚC VÀ HÌNH DÁNG:

Thành phần chính của hair là chất sừng (karetin) giống như da và móng tay, chân. Tóc không có cảm giác, không có thần kinh. Tóc chứa khoảng 50 đến 60% chất than (carbon), tóc màu đậm nhiều carbon hơn, 5% sulfur, 6.36% khí hydro, 20.85% khí oxy, và 17.14% khí nitrogen. Tóc tự nhiên có hạt màu nhỏ trong lớp giữa (thịt) của tóc (cortex), loại hạt màu nâu và đen là **Eumelanin** và hạt màu đỏ, vàng và (blond) vàng nhạt là **Pheomelanin**.

Hair có 3 lớp:

* **Lớp sừng ngoài cùng (cuticle)** trong suốt gồm những tế bào vảy, nhiệm vụ bảo vệ cấu trúc bên trong của tóc. Tuy nhiên lớp vảy cuticle này mở ra để tiếp nhận những hóa chất tiến vào lớp trong như thuốc nhuộm tóc, uốn tóc, hoặc thuốc duỗi thẳng tóc.

* **Lớp giữa bên trong (cortex)** là lớp tế bào   sợi thon dài (elongated cell) chứa nhiều

hạt màu tóc, cũng là lớp tạo độ mạnh và tính đàn hồi của tóc.

- **Lõi tóc (medulla)** là lõi giữa như tủy xương, lõi tóc luôn có trong những loại tóc khó thấm (resistant hair), tóc quăn, tóc dợn sóng, nhưng có thể không có lõi tóc trong loại tóc mịn hoặc tóc tơ (very fine hair).

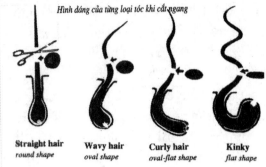

Hình dáng của từng loại tóc khi cắt ngang

Straight hair *round shape* **Wavy hair** *oval shape* **Curly hair** *oval-flat shape* **Kinky** *flat shape*

Cắt ngang sợi tóc quan sát dưới kính phóng đại:

- *Tóc thật quăn (kinky, curly)* mặt bằng (flat)
- *Tóc dợn (wavy) có hình trái xoan (oval)*
- *Tóc ngay (straight) có hình tròn (around)*

Góc độ tóc mọc ra khỏi da đầu và hình dáng sợi hair là tùy mỗi con người chứ không vội kết luận theo từng sắc dân.

Cỡ sợi tóc (texture) đánh giá qua cảm nhận như sợi tóc nhám, cứng (harsh), sợi tóc mềm (soft), tóc quăn (wiry), sợi tóc nhám thô là có đường kính lớn nhất và tóc mịn (fine texture) có đường kính nhỏ nhất.

Tóc co lại khi thời tiết lạnh (cold air), và trương nở lúc ấm, nóng (heat), trung bình mỗi tháng tóc mọc ½ inch (1.25 centimeters), tóc mọc kéo dài từ 4 đến 7 năm và một số ngoại lệ có thể đến 10 năm. Tóc mọc nhanh ở khoảng tuổi từ 15 đến 30 và chậm dần sau tuổi 50. Tóc rụng mỗi ngày từ 40 đến 100 sợi. Tóc khô kéo căng không đứt cỡ 20% và ẩm dài thêm cỡ 40%.

Diện tích da đầu khoảng cỡ 120 inch vuông và mỗi inch vuông chứa trung bình 1.000 sợi tóc.

Và số lượng tóc trên đầu ảnh hưởng đến màu tóc như người có màu tóc vàng nhạt (blond) 140.000 sợi; tóc nâu 110.000 sợi; tóc đen 108.000 sợi; tóc đỏ 80.000 sợi.

Màu tóc là tùy thuộc vào số lượng hạt màu (pigment) ở trong lớp giữa của tóc (cortex) chứa những hạt màu nhỏ. Những người bị bệnh bạch tạng có làn da hồng không ăn nắng, mắt trắng và tóc trắng vì thiếu lượng sắc tố (melanin) trong người họ, cũng như những người tóc bạc về già vì tóc mất dần chất màu trong tóc.

PHÂN TÍCH TÓC (ANALYSIS)

Bình thường sợi tóc mọc ra và rụng đi, các nang lông thay thế liên tục từ hoạt động sang không hoạt động (from active to inactive). Tóc phát triển qua 3 tiến trình:

Anagen: là giai đoạn phát triển, tóc khỏe mọc ½ inch mỗi tháng với lượng 90 % tóc mọc bất cứ lúc nào và đường kính tóc lớn dần lên theo chiều dài của tóc suốt thời gian từ 4 đến 7 năm. Yếu tố tóc mọc trong giai đoạn này tùy theo giới tính, tuổi, dạng tóc, di truyền, dinh dưỡng, và kích thích tố (hormones) vì giai đoạn tóc mọc, nang lông lớn hơn, hair dài và dày hơn thay vì trước đó chỉ là những sợi hair ngắn, mịn, hoặc lông măng.

Catagen: là giai đoạn chuyển tiếp của thời kỳ cuối cùng, thời gian rất ngắn từ 1 đến 2 tuần, thời kỳ này nang lông nhỏ lại rất nhanh và phần dưới cùng của hair bị hủy.

Tolegen: là giai đoạn tóc nghĩ ở cuối lúc catagen chấm dứt, thời gian nghĩ từ 2 đến 6 tháng, các nang lông ngắn hơn một nửa so với chiều dài lúc nang lông hoạt động. Khoảng 10 đến 15% số lượng tóc nghĩ bất cứ lúc nào.

Chu kỳ phát triển tóc đều qua 3 giai đoạn này, và khi qua giai đoạn nghĩ (tolegen) nang lông hoạt động lại thời kỳ đầu anagen. Cọng tóc mới mọc dọc theo sợi tóc cũ và đẩy dần tóc cũ ra ngoài

CHĂM SÓC TÓC VÀ DA ĐẦU

Thành phần hóa học của nước cũng giữ vai trò quan trọng trong việc dùng nước tắm, gội hoặc dùng chung với dầu gội. Bạn thử dùng nguồn nước tốt ở nguồn suối, hồ sạch, hoặc nước đã được lọc kỹ để uống để gội tóc, tắm sẽ thấy có sự khác biệt vì làn da mịn màng hơn, và mái tóc bóng sáng hơn. Điều này cũng dễ hiểu vì nồng độ Hydrogen của tóc, da thuộc acid trong khoảng 4.5 đến 5.5 và nguồn nước sạch như nước mưa, nước uống có nồng độ hydrogen là 5.6 (pH scale 5.6).

Nguồn nước sạch (fresh water) và nước tinh sạch ở hình thức khác (soft water) như nước mưa, nước được khử hóa chất để chỉ còn chứa một ít chất khoáng nên thường dùng để pha trộn mỹ phẩm trong sản xuất, hoặc dùng nước để tắm, gội với những lotion cho da và tóc sẽ giúp sản phẩm tăng lượng bọt nhiều hơn.

Protecting the ears when rinsing with water
Che tai khi xả nước

Nước mà chúng ta đang dùng tại nhà có nhiều tạp chất, nhiều chất khoáng (hard water), tuy nhiên có thể lọc và khử để trở thành nguồn nước tinh sạch.

Mái tóc tốt là luôn bóng mượt, sợi tóc trơn vì các vảy ngoài lành lặn, đóng chặt và có lượng dầu vừa đủ. Có nhiều lý do làm mái tóc bị khô, da đầu có vảy, gàu khô, những trường hợp này có thể bạn dùng nhiều hóa chất như lạm dụng việc nhuộm, tẩy tóc, duỗi tóc, ép tóc thẳng bằng nhiệt, sấy tóc nhiều, phơi tóc và da ra nắng nhiều và không uống đủ nước làm dẫn đến tóc khô, da đầu khô. Tóc cần phải chữa trị như hấp dầu, cholesterol, dùng sản phẩm tốt hơn và đúng cách hơn.

Hoặc tóc có nhiều dầu, da đầu có nhiều dầu và có nhiều mảng, vảy trên da đầu. Gàu dầu phải biết dùng đúng sản phẩm từ dầu gội cho da dầu, tóc dầu, dùng shampoo chữa trị gàu, tắm gội thường xuyên để loại bớt chất dầu cũng là điều cần làm, nhưng tốt hơn là đến mỹ viện để các chuyên viên chăm sóc ngay sẽ tránh việc mất tóc.

PHÂN LOẠI DẦU GỘI

Shampoo cũng có nhiều loại cho từng loại tóc mịn (fine hair), tóc thô cứng (coarse hair), tóc đã từng dùng hóa chất như tẩy, nhuộm, uốn tóc v. v....

- Loại dầu gội *acid-balanced shampoo* giúp cân bằng độ acid cho tóc giữ mức pH 5.5, ngăn ngừa khô tóc, giúp vảy ngoài của tóc (cuticle) đóng chặt, khuyên dùng cho tóc đã nhuộm.
- Loại dầu gội *moisturizing shampoo* giúp tóc bóng, sáng, mịn, giúp tóc có độ đàn hồi cao, sợi tóc khỏe, giúp tóc không khô.
- Loại dầu gội *clarifying shampoo* chống những tạp chất bám chặt bên ngoài sợi tóc, làm tóc có màu đục, mờ là loại dầu gội có tính acid từ dấm, táo. Dầu gội này nên dùng hàng tuần.
- Loại dầu gội *medicated shampoo* dùng chữa trị da đầu có gàu giúp tái tạo da đầu. Dầu gội này cần giữ lâu trên da đầu theo hướng dẫn và đôi khi cần ý kiến bác sĩ khi xử dụng.
- Loại dry or *powder shampoo* là gội khô, hoặc gội bằng bột cho những khách vì sức khỏe không dùng gội với nước, hoặc một số trường hợp tóc khó chãi sau khi gội bình thường. Chất bột gội có thể là dạng bột lúa mạch (oatmeal), sau khi cho lên tóc dùng bàn chãi (brush) để chãi tóc, các chất dơ và dầu sẽ được lấy đi mà tóc vẫn sạch. Không bao giờ dùng ngay gội khô trước và sau khi dùng hóa chất cho tóc.

Da đầu cũng có 3 dạng gồm da đầu chặt, trung bình, và da đầu lỏng. Massage da đầu có thể làm mỗi tuần 1 lần và nên làm trước khi gội tóc, lấy gàu. Da đầu chặt (tight scalp) thường xuyên massage sẽ giúp máu lưu thông vùng da đầu và trở lại bình thường. Cũng như cần hiểu rằng để tránh ngứa và có thể dị ứng da đầu thì massage không nên làm trước và sau khi nhuộm tóc, tẩy tóc, duỗi tóc bằng hóa chất.

KỶ THUẬT MASSAGE

Massage da đầu bằng đôi bàn tay và dùng đệm ngón tay (cushions) ép chặt và xoay chuyển đúng cách liên tục, tay luôn đụng đến da đầu dù chuyển sang động tác khác. Mỗi động tác lập lại ít nhất 3 lần.

- Đầu tiên bạn dùng động tác xoay đầu khách bằng 1 tay nắm ở cằm, một tay nắm ót và xoay nhẹ 3 vòng sang trái rồi sang phải.
- Động tác thứ hai ép chặt vào khắp da đầu vừa xoay vừa di chuyển.
- Động tác thứ ba chà xoay xoay quanh đường viền tóc.
- Động tác thứ tư đặt 1 bàn tay lên đầu và bàn tay kia vừa ấn vừa đi dần lên từ một bên ót đến đỉnh đầu rồi đổi vị trí làm ở bên kia.
- Động tác cuối cùng có thể dùng hai bàn tay ấn bóp vai và sau cổ

Sau khi massage đưa khách gội tóc. Gội tóc cũng là một công việc cần thiết và công việc gội tóc (shampooing) là dịp người khách đánh giá sự khéo léo của người thợ. Bạn phải để ý nhiệt độ của nước bằng cách lúc nào cũng có ngón tay đụng vào nước trong lúc gội để kiểm soát nhiệt độ của nước, điều này giúp khách thoải mái hơn và phải biết che chắn sao không để cho nước văng vào mặt khách hay ướt dính quần áo khách. Khi gội bạn phải để ý tóc của khách đã từng tẩy, nhuộm, duỗi tóc, bạn nên gội nhẹ nhàng để tránh đứt tóc hoặc làm khách khó chịu. Bạn có thể gội lần thứ hai, hoặc thêm chất dưỡng tóc (hair conditioner) nên xả lại bằng nước mát (cool water) để các vảy tóc được đóng chặt và giúp tóc khỏe hơn.

DA ĐẦU NHIỀU DẦU

Da đầu có nhiều dầu do tuyến dầu hoạt động quá độ, bạn phải có cách chữa trị sau đây: bạn chãi tóc thật kỹ khoảng 5 phút để kích thích tuyến dầu, kế đến thoa dung dịch chữa trị da đầu có dầu và đầu được đặt dưới đèn hồng ngoại cỡ 5 phút, tiếp đến bạn massage nhồi bóp da đầu và đi gội với shampoo cho da dầu và xả sạch, sấy khô, tiếp theo bạn dùng dụng cụ như bàn cào (rake electrode) xử dụng dòng cao tần (high-frequency) cào tới, lui khắp da đầu khoảng 3 đến 5 phút và sau cùng là bạn thoa chất đóng lỗ chân lông (astringent) và cũng là chất sát trùng nhẹ.

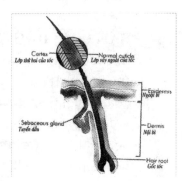

Da đầu và tóc luôn là điều quan tâm cho mọi giới. Với những triệu chứng thông thường như da đầu khô, dầu, hoặc tóc khô, tóc dầu thì có thể bạn tự chăm sóc. Tuy nhiên có nhiều trường hợp trầm trọng hơn như da đầu bị lở và có gàu từng mãng, hoặc tóc tự gãy và có những biến chứng lạ bạn nên giới thiệu khách gặp bác sĩ chuyên môn là cách tốt nhất.

Chapter 4: CARE OF HAIR AND SCALP
Chăm sóc tóc và da đầu

The scientific study of hair and scalp, and its diseases is called trichology. As a cosmetologist, you need to know the structure of hair and scalp, and how to keep them healthy. Dandruff is the symtoms of both conditions are flaky, irritated scalps. Dry scalp is dry, small flakes, can result from contact dermatitis, sunburn, and cold, dry climate. Oily scalp has large flakes that is common to dandruff.

Hair shapes are cut a cross-sectional view under microscope: - Straight hair has a round shape, wavy hair has an oval shape and curly or kinky hair has a flat shape.

Ngành học về tóc và da đầu, bệnh được gọi là trichology. Là chuyên viên thẩm mỹ, bạn cần phải biết cấu trúc của tóc và da đầu, và làm cho tốt hơn. Gàu là triệu chứng của hai lý do là vảy và da đầu ngứa. Da đầu khô là chỉ làn da khô dễ nhận biết có những vảy rất nhỏ, có thể là hậu quả do sưng da, cháy nắng, và khí hậu khô, lạnh. Da đầu dầu có vảy lớn và thường là gàu.

Hình dáng sợi tóc được cắt ngang và nhìn dưới kính hiển vi: - Tóc thẳng có hình tròn, tóc dợn sóng có hình bầu dục và tóc quăn và xoắn nhiều có hình phẳng

- **Three layers of the hair shaft are**: *3 lớp của sợi tóc là:*

  a) **Cuticle**: Outside horny layer, protects the inner hair shaft
  Lớp sừng bên ngoài để bảo vệ bên trong cọng tóc

  b) **Cortex**: Middle gives strength, elasticity, and contains pigment of the hair
  Lớp giữa tóc tạo độ mạnh, độ đàn hồi và chứa hạt màu của tóc

  c) **Medulla**: Innermost layer as marrow, sometime not on very fine hair
  Lớp trong cùng như lớp tủy, đôi khi không có lớp này trên loại tóc thật mịn

- Hair growth all over the body except palms, soles, lip, eyelid. Bristly hair on eyebrows, eyelashes, to protect dust particles. Vellus hairs (lanugo) are fine, soft and downy hair on the chest and forehead. **To keep scalp and hair** healthy and beautiful, need care treatment knowledge and analysis of the client's hair and tactful suggestions.

  Tóc mọc khắp cơ thể ngoại trừ lòng bàn tay, bàn chân, môi, mí mắt. Lông cứng mọc trên lông mày, lông mi, để bảo vệ bụi bậm. Vellus hay lanugos là lông măng, sợi mịn, mềm và lông tơ mọc trên ngực và trên trán.

  Để giữ cho da đầu và tóc tốt, đẹp, cần có sự hiểu biết và biết phân tích tóc của khách hàng và gợi ý khách thật tế nhị

- Hair (trichology): The main purposes of hair are adornment and protection of the head from heat, cold and injury. Hair is an appendage of skin, no sense of feeling in hair, and no nerves
  Technical term for hair on the face (barba); the eyelashes (cilia); the eyebrows (supercillia); the head (capilli). Hair contract in cold weather and hair swell in hot weather.
  The average life of hair for 4 to 7 years. Every daily shedding hair from 40 to 100 hairs. 100,000 individual shafts of hair on the average head. Pigment in all natural hair color located in cortex. The two different types of melanin are **Eumelanin** (brown and black color) and **Pheomelanin** (red, yellow and blond)

  *Tóc (trichology): Mục đích chính của mái tóc là trang điểm và bảo vệ đầu do ảnh hưởng nóng, lạnh và tổn thương. Tóc là phần phụ thuộc của da, tóc không có cảm giác, và không có thần kinh. Từ kỹ thuật của lông trên mặt là barba; lông mi (cilia); lông mày (supercillia); tóc trên đầu (capilli). Lông co lại vào mùa lạnh và nở ra vào mùa nóng. Tóc có sự sống trung bình từ 4 đến 7 năm. Mỗi ngày tóc rụng từ 40 đến 100 sợi. Trên đầu khoảng 100,000 sợi tóc. Tóc tự nhiên có hạt màu nhỏ trong lớp giữa (thịt) của tóc (cortex), loại hạt màu nâu và đen là **Eumelanin** và hạt màu đỏ, vàng và (blond) vàng nhạt là **Pheomelanin**.*

- **Scalp hair grows** rapidly from the ages of 15 to 30 and slows down after age 50. Hair cortex contain color, minute grains of melanin (pigment). Albino is a person born with white hair, absence of coloring. Gray hair is absences of color pigment in the cortex layer.

Apply the scalp steamer for 7 to 10 minutes. Brush hair and apply infrared lamp or high-frequency current on the scalp for 5 minutes and for calp manipulations for 10 to 20 minutes.

Tóc trên da đầu mọc nhanh ở tuổi 15 đến 30 và chậm dần sau tuổi 50. Lớp giữa của tóc chứa mầu, gồm những hạt mầu nhỏ (pigment). Albino là người sanh ra có tóc trắng, thiếu chất màu. Tóc bạc là thiếu chất màu ở lớp giữa của tóc. Đặt xông hơi lên da đầu từ 7 đến 10 phút. Thời gian chải tóc và đặt đèn hồng ngoại hoặc dòng cao tần lên da đầu là 5 phút và cho massage da đầu từ 10 đến 20 phút.

- **Hair analysis by**: *Phân tích tóc bởi:*

a) Sight: Observing, knowledge
   Thấy: Quan sát, hiểu biết

b) Touch: Touch or feel
   Sờ: Đụng đến và cảm nhận

c) Hearing: listen to client
   Nghe: Lắng nghe khách

d) Smell: Unclean, Odor
   Ngửi: Mùi bẩn, mùi hôi

e) Porosity: Ability to absorb moisture
   Độ thấm: Khả năng hút chất ẩm

f) Elasticity: Ability to stretch and return to its original
   Đàn hồi: Khả năng căng ra và co lại như cũ

- Wet hair can be stretch 40 - 50% of its length: *Tóc ướt có thể căng ra thêm 40 - 50%*

1) Congenital canities (gray): Now or before birth (albinos)
   Tóc bạc bẩm sinh: hiện tại hoặc trước khi sanh (bệnh bạch tạng)

2) Acquired canities: Old age, prematurely
   Tóc bạc tự tạo: tuổi già, già trước tuổi

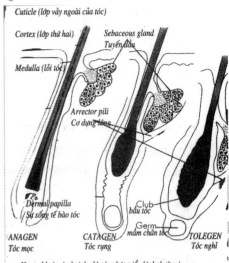

- **Hypertrichosis or hirsutes**, superfluous (a lot of hair). Trichorrhexis nodosa: knotted hair. Fragilitas crinium: brittle hair.

- Dandruff (pityriasis) is disorder of scalp by long neglect, consists of **Pityriasis capitis simplex** (dry) and **Pityriasis steatoides** (greasy, wax).

- **Alopecia** (abnormal hair loss); **Senilis** (badness at old age); **Premature** (before age); **Areata** (round patch)

Hypertrichosis or hirsutes, superfluous hair là từ diễn tả tóc hoặc lông mọc quá độ. Trichorrhexis nodosa là tóc có thắt gút. Fragilitas crinium là tóc dòn. Gàu (pityriasis) do xáo trộn, bệnh da đầu gồm có pityriasis capitis simplex là gàu khô và pityriasis steatoides là gàu dầu. Alopecia là mất tóc bất thường; senilis là mất tóc ở tuổi già; premature là tóc bị mất lúc còn trẻ; Areata là tóc mất từng mảng tròn.

- Vegetable parasite infections: Tinea (ringworm) vegetable, contagious, can be transmitted. Animal parasite infections: Scabies "itch" highly-contagious (head louse).

Nhiễm trùng ký sinh thực vật: Tinea là nấm thực vật, truyền nhiễm, có thể lây lan. Nhiễm trùng ký sinh động vật: Ghẻ ngứa có tính truyền nhiễm (con chí)

- **Tinea capitis** (ringworm of the scalp). Tinea favosa (favus; honeycomb ringworm) called scutula: may be pink or white and shiny(very contagious)

Tinea capitis là nấm ở da đầu. Tinea favosa hoặc là favus hoặc là nấm honeycomb, còn gọi là scutula có màu hồng hoặc trắng và bóng, dễ truyền nhiễm.

- Furuncle (boil) infection of hair follicle (staphylococci). Carbuncle is larger than furuncle

Furuncle là nhiễm trùng ở trong chân lông do vi trùng hình chùm staphylococci. Carbuncle là mụt nhọt giống như furuncle, nhưng lớn hơn.

- **Solution is measured** on a pH from 0 -14: acid O - 6.9; neutral is 7; alkaline over 7 – 14. **Acid balanced shampoos** have pH around 4.5 to 5.5. **Conditioning shampoos** make the hair smooth and shiny, grooming. **Medicated shampoos** are drugs to reduce excessive dandruff.

  Dung dịch được đo lường theo nồng độ Hydrogen từ 0 đến 14; acid từ 0 - 6.9; trung hòa là 7; alkaline trên 7 đến 14. Chất gội conditioning làm cho tóc mịn và bóng, dễ chãi. Chất thuốc gội điều trị là chất để làm giảm đi da có nhiều gàu.

- When the client's health does not permit a wet shampoo can use dry shampoo (oatmeal powder). Do not give a dry shampoo before performing chemical services.

  Khi sức khỏe của khách không cho phép dùng chất gội ướt có thể dùng loại gội khô (bột lúa mạch). Đừng gội khô trước khi tóc cần làm dịch vụ bằng hóa chất.

- **Conditioners and Cream Rinses:** Used after shampooing, make tangled hair easier to comb. **Color rinses:** for highlight or add temporary color to the hair, to remain on the hair until the next shampoo.

  Conditionner và kem xả: Loại kem xả cho tốt tóc nên dùng sau khi gội tóc, làm tóc rối dễ chãi hơn. Color rinses là chất màu để làm sáng tóc hoặc thêm màu tạm thời cho tóc, giữ trên tóc cho đến lần gội tóc kế đến.

- **Acid rinses:** Used to restore the pH balance, remove scum consist of **Tartaric acid** from in wine; **Lactic acid** from sugar milk; **Acetic acid** from in vinegar; **Citric acid** from juice   .

  Acid rinses dùng phục hồi độ cân bằng pH, lấy chất cặn đóng vào tóc gồm có acid tartaric có trong nho; acid lactic có trong đường sữa; acid acetic có trong dấm; acid citric trong nước trái cây.

- **Acid-balanced rinses:** prevent the fading of color after a tint or toner to give shine, to close hair cuticle, these rinses contain a mild moisturizer, easy to comb; **Medicated rinses**: control minor dandruffs conditions.

  Acid balanced rinses là chất xả cân bằng acid để ngăn ngừa lợt màu tóc sau khi nhuộm hoặc toner cho tóc bóng sáng, đóng chặt vảy ngoài của tóc, chất xả này chứa chất ẩm, dễ chãi; Medicated rinses là chất thuốc xả chữa trị da đầu có gàu.

- Oily hair and scalp treatment: If hair is excessively oily (over sebaceous glands), one should manipulate and knead scalp (increase blood circulation) to remove sebum. Conditioner functions to induce penetration into the cortex.

  Tóc có dầu và chữa trị da đầu: nếu tóc có dầu quá nhiều (tuyến có nhiều dầu), nên xoa và nhồi bóp da đầu (tăng tuần hoàn máu) để lấy dầu. Dùng conditioner thấm vào bên trong tóc.

- **Correct hair treatment:** Hair treatment needs to be done a week or 10 days before and after chemical services for (lightened, perm, color, and relaxer hair).

  Chữa trị tóc đúng cách: Tóc cần điều trị mỗi tuần hoặc 10 ngày trước và sau khi hóa chất như (tẩy, uốn tóc, nhuộm, hoặc duỗi ngay tóc).

- Lead to scalp disorders by accumulation of oil, perspiration, scales, and dirt, produces bacteria.

  Dẫn đến bệnh da đầu là do chồng chất nhiều lớp dầu, mồ hôi, vảy, và chất bẩn, tạo vi trùng.

Protecting the neck & support client'head
bảo vệ cổ & giúp đầu khách

- **Water (H$_2$O):** Soft water (contains small amounts of minerals, shampoo to lather freely. Hard Water (tap water): Lessen the ability of shampoo to lather. It can be softened by a chemical process.

  Nước (H$_2$O): Nước nhẹ (chứa lượng rất nhỏ chất khoáng, gội tóc có nhiều bọt. Nước nặng (nước vòi): ít tạo bọt khi gội tóc. Có thể điều chế thành nước nhẹ bằng hóa chất.

- Brushing stimulates the blood circulation to the scalp, helps to remove dust, dirt, and hair spray buildup from the hair. Do not brush before giving any chemical services because the scalp is irritated.

Dùng bàn chãi kích thích tuần hoàn máu ở da đầu, giúp lấy đi bụi, chất dơ, và chất keo dính vào tóc. Đừng chãi trước khi làm bất cứ dịch vụ nào bằng hóa chất vì da đầu bị ngứa.

SAFETY PRECAUTION *(Lưu ý về an toàn)*

- Place a towel around the patron's neck before adjusting the cape, to prevent the cape from coming in direct contact with the skin. **Hold spray firmly** close to the head when using, to prevent the water from getting on the patron's face and clothing.

   Đặt khăn quanh cổ trước khi điều chỉnh khăn choàng gội tóc để đề phòng khăn choàng trực tiếp đụng đến da.
   Giữ chặt vòi xịt gần đầu khi dùng, ngăn ngừa nước vấy vào mặt và quần áo khách.

- Test the temperature of the water before applying it to the patron's head. Water that is too cold or too hot may shock the patron and cause her to jump from the chair and injure herself.
   If using a reclining shampoo chair, be very careful when adjusting the chair to avoid bumping the patrons head on the sink.

- *Thử nhiệt độ nước trước khi xịt lên đầu của khách. Nước quá lạnh hoặc quá nóng làm khách giật mình và có thể làm cho khách nhảy khỏi ghế và gây thương tích.*
   Khi khách nằm dài lên ghế gội, cẩn thận lúc điều chỉnh ghế để tránh đầu khách đụng vào thành bồn gội

- If water accidentally spills on the floor, wipe it up immediately to prevent accidents.
   Nước nhiễu lên nền nhà, lau ngay để ngăn ngừa tai nạn xãy ra

- **Be sure all shampoo** is rinsed from the hair. If soap curds are allowed to remain in the hair, the hair will be dull and difficult to comb.
   Dầu gội tóc hoàn toàn phải xả sạch. Nếu chất xà phòng còn sót đồng vào tóc, sẽ thấy đục và khó chãi.

- Select a shampoo suited to the hair condition. Do not use shampoos which are strongly alkaline; they may make the hair dry and brittle.
   Chọn dầu gội thích hợp điều kiện của tóc. Đừng dùng dầu gội bằng chất kiềm mạnh sẽ làm tóc khô và dòn.

- **Do not brush** the hair or massage the scalp if the scalp is tender. Examine the patron's scalp and hair before shampoo. Do not wear earrings, scarves or jewelry when giving a shampoo.
   Đừng chãi tóc hoặc xoa bóp da đầu nếu da đầu mềm. Xem xét da đầu và tóc trước khi gội. Đừng mang bông tai, đồ trang sức hoặc nữ trang khi gội.

- Clean and sanitized the shampoo bowl after each use. Do not permit your fingernails to scratch the patron's scalp. Avoid getting shampoo into the patron's eyes and ears.
   Lau sạch và khử trùng bồn gội sau khi xử dụng. Đừng dùng đầu móng tay cào da đầu của khách. Tránh thuốc gội vào mắt và tai của khách.

- Do not turn the dryer to "hot" if the patron has high blood pressure.
   Đừng vặn máy sấy tóc có độ nóng cao nếu khách có bệnh cao máu

- **Do not use** a cream rinse after a tint or toner application; it may strip some of the color from the hair. Do not use cream rinse immediately after a cold permanent wave.
   Đừng dùng kem xả tóc sau khi nhuộm hoặc toner; có thể tạo những đường vệt màu trên tóc. Đừng dùng kem xả tóc ngay sau khi uốn tóc.

- For lightened or damaged hair, use a mild shampoo not alkaline. Use only non-strip rinses after a toner or tint treatment.
   Đối với tóc tẩy hoặc tóc hư, dùng thuốc gội nhẹ không có chất kiềm. Chỉ dùng thuốc xả không tạo sọc sau khi làm sáng tóc hoặc nhuộm tóc

- **When mixing** bluing rinses, carefully read manufacturer's directions to achieve the desired color tone. Thoroughly rinse the hair with warm water following the application of lemon rinse. After

31

using a vinegar rinse, quickly run water over the hair to remove the odor.

Lúc pha trộn chất thuốc xả màu xanh biển, cẩn thận đọc sự chỉ dẫn của hãng để đạt được độ sáng màu mong muốn
Xả tóc sạch hoàn toàn với nước ấm và cho chất thuốc xả có chanh theo sau đó. Sau khi dùng chất dấm để xả tóc, nhanh chóng xả nước cho tóc để tẩy mùi hôi.

SCALP AND HAIR TREATMENTS (*Chữa trị da đầu và tóc*)

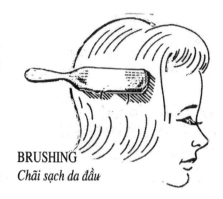

BRUSHING
Chãi sạch da đầu

- Have water container half filled with water before turning on the steamer. **Have steamer** properly adjusted and locked at proper height before placing over patron's head.
  Phải đổ vào cở một nữa bình nước trước khi mở máy xông hơi nước
  Máy xông hơi điều chỉnh đúng chiều cao trước khi đặt lên đầu khách

- Loose wires may cause a short circuit or injury to patron. Do not touch electrical appliances with wet hands.
  Lỏng dây có thể là nguyên nhân tạo mất điện hoặc tổn thương đến người khách. Đừng đụng dụng cụ điện với đôi tay ướt

- **Caution should be** exercised to avoid scratching patron's scalp with the bristles of a brush, teeth of a comb or the fingernails. Use care to avoid getting oil or cream in the patron's eyes.
  Cẩn thận lúc làm để tránh cào xướt da đầu với bàn chãi lông cứng, răng lược hoặc móng tay. Cẩn thận tránh dầu và kem vấy vào mắt khách

- When high-frequency current is to be used in connection with a lotion that has a high alcoholic content, the lotion must be applied after using the current.
  Dòng điện cao tần khi dùng tiếp nối với dung dịch có lượng alcohol cao, dung dịch phải thoa sau khi dùng dòng điện.

- **Avoid the use** of harsh manipulations as well as lotions and ointments that are too strong.
  Tránh dùng tác động massage mạnh với những dung dịch và hóa chất mạnh hơi đặc

- When a scalp treatment is to be given with high-frequency current it should be started with a mild current, and gradually increased to the required strength.
  If the patron has a weak heart, fever, inflammation or abscess, a vibrator should never be used.

- **To prevent** irritation and injury to the eyes, the cosmetologist and the patron should wear protective goggles during exposure to ultra-violet rays.
  Khi chữa trị da đầu, dòng điện cao tần được bắt đầu với dòng điện nhẹ và dần dần nâng lên theo độ mạnh yêu cầu.
  Nếu người khách yếu tim, nóng, sưng hoặc có nhiễm trùng mủ, máy rung không nên dùng.
  Để ngăn ngừa ngứa và tổn thương mắt, thợ và khách sẽ mang kính bảo vệ trong thời gian tiếp xúc với tia UV.

- Adjust the speed of the vibrator before placing it on the patron's head. Check indicator to be certain that the current is off before connecting or disconnecting vibrator.

- **When using high-frequency current** on the scalp, avoid having the patron come in contact with metal, such as on chairs. Apply tonics or lotions having an alcoholic content after the use of the high-frequency current.
  Điều chỉnh tốc độ của máy rung trước khi đặt lên đầu khách. Kiểm soát để chắc rằng dòng điện đóng trước khi tiếp xúc và rời khỏi máy rung.
  Khi dùng dòng điện cao tần trên da đầu, tránh để người khách tiếp xúc với kim loại, giống như những cái ghế cho khách ngồi. Thoa những chất dinh dưỡng da hoặc dung dịch có chất alcohol sau khi dùng dòng điện.

Bài 5: CHOÀNG KHĂN, GỘI TÓC VÀ CẮT TÓC

Choàng khăn là hình thức bảo vệ da, quần áo cho khách là quan tâm đến sự tiện lợi, an toàn của khách và là trách nhiệm của thẩm mỹ viên. Choàng khăn phải đúng cách theo từng dịch vụ như gội tóc, chữa trị da đầu, tái tạo tóc; choàng khăn khi dùng các hóa chất nhuộm, uốn, tẩy; và choàng khăn cho dịch vụ tóc khô bằng nhiệt như duỗi tóc bằng nhiệt, sấy tóc hoặc cắt tóc. Đây là những sự chuẩn bị cơ bản nhưng đánh giá về tính chuyên nghiệp của một người thợ thẩm mỹ.

1. CÁCH CHOÀNG KHĂN

- **Khi gội tóc chỉ cần drape 1 khăn** (single drape), khăn cần che kín vùng da cổ, sau đó dùng tấm choàng (cape) giữ chặt phía trước cổ và điều chỉnh khăn nằm lên cape. Nếu người khách cắt tóc và cần gội đầu thì sau khi gội tóc cần thay khăn bằng miếng giấy xốp (sanex strip) để choàng cắt tóc dễ dàng hơn.

- **Drape khi dùng hóa chất cần 2 khăn** (double drape) như nhuộm tóc, tẩy tóc, duỗi tóc. Khăn thứ nhất trãi ở sau đầu khách ngang qua vai và khăn thứ hai phủ lên đầu và xếp 2 mí khăn che kín vùng cổ sau đó dùng tấm choàng (cape) giữ mí khăn và điều chỉnh khăn nằm lên cape. Do đó cách choàng 2 khăn sẽ an toàn hơn vì khăn ngoài ướt thì vẫn còn khăn trong bảo vệ da khách. Thường khi dùng hóa chất lên đầu tóc khách cần thoa kem bảo vệ da ở đường viền tóc trước khi trãi thuốc để phòng ngừa da.

- **Drape cho dịch vụ khô** như sấy tóc, làm kẹp nhiệt chỉ cần dùng giấy xốp che cổ, hoặc dãi khăn nhỏ che cổ và choàng cape vải (linen cape) thì tốt hơn, đồng thời xếp mí giấy trãi lên cape và chắc rằng không có chỗ da cổ nào bị hở

2. GỘI TÓC

Gội tóc, tái tạo tóc tốt là dịch vụ hằng ngày của người thợ, với người thợ chuyên nghiệp luôn tạo cho khách sự thoải mái, ích lợi cho tóc, và da đầu bằng kinh nghiệm và sự hiểu biết.

Gội tóc là lấy đi chất dơ, cáu bẩn từ lớp vảy da đầu, bụi bậm, mồ hôi, những yếu tố tạo vi khuẩn gây xáo trộn da đầu như gàu, mất tóc......., với da đầu nhiều dầu cần gội thường xuyên hơn.

Protecting the ears when rinsing with water
Che tai khi xả nước

Khi gội tóc ngoài yếu tố kỷ thuật và massage nhẹ da đầu thì 2 điều quan trọng khác là nước gội và dầu gội.

- *Nước nhẹ (soft water) như nước mưa, nước được khử gạn lọc bỏ đi nhiều tạp chất, chỉ còn một ít chất khoáng cần thiết thì khi gội tóc dầu gội sẽ tạo bọt nhiều hơn và giúp phần nào cho tóc tốt hơn.*

- *Nước nặng (hard water) là nước dùng tắm giặt hằng ngày, nhiều tạp chất nên hạn chế tạo bọt cho dầu gội, dĩ nhiên không tốt cho tóc. Tuy nhiên từ nước nặng có thể khử, lọc chuyển thành nước nhẹ.*

Bạn cũng cần tìm hiểu các loại dầu gội thích hợp như dầu gội mạnh cho da nhờn, tóc bóng và tóc bình thường, hoặc loại nhẹ cho tóc đã từng dùng hóa chất như nhuộm, uốn, hoặc duỗi tóc để việc gội tóc có hiệu quả.

- **Dầu gội tạo tính cân bằng** (acid-balanced shampoos) giúp tóc được trở lại nồng độ acid từ pH 4.5 – 5.5, vì nhiều lý do tóc khô, tóc nhuộm.

- **Dầu gội chữa trị** (medicated shampoos) để trị các chứng xáo trộn da đầu, diệt gàu và có loại theo sự chỉ dẫn của bác sĩ.

- **Dầu gội dưỡng tóc và kem xả tóc** (conditioning shampoos and cream rinses) giúp cho tóc, bóng, chống phai màu tóc, dễ chải cho những tóc bị rối hoặc dành cho tóc nhuộm, tóc tẩy.

- **Chất bột gội khô** (powder dry shampoos) dành cho những người vì lý do nào đó không tiếp xúc nước được. Chất bột rắc lên da đầu, tóc và sau đó dùng bàn chải từ chân tóc đến đuôi tóc nhiều lần, chất bột gội dính vào chất bẩn trên sợi tóc và được bàn chải đẩy ra cho đến sạch hẳn. Đừng bao giờ gội khô trước khi làm bất cứ dịch vụ hóa chất nào vì dễ gây dị ứng.

Kem xả tóc cũng có nhiều loại cần đọc kỹ chỉ dẫn. Có loại kem xả chữa trị gàu (medicated rinses); kem xả giúp đóng chặt lớp vảy tóc để phòng tóc lợt dần màu sau khi nhuộm và ẩm tóc.

Một số loại kem xả khác cũng giúp phục hồi nồng độ acid của tóc (acid rinses) và loại các chất bẩn bám vào tóc. Một số kem xả có tính chua(acid rinses) cũng rất giúp cho những mái tóc đã từng dùng hóa chất như kem acid citric có trong nước trái cây; kem xả acid tartaric từ trong rượu vang; kem xả acid acetic có trong dấm; hoặc kem xả acid lactic có trong đường và sữa.

Gội tóc cho khách là nghệ thuật phục vụ, do đó khách ngã người ở bồn gội cần thoải mái, khăn choàng nhựa phủ lên ghế gội, tạo an toàn cho khách. Khi gội, thợ điều chỉnh nước ấm vừa phải, cho xà phòng lên tay xoa và cho lên tóc, vò đều lên tóc và da đầu bằng những đệm đầu ngón tay chứ không phải móng tay, tránh cào xước và xả sạch tóc bằng vòi nước mạnh cho đến khi nước thấy trong là tóc hoàn toàn sạch.

3. CẮT TÓC

Cắt tóc là nghệ thuật chính của thợ thẩm mỹ (cosmetologist). Tóc có thể không nhuộm, tẩy, duỗi nhưng cắt tóc là việc thường xuyên. Một người thợ giỏi là phải biết chọn lựa kiểu tóc thích hợp với khuôn mặt, trước khi cắt tóc cần xem xét hình dáng đầu (head shape), đường viền cổ (neck line), cỡ tóc (texture), và ý muốn của khách nữa.

Ngoài ra cũng cần dụng cụ tốt từ các hãng sản xuất danh tiếng để công việc thuận tiện hơn từ kéo (scissors), kéo tỉa (thinning shears), dao cắt (razor), tông đơ (clipper), lược....

Cắt tóc được phối hợp nhiều dụng cụ vừa kéo vừa dao và clipper... để hoàn thành mái tóc.

- **Tóc cắt kéo** có thể trên tóc khô hoặc ẩm và cần nắm đúng cách như nắm kéo vòng có nghéo xỏ ngón tay đeo nhẫn (áp út) và móc ngéo ở ngón út để điều khiển kéo, vòng kia đặt ngón cái vào và là mặt kéo chuyển động (cutting edge) khi cắt tóc. Mũi kéo (pointing tip) thường dùng để cắt đường viền tóc.

- **Cắt tóc bằng dao** luôn trên tóc ẩm và nắm dao (razor) ít nhất 3 ngón nắm trên lưng dao (shank) để giữ vững dao khi cắt..... . ; miếng che an toàn dao (safety guard) nằm bọc bên trên và mặt an toàn hướng về người thợ.

- **Kéo tỉa** (thinning shear) để tỉa mỏng những chỗ tóc bù xù hoặc cho kiểu tóc xơ ra dựng đứng, mục đích làm bớt tóc mà không mất đi chiều dài tóc. Kéo tỉa có loại một mặt răng (single-notched) tỉa nhiều tóc và kéo tỉa 2 mặt răng (double-notched) tỉa ít tóc hơn.

Combing & matching hair straight up for cutting
chải tóc & kéo tóc thẳng so để cắt tóc

- **Máy cắt tóc** (clipper) dùng bằng điện để cắt những loại tóc cắt thật ngắn, sát da đầu và đều đặn, cần bảo trì theo chỉ dẫn nhà sản xuất.

Tỉa tóc cần quan sát cỡ tóc (texture) độ dài tối thiểu mỗi loại tóc không bị chỉa ra ngoài.

 * *Loại tóc mịn (fine hair) tỉa tóc cách da đầu ít nhất còn lại ½ inch đến 1 inch.*
 * *Loại tóc vừa (medium hair) tỉa tóc cách da đầu từ 1 inch đến 1 ½ inches.*
 * *Loại tóc cứng (coarse hair) tỉa tóc cách da đầu ít nhất là 1 ½ inches đến 2 inches.*

Những vùng tóc không nên tỉa: đường rẽ tóc (hair part); hai bên trên lỗ tai; chung quanh viền tóc (hairline); vùng gáy (nape) vì sẽ làm cho tóc bị chỉa và trông xơ xác. **Hoặc** lưu ý khi cắt hoặc tỉa tóc xem những xoáy trên đầu như xoáy bò (cowlick) hoặc tóc xoắn ở đỉnh đầu (whorl hair), hoặc đường ngôi rẽ tự nhiên phải cắt theo chiều tóc mọc, nắm tóc nhẹ đừng kéo mạnh ra, tóc để dài hơn, dày hơn một chút

Divide 4 sections & get guide line
chia 4 phần & lấy viền tóc để cắt

Tóc chia làm 4 phần bằng cách rẽ đường thẳng giữa từ trước ra sau và đường ngang từ cạnh vành tai này băng ngang đỉnh đầu qua vành tai kia. *Tóc chia làm 5 phần* là kiểu cắt tóc cần chia thêm 1 phần để cắt mái (bang), là phần tóc xõa xuống trán. Thợ đứng trước mặt khách và thử độ bung (bounce) của tóc so sóng mũi làm chuẩn và khi tóc khô rút lại ít nhất cỡ chân mày.

Kỹ thuật cắt tóc của thẩm mỹ viên nói lên sự kinh nghiệm, tay nghề tinh xảo không những tạo mái tóc đẹp như ý khách muốn mà còn cách sử dụng razor, scissors, clippers ...... sao cho thích hợp.

 * **Ví dụ** cách cắt (shingling) với tay phải cầm kéo hoặc kéo tỉa và tay trái cầm lược song song cắt tóc ngắn dần từ ót lên cao dần và tóc dài dần đến đỉnh đầu mà không thấy so le và đó cũng là kiểu cắt tóc ngắn mà nhiều khi khách sành điệu yêu cầu nên bạn cần phải biết.

Hoặc với loại tóc quăn tít phải có cách riêng như: tóc cần gội sạch, lau thật khô, bôi nhẹ lớp dầu nhờn mềm tóc (emollient) rồi dùng lược răng thưa chải cho tóc xoắn bung dài ra mà cắt, sau khi cắt tóc thấy ngắn nhưng vì xoắn bẹp xuống nên bạn cần xởi tóc lên với cây móc và xịt nhẹ lớp keo thì tóc ngắn trông tự nhiên hơn.

Sau khi cắt tóc bạn cần biết tỉa tóc những vùng tóc dày, bào bớt phần tóc bù xù bằng kéo, kéo tỉa hoặc dao, hoặc khách cần chãi kiểu bạn cũng cần biết đánh rối (back-combing) nghĩa là tay trái bạn cầm lọn tóc, tay phải dùng lược đánh tóc ngược vào da đầu để tạo đệm tóc cao lên còn gọi là matting, teasing.

BOB STYLE FOR YOUNG GIRL
Kiểu tóc ngắn cho bé gái

Cắt tóc là một nghệ thuật nên đòi hỏi tính kỹ lưỡng cho đến phút cuối từ gỡ bỏ tấm choàng, phủi tóc sạch trên tóc, da, và quần áo khách. Điều này nói lên nét chuyên nghiệp và sự tôn trọng khách và đó chính là bước đi đến thành công của một thẩm mỹ viên.

Chapter 5: DRAPING, SHAMPOOING, AND HAIR CUTTING

Choàng khăn, gội tóc và cắt tóc

You will be able to give a great haircut once you have an understanding of the technique and tools of cutting. Good haircuts begin with an understanding of the shape of the head referred to as the head form or head shape. While shampooing is an important preliminary step that prepares the hair for a variety of services. A shampoo must remove all dirt, oils, cosmetics, and skin debris without adversely affecting either the scalp or hair.

Draping is protection of the skin and clothing is essential for the comfort and safety of clients. Draping dry hair for services such as hair cutting, brushing or thermal design the towel should be removed after shampooing and replaced with a neck strip.

Bạn sẽ trở thành người thợ giỏi, khi mà bạn hiểu rõ kỷ thuật và cách dùng từng dụng cụ để cắt tóc. Mái tóc đẹp là phải có sự hiểu biết về cấu trúc hình dạng cái đầu để tạo mẫu thích hợp. Trong khi gội tóc là bước đầu quan trọng chuẩn bị tóc cho việc làm kế tiếp. Gội tóc phải lấy đi chất bẩn, dầu, các hóa phẩm, và da cáu bẩn mà không ảnh hưởng xấu nào đến da đầu, tóc. Bảo vệ da và quần áo là điều chính yếu để tạo sự thoải mái và an toàn cho khách. Choàng khăn cho những dịch vụ trên tóc khô như cắt tóc, chãi da đầu hoặc dùng nhiệt, lấy khăn đi sau khi gội tóc và thay thế bằng miếng lót cổ.

Placing neck strip & cap over neck strip
đặt giấy & khăn choàng lên giấy

- **Draping for chemical services such as hair colors, perms,..:**

  Choàng khăn cho những dịch vụ dùng hóa chất như nhuộm tóc, uốn tóc, và duỗi tóc:

  - Slide towel down from back of client's head and place lengthwise across the client's shoulders.

    Đặt một khăn ở phía sau đầu và khăn khác theo chiều dài ở vai khách

  - It is advisable to apply a protective cream around the hairline immediately prior to the application of chemicals to the hair. This prevents possible skin irritation.

    Nên thoa kem bảo vệ chung quanh viền tóc trước khi dùng hóa chất lên tóc. Để ngăn ngừa da bị ngứa có thể xãy ra.

- Your haircutting skills will increase your professional qualification in the salon. In selecting a suitable hairstyle, take into consideration the client's head shape, facial contour, neckline and hair texture. However, you should also be guided by the client's wishes, lifestyle.

- **To do your best work,** use superior implements from reliable manufacturers such as haircutting scissors, thinning shears (single -double - notched blades), razor, clipper, combs.

  Khả năng cắt tóc của bạn sẽ tăng dần theo chuyên môn trong salon. Biết chọn lựa kiểu tóc thích hợp, biết quan sát hình dáng đầu của khách, khuôn mặt của khách, đường viền tóc ở cổ và cỡ tóc. Tuy nhiên bạn cũng nên theo sự hướng dẫn ước muốn của khách hàng. Để cho công việc được tốt đẹp, dùng dụng cụ thật tốt từ các hãng danh tiếng như kéo cắt tóc, kéo tỉa tóc (loại một mặt, hai mặt răng cưa), dao, cắt tóc bằng điện, lượt.

WAVY HAIR, OFF-THE-FACE AND FULLER NECKLINE

- Section of haircutting: First step is to section the hair properly (dry or wet): 4 sections parting and 5 sections parting.

- Scissors or shears must be handled correctly; thinning shears easily removes bulky hair. When combing, hold the comb and scissors in the right hand. When shaping (cutting) hold the comb in the left hand.

  Chia tóc: Bước đầu tiên là chia tóc đúng cách (khô hoặc ướt): chia 4 phần tóc hoặc 5 phần.

  Kéo hoặc kéo tỉa được cầm đúng cách; kéo tỉa dễ dàng lấy bớt tóc bù xù. Khi chải tóc giữ lượt và kéo ở tay phải. Khi cắt tóc giữ lượt ở tay trái.

Tóc dợn quăn, kiểu chải tóc xa mặt và trải tóc phủ gáy.

- **Hair thinning (texturizing):** To remove excess bulk without shortening its length.
  Tỉa mỏng tóc: lấy bớt tóc bù xù mà không làm ngắn bớt chiều dài.
    1. Use razor on damp hair. (*Dùng dao trên tóc ẩm.*)
    2. Use thinning shears or scissors on dry or damp hair. (*Dùng kéo trên tóc khô hoặc ẩm.*)
- **Thinning hair from scalp:** *Làm mỏng tóc tính từ da đầu:*
  Fine hair from 1/2 " to 1".   Medium hair from 1" to 1 ½ ".   Coarse hair 1 ½" to 2"
  Tóc mịn từ ½ "đến 1". Tóc trung bình từ 1" đến 1 ½ " Tóc cứng từ 1 ½" đến 2"
- Not advisable to thin the hair at the nape (ear to ear), at the sides (above ears), around the hairline, and in the hair part.
  Không nên làm mỏng tóc ở gáy tóc, từ tai này qua tai kia, ở bên đầu (trên tai), chung quanh đường viền tóc, và đường rẽ tóc.
- **Dry shaping:** Shampoo and dry the hair prior shaping and **Wet shaping:** Cut hair immediately after shampooed. **Cut bangs:** work directly in front and test hair for bounce.
  Cắt khô: gội tóc và làm khô ngay trước khi cắt tóc và Cắt ướt: Cắt tóc ngay sau khi gội. Cắt bang là cắt phần tóc trước và đứng phía trước để cắt và nhớ thử độ phồng của tóc.

- **Shingling:**   Done at eye level; cut hair close to the nape and gradually longer toward the crown. The blades of the scissors are held parallel with comb.
  Shingling: tỉa tóc ở ngang tầm mắt; cắt tóc gần gáy và cắt dài dần tiến về đỉnh đầu. Lưỡi kéo cắt song song với lượt.
- **Hold the razor:** The guard faces the cosmetologist; three fingers hold over the shank; using the razor, keep the hair damp to avoid pull the hair and prevent dulling razor.
  Cách cầm dao cắt tóc: Miếng che bảo vệ lưỡi dao về phía người thợ; ba ngón tay giữ thân dao; dùng dao, giữ tóc ẩm khi cắt để tránh kéo tóc và ngăn ngừa dao bị cùn.
- **Thinning the razor:** to take a long light, steady strokes toward the hair ends
  Làm mỏng tóc bằng dao: Vuốt dao cắt từng lần vuốt dài, nhẹ, vững vàng và vuốt dao về hướng đuôi tóc.
- **Slithering** (Affilating): the process of thinning hair with scissor. Use razor to shave outline the edges of the haircut will cause ingrown hairs, should be used an electric trimmer.
  Slithering (Affilating): tiến trình tỉa mỏng tóc bằng kéo. Dùng dao để cạo đường viền tóc là nguyên nhân làm tóc mọc đâm vào da, nên dùng trimmer.
- The trimmer to create the hairline to the desired lengh and to clean hairiness from the hairline, place the trimmer flat on the skin.
  Trimmer để tạo đường viền tóc theo chiều dài mong muốn và làm sạch chỗ tóc mọc nhiều ở đường viền tóc, trimmer đặt bằng sát vào da khi cắt.
- **Completion:** Remove the neck strip and plastic cape; clean all hair clippings from the cape, client's clothing and work area.
  Hoàn tất: Lấy miếng che cổ và tấm choàng nhựa; làm sạch các kẹp từ tấm choàng, quần áo và chỗ làm.

SAFETY PRECAUTION (*Lưu ý về an toàn*)

1. Examine the scalp before cutting the patron's hair. Always section the hair before giving a haircut. Do not annoy or distract someone who is cutting hair.
   Xem xét da đầu trước khi cắt tóc. Luôn luôn chia từng phần tóc trước khi cắt tóc. Đừng tỏ sự bực tức hoặc coi thường người khách cắt tóc
2. **Always hand** the scissors with handle   extended toward person receiving them

37

after cut. Place scissors in case after use. Do not leave exposed; someone may be injured.

Luôn luôn giữ kéo ở vị trí chỗ vòng thợ nắm về hướng khách sau khi cắt. Đặt kéo vào hộp sau khi dùng xong. Đừng để lộ ra ngoài; khách có thể bị thương.

3. Have scissors sharpened when needed. A dull edge will not cut well. Do not run the fingers along the edge of scissors to test sharpness.

   Kéo phải sắc bén khi dùng. Cạnh kéo cùn sẽ không thể cắt tóc tốt. Đừng dùng ngón tay vuốt dọc cạnh kéo để thử độ bén.

4. **Hold scissors** and razors firmly when using them to prevent their slipping out of hand and falling to floor. A broken blade or injury to self may result.

   Giữ kéo chặt khi dùng để đề phòng vuột tay rớt khỏi nền nhà. Gãy lưỡi kéo hoặc bị thương có thể xảy ra.

5. Before cutting the hair it is important to take into consideration the patron's head shape, her facial contour, her neckline and hair texture. This is necessary, to avoid cutting the hair too short or leaving it too long.

   Trước khi cắt tóc điều quan trọng xem xét hình dáng đầu của khách, đường nét mặt, và đường viền cổ và cỡ tóc. Đây là điều cần thiết, tránh cắt tóc quá ngắn hoặc giữ lại quá dài.

HOLDING THE COMB & SCISSOR WITH 45 DEGREES ANGLE
Giữ lược và kéo góc 45 độ khi chải tóc

6. **Buy and use** only good quality implements. Use a safety guard on a razor when giving a razor hair cut. The guard prevents injury.

   Chỉ nên mua và xử dụng những dụng cụ tốt. Dùng miếng che bảo vệ cho dao khi dùng dao để cắt tóc. Miếng che để ngăn ngừa bị thương.

7. The hair must be wet when using the razor either to cut or thin the hair. Close the razor when not in use and place in case. Avoid cutting high neck lines.

   Tóc phải ướt khi dùng dao để cắt tóc hoặc làm mỏng tóc. Đóng dao lại và đặt vào bao khi không dùng. Tránh cắt tóc cao viền cổ.

8. Do not thin the hair at the hairline, in the nape from ear to ear, the hair part or on the hair ends. Avoid nipping the skin with points of the scissors.

   Đừng làm mỏng tóc ở đường viền tóc, ở gáy từ tai này qua tai kia, chỗ rẽ tóc hoặc đuôi tóc. Tránh việc cắt đứt da với đầu kéo.

9. When trimming the neck. Protect the tips of the scissors blades with finger tips of the left hand or with the comb. Keep sanitized implements in a dry sanitizer.

   Khi tỉa vùng cổ. Bảo vệ đầu lưỡi kéo với các ngón tay của tay trái hoặc với cái lược. Giữ dụng cụ trong khử trùng khô.

10. **Do not over-thin the hair**; it is impossible to correct a haircut when too much hair has been removed during the thinning process.

    Đừng làm mỏng tóc quá nhiều; không thể gọi là đúng cách khi tóc cắt quá nhiều trong lúc làm mỏng tóc.

11. Do not thin coarse hair too close to the scalp but keep at least 1 ½ inches in length; medium hair at least 1 inch; fine hair at least ½ inch; the short, stubby hair ends will protrude through the top layer.

    Đừng làm mỏng gần da đầu loại tóc cứng cần giữ ít nhất là 1 ½ inches chiều dài; tóc trung bình tối thiểu là 1 inch; tóc mỏng mịn tối thiểu ½ inch; tóc cắt ngắn, đuôi tóc ngắn sẽ nhô ra khỏi từng lớp tóc.

12. **Replace or sharpen** the blade of the razor when it becomes dull. A dull razor will pull the hair. Place discarded blades in a closed container.

    Nếu dao cùn, thay thế dao hoặc giữ cho bén. Dao bị cùn sẽ kéo tóc. Vứt bỏ lưỡi dao trong thùng rác đậy kín.

HAIR STYING, CURLING AND WAVING (*Chải tóc, quấn tóc và dợn sóng*)

- Use care when inserting hair pins, bobby pins or clips in order to avoid damaging or scratching the scalp. Be careful when brushing hair to prevent scalp irritation.

  Cẩn thận khi đưa kim kẹp vào tóc, kẹp để tránh hư hại và cào xướt da đầu. Cẩn thận khi chải tóc để ngăn ngừa ngứa da đầu.

- **Do not permit clips**, bobby pins, hair pins, or any metal aid to touch the skin or scalp. These objects become hot under the dryer and could cause burns if allowed to rest on the skin scalp.

  Đừng để kẹp, các loại kẹp tóc, hoặc bất cứ kim loại nào đụng da và da đầu. Các đồ vật này bị nóng dưới máy hấp và có thể là nguyên nhân phỏng nếu chúng nằm lên da đầu.

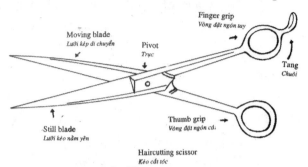

- Avoid tying a hairnet too tightly, to do so may cause indentations in the hair of form lines in the skin. Exercise great care in the use of sharp-toothed combs to avoid scratching the scalp.

  Tránh buộc chặt lưới tóc quá chặt, có thể tạo nguyên nhân thưa tóc tạo từng lằn trong da. Cần thực hành kỹ lưỡng trong việc dùng lược có răng bén, tránh sự cào xướt da đầu.

- **Be certain** that the hair is perfectly dry before removing rollers, pins or clips from the hair. Removing them too soon may result in a loose or weak wave.

  Phải chắc rằng tóc khô hoàn toàn trước khi gỡ ống, kẹp hoặc cải tóc. Lấy chúng ra quá sớm có thể sẽ làm cho lọn tóc quấn yếu hoặc giãn tóc.

- Do not force the hair into excessively high ridges or pull it too far from its natural position. To do so may result in waves or styles which will not hold.

  Đừng đẩy tóc tạo gợn quá cao hoặc kéo tóc quá xa từ chỗ tóc mọc tự nhiên. Nếu làm như thế có thể là các lọn tóc, kiểu tóc không giữ đúng được.

- **Avoid the use** of an excessive amount of finger waving lotion. This may cause difficulty in drying and result in flaky residue in the hair.

  Tránh dùng quá nhiều chất gel để làm dợn sóng bằng ngón tay. Đây có thể là lý do khó khô và đóng vảy trên tóc.

- Protect the patron's ears and forehead from the intense heat of the dryer. For best results, care must be taken to place each roller securely on its base.

- **Avoid over-saturation** with any form of lotion or liquid. Too much liquid may result in dripping and possible burns to the patron during the drying period.

- Immediately clean up any liquid which may have spilled or dripped on the floor to prevent slipping and falling.

  Bảo vệ tai và trán của khách do nhiệt của máy sấy. Để đạt được kết quả tốt, cẩn thận quấn mỗi ống cuốn trên nền tóc đã lấy.

  Tránh dùng quá nhiều dung dịch hoặc chất trung hòa. Nhiều dung dịch có thể nhiễu và phỏng người khách trong suốt thời gian chờ khô.

  Phải lau sạch ngay bất cứ dung dịch nào nhiễu, đổ trên nền nhà để ngăn ngừa trơn trợt, té ngã.

Bài 6: CÁCH TẠO KIỂU CHO TÓC THẬT VÀ TÓC GIẢ

Một cách tạo kiểu rất nghệ thuật rất xưa mà nay vẫn còn thông dụng, đó là cách nắn tóc bằng ngón tay (finger waving). Với cây lược thường và dùng chất dẻo (gel, waving lotion) bạn chỉ cần dùng các ngón tay tạo dợn sóng đường ngang (horizontal line); đường dọc (vertical line); hoặc đường chéo (diagonal) với các dợn sóng đều song song với nhau.

Dĩ nhiên đây chỉ là cách tạo dợn tóc tạm thời và mất kiểu khi tóc ướt hoặc gội tóc. Do đó khách cần phải gội tóc sạch, lau ẩm và trãi gel lên tóc để khi nắn tóc được giữ lại hình dạng trước khi hấp khô để giữ lọn quắn được lâu.

Chất gel có thể làm từ những loại nhựa cây ở Phi Châu. Chất gel tốt không gây hại cho tóc và khi tóc khô không có vảy.

Để lọn tóc giữ lâu nên tạo lọn theo chiều tóc mọc, theo lọn sóng tóc tự nhiên hoặc lọn tóc đã uốn. **Tóc cần lưới bọc** trước khi đặt tóc vào máy sấy (hood dryer) và không nên sấy tóc quá lâu dưới máy. Tóc vừa đủ khô đủ giữ làn dợn tóc màkhông hại tóc, khô da đầu.

Dụng cụ và vật liệu chỉ cần: lược, gel, bao lưới, máy sấy khô tóc, bàn chãi tóc.

TẠO DỢN SÓNG BẰNG NGÓN TAY (FINGER WAVING)

Tóc được tạo dợn bắt đầu ở phần tóc nhiều (heavy side) và nắn tóc kẹp giữ hình chữ **C** và liên tục đi về phía bên tóc ít (ligh side). Đừng nên tạo trên tai, nên tạo dợn sau tai hoặc nếu phần dư tóc nhiều có thể nắn trước tai và kẹp lại. Tóc nắn xong cần bọc bao lưới và đặt dưới máy sấy (hood dryer) nhiệt trung bình cho đến khi khô, đừng quên lót bông gòn dưới kẹp kim loại hoặc che tai tránh bớt sức nóng.

Tóc đã khô, cho khách ra ngoài station đợi vài phút, gở bỏ lưới tóc và dùng bàn chãi (brush) tơi tóc ra, thế là khách có một mái tóc dợn sóng sát da đầu đẹp như ý.

Nếu khách chỉ thích dợn sóng nhẹ, dợn cạn. Bạn nên đưa đặt nhẹ trên mặt tóc thôi để có mái tóc trông tự nhiên dợn nhẹ, gọi là **Shadow Wave.**

Để an toàn và kết quả tốt, đặt khách ngồi dưới máy sấy cần lót bông gòn hoặc giấy quanh tai, trước trán, dưới kẹp kim loại để tránh bớt sức nóng; đừng để tóc khô quá lâu làm da đầu bị khô và tóc không bóng và xịt 1 ít keo phủ lên để giữ dợn được lâu và thêm bóng đẹp cho tóc.

CÁCH QUẤN VÀ CHÃI TÓC (WET HAIRSTYLING)

Là thẩm mỹ viên phải có sự hiểu biết về tác dụng của mỗi công việc cần làm cho khách. Cần ý niệm về nghệ thuật, sự cân bằng, hài hòa, độ cao thấp của tóc, cở tóc, cấu trúc và hình dáng da đầu.....

Tóc cần chãi suông và tìm đường rẽ tóc tự nhiên. Tóc được chãi từ gáy (nape), chãi từng lớp mỏng để tránh rối và đứt tóc bằng lược răng thưa (coarse toothed comb), sau đó đẩy nhẹ tóc về trước trán ta sẽ thấy ngay lần rẽ tự nhiên để khi quấn tóc hoặc chãi kiểu sẽ giữ lâu hơn.

A. Quấn tóc bằng tay (Pin Curls)

Cách lấy từng lọn tóc và theo gợn sóng tóc quấn bằng tay từ đuôi tóc tiến về da đầu. Tùy theo kiểu tóc, vị trí và độ quắn cần thiết, do đó Pin Curls quấn cũng khác nhau đôi chút.

Clips enter the circle

Kẹp xuyên giữa vòng

Pin Curl được chia làm 3 phần: Phần chân nền (base); phần thân (stem); phần vòng tròn (cirle)

1. Phần chân nền (base) là ở da đầu, là phần sát da đầu không di chuyển. Nền tóc cũng có nhiều dạng như :

- Nền hình vuông (square) hoặc tam giác (triangle) thích hợp ở vùng đường viền tóc trước (facial line).
- Nền tóc hình chữ nhật (rectangular) thích hợp ở hai bên đầu (side).
- Hình cánh cung, nữa mặt trăng (arc base or halfmoon) thích hợp ở phía sau vùng gáy (nape), chãi kiểu tóc hất lên (French Twist)

2. Phần thân (stem) là khoảng giữa từ chân nền (base) tới vòng tròn của lọn tóc (circle). Chiều dài phần giữa của lọn tóc là sự chuyển động của lọn tóc. Có 3 cở khác nhau:

- *Khoảng giữa dài (Full Stem)* lọn quăn nằm ngoài chân tóc, tạo lọn tóc uyển chuyển.
- *Khoảng giữa ngắn (Half Stem)* lọn quăn gần chân tóc, tạo lọn sóng đều gần da đầu
- *Không có khoảng giữa (No Stem)* tạo lọn sát da đầu, quăn chặt không chuyển động

3. Phần vòng tròn (circle) là vòng tròn lọn tóc có được theo đường kính đã quấn, tạo dợn cho tóc.

Lọn tóc cần vuốt gel mới giữ lâu và quấn chồng lên nhau để tránh lộ đường rẽ tóc. Hướng Pin Curl tùy theo hướng khuôn mặt.

- **Forward curls:** thân lọn tóc tiến dần về khuôn mặt (face)
- **Backward (reverse) curl:** thân lọn tóc xa dần khuôn mặt
- **Stand up curl (cascade):** tạo độ cao cho lọn tóc
- **Barrel curl** giống stand up curls nhưng không căng quấn bằng 2 ngón tay như quấn ống (roller).

Quấn ống roller 180,135 90,và 45 độ

Dùng kẹp (pin) giữ lọn tóc sấy khô, kẹp theo hướng chân tóc và kẹp xuyên qua vì nếu kẹp ngang lọn tóc sẽ có lằn khi khô.

B. Quấn ống cuốn tóc (Rollers)

Hai loại ống cuốn: ống thẳng đều, hai đầu bằng nhau (cylinder roller) và đầu lớn, đầu nhỏ (tapered roller) tạo lọn tóc như xoắn ốc ở vùng tóc mái hoặc cuốn tóc ở bên thái dương. Cả hai đều có cở kích lớn nhỏ khác nhau tùy tạo cở lọn tóc.

Khi quấn bằng ống, nên lấy chân nền tóc bằng đường kính ống cuốn. Và góc độ quấn khác nhau tùy theo kiểu tóc.

- **Over directed (180 độ):** cách quấn ống mà trãi tóc ngã phía trước nền tạo độ tóc cao.
- **On base (135 độ):** ống quấn ngã ra sau nền cỡ 135 độ, tạo độ cao, ống cuốn nằm lên nền tóc
- **Half base:** ống được quấn thẳng góc da đầu cỡ 90 độ, cao vừa, ống cuốn nằm ở nửa nền tóc
- **Off base:** ống được quấn trước nền tóc cỡ 45 độ, lọn tóc ít cao, ống cuốn nằm xa nền tóc

Tóc được chãi kiểu đẹp cũng cần phải trang điểm hợp thời dựa theo đặc điểm của khuôn mặt:

* Mặt thẳng (straight profile) là khuôn mặt lý tưởng không lồi không lõm

* Mặt lồi (convex) trán trụt cong vào, mũi nhô ra và cằm lẹm vào

* Mặt lõm (concave) trán và cằm nhô ra, mũi lõm vào

Một khuôn mặt lý tưởng (oval face) chia làm 3 vùng (zones) bằng nhau:

1. *Viền trán đến chân mày (forehead to eyebrows)*
2. *Chân mày đến cạnh cuối mũi (eyebrow to end of nose)*
3. *Cạnh cuối mũi đến dưới cằm (eye of nose to bottom of chin)*

Dựa theo 7 dạng khuôn mặt, thợ phải cần làm cho mái tóc xứng hợp nên cần quan sát hình dạng đầu phía trước, sau, 2 bên và đặc điểm của từng nét mặt.

1. **Mặt vuông (Square face):** viền trán thẳng, đường hàm vuông, mặt rộng. *Cần chãi mái tóc hai bên dợn vô mặt hoặc rẻ tóc một bên ít, bên nhiều rủ xuống.*

2. **Mặt tròn (Round face):** viền trán tròn, viền cằm tròn, mặt rộng. *Cần chãi tóc 2 bên tóc hơi phủ má, tạo độ cao tóc ở đỉnh đầu*

3. **Mặt dài (Oblong face):** mặt dài, má hóp, hẹp. *Cần chãi tóc hai bên cao lên thấy lỗ tai, chãi tóc dài phủ trán, tóc cắt ngắn và chiều dài tóc ngang xương hàm.*

4. **Mặt trái tim (Heart face):** đường viền trán rộng, cằm nhọn. *Cần chãi tóc bung vòng layer trên ngắn dưới dài dần, tóc chãi rẽ hơi cong lên phủ hai bên trán.*

5. **Mặt trái lê (Pear face):** trán hẹp, đường xương hàm và cằm rộng. *Cần chãi tóc bồng bềnh ở quanh trán, độn tóc cao ở đỉnh và đường ngôi bên nhiều bên ít.*

6. **Mặt hình thoi (Diamond face):** trán hẹp, cằm nhọn, phần mặt rộng nhất là vùng xương gò má. *Cần chãi tóc vén rộng ra hai bên trán có dợn sóng cong lên, chiều dài của tóc bằng cạnh cuối của cằm.*

7. **Mặt lý tưởng hình trái xoan (Oval face):** chiều dài 1 ½ so với chiều rộng, *coi như dạng hoàn hảo thích hợp cho nhiều kiểu tóc và là mẫu cho 6 kiểu khuôn mặt kể trên.*

ĐẦU TÓC GIẢ (WIGS)

Kỹ thuật dùng tóc giả có từng hàng ngàn năm xưa từ thời Ai cập (Egypt). Từ xa xưa, việc kết tóc giả bằng tay và tóc được kết vào nền bằng tóc thật hoặc pha trộn lông thú nhằm để che nắng, gió bảo vệ mái tóc thật.

Kỹ nghệ ngày nay, dùng máy để sản xuất hàng loạt đủ cỡ tóc giả, có thể pha trộn giữa tóc thật, lông thú, và sợi tổng hợp rất đẹp, đủ màu, tóc dài, ngắn, và kiểu mẫu tạo sẵn để cho nhiều khách hàng có thể tự mang và muốn thay đổi thường xuyên.

Thực tế tóc giả được dùng cho những người bị mất tóc vì lý do sức khỏe, bị bệnh sói tóc, tóc thưa, hoặc do di truyền, cho những người có tóc xoắn tít muốn được đầu tóc thẳng và cuối cùng là thời trang con người muốn dùng tóc giả để dễ thay đổi thường xuyên từ màu sắc đến chiều dài, ngắn theo ý riêng.

Để phân biệt tóc thật (human hair wigs) và tóc giả (synthetic hair wigs) có thể dùng lửa diêm quẹt đốt, tóc thật cháy chậm hơn và nặng mùi hơn (strong odor).

- *Với tóc thật (human hair)* có tính hút bụi, chất dơ nhiều hơn vì có độ thấm.
  Gội sạch mái tóc giả (tóc người) bằng chất làm sạch đúng cách (dry clean) khoảng 2 đến 4 tuần. Nếu cần, đầu giả bằng tóc thật có thể nhuộm màu tạm thời, hoặc bán vĩnh viễn (semi-permanent) nhưng cẩn thận với thuốc nhuộm vĩnh viễn (permanent color), và không nên tẩy tóc. Tóc giả cần chãi tóc bằng lược hoặc bàn chải theo hướng xuống (downward movement). Hoặc muốn cắt tóc nên đặt lên trục vải (canvas) cắt như đang cắt tóc cho khách.

- *Với tóc giả (synthetic hair)* không cần gội sạch nhiều khoảng 3 tháng nếu không mang thường xuyên, vì tóc không có độ thấm nên ít hút chất dơ, bụi bậm, dùng nước âm ấm hoặc mát thì tốt hơn và không nên chãi khi tóc còn ướt.

Ngoài ra còn dùng tóc giả để tạo những chuỗi tóc độn thêm trên đỉnh (wiglet); nối thêm đuôi tóc (switch); hoặc giải tóc choàng ngang đầu (bandeau); hoặc những bện tóc dài rũ xuống tăng đầy và dài thêm cho tóc thật (cascade)......

Chapter 6: HAIR STYLING FOR HUMAN AND ARTIFICIAL HAIR
Tạo kiểu tóc cho tóc thật và tóc giả

When deciding the best hairstyle, take into consideration all that you have learned regarding face shape, hair type, and lifestyle. A wig service can also be a large financial and emotional investment for the client. Often, the decision to wear a wig results from the client's hair loss.

The rules of art to style hair are balance, form rhythm, shape, composition, contrast, elevation, texture, and structure of hair. The accomplishment of styling, decoration, and incorporating new ideas become easier as you gain experience.

Khi làm một kiểu tóc tốt nhất, cần xem xét và học hỏi mọi điều liên quan đến dạng khuôn mặt, kiểu tóc, và đời sống của khách. Việc phục vụ cho một mái tóc giả cũng là món tiền lớn và là một ước muốn của khách. Thông thường, ý định mang tóc giả là hậu quả của người khách bị mất tóc.

Yếu tố trong nghệ thuật chãi kiểu tóc là cân bằng, hòa hợp, hình dáng, cấu tạo, độ cao, cở tóc và cấu trúc của tóc. Hoàn tất một kiểu tóc, sự trang nhã, và kết hợp ý tưởng mới để tạo thuận tiện cho bạn có được kinh nghiệm trong nghề nghiệp.

- **Removing tangles** from hair begin at the nape with a coarse toothed comb, separate a small section, size depend on the thickness, length, curliness and elasticity of hair.

  Gỡ tóc rối bắt đầu từ gáy với lược răng thưa, chia từng phần nhỏ, lấy tóc tùy theo độ dày, chiều dài, độ quăn và tính đàn hồi của tóc.

- **Finger waving** is the art of shaping and directing the hair in alternate parallel waves and designs using the fingers, combs, waving lotion, gel, hair pins. Natural soft lacking waves and permanent waves are obtained than with straight hair. The finger wave starts on the right or heavy side.

  Nắn tóc gợn sóng bằng ngón tay là nghệ thuật tạo kiểu và làm tóc có gợn sóng chạy đường song song bằng các ngón tay, lược, chất làm gợn sóng, gel, kẹp tóc. Tóc mềm không quấn và tóc uốn quăn dễ làm hơn tóc thẳng. Dùng ngón tay làm gợn tóc bắt đầu bên phải hoặc bên tóc nhiều.

- A good waving lotion is harmless to the hair and doesn't flake when it dries. Waving lotion is application applied to the hair while it is damp, distributed smoothly and evenly.

  Loại lotion làm dợn sóng tốt là không gây hại cho tóc và không đóng vảy khi khô. Lotion làm dợn cho lên tóc ẩm, trãi đều mượt lên tóc.

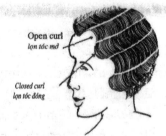

Open curl
lọn tóc mở

Closed curl
lọn tóc đóng

Completed hair style with finger wave
hoan tất kiểu tóc với dợn sóng bằng ngón tay

- **Horizontal finger waving:** Starting at the hairline, work towards the crown until the crown reached.

- **Vertical finger waving:** The ridges and waves run up and down the head while in horizontal waves, they are parallel around the head. Making vertical and horizontal ridges and waves the same.

- **Shadow wave:** A shadow waves are shallow waves with low ridge that are not very sharp. The wave are formed but the comb doesn't penetrate inside the scalp

Làm dợn sóng ngang: Bắt đầu từ đường viền tóc, nắn tóc tiến đều về đỉnh đầu

Làm dợn sóng dọc: Dợn nổi và sóng tóc chạy theo chiều lên xuống của đầu trong khi các dợn sóng ngang chạy chiều song song với đầu. Cách làm dọc và ngang sóng tóc như nhau.

Làm dợn bóng: Dợn bóng là các lần dợn và lần giữa 2 sóng tóc thấp. Các lần dợn khi làm bằng lược ở mặt trên tóc.

- **Reminders:** *Những điểm cần ghi nhớ*

  * Avoid excessive amount of waving lotion. *(Tránh dùng quá nhiều lotion dợn tóc)*

  * Use hard rubber combs with both fine and coarse teeth

    Dùng lược nhựa cứng cả 2 đầu lược mịn và lược thưa.

  * For the longer lasting finger wave, mold the waves in the direction of the natural growth.

    Để cho dợn són giữ được lâu, nắn dợn sóng theo chiều tóc mọc tự nhiên

* Place a net over the hair to protect the setting when it is being dried

  Đặt lưới lên tóc để bảo vệ dợn sóng khi khô

* Lighted or tinted hair that tangles is easier to comb a cream rinse is used

  Tóc lợt và tóc nhuộm bị rối được dễ chãi hơn khi được dùng với kem xả tóc

* Lightly spraying the hair with lacquer will hold the finger wave longer and hair sheen.

  Xịt keo nhẹ lên tóc để giữ cho dợn sóng lâu hơn và cho tóc được bóng

- **Pin curls** consist of: ***The base:*** Stationary or immovable part; ***The stem:*** Between base and first arc or mobility part and ***The circle:*** Forms a complete circle.

- **Curl mobility** is classified as **No stem curl**: Is placed directly on the base; **Half stem**: More mobility is placed one-half off base (good control) and **Full stem**: Greatest mobility, is placed completely off the base.

  *Lọn tóc gồm có: **The base**: Nền lọn tóc hoặc phần không di chuyển; **The stem**: phần giữa lọn tóc từ nền đến vòng cong hoặc phần chuyển động và **The circle**: phần thành lập vòng tóc.*

  *Sự chuyển động của lọn tóc được phân loại như: **No Stem** là lọn tóc sát với nền tóc; **Half stem** là lọn tóc hơi chuyển động được đặt lên một nửa nền tóc và **Full stem** là lọn tóc chuyển động nhiều nhất, được đặt hoàn toàn xa nền lọn tóc.*

- Make **square base** at any where on scalp; **Triangle base** at facial hairline; **Half moon base** or **arc base** at back area or French twist; and **Rectangular base** at sides of head.

  Làm lọn tóc với nền vuông ở mọi nơi trên đầu; nền tam giác ở đường viền tóc; nền nửa mặt trăng hay nền cánh cung ở phía sau đầu còn gọi là xoắn kiểu Pháp; và nền chữ nhật ở hai bên đầu.

- **Open center curl**: Produce even, uniform and smooth waves; **Close center curl**: Decrease in size toward the end; **Ridge curl** (curl behind the ridge). **Forward movement** (shaping) is the pincurl toward the face; **Reverse movement** (shaping) is the pincurl backward or away from face; **Anchoring pin curls** are always inserted from the open end of shaping essential not to disturb the base and sculpture as you insert to clip.

Clips enter the circle

Kẹp xuyên giữa vòng

  *Lọn tóc mở: Tạo lọn đồng đều với gợn sóng mịn; **Lọn tóc đóng**: Lọn tóc giảm nhỏ dần về phía đuôi; **Lọn tóc nổi** là lọn tóc sau gợn sóng.*

  Forward shaping là lọn tóc được nắn về hướng mặt; Reverse shaping là lọn tóc cách dần xa mặt; Anchoring pin curls là lọn tóc giữ bằng kẹp từ đuôi lọn tóc mà không gây trở ngại ở nền tóc và tóc nắn cong khi đưa kẹp vào.

- Skip wave is to combine of finger wave and pin curl patterns. Comb out technique: Smooth and well executed comb out result from perfect sets. Back-brushing (ruffling) or back-combing (teasing) are to achieve lift and increase volume.

  Skip wave là dợn sóng kết hợp vừa nắn tóc bằng ngón tay và pin curl. Kỹ thuật comb out là cách chãi tóc để hợp kiểu. Back-brushing (ruffing) là đánh rối hoặc back-combing (teasing) là nâng tóc lên.

- Two types of rollers are cylinder roller and tapered roller. Two types of braiding are invisible braiding and visible braiding. Two types of eyes are wide set eyes and close set eyes.

  Hai kiểu ống cuốn là ống thẳng đều và ống đầu lớn đầu nhỏ. Hai kiểu thắt bím tóc là bím chìm và bím tóc nổi.

- The face is divided into 3 zones: From hairline of forehead to eyebrow; from eyebrow to end of nose, and from end of nose to bottom of chin.

  Mặt được chia làm 3 vùng: Từ viền tóc trán đến lông mày; từ chân mày đến cuối mũi và từ cuối mũi đến dưới cằm.

- **Seven facial shapes are:** *Bảy hình nét khuôn mặt là:*

  - ***Oval ideal shape***: 1 ½ longer than it width (*Mặt hình trái soan: chiều dài 1 ½ hơn chiều rộng*)

  - ***Round shape***: Rounding chin and hairline, wide face (*Mặt hình tròn: cằm và viền tóc tròn, mặt rộng*)

  - ***Square***: Straight hairline and square jaw line (*Mặt hình vuông: đường viền tóc và hàm vuông*)

  - ***Pear***: Narrow forehead, wide jaw and chin line (*Mặt hình trái lê: trán hẹp, hàm và cằm rộng*)

- *Oblong:* Narrow face, greater length with hollow cheeks *(Oblong: trán hẹp, mặt dài và má hõm)*
- *Heart:* Wide forehead and narrow chin line *(Mặt hình trái tim: trán rộng và đường cằm hẹp)*
- *Diamond:* Narrow forehead, extreme width through the cheek bones and narrow chin.

  (Khuôn mặt hột xoàn: trán hẹp, chiều rộng nhất là ngang gò má và cằm hẹp)

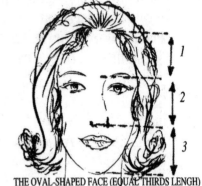

THE OVAL-SHAPED FACE (EQUAL THIRDS LENGH)
khuôn mặt trái xoan có 3 phần chiều dài bằng nhau

- **Straight profile:** Consider the ideal not concave (prominence chin) or convex (receding forehead, prominent nose and receding chin)

  Khuôn mặt thẳng: Được xem là khuôn mặt lý tưởng, không lõm (cằm lồi ra) hoặc không lồi (trán lõm vào, mũi nhô ra và cằm lõm vào)

- For bangs, rectangular or triangle parting are most commonly used for children's bangs, distributes more hair to the temple area.

  Đối với cắt tóc trước, lấy tóc hình chữ nhật hoặc tam giác, kiểu cắt tóc trước cho trẻ em, trãi đều tóc ra ở vùng   thái dương.

- **The ancient Egyptians** just wore wigs in 4000 B.C for a very practical reason to protect hair from the sun. It's come from Asia--->Europe to America.

  Thời xưa người Ai Cập mang tóc giả hơn 4000 năm trước Thiên Chúa Giáng Sinh với lý do thực tế là bảo vệ   tóc   vì mặt trời. Bắt nguồn từ Á châu lan sang Âu châu và Mỹ châu.

- The purpose of a hair extention makes hair look longer. A human hair wig can be cleaned every 2 to 4 weeks. A color rinse effect only darken on a human hair wig.

  Mục đích nối tóc là làm cho tóc được dài thêm. Đầu tóc giả kết bằng tóc thật có thể được làm sạch cứ mỗi 2 đến 4 tuần lễ. Color rinse là màu nhuộm tạm thời chỉ nhuộm đậm cho đầu giả kết bằng tóc thật.

- **For several reasons which people wear wigs:** To cover up baldness, sparse or damages hair (heredity); Cover hair loss due to a health problem; It changes in everyday for hairstyle; to increase length and volume, special occasions; Flexibilility and ease of style change from curly to straight hair.

  Nhiều lý do con người mang đầu tóc giả: Che tóc sói, thưa hoặc tóc hư xấu do di truyền; Che những chỗ tóc mất do sức khỏe; Thay đổi kiểu tóc dễ dàng; Tăng thêm chiều dài và độ cao; những dịp đặc biệt; Chuyển đổi kiểu tóc từ quăn thành tóc ngay.

- Wigs, extentions, and hairpieces can be made from human hair, synthetic, and animal hair or a blend of 2 or 3 types. You can be a simple test to tell the difference between human hair and synthetic hair. With a lighted match, human hair burns slowly gives off a strong color.

  Đầu tóc giả, tóc nối và miếng tóc được làm bằng tóc thật, sợi tổng hợp, và lông thú hoặc có thể pha trộn 2 hoặc 3 loại lại với nhau. Bạn có thể dùng cách thử đơn giản để biết sự khác biệt giữa tóc thật và tóc giả. Dùng lửa diêm quẹt đốt tóc, tóc thật cháy chậm và nồng nặc mùi.

- **Fitting the wig:** If the wig is too tight, you may have to stretch it turn the wig inside out and wet its foundation with hot water. If the wig is too loose, you can sew <u>horizontal tucks</u> (shorten the wig from front to nape) or vertical tucks (remove width at the back from ear to ear).

  Cách chỉnh đầu tóc giả: Nếu đầu tóc giả chật quá, bạn có thể làm căng lộn từ trong ra ngoài và làm ướt nền tóc với nước nóng. Nếu đầu tóc giả lỏng quá, bạn may nhét theo đường ngang (làm ngắn đầu tóc giả từ trước ra sau   gáy) hoặc khâu vào theo đường dọc (rút ngắn chiều rộng ở sau từ tai này qua tai kia).

- Place only your thumb under the cap at the nape when remove and the client bend down her head, then slide the wig off. *(Đặt ngón cái dưới tóc ở gáy và bảo khách cúi đầu xuống kéo tóc trượt nhẹ ra).*

- **Using a nonflammable** liquid cleaner for wigs; Synthetic hair wigs need not be cleans as often as human hair wigs (no porosity and do not attract duct and dirt). Use tepid or cool wash to clean the wig, hot water takes the curl out of synthetic wigs. Do not comb or brush while wet.

Dùng dung dịch không dễ cháy làm sạch đầu tóc giả; Loại tóc giả không cần làm sạch thường xuyên như t... không có độ thấm và không hút dính nhiều bụi và chất dơ). Dùng nước ẩm và mát gội sạch tóc giả, nước nóng ... độ quăn trên lọn tóc giả. Đừng chải và đánh rối khi tóc còn ướt.

- Human hair wigs are more convenient to shape the wig on a canvas block, and cut hair the sa... on natural hair; Synthetic hair wigs are always cut on dry hair because fibers can stretch out of s... of pulled when wet.

  Đầu giả tóc thật dễ chải tóc trên đầu trục bằng vải dày (canvas), và cắt tóc cùng cách như cắt tóc cho người; Đầ... óc giả được cắt khô vì sợi nhân tạo có thể bị căng dãn ra khi tóc bị ướt.

SAFETY PRECAUTION *(Lưu ý về an toàn)*

- **When dry cleaning** a wig or hairpiece, never rub or wring the cleaning fluid from it. Great care must be taken when combing or brushing wigs to avoid matting and loss of hair.

  Khi giặt sấy khô đầu tóc hoặc miếng tóc giả, không bao giờ nền chà (vò) hoặc vắt nước giặt ráo đi. Thật kỹ lưỡng khi chải hoặc đánh tóc kiểu trên tóc giả để tránh rối và mất tóc.

- When shaping (cutting) a wig or a hairpiece, use great care; once the hair has been cut, it cannot grow back. Place the wig on the patron's head for correct shaping.

  Khi cắt tóc trên đầu giả hoặc miếng tóc, thường cẩn thận hơn; mỗi lần cắt tóc là không thể mọc lại. Đặt tóc giả trên đầu khách đúng với hình dáng.

- **When combing** a freshly set wig, use a wide-tooth comb to avoid abuse to the foundation and to gain greater control in combing.

  Khi chải kiểu trên tóc giả, dùng lược răng lớn để tránh làm hỏng bề mặt gốc tóc và khi chải dễ kiểm soát hơn.

BANGS AND NAPE WITH "V" SHAPE
Kiểu tóc có mái và đuôi tóc chữ "V"

- When cleaning or working with a wet wig it must always be mounted on a clock, the same head size as the wig, to avoid stretching or shrinking.

  Khi cần làm sạch với tóc giả còn ướt luôn luôn tròng vào khối (trục), khối lót bên trong cũng cùng cỡ với tóc giả, tránh căng và nhăn nheo.

- **If required**, dry clean wigs before setting and styling. Brush and comb wigs and hairpieces with a downward movement.

  Nếu cần thiết, tóc giả giặt sạch trước khi tạo kiểu tóc. Dùng bàn chải và lược cho mái tóc giả và miếng tóc giả nên chải theo hướng đi xuống.

- To avoid damage to the foundation, never lighten (bleach) or give a permanent wave a wig or hairpiece.

- **If hair coloring** is necessary, it must be done with great care. Do not tint a wig unless it is constructed of 100% human hair.

- Do not work the tint into the foundation of the wig. This will cause the foundation to deteriorate. Do not shampoo a wig if it is constructed of synthetic hair.

  Tránh làm hư hại phần nền của tóc giả, không bao giờ tẩy hoặc uốn tóc cho mái tóc hoặc miếng tóc giả.
  Nếu cần thiết tóc có thể nhuộm mà phải làm thật cẩn thận. Đừng nhuộm tóc giả trừ khi đó là loại tóc thật 100%.
  Đừng có nhuộm vào trong nền của mái tóc giả. Đây sẽ là nguyên nhân làm hư nền tóc. Đừng gội mái tóc giả nếu tóc đó là loại sợi tổng hợp.

: TẾ BÀO, MÔ, BỘ PHẬN, VÀ HỆ THỐNG

... h mạnh cũng như có được làn da khỏe, tươi trẻ; móng tay, chân cứng chắc, mịn

... người cũng ... chính yếu mỗi ... ng phần thức ăn cần thiết ... chia làm từng nhóm sau:

CHẤT ĐẠM (PROTEIN): cung cấp lượng hóa chất cần thiết cho người từ bé cho đến tuổi già. Các **chất đạm động vật (amimal proteins)** như thịt, bơ, sữa, trứng, cá, gà vịt và **chất đạm thực vật (vegetable proteins)** như ngũ cốc, hạt, đậu,....Tuy nhiên chất đạm động vật cần thiết hơn đạm thực vật vì qua tiến trình hoạt động tạo nhiều **amino acid** cần thiết cho cơ thể con người hơn.

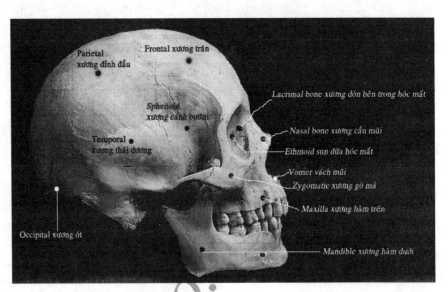

CHẤT ĐƯỜNG, BỘT (CARBOHYDRATES): là nguồn năng lực như nhiên liệu cung cấp cho cơ thể như bánh mì, khoai tây, ngũ cốc, gạo. Mặc dù có loại ít năng lượng nhưng dùng nhiều sẽ bị dư thừa thành chất béo và lên cân.

CHẤT KHOÁNG (MINERALS): có khả năng kiểm soát những nhiệm vụ các chức năng trong cơ thể cho sự phát triển răng, xương, bắp thịt, nội tạng, chất dịch gồm các chất calcium, potassium, phosphorus, đồng, sắc. Các chất này có trong thực phẩm như trứng, thịt, gan, tim, thận, gạo, bánh mì, sữa, trái cây và rau đậu.

CÁC CHẤT BỔ DƯỠNG (VITAMINS): giúp chống bệnh, giữ sức khỏe tốt hơn, ngoài ra giúp làn da, mái tóc thêm đẹp, mịn màng, và móng tay chân cứng chắc nữa.
- *Vitamin A* có trong bơ, carrot, bí, lá xanh, mận có khả năng giúp làn da khỏe, tóc mướt, móng chắc.
- *Vitamin B* có trong bánh mì, sữa, thịt, rau, lá xanh có khả năng giúp hệ thống thần kinh và bệnh da.
- *Vitamin C* có trong nước chanh, cà chua, dưa, dâu có khả năng giúp nướu khỏe, răng cứng chắc.
- *Vitamin D* có trong sữa, gan, lòng đỏ trứng, nguồn mặt trời, nguồn U.V giúp da khỏe, mịn màng.

MƯỜI HỆ THỐNG QUAN TRỌNG TRONG CƠ THỂ:

1. **Hệ thống bắp thịt** (*myology: cơ nhục học*) giúp tạo hình, nâng đỡ bộ xương, chuyển động cơ thể, cơ thể có hơn 500 cơ bắp, chiếm 40 đến 50% trọng lượng của cơ thể. Cơ bắp chia 3 phần: gốc dính chặt vào xương không cử động; ngọn là phần lắp vào cử động; và bụng (belly) là phần giữa bắp thịt được nối lại bằng những sợi gân.
   Bắp thịt có 3 loại:
   - *Cơ có vân (striated)* cử động theo ý muốn như cơ mặt, cánh tay.
   - *Cơ không vân (non-striated)* cử động không theo ý muốn như cơ dạ dày, ruột.
   - *Cơ tim (cardiac)* cơ đặc biệt.

2. **Hệ thống tuần hoàn** giúp luân chuyển máu cho động mạch, tĩnh mạch, mạch máu nhỏ khắp cơ thể. Sự tuần hoàn bao gồm tim, máu, và sự luân chuyển mạch máu kể cả bạch huyết.

    *   *Tim* như cái bơm bóp lại và buông máu ra từ tâm thất đến tâm nhĩ và phân phối khắp cơ thể. Tim hình chóp cỡ bằng nắm tay, mỗi phút bơm lượng máu khắp cơ thể từ 5 đến 6 quarts (4 đến 6 lít), nhịp đập lúc bình thường từ 72 đến 80 lần mỗi phút.

    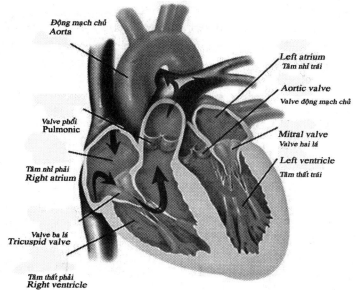

    *   *Máu* có độ đậm đặc như nước ép cà chua. Trong động mạch máu đỏ tươi, tĩnh mạch màu đỏ sậm. Người lớn có lượng máu từ 8 đến 10 pints (3.8 lit đến 4.5 lit). Nhiệt độ máu 98.6 độ F (37 độ C). Máu đảm trách nhiều chức năng vì trong máu có huyết thanh (tiểu cầu) đông máu lại đóng kín vết thương; **bạch cầu** chống nhiễm trùng, các vi khuẩn gây bệnh; **huyết tương** chất dịch lỏng màu vàng nhạt mang thức ăn, oxygen, chất dịch đến nuôi dưỡng các tế bào cơ thể; máu điều hòa nhiệt độ cơ thể chống lạnh hoặc nóng; loại bỏ thán khí, bài tiết chất độc, chất bẩn, chất thừa qua phổi, da, ruột già, thận.

3. **Hệ thống da** gồm 2 lớp ngoại, nội biểu bì, giúp bao bọc, điều hòa thân nhiệt, cảm nhận, bao gồm tóc, lông, da, móng, các tuyến mồ hôi, tuyến dầu.

4. **Hệ thống nội tiết** tạo những tuyến không ống, tiết thẳng vào máu chất hormon, ảnh hưởng đến sự biến thái cơ thể, kết hợp với hệ thần kinh điều hòa và phối hợp các cơ quan khác trong cơ thể.

5. **Hệ thống bài tiết** loại trừ chất thải khỏi cơ thể gồm có: phổi đẩy thán khí carbon dioxide ra ngoài; ruột già đẩy bỏ thức ăn không tiêu hóa và phân hóa ra; da thoát mồ hôi; gan lọc độc tố, tiết ra mật; và thận tiết nước tiểu.

6. **Hệ thống tiêu hóa** giúp biến thức ăn nuôi dưỡng tế bào, sự tiêu hóa từ bao tử, ruột non và hấp thụ vào mạch máu nhờ chất men (enzyme) có trong dịch vị làm thay đổi thức ăn nuôi dưỡng, sau đó chất thải, không tiêu hóa đẩy ra ruột già. Sự thoải mái, vui tươi sẽ giúp tiêu hóa tốt hoặc sự buồn phiền, trầm cảm gây xáo trộn và chậm tiêu hóa. Tiến trình tiêu hóa hoàn tất cần thời gian từ 8 đến 9 giờ.

7. **Hệ thống hô hấp** cung cấp oxy cho cơ thể nhờ phổi là cơ quan mô xốp thu nhận không khí trong lồng ngực. Khi thở ra là thải khí carbon dioxide và hít hơi vào là oxygen được hấp thụ. Hệ hố hấp hài hòa sự hoạt động của cơ thể. Hít hơi qua mũi không khí được thanh lọc qua màng nhầy, lông mũi giữ lại nhiều vi trùng và làm ấm hơi khi tiến vào phổi tốt hơn là thở bằng miệng.

8. **Hệ thống sinh dục** giúp cơ thể sinh sản.

9. **Hệ thống xương** như cái sườn giúp bảo vệ chức năng bên trong, chỗ bắp thịt bám vào, sản xuất tế bào máu trong tủy xương, nâng đỡ và chuyển động. Xương là những mô cứng của cơ thể chứa nhiều chất khoáng và muối. Có **206 xương** trong cơ thể gồm xương đầu, xương mặt, xương cổ, xương sống, sườn, xương tay, chân, ngoài ra còn có khớp xương, khớp trục, bản lề, khớp trợt như mắt cá, cổ tay.....
    Xương có màu trắng bên ngoài và đỏ sậm bên trong và cấu trúc liên kết xương gồm có **sụn (cartilage)** tạo bọc đệm cho xương và tạo hình bên ngoài như tai, mũi; **dây chằng (ligament)** là loại mô sợi giữ chặt xương; và **chất trơn nhờn (synovial fluid)** cung cấp cho sụn và giúp xương cử động dễ dàng.

10. **Hệ thống thần kinh** giúp kiểm soát và điều hợp, hài hòa chức năng của các hệ thống cơ thể. Hệ thần kinh gồm **não tủy trung khu thần kinh (não và tủy sống)** giúp kiểm soát hoạt động tinh thần, ý thức hoạt động bắp thịt, diễn tả nét mặt, kiểm soát 5 giác quan: nếm, sờ, nghe, thấy và ngửi. Và **thần kinh ngoại biên** giúp mang tín hiệu đi và đến não bộ; **thần kinh phản xạ** như nhịp tim, nhịp thở..

*Mỗi một diện tích nhỏ trên cơ thể được cung cấp những sợi nhỏ thần kinh. Mô thần kinh lớn nhất là não trong hộp sọ nặng từ **44 đến 48 ounces** (khoảng 1.3 kg) và dây tủy sống bắt nguồn từ não chạy dọc khắp thân mình. Các loại dây thần kinh gồm **thần kinh cảm giác** giúp nhận biết nóng, lạnh, nếm, sờ, ép....; **thần kinh vận động** gây xung động đến cơ bắp tạo ra cử động; **thần kinh hỗn hợp** gởi và nhận tín hiệu vừa cảm giác và vận động; **thần kinh phản xạ** trực tiếp đến tủy sống và tạo phản xạ như giật tay, chân khi bất ngờ đụng vật quá nóng.*

PHÁT TRIỂN VÀ SINH THÁI TẾ BÀO

Tế bào là đơn vị nhỏ, căn bản của tất cả mọi sự sống từ thảo mộc, động vật và con người được cấu tạo bởi **nguyên sinh chất (protoplasm)** chứa thành phần dinh dưỡng; **chất phát triển (cytoplasm)** có khả năng tự điều chỉnh tế bào; **tích bào centrosome** bên trong cytoplasm ảnh hưởng sinh sản tế bào; và **nhân (nucleus)** là trung tâm và vai trò quan trọng tái sinh sản. Tế bào sinh sản theo lối phân chia gọi là trực phân (mitosis).

Tế bào biến đổi (**metabolism**) gồm 2 giai đoạn: **sự hấp thụ (anabolism)** tích trữ nước, thức ăn, oxygen, nhiệt độ cần thiết cho sự phát triển; và **tiêu hao (catabolism)** phân hóa qua sự hoạt động co thắt, bài tiết. Hai giai đoạn cùng lúc xảy ra liên tục để duy trì ổn định cho cơ thể gọi là **homeostasis.**

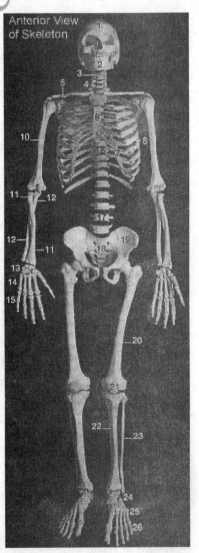

Anterior View of Skeleton

1. **Skull**: sọ
2. **Mandible**: xương hàm dưới
3. **Hyoid Bone**: xương yết hầu
4. **Cervical Vertebra**: đốt xương cổ
5. **Clavicle**: xương đòn
6. **Sternum**: xương ức
7. **Costal Cartilage**: sụn sườn
8. **Ribs**: xương sườn
9. **Scapula**: xương vai
10. **Humerus**: xương cánh tay trên
11. **Radius**: xương quay
12. **Ulna**: xương trụ
13. **Carpal Bones**: xương cổ tay
14. **Metacarpal Bones**: xương bàn tay
15. **Phalanges of Fingers**: các lóng ngón tay
16. **Thoracic Vertebra**: đốt xương trụ
17. **Lumbar Vertebra**: đốt xương thắt lưng
18. **Sacrum**: xương cùng
19. **Os Coxa**: xương khớp háng
20. **Femur**: xương đùi
21. **Patella**: xương đầu gối
22. **Tibia**: xương chày
23. **Fibula**: xương mác
24. **Tarsal Bones**: xương cổ chân
25. **Metatarsal Bones**: xương bàn chân
26. **Phalanges of Toes**: xương lóng ngón chân

Chapter 7: CELLS, TISSUES, ORGANS, AND SYSTEMS
(Tế bào, Mô, Bộ phận, Hệ thống)

The human organism is made of a vast variety of parts that very incomplexity. These include cells, tissues, or organs, system.

*CELLS are the basic units of all living things including bacteria, plants and animals. A cell is a minute portion of living substance consisting of protoplasm (colorless, jelly like) which is living matter, surrounded by a membrane, containing a nucleus.

Structure of the cell:

- Nucleus in center, reproduction of cells
- Nucleolus small spherical body within the cells nucleus
- Cell membrane has protoplasm
- Cytoplasm for self –repair of the cell
- Centrosome for maintaining of the original cell:

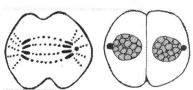

one cell has divided to create two cells
tế bào trưởng thành chia hai

Tế bào là một phần rất nhỏ của vật chất sống gồm có nguyên sinh chất, là sự sống của tế bào, chung quanh bao bọc bởi màng bọc, chứa nhân tế bào.
Cấu trúc của tế bào: nhân giữ việc sinh sản; nhân giữa bên trong nhân; màng bọc có nguyên sinh chất; tế bào chất giữ việc tự điều chỉnh của tế bào; tích bào để duy trì tế bào gốc.

When a cell reaches maturity, it reproduces by mitosis or indirect division
Cell growth when receives an adequate supply and proper temperature, continue to grow and thrive.
Cell Metabolism is a complex chemical process in which cells are nourished and supplied with energy needed to on these many activities.

The chemical process in which cells are nourished (store food and water) and carry out (release energy) their activities is metabolism

The two phases of metabolism are anabolism, which builds up cellular tissues (store food and water) and catabolism, which breaks down cellular tissue (release energy).

Khi tế bào tiến đến trưởng thành, sinh sản theo hình thức gián phân hoặc phân chia gián tiếp. Sự biến hóa tế bào là tiến trình phức tạp về hóa tính mà tế bào được nuôi dưỡng và cung cấp năng lượng cần thiết cho hoạt động của cơ thể.
Tiến trình hoá chất trong tế bào được nuôi dưỡng và giải thoát khi hoạt động là sự trao đổi chất của tế bào.
Hai giai đoạn biến hóa của tế bào là động hóa (tạo dựng) và dị hoá (tiêu hao tế bào).

*TISSUES are composed of groups of cells of the same kind. Body tissues are classified in five groups.

-Connective tissue binds together other tissues and bones of the body, supports, protect as cartilage, ligaments, tendons, and fat tissues are examples.

-Muscular tissue contracts and allows movement in various parts of the body

-Nerve tissue transmits messages to and from the brain and controls, coordinates all body functions.

-Epithelial tissue is the protective covering on body surfaces. It includes the skin, mucous membranes, digestive, respiration organs, glands, and linings of the heart.

-Liquid tissue carries food, wasted products, and hormones. This type includes the blood and lymph.

Mô là tập hợp nhóm tế bào cùng loại. Mô cơ thể được chia làm 5 nhóm.
-Mô liên kết, nối liền các mô và xương của thân thể, giúp đỡ, bảo vệ ví dụ như sụn, dây chằng, gân và mô mỡ.
-Mô bắp thịt co thắt và để tạo sự chuyển động các phần trong cơ thể.
-Mô thần kinh chuyển tin tức tới và từ bộ óc và kiểm soát, phối hợp tất cả các nhiệm vụ trong cơ thể.
-Mô bảo vệ là bề mặt bọc cơ thể. Bao gồm da, màng nhầy, màng giúp tiêu hóa, cơ quan hô hấp, các tuyến và màng bọc tim.
-Mô dinh dưỡng mạng thức ăn, chất thải và kích thích tố. Gồm máu đỏ và bạch cầu.

*ORGANS are structures designed for specific   function. The most important organs are below:

The kidneys excrete urine, waste products and water

The liver helps dicharges bile and to remove toxic products

The brain helps to coordinate the whole body

The heart helps to circulate the blood

The instestines digest food and evacuates decomposed undigested food

The stomach digests food

The lungs exhale carbon dioxide and supply oxygen to the blood

Bộ phận là cấu trúc giữ nhiệm vụ đặc biệt. Các bộ phận quan trọng sau đây: Thận bài tiết nước tiểu, chất thải và nước; Gan giúp tiết mật và loại độc tố; Bộ óc giúp điều khiển cơ thể; Tim giúp tuần hoàn máu; Ruột tiêu hóa thức ăn và loại bỏ những thực phẩm không tiêu hoá được; Bao tử tiêu hoá thức ăn; Phổi loại bỏ thán khí và cung cấp ôxy cho máu.

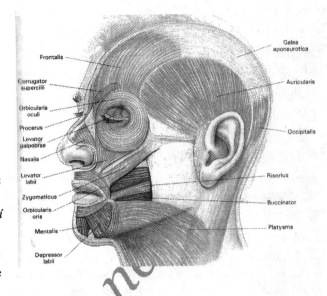

*SYSTEMS: are the groups of organs to coorperate the entire body. Ten important systems are.

1. The ***skeletal system*** is composed of 206 bones, the physical foundation of the body. All the bones serve as protection, and locomotion. It stores various mineral, phosphorus, magnesium, sodium.

2. The ***reproductive system*** enables human beings to reproduce.

3. The ***integumentary system*** is the largest in the body (skin). It protects whole body and regulates the body temperature, sense of touch of the body.

4. The ***endocrine system*** secretes hormones, chemicals that affect metabolism by ductless glands such as the ovaries, thyroid gland, and pituitary gland.

5. The ***excretory system*** consist of kidneys, skin, liver, lungs, and intestines are purifies the body by eliminating waste, might poison the body

6. The ***digestive system*** changes food into soluble form, suitable for use by the cells of the body.

7. The ***nervous system*** controls and coordinates the functions of all the other system and makes them work in harmony. The effect massage has on the nerves of the feet, legs, hands, and the whole body.

8. The ***circulatory system*** consists of the heart and blood vessels supply blood throughout the body.

9. The ***muscular system*** produces all movements of the body and covers, shapes, support the skeleton.

10. The ***respiratory system*** in the chest cavity is protected on both sides by the ribs. It supplies oxygen to the body to maintenance of good health

Striated

Smooth

Cardiac

Hệ thống là những nhóm bộ phận điều hành toàn cơ thể. 10 hệ thống quan trọng gồm:

1. *Bộ xương có 206 xương, là nền tảng của cơ thể. Xương giúp bảo vệ, chuyển động cơ thể. Xương chứa chất khoáng, phosphorus, magnesium, muối.*
2. *Sinh sản để con người sinh đẻ được*
3. *Da bao bọc là hệ thống lớn nhất của cơ thể. Da bảo vệ khắp cơ thể điều hòa thân nhiệt, cảm giác toàn cơ thể.*
4. *Nội tiết tạo kích thích tố, các hóa chất ảnh hưởng đến sự trao đổi chất tế bào bằng tuyến không ống như buồng trứng, tuyến giáp, và tuyến đờm giãi.*
5. *Điều tiết gồm thận, da, gan, phổi, và ruột giúp thanh lọc cơ thể bằng cách loại chất thải gây độc cho cơ thể.*
6. *Tiêu hoá biến đổi thức ăn thành dạng dễ tiêu thích ứng thẩm thấu tế bào cho cơ thể.*
7. *Thần kinh kiểm soát và phối hợp các hệ thống hài hoà. Massage ảnh hưởng đến thần kinh tay, chân và cơ thể.*
8. *Tuần hoàn gồm quả tim và mạch máu cung cấp máu*

khắp cơ thể.

9. Bắp thịt tạo chuyển động cho cơ thể và bao phủ, tạo hình, và giúp đỡ hệ thống xương.
10. Hô hấp ở bên trong lồng ngực, được bảo vệ hai bên sườn. Hệ hô hấp cung cấp ôxy để giữ cho cơ thể được khỏe.

Myology is the study of the structure, functions, and diseases of the muscles. The muscular system consists of over 600 muscles, comprising 40 % of the weight of the human body. The muscle has 3 parts are the origin (not move), the insertion (move), and the belly (middle)
There are 3 types of muscular tissue.

1. *Striated muscles* (striped) are voluntary muscles: control by will, such as face, arm, and leg.
2. Non-striated muscles (smooth) are involuntary muscles: not control by will, such as stomach, instestines. These muscles function automatically
3. *Cardiac* muscle is only a heart muscle.

Myology là môn học về cấu trúc, nhiệm vụ, và bệnh của bắp thịt (cơ nhục học). Hệ thống bắp thịt gồm hơn 600 cơ lớn, nhỏ, chiếm khoảng 40% trọng lượng cơ thể. Bắp thịt có 3 phần: gốc (không di chuyển); ngọn (di chuyển); và bụng bắp thịt (phần giữa). Có 3 loại mô bắp thịt.

1. *Bắp thịt có sợi (vân) là bắp thịt tự nguyện: kiểm soát bởi ý muốn, như các bắp thịt mặt, tay, chân...*
2. *Bắp thịt không sợi (thịt mịn) là bắp thịt không tự nguyện, không kiểm soát bởi ý muốn, như bắp thịt bao tử, cơ ruột. Đây là những bắp thịt tự động.*
3. *Bắp thịt tim chỉ có ở quả tim thôi.*

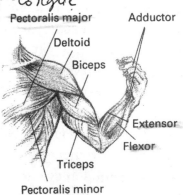

Muscle of the shoulders, arm, and hand:

-*Biceps* is an upper arm muscle that lifts the forearm. It has two heads attachment.

-*Deltoid* is a large, thick triangular muscle, cover the shoulder and lifts, turn the arm.

-*Triceps* have three heads attachment that cover entire back upper arm and extend the forearm.

-*Abductors* are the base of the thumbs and fingers. Abductors separate the fingers

-*Adductors* are the base of the thumbs and fingers. Adductors draw the fingers together

- *Supinator* muscle turns palm faces upward and turns the hand outward.

- *Extensor* muscle helps the hand, wrist, and fingers to a straight line.

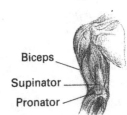

- *Pronator* muscle turns the hand inward, and the palm faces downward

- *Flexors* draw the hand upward, bend the wrist, and close the fingers toward the forearm.

Bắp thịt ở vai, cánh tay, và bàn tay

-*Biceps*   : *Bắp thịt 2 đầu nằm cánh tay trên nâng cánh tay trước.*
-*Triceps*   : *Bắp thịt lớn, dày tam giác phủ bả vải và nhấc, vặn cánh tay.*
-*Triceps*   : *Bắp thịt 3 đầu phủ cánh tay trên và kéo dài xuống cánh tay trước*
-*Abductors*   : *Bắp thịt ở ngón cái và các ngón giúp xòe ngón tay ra*
-*Adductors*   : *Bắp thịt ở ngón cái và các ngón giúp khép ngón tay lại*
-*Supinator*   : *Bắp thịt xoay lòng bàn tay ngửa lên và bàn tay hướng ra ngoài*
-*Extensor*   : *Bắp thịt giúp bàn tay, cổ tay, và các ngón thẳng ra*
-*Pronator*   : *Bắp thịt xoay bàn tay vào trong, và lòng bàn tay hướng xuống đất*
-*Flexors*   : *Bắp thịt kéo bàn tay thẳng lên, bẻ cổ tay, và tạo các ngón tay về cánh tay trước.*

Various methods of muscles stimulation are moist heat; steamer or warm steam towels; *d*ry heat; heating masks; heat lamp; Electric current; high-frequency; faradic current; Massage; Vibration machine; hand massage; Chemical; acid and salt; Light rays- infrared rays and ultraviolet rays.

Các phương pháp kích thích bắp thịt là nhiệt ẩm; hơi nước hoặc khăn ẩm; nhiệt khô; mặt nạ nóng; đèn nhiệt; dòng điện cao tần; dòng faradic (co thắt); Xoa bóp; máy rung; massage bằng tay; hóa chất; acid và muối; đèn nhiệt màu đỏ và tia cực tím.

The brain and spinal cord:

The brain is the central processing unit of the body, largest mass of nerve tissue in the cranium. The brain weight of the average is 44 - 48 ounces (1.2 kg – 1.3 kg). The spinal cord is composed of nerve cells. It originates in the brain, extends the length of the trunk, and is enclosed and protected by the spinal column.

- Sensory nerves are called afferent nerves, carry impulses or messages from sense organs to the brain.
- Motor nerves are called efferent nerves, carry impulses from the brain to the muscles.
- Mixed nerves are both sensory and motor fiber and have the ability send and receive messages
- A reflex is a sensory receptor along an afferent nerve to spinal cord. It is an automatic. *An example* of a reflex is the quick removal of the hand from a hot object.

Nerves of the arm and hand:

1. The ulnar nerve supply the little finger and palm of the hand
2. The radial nerve supply the thumb side and back of the hand
3. The median nerve is smaller. It supplies the arm and hand
4. The digital nerve supply all fingers of the hand

The central nervous system controls mental activities, five senses (hearing, smelling, tasting, feeling, and seeing) and facial, body movements.

The fifth cranial nerve are affected by massage is the largest of cranial nerve that control chewing and also called trigeminal or trifacial nerve.

Thần kinh cánh tay và bàn tay:
-Thần kinh trụ cung cấp ngón út và lòng bàn tay; thần kinh quay cung cấp ngón cái và lưng bàn tay; Thần kinh trung bình nhỏ hơn cung cấp cánh tay và bàn tay; Thần kinh ngón cung cấp các ngón của bàn tay.
*Hệ thống trung khu thần kinh kiểm soát các hoạt động tinh thần, ngũ quan (nghe, ngửi, nếm, cảm xúc, và thấy) và chuyển động của mặt và cơ thể. **Thần kinh sọ thứ 5** ảnh hưởng đến massage là thần kinh lớn nhất ở thần kinh sọ, kiểm soát về nhai và cũng được gọi là thần kinh trigeminal hoặc trifacial.*

The circulatory system:

The heart is cardiac muscle, cone-shaped organ (closed fist), in the chest cavity. It is an efficient pump that keeps the blood moving in the body. At the normal resting rate, the heart beats about 72 – 80 times a minute.

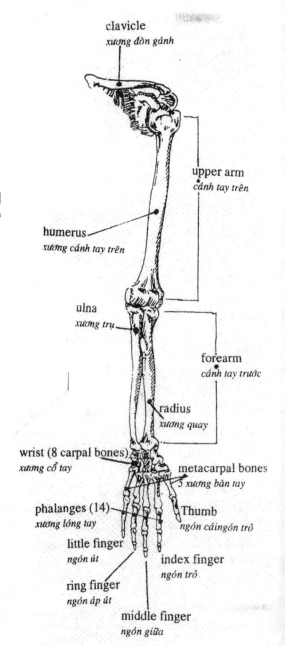

Composition of the blood contains *red corpuscles* (blood cell) carry oxygen, *white corpuscles* (leucocytes) destroy germs, *blood platelet* (clotting), *plasma* (straw-like fluid) 9/10 is water.

The blood is sticky, salty fluid (98.6 degree F *or* 37 degree C). Approximately 8-10 pints of blood fill the blood vessels of an adult. Blood is bright red in color in the arteries, and dark red in the veins.

The blood circulation goes to from the heart to lungs to be purified and circulate throughout the body and back again to the heart.

Blood vessels are including veins, capillaries and arteries for the circulatory of the blood.

-*Veins* are thin-walled blood vessels that are less elatic than arteries. They carry blood that lacks oxygen from the capillaries back to the heart.

-*Capillaries* are thin-walled, tiny blood vessels that connect the smaller arteries to the veins.

-*Arteries* are thick-walled muscular that carry oxygen-filled blood from the heart to the capillaries to the body.

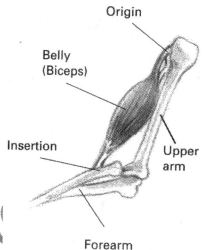

Máu là một chất lỏng chứa hồng cầu (mang oxy) và bạch cầu (leucocystes –tiêu diệt vi trùng gây bệnh), huyết tương (mang chất nuôi dưỡng, loại bỏ độc tố), và huyết thanh (đông máu). Máu đỏ tươi trong động mạch và đỏ đậm trong tĩnh mạch. Lượng máu chứa đầy trong mạch máu người lớn cỡ 8-10 pints (cỡ 4 lít). Tuần hoàn máu đi từ tim đến phổi được lọc và hấp thụ oxygen và tuần hoàn khắp cơ thể rồi trở lại tim.

Hệ thống bơm đẩy máu gồm có quả tim và các mạch máu gồm tĩnh mạch, mao mạch, động mạch

-Tĩnh mạch thành mỏng là mạch máu it đàn hồi hơn động mạch. Tĩnh mạch mang máu thiếu ôxy từ mao mạch trở lại tim.

-Mao mạch thành mỏng, mạch máu li ti nối liền các động mạch và tĩnh mạch nhỏ.

-Động mạch có cơ thành dày mang ôxy đầy trong máu từ tim tới các mao mạch đi khắp cơ thể.

Chief function of the blood: Carries water and food to all cells; Carries away carbon dioxide through the lungs, skin, kidney, and large intestine; Help to equalize the body temperature; Aids from infections (white blood); Clots the blood, preventing the loss of blood.

The respiratory system is inside the chest cavity. When we breathe, an exchange of gases takes place. *Exhalation:* carbon dioxide (CO_2) is expelled and *inhalation:* oxygen is absorbed in the blood.

Breathing by nose is healthier than by mouth because the air is warmed by the surface capillaries and the bacteria are caught by the hairs that line the mucous membranes of the nasal passage.

Walking need 3 times more oxygen (O_2) than when standing.

Nhiệm vụ chính của máu: mang nước và thức ăn tới các tế bào; mang độc tố loại ra qua đường phổi, da, thận, và ruột già; giúp cân bằng thân nhiệt; giúp chống nhiễm trùng bởi máu trắng; đông máu để ngăn ngừa mất máu.

Hệ thống tuần hoàn bên trong lồng ngực. Khi chúng ta thở là có sự trao đổi khí. Khi thở ra thán khí đẩy ra ngoài và hít vào là ôxy thẩm thấu vào máu. Thở bằng mũi tốt hơn thở bằng miệng vì khí được làm ấm bằng bề mặt các mao mạch ở mũi và vi trùng bị giữ lại bởi lớp lông nhỏ trong màng nhầy của mũi khi khí đi ngang qua mũi. Khi đi bộ cần lượng ôxy gấp 3 lần hơn là lúc chúng ta đang đứng.

The digestive system is the process of converting food into a form that can be assimilated by the body Digestion begins in the mouth and is completed in the small intestine and is assimilated, absorbed into bloodstream. The complete digestive process of food takes about 9 hours.

Digestive enzymes are chemicals that assit in changing certain kinds of food into a form capble of being used by the body. Happiness and relaxation promote good digestion and intense emotions excitement and fatigue seriously disturb digestion.

Hệ thống tiêu hóa là tiến trình trao đổi thức ăn thành dạng có thể thẩm thấu vào cơ thể. Sự tiêu hoá bắt đầu từ miệng và hoàn tất ở ruột non và thấm vào dòng máu. Hoàn tất việc tiêu hoá cần 9 giờ. Men tiêu hóa chất là hóa giúp thay đổi các loại thức ăn thành dạng có thể dùng cho con người. Nếu bạn vui vẽ, thoải mái giúp tiêu hóa tốt hơn và lúc căng thẳng, mỏi mệt gây khó khăn tiêu hoá.

The skull has 2 parts: 8 cranium bones and 14 facial bones *(hộp sọ gồm 2 phần có 8xương sọ và 14 xương mặt)*

* The eight cranium bones: *(8 xương sọ đầu gồm có)*

- Two temporal   : *2 xương thái dương ở vùng tai*
- Two parietal   : *2 xương đỉnh, nằm 2 bên nóc sọ*
- Occipital   : *xương ót (xương chẩm) là xương đĩa mặt sau của đáy sọ*
- Frontal   : *xương trán*
- Sphenoid   : *xương cánh bướm nối liền của các xương sọ và là xương nền của lồng xương sọ*
- Ethmoid   : *xương xốp nhẹ hình dạng bất thường nằm giữa hóc mắt, tạo cầu mũi*

* The fourteen facial bones: *(14 xương mặt gồm có)*

- Two nasal bones   : *2 xương sống mũi*
- Two lacrimal bones : *2 xương nhỏ dòn nằm thành trong của hóc mắt*
- Two turbinal bones : *2 xương mỏng xốp thành ngoài của mũi*
- Two palatine bones : *2 xương thành ngoài của mũi, tạo vòm miệng*
- Two zygomatic or malar : *2 xương gò má*
- Two maxilae (upper jaw) : *2 xương hàm trên*
- A mandible   : *xương hàm dưới, là xương lớn nhất và cứng nhất của mặt*
- Vomer bone   : *xương mỏng thành lập một phần của mũi*

Hyoid bone or the "U" shaped neck bone located in the front of the throat and is commonly called the "Adam's apple"
Beside the teeth, bone is the hardest structure of the body.
The thorax is made up of the breastbone; the spine; the ribs; the connective cartilage
The chest is a elastic bony cage consist of 12 ribs on each side:

The humerus is the largest bone of the upper arm:
The metacarpal bones are the five long slender bones of the hand.

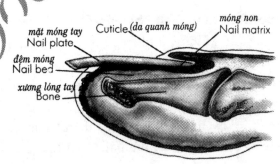

Xương hyoid hoặc là xương cổ hình chữ "U" nằm ở phía trước cổ họng được thường gọi là "Adam's apple".
Ngoài răng ra, xương là phần cứng nhất của cơ thể. Có 206 cái xương trong cơ thể
Xương lồng ngực được cấu tạo của xương ức; xương sống; xương sườn; sụn liên kết
Xương ngực là như cái lồng xương đàn hồi gồm có 12 cái xương sườn ở mỗi bên
Humerus là xương lớn nhất nằm ở cánh tay trên
Metacarpal là 5 xương dài thon cuả bàn tay

Dermatology là ngành học về cấu trúc và nhiệm vụ da. Da có tính bền, đàn hồi và là cơ quan rộng nhất cơ thể với người lớn mô da có diện tích 20 square feet và trọng lượng từ 6 đến 7 lbs.

Mí mắt là vùng da mỏng nhất và gót chân là vùng da dày nhất.

Da biểu hiện như tấm gương vì nhìn qua làn da khỏe mạnh có màu hồng, ẩm, mượt mà và nồng độ acid khoảng 4.5 đến 5.5 hoặc ngược lại làn da xám, khô biểu lộ sự bệnh hoạn, thiếu oxygen v.v...

Màu da tùy thuộc vào nguồn cung cấp máu cho chất melanin tạo màu da. Tuy nhiên có nhiều trường hợp màu da bất thường. Ví dụ như chứng bạch tạng (albinism) thiếu sắc tố melanin bẩm sinh làm tóc trắng, da trắng hồng không ăn nắng; bớt (nevus) do sắc tố bất thường hoặc mao quản dãn nở, hoặc đồi mồi (chloasma); tàn nhang; hoặc mảng da lợt màu (vitiligo).

Da có nhiệm vụ giữ nhiệt cho cơ thể ở 98.6 độ F khi ảnh hưởng bên ngoài quá lạnh hoặc nóng. Da chia làm 2 lớp ngoại bì (epidermis) và nội bì (dermis).

- **Ngoại bì** (biểu bì) là lớp bên ngoài không chứa mạch máu, chứa nhiều dây thần kinh, gọi là lớp bọc (scarf skin) hoặc cuticle.

Ngoại bì (epidermis) mỏng nhưng chia làm 5 lớp:

1. *Lớp sừng ngoài cùng gọi là lớp horny (**stratum corneum**): là những tế bào sừng, vảy tạo chất karetin như móng, và tóc, lông được liên tục thay thế để có lớp mới.*
2. *Lớp tế bào (**stratum lucidum**) là lớp tế bào mỏng trong suốt.*
3. *Lớp hạt (**stratum granulosum**) còn gọi là **stratum mucosum** là lớp có đẩy tế bào chết để thay lớp sừng mới.*
4. *Lớp gai (**stratum spinosum**) là lớp nền dẻo dai, bọc lớp mầm, giữ nhiệm vụ liên kết các tế bào ngoại bì.*
5. *Lớp nẩy mầm (**stratum germinativum**) là lớp sâu nhất chứa hạt màu melanin có nhiệm vụ bảo vệ tia U.V từ mặt trời. Lớp này đánh giá về màu da và nhiệm vụ phát triển lớp ngoại bì*

- **Nội bì** (dermis, derma, corium, cutis) là lớp da thật sâu bên trong dày hơn 25 lần ngoại bì, chứa mạch máu, bạch cầu, thần kinh, mạch đàn hồi collagen, tuyến mồ hôi, tuyến dầu còn gọi da thật, derma, corium, cutis.

Nội bì (dermis) dày chia làm 2 lớp:

1. *Lớp nhủ **papillary** có hình dạng chóp nhỏ duỗi thẳng tới lớp ngoại bì, chứa mạch máu nhỏ, đầu thần kinh và cũng chứa một ít sắc tố melanin*
2. *Lớp lưới chằng chịt **reticular** chứa tế bào mỡ, tuyến dầu, tuyến mồ hôi, mạch máu, bạch cầu, nang lông, và cơ dựng lông (**arrector pili muscles**)*

NHIỆM VỤ CỦA DA:

1. Điều tiết lượng dầu (**secretion**) giúp trơn mịn da, giữ mềm mại, dẻo dai cho làn da. Phần lớn khắp cơ thể đều có tuyến dầu trừ lòng bàn tay, lòng bàn chân
2. Bài tiết mồ hôi (**excretion**) loại độc tố gồm chất muối và hoá chất qua làn da bằng hình thức ra mồ hôi. Phần lớn cơ thể có tuyến mồ hôi nhưng nhiều nhất là ở trán, nách, lòng bàn tay, lòng bàn chân. Ra nhiều mồ hôi gây mất nước cho cơ thể.
3. Điều hòa thân nhiệt (**heat regulation**) giúp   bảo vệ cơ thể do môi trường quá nóng hoặc

lạnh với sự trợ giúp của máu giữ cho nhiệt độ cơ thể ở 98.6 độ F (37 độ C).

4. Nhận biết cảm giác (**sensation**) nhờ thần kinh cuối ở da cảm nhận nóng, lạnh, sờ, ép hoặc đau đớn qua cào xướt, ngứa.

5. Bảo vệ cơ thể (**protection**) tránh tổn thương, xâm nhập của vi trùng, trầy trụa, tạo lớp dầu chống nước, hoặc các dạng hóa chất khác.

6. Hút thấm (**absorption**) vào da qua dạng thuốc thấm vào trong da, kích thích tố nữ, kem thoa mặt, kem nhờn tốt da và tốt tóc.

SỰ DINH DƯỠNG DA

Có hơn một nữa lượng máu trong cơ thể phân phối tới da. Da được nuôi dưỡng bởi hồng cầu, bạch cầu giúp cho sự tăng trưởng của da, tóc, và móng. Da chứa 2 loại tuyến:

Tuyến mồ hôi (sudoriferous glands) giúp điều hòa thân nhiệt, loại chất thải qua sức nóng, thể dục v.v…Chất lỏng gọi là mồ hôi tiết từ 1 đến 2 pints thoát hằng ngày qua lỗ mồ hôi trên da.

Tuyến dầu (sebaceous glands) tiết ra làm trơn da. Khắp cơ thể đều có tuyến dầu ngoại trừ lòng bàn tay, bàn chân. Làn da cần được làm sạch hằng ngày để khỏi bị nghẹt các tuyến dầu và đó là lý do tạo mụn đầu đen (blackheads). Làn da có sự đàn hồi vì thế nếu làn da bị ấn ép vẫn trở lại hình dáng ban đầu và sự đàn hồi mất dần khi tuổi càng cao.

NHỮNG THƯƠNG TỔN VẾT LỞ DA VÀ NHIỄM TRÙNG

Với ngành thẩm mỹ, người thợ cũng rất dễ những bệnh về da do tiếp xúc các hóa chất làm sưng da do tiếp xúc (contact dermatitis), mẫn cảm một số thành phần hóa chất như thuốc uốn tóc, tẩy tóc, thuốc nhuộm, chất gel móng, nước acrylic, bột acylic, acetone v.v….

Sự dị ứng hóa chất cả khách và thợ nếu tiếp xúc thời gian dài từ hơn 4 tháng. Ví dụ tiếp xúc lâu ngày, nhiều lần (overexposure), người thợ thường di ứng ở giữa ngón cái và ngón trỏ, cổ tay, lòng bàn tay, hoặc người khách dị ứng ở vùng da quanh móng, đầu móng, đệm móng (nail bed).

Da tay ngâm trong nước quá lâu bị mất chất dầu tự nhiên, khô da, lở, nứt nẻ, nhức buốt.

Da bị nhiễm trùng cần được chuyển đến bác sĩ chuyên về da (dermatologist) điều trị như:

- *Nấm ở chân (tinea pedis, athlete's foot) nhận biết qua những chấm nhỏ màu hồng, mụn nước ở trên bàn chân hoặc lòng bàn chân, ngứa khó chịu và dễ lây lan.*

- *Nấm ở tay (tinea; ringworm) có đốm đỏ và rất ngứa ở bàn tay và dễ lây lan.*

- *Nhiễm trùng ở vùng môi, mũi, và mặt (herpes simplex) là nhiễm trùng siêu vi khuẩn có từng chùm mụn nước. Vi khuẩn cũng dễ biết mất 1 vài tuần sau đó, nhưng cũng dễ lây lan.*

- *Vảy nến (psoriasis) là chứng sưng da kinh niên thường ở vùng da đầu, ngực, lưng dưới, đầu gối, và cùi chỏ nhận dạng qua những mảng tròn dày,khô, vảy bạc, ngứa.*

Dấu hiệu hoặc triệu chứng ở da chia làm hai nhóm:

- o **Triệu chứng cảm thấy** (subjective symptoms) như đau, nhức, ngứa, nóng rát, khó chịu.
- o **Triệu chứng thấy được** (objective symptoms) như mụn nhọt có nước (bulla), mụn mủ bị sưng (pustule), viêm sưng do côn trùng cắn (wheals) xuất hiện những nốt nhỏ và ngứa.

Thường những vết lở này làm các mô da thay đổi. Là một thẩm mỹ viên cần phân biệt điều kiện da được phục vụ trong phạm vi nghề nghiệp hoặc cần phải chuyển đến bác sĩ điều trị.

Chapter 8: STRUCTURE OF THE SKIN
(Cấu trúc của da)

The skin is the largest and one of the most important organs of the body. The study of the skin is known as dermatology. Healthy skin is slightly moist, soft, flexible, slightly acid, and skin regains its former shape almost immediately after being expanded. The color of the skin depends on blood supply and primarily on melanin, hereditary, trait, races and nationalities.

Appendages of the skin are hair, nails, sweat and oil glands. Eyelid is a thinnest area and palms and soles are thickest areas. Pressure on the skin can cause it to thicken and develop into a callus.

Dermatology is the study of the skin its nature, structure, functions, diseases and treatment

Each square inch of the skin contains 650 sweat glands; 95 oil glands; 65 hairs; 9,500,000 cells; 19 yard of blood vessels; 78 yard of nerves. The average weigh of the skin is 7 pounds and the skin cover about 18.2 square feet on adult body. The skin is thickness from 1/12 to 1/5 inch.

Da là bộ phận lớn nhất trong cơ thể và là một bộ phận rất quan trọng của cơ thể. Môn học về da được biết là dermatology.
Làn da khỏe hơi ẩm, mềm, uyển chuyển, có tính acid nhẹ, và lấy lại hình dạng cũ tức thì sau khi căng da. Màu da tùy thuộc vào máu và chất màu da nguyên thủy, di truyền, sắc tộc, và quốc gia đó.
Các phần phụ thuộc của da gồm có tóc, lông, móng, tuyến mồ hôi và tuyến dầu. Mí mắt là vùng da mỏng nhất và lòng bàn tay và gót chân là vùng da dày nhất. Sức ép trên da có thể là nguyên nhân da dày và tạo da chai.
Dermatology là môn học về tự nhiên về da, cấu trúc, nhiệm vụ, bệnh và chữa trị cho da.
Mỗi inch vuông của da chứa: 650 tuyến mồ hôi; 95 tuyến dầu; 65 sợi lông; 9 triệu rưỡi tế bào; 19 yard mạch máu; 78 yard thần kinh. Trong lượng trung bình của da là 7 pounds và da phủ khoảng 18.2 feet vuông trên cơ thể người lớn. Da dày từ 1/12 cho đến 1/5 inch.

TWO MAIN DIVISIONS OF THE SKIN:

The epidermis (scarf skin) is the outermost layer. It is the thinnest layer of skin, no blood vessels, many nerve endings and forms a protective covering for the body. The epidermis is made up 5 layers:

1. Stratum corneum (horny layer). Its scalelike cells are continually being shed and replaced.

2. Stratum lucidum or clear layer, transparent cells through which light can pass.

3. Stratum granulosum or granular layer. These cells are almost dead and are pushed to the surface to replace cells that are shed from the stratum corneum.

4. Stratum spinosum (spiny layer). Cell appendages, which resemble prickly spines, the structure that assit in holding cells together.

5. Stratum germinativum (mucosum layer). It also contains a dark skin pigment, called melanin. The stratum germinativum (stratum mucosum) is a single layer of cells to replace older cells that are being shed in twenty-eight days.

The dermis: (True skin, derma, corium, cutis) is the underlying, inner. It is 25 times thicker than the epidermis.

Dermis consists of two layers:

- *The papillary* or superficial layer (papillae), beneath epidermis, this layer also contains some of the melanin skin pigment.

- *The reticular* or deeper layer (network) contains fat cell, blood vessels, lymph vessels, oil glands, sweat glands, hair follicles, and arector pili mucles. This layer supplies oxygen and nutrients for to skin.

Subcutaneaus tissue is a fatty layer found below the dermis. This tissue is also called adipose or subcutis tissue. And thinness and thickness depend on the age, sex, and general health. It gives smoothness and contour to the body, contains fats for use as energy.

Hai lớp da chính của da là lớp ngoại bì (epidermis) và nội bì (dermis).

* Lớp ngoại bì là lớp mỏng nhất còn gọi là cuticle hoặc scarf skin. Lớp này không có mạch máu, nhiều thần kinh cuối và tạo lớp bọc khắp cơ thể. Lớp ngoại bì có 5 lớp:

Lớp sừng *ngoài cùng chứa chất đạm keratin;* *Lớp tế bào trong suốt*, *ánh sáng xuyên qua được;* *Lớp hạt* *để thay thế lớp tế bào chết (lớp sừng);* *Lớp gai (stratum spinosum)* *là lớp nền dẽo dai, bọc lớp mầm, giữ nhiệm vụ liên kết các tế bào ngoại bì, và* *Lớp nẩy mầm* *trong cùng của ngoại bì tạo màu cho da, là lớp tế bào thế cho lớp tế bào cũ cần rụng đi trong 28 ngày.*

* Lớp nội bì bên trong, dày gấp 25 lần so với ngoại bì còn gọi là derma, corium, cutis, hoặc true skin.

Lớp nội bì gồm 2 lớp: lớp nhủ hoặc lớp superficial, và lớp reticular hoặc lớp sâu bên trong kết như mạng lưới. Có tính nhạy cảm cao và là lớp nối kết mạch máu của mô liên kết. Cấu trúc bên trong là số lượng mạch máu, bạch cầu, thần kinh, tuyến mồ hôi, tuyến dầu, nang lông, cơ dựng lông, và chân lông.

Mô dưới da (subcutaneous tissue) *là lớp bên dưới nội bì, cũng được gọi là adipose hoặc mô subcutis, mỏng hoặc dày tùy thuộc vào tuổi tác, giới tính, và sức khỏe tổng quát. Có nhiệm vụ là: tạo lớp bọc mịn màng cho cơ thể là màng đệm cho lớp da ngoài, chứa lớp mỡ xử dụng như năng lượng.*

Blood and lymph nourish the skin and about ½ to 2/3 of the entire blood supply in the body is distributed to the skin. Nerves of the skin: Motor nerve fibers ; Sensory nerve fibers; Secretory nerve fibers

A sun protection factor (SPF) should be used to help the melanin in the skin protect it from burning

Hồng cầu và bạch cầu nuôi dưỡng da và khoảng từ ½ đến 2/3 lượng máu cung cấp cho cơ thể được phân phối đến da. Thần kinh ở da gồm có: Sợi thần kinh vận động; Sợi thần kinh cảm giác; Sợi thần kinh điều tiết.

Glands of the skin

The sweat glands (fundus) more the palms, soles

The oil glands more face and scalp no palms, soles

*The sweat glands consist of a coiled base and a tube-like duct, with forms a pore at the surface of the skin. Sweat glands were found over the entire areas of the skin, more numerous on the palms, soles, forehead, and armpits.

Functions of sweat glands are eliminating waste products. Four things capable of increasing the activity of sweat glands: heat, exercise, mental excitement, and certain drugs

*Oil glands are found in all parts of the body, with exception of the palms and soles. The chief function of sebum is lubricates the skin and hair, keeping them soft and pliable

The technical name for the sweat gland is sudoriferous gland, and they secrete perspiration. A fundus is a coiled base at the end of the sudoriferous glands.

-The functions of the nerve fibers distributed to sweat and oil gland as regulation of the excretion of perspiration from sweat glands and control the flow of sebum to the surface of the skin.

Gel mask
Good for all
skin types

Mặt nạ gel tốt
cho mọi loại da

Tuyến mồ hôi gồm có cuộn mồ hôi và tuyến hình ống tạo ra lỗ chân lông ở bề mặt da. Tuyến mồ hôi được tìm thấy ở khắp làn da nhiều nhất là ở lòng bàn tay, bàn chân, trán và nách.

Nhiệm vụ của tuyến mồ hôi là loại chất thải. Bốn điều có thể nâng lên hoạt động của tuyến mồ hôi là nhiệt độ, thể dục, hồi hộp và dược liệu.

Tuyến dầu được tìm thấy ở trên thân thể ngoại trừ lòng bàn tay và lòng bàn chân. Nhiệm vụ chính của tuyến dầu là làm trơn da và tóc, giữ mềm và uyển chuyển

Tên kỹ thuật cho tuyến mồ hôi là sudoriferous và tuyến tiết ra mồ hôi. Fundus là cuộn ống mồ hôi ở cuối tuyến suforiferous.

Nhiệm vụ của những dây thần kinh phân phối đến tuyến mồ hôi và tuyến dầu như:

- Điều hòa việc tiết mồ hôi từ các tuyến mồ hôi

- Kiểm soát lượng dầu tiết ra bề mặt da

Six important functions of the skin are protection, sensation, heat regulation, secretion, excretion, and absorption

1) *Protection:* the skin acts as a cushion; it protects the internal tissues from injuries, from bacterial

invasion, and waterproof

2) *Sensation:* these nerve endings react; respond to touch, heat, cold, pressure and pain.

3) *Heat regulation:* the skin helps to keep the temperature of the human body constant is 98.6 F degrees from any outside environments

4) *Excretion:* the activity of sudoriferous glands (sweat glands) is controlled by the nervous system. These glands are functioning all the time in the elimination process such as water lost through perspiration (salt and chemical).

5) *Secretion:* the skin is well supplied with sebaceous glands (oil glands). This oil secreted to lubricate the skin and keep it soft and pliable.

6) *Absorption*: the skin can penetrate it in a limited way as topical medicines and some cosmetic as face cream, emollients.

Sáu nhiệm vụ quan trọng của da là bảo vệ, cảm giác, điều hòa nhiệt độ, điều tiết, bài tiết và sự hút thấm.
1-Bảo vệ: da như là lớp đệm; bảo vệ các mô bên trong khi da tổn thong, vi trùng xâm nhập, và chống thấm nước.
2-Cảm xúc: da có nhiều thần kinh cuối phản ứng lại khi sờ, nóng, lạnh, sức ép và đau.
3-Điều hòa thân nhiệt: da giúp giữ nhiệt độ con người ở mức 98.6 độ F từ bất cứ môi trường bên ngoài.
4-Ngoại tiết: hệ thần kinh kiểm soát các hoạt động tuyến mồ hôi. Các tuyến này giúp loại chất thải (muối và các hoá chất xấu) qua sự thóat mồ hôi.
5-Điều tiết: da là nguồn cung cấp dầu làm trơn mịn da và lông, tóc mềm mại và dẻo dài.
6-Hút thấm: da có thể thấm được một ít qua các thuốc chữa trị da và vài mỹ phẩm như kem dưỡng da, chất nhờn.

The manicurist, esthetician should be able to recognize common skin disorders to help prevent their spread, and to avoid more serious conditions and refuses to treat a client with infectious diseases to safeguard herseft and the public's health.

- **Objective lesions** of the skin that can be seen as macule, papule, wheal, tubercle, tumor, vesicle, bulla, and pustule.

- **A keloid** is an over-growth of scar tissue. The technical term for a wart is verruca.

- **Fissure** is a crack in the skin, to penetrate into the dermis. A structural change in the tissues caused by injury or diseade is called a lesion.

- A keratoma is commonly called a callous. A vesicle is a blister with clear fluid (example: poison ivy produces small vesicles). A bulla is similar to a vesicle, but larger.

- A fatal skin cancer that begins with a mole is melanotic sarcoma.

Chuyên viên về móng, da phải có khả năng nhận biết bệnh thông thường để giúp ngăn ngừa lây lan, và để tránh tình trạng trầm trọng hơn và nên khước từ chữa trị cho khách bị bệnh nhiễm trùng để an toàn cho thợ và cho sức khỏe công cộng.
Vết lở ở da có thể thấy được như macule (đốm ở da như tàn nhang), wheal (ngứa, sưng do côn trùng cắn), tubercle (bướu đặc cỡ hạt đậu), tumor (bướu lớn), visicle (mụn nước), bulla (mụn nước lớn hơn vesicle), và pustule (mụt sưng có mủ).
Keloid (thẹo lồi) là một loại mô nổi lên của thẹo. Tên kỷ thuật của mụn cóc là verruca.
Fissure là vết nứt trong da, xâm nhập vào nội bì. Sự thay đổi cấu trúc trong các mô là nguyên nhân do bị thương hoặc bệnh được gọi là vết lở (lesion). Keratoma là tên mà thông thường được gọi là da chai. Vesicle là mụn nước có chất nước trong (ví dụ: chất độc cây thường xuân tạo mụn nước). Bulla giống như vesicle nhưng lớn hơn. Da ung thư gây chết người bắt đầu ở nốt ruồi là melanotic sarcoma.

clean face by tissues
lau sạch da

Lesions of the skin: The symptoms or signs of disease are divided into two groups:

Subjective symptoms: the way the patient feels such as tching, burning, pain

Objective symptoms: the way the patient's skin looks such as visible such as pimples, pustules, inflammation.

Primary lesions:

Macule: A small discolored spot (freckles) on the surface of the skin

Papule: A small, (pimple) no fluid and develop pus

Wheal: Itchy, swollen lesion lasts only a few hours

Tumor: An abnormal cell mass

Tubercle: A solid lump (a pea)

Vesicle: A blister with clear fluid (beneath the epidermis) poison ivy

Bulla: Similar to a vesicle, but larger

Pustule: Inflamed base, containing pus

Cyst: Semisolid above and below the skin

Các vết lở cấp một bao gồm mụn nhọt, mụn đỏ ngứa, sưng do côn trùng cắn, mụt có mủ, bướu lớn, bướu chứa nước nổi trên hoặc dưới da, đốm lợt ở da như tàn nhang (macule), mụn nước lớn, và mụn nước nhỏ.

Secondary lesions:

Seven secondary lesions of skin are scale, crust, excoriation. fissure, ulcer, scar, and skin stain. They develop in the later stages of the disease.

Scale: An accumulation of epidermal flakes (dandruff)

Excoriation: A skin sore by scratching

Fissure: A crack in the skin (chapped hands or lips)

Crust: An accumulation of sebum and pus

Ulcer: An open lesion (pus) and loss of skin depth

Scar: Form after healing of and injury

Stain: An abnormal discoloration (freckles) liver spot

Bảy vết lở cấp hai của da là ulcer (lở loét), scale (vảy), stain (đốm), crust (vảy cứng), excoriation (vết trầy da), fissure (vết nứt), scar (thẹo). Chúng phát triển sau khi trải qua bệnh.

Disorders of the sebaceous glands

Comedone (blackhead): Hardened sebum face, nose, forehead in age 13-20

Milia (whitehead): Sebaceous glands accumulation beneath the skin (face, neck, cheek, shoulder) fine
        textured, dry types.

Acne: Chronic inflammatory disorder of the sebaceous glands

Seborrhea: An excessive secretion of the sebaceous glands

Asteatosis: Deficiency of sebum due to senile changes (dry, scaly skin)

Rosacea: Acne rosacea congestion of the cheeks and nose (redness)

Steatoma: From a pea to and orange on scalp, neck, and back (sebaceous cyst)

DIGITAL MOVEMENT

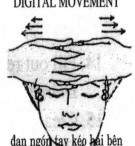

đan ngón tay kéo hai bên

Disorders of the sudoriferous (sweat) glands:

Bromidrosis: (Osmidrosis) foul smelling perspiration

Anhidrosis: Lack of perspiration

Hyperhidrosis: Excessive perspiration (armpits, joints, and feet)

Miliaria rubra: Prickly heat (small red vesicles) by exposure to excessive heat.

Definitions pertaining to inflammations:

Dermatitis: An inflammatory condition of the skin (vesicles or papules)

Proriasis: Chronic, inflammatory skin disease, found on the scalp, elbow, knee, and chest

Eczema: An inflammation of the skin by itching or a burning sensation

Herpes simplex: (fever blister) appear on the lips, nostrils; it is also contagious

Definitions pertaining to pigmentations of the skin:
Tan, Albinism; Stain; Chloasma; Naeus; Leucoderma (the skin); Vitiligo (white patches on the skin or the hair; Lentigines or freckles (small yellow to brown)

Hypertrophies (new growths) of the skin:
Keratoma: (callus) due to pressure or friction on the hand and feet
Mole: A small brownish spot (mole are believed to be inherited
Melanotic sarcoma: Fatal skin cancer that starts with a mole

Definitions pertaining to plastic surgery:
Rhytidectomy: Changes of aging in the face, neck
Blepharoplasty: eyelid surgery, combined (forehead, eyebrows)
Chemical peeling: Chemical solution when winkles
Rhinoplasty: Plastic surgery of the nose
Microabrasion: Dermabration to smooth scarred skin (sanding)
Mentoplasty: Chin, surgery. Change a person's profile
Injectable fillers: to raise depressions (collagen, cowhide)
Retin-A: (Retinoic acid, tretinoin, vitamin A): treatment of acne, bring cells to the epidermis more quickly.

The skin has a slightly acid (**4.5 to 5.5 PH scale**), moist, soft, flexible covering of the body, and free from any disease, disorder is a healthy skin. The appearance of a good complexion is fine grained texture skin; Healthy skin color; and free of blemishes. Motor, sensory, and secretory nerve fibers are three types of nerve fibers found in the skin. Therefore, the skin reacts to five things: heat, cold, touch, pressure, and pain.
The arrector pili muscles are the motor nerve fibers attached to hair follicles.
The melanin, coloring matter of the skin is found in the basal layer or living stratum and the blood supply determine the color of the skin.
Làn da có tính acid nhe (4.5 đến 5.5 nồng độ Hydrogen), ẩm, mềm, uyển chuyển bao phủ cơ thể, và không có bệnh, lở loét là một làn da khỏe mạnh. Vẽ ngoài của làn da khỏe mạnh là: làn da mịn hạt nhỏ màu da khỏe (tươi sáng) không tì vết lở loét
Sợi thần kinh vận động, cảm giác và bài tiết là 3 loại sợi thần kinh tìm thấy ở trong da. Vì thế da có phản ứng với 5 điều: nóng, lạnh, sờ, ép, và đau.
Cơ dựng lông là sợi thần kinh vận động dính liền với nang lông.
Melanin, chất màu của da được tìm thấy trong lớp basal (lớp trong cùng của ngoại bì) hoặc là lớp sống và lượng máu cung cấp đánh giá màu của da.

A fatal skin cancer that begins with a mole is melanotic sarcoma. The skin has a slightly acid (**4.5 to 5.5 pH scale**), moist, soft, flexible covering of the body, and free from any disease, disorder is a healthy skin.
Da ung thư gây chết người bắt đầu ở nốt ruồi là melanotic sarcoma.Làn da có tính acid nhe (4.5 đến 5.5 nồng độ Hydrogen), ẩm, mềm, uyển chuyển bao phủ cơ thể, và không có bệnh, lở loét là một làn da khỏe mạnh.
- The appearance of a good complexion is: *vẽ ngoài của một làn da khỏe mạnh là:*

    - Fine grained texture skin   : *làn da mịn hạt nhỏ*

    - Healthy skin color   : *màu da khỏe (tươi sáng)*

    - And free of blemishes   : *không tì vết lở loét*

- **Two main division** of the skin are: hai lớp da chính của da là:
  - Epidermis (outer layer): *lớp ngoại bì mỏng nhất còn gọi là cuticle hoặc scarf skin*
  - Dermis (inner layer): *lớp nội bì dày gấp 25 lần so với ngoại bì còn gọi là derma, corium, cutis, hoặc true skin.*

- **The layers of the epidermis are**: *Năm lớp da của ngoại bì là:*
  1. Stratum corneum (horny layer): *lớp sừng ngoài cùng chứa chất đạm keratin*
  2. Stratum lucidum (clear layer): *lớp tế bào trong suốt, ánh sáng xuyên qua được*
  3. Stratum granulosum (granular layer): *lớp hạt để thay thế lớp tế bào chết (lớp sừng)*
  4. Stratum spinosum (spiny layer) *là lớp gai nền dẽo, bọc lớp mầm, nhiệm vụ liên kết các tế bào ngoại bì.*
  5. Stratum germinativum (deepest layer): *lớp nẩy mầm trong cùng của ngoại bì tạo màu cho da*

- **The dermis** consists of two layers: the papillary or superficial layer, and the reticular or deeper layer (network). It is a highly sensitive and vascular layer of connective tissue. Within its structure are numerous blood vessels, lymph vessels, nerves, sweat glands, oil glands, hair follicles, errector pili muscles, and papillae.
  Lớp nội bì gồm 2 lớp: lớp nhủ hoặc lớp superficial, và lớp reticular hoặc lớp sâu bên trong kết như mạng lưới. Có tính nhạy cảm cao và là lớp nối kết mạch máu của mô liên kết. Cấu trúc bên trong là số lượng mạch máu, bạch cầu, thần kinh, tuyến mồ hôi, tuyến dầu, nang lông, cơ dựng lông, và chân lông.

early comedone

giai đoạn đầu tạo mụn đầu đen

- **The subcutaneous tissue** is below the dermis, it is also called adipose, or subcutis tissue and thinness and thickness depend on the age, sex, and general health. It function are:
  Mô dưới da là lớp bên dưới nội bì, cũng được gọi là adipose hoặc mô subcutis, mỏng hoặc dày tùy thuộc vào tuổi tác, giới tính, và sức khỏe tổng quát. Có nhiệm vụ là:
  - Give smoothness to the body: *tạo lớp bọc mịn màng cho cơ thể*
  - Contain fat for use as energy: *chứa lớp mỡ xử dụng như năng lượng*
  - Protective cushion for the outer skin: *màng đệm cho lớp da ngoài*

- Blood and lymph nourish the skin and about ½ to 2/3 of the entire blood supply in the body is distributed to the skin
  Hồng cầu và bạch cầu nuôi dưỡng da và khoảng từ ½ đến 2/3 lượng máu cung cấp cơ thể được phân phối đến da.

- Motor, sensory, and secretory nerve fibers are three types of nerve fibers found in the skin. Therefore, the skin reacts to five things: heat, cold, touch, pressure, and pain.
  Sợi thần kinh vận động, cảm giác và bài tiết là 3 loại sợi thần kinh tìm thấy ở trong da. Vì thế da có phản ứng với 5 điều: nóng, lạnh, sờ, ép, và đau.

- **The arrector pili muscles** are the motor nerve fibers attached to hair follicles.
  Cơ dựng lông là sợi thần kinh vận động dính liền với nang lông.

- **The melanin**, coloring matter of the skin is found in the basal layer or living stratum, and the blood supply determine the color of the skin.
  Melanin, chất màu của da được tìm thấy trong lớp basal (lớp trong cùng của ngoại bì) hoạt là lớp sống và lượng máu cung cấp đánh giá màu của da.

- The stratum germinativum (stratum mucosum) is a single layer of cells to replace older cells that are being shed in twenty-eight days.
  Lớp mầm sống (lớp màng nhầy) là lớp của tế bào, để thay thế lớp cũ rụng đi trong 28 ngày.

- **The average weigh** of the skin is 7 pounds and the skin cover about 18.2 square feet on adult body. The skin thickness from 1/12 to 1/5 inch.

Trong lượng trung bình của da là 7 pounds và da phủ khoảng 18.2 feet vuông trên cơ thể người lớn. Da dày từ 1/12 cho đến 1/5 inch.

- The functions of the nerve fibers distributed to sweat and oil gland as:
    - Regulation of the excretion of perspiration from sweat glands
    - Control the flow of sebum to the surface of the skin

    Nhiệm vụ của những dây thần kinh phân phối đến tuyến mồ hôi và tuyến dầu như:
    - *Điều hòa việc tiết mồ hôi từ các tuyến mồ hôi*
    - *Kiểm soát lượng dầu tiết ra bề mặt da*

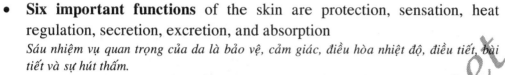

- **Each square inch of the skin contains**: 650 sweat glands; 95 oil glands; 65 hairs; 9,500,000 cells; 19 yard of blood vessels; 78 yard of nerves.

    Mỗi inch vuông của da chứa: 650 tuyến mồ hôi; 95 tuyến dầu; 65 sợi lông; 9 triệu rưởi tế bào; 19 yard mạch máu; 78 yard thần kinh.

- **Six important functions** of the skin are protection, sensation, heat regulation, secretion, excretion, and absorption

    Sáu nhiệm vụ quan trọng của da là bảo vệ, cảm giác, điều hòa nhiệt độ, điều tiết, bài tiết và sự hút thấm.

- The sweat glands consist of a coiled base and a tube-like duct, with forms a pore at the surface of the skin. Sweat gland were found over the entire areas of the skin, more numerous on the palms, soles, forehead, and armpits

    Tuyến mồ hôi gồm có cuộn mồ hôi và tuyến hình ống tạo ra lỗ chân lông ở bề mặt da. Tuyến mồ hôi được tìm thấy ở khắp làn da nhiều nhất là ở lòng bàn tay, bàn chân, trán và nách

- Functions of sweat glands are eliminating waste products. Four things capable of increasing the activity of sweat glands: heat, exercise, mental excitement, and certain drugs

    Nhiệm vụ của tuyến mồ hôi là loại chất thải. Bốn điều có thể nâng lên hoạt động của tuyến mồ hôi là nhiệt độ, thể dục, hồi hộp và dược liệu.

- **Oil glands** are found in all parts of the body, with exception of the palms and soles. The chief function of sebum is lubricates the skin and hair, keeping them soft and pliable

    Tuyến dầu được tìm thấy ở trên thân thể ngoại trừ lòng bàn tay và lòng bàn chân. Nhiệm vụ chính của tuyến dầu là làm trơn da và tóc, giữ mềm và uyển chuyển

DISEASE AND DISORDERS OF THE SKIN *(Bệnh và sự xáo trộn làn da)*

- Skin is the largest organ of the body. The study of the skin is known as dermatology. Dermatitis is a technical term to indicate an inflammatory condition of the skin.

    Da là bộ phận lớn nhất trong cơ thể. Môn học về da được biết là dermatology. Dermatitis là từ kỷ thuật biểu thị tình trạng sưng da.

- **A keloid** is an over-growth of scar tissue. The technical term for a wart is verruca.

    Keloid (thẹo lồi) là một loại mô nổi lên của thẹo. Tên kỹ thuật của mụn cóc là verruca.

- The technical name for the sweat gland is sudoriferous gland, and they secrete perspiration. A fundus is a coiled base at the end of the sudoriferous glands.

    Tên kỷ thuật cho tuyến mồ hôi là sudoriferous và tuyến tiết ra mồ hôi. Fundus là cuộn ống mồ hôi ở cuối tuyến suforiferous.

- **Fissure** is a crack in the skin, to penetrate into the dermis. A structural change in the tissues caused by injury or diseade is called a lesion.

    Fissure là vết nứt trong da, xâm nhập vào nội bì. Sự thay đổi cấu trúc trong các mô là nguyên nhân do bị thương hoặc

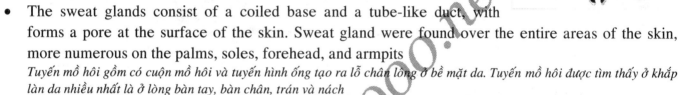

bệnh được gọi là vết lở (lesion).

- A keratoma is commonly called a callous. A vesicle is a blister with clear fluid (example: poison ivy produces small vesicles). A bulla is similar to a vesicle, but larger.

  Keratoma là tên mà thông thường được gọi là da chai. Vesicle là mụn nước có chất nước trong (ví dụ: chất độc cây thường xuân tạo mụn nước). Bulla giống như vesicle nhưng lớn hơn

- The cosmetologist should be able to recognize common skin disorders to help prevent their spread, and to avoid more serious conditions.

  Chuyên viên về da phải có khả năng nhận biết bệnh thông thường để giúp ngăn ngừa lây lan, và để tránh tình trạng trầm trọng hơn.

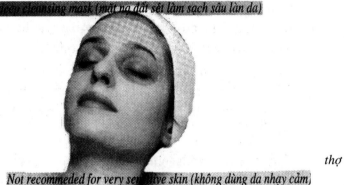

Deep cleansing mask (mặt nạ đất sét làm sạch sâu làn da)

Not recommended for very sensitive skin (không dùng da nhạy cảm)

- The cosmetologist and esthetician refuse to treat a client with infectious diseases to safeguard herseft and the public's health.

  Chuyên viên thẩm mỹ toàn phần và da nên khước từ chữa trị cho khách bị bệnh nhiễm trùng để an toàn cho và cho sức khỏe công cộng.

- A dermatologist is a skin specialist. Dermatology is the study of the skin its nature, structure, functions, diseases and treatment

  Dermatologist là bác sĩ về da. Dermatology là môn học tự nhiên về da, cấu trúc, nhiệm vụ, bệnh và chữa trị cho da.

- **An objective lesions** of the skin that can be seen as macule, papule, wheal, tubercle, tumor, vesicle, bulla, and pustule.

  Vết lở objective ở da là vết lở có thể thấy được như macule (đốm ở da như tàn nhang), wheal (ngứa, sưng do côn trùng cắn), tubercle (bướu đặc cỡ hạt đậu), tumor (bướu lớn), visicle (mụn nước), bulla (mụn nước lớn hơn vesicle), và pustule (mụt sưng có mủ).

- **Seven secondary lesions of skin** are scale, crust, excoriation, fissure, ulcer, scar, and skin stain. They develop in the later stages of the disease.

  Bảy vết lở cấp hai của da là ulcer (lở loét), scale (vảy), stain (đốm), crust (vảy cứng), excoriation (vết trầy da), fissure (vết nứt), scar (thẹo). Chúng phát triển sau khi trải qua bệnh.

Bài 9: HÌNH THỨC SẢN PHẨM VÀ THÀNH PHẦN HÓA HỌC

Điều quan trọng người thợ chuyên nghiệp không những có đôi tay khéo léo mà cần học hỏi để có được kiến thức. Các hóa chất cao cấp trong ngành thẩm mỹ hiện nay luôn có sự thay đổi mới, vì thế cần phải học và xử dụng chúng để tạo ích lợi cho khách hàng, và cần hiểu rõ về tiêu chuẩn an toàn, sức khỏe khi sử dụng hóa chất trong lúc làm cho khách.

Hóa học chia 2 lãnh vực:

- **Hóa học hữu cơ (organic chemistry):** là các dạng có chứa than (carbon). Than hiện diện trong cây cối, động vật, than mềm, chất khí thiên nhiên và nhiều dạng nhân tạo khác. Dạng hữu cơ như cỏ, cây, dầu ... cháy được, không hòa tan trong nước nhưng có thể hòa tan trong dung môi như cồn (alcohol) và benzene.

- **Hoá học vô cơ (inorganic chemistry)** không cháy, hòa tan trong nước, không chứa than như nước, không khí, chì, sắt...

THAY ĐỔI HÓA TÍNH VÀ VẬT LÝ
Vật chất có thể thay đổi theo 2 hình thức:

- *Thay đổi hóa tính (chemical change) là có sự thay đổi khác với tính nguyên thủy ban đầu, ví dụ hai hoá chất pha trộn như pha H_2O_2 với thuốc nhuộm hoặc nước acrylic chấm vào bột acrylic, đó là sự oxýt hóa hoặc là một sự kết dính của 2 hóa chất, tạo thành một dạng mới và không sao tách ra được như tình trạng ban đầu.*

- *Thay đổi vật lý (physical change) là sự thay đổi hình thức của chất khí, chất đặc, và chất lỏng của 1 dạng mà không thay đổi bất cứ dạng mới nào ví như nước có thể đông thể đặc, tan chảy sang thể lỏng, và bốc hơi thành khí, hơi nước. Do đó nước không thay đổi tính hóa học mà chỉ thay đổi hình dạng bên ngoài.*

CÁC DẠNG VẬT CHẤT
Gồm nguyên tố (elements); nguyên tử (atom); phân tử (molecule); hợp tố (compounds); và hỗn hợp (mixtures).

- **Nguyên tố (elements)** hiện nay đã tìm được 109 nguyên tố và có ký hiệu bằng chữ như: **Ag** là bạc; **Au** là vàng; **C** là than; **O** là oxygen; **H** là hydrogen; **Pb** là chì; **Zn** là kẽm; **Cl** là chlorine v.v..... Nguyên tố là đơn vị căn bản của vật chất không thể phân chia thành 1 dạng nhỏ hơn.

  Các nguyên tố có trong da, tóc và toàn cơ thể con người như sulfur; chlorine; carbon; oxygen; nitrogen; sodium; hydrogen; phosphorus.

- **Nguyên tử (atom)** là phần nhỏ nhất của một nguyên tố (element) và còn giữ đặc tính nguyên tố.

- **Phân tử (molecule)** gồm ít nhất 2 nguyên tử (atoms) cùng nhau hợp lại thành nguyên tố và 2 nguyên tử khác nhau sẽ thành hợp tố (compounds)

- **Hợp tố (compounds)** là dạng kết hợp ít nhất từ 2 nguyên tố như 2 phân tử hydrogen kết với 1 phân tử oxygen thành hợp tố là nước (H_2O).

  Các hợp tố xử dụng cho da và tóc như: hydrogen peroxide (H_2O_2); ammonium thioglycolate; alcohol; alkalies; water. Hợp tố chia làm 4 loại: Oxide như hydrogen peroxide; Nitric acid (NHO);

Alkaline (base) là chất kiềm như sodium hydroxide (NaOH); salt là muối như sodium chlorine (NaCl).

- **Hỗn hợp (mixtures)** là một dạng pha trộn có tính vật lý hơn là hóa tính như khối bê tông là sự kết hợp của xi măng, sạn, cát. Thành phần của chất hỗn hợp không thay đổi đặc tính như hợp tố, nhưng vẫn giữ đặc tính riêng.

CÓ 3 DẠNG HÌNH THỂ CỦA VẬT CHẤT:

- *Chất đặc (SOLIDS) có trọng lượng nhất định, khối lượng, và hình dáng như cây kéo, cây kềm cắt da, dụng cụ cắt móng....*
- *Chất lỏng (LIQUIDS) có trọng lượng, và thể tích nhất định nhưng hình dáng không nhất định như thuốc duỗi tóc, nước sơn móng, acetone....*
- *Chất khí (GASES) có trọng lượng nhất định, nhưng thể tích và hình dáng không nhất định như hơi thở, sự ép khí từ keo xịt tóc....*

ĐẶC TÍNH CỦA VẬT CHẤT (PROPERTIES OF MATTER)

- **Màu (color):** màu giúp biết được vật chất như màu trắng của bạc (SILVER); màu vàng đỏ của đồng (COPPER); hoặc màu vàng của kim loại quí (GOLD); v.v...
- **Mùi (odor):** mùi giúp nhận rõ được hóa chất như mùi nồng thuốc duỗi tóc (SODIUM HYDROXIDE OR THIO); mùi nồng hơi thúi khó chịu của thuốc uốn tóc (PERM SOLUTION).
- **Độ cứng (hardness):** độ cào xước của vật chất biểu hiện độ cứng từ 1 đến 10, như nhựa đường sá là 1.3 (ASPHALT), hoặc của kim cương là 10 (DIAMOND).
- **Trọng lượng riêng (specific gravity):** độ nặng riêng của một chất (lightness or heaviness), trọng lượng riêng của nước là 0, và đồng là 8.9 có nghĩa là đồng có độ dày đặc 8.9 lần hơn so với nước.
- **Tỉ trọng (density):** là trọng lượng của một chất chia cho khối lượng. Ví dụ: 1 foot khối (0.3 mét khối) của nước nặng là 62.4 pounds (28.08 kg) chia cho 0.3 mét khối là tỉ trọng của nước.

CÁC DẠNG MỸ PHẨM (CLASSIFICATION OF COSMETICS)

Rất đa dạng trong hàng mỹ phẩm như:

- *Xà phòng (soap) từng loại da có acid hoặc alkaline. Soap được làm từ hóa chất và mỡ, dầu.*
- *Mỡ đặc (ointment) nửa đặc nửa lỏng như chất bảo vệ da, sản phẩm từ petroleum ở các mỏ dầu.*
- *Dạng nhủ tương, sữa (emulsions) là loại mỹ phẩm có dạng vừa dầu và nước không pha trộn chung được.*
- *Dạng lơ lửng (suspensions) các chất trong mỹ phẩm pha trộn, không hòa tan lở lửng trong dung dịch như dạng sốt xà lách (salad dressing).*
- *Dung dịch (solutions) là chất có thể hòa tan, dễ pha trộn.*
- *Bột (powders) là dạng mỹ phẩm pha trộn nhiều chất thơm, màu trong dạng bột khô*

CHẤT DUNG MÔI & CHẤT HÒA TAN *(solvent &solute):* Nước, acetone là những chất dung môi tốt, dạng lỏng có khả năng làm tan được chất khác. Các chất tan được như muối, đường, nước sơn móng là những chất hòa tan. Dung môi tốt hay xấu là khả năng tan được chất hòa tan chậm hay nhanh. Dung môi (solvent) được làm nóng lên như acetone đun nóng 105 độ F sẽ làm mềm móng nhanh hơn 30%, tuy nhiên nhiều chất dung môi dễ bốc cháy nên rất cẩn trọng khi xử dụng.

PRIMER là 1 chất giúp cho chất đắp vào dính chặt vào thân móng, thoa trước lúc đắp bột acrylic vào móng. Lớp sơn lót (base coat) giúp nước sơn dính chắc hơn vào móng thoa trước khi sơn bóng chính là chất primer. Primer là acid thoa lên mặt móng mà thôi, đụng lên lớp da dễ ăn mòn và hại cho da. Thực chất primer không hại móng nếu đừng thoa nhiều quá, thường sự hư hại móng là do người thợ giũa mặt móng quá nhiều làm mỏng móng, yếu nên móng dễ gãy, và dễ bị nhiễm trùng....

Nước sơn móng, sơn lót và sơn phủ bề mặt không phải là polymer kết dính như bột acrylic với nước monomer. Nước sơn không có phản ứng hóa học, thành phần chỉ là chất làm tan dễ bốc hơi.

DỊ ỨNG HÓA CHẤT là do sự tiếp xúc hóa chất nhiều lần và lâu từ 4 đến 6 tháng cả khách và thợ có thể gây dị ứng (overexposure). *Dị ứng với người thợ vì thường có thói quen dùng ngón tay vuốt cọ đang ướt hóa chất, sờ lên má và mặt, dùng cọ đắp quá lớn; trộn lẫn các sản phẩm để pha chế cho riêng mình v.v..., chính vì thế số thợ mắc phải dị ứng có tới 40% và một số đã phải bỏ nghề.v.v.... Dị ứng với khách thường xảy ra ở lớp da quanh móng, nền móng của khách hoặc đặt sản phẩm làm móng như gel lên quá dày, đặt dưới đèn UV không đúng cách, đúng thời gian.*

Lớp da bàn tay thường dễ tiếp xúc các hóa chất như keo, gel, các chất monomer, và ngay cả tiếp xúc lâu trong nước cũng khó chịu, nứt nẻ, do đó giữ tay khô, thoa ẩm da bù vào lớp dầu của da bị mất.

NỒNG ĐỘ ACID VÀ ALKALINE là số pH (nồng độ hydrogen), nếu từ 0 đến 6.9 là acid như hydrogen peroxide là 4; móng tay, da, tóc cỡ 4.5 – 5.5; nước cất là 7 ở mức trung hòa.
Trị số từ 7.1 – 14 là alkaline như xà phòng là 8, thuốc nhuộm và tẩy tóc là 9, 10, duỗi tóc từ 11 – 14.

Các hóa chất thường dùng trong kỷ nghệ nails như:
 - **Nước (H2O)** là hóa chất quan trọng phong phú chiếm 75% bề mặt quả đất và 70% cơ thể con người
 - **Alcohol** (cồn) là loại hoá chất không màu do lên men từ tinh bột, đường không dùng để khử trùng da
 - **Alum** là **aluminum potassium** hoặc **ammonium sulphate**, bột trắng có tính se da, cầm máu.
 - **Quaternary ammonium compounds (quats)** là chất sát trùng, bảo quản, khử trùng, diệt vi trùng
 - **Zinc oxide** là chất trắng đục có trong phấn mặt, phấn nền và whittener để che đốm dưới đầu móng.
 - **Glycerin** là chất nhờn chất không màu, không mùi trích từ
   dầu, mỡ, mật mía dùng làm dầu thoa da, mềm da, kem thoa mặt và một số dung dịch khác
 - **Nail glue** là chất keo dán vào thân móng, loại keo kỷ thuật cao **cyanoacrylate** cho ngành thẩm mỹ.

POTENTIAL HYDROGEN (pH)
of Acidity &Alkalinity
Nồng độ Hydrogen của Acid và Kiềm

Acid	: 0 - 6.9
Neutral	: 7
Alkaline	: 7.1 – 14

Chemicals	***pH***
- Color rnses (*màu tạm thời*)	2
- Vinegar (*dấm*)	3
- Hair (*tóc*)	4.5 – 5.5
- Skin (*da*)	4.5 – 5.5
- Urine (*nước tiểu*)	6
- Neutralizer wave	6
- Distilled water (*nước cất*)	7
- Semi color (*màu bán vĩnh viễn*)	8
- Cold wave (*uốn tóc*)	9
- Aniline tints (*nhuộm*)	9.5
- Lighteners (*thuốc tẩy*)	10
- Relaxers (*duỗi tóc*)	12

HÓA CHẤT NGÀNH THẨM MỸ VÀ ẢNH HƯỞNG
Thẩm mỹ viên tiếp xúc với nhiều hóa chất nên cần giữ sự tiếp xúc có ảnh hưởng thấp nhất có thể được đặc biệt là những dạng độc chất.
Cơ quan OSHA luôn thông báo những sự giới hạn này gọi là PELs (Permissible Exposure Limits) với hàng

trăm loại hóa chất khác nhau, có ảnh hưởng khác nhau qua mùi (odors), qua sự thở, hít vào phổi và di chuyển vào dòng máu truyền khắp cơ thể; nuốt (swallowing) hóa chất sự tiếp xúc các phân tử hóa chất (particles) qua ăn, uống, và hút thuốc nơi làm việc; hoặc màng nhầy cổ họng (mucus), vào mắt và thẩm thấu vào cơ thể mà thường không biết.

QUA BẢNG DỬ KIỆN AN TOÀN VẬT LIỆU (MATERIAL SAFETY DATA SHEET), CÁC HÓA CHẤT ẢNH HƯỞNG CÓ CHỨA TRONG TỪNG SẢN PHẨM.

- HOÁ CHẤT TẨY TÓC (BLEACH): gồm các chất Sodium peroxide, Alcohol, Ammonium hydroxide, Ammonium perulfate, Potassium persulfate.
  Các hóa chất này tạo ngứa mũi, mắt, phổi, cổ họng, ngứa da, sưng da, bao tử nếu nuốt vào, hen suyển, và tác hại trung khu thần kinh gây chóang váng (dizziness), ói mữa (nausea).

- KEO XỊT TÓC (HAIRPRAYS): gồm các chất Methylene chloride, Isobutane, Alcohol, Polyvinylpyrrolidone (PVP), Propane.
  Các hóa chất này gây cháy, ngứa mắt, ngứa mũi, ngứa da, sưng da, ngứa phổi, gây ho kinh niên, khó thở, trở ngại hệ thống hô hấp, tác hại trung khu thần kinh tạo ra chóang váng (dizziness), ói mữa (nausea), và có thể gây ung thư (đã có thí nghiệm qua thú vật).

- DUNG DỊCH UỐN TÓC (PERMANENT WAVE SOLUTION): gồm các chất Bromates, Boric acid, Perborate, Isopropyl Alcohol, Sodium hydroxide, Hydrogen peroxide, Ammonium thioglycolate, Glyceryl monothioglycolate.
  Các hóa chất này gây hại thận, bao tử nếu nuốt vào, da và mắt bỏng, ngứa họng, mắt, mũi, ngứa da, suyển, sưng da, ngứa phổi, và tác hại hệ thống trung khu thần kinh tạo ra chóang váng (dizziness), ngây ngây muốn mữa (nausea).

- HÓA CHẤT NHUỘM MÀU TÓC (HAIR COLORING PRODUCTS): gồm các chất Lead acetate, Hydrogen peroxide, Ammonium hydroxide, Amimophenols, Acolhol, Aniline derivative (Coal tar dyes).
  Các hóa chất này gây ngứa mắt và có thể gây mù mắt, ngứa da, sưng da, ngứa mũi, ngứa cổ họng, ngứa phổi, bao tử nếu nuốt vào, tác hại hệ thống trung khu thần kinh tạo ra chóang váng (dizziness), ngây ngây muốn mữa (nausea), dị ứng nghiêm trọng một số người, ung thư nếu thẩm thấu qua da một thời gian dài, và nguy hại của độc tố chì nếu tiếp xúc nhiều.

- HÓA CHẤT DUỖI THẲNG TÓC (CHEMICAL HAIR RELAXERS) gồm các chất Sodium hydroxide, Bromates, Hydrogen peroxide, Isopropyl Alcohol, Ammonium hydroxide, Hydrogen peroxide, Boric acid, Perborate, Ammonium thioglycolate, Glyceryl monothioglycolate.
  Các hóa chất này gây ngứa mắt, ngứa mũi, ngứa họng, ngứa phổi, phỏng da, phỏng mắt, ngứa da, sưng da, suyển, dị ứng, sưng thận, loét bao tử nếu nuốt vào và tác hại trung khu thần kinh tạo ra chóang váng (dizziness), ngây ngây muốn mữa (nausea).

- DẦU GỘI TÓC VÀ CHẤT DƯỠNG TÓC (SHAMPOOS AND CONDITIONERS) gồm các chất Alcohol, Color and Fragrances (màu và mùi), Triethanolamine, Diethanolamine, Petroleum distillates, Detergents, Formadehyde, Quaternary ammonium compounds, Sodium lauryl sulfate.
  Các hóa chất này gây ngứa mắt, ngứa mũi, dị ứng da, ngứa cổ họng, ngứa phổi, và tác hại trung khu thần kinh tạo ra chóang váng (dizziness), ngây   ngây muốn mữa (nausea)

- HÓA CHẤT LÀM MÓNG BỘT (SCULPTURED, ACRYLIC NAILS) gồm các chất Glycol ethers, Formadehyde, Ethyl acetate, Butyl acetate, Demethyl p- toluidine, Acetone, Xylen, Trichlorethane, Toluene, Methylene chloride, Methyl etyl ketone (MEK), Methacrylates.

  Các hóa chất này gây ngứa mắt, ngứa mũi, ngứa họng, ngứa phổi, phỏng da, phỏng mắt, ngứa da, sưng da, suyễn, dị ứng, sưng thận và loét bao tử nếu nuốt vào, suyễn (asthma), tác hại trung khu thần kinh tạo ra choáng váng (dizziness), ngây ngây muốn mửa (nausea), ảnh hưởng hệ thống sinh sản (reproductive problem) kết quả thử trên động vật, gây ung thư nếu dùng lâu năm.

Rất nhiều hóa chất kể trên chứa **FORMADEHYDE** do đó dễ dẫn đến ung thư nếu tiếp xúc quá độ.

Hóa chất ảnh hưởng sức khỏe tức thì **(Acute effects)** nhẹ như ngứa mắt, mũi, da hoặc nặng như hư mắt.

Hóa chất ảnh hưởng lâu dài **(Chronic effects)** qua thời gian dài và nhiều lần sẽ dẫn đến ảnh hưởng bệnh nghiêm trọng khó chữa khỏi được.

5 CÁCH ĐỂ GIẢM BỚT ĐỘC HẠI CỦA HÓA CHẤT (FIVE WAYS TO REDUCE CHEMICAL HAZARDS)

1. **Gắn hệ thống thông khí, lọc khí tốt (ventilation)**: hệ thống đẩy hơi và bụi ra hẳn ngoài salon, kéo lượng hơi độc xa tầm mũi và miệng, hệ thống lọc khí bằng than loại độc tố, bụi tạo không khí sạch cho salon, thường xuyên thay miếng lọc than, mở rộng cửa lớn và cửa sổ để thông khí tự nhiên.

2. **An toàn nơi làm việc (work in a safe way)**: đừng chứa các hoá chất gần thức ăn, gần nhiệt, hóa chất đậy chặt khi không dùng, vứt bỏ hóa chất dư thừa đúng cách, pha trộn hóa chất nơi riêng biệt và thông khí tốt, lau sạch hóa chất rơi nhiểu xuống nền, thường xuyên đổ bỏ các túi rác nhỏ đựng bông gòn thấm alcohol, acetone đã dùng cột chặt và bỏ vào thùng rác lớn có nắp đậy, đừng ăn uống và hút thuốc gần hóa chất, kiểm soát hóa chất thường xuyên, thợ được hướng dẫn sự nguy hại độc tố và cách tự bảo vệ, có bình chữa lửa khẩn cấp, dung dịch rửa mắt và hộp cấp cứu.

Brush with Liquid soap & warm water
Dùng bàn chải chà rửa dụng cụ

3. **Tránh bớt sản phẩm độc hại (avoid hazardous chemicals)**: cố gắng thay thế một số chất như dùng bình có nút bơm hoá chất thay vì bằng gas xịt, dùng chất gel dính tóc thay vì keo xịt, dùng nhiệt duỗi thẳng tóc thay vì dùng hóa chất duỗi tóc.

4. **Nơi dùng hóa chất cần cách riêng (isolate the work process)**: có phòng riêng pha hóa chất và phòng riêng làm móng tay bằng bột acrylic trang bị hệ thống thông khí tốt.

5. **Cần trang thiết bị bảo vệ cho chính bạn (use personal protective equipment)**: mang tấm che bụi vào miệng, mũi khi làm móng, kính lồi che mắt (goggles) để phòng hóa chất và bụi văng vào mắt, chọn đúng loại bao tay cho loại hóa chất xử dụng xong rồi vứt bỏ ngay và rửa tay sau khi tháo bỏ bao tay.

Nói chung càng sử dụng hóa chất là càng có cơ hội tác hại cho sức khỏe, vì thế cách tốt nhất để ngăn ngừa, thương tổn do hóa chất là ngưng tiếp xúc chất độc hại hoặc phải thực hành các cách trên để giảm bớt tác hại của hóa chất thuộc lãnh vực nghề nghiệp cho sức khỏe.

Chapter 9: **PRODUCT FORMS AND CHEMISTRY SIMPLIFIED**
(Hình thức sản phẩm và thành phần hóa học)

The cabinet, notebook, vitamins, even oxygen is a chemical. Nail plates are 100% chemical. Nail plates also contain traces of iron, aluminum, copper, silver, gold and other chemicals. Light, radio waves are are energy that they don't occupy space. Energy is not the matter; however, energy can affect matter in many ways.

Forms of matter:

An **atom** is the smallest part of element. A **molecule** is the two or more different or same atoms that are joined together. An **element** is the basic unit of all matter, such as Sulfur; Oxygen. A **compound** is two or more elements. *Mixture:* Concrete sand, gravel and cement

Four types of compounds: <u>**Oxides**</u>: H_2O_2 (hydrogen peroxide); <u>**Acid**</u>: Nitrogen+ Hydrogen+ Oxygen=Nitric acid (HNO); <u>**Alkalis**</u>: Sodium+ Oxygen +Hydrogen=Sodium hydroxide (NaOH); <u>**Salts**</u>: Hydrogen replaced by metal ($CuSO_4$) or NaCl.

Horse shoe electrode uses at neck
điện cực hình móng ngựa dùng ở cổ

Chemistry of water: Human body is 70% water and water covers almost 75% of the earth's surface.

Matter can be changed in two ways: physical or chemical means.

Chemical change: H_2O_2 + aniline derivative (oxidation creates color)

Physical change: Ice (solid) melts and become a liquid and water freezes (solid)

<u>Example</u>: physical change as ice melts into water and chemical change as soap is formed from the chemical reaction between an alkaline substance and oil or fat.

Tủ, sách, thuốc bổ, và ngay cả khí ôxy là hoá chất. Mặt móng tay là 100% hóa chất. Mặt móng tay chứa sắt, nhôm, đồng, bạc, vàng và một số hóa chất khác. Ánh sáng, sóng vô tuyến là năng lượng, chúng không chiếm chỗ trong không gian. Năng lượng không phải là vật chất, tuy nhiên có thể ảnh hưởng đến vật chất trong nhiều cách.

Các dạng vật chất: Nguyên tử là phần nhỏ nhất của nguyên tố. Một phân tử là hai hay nhiều nguyên tử giống hoặc khác nhau kết hợp. Một nguyên tố là đơn vị căn bản của tất cả vật chất mà không thể chia nhỏ được như S; O. Một hợp tố là gồm 2 hoặc nhiều nguyên tố. Chất trộn lẫn chỉ là các vật chất trộn nhưng không thay đổi đặc tính.

Bốn loại hợp tố: Oxides như hydrogen peroxide; Acid như nitơ +hydro + oxy; Alkalis (kiềm) như sút NaOH; Muối từ khí hydro được thay thế bằng kim loại như CuSO4 hoặc NaCl.

Hóa tính của nước: Nước chiếm 70% trong cơ thể con người và chiếm 75% bề mặt địa cầu.

Vật chất có thể thay đổi theo 2 cách vừa là thể lý và hóa tính. Thay đổi hóa tính như: Hydrogen peroxide +Aniline derivative (tạo oxide trong thuốc nhuộm tóc). Thay đổi thể lý như: viên đá lạnh chảy ra thành chất lỏng và đông lại thành chất đặc ...Ví dụ: thay đổi thể lý như viên đá lạnh chảy ra thành nước và thay đổi hóa tính như xà phòng được tạo ra từ phản ứng giữa chất kiềm và dầu hoặc mỡ.

Properties of matter:

- Density: Water 62.4 lbs (cubic foot) $.03m^3$, volume of $1F^3$
- Specific gravity: Lightness or heavy. *Example*: water = 0, copper = 8.9 times as dense as water
- Hardness: Resist scratching. *Example*: Diamond: 10; Knife: 6.2; Asphalt: 1.3
- Odor: To identify ammonium thioglycolic, monomer from acrylic liquid

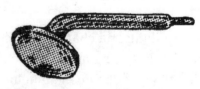

Mushroom electrode high-frequency
điện cực cao tần hình nấm

- Color: Identify color of gold, silk and copper.

Catalyst is a chemical that can make a chemical reaction go faster. Solvent is dissolves another substance. An adhesive is a chemical that causes two surfaces to stick together.

Primers are substances that improve adhesion. Base coats act as the "go-between" or "anchor." They still must be used with caution and skin contact must be avoided.

Do not touch any monomer liquids, gels or adhesives to the skin; never use monomer to "clean up" the edges, under the nail or sidewalls, *never* smooth the surface with monomer *and never* mix your own special product blends.

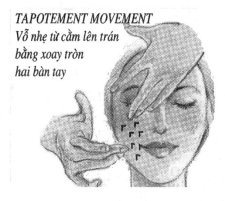
TAPOTEMENT MOVEMENT
Vỗ nhẹ từ cằm lên trán bằng xoay tròn hai bàn tay

Đặc tính riêng của vật chất Tỉ trọng (độ dày đặc): 1 cubic foot nước (1F3) =.03 mét khối nước nặng 62.4 lbs (cỡ 28 kílô)
Trọng lượng riêng: độ nhẹ hoặc độ nặng. Ví dụ: nước =0, đồng = 8.9 lần nặng hơn nước
Độ cứng: Độ chống cào xước. Ví dụ: Kim cương = 10; Dao = 6.2; Nhựa đường = 1.3
Mùi: Nhận rõ mùi riêng biệt của thio, nước đắp bột acrylic
Màu: Nhận rõ màu riêng biệt của vàng, bạc và đồng.
Catalyst (chất xúc tác) là hóa chất có thể làm phản ứng hóa tăng nhanh hơn. Dung môi là chất hòa tan được với dạng khác. Keo là hóa chất làm cho bề mặt dính lại nhau.
Primer là chất tăng lên sự dính. Là lớp nền tác dụng như là "lớp gạch nối" hoặc "neo chặt". Được sử dụng phải cẩn thận, tránh tiếp xúc vào da.
Đừng đụng da vào chất nước acrylic, gel hoặc keo, không bao giờ dùng nước acrylic để làm sạch cạnh móng, dưới móng và thành móng; không bao giờ dùng nước acrylic để vuốt mặt móng và không bao giờ tự ý pha trộn sản phẩm với nhau.

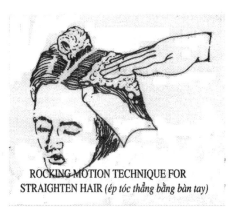
ROCKING MOTION TECHNIQUE FOR STRAIGHTEN HAIR *(ép tóc thẳng bằng bàn tay)*

The two branches of chemistry are inorganic and organic. Substances that do not contain carbon (water, air...) are inorganic and substances that do contain carbon (desk, cabinet, food) are organic.

Desks, people, and cabinet have shape and volume; therefore they are examples of solids. Organic chemistry is the study of all substances containing carbon.

Three forms of matter as solids, liquids, and gases. Matter is anything that has occupies space.

Silver, Zinc, Iron, Carbon is all examples of elements. There are 109 known elements.

Oxides; Acids; Bases, and **Salt** are the four most important classes of compounds

The pH (potential Hydrogen) of the skin's acid mantle ranges from 4.5 to 5.5.

A dilute solution contains a small quantity of solute in proportion to the quantity of solvent.

Two types of emulsions used in cosmetics are oil-in-water and water-in-oil.

Chemistry is the science that deals with the composition, structure and properties of matter and how matter changes under different conditions.

Distilled or filtered water is used in most salon machines as facial machine.

REMOVE CREAM BY SPONGE
Lau kem bằng miếng xốp

Any cosmetic may be a solution (blended mixture of two or more substances), a suspension (solid particles are distributed throughout a liquid medium), or an emulsion (mixture of two or more immiscible substances united with the aid of binder or emulsifier)

Hai ngành hóa học là vô cơ và hữu cơ. Không chứa than là vô cơ (nước, không khí) và chứa than là hữu cơ (bàn, tủ,)

Bàn, con người, và tủ đựng có hình dáng và thể tích, vì vậy đó là những ví dụ của thể đặc. Hóa học hữu cơ là môn học của tất cả các dạng chứa than.

Có 3 dạng vật chất là đặc, lỏng, và chất khí. Vật chất là bất cứ vật gì có khối lượng và chiếm chỗ trong không gian.

- Bạc, Kẽm, Sắt, Than là tất cả những ví dụ của những nguyên tố. Được biết có 109 nguyên tố.

- Oxides (hợp tố chứa oxy); Acids (hợp tố thường có chứa hydro không kim loại); Bases or alkalies (hợp tố chứa hydro, kim loại, oxygen); Salt (hợp tố có phản ứng của acid và base) là 4 loại hợp tố quan trọng.

Nồng độ hydrogen của màng acid da trong khoảng từ 4.5 đến 5.5.

Một dung dịch pha loãng chứa một số lượng nhỏ chất hòa tan trong thành phần số lượng của dung môi.

Có hai loại nhủ tương được dùng trong mỹ phẩm là dầu trong nước và nước trong dầu.

Hóa học là môn khoa học liên hệ với thành phần, cấu trúc và đặc tính của vật và thay đổi dưới những điều kiện khác nhau.

Nước cất hoặc nước lọc được dùng trong hầu hết các máy móc trong salon như máy facial

Bất cứ mỹ phẩm có thể là một dung dịch (chất trộn lẫn 2 hoặc nhiều dạng), một chất lơ lửng (những phân tử đặc trộn lẫn hoàn toàn trong chất lỏng), hoặc một nhủ tương (chất pha trộn 2 hoặc nhiều chất không thể pha trộn kết lại với sự trợ giúp của chất dính hoặc tương dịch).

The pH Scale (bảng nồng độ Hydrogen)

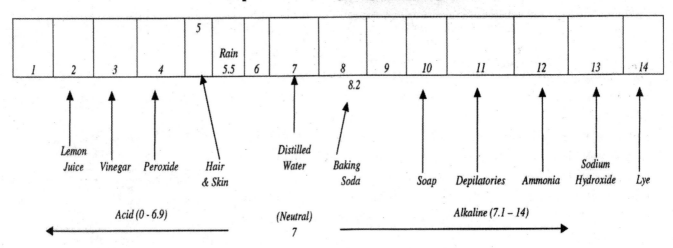

The pH scale is a loga scale. This means that a change of one whole number represents a tenfold change in pH. A pH of 8 is 10 times more alkaline than a pH of 7 and a pH of 9 is 100 times more alkaline than a pH of 7.

Bảng nồng độ Hydrogen gọi là trị số loga. Điều này được giải thích nếu trị số lớn hơn 1 là 10 lần hơn độ kiềm.

Ví dụ: Nồng độ Hydrogen 8 là 10 lần độ kiềm lớn hơn 7, nồng độ Hydrogen 9 là 100 lần độ kiềm lớn hơn 7, và nồng độ Hydrogen của 10 là 1000 lần độ kiềm lớn hơn 7.

Bài 10: ÉP TÓC VÀ TẠO KIỂU TÓC BẰNG NHIỆT

Hãy thử xem người khách muốn mái tóc của họ có nếp quăn nhẹ bồng bềnh, kiểu tóc thời trang theo ý muốn, ngay cả một kiểu tóc thẳng mà không thực hiện được chỉ vì tóc tự nhiên của họ quăn tít. Khách đến salon có thể duỗi tóc bằng hóa chất để giữ thẳng được lâu, tuy nhiên hóa chất mạnh cũng đã có tác hại không ít cho tóc vì thế khách có thể chọn phương pháp dùng nhiệt tạm thời ép tóc thẳng và làm quăn nhẹ mái tóc vừa thay đổi kiểu tóc dễ dàng, nhanh và dĩ nhiên tóc trở lại hình dạng cũ sau mỗi lần gội.

Máy sấy tóc nên di chuyển đều đi lui, đi tới trừ khi bạn đang chỉnh sang luồng gió mát trên máy sấy. Không bao giờ dùng máy sấy lâu trên một chỗ tóc. Hơi nóng máy sấy thổi theo hướng tóc được quấn. Hướng thổi luôn từ da đầu tới cuối tóc.

Dù ép, quăn tóc tạm thời nhưng cũng có những tác hại nếu chưa kinh nghiệm, sự hiểu biết khi tiếp xúc mỗi người khách.

Placing neck strip & cap over neck strip
đặt giấy & khăn choàng lên giấy

ANALYSIS

- *Cần hỏi khách xem đã dùng hóa chất gì trước đó như tẩy tóc, nhuộm tóc, uốn tóc, và đặc biệt là có duỗi tóc bằng hóa chất và bao lâu.*
- *Cần thử độ đàn hồi (elasticity) của tóc, kéo nhẹ xem thử tóc có đứt và có trở lại chiều dài cũ.*
- *Xem cỡ tóc, nếu đường kính nhỏ nhất là tóc mịn (fine hair) để xử dụng ít nhiệt lên tóc và ép nhẹ tóc; tóc trung bình (medium hair) dùng nhiệt trung bình và ép tóc vừa phải, và tóc thô sợi lớn (coarse hair) dùng nhiệt nóng và ép mạnh hơn.*
- *Đặc biệt có khách loại tóc thật mịn nhơ tơ (wooly hair) vì đặc tính của tóc không có lõi tóc (medulla) nên rất yếu và dễ đứt nên dùng nhiệt âm ấm mà thôi.*
- *Đồng thời nên xem xét trình trạng da đầu để xem có thương tích, vết lở mà từ khước công việc, nếu không xoa nhẹ da đầu để đánh giá việc ép tóc.*
- *Nếu da đầu bình thường (normal scalp) có độ chuyển động với xương sọ nhè nhẹ; da đầu chặt (tight scalp) rất ít chuyển động; da đầu lỏng (flexible scalp) rất mềm có độ giãn nhiều, do đó không nên kéo tóc.*
- *Sờ tóc xem tóc bị khô và ước lượng chiều dài tóc và hỏi khách muốn độ ngay và quăn thế nào.*

CHUẨN BỊ

Tóc cần được gội sạch sấy khô trước khi ép và làm quăn nhẹ vì sau khi làm người khách cần giữ mái tóc mới trong khoảng thời gian ngắn trước khi gội lại và làm lại. Chia từng phần tóc cỡ 2 inches

Dụng cụ cần chuẩn bị là dầu ép (**pressing oil**) giúp tóc mềm, bóng và để phòng tóc gãy và bốc khói báo hiệu tóc cháy; lược ép (**pressing comb**) bằng kim loại tốt không rỉ sét (**stainless stell**) hoặc bằng đồng thau (**brass**) có nhiều cỡ răng thưa, răng dày tùy theo độ dày, chiều dài của tóc; kẹp quăn tóc (**Marcel iron**) cũng có nhiều cỡ lớn nhỏ theo độ quăn khách muốn; giấy thử độ nóng (**test paper**) của dụng cụ trước khi đưa lên tóc; lò nhiệt (**heat appliance**); khăn choàng khách bằng vải cotton (**linen cape**); kẹp tóc để chia từng phần tóc (**duck clamp**); lược thường chịu nóng (**hard rubber comb**) dài 7 inches, răng lược mịn để giữ lọn tóc và đặt giữa da đầu và Marcel Iron đề phòng phỏng da đầu; lưới tóc (**hair net**) để bọc giữ tóc sau khi gội cần phải sấy khô bớt tóc bung ra.

ÉP TÓC BẰNG PRESSING COMB

Mỗi lọn tóc cần ép đều phải thử trên giấy thử (test paper) để biết lượng nhiệt, nếu giấy cháy sém có màu nâu (scorched) là quá nóng, khi ép tóc để ý đường viền tóc (facial hair line) tóc dễ đứt và khó kéo nên dùng lược ép nhỏ và lấy từng phần tóc nhỏ để ý. Vùng thái dương nên dùng lược ép nhỏ hơn và độ nóng cho vùng thái dương và sau gáy lượng nhiệt vừa phải. Nói chung, với những nơi tóc ngắn dùng lược ngắn, tóc dài dùng lược dài Với những mái tóc đã nhuộm, tẩy và tóc bạc không nên dùng nhiệt nhiều có thể bạc màu tóc hoặc gãy tóc. Mỗi phần tóc ép gồm chiều ngang cỡ 2 inches, dày 1 inch, cách da đầu 1 inch. Có 3 cách ép tóc:

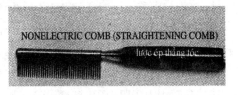

- *Ép nhẹ (soft press):* chãi ép nhẹ mỗi bên mặt tóc (single press) và tóc quăn duỗi giãn cỡ 50% - 60%
- *Ép vừa (medium press):* ép vừa tay mỗi bên mặt tóc (medium press), tóc quăn giãn cỡ 60% - 70%.
- *Ép mạnh (hard press):* chãi ép mạnh mỗi mặt tóc 2 lần (double press), tóc duỗi giãn cỡ 90% – 100%

QUẤN LỌN TÓC BẰNG MARCEL IRON

Sau khi tóc ép khách muốn có lọn tóc kiểu nào thì thẩm mỹ viên phải chọn Marcel Iron làm lọn tóc theo cỡ đó. Marcel Iron cần đặt vào lò và thử nhiệt trên giấy từng lọn tóc. Tùy theo góc độ có thể làm lọn tóc cao, thấp (volume) tùy kiểu tóc, vị trí, và theo ý muốn của khách nữa.

- **Lọn tóc xa nền (Off-base curls):** lấy phần tóc cỡ ½ inch kéo căng vừa góc 70 độ so với da đầu ở vùng đó sẽ nâng được lọn tóc hơi nâng, cao một ít.

- **Lọn tóc nằm nữa nền (Half-base curls):** lấy phần tóc cỡ ½ inch kéo căng vừa góc 90 độ so với da đầu ở vùng đó sẽ nâng được lọn tóc cao trung bình

- **Lọn tóc nằm gần lên nền (Full-base curls):** lấy phần tóc ½ inch kéo căng vừa góc 125 độ so với da đầu ở vùng đó sẽ nâng được lọn tóc mạnh với độ cao nhiều.

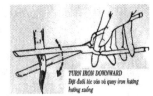

- **Lọn tóc nằm hẳn trên nền (Volume-base curls):** lấy phần tóc ½ inch kéo căng vừa góc 135 độ so với da đầu ở vùng đó sẽ nâng được lọn tóc độ cao tối đa.

Dụng cụ như lược ép (pressing comb), kẹp làm lọn tóc (Marcel Iron), sử dụng không đúng cách dễ làm cháy tóc nên bị đóng than. Dùng giấy nhám mịn (fine sandpaper), miếng nùi sắt (fine steel wool pad), giũa mịn (emery board) chà sạch và nhúng vào dụng dịch baking soda khoảng 1 giờ là mềm tan ra, sau đó rửa nước và lau khô. Dụng cụ luôn giữ sạch và không bị đóng than (free of carbon) trước khi dùng để tránh cháy tóc, và trơn mịn để làm lọn tóc tốt và dễ dùng.

Ép tóc và tạo lọn dù chỉ là việc tạm thời, tuy nhiên cần thực hành đúng cách, kỷ lưỡng và thường xuyên để đôi tay nhuần nhuyễn tránh gây thương tích cho khách. Tuy nhiên những sơ suất vẫn thường xãy ra.

* Gây tổn thương mà chúng ta khó thấy ngay (injuries are not immediately evident) như làn da rang rác có thể vì dị ứng khi dầu ép (allergic to pressing oil) dính vào da đầu; tóc sẽ đứt dần, ngắn dần (progressive breaking) vì ảnh hưởng của việc thường xuyên làm ngay tóc (frequent hair pressing).

* Gây tổn thương tức thì, nhận thấy ngay (injuries are the immediate results) như cháy da ở lỗ tai (burns on ears, cháy da đầu, mất tóc, cháy đứt tóc (burnt hair, breaks off).

Chapter 10: THERMAL HAIR PRESSING AND STYLING
(Ép tóc và tạo kiểu tóc bằng nhiệt)

Thermal waving and curling is the art for hair to use thermal irons straight or pressed hair, either electrically heated or stove-heated.

Thermal irons made of the best quality steel are composed of 2 parts: **The rod** is round solid steel bar and **the shell** is round, inside grooved so that the rod can rest.

Thermal iron comes in a variety of styles, sizes and weights from small to jumbo. Three different types of thermal irons are Conventional stove heated, Electric self-heated & Electric self-heated Vaporizing.

The blow-dryer should move in a constant back-and-forth motion unless you are using the cooling button to cool a section. Never hold the blow-dryer too long in one place. The hot air should flow in the direction in which the hair is wound. Direct it from the scalp toward the ends of the hair.

Làm dợn sóng và quấn tóc bằng nhiệt là nghệ thuật cho tóc bằng cách dùng nhiệt nóng làm ngay tóc hoặc ép tóc có thể vừa bằng điện hoặc lò nhiệt.

Cây kẹp quấn tóc bằng nhiệt dùng loại thép tốt được cấu tạo bằng 2 phần: The rod là ống thép kim loại tròn và the shell là miếng thép cong tròn có rãnh úp chặt vào ống thép.

Kẹp quấn bằng nhiệt có nhiều kiểu, cỡ và trọng lượng khác nhau từ nhỏ đến lớn. Ba loại kẹp dùng nhiệt khác nhau là Conventional stove (kẹp dùng lò nhiệt thường), Kẹp dùng nhiệt từ điện và kẹp dùng điện với hơi nhiệt ẩm.

Máy sấy tóc nên di chuyển đều đi lui, đi tới trừ khi bạn đang chỉnh sang luồng gió mát trên máy sấy. Không bao giờ dùng máy sấy lâu trên một chỗ tóc. Hơi nóng máy sấy thổi theo hướng tóc được quấn. Hướng thổi luôn từ da đầu tới cuối tóc.

- **Clamp the heated irons** over tissue for testing, hold for 5 seconds. Paper scorches or turns brown, the iron are too hot. Remember for fine and porous hair are less heat than normal hair. If overheat the irons they usually lose their temper.

   Kẹp dụng cụ quấn tóc vào miếng giấy mỏng (tissue) để thử độ nóng, giữ khoảng 5 giây. Giấy cháy xém hoặc đổi màu nâu, là kẹp quá nóng. Nhớ là với tóc mịn và tóc dễ thấm cần ít nhiệt hơn tóc bình thường. Nếu kẹp quá nóng sẽ làm mất đặc tính của kẹp kim loại.

- Electric heater can reach 500 F degrees, special caution when heating the pressing combs and Marcel iron on client's hair and scalp.

   Lò nhiệt nóng đến 500 độ F, vì thế cần lưu ý khi dùng lược ép tóc và kẹp Marcel cho tóc và da đầu.

- The thermal iron keeps clean to remove dirt or grease. Wash the irons in a soap solution and few drops of ammonia. Place comb between scalp and thermal irons when curling to prevent burning the scalp. In case of a scalp burn, immediately apply 1% gentian violet jelly.

   Kẹp nhiệt cần giữ sạch lấy đi chất dơ, dầu. Rửa kẹp trong dung dịch xà phòng có vài giọt ammonia. Đặt lược giữa da đầu và kẹp nhiệt lúc làm lọn tóc, để phòng cháy da đầu. Trường hợp bị phỏng tức thì thoa chất jell violet 1%.

- **The comb using** with thermal irons should be nonflammable substance, hard rubber not metal or plastic because metal comb could burn scalp or plastic comb could melt. The comb is about 7 inches long. The index finger put on the back of the comb for better control.

   Lược dùng với kẹp nhiệt là loại không dễ cháy, bằng loại nhựa cứng không nên bằng kim loại hoặc nhựa thường, vì lược kim loại có thể phỏng da đầu hoặc lược nhựa thường dễ chảy tan. Chiều dài lược cỡ khoảng 7 inches. Ngón trỏ đặt lên lưng lược để dễ điều khiển.

- Curling with electric thermal irons for straight hair, pressed hair even on wigs or hairpieces. Section hair about 2 ½ inches wide from hair of forehead to the nape. Part hairs into five sections, the hair is wound and rotate irons then hold the curl in position around 4 -5 seconds .

   Làm lọn tóc với kẹp nhiệt cho thẳng tóc, ép tóc ngay cả trên đầu tóc giả hoặc miếng tóc giả. Chia tóc chiều rộng cỡ 2 ½ inches từ chỗ tóc trán đến sau gáy. Chia tóc thành 5 phần nhỏ, tóc được quấn và làm lọn bằng kẹp quấn cong và giữ yên khoảng 4 -5 giây.

- **There are four base curls** depend on the degree of lift desire hair: *Có 4 loại nền để nâng cao tóc*
  - **Volume-base curls:** Maximum lift or volume, hold the curl strand at a 135 degrees angle, forward and high on base.

    Volume-base curls là lọn tóc được nâng cao tối đa, giữ độ cong lọn tóc ở 135 độ cao ngã về phía trước.
  - **Full-base curls:** Strong curl with full volume 125 degrees angle.

    Full-base curls là lọn tócnâng cao tóc thẳng lên cỡ 125 độ
  - **Half-base curls:** Strong curl with moderate lift, volume 90 degrees angle.

    Half-base curls là lọn tóc nâng vừa phải, độ cao là 90 độ
  - **Off-base curls:** Slight lift or volume 70 degrees angle.

    Off-base curls là lọn tóc hơi nâng lên và độ cao được nâng cỡ 70 độ.
- Straightening combs (pressing combs) are varying in size from 40 teeth for coarse hair or 52 teeth for normal hair. For the hairline and short neck hair should use short comb and fine teeth.

  Lược ép ngay tóc (pressing comb) có cỡ kích thay đổi lớn nhỏ, cỡ 40 răng lược nên dùng cho tóc cứng, thô hoặc 52 răng lược dùng cho tóc trung bình. Ép đường viền tóc và tóc ngắn ở gáy nên dùng lược ngắn và răng mịn
- Hair straightening or pressing is a profitable service that is popular in the beauty salon, temporary service for overly curly or unruly hair. Two techniques use in blow dry-styling are blow-drying curling with a brush and blow-dry waving with a comb.

  Làm ngay tóc và ép tóc là nguồn lợi nhuận của salon, tạm thời làm ngay cho loại tóc quá quăn hoặc tóc quăn lộn xộn. Hai kỹ thuật chãi kiểu bằng máy sấy là sấy bằng bàn chải và sấy bằng lược.

- **There are 3 types of hair pressing:** *Có 2 kiểu ép tóc là:*
  - **Soft press** or single press: Remove 50% - 60% of the curl, once on each side.
  - **Medium press:** Remove 60-70% of the curl, once on each side, slightly more pressure.
  - **Hard press** or double press: Remove 100% of the curl, twice on each side.

  *Soft press là ép nhẹ làm giản lọn tóc cỡ 50 – 60%, ép một lần trên mỗi mặt tóc; **Medium press** là ép vừa tay làm giản lọn tóc cỡ 60 – 70%, ép một lần trên mỗi mặt tóc nhưng hơi ép; **Hard press** là ép làm giản lọn tóc được 100%, ép 2 lần trên mỗi mặt tóc.*
- **Air waving** is the technique using an electric air waver comb and styling comb, the hair must be slighly damp then comb the hair until dry enough to hold a wave. The style of this technique is the same as finger waving. Hair texture depends on diameter of the hair as **Coarse hair**: greatest diameter, more heat and press; **Medium hair:** Normal hair, the least resistant to hair pressing and **Fine hair:** Special care, less heat and less pressure; **Glassy hair** is very resistant, required more heat and more pressure than other types.

  *Air waving là kỹ thuật dùng lược điện và lược thường tạo gợn sóng, tóc hơi ẩm và chãi tóc cho đến khi khô đủ giữ cho lọn tóc gợn sóng. Kiểu dợn của kỹ thuật này là giống với kiểu gợn sóng bằng ngón tay. Cỡ tóc tùy thuộc vào đườngkính của tóc như Coarse hair là tóc cứng có đường kính lớn nhất, cần ép nhiều nhiệt; **Medium hair** là tóc cỡ bình thường cần ép nhiệt vừa phải và **Fine hair** là tóc sợi mịn đặc biệt cẩn thận ép ít nhiệt; Glassy hair là tóc cứng nhiều cần ép mạnh và nhiều nhiệt hơn các loại tóc khác.*

- **There are 2 types of pressing combs:** Regular and electric (good quality stainless steel, brasses). The comb with more spaces, less square, varies in size.
- The pressing comb will perform more efficiently if it is kept clean and free of carbon. Be cleaned with: emery board, fine steel wool pad or fine sandpaper then immerse the metal portion in a hot baking soda solution about 1 hour, then rinse and dry.
- Scalps condition can be classified as normal, tight or flexible. Hair can press or touch up due to perspiration, dampness. Avoid excessive heat on tinted, lightened or gray hair as discoloration or breakage can occur

Lược ép có 2 loại: lược bình thường và điện (loại thép tốt hoặc bằng thau tốt không rỉ sét). Lược có loại nhiều răng lược, ít răng lược cỡ kích khác nhau.

Lược ép dễ dàng làm nếu được giữ sạch không đóng than. Chà sạch với giũa giấy, nùi chà sắt hoặc giấy nhám mịn rồi nhúng phần kim loại vào dung dịch baking soda khoảng 1 giờ rồi xả sạch và lau khô.

Da đầu gồm da bình thường, da đầu cứng, chặt hoặc mềm. Tóc có thể ép hoặc ép chút ít do mồ hôi hoặc tóc bị ẩm. Tránh nhiều nhiệt trên tóc nhuộm, tóc tẩy hoặc tóc bạc sẽ làm lợt tóc hoặc gãy tóc.

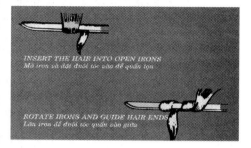

- To avoid breaking during a thermal service around the hairline use small section, short comb and short teeth. Use a small pressing comb and a moderately warm comb at the temple area and the back of the neck.

  Để tránh làm gãy tóc vùng đường viền tóc khi dùng lược ép nhiệt nên dùng lược nhỏ và răng ngắn và lấy từng phần tóc nhỏ. Vùng thái dương cũng chỉ nên dùng lược ép nhiệt nhỏ và nhiệt độ vừa phải như ở vùng gáy.

- Pressing combs vary in size. Long combs are used with long hair and short combs for short hair.

  Lược ép cũng có nhiều loại. Dùng lược răng dài cho tóc dài và lược ngắn cho tóc ngắn

- **The injures that can occur** in hair pressing are of 2 types: *Sự thương tổn do ép tóc có 2 hình thức:*

  a. Injuries are the immediate results, cause physical damage: Burnt hair, break off, burnt scalp either temporary or permanent loss of hair and burnt on ears that form scars.

  - Các vết thương có ảnh hưởng rõ rệt tác hại thể lý như cháy tóc, đứt tóc, cháy da đầu vừa tạm thời hoặc vĩnh viễn mất tóc và cháy tai tạo sẹo.

  b. Injuries that is not immediately evident: Skin rash if the client is allergic to pressing oil, progressive breaking and shortening of the hair because of too frequent hair pressing.

  - Các vết thương không có dấu vết rõ rệt như ran rát da khi khách có dị ứng với dầu ép, đứt tóc từ từ và tóc ngắn dần vì thường xuyên ép tóc.

SAFETY PRECAUTION *(Lưu ý về an toàn)*

- Examine the scalp and hair before pressing the patron's hair. To prevent hair damage, avoid pressing the hair too frequently. Avoid using too much pressing oil on the hair.

  Đánh giá da đầu và tóc trước khi ép tóc cho khách. Để ngăn ngừa tóc hư, tránh ép tóc thường xuyên. Tránh dùng nhiều dầu ép cho tóc.

- **Avoid excessive heat** and pressure on the hair and scalp. Avoid using perfumed pressing oil near the scalp if the patron's is allergic to it. Avoid overheating the pressing comb. Adjust the temperature of the pressing comb to the patron's hair texture and condition of the hair. Prevent smoking or burning of the hair during pressing treatments.

  Tránh ép quá nóng và nhiều trên tóc và da đầu. Tránh dùng dầu ép thơm gần da đầu nếu người khách có dị ứng.
  Tránh dùng lược ép quá nóng. Điều chỉnh nhiệt độ lược ép theo cỡ và điều kiện tóc của khách. Đề phòng khói hoặc cháy tóc trong khi ép.

- **Use a moderately warm** comb to press short hair on the temples and back of the neck. Keep the pressing comb clean and free from carbon at all times.

  Dùng lược ép có độ nóng vừa phải để ép những tóc ngắn ở 2 bên thái dương và sau cổ. Giữ lược ép luôn luôn sạch và không để bị đóng than.

- In case of a scalp or skin burn, immediately apply 1% gentian violet jelly directly to the wound. Do not close the Marcel iron too tightly over the hair in hard pressing.

  Trường hợp da dầu hoặc da bỏng, tức thi thoa gel 1% gentian violet ngay vào vết thương. Đừng để kẹp Marcel lên tóc quá chặt khi ép mạnh.

- When pressing coarse hair, care must be taken that enough pressure is given, in order that the hair will remain in a straightened condition.

Khi ép tóc cứng, cẩn thận phải ép đủ mạnh độ ép, để tóc có thể giữ được độ ngay.

- **Avoid excess heat** on grey, tinted or lightened hair, as the heat may discolor the hair. Give reconditioning treatments to damaged hair before attempting to press the hair.

  Tránh ép nhiều nhiệt trên tóc bạc, nhuộm hoặc tóc tẩy, vì độ nóng có thể nhạt màu tóc. Cần chữa trị tóc hư trước khi cố gắng ép tóc.

- **Place comb** between scalp and hot thermal (marcel) iron when waving hair, to prevent burning the scalp. To insure a good thermal wave the hair should be clean.

  Đặt lược giữa da đầu và kẹp Marcel khi làm quăn tóc bằng nhiệt, đề phòng cháy da đầu. Để đạt kết quả tốt trong việc dùng nhiệt tạo quăn là tóc phải sạch.

- **Never give a hair** pressing treatment if the patron has a contagious hair or scalp condition. Remove loose hair from the pressing comb before it is reheated.

  Không bao giờ ép tóc nếu khách có bệnh truyền nhiễm ở tóc và da đầu. Tách riêng những lọn tóc chưa đạt trước khi làm nhiệt lại.

- Give a hard press only if the patron insists on it and also signs a release statement. To prevent steam burns, dry the hair completely after it is shampooed.

  Ép nhiều lên tóc chỉ khi nào người khách nhất định muốn và ký giấy không khiếu nại. Để ngăn ngừa hơi nóng, làm khô tóc hoàn toàn sau khi gội.

THERMAL WAVING AND CURLING *(Làm quăn tóc bằng nhiệt)*

- Do not allow the hair to protrude over the iron; to do so will cause fish hooks and may cause damage to the hair ends. **Do not overheat** the irons as this may cause the metal to lose its temper. Keep eyes on work when using a hot iron. Do not place the hot iron near the face to test for temperature; a burn may result.

- Test the temperature of the iron on tissues paper before placing it on the hair. This will prevent the hair from being burned. Do not inhale the fumes of the iron; it is injurious to the lungs.

  Đừng để tóc nhô ra cái kẹp; đó là nguyên nhân tóc quăn hình lưỡi câu và nguyên nhân làm gãy đuôi tóc.

  Đừng để kẹp quá nóng, đây là nguyên nhân làm mất tính chất của kim loại. Lưu ý đến khi dùng kẹp nóng. Đừng đặt kẹp nóng gần mặt để thử nhiệt độ; có thể bị cháy. Thử nhiệt độ của kẹp trên giấy thử trước khi đặt lên tóc. Điều này để ngăn ngừa tóc cháy. Đừng hít khói của cây kẹp; sẽ nguy hại đến phổi

- **Place hot irons** in a safe place to cool. Do not leave them where someone may accidentally come in contact with them and burn themselves.

  Đặt kẹp nóng nơi an toàn chờ nguội. Đừng để cạnh người nào có thể bị bỏng khi đụng đến.

- When heating irons do not place handle too far into the heater, or the hand may be burned when removing. Never use a hot pressing or marcel iron on lightened or tinted hair.

  Khi kẹp nóng, đừng để chỗ tay cầm sâu vào trong lò, khi cần lấy dễ bị cháy tay. Không bao giờ dùng kẹp Marcel ép nóng trên tóc tẩy hoặc tóc nhuộm.

- **Make sure** that the irons are properly balanced in heater or they may fall an injure someone. Thermal irons should be kept free from rust, and the joints well oiled.

  Chắc rằng kẹp đặt đúng cách trong lò, nếu không sẽ rơi ngã gây tổn thương. Kẹp nhiệt nên giữ đừng để bị sét, và những chỗ khớp nên cho dầu.

Bài 11: KỸ THUẬT UỐN TÓC

Mái tóc uốn dợn sóng quăn vĩnh viễn (permanent wave or cold wave) vừa có tính nghệ thuật vừa khoa học, nên cần có kiến thức và chuyên cần thực tập.

Từ thời xa xưa người Ai cập (Egyptian) và người La Mã (Roman) đã biết dùng que gỗ quấn tóc với sỏi, cát trộn nước và phơi nắng cũng đã tạo được những lọn tóc quăn và dĩ nhiên chỉ là những lọn tóc quăn tạm thời vì tóc sẽ trở lại hình dạng cũ khi ướt hoặc sau khi tắm gội.

Mái tóc uốn quăn vĩnh viễn giúp khách nhiều tiện lợi vì giữ lâu được cùng kiểu tóc, dễ chăm sóc hơn, làm tăng lượng tóc thêm độ cao, đầy đặn hơn, và giúp cho kiểu tóc quăn tít

Tóc uốn quăn vĩnh viễn hay gọi là uốn lạnh (cold waves) được phát minh từ năm 1941. Dung dịch căn bản cho tóc uốn gồm:

- **Waving lotion:** *là dung dịch cho lên tóc đã được quấn vào ống (perm rod), tác dụng làm mềm tóc, trương nở từ tóc thẳng thành tóc quăn và cũng có thể làm mềm tóc quăn thành tóc ngay.*

- **Neutralizer lotion:** *là (thuốc dập) dung dịch cho lên tóc sau khi tóc đã thấm thuốc, giúp cho tóc cứng (rehardens) lại, tạo cấu trúc mới (rebonds) bên trong và giữ cho tóc có dạng quăn mới hoặc dạng thẳng mới.*

9 SECTIONS FOR STRAIGHT BACK WRAP
chia 9 kiểu uốn tóc thẳng ra sau

PHÂN TÍCH TÓC, DA ĐẦU

Nếu có vết thương, sưng đỏ, nhiễm trùng trên da đầu từ chối phục vụ. Cần hỏi khách và tìm hiểu dấu hiệu tóc hư do dùng thuốc nhuộm kim loại, thực vật, hoặc có sự hư hại tẩy tóc, duỗi tóc hoặc đã tóc khô khô dòn do sai sót lần uốn tóc trước, tóc quá nhừ là có độ thấm quá mức thì nên khước từ và đề nghị nên chữa trị tóc, dưỡng tóc một thời gian trước khi uốn tóc.

Phân tích tóc: thử kéo tóc căng 20 % trên tóc khô và trở lại chiều dài cũ là độ đàn hồi tốt. Sờ và nhìn cỡ tóc sợi mịn (fine hair), trung bình (medium hair), hoặc tóc sợi lớn, thô, cứng (coarse hair). Nắm thử độ dày (density) của tóc để để chia từng phần tóc quấn. Chiều tóc dài cũng giúp cho thợ nên hay không nên cắt tóc trước khi uốn, chọn ống cuốn thích hợp và đánh giá độ thấm của tóc để chọn đúng dung dịch uốn tóc.

Uốn tóc có kết quả tốt bao gồm 2 yếu tố:

- *Lý tính (physical action): cắt tóc, gội tóc, chọn ống và quấn tóc đều, mịn mượt.*
- *Hóa tính (chemical action): dung dịch uốn tóc (permanent waving lotion) được chọn đúng thích hợp cho loại tóc*

DUNG DỊCH UỐN TÓC

1. Acid-Balance Perm *(acid-balanced waves)*: là loại thuốc uốn tóc nhẹ mà từ năm 1970 gọi là thuốc uốn tóc đúng độ acid (true acid waves) có nồng độ acid 4.5 – 7, nhưng hôm nay dung dịch uốn tóc acid này mạnh hơn trong khoảng 7.8 đến 8.2. Dung dịch uốn tóc này cần nhiệt trợ giúp, thành phần hóa học là GLYCERYL MONOTHIOGLYCOLATE (GMTG).

Ví dụ: **Endothermic** có thành phần GMTG là dung dịch tác dụng do nguồn nhiệt bên ngoài như máy sấy (hood dryer) có độ acid từ 4.5 – 7.

Loại acid balance dùng cho tóc hơi có độ thấm, tạo gợn nhẹ (soft curls), dợn tóc trông tự nhiên và thời gian chậm hơn và kiểm soát kỹ hơn từ 15 – 25 phút.

2. Alkaline Perm: là loại thuốc uốn tóc kềm, mạnh có nồng độ 9 đến 9.6, thành phần hóa học AMMONIUM THIOGLYCOLATE (ATG). Dung dịch kềm thích hợp cho tóc khó thấm (resistant hair), có độ đàn hồi tốt, quá trình tóc khó quăn. Thời gian thuốc xâm nhập nhanh hơn từ 5 – 20 phút.

- Lọn tóc sau khi đạt được độ quăn, cần xả tóc với nước ấm từ 3 – 5 phút, dùng khăn chậm ráo từng ống và cho thuốc **trung hòa (neutralizer solution)** khoảng 5 phút để giữ lọn quăn, rồi xả sạch lại với nước ấm.

Ví dụ: Exothermic với thành phần chính là **ammonium thioglycolate** (ATG) là dung dịch uốn tóc tạo nhiệt bên trong bởi tác dụng hóa chất khi pha trộn, độ kiềm từ 9.0 đến 9.6.

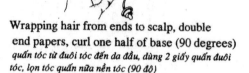

Wrapping hair from ends to scalp, double end papers, curl one half of base (90 degrees)
quấn tóc từ đuôi tóc đến da đầu, dùng 2 giấy quấn đuôi tóc, lọn tóc quấn nửa nền tóc (90 độ)

ỐNG CUỐN TÓC (PERM RODS) và GIẤY QUẤN ĐUÔI TÓC (END PAPERS)

Ống cuốn tóc làm bằng nhựa, có nhiều cỡ lớn nhỏ khác nhau đường kính từ ¼" đến ¾" và chiều dài ống khác nhau từ 1 ¾" đến 3½".

Có 2 dạng ống cuốn: loại lõm **(concave rods)** phần giữa nhỏ, 2 đầu lớn dần tạo tóc có lọn nhỏ ở đuôi và lọn tóc lớn dần gần da đầu; và loại thẳng **(straight rods)** tạo lọn tóc quăn đều từ đuôi đến da đầu.

Ống cuốn nhỏ thích hợp tóc mịn, ít đàn hồi; Ống cuốn lớn cho tóc sợi lớn, độ đàn hồi cao.

Giấy bọc đuôi tóc (end papers) là giấy bọc dễ thấm khi quấn để khỏi quăn cong đuôi tóc (fish- hooks). Cách dùng 1 miếng giấy quấn tóc (single end paper), quấn 2 miếng giấy bọc (double end papers), và 1 miếng giấy xếp lại (book end papers) tùy theo tình trạng và kiểu tóc quấn.

CÁCH CHIA QUẤN TÓC

- **Single halo**: kiểu quấn tóc vòng cung cho cỡ diện tích đầu trung bình
- **Double halo**: kiểu quấn tóc vòng cung cho cỡ diện tích đầu lớn hơn
- **Straight back**: kiểu quấn tạo đầy trông nhẹ nhàng dợn sóng xa mặt, chia 9 phần
- **Dropped crown**: kiểu quấn tóc ở crown và quấn thòng phía đuôi cho loại tóc dài
- **Spiral wrap**: kiểu quấn xoắn đứng dành cho tóc dài, tạo lọn tóc xoắn quăn nhiều
- **Stack perm**: kiểu quấn mà tóc quăn nhiều nhất ở vùng gáy và ít lọn quăn dần lên mặt tóc trên
- **Piggy back (Double rods)**: kiểu quấn gồm ống cuốn lớn chồng lên ống nhỏ, dành cho tóc dài

CHECKING THE "S" FORMATION

- **Body waves**: kiểu quấn quăn dợn nhẹ, dùng ống cuốn lớn, tóc lấy hơi dày, nên dùng ống cuốn thẳng (straight rods) hơn loại lõm (concave rods).
- **Heated clamps method**: kiểu xưa, dùng kẹp nhiệt kẹp trực tiếp lên ống cuốn tóc đã quấn

thử xem tóc tạo hình chữ "S"

GÓC ĐỘ QUẤN TÓC

Với cùng kiểu quăn theo độ lớn của ống cuốn, nhưng khách muốn độ tóc phồng quăn cao hơn, hoặc thấp hơn cũng tùy thuộc vào góc độ được quấn.

- Tóc tạo độ cao tối đa khi quấn tóc **135 độ (curl on base)**, tạo mái tóc quăn bồng bềnh
- Tóc tạo độ cao vừa khi quấn tóc **90 độ (half off base)**, tạo mái tóc quăn vừa phải

- Tóc không cần độ cao khi quấn tóc **45 độ (curl off base)**, tóc quăn xa da đầu.

THỬ LỌN TÓC NHỎ TRƯỚC KHI UỐN TÓC:

Thử lọn tóc nhỏ sẽ giúp bạn đánh giá tóc của khách có phản ứng với thuốc uốn tóc như thế nào. Nhờ thế bạn biết được tóc sẽ bị hư với thuốc, hoặc kết quả không thích hợp. Mục đích thử lọn tóc trước là để

- Thời gian đúng nhất để có được lọn tóc tốt nhất.
- Kết quả khi thuốc uốn tóc được chọn
- Kết quả của lọn tóc với cỡ kích ống cuốn đã chọn và kỷ thuật quấn tóc cho khách.

CẦN LƯU Ý HÓA CHẤT VÀ AN TOÀN

- Chọn đúng độ mạnh dung dịch phải thích hợp theo điều kiện tóc. Tuy nhiên, những sai sót thường xảy ra vì quá lượng thời gian, phán đoán sai, không thử lọn tóc và dùng thuốc mạnh (alkaline), sẽ làm tóc khô, xù xì hoặc hư. Điều này dễ phát hiện khi tóc khô thì quăn queo lộn xộn, dòn và có lọn quăn khi tóc ẩm ướt gọi là **quá độ (overprocessing)**. Tóc như thế phải chữa trị ngay (hair treatment), và tiếp tục hàng tuần để khôi phục lại tình trạng của tóc.
- Ngược lại tóc sau khi gội xã bị giãn ra, dợn sóng tóc rất yếu, mất lọn quăn sau một vài lần gội, thường là do chọn không đúng dung dịch, phán đoán sai, hoặc chưa đủ thời gian thấm thuốc gọi là **dưới mức (underprocessing)**. Tóc bị giãn có thể uốn lại ngay nhưng nhớ chọn dung dịch yếu (acid perm) một chút vì tóc đã có độ thấm là lần uốn tóc trước tạo ra, thử lọn tóc đúng trước khi xã tóc và dập thuốc trung hòa đúng thời lượng.

WAVY HAIR, OFF-THE-FACE AND FULLER NECKLINE

Tóc dợn quăn kiểu chãi tóc xa mặt và trãi tóc phủ gáy.

- Rất dễ hư tóc nếu không lưu ý về thời gian và hóa chất đã dùng trên tóc.
- Tóc trông bóng tự nhiên và ngay cả tóc bạc là dạng khó thấm dung dịch, bạn có thể thấm tóc ẩm bằng dung dịch uốn tóc trước khi quấn. Điều này giúp tóc thấm dễ hơn và thời gian ngắn hơn.
- Cần thay bông gòn quanh viền tóc khi ướt, tránh ngứa da, sưng da. Dung dịch uốn tóc chảy nhiều lên da có

thể dùng bông gòn thấm nước lạnh lau sạch làn da hoặc thấm chất trung hòa (neutralizer) lên vùng đó để làm mất tác dụng của dung dịch uốn tóc và sau đó lau bằng bông gòn ẩm cho sạch lại.

Chapter 11: PERMING TECHNIQUES
Kỹ thuật uốn tóc

Permanent waving is a two-step process of physical and chemical. The first part of any perm is the physical change caused by wrapping the hair on the perm rods and the second part involves the chemical changes caused by the permanent waving solution and the neutralizer.

When wrapping the rod to follow 2 rules: the length of blocking is a little shorter than the length of the rod and the diameter of the rod should match the average hair parting.

Uốn tóc quăn là tiến trình hai bước gồm thể lý và hóa tính. Phần đầu của thuốc uốn tóc là sự thay đổi về thể lý như quấn tóc lên ống cuốn tóc và phần thứ hai là sự thay đổi về hóa tính của dung dịch như thuốc uốn tóc và dung dịch trung hòa.

Khi quấn tóc vào rod theo hai điều: chiều dài của từng phần chia tóc nhỏ một chút so với chiều dài của rod và đường kính của rod sẽ hợp với từng phần tóc được lấy.

- **Exothermic** is the heat activation chemical within the product of acid-balanced perm. Ammonium thioglycolate (ATG) is the main active ingredient of alkaline perm and glyceryl monothioglycolate (GMTG) is the main active of acid-balance perm.

  Exothermic là sự tạo nhiệt do hóa chất trong dung dịch của thuốc uốn tóc acid-balance. Ammonium thio glycolate là hóa chất chính của thuốc uốn tóc alkaline và glyceryl monothioglycolate là hóa chất chính của thuốc uốn tóc acid-balance

- Hair structure: *Cấu trúc của tóc*

  - **Cuticle**: Outer covering consist of seven or more overlapping layers

    Cuticle là lớp ngoài của tóc gồm có 7 lớp trở lên nằm chồng lên nhau.

  - **Cortex**: Major component 90% total weight, gives hair flexibility, strength

    Cortex là lớp giữa chiếm 90% trọng lượng của tóc, tạo uyển chuyển và độ mạnh cho tóc

  - **Medulla**: Innermost section of hair structure, very fine hair may be not medulla

    Medulla là lõi trong cùng của cấu trúc tóc, tóc thật mịn có thể không có medulla

- **Perm provides** many valuable benefits to the clients as easy manageability, additional volume and fullness, greater control for naturally coarse and wiry hair.

  Tóc được uốn tạo sự tiện lợi cho khách dễ chãi tóc, tóc thêm độ cao và đầy đặn, dễ chăm sóc với những tóc cứng và tóc quá quăn.

- Waving lotion (liquid soften, expands the hair) and neutralizer lotion (rehardens or rebonds the internal structure of hair) are two product of cold wave by scientists discovered in 1941.

  Dung dịch uốn tóc (chất làm mềm, nở tóc) và dung dịch trung hòa (cứng lại hoặc giữ độ quăn mới trong cấu trúc tóc) là 2 chất thuốc của loại uốn tóc lạnh do các nhà khoa học phát minh năm 1941.

- **Determining porosity: Đánh giá độ thấm của tóc**

- **Porosity**: Hair capacity to absorb liquid; **Poor porosity** (resistant): Cuticle layer close the hair shaft; **Porous**: Previously chemically treated, lightened; **Over porous hair**: Over processing, hair is very damageed, fragile and brittle.

  Porosity là khả năng của tóc thấm dung dịch; Độ thấm kém (khó thấm) là lớp vảy cuticle đóng chặt cọng tóc; Porous: là tóc trước đó đã dùng hóa chất, tẩy tóc; Over porous là tóc quá thấm thuốc, tóc bị hư, dễ gãy và dòn.

- Determining texture: Thick or thin and each hair (fine, medium, and coarse hair). Hair that is "2 to 6" long (ideal), wind hair at least 2 ½ turns the rod.

  Đánh giá cỡ tóc là độ tóc dày hoặc mỏng (mịn, trung bình và tóc cứng). Tóc dài cỡ 2 đến 6 inches là lý tưởng, quấn tóc vào rod cỡ 2 vòng rưỡi.

- **Density is thickness**, number of hair per square inch, average 1,000 hairs/ square inch; Blonde hair: 140,000 hairs; brown: 110,000 hairs; black: 108,000 hairs; red: 90,000 hairs.

    Density là độ dày của tóc, số lượng tóc trên mỗi inch vuông, trung bình 1000 sợi tóc trong 1 quare inch; Tóc blond (140.000 sợi); tóc nâu (110.000 sợi); tóc đen (108.000 sợi; tóc đỏ (90.000 sợi).

- If thick hair require small partings and thin hair require larger parting on each rod. Avoid stretching or pulling the hair when wrapping to prevent hair breakage.

    Nếu tóc dày cần lấy tóc nhỏ và tóc thưa cần lấy tóc lớn hơn quấn trên mỗi ống rod. Tránh căng và kéo tóc khi quấn để ngăn ngừa gãy tóc.

- **Alkaline perm** contains ammonium thioglycolate has pH 8.2 to 9.6, special for resistant hair, tight curl, strong curl pattern.

    Thuốc uốn tóc alkaline chứa ammonium thioglycolate có nồng độ hydrogen 8.2 đến 9.6, đặc biệt cho tóc cứng, lọn tóc quăn nhiều, lọn tóc mạnh.

- **Acid-balanced perm** contains glyceryl monothioglycolate has pH 4.5 to 7. If heat source created chemically within the product (Exothermic) and heat source from outside as hood dryer is called (Endothermic) to create softer curl, natural curl or wave pattern is desired.

    Thuốc uốn tóc acid-balance chứa glyceryl monothiglycolate có nồng độ hydrogen 4.5 đến 6.5. Nếu nguồn nhiệt tạo bên trong hóa chất là (Exothermic) và nguồn nhiệt từ bên ngoài như máy sấy tóc được gọi là (Endothermic) tạo lọn tóc mềm mại, dợn tóc, sóng tóc trông tự nhiên.

PIGGYBACK WRAP
Cách uốn tóc 2 rods
cho lọn tóc dài

- Perm the hair has 2 different actions: **Physical action**- wrapping section around the perm rod and **chemical action** as waving lotion (soft, swell) and neutralizes for reharden the curls.

    Uốn tóc có 2 tác động khác nhau: Thể lý- quấn tóc quanh ống cuốn và hóa tính như dung dịch uốn tóc làm mềm, trương nở tóc và dung dịch trung hòa làm cho tóc tái tạo lọn quăn mới.

- **Wrapping hair with 6 popular pattern:** *Quấn tóc với 6 kiểu thông dụng*
    - **Straight back** wrap (9 sections) to create soft, full and high style effect, off the face.

        Straight back là uốn tóc 9 phần, lọn tóc mềm, đầy và cao kiểu uốn tóc ra sau xa với mặt
    - **Spiral** wraps is used for long hair to create tight curls, rod is winded with vertical style.

        Spiral là kiểu uốn cho tóc dài tạo lọn chặt, ống cuốn được quấn theo chiều dọc
    - **Stack** perm is the technique for greater curl at the nape.

        Stack là kiểu làm lọn tóc lớn ở vùng gáy.
    - **Single halo** -average size head, even curls, rods are wrapped around the head (9 sections)

        Single halo cho cỡ đầu trung bình, lọn tóc đều, ống được quấn chung quanh đầu, chia 9 phần
    - **Double halo** (large size head), divide 8 sections

        Double halo cho cỡ đầu lớn, chia 8 phần
    - **Dropped crown** (long hair), only the hair ends are wrapped, smaller rods in the nape area

        Dropped crown cho cỡ tóc dài, chỉ có quấn đuôi tóc, ống nhỏ hơn ở vùng gáy

- The hair must be wrapped smoothly without stretching. Hair strand parting in relation to the base on the scalp where the rod is placed.

    Tóc được quấn mịn mà không căng. Lấy từng lọn tóc liên hệ đến nền da đầu mà rod nằm lên.
    - Curl on base 135 degrees, the curl will rest on base with height, and upward movement.

        Lọn tóc 135 độ, lọn tóc nằm trên nền, lọn tóc cao và quấn ngã về trước
    - Curl one half off base 90 degrees, the curl straight out and will rest one-half off base.

        Lọn tóc 90 độ, lọn tóc nằm nữa nền, lọn tóc thẳng và nằm trên một nữa của nền tóc.
    - Curl off base 45 degrees, the curl downward position and will rest off base.

        Lọn tóc 45 độ, lọn tóc trải xuống và nằm xa nền tóc.

84

- **End wraps** (end paper): Porous papers used to cover the end of hair. There are three methods of end wrap application: Single end paper wrap; double end paper wrap; book end wrap.

  End wraps: Giấy đuôi tóc dùng để phủ đuôi tóc khi quấn. Có 3 phương pháp dùng giấy phủ đuôi tóc: bọc một miếng giấy; bọc đuôi tóc 2 miếng giấy; bọc 1 miếng giấy xếp lại.

- The piggyback is a perm method for extra long hair using double rod wrap, maximum control and tightness of the curl from the scalp to the hair ends.

  Piggy back là cách uốn tóc cho tóc dài dùng 2 ống cuốn, lọn tóc cao, chặt từ chân tóc đến đuôi tóc.

- **Over processing:** Lotion left on too long; improperly judge, strong waving lotion, and test curl were judge improperly. The curly hair when wet, but frizzy when dry (feels harsh).

  Over processing: là dung dịch để trên tóc quá lâu, đoán thời gian không đúng, lotion quá mạnh, và thử lọn tóc không đúng cách. Tóc quăn khi ướt nhưng quăn như khi khô (cảm thấy nhám).

- **Under processing:** Insufficient processing time, weak wave formation. The hair can be re-permed, choose a mild waving lotion.

  Under processing: là tóc chưa đủ thời gian, lọn tóc yếu.
  Tóc có thể uốn tóc lại, chọn loại thuốc uốn tóc nhẹ.

- Test curl "S" formation and recognize proper wave formation then rinse warm water from 3 – 5 minutes and for long hair and thick hair require the rinsing time about 5 minutes.

  Thử lọn tóc tạo chữ S là tóc quăn đúng cách, sau đó xả tóc với nước ấm từ 3 – 5 phút và đối với tóc dài và dày đòi hỏi xả tóc khoảng 5 phút.

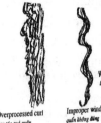

Wavy hair (good curls)
lọn tóc quấn đúng

Overprocessed curl
lọn tóc quá quăn

Improper winding
quấn không đúng

- **Apply neutralizer** to the top and underside of the rod, wait 5' to allow rebonding then rinse the hair thoroughly with warm water.

  Cho dung dịch trung hòa lên trên và bên dưới ống tóc, đợi 5 phút để tái tạo cấu trúc, xả tóc sạch bằng nước ấm.

- For a perfect perm: Analyze the hair, choose perm product, rods, apply product properly, rinse well. Avoid shampooing for 48 hrs after perm.

  Để cho uốn tóc kết quả tốt cần phân tích tóc, chọn thuốc, ống cuốn, cho thuốc đúng cách, xả kỹ. Tránh gội tóc trong 48 giờ sau khi uốn tóc.

- **Body waves:** Use larges to extra large rod and large parting, use straight rod better than concave rods. Heated clamps method: The hair is wound on rod, saturated with waving lotion and then use pre-heat clamp to apply directly over each wound rod.

- **Hair that show** signs of damage, dry, brittle, over porous or treated with a sodium hydroxide (NaOH), tinted, bleach should not be permed.

  Body waves là uốn tóc với ống cuốn lớn và lấy tóc nhiều, dùng ống ngay tốt hơn là ống cuốn lõm.

  Phương pháp dùng kẹp nóng là tóc được quấn vào ống cuốn, cho thuốc uốn tóc lên và dùng kẹp làm nóng sẵn kẹp vào những ống cuốn đã quấn tóc.

  Tóc có dấu hiệu hư, khô, dòn, quá thấm hoặc đã dùng với thuốc duỗi, nhuộm, tẩy không nên uốn tóc

- Hair coated with metallic salts must not be perm. Use test **1-20: mix 1oz volume H_2O_2 and 20 drops of 28% ammonia** then immerse about 20 hairs for 30 minutes. If the hair lighten rapidly and turn purple color is to contain **lead**; unpleasant odor and the hair pulls apart easily, turn red is to contain **copper**; no reaction in 30 minutes, the hair turn green is to contain **silver**.

  Tóc bọc với chất thuốc nhuộm muối kim loại không nên uốn tóc. Dùng công thức thử nghiệm 1-20 là trộn 1oz H_2O_2 với 20 giọt 28% chất ammonia rồi nhúng vào cỡ 20 cọng tóc trong 30 phút. Nếu tóc lợt nhanh và đổi màu tím là chất thuốc nhuộm có chứa chì; mùi nồng nặc, tóc kéo dễ dàng và đổi màu đỏ là chứa đồng; không phản ứng trong 30 phút và tóc đổi màu xanh lá là chất nhuộm có chứa bạc.

SAFETY PRECAUTION *(Lưu ý về an toàn)*

- Examine the scalp for abrasions and lesions before giving a cold wave.
  Xem xét vết trầy và vết lở trước khi uốn tóc

- **Analyze the hair** before giving a cold wave and test hair for elasticity and porosity.
  Phân tích tóc trước khi uốn tóc và thử độ đàn hồi và độ thấm của tóc

- Wear protective gloves or protective hand cream when applying cold wave lotion. Strong chemicals may injure the skin.
  Mang bao tay bảo vệ hoặc kem bảo vệ khi cho thuốc uốn tóc. Hóa chất mạnh có thể hại da.

- Give at least two test curls to determine the condition of the hair and the type of lotion to use.
  Cần làm 2 thử nghiệm cho lọn tóc để đánh giá điều kiện của tóc và dung dịch uốn tóc

- **Use proper strength** waving lotion for hair that has been tinted, lightened or damaged.
  Dùng dung dịch uốn tóc thích hợp cho loại tóc nhuộm, tẩy hoặc hư

- Use non-metallic bowls or plastic applicator bottles to hold waving lotion and neutralizer.
  Dùng tô hoặc bình chứa không có kim loại hay bằng nhựa đựng dung dịch và trung hòa uốn tóc.

- Each manufacturer of cold wave lotion has printed instructions which must be followed explicitly. Instructions may vary according to hair condition.
  Mỗi hãng sản xuất dung dịch uốn tóc có in bảng chỉ dẫn phải dứt khoát tuân theo. Sự hướng dẫn có thể thay đổi tùy theo điều kiện của tóc.

- **Hold the hair** strand up and away from the head when wrapping. Do not hold the strand down and close the head, and do not hold the strand too upright.
  Giữ lọn tóc thẳng và xa đầu khi quấn. Đừng giữ lọn tóc xuống gần da đầu, và không kéo lọn tóc quá thẳng đứng.

- If cotton is placed around the head to protect the patron's skin from dripping lotion, it should be removed. If not the skin it may cause irritation. **Be sure to clock** the hair evenly. Blot excess lotion from scalp. Do not rinse the waving lotion from the hair until the proper "S" formation is achieved.
  Nếu bông gòn bảo vệ da bọc chung quanh đầu và nhiều dung dịch phải được lấy đi. Nếu không da có bị ngứa
  Phải chắc rằng các phần tóc được chia đều. Thấm thấm dung dịch còn thừa trên da đầu. Đừng xả bỏ dung dịch uốn tóc cho đến khi lọn quấn có hình chữ "S."

- **When applying neutralizer** on the hair is not done correctly, the permanent wave will be a failure. The hair may be damaged by any cold waving lotion remaining active on the hair. **Do not allow** patron to sit in a draft or near air conditioner while the hair is being processed.
  Khi dùng dung dịch trung hòa trên tóc không đúng cách, uốn tóc sẽ hư. Tóc có thể bị hư hại do bất cứ dung dịch uốn tóc nào còn sót lại trên tóc.
  Đừng để ngồi trong vùng gió lùa hoặc gần máy lạnh trong khi tóc được thắm dung dịch.

- Hair treated with strong alkaline soaps or other chemicals makes the hair very porous.
  Tóc dùng loại xà phòng alkaline mạnh hoặc các hóa chất khác làm cho thấm dễ dàng.

- Hair that has been tinted with metallic hair coloring, either at home or in a beauty salon, cannot be given a cold wave or it will discolor and break the hair.
  Tóc được nhuộm với màu kim loại dù ở nhà hoặc ở salon không thể uốn tóc được, tóc sẽ bạc màu hoặc bị gãy.

- **Test curls** should always be given to reveal the condition of the patron's hair.
  Nên thường xuyên thử lọn tóc để biết tình trạng tóc của khách.

- Results achieved in permanent waving, both good and bad, stem directly from the knowledge and ability of the operator. Wrap the hair smoothly and without tension. When removing the rods from the hair, carefully unwind the curl. Do not stretch or pull the hair.
  Kết quả đạt được trong việc uốn tóc dù tốt hay xấu điều trực tiếp do sự hiểu biết và khả năng của người thợ. Quấn tóc thật mịn và không căng. Khi gỡ ống cuốn tóc cẩn thận gỡ lọn tóc. Không căng tóc hoặc kéo tóc.

- **Thoroughly rinse** the neutralizer from the hair. Complete record card carefully and accurately.

Xả sạch dung dịch trung hòa trên tóc. Điền hồ sơ cho khách cẩn thận và chính xác.

- If a cold wave is too curly after it has been neutralized and taken from the rods, consult with your instructor before trying to solve the problem.

  Nếu tóc uốn quá quăn sau khi trung hòa và gỡ ống cuốn nên tham khảo với giáo viên trước khi giải quyết vấn đề.

- **Do not give** a color rinse immediately after a cold wave. It may distort the wave pattern.

  Đừng nên dùng màu tạm thời ngay sau khi uốn tóc. Có thể làm lọn tóc giãn ra.

- Hold the end paper correctly when wrapping the hair. Hair strand should be flat and smooth. Do not permit the ends to bunch together.

  Giữ cho giấy cuốn tóc đúng cách để quấn tóc. Lọn tóc bằng và mịn. Đừng để đuôi tóc dính lại.

- Avoid fish hooks when wrapping hair ends. Do not stretch or pull hair during wrapping.

  Tránh đuôi tóc xoắn lại hình lưỡi câu khi quấn tóc. Không nên căng và kéo tóc khi quấn.

  Do not leave the patron alone while processing a cold wave. Protect clothing of patron by proper draping. Do not brush the hair too briskly or rub scalp too hard during the shampoo prior to giving a permanent wave. **Do not stretch** rubber band too tightly over rod when locking it.

- Do not place patron under dryer while lotion is on the hair.

  Straight hair
  tóc thẳng

  Porous ends
  đuôi tóc thấm

  Underprocessed curl
  lọn tóc quăn chưa đủ

  Đừng bỏ khách một mình khi uốn tóc đang phát triển. Bảo vệ quần áo cho khách bằng cách choàng khăn đúng phương pháp. Đừng dùng bàn chải lông cứng hoặc chà da đầu mạnh quá trong lúc gội đầu trước khi uốn tóc.

  Không nên căng sợi thung quá chặt trên ống cuốn khi cài lại.

  Đừng đặt người khách dưới máy nhiệt trong lúc dung dịch còn trên tóc.

MACHINELESS PERMANENT WAVING (*Uốn tóc bằng hóa chất*)

- To obtain a uniform curl, distribute the hair evenly in the rod. Do not winds the hair too loosely, uses slight tension. Do not wind too much hair on the rod, poor waves will result.

  Để có được lọn tóc quăn đều, phân phối tóc đều trên ống. Đừng quấn tóc quá lỏng, nên quấn hơi căng. Đừng quấn tóc quá nhiều trên ống cuốn, dợn sóng tóc sẽ không đều.

- **Use the cellophane** end papers or wool crêpe to protect hair ends. Each manufacturer of machineless supplies has printed instructions which must be followed explicitly.

  Dùng giấy bóng quấn đuôi tóc hoặc giấy lông mềm để bảo vệ đuôi tóc. Mỗi hãng sản xuất vật liệu có in bảng hướng dẫn mà cần phải theo dứt khoát.

- Be sure to remove excess moisture from pads to avoid dripping onto scalp when steaming starts. Press out excess lotion from the pads and hair to prevent burns.

  Phải chắc rằng lau đi chất thuốc thừa để tránh nhiểu trên da đầu khi thuốc hoạt động. Dùng miếng thấm để loại bỏ bớt dung dịch trên tóc để đề phòng phỏng da.

- **Do not give** a machineless permanent to someone whose scalp shows signs of irritation. Check patron's scalp for redness, swelling or burns after removing permanent wave material.

- For protection, place cotton strips around entire hairline and at ears before applying chemical waving When handling chemicals, be cautious; avoid getting them into the eyes.

- Be sure to block the hair evenly. Uneven blocking may produce irregular waves, or curls which are not close to the scalp.

  Đừng uốn tóc cho người có da đầu bị ngứa. Kiểm soát da đầu bị đỏ, sưng hoặc phỏng sau khi xả bỏ thuốc uốn tóc.

  Để bảo vệ khách, đặt miếng bông gòn chung quanh đường viền tóc và tai trước khi cho thuốc uốn tóc lên. Khi dùng hóa chất phải cẩn thận; tránh vấy thuốc vào trong mắt.

  Phải chắc rằng từng phần tóc chia đều nhau. Các phần tóc không đều sẽ tạo ra các lọn sóng tóc không đều đặn, hoặc lọn tóc sẽ không gần được da đầu.

Bài 12: THAY ĐỔI MÀU TÓC BẰNG NHUỘM TÓC, TẨY TÓC

Thay đổi màu tóc thật dù nhuộm hay tẩy vừa là môn nghệ thuật làm đẹp mái tóc vừa là môn khoa học biến đổi dựa từ màu nguyên thủy, phối hợp hoặc thay thế bằng màu nhân tạo.

- **Nhuộm tóc** là đem màu nhân tạo vào tóc nguyên thủy.
- **Tẩy tóc** là phân tán sắc màu nguyên thủy bằng hóa chất làm mất dần hạt màu để cho tóc lợt đi.

Là một thẩm mỹ viên toàn diện (cosmetologist), bạn cũng là chuyên viên về màu tóc (colorist). Để công việc kết quả tốt bạn cần quan sát cấp độ màu sắc, độ sáng, độ thấm, độ dày, dạng tóc, bao nhiêu phần tóc bạc, màu mắt, màu da và quan sát bằng mắt, sờ bằng tay và lắng nghe khách.

Khách đến salon muốn nhuộm tóc thường vì những lý do sau:

1. *Sửa chữa lại mái tóc màu xấu, do đã nhuộm, tẩy trước đó, hoặc gió nắng đổi màu.*
2. *Khách thuộc tầng lớp nghệ sĩ, ca sĩ muốn cho màu đặc biệt cho mái tóc*
3. *Thực tế cuộc sống, nghề nghiệp cần đến nét tươi mát, hấp dẫn, khác lạ*
4. *Muốn được màu sắc như ý, những lần sáng lợt nổi lên*
5. *Che phủ tóc bạc do tuổi tác, giới tính, muốn luôn được nét tươi trẻ*

PHÂN LOẠI MÀU TÓC

A. ARTIFICIAL HAIRCOLORS   màu tóc nhân tạo

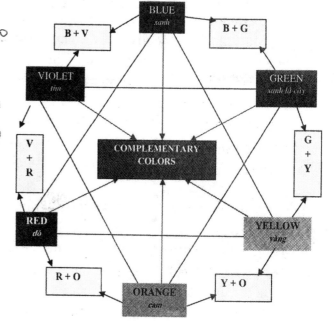

Màu nhuộm tóc nhân tạo được chia ra 4 hạng dựa trên độ bám, thời gian và đặc tính của màu. Tất cả màu nhân tạo đều phải thử dị ứng da vì có chất Aniline derivative, ngoại trừ màu tạm thời.

1. **Màu tạm thời (temporary color):** phân tử hạt màu lớn, bám bên ngoài vảy tóc (cuticle layers), là chất nhuộm màu đậm, sáng tóc. Màu tạm thời (temporay color rinses) cho lên tóc ẩm, sạch không nên xả vì màu sẽ mất đi sau lần gội đầu tiên, chỉ là màu tiếp nhận bên ngoài (certified colors).

   Nhóm màu nhuộm tạm thời gồm: màu chì (crayons), màu sơn lông mi (mascara), lông mày (eyebrow pencil), chất mousses màu, gel màu, dầu gội màu (highlighting color shampoos), và keo xịt màu (hair color sprays).

   Dùng loại màu này có tính tạm thời phủ màu tóc phai, che đậy những màu tóc bạc bị vàng, tạm thời thêm màu cho tóc mà không thay đổi cấu trúc của tóc (temporary color rinses). Tóc sẽ trở lại y như cũ sau khi gội (shampoo to shampoo) mà không thay đổi gì trên điều kiện của tóc.

2. **Màu bán vĩnh viễn (semipermanent color):** màu giữ lâu được từ 6 đến 8 lần gội. Thành phần màu nhuộm có chứa aniline derivative nên cần làm thử dị ứng (**P.D test**) trước khi dùng, **không cần hydrogen peroxide** nên có tính bám bám ngoài lớp tóc (cuticle). Màu nhuộm có nhiều dạng gel, kem, lỏng, và mousse thích hợp cho giới trẻ, có nhiều màu sáng, làm nổi, sáng lên được những tóc thật. Màu bán vĩnh viễn có thể che 25% tóc bạc trên đầu, phục hồi màu tóc bị phai, tạo độ màu

thích hợp cho tóc đã nhuộm, giúp tóc có những màu sáng mạnh như red, golden. Các phân tử màu bám vào lớp tóc ngoài và một số nhỏ đi vào lớp giữa của tóc (cortex), nên màu sẽ lợt dần sau mỗi lần gội.

3. **Màu gần như vĩnh viễn (deposit-only haircolor or demipermanent color):** là loại màu nhuộm có tính đưa màu vào tóc chứ không lấy bớt màu của tóc, đặc tính giống như màu bán vĩnh viễn (semipermanent color) nhưng các phân tử nhỏ hơn, dễ dàng xâm nhập vào cọng tóc nên màu cũng giữ được lâu hơn từ 4 đến 6 tuần lễ. Demipermanent color là thuốc nhuộm dùng nồng độ peroxide thấp (low volume) khoảng 5 đến 10 volume, thích hợp cho phủ tóc bạc, không có ammonia hoặc rất ít ammonia nên ít tác hại cho tóc và êm dịu da đầu, tuy nhiên phải thử dị ứng (patch test) trước khi dùng. Màu này có 3 dạng kem, lỏng, và gel.

4. **Màu nhuộm vĩnh viễn oxýt hóa (oxidative haircolor):** màu có các phân tử nhỏ dễ dàng qua lớp vảy (cuticle) để thấm sâu vào lớp thứ hai (cortex) của tóc, giữ lâu trên tóc và thường chỉ nhuộm lại cho phần tóc mới mọc. Màu nhuộm gồm **aniline derivative** có nồng độ pH 9.5 được pha trộn với **hydrogen peroxide** có nồng độ pH từ 3.5 – 4.0, tác dụng 2 chất đưa thêm màu nhân tạo vào tóc, hoặc làm lợt đi màu tóc tự nhiên nên còn gọi là **Lift-Deposit Haircolor.**

Màu nhuộm oxidative này chứa ammonia, thích hợp để làm đều màu tóc, lợt bớt đi màu tóc, hoặc phủ tóc bạc. Màu cần phải thử dị ứng trước 24 hoặc 48 giờ tùy sản phẩm. Loại màu nhuộm này oxýt hóa khi pha với hydrogen peroxide tạo màu cho tóc.

Hiện nay màu nhuộm vĩnh viễn có 3 dạng: lỏng (liquid), kem (cream), và gel. Đây là loại màu nhuộm chuyên nghiệp có các tên sau: Aniline derivative tints; permanent tints; paraphenylenediamine tint (para-dye); penetrating tints; synthetic-organic tints; và oxidative tints. Màu nhuộm oxýt hóa có chất aniline derivative (trích từ than đá) cần thử dị ứng (P.D test) trước khi dùng.

Màu được pha với hydrogen peroxide (H₂0₂) tùy theo nồng độ, với peroxide 20 volume thường được dùng ở salon cũng tạm đủ để vừa lấy bớt màu tóc thật và đưa màu nhân tạo vào tóc, hoặc pha với peroxide 30 hoặc 40 volume có khả năng đổi màu tóc từ đen đến vàng nhạt (light blond) được gọi là tiến trình nhuộm 1 lần **(single-process tints).**

Nếu khách cần mái tóc thật lợt thì phải vừa tẩy và đưa màu lợt vào tóc vừa tẩy xong (bleaching following by a toner) được gọi là tiến trình làm 2 lần **(double-process). Toner** là cách nhuộm lợt lên mái tóc đã tẩy, thẩm mỹ viên cần hiểu rõ nguyên tắc bảng màu.

Đặc điểm loại màu nhuộm này có thể đưa màu đậm vào hoặc lấy bớt màu đậm của tóc thật rồi đưa màu lợt vào dễ dàng nhưng cần phải có sự hiểu biết sâu sắc nên chỉ dành cho thợ chuyên nghiệp.

The pH Scale (bảng nồng độ Hydrogen)

1	2	3	4	5 Rain 5.5	6	7	8 8.2	9	10	11	12	13	14

Lemon Juice — Vinegar — Peroxide — Hair & Skin — Distilled Water — Baking Soda — Soap — Depilatories — Ammonia — Sodium Hydroxide — Lye

Acid (0 - 6.9)   (Neutral) 7   Alkaline (7.1 - 14)

HYDROGEN PEROXIDE (H₂0₂)

Hóa chất peroxide là sự kết hợp nguyên tố 2 Hydrogen và 2 OXYGEN. Dùng để pha với thuốc nhuộm hoặc thuốc tẩy, giúp tóc mềm, và trương nở lớp cuticle để cho thuốc xâm nhập vào lớp tóc bên trong (cortex). Còn được gọi là *PEROXIDE; OXIDIZER; GENERATOR; DEVELOPER; CATALYST;*

PROTINATOR.

Peroxide được điều chế có nồng độ từ 5 volume đến 130 volume và chia làm 3 dạng:

- Dạng khô bột hoặc viên **(powder or tablet dry peroxide)** thường dùng để hòa tan vào dung dịch thuốc để tăng độ mạnh của thuốc nhuộm hoặc tẩy.
- Dạng kem **(cream peroxide)** hơi đặc có conditioner giúp tóc bớt bị khô và giúp cho dung dịch cũng bớt nhiễu, do đó tốt cho highlighting tóc bằng gói giấy bạc (weaving).
- Dạng lỏng **(liquid peroxide)** dùng để tẩy hoặc toner có khuynh hướng khô nhanh.

THỬ DỊ ỨNG THUỐC NHUỘM TRÊN DA (PREDISPOSITION TEST)

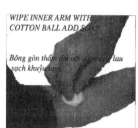

Thuốc nhuộm nhân tạo vĩnh viễn oxýt hóa cần thử dị ứng trên da trước khi dùng. Cách thử này còn gọi là **Patch test, P.D test, Skin test, Alergy test, Oxidation test, Aniline derivative test,** vì các loại thuốc nhuộm có chứa aniline derivative.

Pha chất nhuộm aniline derivative với peroxide như công thức nhuộm, thoa chất nhuộm ở sau tai hoặc bên trong khuỷu tay, không chạm đến trong khoảng 24 giờ đến 48 giờ tùy theo hãng sản xuất. Trong thời gian thử, nếu da bị đỏ, ngứa, sưng, bỏng, hoặc nổi mụn nước là bị **dị ứng (POSITIVE)** không thể nhuộm được. Nếu **bình thường (NEGATIVE)** thì nhuộm được

B. NATURAL HAIRCOLORS

*Màu nhuộm thiên nhiên bao gồm **thảo mộc** (vegetable haircolors); **kim loại** (metallic hair dyes, gradual colors, mineral dyes); **tổng hợp** (compound dyes). Tất cả màu thiên nhiên có tính bám chặt bên ngoài sợi tóc, lớp bọc màu chẳng những cản trở sự xâm nhập từ các hóa chất khác như nhuộm (tint), uốn tóc (permanent waving), tẩy (lightener), duỗi tóc (relaxer) mà còn có thể làm hư tóc, gãy tóc vì tạo phản ứng không lường được, vì thế màu thảo mộc, kim loại, và hỗn hợp không có tính chuyên nghiệp **(unprofessional products)**.*

a.Màu thảo mộc (vegetable colors): trích từ những loại cây gồm có hoa (flowers), lá (leaves), vỏ (barks), cây thuốc (herbs). Các loại thảo mộc thường dùng trong dân gian như hoa cúc vàng (chamomile); láhenna vùng Phi Châu, Trung Đông thường có những màu đậm đen, nâu, nâu đỏ. **Lá Henna** được nghiền nhỏ pha nước nóng sền sệt cho lên tóc. Thời gian màu nhuộm thảo mộc cần từ 15 đến 60 phút.

b.Màu kim loại (metallic dyes): màu kim loại có khả năng bọc chặt sợi tóc còn gọi là màu phát triển (progressive colors) hoặc màu phục hồi (color restorers).

Màu nhuộm kim loại chế biến từ:

- *Chì **(lead)** tóc có màu tím **(purple)***
- *Bạc **(silver)** tóc có màu xanh **(green)***
- *Đồng **(copper)** tóc có màu đỏ **(red)***

Các màu trên rất hạn chế và màu không bóng đẹp mà còn làm cho tóc dòn, khô.

Thợ cần quan sát tóc qua màu sắc, hỏi khách, hoặc có thể qua thí nghiệm để phân tích như sau:
Đựng trong tô nhựa hoặc thủy tinh gồm **1 ounce (30ml)** peroxide 20 volume (6% peroxide) pha với **20 giọt ammonia với nồng độ 28%**, cắt và cột nhúm tóc bỏ vào dung dịch trong nửa giờ (30 phút), quan sát vàsau đó lấy ra lau tóc khô xem lại:

- *Nhúm tóc lợt ngay trong dung dịch, màu tóc lợt là nhuộm **chì (LEAD)***

- *Nhúm tóc không thay đổi gì cả, hóa chất không thấm được là **bạc (SILVER)***
- *Nhúm tóc như sôi lên trong dung dịch, tóc nhừ và hư rỏ rệt, là tóc đã nhuộm **đồng (COPPER)***

Chất nhuộm kim loại tạo lớp bọc có ảnh hưởng mạnh các hóa chất tẩy, duỗi tóc, uốn tóc, nhuộm oxýt hóa và có nhiều phản ứng không lường được như lợt tóc, gãy tóc, hoặc chẳng có tác dụng gì cả.

a. Màu tổng hợp (compound dyes): là chất nhuộm được pha trộn giữa màu thảo mộc (vegetable tint) và màu kim loại (metallic dye), nhằm mục đích để cho màu giữ lâu và thêm nhiều màu mới.

CÁCH LẤY MÀU RA TỪ CHẤT NHUỘM HENNA, METALLIC, VÀ COMPOUND:
Thấm đều lên tóc Alcohol 70 %, và cho thêm dầu khoáng (mineral oil) lên tóc trong 5 phút, xong dùng bao nhựa trùm kín tóc. Khách ngồi dưới máy sấy 30 phút, rồi xả tóc sạch bằng nước ấm và dầu gội, có thể lập lại vài lần để lấy bớt lớp màu bọc sợi tóc. Nói chung, các loại màu thiên nhiên có tính bọc chặt bên ngoài tóc, nên rất khó lấy màu ra, dù đã dùng cách trên. Tốt nhất là chờ tóc ra dài và cắt bỏ đi. Đây là những sản phẩm cho người tự dùng lấy, không chuyên nghiệp, do đó thợ cần biết phân loại bằng nhiều cách kể trên mà rỏ hơn là sắc màu mái tóc không tự nhiên.

TẨY TÓC (HAIR BLEACH OR HAIR LIGHTENING):
Thường mái tóc cần đến tẩy vì màu tóc quá đậm cần làm lợt bớt đi để nhuộm; lợt tóc từng phần; lấy đi những màu không vừa ý, hoặc cần tẩy tóc lợt rồi cho màu toner theo ý khách.
Chất tẩy tóc có 3 loại: bột, kem, và dầu.

1. *Bột tẩy (**powder bleach**): bột tẩy pha với Peroxide như kem tẩy. Loại tẩy bột nhanh và mạnh nhất đủ để làm tóc màu đậm xuống màu vàng lợt (pastel blonding), chất tẩy thoa cách da đầu, có tính khô nhanh, hơi đặc nên ít nhiểu. Tẩy bột thích hợp cho tóc khó thấm, làm highligh tóc bằng gói giấy nhôm (**foil-wrapped weaving**) và highligh bằng mủ nhựa (**frosting cap**), và dùng cọ vẽ lên tóc (**freehand technique**)*

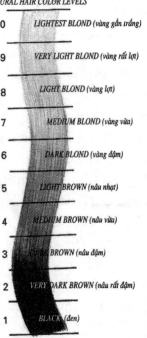

NATURAL HAIR COLOR LEVELS

10 — LIGHTEST BLOND (vàng gần trắng)

9 — VERY LIGHT BLOND (vàng rất lợt)

8 — LIGHT BLOND (vàng lợt)

7 — MEDIUM BLOND (vàng vừa)

6 — DARK BLOND (vàng đậm)

5 — LIGHT BROWN (nâu nhạt)

4 — MEDIUM BROWN (nâu vừa)

3 — BROWN (nâu đậm)

2 — VERY DARK BROWN (nâu rất đậm)

1 — BLACK (đen)

2. *Kem tẩy (**cream bleach**): kem tẩy tiện lợi hơn vì đủ độ mạnh và kem đặc sát da đầu, hơi đặc, không nhiểu, ít khô tóc vì có conditioner. Kem tẩy pha trộn thêm màu xanh dương nên giúp tóc tẩy trung hòa được các màu đỏ, cam, vàng.*

3. *Dầu tẩy (**oil bleach**) là chất tẩy nhẹ nhất chỉ làm tóc lợt 1, 2 tầng màu. Đặc tính không làm khô tóc, thích hợp để highlight tóc (**weaving**) và giúp tóc cứng như tóc bạc (**resistant hair**) tăng độ thấm để dễ nhuộm.*

4.

Các chất tẩy có chứa ammonia và pha với peroxide tạo tiến trình oxýt hóa. Tẩy tóc là phân tán chất màu trong tóc và làm lợt dần (**decolorizing**), tiến trình lợt 10 tầng màu từ nâu đỏ đậm (**dark red-brown**) lợt dần xuống đến vàng trắng nhạt (**pale yellow**).

HẠT MÀU TỰ NHIÊN HOẶC NHÂN TẠO CHIA LÀM **10** CẤP:
- **Cấp 1, 2, 3** (black, very dark brown, dark brown) màu tóc đậm (**DARK LEVELS**) chiếm 75% trên làn da đậm và màu mắt đậm.
- **Cấp 4, 5, 6** (medium brown, light brown, dark blonde) có màu tóc trung bình (**MEDIUM LEVELS**) chiếm 15%, thường trên làn da, màu mắt có độ màu trung bình.
- **Cấp 7, 8** (medium blonde, light blonde) có màu tóc nhạt (**LIGHT LEVELS**) chiếm 9%, thường trên

91

làn da, màu mắt lợt. Dù nhuộm màu đậm hay nhạt cũng thích hợp và có kết quả tốt.

- **Cấp 9, 10** (very light blonde, lightest blonde) có màu tóc rất nhạt (**VERY LIGHT LEVELS**) và màu da, màu mắt rất lợt. Số lượng người này không nhiều vì xem như không có mấy hạt màu trong tóc.

Tóc bị ngã màu đỏ (**red fading**) do tóc khách được nhuộm nền đỏ, trong nước có muối hoặc hồ tắm có chất chlorinate, do tóc bị nắng nên cần trung hòa màu cho lần nhuộm tới, dùng conditioner U.V, nồng độ peroxide thấp. Hoặc tóc ngã vàng (**yellowed gray hair**) trên mái tóc bạc là do dùng thuốc điều trị, hút thuốc lá nhiều hoặc do lạm dụng hóa chất lên tóc. Các trường hợp trên cần xử dụng màu nhuộm theo bảng trung hòa (**complementary color**) như lấy màu nền màu xanh biển hoặc xanh lá.

Cách gội giúp tóc <u>sạch và bóng tóc</u> bằng cách pha dầu gội với peroxide (**shampoo + H$_2$O$_2$**). Hoặc giúp cho tóc <u>sáng lên màu tóc đã nhuộm</u> bằng cách dùng màu thuốc nhuộm lần trước pha với peroxide và dầu gội lên tóc, tuy nhiên vì có aniline derivative cần phải làm thử dị ứng da (**aniline derivative + peroxide + shampoo**).

*Tóc bị hư, quá thấm thường do lạm dụng máy sấy tóc, gió, nắng, hóa chất và dầu gội mạnh. Dễ nhận biết tóc hư hại như tóc khô, dòn, dễ đứt tóc, không đàn hồi, tóc xốp, tóc dễ rối. Do đó với tóc loại này cần phải chữa trị trước (**hair treatment**), hoặc dùng thêm hóa chất **color filler** để tái tạo tóc trước khi nhuộm, tẩy.*

Đặc biệt đối với tóc bạc, khi nhuộm tóc tỷ lệ pha thuốc tính theo số phần trăm tóc bạc và loại thuốc nhuộm (ví dụ giữa thuốc nhuộm vĩnh viễn (OXIDATION TINT) và bán vĩnh viễn (SEMI/DEMI TINT).

TÓC BẠC	NHUỘM VĨNH VIỄN	NHUỘM BÁN VĨNH VIỄN
10 – 30%	- Lợt hơn màu tóc thật 1 cấp	- Lợt hơn màu tóc thật 2 cấp
30 – 50%	- 1 phần màu tóc + 2 phần màu lợt 1 cấp	- 1 phần màu lợt 1 cấp + 1 phần màu lợt 2 cấp
50 – 70%	- 1 phần màu tóc + 1 phần màu lợt 1 cấp	- Màu lợt hơn 1 cấp
70 – 90%	- 2 phần màu tóc + 1 phần màu lợt 1 cấp	- 1 phần màu tóc + 1 phần lợt 1 cấp
90 -100%	- Y như màu tóc muốn nhuộm	- Y như màu tóc muốn nhuộm

Nhuộm tóc, tẩy tóc, toner tóc là một nghệ thuật kết hợp giữa sáng tạo và kiến thức nên thẩm mỹ viên cần học hỏi kỹ để biết phân tích, xử lý đúng, cách sửa lại màu tóc hư, thử màu phát triển trên tóc và bình tĩnh nhận rõ nguyên nhân và kết quả.

Chapter 12: CHANGING THE NATURAL HAIR COLOR
Thay đổi màu tóc thật

Clients who have haircuts only stay with their cosmetologist for an everage of 1 to 2 years, while they receive color services stay with their cosmetologist for 7 to 8 years. Clients who have their hair colored usually visit the salon every 4 to 12 weeks.

The natural hair colors are black, very dark brown, dark brown, medium brown, light brown, dark blonde, medium blonde, light blonde, very light blonde, lightest blonde.

The degrees of decolorizing can go through 10 stages to diffuse pigment are dark red-brown, red-brown, red, red-orange, orange, orange-gold, gold, yellow gold, yellow, pale yellow.

Hair coloring is both the science and the art of change the color of hair. Clients change their hair color for many reasons: Graying; Self-image boost; Experimental; Artistic; Correction.

Khách hàng cắt tóc thường cắt mái tóc cùng một người thợ từ 1 đến 2 năm, trong khi đó tóc họ cần nhuộm, thay đổi màu thường trung thành với thợ thẩm mỹ từ 7 đến 8 năm. Khách nhuộm tóc thường trở lại salon cứ mỗi 4 đến 12 tuần.

Màu tóc tự nhiên là đen, nâu rất đậm, nâu đậm, nâu vừa, nâu nhạt, vàng hoe đậm, vàng hoe vừa, vàng hoe nhạt, vàng hoe rất nhạt, vàng hoe trắng lợt. Độ làm lợt màu tóc có thể qua 10 tầng là nâu đỏ đậm, đỏ đậm, đỏ, đỏ cam, cam, cam vàng hoe, vàng hoe, vàng trung bình, vàng, vàng thật lợt.

Nhuộm màu tóc vừa là môn khoa học và nghệ thuật thay đổi màu tóc. Khách hàng thay đổi màu tóc với nhiều lý do: Tóc bạc trắng; Tăng thêm nét đẹp; Đời sống thực; Nghệ thuật; Sửa lại màu tóc hư.

- Highlighting shampoo is shampoo + H_2O_2 (no patches required); a highlighting shampoo tint is aniline derivative + H_2O_2 + shampoo (predisposition test required).

  Thuốc gội highligh là shampoo + H2O2 (không cần thử dị ứng); thuốc gội có chất nhuộm highligh là thuốc nhuộm aniline + peroxide + shampoo (cần thử dị ứng)

- Ten colors level is the degree of lightness (level 10) or darkness (level 1) of a particular color. The color describe the warmth of coolness is tone.

  Mười độ màu sắc là` độ lợt (xếp hạng 10) hoặc độ đậm (xếp hạng 1) của nhóm màu đặc biệt. Màu được diễn tả là màu ấm hoặc màu mát là sắc màu.

- **Primary colors** (red, yellow & blue) are basic colors: *Màu thứ nhất (đỏ, vàng & xanh biển là màu căn bản.*

- **Secondary colors** (orange, green & violet) are created by mixing equal parts of 2 primary colors. *For example:* orange is made by mixing yellow and red.

  Màu thứ nhì (cam, xanh lá và tím) được tạo ra bằng cách pha trộn đều nhau của 2 màu thứ nhất. Ví dụ: màu cam được pha từ màu vàng và đỏ.

- **Tertiary colors** are mixed from primary color with one adjacent secondary color such as red + orange or red + violet. ... .

  Màu thứ ba được pha trộn từ màu thứ nhất và màu kề thứ nhì như đở + cam hoặc đỏ + tím.....

- **Complementary colors** are mixed from primary color and secondary color opposite each other on the color wheel. For example: blue and orange; yellow and violet; red and green.

  Màu bổ sung là màu được pha trộn từ màu thứ nhất và màu thứ nhì đối ngược nhau trên bảng màu. Ví dụ: xanh và cam; vàng và tím; đỏ và xanh lá.

- Aniline derivative test is also called patch test, skin test that is allergy test for color with oxidative tint. Give an allergy test behind ear or inside bend of the elbow undisturbed for 24 to 48 hours (depending on product). Accurate client record card and release statement.

  Thử thuốc nhuộm aniline derivative còn được gọi là thử mảng da, thử da là thử nghiệm về dị ứng về nhuộm tóc oxide hóa. Thoa thuốc thử dị ứng sau tai hoặc bên trong khuỷu tay và đừng đụng đến từ 24 đến 48 giờ (tùy theo thuốc nhuộm). Điền hồ sơ chính xác cho khách và bảng cam đoan, để phòng sự kiện cáo của khách.

- **Apply tint** only if a skin test is negative (no itching, burning, redness or swell on skin). Wear gloves to protect your hands. Mix tint product then apply immediately; discard left over tint.

Single process of oxidative tint (permanent color) can lighten and deposit color in one application and **double process** uses with two separate products, first bleaching and then toner application or presoftening then tint application.

- Temporary color, certified color, color will stay from shampoo to shampoo are only deposits colors, not lighten the hair as color rinse to restore faded hair, add color. Environment Protection Administration (E.P.A) approved and no P.D test required.

  *Chỉ nhuộm tóc nếu kết quả thử da là âm tính (không ngứa, bỏng, đỏ hoặc phồng da). Mang bao tay để bảo vệ tay của bạn. Pha thuốc nhuộmm xong nên nhuộm ngay, đổ bỏ thuốc còn dư lại. **Single process** là tiến trình nhuộm bằng oxýt hóa có thể làm lợt và đưa màu vào trong cùng một lần và **double process** là cách làm hai lần thuốc, đầu tiên tẩy tóc và rồi nhuộm lợt (toner) hoặc là làm mềm tóc trước rồi nhuộm tóc.*

  Protecting the neck & support client' head
  bảo vệ cổ & giúp đầu khách

  Thuốc nhuộm tạm thời, màu certified, màu giữ lại trên tóc một lần gội là thuốc nhuộm bám bên ngoài tóc, không thể làm lợt màu tóc như color rinse để phục hồi lại tóc phai màu, thêm màu đậm. Cơ quan bảo vệ môi trường chuẩn nhận (E.P.A) và không cần thử dị ứng về da.

- **Semi-permanent color** is formulated to last approximately 4 to 6 shampoos, no H_2O_2 is required. The molecules penetrate the cuticle; however, the color gradually fades with each shampoo. It does not lighten the natural color or change hair structure. Semi-permanent tints contain aniline derivative, require a patch test.

- Deposit-only hair color or demi permanent color, its longer lasting effect than semi-perm from 4 to 6 weeks (between semi and permanent), using with low volume of developer from 5-10 volume. It swells the cuticle and penetrates into the cortex, depositing inside the hair shaft.

- **Oxidative color** or lift-deposit permanent can lighten and deposit color in one appliction. These pigments are distributed throughout the hair shaft much like natural pigment.

  Thuốc nhuộm bán vĩnh viễn (semi-permanent) giữ được 4 đến 6 lần gội, không cần peroxide (H202). Những phân tử xâm nhập vào lớp ngoài của tóc; tuy nhiên, màu từ từ phải dần sau mỗi lần gội tóc. Thuốc không làm lợt màu tóc thật hoặc thay đổi cấu trúc của tóc. Thuốc nhuộm semi-permanent chứa aniline derivative, nên thử dị ứng da.

  Thuốc nhuộm chỉ đưa màu vào (deposit-only or demi permanent color), màu giữ lâu được 4 đến 6 tuần, hơn loại semi-permanent (giữa semi và permanent), màu được pha trộn với H 202 với nồng độ thấp từ 5 đến 10 volume. Thuốc nhuộm làm trương nở lớp ngoài và xâm nhập lớp giữa tóc, đưa thuốc vào bên trong sợi tóc.

  Thuốc nhuộm oxýt hóa hoặc thuốc lift-deposit là thuốc nhuộm vừa làm lợt và đưa màu đậm vào tóc trong cùng một lần. Những chất màu này được phân phối vào cọng tóc như những hạt màu thật của tóc.

- Permanent hair color as vegetable; flowers; herbs; salts of heavy metallic; organic or synthetic chemical; amino dye produced from a coal tar derivative known as alkaline. It lightens the natural pigment and then deposits artificial color.

- **Oxidative permanent color**, lift-deposit color, para-dyes, aniline derivative tints, synthetic-organic tints, penetrating tints is interchangeable in commercial usage. These products made from a coal tar and penetrate the cuticle of the hair and enter the cortical layer.

  Thuốc nhuộm vĩnh viễn như thực vật, hoa, thảo mộc, muối kim loại, nhuộm amino, nhuộm hữu cơ hoặc màu tổng hợp được tạo ra từ than đá là chất kềm (alkaline). Có khả năng làm lợt màu tóc thật và đưa màu nhân tạo vào.

  Thuốc nhuộm oxidative, lift-deposit, thuốc para, nhuộm aniline derivative, nhuộm synthetic-organic, nhuộm penetrating là từ diễn tả chung các loại thuốc nhuộm vĩnh viễn dùng trong thị trường. Những sản phẩm này làm từ than đá và xâm nhập từ lớp ngoài đi vào lớp giữa của tóc.

- Vegetable tint, metallic or compound dyes are non-oxidative permanent colors. They coated the hair and can prevent the penetration of any other chemical color products and conditioners; therefore they are not used professionally.

- **Vegetable tint** as chamomile (light yellow), processing time 15- 60 minute or hennas mix with hot water to create a paste (Africa). **Metallic hair dyes** as progressive colors (color restorer) turn darker to darker. **Compound dyes** are   combination metallic dyes with a vegetable tint to give more staying powder and different colors. All of the above are unprofessional products

Thuốc nhuộm thực vật, kim loại hoặc hỗn hợp là những loại thuốc nhuộm vĩnh viễn không có oxýt hóa. Chúng bọc ngoài sợi tóc và ngăn cản sự xâm nhập của bất cứ loại hóa chất nhuộm nào kể cả chất làm tốt cho tóc nữa, vì vậy chúng không được sử dụng như là loại thuốc nhuộm chuyên nghiệp.

Màu thực vật như chamomile (cúc vàng lợt La mã), thời gian thấm từ 15 – 60 phút hay hennas là chất nhuộm lá cây pha với nước nóng sền sệt lại thường dùng ở Châu Phi. Nhuộm kim loại là màu progressive (màu phục hồi) càng nhuộm càng đậm dần. Nhuộm compound là hợp chất kết hợp nhuộm kim loại và thực vật để cho màu giữ lâu hơn và nhiều màu hơn. Tất cả các loại trên là sản phẩm không chuyên nghiệp.

- Hair looks dry, dull, harsh and brittle if hair treated with a metallic dye. This hair will not receive any chemical services easily and lead to breakage or damage the hair.

  Tóc khô, mờ, cứng và dòn là tóc đã dùng loại nhuộm kim loại. Tóc loại này không dễ tiếp nhận được bất cứ loại hóa chất nào khác và dẫn đến gãy tóc hoặc hư tóc.

- **Test metallic salts dyes**: Mix 1oz of 20 volumes (6%) peroxide (H_2O_2) + 20 drops of 28% ammonia in glass or plastic container, immerse the strand of hair in solution for 30 minutes. If copper dyes turn red, silver dyes have a green cast and lead dyes have a purple color on hair.

  Thử thuốc nhuộm muối kim loại: Pha 1oz peroxide 20 volume (6%) + 20 giọt 28% ammonia trong tô thủy tinh hoặc nhựa, nhúng lọn tóc vào dung dịch trong 30 phút. Nếu có chất đồng đổi màu đỏ, chất bạc đổi màu xanh và chất chì đổi màu tím trên tóc.

- Metallic dyes with copper will boil and pull apart the hair in test solution. Hair will be destroyed if apply oxidative permanent color or perm solutions.

  Tóc nhuộm đồng sẽ sôi và kéo rời tóc ra dễ dàng trong thuốc thử. Tóc sẽ bị hư nếu nhuộm tóc bằng thuốc oxýt hoặc dung dịch uốn tóc.

- **Hair treated** with silver, no reaction because they will not penetrate the coating outside the hair. Hair treated with lead will lighten immediately.

  Tóc nhuộm bạc, không xảy ra phản ứng gì vì chúng không xâm nhập được lớp bọc ngoài của tóc. Tóc nhuộm chì sẽ lợt tức thì.

Medulla
lõi tóc

Cortex
lớp giữa tóc

Cuticle
vỏ ngoài

- Not easy to remove metallic dye and future successful for tinted hair on any chemical services is to cut off.

  Không dễ dàng lấy bỏ chất nhuộm kim loại và trong tương lai để tóc có thể làm được với tất cả các hóa chất khác là phải cắt bỏ đi.

- **Remove the coating metallic dyes** by applying 70% alcohol on hair in 5 minutes then apply mineral oil or vegetable oil, cover hair and put under hot dryer in 30 minutes, remove mixture from hair by work shampoo for 3 minutes then rinse well to remove oil with warm water.

  Lấy bỏ lớp bọc nhuộm kim loại bằng cách thấm cồn 70 độ lên tóc trong 5 phút rồi thêm dầu khoáng hoặc dầu thực vật lên tóc, phủ tóc lại và đặt dưới máy sưởi tóc (hot dryer) trong 30 phút, gội xả bỏ với shampoo khoảng 3 phút rồi xả sạch chất dầu với nước ấm.

- There are 3 forms of hydrogen peroxide (H_2O_2): **liquid peroxide** is a stabilizing acid (pH 3.5 -4.0), used for bleach or toner tend to dry out faster because conditioner agent are not present; **cream peroxide** is thickener, conditioner, help to prevent from dripping, good for foil-weave wrapping; and **dry peroxide** (tablet or powder) is dissolved in H_2O_2 to boost the volume.

  Có 3 dạng peroxide (H_2O_2): peroxide lỏng là acid ổn định nồng độ hydrogen 3.5 – 4.0), dùng cho tẩy hoặc toner, có tính khô nhanh vì không có conditioner; cream peroxide đặc hơn, có conditioner, giúp khỏi bị nhiễu, dễ dùng cho đan tóc highligh (weave); và peroxide khô (viên hoặc bột) để hòa tan trong H_2O_2 giúp tăng nồng độ.

- **Hydrogen peroxide**, H_2O_2, oxidizer, generator, developer or catalyst or proxinater is an interchangeable in commercial usage. It can mix to aniline derivative or bleach products.

  Hydrogen peroxide, H_2O_2, oxidizer, generator, developer, catalyst or proxinator là từ cùng nghĩa dùng trên thị trường. Chất có thể pha trộn với thuốc nhuộm aniline derivative hoặc thuốc tẩy.

- Hair lightening use for 2 purposes to lightener the hair and preliminary treatment for toner. Safety left on the scalp max 1 hour. Three types of lightener are **powder lighteners** to use for special effects lightening, strong enough to do pastel blond (quick lightener). **Cream lighteners** are popular for all styles of lightening services, easy to applied, no run drip or dry out like powder lightener. **Oil lighteners** are mildest of 3 forms of bleach. It used for lightening the entire head and can pre-soften the hair for dark hair.

*Tóc tẩy lợt vì 2 mục đích là chỉ làm lợt màu tóc và tẩy lợt xonng để nhuộm màu lợt lại (toner). Thuốc tẩy nên giữ trên da đầu tối đa là 1 giờ. Ba loại thuốc tẩy là **bột tẩy** dùng đặc biệt cho tẩy, mạnh đủ để làm tóc xuống màu vàng hoe rất lợt (tẩy nhanh). **Kem tẩy** được thông dụng cho nhu cầu tẩy tóc, dễ dùng, không nhiễu chảy hoặc khô nhanh như bột tẩy.*
*   **Tẩy dầu** là loại nhẹ nhất trong 3 loại tẩy. Được dùng để tẩy tóc toàn đầu và có thể làm mềm tóc cho loại tóc đậm.*

- Three method of highlighting are cap technique (frosting) with hook, foil technique (weaving), and freehand technique (wave line, draw movement).

Hair is considered damaged as rough texture, over porous, brittle and dry, no elasticity, spongy, matted hair when wet, color fades quickly, and absorbs liquid too rapidly. The reasons lead to damage hair as harsh shampoo, too much chemical services, high volume developer, over processing time, even too much hair sprays. Sometime hair turn red fading by salt and chlorinated in water, sun or tinted red hair. Can use conditioners with U.V absorbs and low volume H_2O_2.

Ba phương pháp highligh tóc là cap (frosting) là dùng mũ có lỗ lấy từng nhúm tóc với cây móc, dùng giấy bạc (foil) với đan tóc và bằng tay dùng cọ vẽ dợn sóng.

Tóc kể là tóc hư là cỡ tóc xù xì, quá thẩm thấu, dòn và khô, không đàn hồi, xốp, rối tóc khi ướt, màu phai nhanh, và thấm nhanh dung dịch. Lý do dẫn tới tóc hư như dùng shampoo mạnh, lạm dụng hóa chất, dùng peroxide mạnh, quá lâu ngay cả quá nhiều keo xịt tóc. Thỉnh thoảng tóc phai đổi màu đỏ do muối và chất chlorin có trong nước, mặt trời hoặc nhuộm tóc đỏ. Có thể dùng conditioner hấp thụ tia cực tím (ultraviolet) và nồng độ peroxide yếu.

- **Color filler and conditioner filler** are designed to help equalize porosity and deposit the base of color. Molecules of color filler fill in the space if the hair is in a damaged.

Color filler produces natural-looking color, help color to develop more uniform from scalp to ends, prevent dullness, streaking, helps porous or over porous hair to hold color.

 Color filler can be diluted with distilled water to apply to damage hair directly, prior to color, recondition for very porous hair or may be added to tint. Three primary color as red, yellow, and blue must be present for natural-looking hair color.

Color filler và conditioner filler là chất giúp cho tóc cân bằng độ thấm và đưa vào những màu   căn bản.   Các phân tử màu lấp đầy những khoang trống bên trong tóc bị hư.

Color filler tạo màu tự nhiên cho tóc, giúp màu phát triển được đồng đều trên tóc từ sát da đầu đến đuôi tóc, ngăn ngừa tóc bị đục, có sọc, giúp tóc thấm hoặc loại tóc quá thấm giữ được màu.

Color filler có thể pha loãng với nước cất cho lên tóc trực tiếp, trước khi nhuộm, tái tạo lại tóc quá thấm hoặc có thể thêm vào thuốc nhuộm. Ba màu đầu tiên căn bản là đỏ, vàng, và xanh có trong màu tóc tự nhiên.

- Gray hair by aging and heredity. To cover unpigmented hair around 10% - 30%, use 2 levels lighter than desired hair. For semi-permanent colors use 1 level lighter for oxidation tint.

Smoking, medication, exposure to the sun, hair spray and styling aids, all causes the hair to turn yellow special yellowed gray hair. To treatment by neutralizer the yellow tone by using violet color to neutral yellow hair in complementary color.

Tóc bạc do tuổi già và di truyền. Để che phủ tóc bạc khoảng 10 – 30%, dùng màu lợt 2 cấp hơn màu mong muốn. Đối với màu bán vĩnh viễn dùng một cấp lợt hơn đối với nhuộm bằng oxýt hóa.
Hút thuốc lá, thuốc trị bệnh hằng ngày, tiếp xúc nhiều với mặt trời, keo xịt tóc và chất chải tóc. Tất cả là nguyên trung hòa màu vàng theo nguyên tắc màu bổ sung (complementary color).

- **If hair is unpigmented** and resistant should be presoftened with oil bleach or gold-based tint (lifting tint) to remain on the hair 5 to 10 minutes, wipe gently with tower, not rinse and apply with desired color directly on hair.

Nếu tóc mất màu và khó thấm cần làm tóc mềm trước với tẩy dầu hoặc màu nền vàng nhạt (nhuộm lấy màu) cho lên tóc từ 5 đến 10 phút, lau nhẹ bằng khăn, không cần xả tóc và cho đúng màu thuốc nhuộm trực tiếp lên tóc.

- Tint remover are used to remove penetrating tints, correct problems with brassiness known as **tint, dye or color removers** may diffuse pigment, are mixed with hydrogen peroxide or distilled water to create a milder color remover.

  *Chất lấy màu nhuộm được dùng để lấy màu nhuộm đưa vào tóc, chỉnh lại những trở ngại với màu đồng thau được biết là **tint, dye hoặc color remover** để phân tán màu, được pha với peroxide hoặc nước cất tạo ra một hỗn hợp nhẹ để lấy màu.*

- **Tinting after dye removal** or double application hair coloring is almost necessary. If possible, condition the hair and wait 24 hours, with in this time span (short time) the sebaceous glands will secrete natural oil to protect the scalp from chemical.

  Nhuộm tóc sau khi lấy màu hoặc double application rất cần thiết để đều màu. Nếu có thể được nên tái tạo cho tóc tốt và đợi 24 giờ, với thời gian ngắn ấy, đủ để các tuyến dầu tiết chất dầu tự nhiên để bảo vệ da đầu tiếp xúc từ hóa chất.

- The strength of hydrogen peroxide should be 20 volumes when mixing tints or lighteners. Use aniline derivative tint is prohibited for eyebrows and eyelashes.

  Độ mạnh của peroxide nên 20 volume khi trộn thuốc nhuộm hoặc thuốc tẩy. Cấm nhuộm aniline derivative cho chân mày và lông mi.

- **To better tint** coverage on gray hair, resistant hair, use a softener or mild bleach applied before the tint. Treat the hair ends with filler before applying tint product on a head of hair with damaged and porous ends even a virgin hair.

  Để thuốc nhuộm phủ tóc bạc, tóc khó thấm, thoa chất làm mềm tóc hoặc thuốc tẩy nhẹ trước khi nhuộm. Nên thoa đuôi tóc với filler trước khi cho thuốc nhuộm lên tóc hư và tóc thấm ngay cả tóc nguyên thủy.

- For clients who have bleaching hair, want to return their hair natural color (tint back). This type of hair is porous, absorbed color quickly. Successful tint back can use filler to even out the porosity and achieve color correction.

  Đối với khách có tóc tẩy tóc, muốn trở lại màu cũ tự nhiên (nhuộm trở lại). Đây là cách với tóc dễ thấm, hút chất màu rất nhanh. Để kết quả tốt có thể dùng color filler để giúp đều độ thấm và đạt được đúng màu.

- **A soap cape** is used in conjunction for tinting bleached hair back to natural color by equal part shampoo and tint (milder) will break the line of demarcations.

  Soap cape được dùng như là sự hòa nhập màu cho việc nhuộm lại tóc đã tẩy thành màu tóc cũ bằng cách pha trộn shampoo và thuốc nhuộm (chất nhuộm nhẹ) sẽ làm mất đi những lần tóc cũ mới.

SAFETY PRECAUTION *(Lưu ý về an toàn)*

1. Since lightener on the towel coming in contact with the skin will cause irritation. After the lightener has been applied, check the skin and ears and remove lightener from the skin.

   Chất tẩy dính trên khăn đụng vào da sẽ gây ngứa. Khi cho chất tẩy lên tóc xong, xem lại da, tai để lau chất tẩy dính vào.

2. **If a toner** is to be applied following a lightener, a patch test must be given 24 hours before the toner will be applied. Analyze the hair and suggest reconditioning treatments when necessary.

   Nếu muốn làm nhạt và sáng màu (toner) sau khi tẩy tóc, thử nghiệm dị ứng cho toner phải trước 24 giờ. Phân tích tóc và gợi ý dùng lotion cho tóc tốt khi cần thiết.

3. If working with a lightener that must be mixed with a beater, it should be the thickness of whipped cream. This will avoid dripping or running causing overlapping. When mixing the lightener in an applicator, it should be shaken well.

   Nếu tẩy, phải dùng que pha trộn thuốc tẩy, nên pha đặc dạng kem sền sệt. Để tránh nhiều hoặc dễ chảy là nguyên nhân chồng lên nhau. Khi pha trộn chất tẩy trong bình, cần lắc cho đều.

4. **Apply lightener** to resistant areas first, or the nape area. Work as rapidly as possible in applying the lightener to produce a uniform shade without streaks.

Cho chất tẩy lên vùng tóc khó thấm, hoặc phía sau gáy. Làm nhanh có thể được để chất tẩy làm lợt tóc đều không tạo sọc.

5. Lightened hair is fragile and therefore requires special care. Use a mild shampoo for lightened hair. Use cool water to remove a lightener to prevent skin irritation

   Tóc tẩy dễ gãy và vì thế đòi hỏi chăm sóc kỹ. Dùng thuốc gội tóc nhẹ cho tóc đã tẩy. Dùng nước mát để xả chất tẩy để ngăn ngừa ngứa da.

6. If a preliminary shampoo is necessary, avoid irritating the scalp during the shampoo. Never use an acid rinse before a lightening treatment, because the acid retards the action of the lightener.

   Nếu cần thiết phải gội trước, tránh làm ngứa da đầu trong lúc gội. Không bao giờ dùng chất thuốc xả acid trước khi tẩy tóc, bởi vì chất acid làm chậm tác dụng của chất tẩy.

7. **Overlapping** in a lightener retouch can be prevented by using just enough moisture for the hair to absorb. Do not brush the hair before a lightener application. Avoid scratching the scalp with the comb before a lightener application.

   Chất thuốc tẩy chồng lên khi tẩy phần tóc mới mọc có thể để phòng bằng cách cho chất tẩy ẩm vừa đủ cho tóc thấm. Đừng chãi tóc trước khi tẩy. Tránh dùng lược cào xước da đầu trước khi tẩy.

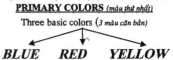

PRIMARY COLORS *(màu thứ nhất)*
Three basic colors *(3 màu căn bản)*

BLUE   RED   YELLOW

SECONDARY COLORS *(màu thứ hai)*
Mixing equal portions of 2 primary colors
Trộn 2 màu căn bản đều nhau

Blue + Red	**VIOLET**
Blue + Yellow	**GREEN**
Red + Yellow	**ORANGE**

8. If gold streaks appear in the hair after a lightener application, do not lighten the entire head again to remove them. Lighten only the streaked areas. To lighten the already lightened hair might cause breakage.

   Nếu còn sót những vệt màu sắc vàng trên tóc sau khi tẩy, đừng nên tiếp tục tẩy cả đầu tóc lại để loại những vệt màu ấy. Chỉ tẩy những vùng có vệt. Nếu tẩy trên những chỗ đã được tẩy rồi là nguyên nhân đứt tóc.

TERTIARY COLORS *(màu thứ ba)*
Mixing equal portions of 1 primary and 1 secondary color *(Trộn màu thứ 1& 2 đều nhau)*
Blue + Green; Blue + Violet; Green +Yellow...

9. **Do not lighten hair** that is spongy and mats easily when wet. Reconditioning treatments must be given to recondition the hair. Keep a completed record card of all lightener treatments.

   Đừng có tẩy những loại tóc xốp và dễ rối khi ướt. Cần điều trị cho tóc tốt lại. Ghi chép hồ sơ đầy đủ cho khách những lần điều trị cho tóc tẩy.

COMPLEMENTARY COLORS *(màu thứ tư)*
Colors directly opposite each other,
2 complementary colors are mixed; they
neutralize each other by creating brown
(2 màu đối diện trộn đều trung hòa nhau tạo màu nâu)
* **Blue + Orange** NEUTRAL **Dark brown** *(nâu đậm)*
* **Red + Green** NEUTRAL **Reddish brown** *(nâu đỏ)*
* **Yellow + Violet** NEUTRAL **Golden brown** *(nâu nhạt)*
If three primary colors such as (blue + red +yellow)
are mixed in equal parts becomes black
(nếu 3 màu căn bản thứ nhất (xanh, đỏ, vàng) trộn đều số lượng nhau trở thành màu đen)

10. Pick up 1/8-inche sections when applying lightener; this will insure complete coverage. After shampooing the hair, check the skin and remove any lightener from these areas.

    Lấy từng phần tóc cỡ 1/8 inch khi đặt thuốc tẩy, chắc rằng cho đều thuốc lên tóc. Sau khi gội tóc, kiểm soát lại da và lau đi các chất tẩy còn dính trên những chỗ ấy.

11. Do not apply a tint without reading the manufacturer's directions. P.D test at least a 24-hours before application of a tint or toner. Do not apply tint if abrasion are present on the scalp.

    Đừng dùng thuốc nhuộm mà không đọc hướng dẫn của nhà sản xuất. Cần làm thử nghiệm da tối thiểu 24 giờ trước khi nhuộm hoặc toner. Đừng dùng thuốc nhuộm nếu có vết lở trên da đầu.

12. **Use an applicator** bottle or bowl (plastic or glass) for mixing the tint. Use sanitary swabs, brushes, applicator bottles, combs and linens. Wear gloves to protect the hands.

    Dùng bình hoặc tô (nhựa hoặc thủy tinh) để pha trộn thuốc nhuộm. Dùng vải lau, bàn chải, bình đựng, lược và khăn vải sạch. Mang bao tay để bảo vệ đôi tay.

13. Do not brush the hair prior to a tint. For color observation, the hair must be clean and dry. If the hair is soiled or wet, the tendency is to select a color that is too dark.

    Đừng chãi tóc trước khi nhuộm. Để quan sát sắc màu, tóc phải sạch và khô. Nếu tóc dơ và ướt, nên chọn màu hơi đậm hơn một ít.

14. **Make a strand test** for breakage and/or hair discoloration. Choose a shade of tint which harmonizes

with the general complexion. Do not overlap during a tint retouch.

Nên lấy một lọn tóc thử độ gãy tóc hoặc tóc nhạt màu. Chọn màu nhuộm phải hài hòa với vẽ ngoài của người khách. Đừng cho thuốc nhuộm chồng lên lúc chỉ cần nhuộm phần tóc mới mọc

15. Do not mix tint before ready for use. Discard left-over tint. If required, use the correct shade of color filler. Suggest reconditioning treatments for tinted hair

Đừng pha thuốc nhuộm sẵn sàng trước khi dùng. Vứt bỏ thuốc nhuộm còn thừa lại. Nếu cần, dùng đúng màu filler (chất dành cho tóc quá thấm). Gợi ý nên điều trị cho tóc đã nhuộm.

16. **Do not apply** aniline derivative tint if metallic or compound tint is present. Do not apply aniline derivative tint if a patch test is positive. Protect the patron's clothing by proper draping.

Đừng dùng thuốc nhuộm (aniline derivative) nếu có chất thuốc nhuộm bằng kim loại hoặc nhuộm tổng hợp trên tóc. Đừng nhuộm nếu thử da có dương tính. Bảo vệ khách bằng cách choàng khăn đúng cách.

17. Give a strand test for correct color shade before applying tint. Do not use an alkaline or harsh shampoo for tint removal. Do not use water that is too hot for removing tint.

Nên thử lọn tóc để xem được đúng màu trước khi nhuộm. Đừng dùng thuốc gội có chất kiềm mạnh dễ mất màu. Đừng dùng nước quá nóng dễ mất màu.

18. **Do not permit** tint to come in contact with the patron's eyes. Do not apply tint to the eyelashes or brows. Do not permit tint stains to remain on the skin area.

Đừng để thuốc nhuộm dính vào mắt khách. Đừng dùng thuốc nhuộm trên lông mi hoặc lông mày. Đừng để thuốc nhuộm dính vết trên da.

19. Do not neglect to fill out a tint record card. When using semi-permanent color rinses read manufacturer's directions regarding a patch test.

Đừng xao lãng lúc điền hồ sơ cho khách. Khi dùng màu loại bán vĩnh viễn có thể thử nghiệm da tùy theo nhà sản xuất.

20. **Do not apply** hydrogen peroxide or any material containing hydrogen peroxide directly over tints known or suspected of containing a metallic salt. Breakage or complete disintegration of the hair may result.

Đừng dùng hydrogen peroxide hoặc chất nào chứa hydrogen peroxide trực tiếp với thuốc nhuộm được biết có chức muối kim loại. Gãy tóc hoặc bị phân hủy tóc có thể xảy ra.

21. Do not apply tint prior to a patch test. Failure to observe this Federal requirement, followed by some allergy reaction, is reason for insurance companies to refuse payment on claims.

Đừng dùng thuốc nhuộm trước khi làm thử nghiệm da. Nếu sai sót trong luật yêu cầu này, và nếu có dị ứng xảy ra cũng là lý do các hãng bảo hiểm khước từ trả bồi thường.

- **Color select on percentage of gray hair depend on permanent or semi products**
  (màu chọn cho số phần trăm tóc bạc tùy theo thuốc nhuộm vĩnh viễn hay bán vĩnh viễn

GRAY HAIR	PERMANENT COLOR	SEMI PERMANENT COLOR
10 - 30%	- 1 level lighter	- 2 level lighter
30 – 50%	- 2 part lighter level +1 part desired level	- Equal parts 1level lighter + 2 level lighter
50 – 70%	- Equal parts desired and lighter level	- One level lighter than desired level
70 – 90%	- 2 parts desired level + 1part lighter level	- Equal parts desired +1 level lighter

TÓC BẠC	NHUỘM VĨNH VIỄN	NHUỘM BÁN VĨNH VIỄN
10 – 30%	- Lợt hơn màu tóc thật 1 cấp	- Lợt hơn màu tóc thật 2 cấp
30 – 50%	- 1 phần màu tóc + 2 phần màu lợt 1 cấp	- 1 phần màu lợt 1 cấp + 1 phần màu lợt 2 cấp
50 – 70%	- 1 phần màu tóc + 1 phần màu lợt 1 cấp	- Màu lợt hơn 1 cấp
70 – 90%	- 2 phần màu tóc + 1 phần màu lợt 1 cấp	- 1 phần màu tóc + 1 phần lợt 1 cấp

Bài 13: **DUỖI THẲNG TÓC BẰNG HÓA CHẤT**

Đối với những mái tóc quăn quá độ (over curly hair), hoặc tóc quăn lộn xộn (unruly hair) sẽ làm cho việc chải tóc, muốn tóc giữ thẳng được lâu và chăm sóc tóc không là điều dễ dàng. Vì thế phương cách dùng hóa chất duỗi thẳng đang áp dụng ở các salon.

Hai hóa chất được sử dụng là:

1. **SODIUM HYDROXIDE** (NaOH) là hóa chất mạnh, dạng cream thuộc alkaline có độ **pH từ 11 đến 14** nên thích hợp cho những loại tóc quăn nhiều, tóc cứng mà chỉ cần làm thẳng mà thôi. Không cần phải gội trước khi trải thuốc duỗi vì hóa chất đủ mạnh để xuyên qua lớp tóc và giảm bớt sự ngứa da đầu.

2. **AMMONIUM THIOGLYCOLATE** là hóa chất dạng cream, gel có **pH từ 10 đến 12**. Với độ nhẹ hơn Sodium Hydroxide nên thích hợp cho tóc mịn, không muốn duỗi tóc quá ngay, và thích hợp cho tóc đã nhuộm, đồng thời chất THIO cũng vừa để duỗi tóc cũng vừa để uốn tóc gọi là phương pháp "Uốn mái tóc quá quăn (soft-permanent waving on overly curly hair)".

Và cả hai hóa chất trên đều có tác dụng giúp tóc mềm, trương nở cấu trúc tóc để đứt đi cấu trúc Sulfur, sau khi tóc thẳng cần giữ lại độ thẳng nên cần phải dùng **NEUTRALIZER** còn gọi là **STABILIZER, FIXATIVE.**

TIẾN TRÌNH DUỖI TÓC

- *Tóc được trải thuốc duỗi (processing)* là giai đoạn thấm thuốc, tóc mềm ra làm dãn lọn quăn nguyên thủy.
- *Tóc phải trung hòa (neutralizing)* hoặc dung dịch trung hòa pha trộn shampoo (shampoo neutralizer), sau khi xả hóa chất duỗi tóc bằng nước ấm và lau khô.
- *Tái tạo tóc được tốt (conditioning)* là tóc cần phải thêm hóa chất vào để tránh bị khô, dòn, phục hồi chất acid, chất dầu bị mất sau khi tóc đã duỗi.

PHÂN TÍCH TÓC

Thẩm mỹ viên trước khi duỗi tóc và để quyết định cách làm, dùng đúng hóa chất nên cần biết về độ thấm của tóc, đàn hồi, cỡ tóc, và hỏi khách thêm có dùng trên tóc như nhuộm, uốn tóc, dùng kẹp nhiệt .v.v… Ví dụ những mái tóc quăn đã nhuộm với kim loại (metallic dye), nhuộm hỗn hợp (compound henna), tóc tẩy, tóc dùng kẹp nhiệt kéo thẳng thường xuyên thì thuốc duỗi sẽ gây đứt tóc. Đó là những chi tiết cần thiết để thợ quyết định tiến hành duỗi tóc hoặc cần phải thêm dung dịch hỗ trợ

ROCKING MOTION TECHNIQUE FOR STRAIGHTEN HAIR *(ép tóc thẳng bằng bàn tay)*

trước khi duỗi như conditioner-filler, chất đạm (protein conditioner) hoặc cần chữa trị (hair treatment) thêm 1 thời gian nữa.

Thêm vào đó, thợ chuyên nghiệp cần phải tiến hành thử tóc trước khi duỗi tóc bằng hóa chất:

- **Thử thuốc thật trên lọn tóc (relaxer test):** lấy 1 lọn tóc nhỏ quăn nhiều và trông khó thấm thoa thuốc duỗi lên và gói lại, sau đó cứ cách 5 phút xem độ ngay tóc mà không hư để lấy kết quả làm cho cả mái tóc.
- **Thử kéo tóc (pull test):** lấy ra khoảng 5, 6 sợi tóc và kéo nhẹ, nếu thấy tóc dãn độ chừng 20% so với chiều dài và rút trở lại như dạng ban đầu mà không đứt là tóc có độ đàn hồi tốt.

- **Thử vuốt tóc (finger test):** dùng 2 ngón tay kẹp tóc vuốt ngược từ đuôi tóc đến chân tóc. Nếu cảm nhận tóc gờn gợn nhiều là thấm nhiều cần cẩn thận trước khi duỗi tóc.

Chất duỗi tóc SODIUM HYDROXIDE mạnh nên cần thoa kem bảo vệ da (**protective base**) quanh đường viền tóc, đường chia tóc và từng phần nhỏ trong da đầu. Kem bảo vệ tan chảy theo nhiệt độ cơ thể và loang ra khắp da đầu để hạn chế tác hại hóa chất. Chất Sodium Hydroxide cho lên đoạn giữa tóc trước, sau đó trãi vùng da đầu có thân nhiệt nên dễ thấm thuốc và đuôi tóc thường khô hơn cũng dễ thấm hơn lần sau cùng.

Chất duỗi tóc AMMONIUM THIGLYCOLIC có phần nhẹ hơn và cũng là hóa chất dùng để uốn tóc. Khi trãi thuốc cần thoa kem bảo vệ ở đường viền tóc là đủ, thuốc có thể trãi từ chân tóc đến gần đuôi tóc và sau đó trãi thuốc duỗi phần đuôi tóc. Nên nhớ trãi chất duỗi trên tóc ẩm vừa được gội.

Protecting the ears when rinsing with water
Che tai khi xả nước

TRÃI THUỐC DUỖI (APPLYING THE RELAXER)

Tóc được chia làm 4 phần, thoa kem bảo vệ da và mang bao tay (wear protective gloves) trãi thuốc duỗi lên mỗi phần tóc cỡ ½ inch. Dùng lược, cọ hoặc ngón tay lấy thuốc cho lên tóc theo cách thức cho từng loại thuốc duỗi SODIUM or THIO. Chất duỗi trãi trên vùng tóc khó thấm hoặc quăn nhiều trước (từ gáy đến đỉnh đầu)

Thuốc duỗi cần ép nhẹ để tóc thẳng. Thử tóc ép đã ngay bằng cách dùng bàn tay gạt thuốc duỗi sát vùng da đầu, hoặc quấn vào ngón tay mà tóc nằm êm là tóc đã ngay, sau đó xả mạnh bằng nước ấm và tránh rối tóc và tiến hành dùng chất trung hòa giữ ngay tóc (NEUTRALIZER). Tóc sau khi duỗi và tránh khô tóc cần phải dùng chất dưỡng tốt tóc (CONDITIONER).

KẾT HỢP DUỖI TÓC VÀ CHÃI KIỂU TÓC (CHEMICAL BLOW-OUT)

Đây là cách dùng hóa chất có thể Sodium Hydroxide hoặc Ammonium Thioglycolate duỗi tóc không cần ngay kết hợp với dùng máy sấy để chãi kiểu trên tóc còn ẩm.

DUỖI TÓC MỚI MỌC (RETOUCH)

Thông thường tóc mọc cỡ ½ inch mỗi tháng, do đó khách trở lại sau khi duỗi tóc khoảng 6 tuần hoặc 2 tháng (tóc mọc dài cỡ ¾ inch đến 1 inch). Bạn chỉ trãi thuốc lên phần tóc mới này thôi và cách làm như tóc duỗi, tuy nhiên để bảo vệ phần tóc đã duỗi trước cần thoa conditioner trước khi trãi thuốc phần tóc mới để tránh hư hại.

DUỖI TÓC BẰNG CHẤT THIO VÀ UỐN QUẮN LẠI (SOFT CURL PERMANENT)

Khách muốn có mái tóc quăn nhẹ trong khi tóc thật họ quá quăn, vì thế tóc cần được duỗi trước và không cần phải ngay sau đó xả tóc bằng nước ấm mà không cần phải trung hòa để giữ tóc. Tóc chia từng phần và tiến hành quấn tóc vào ống cuốn với đường kính ít nhất là gấp 2 lần so với lọn tóc nguyên thủy. Dụng dịch để uốn tóc là THIO GEL or THIO CREAM, khi cần đặt tóc dưới máy sấy để thấm thuốc, cần trung hòa và xả mạnh bằng nước ấm qua nước mát và **cách làm như bài uốn tóc.**

SOFT PERM là tóc phải làm 2 tiến trình **duỗi** vừa **uốn**, sau đó CONDITIONER hằng ngày cho tóc bóng và phục hồi độ ẩm. **Không gội tóc khoảng 5 ngày sau khi softperm và dùng dầu gội acid nhẹ.**

101

Chapter 13: CHEMICAL HAIR RELAXING

Duỗi tóc bằng hóa chất

Chemical hair relaxing is the process of permanent rearranging the basic structure of overly curly hair into a straight form or smoother form. Two general types of chemical hair relaxing are **sodium hydroxide (NaOH)** and **ammonium thioglycolate.**

Chemical hair relaxing process with sodium hydroxide is not required pre-shampooing hair because the relaxer has the pH factor 11 - 14 will burn and irritate the scalp. Chemical hair relaxing process with ammonium thioglycolate has pH factor 10 - 12 which may require pre-shampooing. Always do strand test and check results.

Neutralizer (stabilizer or fixative) stops the action chemical relaxer and make their new position, rehardens the hair. Use petroleum cream (melt at body temperature) protects the client skin and scalp during straightening process.

Duỗi tóc bằng hóa chất là tiến trình vĩnh viễn cấu trúc lại cho tóc quá quăn được thẳng ra. Hai phương pháp duỗi thẳng tóc bằng hóa chất là duỗi bằng sodium hydroxide và ammonium thioglycolate.

Duỗi tóc bằng hóa chất với sodium hydroxide không cần phải gội tóc trước bởi vì chất duỗi có nồng độ Hydrogen từ 11 – 14 dễ phỏng và ngứa da đầu. Hóa chất duỗi với ammonium thioglycolate có pH từ 10 – 11 nên gội trước khi duỗi tóc. Luôn luôn thử tóc và xem kết quả duỗi tóc.

Neutralizer, stabilizer hoặc fixative là chất trung hòa ổn định làm chận đứng thuốc duỗi thẳng tóc và tạo thành dạng mới, giữ thẳng tóc. Dùng kem petroleum (loại kem nóng chảy ở nhiệt độ cơ thể) bảo vệ da và da đầu trong tiến trình duỗi thẳng tóc.

- **Chemical blow out** is a combination of chemical both sodium hydroxide (NaOH) or thio relaxer and hairstyling. This method is not to over-relax the hair.

  Chemical blow out là kết hợp cả hai bằng cách vừa duỗi tóc bằng sodium hydroxide (NaOH) hoặc thuốc duỗi thio và chải sấy tóc. Đây là phương pháp không duỗi tóc ngay nhiều.

- Test the hair for porosity and elasticity are called strand tests.

  Thử tóc về độ thấm và đàn hồi được gọi là thử lọn tóc (strand test)

  - Finger test: Grasp a strand of hair, run from end towards the scalp, it ruffles or feels bumpy, the hair is porous, absorb moisture.

  Finger test: là thử tóc bằng tay, nắm lọn tóc, vuốt ngược từ đuôi tóc đến da đầu, nếu nhám hoặc gờn gợn là tóc thấm, hút chất ẩm

  - Pull test: Normal hair can tretch about one-fifth its lengh on dry hair without breaking.

  Pull test: là thử tóc bằng cách kéo giãn ra để biết độ đàn hồi của tóc. Tóc bình thường là tóc có thể kéo tóc ra thêm được 1/5 chiều dài trên tóc khô mà không đứt.

  - Relaxer test: Apply chemical relaxer to a hair strand and observe the reaction on the hair. *Relaxer test là thoa thuốc duỗi cho tóc và quan sát phản ứng ảnh hưởng trên tóc*

- **Two types of conditioners are cream conditioner**: Apply scalp, hair and rinse out then apply setting lotion; set the hair on rollers and **protein conditioner**: Apply remain as a setting lotion and allowed to remain in the hair; set the hair on rollers.

  Hai loại conditioner là kem conditioner thoa lên da đầu, tóc và xả tóc xong thoa gel để quấn ống cho tóc và protein conditioner thoa lên như thoa gel để luôn lên tóc quấn ống.

- Over curly hair is damaged from heat or chemical, need to be reconditioned before relaxer is applied. Hair treated with lighteners or metallic dye not to be given a chemical hair relaxer.

  Tóc quá quăn bị hư do sức nóng hoặc hóa chất, cần làm cho tốt tóc trước khi dùng thuốc duỗi thẳng. Tóc đã dùng thuốc tẩy hoặc nhuộm

- Body heat will speed up at hair scalp and more porous at the hair ends. Three methods use for chemical hair relaxer: the **comb method** (back of the comb), the **brush method** and the **finger**

method (brush or fingers and palm are used for straightening.

The force of water should be directed from the scalp to the hair ends for rinsing out the relaxer, blot dry with tower and then apply neutralizer or neutralizer shampoo after rinsing.

- All chemical hair relaxing involves 3 basic steps: Processing, neutralizing and conditioning. Must judge its texture, porosity, elasticity. Inspect the scalp for eruptions, scratches or abrasions.

  *Nhiệt độ cơ thể sẽ phát triển ở vùng da đầu và nhiều độ thấm hơn ở đuôi tóc. Ba phương pháp dùng hóa chất duỗi thẳng tóc: **dùng lược** (lưng sóng lược), dùng **bàn chãi** và bằng **ngón tay** (dùng bàn chãi hoặc ngón tay và lòng bàn tay ép cho ngay tóc).*

  Dùng sức mạnh của nước xả trực tiếp từ da đầu đến đuôi tóc để xả sạch thuốc duỗi, thấm khăn khô và cho lên neutralizer hoặc chất neutralizer chung với shampoo sau khi gội tóc.

  Tất cả hóa chất duỗi tóc làm đều trãi qua 3 giai đoạn căn bản: Phát triển, trung hòa và tạo cho tốt tóc. Phải phán đoán cỡ tóc, độ thấm, độ đàn hồi. Kiểm soát da đầu có bị nứt nẻ, cào xướt hoặc lở loét.

- **Ammonium thioglycolate** (thio relaxer) is a heavy cream or gel to keep the hair in a straightened position and the same product used in cold waving, chemical relaxer breaks the sulfur and hydrogen bonds, softening and swelling the hair.

  Thio relaxers have a milder relaxing action on curly hair, use for fine-textured, remove less curl from the hair. Thio relaxers can reduce excessively curly hair formed in a permanent wave.

  Method of permanent waving on over curly hair is called soft curl. First, apply thio gel, comb thio gel entire the head, rinse with tepid water then perm hair, the rod selected must be at least 2 times larger than the natural curl.

  Ammonium thioglycolate (thuốc duỗi thio) là loại kem sền sệt hoặc gel giữ cho tóc được thẳng và cùng loại hóa chất với thuốc uốn tóc, hóa chất duỗi tóc làm đứt những sợi sulfurvàhydrogen, làm mềm và trương nở sợi tóc.

  Thuốc duỗi tóc thio có tính duỗi tóc nhẹ trên tóc quá quăn, dùng cho loại tóc mịn, làm thẳng tóc hơi ít. Thuốc duỗi tóc có thể giảm bớt độ quăn để quăn tóc quăn.

  Phương pháp uốn tóc trên tóc quá quăn được gọi là soft curl. Đầu tiên, cho thuốc duỗi thio gel lên tóc, chãi đều khắp đầu, xả sạch với nước ấm ấm rồi uốn tóc, ống cuốn tóc được chọn phải ít nhất là lớn gấp 2 lần so với lọn tóc thật ban đầu.

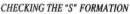
CHECKING THE "S" FORMATION

thử xem tóc tạo hình chữ "S"

SAFETY PRECAUTION *(Lưu ý về an toàn)*

1. Check the elasticity of the hair for its ability to stretch and return to its normal length without breaking. Check the porosity of the hair and its ability to absorb moisture.

   Kiểm soát độ đàn hồi của tóc lúc kéo căng và rút lại chiều dài bình thường mà không đứt. Kiểm soát độ thấm của tóc và khả năng tóc hút thấm độ ẩm.

2. **Do not relax** damaged hair. Suggest a series of reconditioning treatments. Always fill out a record card at the completion of each treatment.

   Đừng duỗi tóc hư. Gợi ý nên dùng hóa phẩm tốt chữa trị nhiều lần cho mái tóc. Luôn luôn ghi chép hồ sơ cho khách khi hoàn tất.

3. Never give a Chemical Hair Relaxing treatment to hair which has recently been straightened by a hot pressing comb. Never leave the patron alone while the Relaxer is on the hair.

   Không bao giờ dùng hóa chất duỗi tóc khi vừa làm ngay tóc bằng lược ép nóng. Không bao giờ rời bỏ khách khi đang cho chất thuốc duỗi lên tóc.

4. **Do not give** a relaxer treatment if the patron suffers from nausea or if redness and irritation appear within or around the skin test area. Avoid harsh or rough handling of scalp and hair.

   Đừng duỗi tóc nếu người khách bị choáng váng hoặc đỏ hay ngứa ở chung quanh chỗ da bị thử. Tránh chà xát mạnh da đầu và tóc.

5. Examine the scalp for abrasions; if any are present, do not give a Relaxer treatment. Avoid scratching the scalp with comb, brush or fingernails.

   Đánh giá da đầu bị lỡ; nếu có, đừng nên duỗi tóc. Tránh cào xước da đầu với lược, bàn chãi hoặc các móng tay.

6. **Apply a petroleum** base to protect the scalp from the active agents in the Relaxer. Use extreme care when applying the Relaxer to avoid spilling it on the ears, scalp or skin.

   Thoa kem bảo vệ để bảo vệ da đầu với những chất duỗi tóc mạnh. Đặc biệt lưu ý khi cho chất duỗi tóc nên tránh nhiễu trên lỗ tai, da đầu và da.

7. If a base is used, after the application check carefully to see that the scalp has been completely covered. Failure to cover the scalp carefully can result in a burn by the chemicals being used.

   Nếu đã thoa kem bảo vệ, sau khi cho thuốc duỗi cần xem xét lại để da đầu được bảo vệ. Nếu sai sót có thể tạo kết quả bị bỏng khi dùng hóa chất.

8. **Wear rubber gloves** if directed by the manufacturer. Avoid leaving the chemical Relaxer on the hair any longer than is necessary to straighten it.

   Cần mang bao tay như hướng dẫn của nhà sản xuất. Tránh giữ chất thuốc duỗi trên tóc quá lâu hơn thời gian cần thiết để làm ngay.

9. When rinsing the Relaxer from the hair, great care should be taken that the water is not too hot. If hot water is used the hair will revert back to its natural curly shape and the entire process would be in vain.

   Khi xả bỏ chất duỗi trên tóc, để ý nên dùng nước đừng quá nóng. Nếu dùng nước nóng tóc có thể quăn lại và vô hiệu việc duỗi tóc.

10. **When rinsing** the shampoo from the hair, always work the fingers from the scalp to the ends following the water stream to prevent tangling of the hair.

    Khi xả bỏ thuốc gội trên tóc, luôn luôn dùng các ngón tay vuốt tóc từ da đầu đến đuôi tóc theo dòng nước xối để đề phòng rối tóc.

11. The application of a stabilizer or shampoo neutralizer to the hair is important to keep the hair in a relaxed or straight form. Do not give a vigorous shampoo.

    Cần dùng dung dịch trung hòa (thuốc dập), hoặc vừa chất gội trung hoà cho tóc, điều quan trọng là giữ cho tóc duỗi ra hoặc ngay ra. Đừng gội loại thuốc gội mạnh.

12. **Apply scalp** cream to the scalp after the hair is dry and before combing to help restore some of the natural oils which have been removed by the chemicals.

    Cho loại kem dầu lên da đầu sau khi tóc khô và trước khi chãi tóc để giúp da đầu phục hồi chất dầu tự nhiên mà bị lấy mất đi khi dùng hóa chất.

13. When retouching the new growth do not allow the relaxer to overlap onto the already relaxed hair. Use a wide comb and avoid pulling when combing the hair.

    Khi duỗi lại phần tóc mới mọc đừng để chất thuốc duỗi chồng lên nơi tóc đã được duỗi rồi. Dùng lược thưa và tránh kéo tóc khi chãi tóc.

14. **If hair ends** are in a damaged condition trim the hair before a Relaxing treatment is given. Do not use a strong Relaxer on fine woolly hair. Test the action of the relaxing agent frequently to determine how fast the natural curl is being removed.

    Nếu đuôi tóc bị hư hại nên cắt tỉa bỏ trước khi duỗi tóc. Đừng dùng thuốc duỗi mạnh trên tóc mịn như tơ. Thử tác dụng của thuốc duỗi thường xuyên để đánh gía lọn tóc quăn tự nhiên đã giãn ra.

Bài 14: CHĂM SÓC TAY VÀ CHÂN

Ngành chăm sóc tay chân xuất phát từ Trung Hoa và Ai Cập, tay chân được chãi chuốt, xoa bóp, và sơn màu, chính là để phân biệt giới quí tộc và hạng bình dân lao động. Thời đó móng tay cũng được cắt giũa, đánh bóng, và màu móng được nhuộm từ thảo mộc. Riêng phụ nữ Hoa Kỳ đến đầu thế kỷ 19 sơn móng đã thấy ở những phim trường điện ảnh, và đến năm 1920s, các salon đã phục vụ cho cả nam và nữ. Đến 1950s một số tiểu bang đòi hỏi giấy phép hành nghề, móng giả xuất hiện 1970s và kỷ nghệ móng tay mạnh từ 1980 đến nay.

Từ ngữ chăm sóc tay (manicuring) đến từ chữ Latin (*manus là tay, và cura là chăm sóc*). Chăm sóc tay chính là giữ gìn đôi bàn tay khỏe và đẹp.

chà xoay xoay bàn tay (friction movements)

Có 4 dạng móng tay căn bản, dựa vào chiều dài ngón tay, hình dáng bàn tay, và ngay cả tìm hiểu nghề nghiệp người khách để gợi ý kiểu móng.

1. **Móng bầu dục (OVAL)** *thường thấy ở bàn tay phụ nữ, nền móng tròn, dài trông đẹp hơn cho những người làm thương mãi, giáo chức, nghề nghiệp mua bán nhẹ nhàng, cần và thích khoe bàn tay. Đây là dạng móng tay đẹp, hấp dẫn.*

2. **Móng chữ nhật, vuông (SQUARE, RECTANGULAR)** *là móng trông có vẽ mạnh, chắc. Dạng móng này thích hợp cho người làm việc dùng đôi tay đánh computer, lắp ráp vật dụng.*

3. **Móng nhọn (POINT)** *là móng dũa dài hơn bình thường, trông mãnh mai, dễ yếu và gãy. Dạng móng này thích hợp cho bàn tay gầy và thân móng hẹp.*

4. **Móng tròn (ROUND)** *gọt tròn ở đầu móng hơi quá đầu ngón tay, trông tự nhiên. Dạng móng này thích hợp cho đàn ông*

Là người thợ chuyên nghiệp đều hiểu rõ từ các hóa phẩm, vật liệu, dụng cụ và trang bị chính yếu để chăm sóc đôi tay như:

- **Hóa phẩm (cosmetics):** dung dịch lau rửa nước sơn cũ không chứa acetone cho khách mang móng tay giả *(polish remover)*; cuticle solvent hay *cuticle remover chứa 2 – 5%* sodium, potassium hydroxide, và glycerin để làm mềm da tay dễ tỉa da chết.; *nail whitener* màu trắng phấn chứa zinc oxide hay titanium dioxide để che đậy dưới móng có đốm dễ sinh nấm, mốc; hoặc *nail strengthener* là các chất làm mạnh móng tay.

- **Vật liệu (materials):** các loại bột cầm máu *(alum)*, bông gòn, khăn vải, khăn giấy v.v...

- **Dụng cụ (implements):** các dụng cụ như sủi da kim loại *(metal pusher)*, cầm như nắm viết, dùng cây sủi đẩy da lùi ra sau để tỉa da chết; kềm cắt da chết *(cuticle nipper)* dùng cắt tỉa da thừa ở nền móng; nail brush bàn chãi móng; dũa giấy *(emery board)* mặt nhám và mặt mịn dùng 1 lần bỏ ngay v.v...

- **Trang bị (equipments):** là những thiết bị sử dụng lâu dài như bàn làm móng, đèn bàn loại 40 watts; tô ngâm tay *(fingerbowl)*; ghế của khách và thợ v.v...

CÁCH CHĂM SÓC TAY VÀ MÓNG TAY

1. **Móng tay nước (plain manicure)** là cách chăm sóc tay thông thường ngâm móng tay vào nước ấm. Theo cách thức làm manicure, người thợ cần dùng phiếu sức khỏe để kiểm tra để quyết định có hay không nên làm cho khách. Khi làm móng nhớ bắt đầu ngâm bàn tay thuận lâu hơn, vì bàn tay xử dụng nhiều hơn nên da chai tạo dày hơn.

2. **Móng tay dầu (hot oil manicure)** là cách dùng chất dầu olive hoặc lotion thoa tay đặt vào lò cho ấm lên thay vì dùng nước ấm và xà phòng, cách làm gần giống móng tay nước nhưng massage cho dầu thấm vào da và móng trước khi đẩy và cắt da chết. Móng dầu làm hàng tuần giúp cho loại móng dễ gãy, da khô quanh móng, tăng ẩm ướt cho da và móng, đặc biệt giúp người có thói quen cắn móng tay.

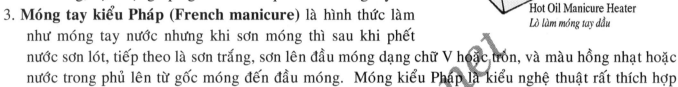

Hot Oil Manicure Heater
Lò làm móng tay dầu

3. **Móng tay kiểu Pháp (French manicure)** là hình thức làm như móng tay nước nhưng khi sơn móng thì sau khi phết nước sơn lót, tiếp theo là sơn trắng, sơn lên đầu móng dạng chữ V hoặc tròn, và màu hồng nhạt hoặc nước trong phủ lên từ gốc móng đến đầu móng. Móng kiểu Pháp là kiểu nghệ thuật rất thích hợp cho khách vào những tháng hè và lễ, tiệc.

4. **Làm móng bằng giũa điện (electric manicure)** là dụng cụ motor xoay chạy bằng điện được gắn vào một số dụng cụ nhỏ để dũa móng, đẩy da, chãi móng, đánh bóng, và dụng cụ mài da chai. Cần đọc chỉ dẫn cẩn thận trước khi dùng và luật tiểu bang khi xử dụng.

5. **Dùng sáp (paraffin wax)** là dùng nhiệt từ 125 – 130 độ nóng chảy chất sáp paraffin trải lên làn da bàn tay, móng tay, nhằm tăng lượng máu nuôi da và giúp da khô thêm ẩm ướt, mềm mại. . Đây là cách nhúng bàn tay hay bàn chân vào lò chứa paraffin lỏng, cứ cách vài giây nhúng một lần và khoảng 5 đến 7 lần nhúng, làn da được bọc sáp dày, rồi dùng plastic quấn lại và đặt tay vào bao cách nhiệt; khách thoải mái trong 10 phút rồi lớp sáp paraffin bỏ đi. Sáp paraffin giúp cho làn da tuổi già và người có chứng phong thấp rất thích hợp.

6. **Làm móng cho đàn ông (men's manicure)** là cách làm giống như đàn bà, tuy nhiên đàn ông chỉ thích sơn móng nước trong suốt, tốt nhất là dùng bột đánh bóng bằng cây buffer.

7. **Làm móng tay dã chiến (booth manicure)** là cách làm tiện lợi, không cần bàn làm móng vì trong lúc đó người khách đang làm 1 dịch khác như nhuộm tóc, chãi kiểu thì tranh thủ thời gian làm móng tay.

MASSAGE BÀN TAY VÀ CÁNH TAY (hand & arm massage)

Massage tay cũng là phần quan trọng cho mỗi dịch vụ chăm sóc tay. Không những là công việc tạo sự thoải mái xoa bóp bàn tay, cánh tay trước, cùi chỏ cho khách mà massage còn kích thích tuần hoàn máu, giữ cho đôi tay thêm mềm dẻo và làn da mịn màng.

Các tác động massage làm từ 3 đến 5 lần như:

- *Chuyển động nhẹ nhàng cổ tay, đưa tới đưa lui*
- *Xoay tròn lòng bàn tay, thợ dùng ngón cái xoay tròn lòng bàn tay*
- *Chuyển động các ngón tay*
- *Chuyển động lưng bàn tay và cổ tay*
- *Chuyển động mặt dưới cánh tay trước*
- *Vặn xoay xoay cánh tay trước.....*

- *Nhồi bóp cánh tay*
- *Lắc cùi chỏ – chuyển động ma sát (xoay xoay)*

Khi massage cũng cần để ý như tránh massage mạnh ở những khớp nếu người khách bị bệnh đau khớp xương (arthritic). Không nên massage nếu khách có máu cao, bệnh tim, hoặc đã từng bị tai biến mạch máu (stroke), vì khi massage tăng sự tuần hoàn máu và có thể nguy hại đến khách hàng.

Phần thực hành xem bài "Cách làm móng tay nước"

KHẢ NĂNG CỦA NGƯỜI THỢ GIỎI

Là người thợ chuyên nghiệp cần học hỏi kỷ năng chăm sóc tay, biết phương pháp chữa trị cho móng, và làn da bị xáo trộn, tìm hiểu rõ đặc tính của những dung dịch, hóa chất sử dụng hiệu quả lên da, móng của khách; hiểu biết về sự cấu trúc của xương, bàn tay, cánh tay, và móng tay; khả năng biết phân biệt giữa móng bị xáo trộn như da khô hoặc móng bị bệnh như nấm, đâm khóe để giới thiệu Bác sĩ chữa trị.

Đồng thời cũng hiểu biết về luật an toàn như:
- *Đừng giũa sâu vào góc móng*
- *Mài mòn nhẹ các dụng cụ bén bằng dũa trước khi làm cho khách*
- *Thoa sát trùng hoặc bột alum nếu có đứt tay, chảy máu*
- *Không nên làm nếu da tay sưng, hoặc nhiễm trùng*
- *Nếu khách chảy máu, ngưng làm việc, cầm máu, và thay đổi dụng cụ mới hoặc phải diệt trùng trước khi dùng lại.*

FILE AND SHAPE TOENAILS
(STRAIGHT ACROSS)

dũa và tạo dáng móng (dũa ngang)

CHĂM SÓC CHÂN (PEDICURE)

Từ ngữ chăm sóc đôi chân (pedicure), gốc từ chữ Latin **ped, pedis** có nghĩa là **chân**, và **cura** là **"chăm sóc"**. Chăm sóc chân đơn giản là hình thức tạo sự thoải mái cho đôi chân đồng thời làn da được làm mịn với có thể giữ móng dài, trông đẹp hơn. Khách đến salon chăm sóc chân thường là hạng sang trọng, dịch vụ này giúp loại bỏ lớp da sần sùi, bàn chân và ngón chân được chăm sóc tăng thêm vẻ đẹp và giữ gìn cho chân luôn tốt.

Phần thực cách xem bài "Cách làm móng chân"

Chuẩn bị làm chân, người thợ cẩn thận quan sát nền nhà không bị ướt, có thể gây trơn trợt khi đem nước ấm pha xà phòng ngâm chân khách, hoặc thấy nước nhiều cần lau khô ngay.

Khi bắt đầu làm chân, bạn có thể bảo khách tháo giày, tất, hoặc lăn đôi tất dài đến đầu gối. Xịt thuốc sát trùng và ngâm chân vào nước ấm xà phòng khoảng 5 đến 10 phút. Tuy nhiên, khi hẹn khách làm chân, nên báo cho khách mang sandals, giày trống ngón chân để khi sơn khỏi bị lem, vấy nước sơn....

Dưới bàn chân có da chai, cục chai (corn), thợ không nên dùng da lấy đi và ngay cả không nên dùng động tác thump compression để massage chân, sẽ làm cho khách đau và gây khó chịu.

Tuyệt đối không dùng dao (credo knife) chà, nạo da chai, vì dụng cụ này bén, dễ làm đứt da và không được phép xử dụng trong hội đồng thẩm mỹ tiểu bang.

Chapter 14: MANICURING AND PEDICURING
(Ngành học chăm sóc tay và chân)

The ancients regarded long, polished, and colored fingernail as a mark of distinction between aristocrats and common laborers. The purpose of a manicure and a pedicure is to improve the appearance of the hands, feet and nails.

A cosmetologist, manicurist should have knowledge of the structure of the hands, arms and nails. Knowledge of the composition of the cosmetic used. Knowledge of structure of the foot, ability pedicure.

Từ xa xưa để móng tay dài, sơn bóng, là dấu hiệu phân biệt giữa giới quý tộc và bình dân lao động. Mục đích của chăm sóc tay và chân là nâng lên vẽ đẹp của tay, chân và móng.

Thợ thẩm mỹ tổng quát và thợ nail cần phải)

Hiểu biết về cấu trúc của bàn tay, cánh tay, và móng.

Hiểu biết về các thành phần mỹ phẩm được dùng.

Hiểu biết cấu trúc của bàn chân, và tác dụng chăm sóc đôi chân.

quay vòng ngón tay (rotate movements)

Shape of nails: *(Hình dáng của móng)*

  * Square *(Vuông)*   * Round *(Tròn)* * Oval *(Bầu dục)*

  * Pointed *(Nhọn)*

- In general, the oval-shaped nail, nicely rounded at the base and slightly pointed at the tips, fits most hands.

  Về phương diện tổng quát móng hình bầu dục tròn ở nền móng và hơi nhọn ở đầu móng thích hợp mọi bàn tay.

- People who perform manual work, require shorter, more round-shaped nails in order to avoid nail breakage and injury.

  Những người làm việc bằng tay đòi hỏi móng ngắn hơi tròn để tránh gãy móng hoặc tổn thương đến móng.

Cosmetics in manicuring: *(Hóa mỹ phẩm trong ngành móng tay)*

- Nail polish removers: Contain organic solvent, dissolve old polish on nails.

  Nail polish remover là chất chùi nước sơn chứa dung môi hữu cơ, hòa tan nước sơn cũ trên móng.

  Cuticle oil: soften and lubricates the skin *(Cuticle oil là dầu thoa da vừa mềm vào trơn da)*

- Cuticle creams: (lanolin, petroleum, or beeswax) are used to prevent or correct brittle nails and dry cuticle.

  Kem thoa da có lanoloin (chất nhờn), petroleum (chất dầu có trong mỏ dầu hỏa), beeswax (sáp ong) được dùng đến chữa móng dòn và da khô.

- Cuticle-removers or solvents: Contain 2 - 5% sodium or potassium hydroxide, glycerin.

  Kem mềm da hoặc solvent chứa 2 - 5% chất sodium hydroxide hoặc potassium hydroxide và chất nhờn glycerin.

- Nail whiteners: (paste, cream and pencil form) contain zinc oxide or titanium dioxide, applied under the free edges.

  Nail whitetener (dạng sền sệt, kem và cây viết) là chất màu trắng chứa oxide kẽm hoặc titanium dioxide, thoa dưới đầu móng để diệt móng có đốm

- Powdered alum or solution: Used to stop the blending minor cuts.

  Bột phèn chua hoặc nước phèn chua dùng để thoa ngừng chảy máu những vết cắt nhỏ

- Adhesives or glue (cyanoacrylate) is formulated for professional salon use on the nail plate.

  Keo hoặc glue được dùng trong salon để thoa móng.

Preparation of the manicuring table: *(Chuẩn bị bàn làm móng tay)*

- Must be perfectly clean. Everything, including containers, bowls, instruments and materials, must be in perfect order. Sanitize manicuring implements after used.

Phải sạch hoàn toàn. Mọi thứ kể cả lọ chứa, tô, dụng cụ và vật liệu phải thứ tự. Khử trùng dụng cụ sau khi dùng.

Plain manicure: *Chăm sóc tay thông thường*

- Be extremely careful to avoid cutting the client's skin. However, if this occurs administer 3% hydrogen peroxide.

  Đặc biệt cẩn thận tránh việc cắt da tay khách. Tuy nhiên, nếu xảy ra thoa 3% H₂O₂

- Use light pressure when using a metal pusher or orangewood at the root of the nail. Hold the metal pusher as you hold a pen.

  Ép nhẹ khi dùng cây sủi hoặc que gỗ cam ở nền móng. Giữ cây sủi như nắm cây viết.

- To prevent the occurrence of such loose skin, trim the cuticle only enough to allow a tiny margin of cuticle.

  Để phòng làm da bị lỏng, tỉa da vừa phải còn giữ lại viền da mỏng ở móng

- Callus growth at the fingertips can be softened by the application of cream or lotions. Skins on fingernails may be bleached with nail bleach or 6% peroxide.

  Da chai mọc ở đầu ngón tay có thể làm mềm bằng cách thoa kem hoặc dung dịch. Da trên móng tay có thể tẩy với chất tẩy móng hoặc 6% peroxide.

Reconditioning hot oil manicure: *Chăm sóc tay bằng dầu*

- Need electric heater and hot oil or cream (olive oil or hand lotion can also be used). Hot oil manicure is beneficial for ridged and brittle nails and dry cuticles. Improves the skin soft and pliable.

  Cần lò điện và dầu nóng hoặc kem (dầu olive hoặc kem thoa tay có thể dùng được). Chăm sóc tay bằng dầu giúp cho móng gợn và móng dòn và da khô. Làm cho da mềm và dẻo dai.

ROTATE THE FOOT

quay vòng bàn chân

- Electric manicure tool looks like a portable drill to file the nail

  Dụng cụ làm móng bằng điện như loại giũa máy nhỏ để giũa móng.

Booth manicure: *Làm móng tay dã chiến (tạm thời)*

- Not at the manicuring table, while the client is receiving another service as hair permanent waving, color hair...

  Là dịch vụ không cần phải có bàn để làm móng tay, phục vụ khách trong khi họ đang uốn tóc hoặc nhuộm tóc...

Advanced nail techniques: *Cách làm móng tay cao cấp*

- When a person cannot grow natural nails of the desired length and strength, could solve the problem with the help of advanced nail techniques: nail wrapping, sculptured nails, nail tipping or acrylic overlays.

  Khi người khách không có được móng thật dài và cứng chắc, có thể giải quyết vấn đề bằng cách làm thêm móng bao, móng bột, gắn tip hoặc gắn típ phủ bột.

Artificial nails may be use for the following purposes: *Móng giả được làm theo các mục đích sau đây:*

- To mend or conceal broken, short, bad or damage nails

  Vá hoặc che đậy những móng gãy, ngắn, xấu hoặc hư)

- To help the habit of nail biting and protect split or breakage nails

  Giúp cho những người có thói quen cắn móng và bảo vệ móng chẻ hoặc gãy

Nail wrapping: *Bọc móng*

- To mend torn, broken, or split nails and to fortify weak or fragile nails. Bolstering nails with mending tissue, silk, linen...

Vá những móng rách, gãy, hoặc nứt và làm cứng chắc hơn những móng yếu hoặc dễ gãy. Bao móng lại với giấy vá, lụa hoặc vải dày...

Sculptured nails: *Móng bột đắp trên form*

* Also known as build-on nails, are used when one or more nail are to be lengthened. Are made by combining a liquid and powder acrylic product to apply on nail forms.
  Được biết là build-on nails, đắp lên một hoặc nhiều móng để tăng độ dài, cách làm bằng cách dùng nước và bột acrylic đắp trên form móng.

Application acrylic form: *Cách đắp móng bột*

   * First, apply at free edge joins the nail form *(đầu tiên đắp ở đầu móng)*
   * Second, apply on natural nail next to the free edge line *(kế đến đắp trên thân móng kế đầu móng)*
   * Third, acrylic application near cutile, sidewall *(sau cùng đắp bột ở gần da và thành móng*
   And then glide brush over nail to smooth *(dùng cọ vuốt nhẹ trên mặt móng cho mịn)*

Removing sculpture nails: *Cách gỡ bỏ móng bột*

* Soak nails is an approved solvent specified, softened, remove them with acrylic nipper. Do not pry acrylic material from nail bed.
  Nhúng móng trong dung dịch hòa tan, mềm móng và gỡ bỏ với cây kìm gỡ móng. Đừng nạy móng bột từ đệm móng.

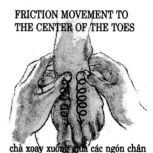

ROTARY MOVEMENT OF THE TOES

quay vòng các ngón chân

Acrylic overlays: *Móng gắn típ đắp bột*

* Can strengthen weak nails or repair damaged one.
  Có thể làm mạnh những móng yếu hoặc sửa những móng hư

Press-on artificial nails (plastic or nylon): *Móng giả ép dán tạm thời (nhựa hoặc nhựa tổng hợp)*

* A convenient way to lengthen and beautify nails. They can be worn everyday or special occasions. It can remove with nail polish remover and gently lift from the side.
  Gắn móng tạm thời vừa dài và đẹp. Có thể mang móng thay đổi hằng ngày hoặc khi lễ hội. Móng có thể gỡ bỏ với chất chùi nước sơn và nhè nhẹ nâng lấy ra ở cạnh bên.

Nail tipping: *Gắn tip*

* Anyone can have long-looking nails by simply extending the natural nail with nail tips.
  Bất cứ ai muốn cho móng dài trông tự nhiên bằng cách nối dài móng thật với móng tip

Pedicure: *Chăm sóc chân*

FRICTION MOVEMENT TO THE CENTER OF THE TOES

* Pedicuring is the care of the feet, toes and toenails, foot care not only improves personal appearance, it also adds to the comfort of the feet.
  Ngành chăm sóc chân là chăm sóc đôi chân, ngón và móng chân, chăm sóc chân không những nâng lên vẻ đẹp mà còn giúp cho đôi chân cảm thấy dễ chịu, thoải mái.
* Abnormal foot conditions: corns, calluses, ingrown nail, are best treated by podiatrist
  Tình trạng chân bất thường: cục chai, da chai, móng đâm khóe, được chữa trị bởi Bác sĩ chuyên khoa chân

chà xoay xuống giữa các ngón chân

* Do not administer a manicure or pedicure on hands or feet with contagious disease (ringworm or athlete's foot).
  Đừng bao giờ phục vụ manicure và pedicure mà trên tay hoặc chân có bệnh lây lan như nấm ở tay (ringworm: nấm vòng tròn) hoặc nấm chân (athlete's foot)

Foot & leg massage: *Massage chân và bàn chân*

- The foot massage may be extended up to the knee. Apply rotary movement to feet and toes. Do not massage over the shinbone and above the knee.

  Massage chân có thể lên đến đầu gối. Dùng động tác xoay xoay cho chân và ngón chân. Đừng massage trên xương ống chân (tibia) và trên đầu gối.

- It is advisable to keep the pressure to the muscular tissue on either side of the shinbone.

  Nên dùng động tác ép mô bắp thịt ở 2 bên ống chân

- **The foot massages** from the heel and work down to the center of the toes. Do not use a credo knife to remove the callus

  Massage chân từ gót và tiến dần xuống trung tâm các ngón. Đừng bao giờ dùng dao nạo để lấy da chai

- Do not massage if your customer has heart condition, has had a stroke or high blood pressure because massage increases the blood circulation.

  Đừng massage nếu người khách có bệnh tim, bị stroke hoặc cao huyết áp vì massage làm tăng tuần hoàn máu.

- Foot massage stimulates blood flow; clients consult a physician before receiving a massage.

  Massage chân tạo kích thích dòng máu, khách tham khảo bác sĩ trước khi muốn massage.

SAFETY PRECAUTION *(Lưu ý về an toàn)*

1. Handle sharp-pointed implements carefully and avoid dropping them. To prevent injury, avoid pushing the cuticle back too far.

   Giữ vật dụng bén nhọn cẩn thận và tránh rớt xuống. Để phòng bị thương, tránh đẩy da lùi quá xa.

2. **Bevel a sharp toenail** with an emery board. Do not use a sharp, pointed implement to clean under the nail.

   Giũa nhẹ những cạnh bén ở móng chân với giũa giấy. Đừng dùng dụng cụ bén nhọn để làm sạch dưới móng.

3. Don't file deeply into toenail and fingernail corners. Do not work on a hands or feet that are diseased or contain pus.

   Đừng giũa sâu vào góc móng chân và móng tay. Đừng phục vụ cho khách có tay và chân bị bệnh hoặc có mủ.

4. **Apply an antiseptic** immediately if the skin is accidentally cut. Apply styptic powder or alum solution to stop the bleeding from a small cut. Never use a styptic pencil

   Thoa chất sát trùng ngay nếu da bị rủi cắt đứt. Thoa bột cầm máu hoặc dung dịch alum để ngưng máu từ các vết cắt nhỏ. Không bao giờ dùng việt chì cầm máu.

5. Avoid too much pressure at the base of the nail. Do not cut the cuticle, nip only any large hangnails.

   Tránh ép nhiều ở nền móng. Đừng cắt da, chỉ tỉa bất cứ những miếng da xước lớn.

6. **Do not give** a pedicure to a person with a foot infection. If bleeding during a procedure, stop the service, wash client's hands, blot dry and apply styptic. The implement is cleaned and disinfected, or use another sanitized implement.

   Đừng làm pedicure với người có nhiễm trùng chân. Nếu chảy máu trong lúc làm, ngừng công việc, rửa tay khách, lau khô và thoa thuốc cầm máu. Dụng cụ được làm sạch và diệt trùng, hoặc dùng dụng cụ sạch khác.

7. Add an antiseptic to the foot bath. Do not massage over the shin bone or above the knee. Insert cotton or toenail seperator between the toes before applying nail polish. This will prevent polish smear.

   Thêm chất sát trùng vào nước ngâm chân. Đừng massage trên xương ống hoặc trên đầu gối. Đưa bông gòn hoặc miếng ngăn giữa các ngón chân trước khi sơn móng. Điều này để đề phòng sơn lem vấy lên da.

Bài 15: MÓNG NHÂN TẠO

Móng tip, lụa, bột, gel

Móng nhân tạo là dùng vật liệu gắn, đắp, hoặc phủ lên móng thật. Móng giả có những đặc điểm, mục đích riêng khi dùng như bảo vệ móng, làm móng cứng chắc hoặc che đậy khuyết điểm móng thật, tạo được một bộ móng tay đẹp và thích hợp với các ngón của bàn tay.

1. Móng Tip: là loại móng bằng plastic, nylon, acetate. Nếu chỉ gắn tip thôi thì chỉ là tạm thời vì móng rất yếu dễ gãy, vì thế tip gắn lên mặt móng thật thường được kèm theo phủ lụa (silk over lay) thì vừa nhẹ, tự nhiên mà vẫn có được bộ móng dài cứng chắc. Khách chỉ muốn gắn tip, vì họ chỉ muốn tăng chiều dài của móng theo ý riêng.

DRILL MACHINE FOR ARTIFICIAL NAILS

máy dũa móng bột, móng gel

Có 2 loại tip: **half well** là tip có vòng khuyết ngắn gắn vào phần đầu móng và **full well** là tip có phần khuyết lớn hơn và gắn chặt vào phần móng thật nhiều hơn. Tip được đánh số để dễ chọn lựa. Gắn tip không nên gắn quá nửa móng thật và gắn tip nghiêng 45 độ và well móng khớp với đầu móng thật, giữ tip từ 5 đến 10 giây là tip dính vào móng thật.
Vật liệu làm móng tip cần: **tip** đủ cỡ từ số 1 đến 10; **keo** dán móng tip vào móng thật; và **buffer** để đánh nhẵn lằn nối cho mịn đẹp.
Nếu khách chỉ gắn tip thôi thì dễ gãy, do đó cần trở lại salon để cho thêm keo vào lằn giữa móng tip và móng thật và buff lại cho láng. Khi cần lau chùi nước sơn cũ để thay nước sơn mới, nên dùng chất chùi nước sơn (polish remover) không có acetone, vì chất acetone sẽ làm mềm và chảy tan tip.

2. Móng lụa (silk wrap) chỉ là một trong số các loại bọc bằng fabric. Trên thực tế thợ thường dùng lụa để bọc móng vì vừa chắc lại đẹp, dễ làm. Tuy nhiên còn có **thủy tinh sợi (fiberglass)** là chất liệu tổng hợp bọc móng với những sợi đan thưa, mỏng đẹp và cứng chắc hơn lụa (silk), và loại **vải dày (linen)** sợi dày, thô, chất liệu nặng, màu đục khi cho keo vào nhưng rất chắc. Móng bọc có thể bọc trên móng thật hoặc phủ lên móng đã gắn tip.
Vì móng tăng trưởng 1/8 inch mỗi tháng nên móng bọc (**nail wrap**) cũng tiến dần phía đầu móng, do đó móng cần bảo trì bằng cách cho thêm keo sau 2 tuần và sau 4 tuần nên cắt lụa vá chỗ trống phía nền móng, thoa keo.
Vật liệu: keo, kéo nhỏ cắt fabric, buffer, fabric (*lụa, linen, fiber glass*), chất làm keo mau khô).
Ngoài ra còn một hình thức bọc **móng giấy (paper wrap),** dùng giấy mỏng phủ lên mặt móng và dưới móng. Loại giấy bọc (**mending tissues**) này chỉ dùng tạm thời vì chỉ thoa phết lên chất keo vá móng (**mending liquid**) trên mặt giấy. Chất keo vá dễ tan ra, tróc ra với chất chùi nước sơn acetone hoặc không acetone.
Keo dán móng (adhesive or glue): Keo dán móng hoặc trải lên lụa thường dùng từng ống nhỏ cỡ 4 đến 6 gram. Keo giữ được cỡ 6 tháng tùy cách bảo quản, đầu keo thẳng lên và nên cất giữ trong phòng từ 60 đến 85 độ F.

3. Móng bột (nail acrylic) là hình thức dùng loại hóa chất cứng lại để đắp lên móng thật, móng giả, và móng form để giúp móng dài ra, đẹp, và cứng chắc. Đây là sự kết hợp chất lỏng acrylic (**monomer**), bột acrylic (**polymer**) và chất xúc tác (**catalyst**) giúp tăng mau quá trình đông cứng (**curing**) và tiến trình cứng lại thành móng acrylic gọi là **polymerization.**

Có 2 cách đắp bột:

*- Một màu bột có thể là bột trong suốt (**clear, crytal powder**), bột trắng (**white powder**), và bột hồng (**pink powder**).*

*- Hai màu bột (**French manicure**) là dùng bột trắng ở đầu móng và thân móng dùng bột trong hoặc bột hồng.*

Để có bộ móng bột trắng hồng đẹp mãi, cần hẹn khách trở lại khoảng 2, 3 tuần để refill phần bột hồng. Nhưng sau lần refill thứ hai khoảng 5, 6 tuần tính từ lúc đầu thì phần đầu móng đã dài ra nhiều phía đầu móng (free edge), và phần bột hồng dài ra theo. Bạn phải làm backfill cho khách bằng cách dùng viết chì vẽ lằn cong (smile line) và dùng giũa máy (electric filing) với đầu giũa kim loại nhỏ và dài dùng để cắt (carbide) hoặc đầu giũa nhỏ và ngắn hơn (backfill bit), ép đầu giũa cỡ 45 độ theo lằn cười khuyết lõm để refill bột trắng, và phần bột hồng vào phần móng mới mọc ra.

Cần dùng máy giũa điện (electric file) gắn đầu giũa (bit) để giũa tùy từng loại và vị trí giũa. Loại đầu giũa giấy dùng 1 lần phải loại bỏ (sanding bands or sander) có nhiều cỡ, loại 180 hạt là cỡ trung bình cho móng thật, loại 240 hạt (grid) là cỡ mịn trung bình để giũa mịn, và loại 350 hạt khá mịn dùng làm láng kết thúc chà móng. Độ hạt của đầu giũa giống như giũa thường và cục chà mịn bằng tay (buffer).

Cách làm bột trắng hồng và tuần tự hẹn khách như sau: lần đầu khoảng 2, 3 tuần là refill bột hồng, lần hai khoảng 2, 3 tuần nữa làm backfill cả bột hồng và trắng, lần ba khoảng thêm 2, 3 tuần nữa làm refill bột hồng và cứ thế tiếp tục.

First ball on free edge
viên bột thứ nhất lên đầu móng

Second ball on center of nail
viên bột thứ hai lên giữa móng

Third ball at base of nail
viên bột thứ ba lên nền móng

Có thể dùng form và đắp bột cho khách hàng có thói quen cắn móng tay (onychophagy), sau một thời gian móng thật mọc dài ra, gỡ bỏ móng bột acrylic và khách sẽ bỏ tật cắn móng.

Trong khi mang móng acrylic nếu khách không chăm sóc đúng cách móng sẽ bị nứt, gãy, và hở vì vậy móng dễ bị dơ, ẩm và nấm (fungus). Do đó móng bột acrylic cũng cần bảo trì bằng cách đắp lên (fill) chỗ móng thật mọc ra mỗi 2 hoặc 3 tuần hoặc vá lại ngay chỗ nứt, gãy để móng giữ được lâu và đẹp.

*Để cho chất acrylic dính chặt vào móng thật cần thoa chất **Primer** như là lớp lót để sát trùng và là lớp kết dính 2 mặt lại với nhau. Chất **primer** là hóa chất mạnh có thể làm cháy da và đặc biệt cẩn thận văng vào mắt. Khi sử dụng cần mang bao tay và kính an toàn.*

Khi cần tháo móng, tốt nhất là ngâm ngập đầu móng vào acetone, móng sẽ mềm dễ tháo ra. Da và móng sẽ rất khô sau khi gỡ bỏ acrylic. Vì vậy, nên cần thoa dầu (cuticle oil) để da mềm và khôi phục chất dầu của móng và da bị mất.

Vật liệu *gồm có giũa nhám, buffer, bột acrylic, nước acrylic, cây cọ (brush), tip, nail form, lọ nhỏ, chất primer giúp móng acrylic dính chặt, chất sát trùng (antiseptic), dầu thoa da (cuticle oil).*

4. Móng gel là loại móng làm bằng chất dẻo trắng trong suốt, hoặc có màu trong, móng gel vừa chắc, nhẹ hơn acrylic không phải sơn. Hiện nay sản xuất nhiều loại gel có màu nên kỷ thuật móng gel có tính nghệ thuật cao trong ngành manicure. Gel là một hóa chất đậm đặc giống như acrylic và cũng cần chất xúc tác để cứng lại.

Có hai loại gel:

-Light-cured gel là loại gel khi đắp lên cần phô móng ra nguồn sáng đặc biệt như nguồn đèn cực tím (Ultra violet), hoặc nguồn đèn halogen để cứng lại.

-No-light gel là loại gel không cần đèn mà cần hoạt chất hỗ trợ mới cứng được như chất thúc đẩy (activator) xịt lên hoặc nhúng vào nước.

*Gel cần đèn (*light-cured gel*) có thể trãi phủ trên móng thật, móng tip. Trước khi trãi gel lên móng thật phải sạch, đẩy lùi da nền móng để tránh hở gel (lift). Đầu tiên trãi lớp gel mỏng đều lên móng thật hoặc móng có gắn tip, trãi đều nhẹ như sơn móng, tránh gel lên da quanh móng sẽ rất dễ tróc. Sau đó đặt móng đã thoa gel dưới đèn **Ultra Violet** để gel cứng lại gọi là **cure gel.** Tiếp tục móng được thoa lớp gel thứ hai, đặt dưới đèn U.V cứng lại.

Vật liệu gồm có: tip, nail form, keo, cục chà nhám (block buffer), primer, cọ lấy gel (gel brush), gel (light-cured gel), đèn U.V để hơ cứng gel.

<u>*Lưu ý:*</u> đèn (gel lamp) sẽ làm cứng cây cọ làm gel và gel nếu đặt quá gần đèn. Cách làm cứng móng bằng đèn tùy theo sản phẩm, có loại thoa từng móng gel hoặc có loại thoa cả 4 móng gel rồi đặt vào đèn. Luôn theo sự hướng dẫn nhà sản xuất.

*Gel không cần đèn (no-light gel) dùng hóa chất activator xịt lên móng gel cách 8 inches (activator-cured), hoặc loại gel nhúng vào nước ấm từ 2 đến 5 phút để gel cứng lại (water-cured).

<u>**CÁCH GỠ MÓNG GEL:**</u>

- ***Với gel cần đèn U.V*** để cứng gel thì phải chà mòn (buff) từng lớp, từng lớp. UV gel không thể thấm và hòa tan vào acetone. Khi mài mòn dần, nhớ thoa dầu tránh khô da

- ***Với loại gel không cần đèn*** dùng keo cyanoacrylate khô nhanh, ngâm gel vào acetone khoảng 15 đến 25 phút, gel sẽ mềm ra, và gỡ bỏ đi. Dùng cây buffer (block buffer) chà dần và làm sạch mặt móng thật và nhớ thoa dầu quanh móng để phòng da khô.

Để có bộ móng gel nhẹ, đẹp có thể chọn cách làm **gel trên form**. Gắn form sát đầu móng và đặt gel tạo đầu móng mới (**free edge**) trước, đặt dưới đèn U.V cho cứng gel đầu móng, sau đó cho gel lên mặt móng thật, form móng, làm cứng mặt gel lại và lấy form ra, giũa móng.....

Theo thời gian móng thật mọc dài ra. Do đó khách mang bộ móng tay gel, dù loại gel cần đèn hay không cần đèn vẫn bảo trì cứ mỗi 2 đến 3 tuần là fill gel, bạn giũa nhám chỗ móng thật mới mọc và trãi gel lên (fill gel), làm cứng gel, giũa gel, buff gel cho khớp với lớp gel cũ.

Carbide bit
(đầu giũa dùng cắt móng)

NAIL TIPS are designed with either a partial of full well. A Nail tip is an artificial nail made of nylon, acetate or plastic. If someone wear tip with no overlay, the tip is considered a temporary service.

Apply tips to the natural nail to add extra length, very weak if not wear overlay such as a fabric wrap, over acrylic nail, or gel nails.

The tip should never cover more than ½ of the natural nail plate; all tips have a well that serves as the point of contact with the nail plate.

Nail adhesive: glue or bonding agent used to secure the nail tip to the natural nail. It can be very dangerous if glue drop in the eyes. A manicurist and the client should always wear safety goggles when using nail adhesives.

Weekly or biweekly manicure for re-glue of rebuffing, most tips need none acetone polish remover because acetone remover dissolves the tips.

Tips that have been glued to the nail plate can cause damage if removed improperly. Use a glue remover or acetone to remove tips.

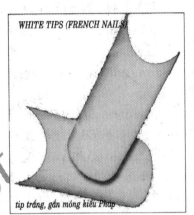

WHITE TIPS (FRENCH NAILS)

tip trắng, gắn móng kiểu Pháp

Tip có 2 loại gắn phần nhỏ hoặc gắn sâu vào. Tip là móng nhân tạo làm bằng nylon, acetate hoặc nhựa. Nếu khách mang tip không có gì phủ lên thì gắn tip chỉ là cách tạm thời.

Gắn tip đến móng thật là tăng thêm chiều dài, rất yếu nếu không có lớp gì trãi lên như móng lụa hoặc bột acrylic.

Móng tip không bao giờ nên phủ lên hơn nữa móng thật, các móng tip có rãnh bên dưới tiếp giáp với móng thật.

Keo dán móng là loại keo kết chặt dùng để dán móng típ vào móng thật. Có thể rất nguy hiểm nếu keo nhiễu vào mắt. Thợ chăm sóc tay và khách nên mang kính lồi che mắt khi dùng keo móng.

Mỗi tuần hoặc 2 tuần một lần chăm sóc tay nên thêm keo và chà mịn lại, móng tip nên dùng chất chùi móng không có chất aceton vì chất aceton sẽ làm tan mềm móng tip.

Móng tip được gắn keo tới móng thật có thể bị hư nếu gỡ ra không đúng cách. Dùng chất làm mềm keo hoặc chất aceton để gỡ bỏ móng tip.

NAIL WRAPS are fabric and paper that are bonded to the top of the nail plate with adhesive or mending tissues.

Fabric wraps are made form fiberglass, silk, or linen.

- **Fiberglass** (thin synthetic) is a loose weave. It makes easy for adhesive to penetrate.
- **Silk** is tight weave that very clear when glue is applied, silk is a thin material but strong, lightweight and smooth.
- **Linen** is a closely woven, heavy material. It is a strong wrap and thicker than silk or fiberglass.

Fabric wraps need regular maintenance to keep them looking fresh

- Two weeks maintenance (1/16 inch with glue and buff)
- Four weeks maintenance (fill with adhesive and silk)

* Liquid nail wrap is similar to nail hardener, but thicker, made up of tiny fibers designed to strengthen and preserve the natural nail as it grows.

Paper wraps are made of very thin paper (mending tissues). It is dissolved in both acetone and non-acetone remover. Paper wraps are temporary to add strength for a short period of time.

Móng bao còn gọi là móng được phủ lên, và được dùng vải hoặc giấy với keo dán móng Vật liệu bao móng được làm bằng thủy tinh sợi, lụa hoặc vải dày

Thủy tinh sợi (sợi tổng hợp mỏng) là loại sợi đan thưa. Dễ dàng cho keo dính chặt vào

Lụa là vật liệu có sợi đan chặt rất trong khi cho keo vào, lụa là vải mỏng nhưng cứng chắc, nhẹ và mịn màng.

Vải thô là loại sợi đan dày, vật liệu thô. Bọc rất cứng chắc và dày hơn lụa và thủy tinh sợi

Loại bao móng bằng vải, lụa hoặc thủy tinh sợi bảo trì thường xuyên để luôn luôn trông đẹp.

Bảo trì 2 tuần một lần (chỗ hở 1/16 inch thêm keo và chà mịn)

Keo cho bao móng giống như chất làm cứng móng, nhưng đặc hơn, làm bằng những sợi nhỏ tạo ra cho mạnh móng và bảo quản móng thật lúc mọc ra.
Bao giấy bằng loại giấy mỏng (giấy vá). Giấy bị tan trong aceton và chất lấy nước sơn không aceton. Giấy bao là loại dịch vụ tạm thời thêm vào độ mạnh cho móng trong khoảng thời gian ngắn.

Three Beaded Method

ACRYLIC NAILS also known as sculptured or build-on nails are made by combining a liquid acrylic product with a powdered acrylic product.

There are three basic ingredients in the acrylic nail process

-Liquid acrylic is a type of monomer.

-Finished acrylic nail s are polymers. They are usually solid

-A catalyst is ingredients that speeds up the hardening process and make a chemical reaction go faster.

Acrylic nails also known as sculptured or build-on nails are made by combining a liquid acrylic product with a powdered acrylic product.

There are two acrylic nail methods-one-color and two-color. The two-color method uses white acrylic powder for the free edge and clear, natural, or pink powder for the nail plate. It produces a nail that looks as if tit has a French manicure and needs no polish.

Móng bột cũng còn gọi là móng sculpture hoặc móng tự tạo ra được làm bằng sự kết hợp nước acrylic và bột acrylic.
Có 3 thành phần căn bản trong tiến trình làm móng bột.
Nước acrylic là dạng monomer (chất tạo sự kết dính)
Hoàn tất móng là polymers (thành phần kết chuỗi). Thường là dạng đặc.
Catalyst là chất xúc tác là thành phần thúc đẩy tiến trình cứng lại và tạo ra phản ứng hoá học được nhanh hơn.

The process of forming the acrylic nail is called polymerization. Chemical reactions make polymers also are polymerizations that mean cure or hardening.

There are two acrylic nail methods-one-color and two-color. French acrylic nails is the two-color method uses white acrylic powder for the free edge and clear, or pink powder for the nail plate and needs no polish.

Acrylic powder consist of white, clear, natural, and pink powder is available.

Applied to the nail so that the acrylic product will adhere to the natural nail.

To help the acrylic to hold on the nail plate. Never use primer without gloves and safety glasses.

Primer applied to the natural nail so that the acrylic product will adhere to the natural nail. Primer can be etching primers and non-etching primer. Etching primer can burn the nail bed tissue and stronger than non-eching primer.

Eching primer will not damage the nail plate but can damage to skin and eyes. Wear safety glasses and plastic gloves when apply primer to the nail plate.

If the nails lift, crack, or grow out with no maintenance, moisture and dirt can trapped under acrylic nail and fungus can begin to grow.

Most odorless acrylics are self-leveling. As the product sets, it automatically levels off, so there is less shaping required. Odorless acrylics are products that do not smell as strongly as traditional acrylic products. Never mix any acrylics liquid and any acrylics powder (odor or odorless) together. A fill-in will be necessary in two or three weeks, depending on how quickly the nails grow.

A fill-in will be necessary in two or three weeks, depending on how quickly the nails grow.

Tiến trình tạo cứng móng bột được gọi là polymerization. Phản ứng hóa học làm polymer cũng là polymerization nghĩa là cứng lại (cure) hoặc đóng cứng lại (hardening).

Có 2 phương pháp làm móng bột là một màu và hai màu. Móng acrylic kiểu Pháp là phương pháp 2 màu, dùng bột trắng ở phần đầu móng và bột trong hoặc hồng ở thân móng.

Bột acrylic gồm có màu trắng, trong, tự nhiên và hồng.

Chất primer thoa lên móng thật để giúp bột acrylic dính chặt vào móng thật. Primer có thể là loại etching và không etching. Loại eching primer có thể bỏng các mô của đệm móng và mạnh hơn không non-etching primer.

Eching primer không làm hư thân móng nhưng có thể làm hư hại đến da và mắt. Mang kính an toàn và bao tay khi thoa primer đến thân móng. Nếu móng bị hở, tróc, hoặc mọc ra mà không bảo trì, chất ẩm và dơ có thể nhét bên dưới móng bột và nấm có thể phát triển ra.

Hầu hết bột acrylic không mùi có đặc tính riêng của chúng. Khi dùng bột như tự động chảy vì thế chỉ dành cho móng muốn đắp thấp tự nhiên. Loại odorless acrylic không tạo mùi khó chịu như loại cũ thông thường (traditional acrylic).

Không bao giờ pha trộn bất cứ loại nước acrylic nào và bất kỳ loại bột nào với nhau. Cần bảo trì (fill-in) khoảng 2 hoặc 3 tuần, tùy theo móng mọc nhanh hay chậm.

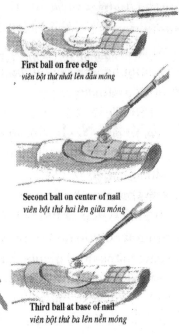

First ball on free edge
viên bột thứ nhất lên đầu móng

Second ball on center of nail
viên bột thứ hai lên giữa móng

Third ball at base of nail
viên bột thứ ba lên nền móng

Acrylic Nail Application over Bitten Nails

1. Remove polish -Clean nails -Push back cuticle -Buff nail to remove shine -Apply nail antiseptic-Apply primer -Prepare acrylic -Form acrylic ball -Place ball of acrylic on skin.

-Apply a small ball of acrylic product on the skin near bitten nail

-Create nail plate

*Use the middle of your brush to dab and press to shape a nail plate or a base for the form on which the acrylic nail will be built.

2. Pull skin away

*Allow the acrylic to dry completely. You should be able to hear a click when you tap it with a brush. Then gently pull the client's skin away at the free edge line. You will now have a free edge that is large enough to support a nail form

3. Position nails form under newly created free edge

Crack Repair

1. Remove old polish - File cracked acrylic

File a "V" shape into the crack or file flush to remove crack

2. Clean nails - Apply nail antiseptic - Apply primer - Apply nail form

If the crack is large, apply a nail form for added support

Acrylic Removal:

Soak fingertips with enough acetone – Use orange wo od stick and gently push off softened acrylic nail -Buff nails; Condition cuticle and surrounding skin with cuticle oil.

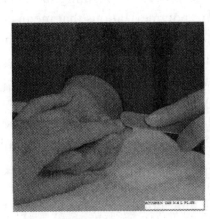

Odorless Acrylics:

* Odorless acrylics are products that do not smell as strongly as traditional acrylic products.

* Most odorless acrylics are self-leveling. As the product sets, it automatically levels off, so there is less shaping required.

* You cannot mix traditional acrylics and odorless products because they are not chemically compatible.

GEL NAILS: Gels are strong, durable artificial nails that are brushed on the nail plate like polish.Gels are available in colors that need no polish. Colored gels are a great base for nail art.

There are two types of gels:

Light-cured gels harden when they are exposed to a special light source-either an ultraviolet light or a halogen light.

No-light gels harden when a gel activator (adhesive dryer) is sprayed or brushed on, hold it about 8 inches or when they are soaked in warm water from 2 to 5 minutes.

To strengthen and lengthen their natural nails with a lightweight artificial nail may choose gel nails over forms, or nails over tip.

    *PROCEDURE: *Apply nail form; Apply gel to natural nail; Cure gel; Create free edge; Cure gel; Apply gel to entire nail; Cure gel; Apply gel to entire nail; Cure gel; Remove forms; Shape free edge; Apply gel to entire nail without form; Cure gel; Remove residue; Apply cuticle oil; Apply hand cream and massage hand and arm; Clean nails.*

Gel maintenance

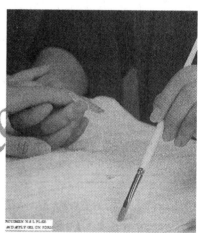

Both light-cured and non-light-cured gels should be maintained every two to three weeks, depending on how fast the client's nails grow.

Be careful not to damage the natural nail plate by buffing too roughly.

Gel là loại tạo móng giả mạnh, bền chắc dùng cọ trãi gel lên mặt móng như thoa nước sơn. Móng gel cũng có màu không cần phải sơn. Gel màu là một căn bản tuyệt vời của nghệ thuật móng.

Có hai loại gel

Gel cứng lại cần đèn khi đưa móng vào nguồn đèn cực tím (ultraviolet) hoặc đèn nhiệt (halogen)

Gel không cần đèn được cứng lại khi dùng chất gel xúc tác (chất khô keo) được xịt hoặc thoa lên, xịt cần giữ khoảng cách cỡ 8 inch từ móng khách hoặc nhúng vào nước ấm từ 2 đến 5 phút.

Để làm mạnh và dài cho móng trông nhẹ nhàng có thể chọn móng gel đắp trên miếng form, hoặc gel trãi trên tip.

    *CÁCH LÀM: gắn form, trãi gel lên móng thật; cứng gel trong đèn UV; tạo đầu móng; cứng gel; trãi gel toàn mặt móng; cứng gel;trãi gel toàn mặt móng; cứng gel; lấy form ra; tạo hình dáng đầu móng; trãi gel toàn móng không form; cứng gel; làm bóng móng; thoa dầu quanh da; thoa kem và massage tay, cánh tay; sạch móng.

Bảo trì móng gel

Cả 2 loại móng gel cần đèn và không cần đèn nên fill lại cứ mỗi 2 tới 3 tuần, tùy theo tốc độ móng mọc của khách.

GEL REMOVER:

No-light gel using cyanoacrylate such as setting glue used with brush on or dip-in acrylic powder; you can remove them by special gel remover or acetone by soak client's nails for 15 – 25 minutes in small glass bowl.

No-light gels come in many varieties with different curing agents. Some are soaked in water and some are sprayed with an activator. For actual application you will need to follow your manufacturer's instructions carefully.

U.V gel may only be buffed off layer to layer because they are impervious to acetone and will not soak off. Gently buff natural nail with fine block buffer to remove the glue residue. Condition cuticles surround the nail by cuticle oil and lotion.

Gở bỏ loại gel không đèn dùng keo cyanoacrylate có thể nhúng vào acetone từ 15 -25 phút, đẩy gel ra bằng que gỗ. Lập lại cho đến lúc loại bỏ hết gel trên móng và nhớ thoa dầu cho mịn móng và da.

Gel cần đèn (U.V gel) là gel không hòa tan trong acetone vì gel không thấm được. Lớp gel cần phải chà bỏ từng lớp một cho đến hết. Thoa dầu mềm da quanh móng sau khi lấy hết gel cũ đi.

Bài 16: **MÁY GIŨA ĐIỆN VÀ NGHỆ THUẬT TRÊN MÓNG**

Hiện nay nhiều nhà sản xuất máy giũa rất tốt, chỉ cách thức xử dụng rõ ràng, giúp cho người thợ dùng rất an toàn. Đây là loại máy mà cách họ đã dùng cho nha khoa để mài răng. Không nên giũa quá độ trên bất cứ móng nhân tạo nào. Khi Xử dụng giũa máy điện **(electric file)** cần thành thạo, hiểu rõ chức năng sẽ không gây thương tổn cho khách. Trong khi giũa dễ tạo sức nóng khi ép mạnh với vòng quay quá nhanh.

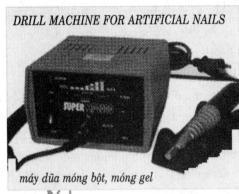

DRILL MACHINE FOR ARTIFICIAL NAILS

máy dũa móng bột, móng gel

Có nhiều loại giũa trong kỹ nghệ làm móng, có loại dùng chân đạp (foot pedals) để kiểm soát tốc độ quay, hoặc loại dùng pin, dây belt v.v....

Với loại giũa chuyên nghiệp vừa bền vừa tiện gọn đặt trên bàn làm móng, máy cũng khá đắt tiền từ $200 đến $700.

Giũa máy cần chọn lựa sao cho hệ thống motor đủ mạnh, được thông khí chống nóng, tốc độ quay cần thiết, sức ép của giũa trên mỗi inch vuông (horsepower). Máy giũa phải điều chỉnh tốc độ, chỉnh chiều quay dễ dàng trong từng vị trí trên móng nhân tạo. Người thuận tay trái thích hợp hơn vì chiều quay tới cũng như dễ tập hướng ngược lại hơn.

Tốc độ giũa máy có thể từ 100 RPMs đến 35.000 RPMs tùy theo ngành nghề ứng dụng. Để giũa móng bột acrylic, gel...., thợ móng chỉ cần độ vòng qua trong một phút từ 5.000 đến 15.000 vòng.

Ví dụ: 7.000 RPMs là số vòng quay cọ xát lên móng 7.000 lần trong một phút.

RPMs: Revolutions Per Minute (vòng quay trong 1 phút)

Đầu giũa có nhiều loại, với loại hình ống tròng vào và chỉ dùng cho mỗi người khách phải vứt bỏ, loại hạt lớn nhỏ trên mỗi đầu giũa khác nhau. Hạt (grit) trị số càng lớn thì độ nhám nhiều, giũa mòn nhanh, càng nhiều hạt càng mịn.

Ví dụ: đầu giũa khoảng 100 hạt, hoặc 260 hạt là tính trên mỗi square inch.

Carbide bit (đầu giũa dùng cắt móng)

- **Các loại đầu giũa** kim loại, kim cương thì tính theo dạng và tác dụng khác nhau, loại này có thể diệt trùng và dùng lại.

- **Đầu kim cương** (diamond bit) cũng có loại mịn, nhám dùng trên bề mặt móng.

- **Đầu giũa làm móng chân** (pedicure bit) dạng tròn hình ống hoặc hình chóp dính hạt diamond thích hợp giũa da chai, móng dày.

- **Đầu giũa cắt móng** (carbide bit) hoặc tạo lằn cong cười (backfill bit). Đầu giũa làm mịn bóng bằng cao su tổng hợp (natural nail bit). Đầu giũa nhọn, dài để xỏ lỗ trên móng (jewelry bit).

Các đầu giũa kể trên diệt trùng như cách diệt trùng dụng cu khác.

Riêng loại bọc đầu giũa đen, nâu hình ống dễ làm nóng móng, mài nhanh **(sanding band)** và đầu đánh bóng với kem chà **(buffing bit)**.

Hai loại đầu giũa này vứt bỏ sau mỗi lần làm cho khách.

Trục đầu giũa cho các loại gắn vào motor giũa đường kính cỡ 3/32 inch (1/4 phân).

Khi giũa mặt móng luôn để ý đầu giũa cọ xát ngang bằng mặt móng, đi tới lui và tránh ép mạnh.

Đối với móng nứt, hở (lifted product) nên dùng đầu giũa lằn cong cười (French backfill bit) cắt cỡ 75% lõm xuống rồi đẩy ngược móng hở ra sau, không kéo mạnh.

Khi làm backfill là khách hàng đã làm móng bột trắng hồng từ 5-6 tuần, đã refill một lần bột trắng hồng cách lần đầu 2 – 3 tuần, nay phần móng trắng và   hồng đã ra quá dài, do đó phải làm backfill, dùng viết chì vẽ lần cong (smile line) và dùng giũa máy (electric filing) với đầu giũa kim loại nhỏ và dài dùng để cắt (carbide) hoặc đầu giũa nhỏ và ngắn hơn (backfill bit), ép đầu giũa cỡ 45 độ lõm theo lằn cười để refill bột trắng, và phần bột hồng vào phần móng mới mọc ra.

Trong kỷ thuật làm móng bột acrylic, móng gel, móng bột trắng hồng (pink and white acrylic) cần dùng máy giũa vừa nhanh, tạo dáng dễ dàng và đẹp hơn, vừa tiết kiệm thời gian năng lực.

NGHỆ THUẬT TRÊN MÓNG

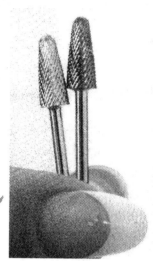

Nguồn lợi tức không nhỏ đối với chuyên viên ngành chăm sóc tay chân là tạo kiểu, vẽ hình hoặc những chất liệu thêm vào trước khi và trong khi sơn móng. Khách ở những vùng nắng ấm thường khoe nét đẹp ở móng tay, chân, cũng là cơ hội để biểu hiện sự tươi mát bằng nghệ thuật lên móng như sơn móng kiểu Pháp (French manicure); xịt màu lên móng (airbrush) hòa lẫn nhiều màu sắc; vẽ cảnh (freehand painting); chỉ có keo tạo sọc (striping tape); đá màu (gem); miếng kim loại vàng, bạc v.v....

Để tạo nghệ thuật vẽ, cần hiểu qui tắc về màu sắc (color theory):
- *Nhóm màu thứ NHẤT (primary colors): là màu căn bản VÀNG, ĐỎ, và XANH*
- *Nhóm màu thứ NHÌ (secondary colors): là XANH LÁ CÂY; CAM; TÍM*
- *Nhóm màu thứ BA (tertiary colors): ĐỎ+CAM; CAM +VÀNG;*
VÀNG +XANH LÁ CÂY
- *Nhóm màu thứ TƯ (complementary colors): là màu trực tiếp đối diện.*
Ví dụ:XANH BIỂN + CAM; màu ĐỎ + XANH LÁ CÂY; hoặc màu VÀNG + TÍM.
-*Riêng màu ĐEN và màu TRẮNG không được xem là màu. Tuy nhiên nhất định luôn có sự hiện diện những màu này trong nghệ thuật pha màu.*

* **FRENCH MANICURE** (*móng tay kiểu Pháp*): sơn 2 màu trên móng, thân móng màu hồng nhạt như màu nền, hoặc màu trong, vẽ màu trắng cong (smile line) ở đầu móng (free edge), hoặc dùng mẫu giấy cắt sẵn (stencil) để xịt bằng airbrush trông rất đẹp, ngoài ra cũng dùng cách này cho móng chân.

* **FREEHAND PAINTING** (*sơn móng tùy sáng kiến*): đó là cách dùng cọ nhỏ, cây que nhỏ, nhọn tạo hình hoa lá cảnh, hình lá cờ ngày lễ độc lập, con thú, hoặc ông già Noel v.v...

* **GEMS** (*gắn mảnh đá nhỏ lên móng*): móng sau khi sơn lót, sơn màu. Sau đó dùng que nhỏ chấm vào nước phủ bóng (top coat) để lấy mảnh đá đặt lên lớp sơn còn ướt, móng khô xong phủ lên top coat. Và cũng có cách trải lên móng những lá vàng hay bạc là những miếng kim loại mỏng như giấy.

Khi cần lau đi chỉ cần dùng chất chùi nước sơn hoặc chất nước mạnh hơn như acetone là lau ra ngay.

* **STRIPING TAPE** (*chỉ màu có keo tạo vệt*): chỉ keo có nhiều màu trong cuộn, trải lên ngang, dọc, xéo, dùng dao cắt theo ý, cách móng cỡ 1/16 inch, cần phủ lên chỉ keo nước bóng (top coat).

Many companies that provide much better equipment and education which allows manicurists to use these machines safety. Do not over file the artificial nails. When used properly, damage to the nails is not likely. Electric files Choosing an electric file has a high and low speed, adjusts forward and backward. Most electric files start 100 RPMs to 35,000 RPMs. The average manicurists choose from 5,000 to 15,000 RPMs. (RPMs: Revolutions Per Minute)

The **bit** is just as important as the electric file you buy it.

- **Sanding bands** come in fine, coarse grids from 100 grids to 260 grids (on square inch), round, black, heat up faster than a metal bit. They are good for shotening nail acrylic, gel.

- **Buffing bits** such as chamois, brushes. These are great for high gloss shine on nail surface.

Sanding bands and buffing bits are discarded after each customer

Hiện nay nhiều nhà sản xuất máy giũa rất tốt, chỉ cách thức xử dụng rõ ràng, giúp cho người thợ dùng rất an toàn. Đây là loại máy mà cách họ đã dùng cho nha khoa để mài răng. Không nên giũa quá độ trên bất cứ móng nhân tạo nào.

Chọn máy giũa sao cho điều chỉnh được tốc độ cao thấp, tới lui. Hầu hết máy giũa có vòng quay từ 100 đến 35 ngàn vòng . Thợ làm móng nên chọn máy từ 5.000 tới 15.000 vòng trong một phút.

*Đầu giũa là phần quan trong của máy: **Đầu giũa nhám** có nhiều cỡ từ mịn đến lớn vàđộ hạt 100 đến 260 hạt trên 1 inch vuông, hình ống tròn, đen, dễ làm nóng móng hơn đầu kim loại. Tốt cho làm ngắn móng bột, gel. **Đầu giũa chà bóng** bọc da, vải giúp đánh bóng móng. Hai loại đầu giũa này vứt bỏ sau khi dùng.*

Diamond bits are made of metal and diamond come in extra fine to coarse grids. These are good for cut for artificial nails. **Carbide bits** are made of metal, very sharp and **Backfill bits** smaller good for trench out the growth at the smile line. **Pedicure bits** are a large barrel or cone shapes with diamond bits. This is good for dry callus.

Bits in nails industry for shank size of bits is 3/32 inch (1/4 centimetter). All bits above have to disinfect the same as your implements after used

Many companies that introduce some electric files much better equipment and guide line for their product how to use these machines safely. Educating your customers about electric file is safe tool and never hurting them with a professional manicurist.

***Đầu giũa kim cương** làm bằng kim loại phủ hạt kim cương và có cỡ mịn đến hạt lớn. Loại này dùng để cắt móng giả. **Đầu giũa carbide** bằng kim loại, bén và loại **đầu giũa backfill** nhỏ hơn, giúp cho khoét mương mặt móng tạo lằn cong cười khi đắt thêm bột acrylic trắng. **Đầu giũa làm chân** có hình ống, hình chóp bằng kim loại bọc kim cương để mài da chai ở chân.*

Trục đầu giũa có đường kính cỡ 3/32 inch (1/4 phân). Các loại đầu giũa kể trên cần diệt trùng sau khi dùng.

Nhiều nhà sản xuất máy giũa đã giới thiệu khá nhiều thiết bị giũa và kèm hướng dẫn cách dùng an toàn cho khách. Cẩn giải thích cho khách sự an toàn máy giũa khi bạn dùng và không bao giờ bị tổn thương nếu thợ móng chuyên nghiệp.

DESIGN TECHNIQUES ON NAILS

Gems, foiling, striping tape, gold leafing, color acrylic paiting, French manicure, two color fade... are the nails art. For example: red gel, polish half, stars, stripes, cats eyes, and tiger lilies., highlighted with a rhinestone dew drop.

- **Gems** give sparkle; tiny rhinestones are popular nail art materials. Use a wet orange wood stick or tweezers to pick up small gems on the shiny side of the stone. Put them on while the top coat of the polish is still tacky so gems will adhere. Reapply top coat.

- **Striping tape** has a tacky backing and is stuck to a dry then polish nail. Cut it 1/16 inch away from cuticle and free edge. Seal tape on nail with top coat and reapply top coat every three to four days.

- **Foil** is very fragile leafing that is available in gold, silver and copper. Use tweezers to remove the pieces of foil on the tacky top coat. Seal the foil with a top coat and reapply the top coat.

Đá quí, giấy kim loại, keo chỉ, lá vàng, bột acrylic màu, móng tay kiểu Pháp, hai màu chồng nhau... là nghệ thuật của móng. Ví dụ: gel đỏ, sơn ½ móng, ngôi sao, sọc, mắt mèo, và vằn cọp, làm đá lấp lánh sáng lên. Gems tạo sự lấp lánh, những viên đá nhỏ thông dụng cho nghệ thuật của móng. Dùng que gỗ cam hoặc nhíp để gắp những viên đá có mặt óng ánh. Đặt đá lên móng đã thoa nước bóng và sẽ dính đá lên đó. Thoa lại nước bóng.

Keo chỉ sọc: Keo có mặt sau dính và dán lên mặt móng khô và sơn móng. Cắt keo chỉ cách da 1/16 inch và đầu móng. Thoa lớp bóng cho dính chặt và cứ thoa thêm lớp bóng cách 3 tới 4 ngày.

Foil là lá kim loại dòn có thể là lá vàng, bạc, và đồng. Dùng nhíp gắp từng miếng nhỏ foil lên trên lớp sơn bóng. Thoa lớp bóng lên và thoa thêm lớp nữa.

-**Gold leaf application:** Apply clear & nail polish on area you want covered. Use tweezers or orangewood stick, place bits of gold and press gold leaf flat on nail. Apply clear polish over gold leaf to seal. Let dry**s.**

-**Airbrush** for nail art: You must use a design tool, stencil or mask paper. An airbrush looks like a small spray gun. It uses compressed air to force paint out of its tip creating a fine mist of paint.

Two colors fade**:** The color fade, or color blend, is one of the most used airbrushed nail color service

- • **Traditional French manicure:** The airbrushed French is easier, quicker & more attractive than the hand polished version.
- • Apply a clear base coat to the nail. French tip application with stencil. Mist paint then blow air to dry the nail tip and stencil. After completed, apply paint border and let it dry for 3 minutes. This procedure is easily accomplished on toe nails.

Gold leaf là nguyên chiếc lá vàng kim loại đặt lên lớp sơn bóng. Dùng nhíp hoặc que gỗ dính vào miếng lá vàng và ép miếng lá vàng lên móng. Thoa nước bóng lên lá vàng chặt lại và đợi khô. Dùng airbrush cho móng kiểu: Bạn phải dùng dụng cụ xịt sơn móng, mẫu hình kiểu hoặc miếng che xịt. Airbrush giống như súng xịt nhỏ. Ép không khí để đẩy sơn ra như xịt bụi sơn.

Xịt trộn 2 màu: Làm màu trộn với nhau, hoặc trộn haimàu lẫn lộn, là cách dùng airbrushed xịt lẫn với nhau.

Loại chăm sóc móng tay kiểu Pháp: Dùng airbrush kiểu Pháp dễ hơn, nhanh hơn & hấp dẫn hơn cách sơn tay.

Thoa lớp nước bóng lên móng. Dùng mẫu cắt sẵn để xịt viền trắng kiểu Pháp. Hơi sơn xịt thổi lên móng khô và mẫu cắt sẵn. Sau khi xong, thoa sơn viền móng và để khô khoảng 3 phút. Cách này cũng dễ xịt lên móng chân.

Bài 17: CÁC LOẠI BỆNH MÓNG

Móng tay, tóc đều là phần phụ thuộc của da, là loại đạm sừng **protein keratin**, tuy nhiên chất sừng trong da là keratin mềm *(soft keratin)*, tóc là keratin hơi cứng và móng là loại keratin cứng nhất *(hard keratin)*.

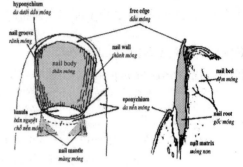

Móng bắt đầu mọc từ móng non **(matrix)**, được nuôi dưỡng bằng mạch máu, bạch cầu và thần kinh, giữ nhiệm vụ tăng trưởng tế bào móng, nằm dưới gốc móng, như là phần chân lông **(papilla)**. Móng non rất dễ bị tổn thương và khi bị bệnh sẽ làm móng mọc bất thường, nên cẩn thận đừng đè ép móng. Vành trắng nửa vòng tròn là **lunula** ở gốc móng cũng là chỗ móng non nối liền nền móng.

HÓA TÍNH CỦA MÓNG

*Từ kỷ thuật về móng là **onyx**, và môn học tìm hiểu về móng và **onychology**. Móng có đặc tính thấm nước dễ hơn thấm vào làn da và lượng nước có ở móng cũng liên hệ đến sinh họat và môi trường sinh sống. Móng tay nhìn thấy khô, bề mặt cứng nhưng có chứa lượng nước từ **10% đến 30%,** móng bình thường chứa khoảng **18%** và lượng nước trong móng giữ nhiệm vụ làm móng có độ dẻo dai, móng thiếu lượng nước cần thiết sẽ dẫn đến móng đục và dòn, vì thế thoa lớp sơn lót, hoặc các chất tái tạo cho móng tốt chính là giúp móng bớt đi sự mất nước ở móng. Nồng độ hydrogen (pH) của móng thuộc acid từ **4.5 đến 5.5**.*

*Một số nhà khoa học cũng đồng ý trong móng có **calcium** nhưng không hẳn giữ nhiệm vụ làm cho móng mạnh và cứng. Các nguyên tố vô cơ **(inorganic elements)** được tìm thấy trong móng gồm zinc, magnesium, potassium, iron, copper, sodium và các hợp tố hữu cơ **organic compounds** (amino acids) như sulfur và nitrogen cũng tìm thấy trong móng để tạo chất sừng đạm **(protein keratin)**.*

ĐẶC TÍNH CỦA MÓNG

Móng tay mọc chậm hơn tóc, sự tăng trưởng của móng, thực tế không có một chất nào thoa lên giúp cho móng mọc nhanh hơn, tuy nhiên việc ăn uống đúng cách *(good diet)* sẽ giúp cho móng mọc tốt, khỏe hơn.

Móng tay mọc nhanh vào mùa hè, và chậm hơn vào mùa đông, và từng ngón cũng có khác như ngón cái *(thumbnail)* mọc chậm hơn các ngón khác; ngón giữa *(middle fingernail)* mọc nhanh nhất. Móng trẻ em mọc nhanh hơn móng của người lớn và càng chậm dần khi về già. Móng chân mọc chậm hơn so với móng tay, tuy nhiên móng lại cứng hơn và dày hơn.

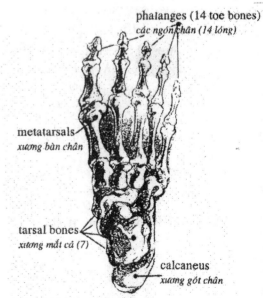

Móng tay giúp cho bàn tay nắm giữ đồ vật chặt hơn, dễ dàng hơn, nhất là các vật nhỏ, và bảo vệ đầu ngón tay. Móng chân giúp bảo vệ đầu ngón chân và đi đứng vững vàng hơn, bám chặt hơn.

Nhìn qua móng có thể nhận biết được tình trạng sức khỏe. Móng bình thường sẽ có bề mặt móng mịn, hơi cong, không dấu vết trên móng, màu hồng nhạt, hơi có chất dầu, không bị lõm, móng không dợn s̶~~óng~~ bóng.

Móng trung bình mọc 1/8 inch (0.31 cm) mỗi tháng, mọc với hình dáng vuông, b̶~~ầu~~ tròn là tùy mỗi cá nhân. Toàn bề mặt móng tay mọc dài cần thời gian từ 4 đến 6 tháng và ~~m̶óng~~ từ 6 đến 12 tháng. Tuổi từ 10 đến 14 móng mọc mạnh nhất và yếu dần lúc đến tuổi già.

PHÂN BIỆT BỆNH MÓNG:

Nhìn qua **màu móng** người thợ có thể nhận biết như:

- o **Màu trắng** là thiếu chất đạm, bị gan, và thận.
- o **Màu vàng** là bệnh hệ thống bạch cầu, nhuộm tóc, chất nicotine thuốc lá.
- o **Màu xanh** do nhiễm trùng.
- o **Màu nâu đỏ** do nước sơn làm oxít móng, khô móng.
- o **Màu nâu** do nấm, sưng nhiễm trùng lâu ngày.

Triệu chứng đốm trắng nổi lên mặt móng thường xuất hiện và biến mất

- o **Màu đen** do nấm lâu năm và thiếu trầm trọng vitamin 12.

Là chuyên viên móng (*manicurist*), bạn phải hiểu biết để thông báo cho khách những bệnh móng không thể làm được mà giới thiệu khách đi bác sĩ chữa trị, cũng như móng nào an toàn làm được.

Thợ không nên làm: *một điều có thể nhận biết da và móng nếu có sưng dù nhiễm trùng hay không, rách, trầy xước, sưng đỏ (paronychia); đau, có mủ (onychia); lỏng móng (onycholysis); móng thúi do nấm chuyển từ vàng sang đen (mold); bị nấm vàng ký sinh có đốm trắng và đường sọc hơi vàng (onychomycosis); móng rụng do nóng sốt, giang mai (onychoptosis); sưng và có màu đỏ trong móng (pyogenic granuloma); hoặc móng sưng phồng, cong làn da nhô cao hơn (onychogryposis) là không thể làm được và khuyên họ cần đi bác sĩ trị liệu. Riêng loại móng bầm (bruised nail) có thể manicure, nhưng không nên làm móng giả lên móng bị bầm.*

- ***Thợ có thể làm:*** *như móng gợn sóng (furrows); móng mỏng trắng vỏ trứng (eggshell nail); móng bị xước (hangnails hoặc agnails); móng dày (onychauxis hay hypertrophy); móng chẻ (onychorrhexis); móng mọc đâm khóe (ingrow nail hay onychocryptosis); móng có đốm trắng (leukonychia); móng có nốt ruồi đen, nâu (nevus); da mọc chồm lên móng*

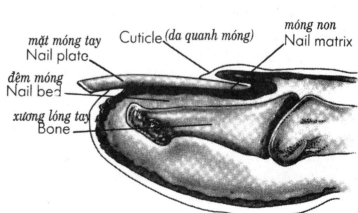

mặt móng tay
Nail plate.
Cuticle (da quanh móng)
móng non
Nail matrix
đệm móng
Nail bed
xương lóng tay
Bone

(pterygium); móng bị teo nhỏ (onychatrophia hay atrophy); móng mất màu do tuần hoàn kém (discolored nail).

móng (nail root) là chỗ móng bắt đầu mọc, **thân móng** (nail plate) là phần ...u móng (free edge) là phần móng dài quá đầu ngón tay. Thân móng (nail ...o của nhiều lớp sừng đạm trở nên dày cứng.

...ứa dây thần kinh, nhiều mạch máu dinh dưỡng cho sự phát triển móng.
...là phần chính phát triển móng rất nhạy cảm, do đó người thợ móng cẩn thận
...bị tổn thương làm móng phát
trương oạt thương và gây bệnh. Móng chứa
nhiều dây thần kinh, máu đỏ, bạch cầu kiểm
soát mức tăng trưởng của móng. Móng non sẽ
tiếp tục phát triển mạnh khi nhận đủ sự dinh
dưỡng cho tế bào móng. Móng sẽ mọc chậm lại
nếu sức khỏe kém hoặc tổn thương móng non

- Vòng bán nguyệt (**lunula**) là phần màu trắng lợt
ở gốc móng, chỗ móng non nối liền nền móng.

Chung quanh móng tay gồm có:

- *Eponychium là da mọc ở gốc móng kéo dài lấn tới chỗ nữa mặt trăng (**lunula**)*
- *Lớp da ngoại bì nằm chung quanh viền móng (**perionychium**)*
- *Lớp da xếp sâu trong gốc móng (**mantle**)*
- *Rãnh móng (**nail grooves**) là khe hở để móng mọc ra hai bên móng*
- *Thành móng (**nail walls**) là lớp da xếp chồng hai bên móng*
- *Lớp da chồng lên nhau bao quanh móng (**cuticle**)*
- *Da ngoại bì dưới đầu móng (**hyponychium**)*

Móng mọc nhanh lúc còn trẻ, lúc phụ nữ mang thai, chơi đàn piano, đánh máy vì có sự kích thích móng và ngược lại móng sẽ mọc chậm hơn vì thiếu dinh dưỡng, dùng thuốc kích thích như cần sa, thiếu máu, rối loạn nội tiết, xuống trọng lượng nhanh, đó là dấu hiệu của bệnh móng.

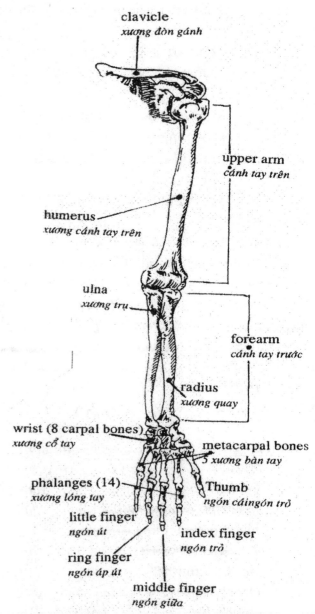

clavicle
xương đòn gánh

upper arm
cánh tay trên

humerus
xương cánh tay trên

ulna
xương trụ

forearm
cánh tay trước

radius
xương quay

wrist (8 carpal bones)
xương cổ tay

metacarpal bones
5 xương bàn tay

phalanges (14)
xương lóng tay

Thumb
ngón cái ngón trỏ

little finger
ngón út

index finger
ngón trỏ

ring finger
ngón áp út

middle finger
ngón giữa

125

A SERVICE CAN BE PERFORMED
Tình trạng móng có thể phục vụ cho khách

- Leukonychia (white spot)   : *đốm trắng*
- Onychatrophia (atrophy)   : *rụng móng*
- Agnails (hangnails)   : *xước da quanh móng*
- Furrows (corrugations)   : *mặt móng gợn sóng*
- Onychauxis (hypertrophy)   : *móng bị dày do bệnh nội thương,*
- Onychocryptosis (ingrown nails)   : *móng mọc đâm khóe*
- Onychophagy (bitten nails)   : *thói quen cắn móng*
- Eggshell nails   : *trắng, mỏng cong đầu móng*
- Onychorrhexis (split nails)   : *móng chẻ và dòn*
- Pterygium   : *da mọc chồm lên móng*
- Onychophyma   : *móng dày phồng lên*
- Discolored nails   : *có màu, xanh, đỏ, tím do dùng thuốc, bệnh tim.*
- Onychophosis   : *lớp sừng mọc dày ở nền móng*
- Nevus   : *nốt ruồi nâu hoặc đen trong móng*
- Tile-shaped nails   : *móng cong đều từ móng non đến đầu móng*
- Eponychial disorders (hyponychial)   : *da mọc tràn lên mặt móng và dưới đầu móng*
- Melanonychia   : *mặt móng có lằn sợi đen từ nền đến đầu móng.*
- Plicatured nail   : *móng biến dạng từ móng non ngón chân, đầu móng có hình vuông*
- Bruised nails   : *móng dập đông máu bên trong có màu tím (chỉ làm manicure thôi)*
- Ram's horn nails (onychogryphosis)   : *nâu cứng, cong như kèn do không chăm sóc, tổn thương móng non*
- Blue nails   : *móng xanh do tuần hoàn kém*

A SERVICE CANNOT BE PERFORMED:
Tình trạng móng không thể phục vụ

- Onychia   : *sưng móng có mủ dẫn đến rụng móng*
- Paronychia   : *sưng đỏ chung quanh móng*
- Pyogenic granuloma   : *sưng tụ máu đỏ ở nền đệm móng đến thân móng*
- Mold (fungus)   : *móng bị nấm, ẩm móng có màu vàng, xanh hoặc đen*
- Athelete's foot   : *nấm ở chân*
- Blister (ringworm)   : *mụn nước ở loại nấm vòng*
- Onychomycosis (tinea unguium)   : *móng nhiễm trùng do nấm thực vật*
- Onycholysis   : *móng nhiễm trùng từ đầu móng đến nền móng*
- Onychoptosis (syphilis)   : *móng và ngón rụng, có bệnh giang mai*
- Onychomadesis   : *mặt móng rụng do nhiễm trùng ở móng non*
- Trumpet (pincer nail)   : *móng kèn mọc dài cuốn lại biến dạng ở ngón chân*
- Infected ingrown nails   : *móng mọc đâm khóe bị nhiễm trùng*

Chapter 17: **NAIL DISORDERS**

...cal term for nail is *onyx*, and the study of nails is called *onychology*. The nail body extends from ... to the free edge. The nail is a horny, translucent plate, it is an appendage of the skin that protects ... p of finger and toes. Nails consist of nail root, nail body, and free edge.

... nail bed is a visible portion of the skin which the nail body rests. Have many bloods vessels that provide the nourishment necessary for the continued growth of the nail. Matrix is beneath the nail root to contain nerves. Lunula is called half moon is located at the base of the nail.

Từ kỷ thuật về móng là onyx, và môn học về móng là onychology. Thân móng tay kéo dài từ gốc móng đến đầu móng. Móng là chất sừng, mặt móng trong suốt, là phần phụ thuộc của da để bảo vệ đầu móng tay và chân. Móng gồm có gốc móng, thân móng và đầu móng.

Đệm móng là phần thấy được thuộc về da, nằm bên dưới thân móng. Có nhiều mạch máu bên trong cung cấp cho sự dinh dưỡng cần thiết cho móng mọc ra.

Móng non bên dưới của gốc móng chứa nhiều thần kinh. Lunula còn gọi là nửa vầng trăng nằm ở nền móng.

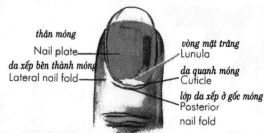

Structure surrounding the nail consist of cuticle, eponychium, hyponychium, perionychium, nail wall, nail grooves, nail mantle (nail fold).

A normal nail grows forward, starting at the matrix and extending over tip of the finger. The average rate of growth in normal adult is about 1/8"per month. The growth of the nail is influenced by nutrition, general health and disease. Children's nails grow more rapidly but the elderly persons grow more slowly. Nails grow faster in the summer than in the winter and toenails are thicker, harder and grow more slowly than fingernails.

Cấu trúc chung quanh móng gồm có da quanh móng tay (cuticle), da mỏng ở nền móng (eponychium), da dưới đầu móng (hyponychium), da chung quanh sát móng tay (perionychium), da thành móng phía trước thuộc (nail wall), rãnh móng ở dưới và sau thành móng (nail grooses), màng móng hoặc lớp xếp tạo lập rãnh móng và giữ hình dáng cho móng (nail mantle).

Móng bình thường mọc về phía trước, bắt đầu ở móng non vả kéo dài qua đầu móng. Trung bình móng mọc ở người lớn là 1/8 inch. Ảnh hưởng bởi sự dinh dưỡng, sức khỏe tổng quát và bệnh tật. Móng mọc mùa hè nhanh hơn mùa đông và móng chân dày hơn, cứng hơn và mọc chậm hơn móng tay.

To replace a toenail it takes from 6 - 12 months and fingernail it takes about 4 - 6 months. Cold weather decrease the growth rate and the warm weather increase it. Men's nails grow faster the women. The age from 10 to 14 the growth fastest after that decreased with aging process. Nail malformation through injury becomes distored or discolored. The nail bed is injured after the loss of a nail will be badly formed.

Nail disorder: A nail disorder with infection or irritation should refer to a physician, never get treated by a nail technician or cosmetologist, but recognize normal or abnormal nail conditions.

Để thay thế một móng chân từ 6 - 12 tháng và móng tay từ 4 - 6 tháng. Trời lạnh mọc chậm và thời tiết ấm mọc nhanh hơn. Móng đàn ông mọc nhanh hơn đàn bà. Tuổi từ 10-14 móng mọc nhanh nhất và giảm lần khi lớn lên.

Móng biến dạng do bị thương trở nên hư và đổi màu. Đệm móng bị hư sau khi mất, móng sẽ mọc xấu hơn.

Bệnh móng: Sự xáo trộn móng có nhiễm trùng hoặc ngứa sẽ chuyển đến bác sĩ, không bao giờ chữa trị thợ móng tay hay thợ thẩm mỹ tổng quát, nhưng cần nhận rõ tình trạng bình thường hoặc bệnh móng tay.

Nail irregularities

- **Corrugation** (wavy ridges): are caused by uneven growth of the nails, result of illness or injury. Ridge filler can give a smooth look to the nail.
- **Furrows** (corrugations) in the nails can run lengthwise or across the nail (depressions).

127

Avoid the use of the metal pusher. Use cotton-tipped orange wood stick pushes around the cuticle.

- **Leuconychia** (white spots): Injury to the base of the nail or a bruise. It will grow out
- **Onychauxis** (hypertrophy): Overgrowth of the nail, thickening of the nail plate by internal imbalance or heredity, can buff it with pumice powder.
- **Onychatrophia** (atrophy) to lose its luster, become smaller, sometime be shed entirely, shrinks. It may be internal disease or injury to the matrix.
- **Pterygium:** Forward growth of the cuticle on the nail plate, can be treated by hot oi manicure.
- Onychophagy (bitten nails) is a result of nervous habits. Can hide and beauty deformed nails with artificial tips or wraps.
- **Onychorrhexis**: A split or brittle nail, by careless filing of the nails, vitamin deficiencies illness, frequent exposure to strong soap.
- **Hangnail** (agnail): Dryness of the cuticle, cutting off too much cuticle. Advise the client use hot oil manicures.
- **Eggshell nails**: Thin, white nail plate, curves at free edge. This disorder can be caused by a chronic illness of systemic or nervous origin, improper diet. They are fragile and break easily.
- **Blue nails:** Poor blood circulation or a heart disorder.
- **Bruised nails**: Dark, purplish to black due to bleeding in the nail bed. The dried blood attaches itself to the nail and grows out with it. Bruised nail is not worked for artificial nail services.

<u>MÓNG BẤT THƯỜNG:</u>
-Corrugation (móng gợn sóng) là móng mọc không đều, kết quả do bệnh hoặc bị thương. Dùng chất làm đầy gợn sóng (ridge filler) có thể làm mịn mặt móng.
-Furrows là gợn trong móng chạy theo đường dọc hoặc ngang móng (lõm xuống). Tránh dùng cây sủi kim loại. Dùng cây gỗ quấn bông gòn đẩy chung quanh da móng.
-Leuconychia (đốm trắng) do tổn thương ở nền móng hoặc bị bầm. Đốm mọc dần dần ra khỏi móng.
-Onychauxis (móng dày) là móng mọc quá độ, dày mặt móng, bệnh do không quân bình nội tạng hoặc do di truyền, có thể dùng buffer chà mịn với bột đá.
-Onychatrophia (atrophy) là móng bị đục, nhỏ dần, đôi khi bị ruing, do bệnh nội thương hoặc bị tổn thương ở móng non.
-Pterygium là da mọc chồm lên mặt móng, có thể chữa bằng cách làm móng tay dầu.
-Onychophagy là bệnh cắn móng tay, hậu quả của tính lo sợ. Có thể che đậy hoặc làm đẹp bằng hình thức móng giả hoặc móng bao.
-Onychorrhexis là móng chẻ, móng dòn, do giũa móng cẩu thả, bệnh suy dinh dưỡng, và thường xuyên tiếp xúc xà phòng mạnh.
-Hangnail (agnail) là xướt da, da khô ở quanh móng, do cắt quá nhiều da. Khuyên khách nên làm móng dầu
-Eggshell nails là móng mỏng, trắng như vỏ trứng, cong ở đầu móng.
-Blue nails là móng bị xanh là do tuần hoàn kém hoặc do bệnh tim.

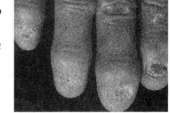

Onychatrophia (atrophiednails

Đây là bệnh do kinh niên bắt nguồn ở hệ thống thần kinh, suy dinh dưỡng. Móng dòn và gãy dễ dàng.
Bruised nails là móng bị bầm có màu tím đậm đến màu đen do bị chảy máu trong đệm móng. Máu khô dính trong móng và đưa dần ra ngoài. Móng bầm không nên làm móng giả lên.

Fungus and mold

- **Fungi:** Vegetable parasites including all types or fungus and mold. Both are contagious from the client to the nail technician.
- **Nail fungus:** Appears as a discoloration in the nail that spreads toward the cuticle (hands, feet, nails). As the condition matures, the discoloration becomes darker.
- **Nail mold:** Moisture is trapped between an unsanitized natural and products that are put over nail, such as tip, gels, acrylic nail products. It turns from yellow, green to black if not treated.

Nấm và mốc: Fungi là kí sinh thực vật bao gồm nấm và mốc. Cả hai đều dễ lây lan từ người khách đến thợ
Nail fungus là nấm ăn móng có màu lợt trong móng và lây sang da (bàn tay và móng tay). Nếu không chữa trị để lâu, màu lợt sẽ biến dần màu đậm. Nail mold là móng bị mốc, ẩm ướt, bẩn giữa móng thật và sản phẩm móng giả như tip, gel, móng bột acrylic. Móng mốc đổi màu từ vàng, xanh tới đen nếu không được chữa trị.

Nail disease:

- A person's occupation plays an important role in the cause of many nail infections. The manicurist and cosmetologist's hands are exposed daily to chemical materials, therefore hands and nails should be protected with gloves when working with chemicals.

- **Onychosis** is a technical term of nail disease

- **Onychomycosis**: Tinea unguium or ringworm (by vegetable parasite); forms whitish patches.

- **Ring worm** (tinea) of the hands is a highly contagious disease. The principal symptoms are red lesions occurring in patches or rings over the hands.

- **Ringworm** of the foot (athlete's foot): The foot deeply itches and vesicles (blisters) appear. When the vesicles rupture, the skin becomes red and oozes. Fungus infection of the feet is likely to become chronic.

- **Onychia:** An inflammation of the entire nail, pus may form, and shedding of the nail by improperly sanitized nails implements.

- **Paronychia** (or felon): An inflammation condition of the tissues surrounding the nails. Paronychia can be caused by the use of unsanitary implements.

- **Onychoptosis** is the periodic shedding of one or more nails. This condition might follow certain diseases, such as syphilis.

- Oncholysis: Loosing of nail, without shedding (internal disorder).

- **Onychophyma**: Denotes a swelling of the nail, more commonly referred to as onychauxis.

- Onychophosis: Growth of horny epithelium in the nail bed.

- **Onychogryposis** (onychogryphosis): Enlarged by increased curvature and thick of the nail, brownish in color, and one side of the nail grows faster then other side.

- **Onychocryptosis**: Ingrown nails (finger or toe). Filing the nail too much in the corners and poor-fitting shoes are causes of this disorder. The nail has grown deeply into the groove.

CÁC BỆNH MÓNG:
-Nghề nghiệp của con người giữ vai trò quan trọng về nhiễm trùng móng. Đôi tay của người thợ thẩm mỹ tiếp xúc với hóa chất hằng ngày, vì thế bàn tay và móng nên được mang bao tay để bảo vệ khi tiếp xúc hóa chất.
-Onychosis là tên kỹ thuật nói về bệnh móng
-Onychomycosis là loại nấm hoặc vòng mụn nước (do kí sinh trùng thực vật) tạo mảng trắng.
-Ringworm là loại nấm ở đôi tay rất dễ lay lan. Triệu chứng chủ yếu là vết lở đỏ có từng mảng hoặc vòng trên tay.
-Athlete's foot là ringworm nấm ở chân, có tính ngứa và nổi mụn nước. Khi mụn nước vỡ ra, da đỏ nước rỉ ra. Nhiễm trùng nấm ở chân có thể thành bệnh kinh niên.
-Onychia là bệnh sưng móng có thể tạo mủ, và rụng móng do dụng cụ làm móng khử trùng không đúng cách.
-Paronychia (felon) là nhiễm trùng các mô chung quanh móng. Có thể là nguyên nhân từ dùng dụng cụ bẩn.
-Onychoptosis là bệnh rụng móng do bệnh giang mai từ vi trùng spirilla.
-Oncholysis là bệnh lỏng móng mà không rụng (bệnh nội thương)
-Onychophyma là bệnh móng dày nổi lên còn gọi là onychauxis.
-Onychophosis là sừng móng mọc dày trong đệm móng
-Onychogryposis (onychogryphosis) là móng cong nhiều, dày, màu hơi nâu, và một bên móng mọc nhanh hơn bên kia móng.
-Onychocryptosis là móng mọc đâm vào khóe (ngón tay hoặc ngón chân) do giữa móng sâu vào các góc móng và do mang giày quá chật. Móng mọc đâm sâu vào rãnh móng.

Bài 18: TÁC DỤNG MASSAGE DA MẶT, ĐẮP M
VÀ MASSAGE TRỊ LIỆU

Massage da mặt đã có từng hàng ngàn năm trước, với những cách xoa b đích tạo sự thư giản cho con người và qua đó cũng trị được một số chứng đau hoàn máu.

Massage là chữ xuất phát từ "masa" nghĩa là vuốt, sờ của Ả rập (Arabic), dùng đôi tay kích thích v động tác lên da. Qua thời gian tổ tiên người Hy lạp (Greeks) áp dụng để chữa trị giải tỏa những cơn đau, sự phiền muộn.

Là chuyên viên về da (esthetician), việc massage chỉ giới hạn một số vùng như mặt, cổ, vai, và vùng áo hở cổ (décolleté) mà thôi, cách xoa bóp thông thường là dùng dầu, lotion, kem (massage cream) và đôi tay chà, xoa được trơn mịn theo những tác động chà (**rubbing**), nhồi bóp (**kneading**), vỗ nhẹ (**tapping**), rung huyệt (**shaking**), và vuốt (**stroking**).

Mục đích massage là kích thích tuần hoàn máu, giúp chuyển động các bắp thịt mặt để giúp cho làn da săn chắc (skin tone), khỏe mà còn tạo sự thoải mái và mịn da (fine texture).

ESTHETICIAN'S UNIFORM
Áo đồng phục của chuyên viên chăm sóc da

Giấy phép của thẩm mỹ viên toàn phần (cosmetologist) được phép massage từ tay, cánh tay, chân (**hands, arms, feet**), và cổ, mặt, đầu (**neck, face, head**). Để massage toàn thân phải được thực hiện bởi chuyên viên xoa bóp trị liệu (massage therapists).

LỢI ÍCH CỦA MASSAGE (benefits of massage)

- *Tăng tuần hoàn máu*
- *Tạo sự thoải mái*
- *Giảm đau các bắp thịt*
- *Co thắt các bắp thịt*
- *Giải tỏa các bắp thịt căng*

- *Kích thích cá tuyến ở da*
- *Tăng tuần hoàn bạch huyết*
- *Hệ thống da dễ hấp thụ*
- *Êm dịu thần kinh*
- *Da mềm mại, dẽo dai*

Thường các bắp thịt có vân (**striated muscles**) tác động massage cần theo hướng từ ngọn đến gốc bắp thịt (**insertion to origin**). Các bắp thịt và thần kinh có những huyệt (motor point), do đó người thợ cần thực tập và nhớ những điểm trên cơ thể để massage được hiệu quả.

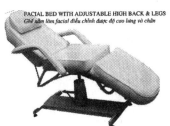
FACIAL BED WITH ADJUSTABLE HIGH BACK & LEGS
Ghế nằm làm facial điều chỉnh được độ cao lưng và chân

CÁC TÁC ĐỘNG MASSAGE

1. **Động tác rung ở huyệt (vibration or shaking movement)**: dùng đệm thịt (cushion) đầu ngón tay rung vào huyệt vài giây để tạo kích thích.

2. **Động tác vỗ nhịp (percussion or tapotement)**: dùng các ngón tay và lòng bàn tay đánh nhẹ, nâng nhẹ da mặt và giúp cho làn da khỏe, sáng da.

3. **Động tác chà sâu, ma sát da (friction or deep rubbing movement)**: dùng đệm ngón tay vừa ép nhẹ vừa xoay vòng từ giữa ra 2 bên má theo hướng lên.

4. **Động tác nhồi bóp (petrissage or kneading movement)**: dùng ngón tay ép da mặt vào lòng bàn tay, nhồi nâng da ép chặt sâu, nhằm mục đích kích thích các tuyến, thần

kinh, bắp thịt, và các mô mỡ cũng tan bớt theo động tác này.

5. **Động tác vuốt nhẹ (effleurage or stroking movement)**: dùng ngón tay và lòng bàn tay vuốt nhẹ nhịp nhàng, tạo êm dịu và thoải mái

CÁC PHƯƠNG PHÁP MASSAGE

- Kỷ thuật của Bác sĩ Jacquet (**Dr. Jacquet movement**): làcách dùng ngón tay cái và trỏ nặn dầu từ cằm đến trán. Cách này dùng chuyển động nhồi bóp (kneading movement) nên hơi đau, nhưng hiệu quả cho làn da quá nhiều dầu và mụn bọc.

- Kỷ thuật ép nhấn (**Acupressure massage**): là cách nhấn vào các huyệt (motor points) ở vùng mặt để giải thoát các cơ căng cứng. Shiatsu là cách massage của Nhật cũng giống như vậy.

- Kỷ thuật massage thông tuyến bạch cầu (**Lymth drainage massage**): là cách dùng sức ép của tay ép dọc theo các tuyến bạch cầu để loại độc tố của cơ thể.

- Kỷ thuật hương liệu (**Aromatherapy massage**): dùng hương liệu xâm nhập vào da kết hợp với massage để giúp da tươi mịn và thoải mái tinh thần.

- Kỷ thuật ép nhấn tay, chân (**Reflexologymovement**): là hình thức ép nhấn trên các cơ, huyệt ở tay, chân, lòng bàn tay, lòng bàn chân để kích thích huyệt giúp thư giãn toàn khắp cơ thể.

Massage hữu hiệu, người thợ phải tập đôi bàn tay uyển chuyển đủ mọi hướng, lướt nhẹ, đồng thời tránh bệnh đau cổ tay (carpal turnnel syndrome), móng tay gọn gàng, và tư thế đúng cách giúp tránh sự mệt mỏi.

Massage chỉ giúp ích cho làn da khi làm đúng phương pháp. Động tác cần nhịp nhàng, khoan thai, di chuyển từ nơi này đến nơi khác mà không gián đoạn (without breaking contact) giữa bàn tay và da mặt, vì vậy không bao giờ nhất hai bàn tay lên cùng lúc khỏi da mặt. Chuyên viên thẩm mỹ cần hiểu biết cấu trúc bắp thịt, hướng tuần hoàn máu để các động tác massage luôn đi hướng lên và ra ngoài trên mặt (up and out), massage hướng lên giữa cổ (up on the neck), vuốt nhẹ theo hướng xuống ở hai bên cổ (down the sides of the neck), và dưới mắt từ góc ngoài tiến về mũi (outside corner in toward the nose), luôn nhớ hướng massage đi từ ngọn bắp thịt đến hướng gốc bắp thịt (insertion to origin).

Với làn da bình thường (normal skin), khách có thể đến hằng tuần để massage hoặc làm facial. Với kỷ thuật đúng cách sẽ tạo cho khách cảm giác thoải mái từ môi trường riêng tư, yên tĩnh, sạch sẽ, ấm áp của phòng massage, thêm vào đôi tay ấm của người thợ, tiếp khách lịch sự, và chuyên nghiệp sẽ hấp dẫn khách đến salon.

CHĂM SÓC DA MẶT (FACIAL TREATMENTS)

Dịch vụ facial là chăm sóc làn da mặt cần chuyên viên thẩm mỹ phục vụ. Khách muốn chữa trị da mà còn là cơ hội giải tỏa những căng thẳng. Do đó, thẩm mỹ viên cần biểu lộ phong cách, phục vụ chuyên nghiệp, kiến thức và tay nghề nhuần nhuyễn. Môi trường salon phải vệ sinh, yên tĩnh, và đầy đủ dụng cụ là điều tối cần để đạt được hiệu quả cao trong lĩnh vực facial.

Khách đến làm facial gồm 2 loại:

1. **Giữ da được tốt (preservative):** là cách giữ cho làn da sạch bằng kem sạch da (cleansing cream), kem massage và qua tác động massage để kích thích các tuyến và tăng tuần hoàn máu lên da mặt, giúp êm dịu thần kinh, tăng sự trao đổi chất cho da **(metabolism)** qua đôi tay massage khéo léo.

2. **Chữa trị, điều chỉnh (corrective):** là chữa trị những xáo trộn của làn da như da nhờn, da nhiều dầu dẫn tới bị mụn đầu đen **(comedone)**, mụn bọc **(acne)**; da khô thiếu dầu, thiếu nước, mụn cám đầu trắng **(milia)**, hoặc da khô vì tuổi già **(aging lines)**.

ÍCH LỢI LÀM FACIAL (FACIAL BENEFITS)

- *Làn da thật sạch (deep cleanses)*
- *Mài mòn những tế bào chết (exfoliates)*
- *Chữa trị da khô, nhiều dầu, và bị đỏ (dryness, oiliness or redness skin)*
- *Giúp chữa trị những mụn bọc nhỏ (clear up minor acne)*
- *Kích thích da và dinh dưỡng da tươi mát (stimulates and metabolism)*
- *Thư giản, êm dịu thần kinh và co thắt các cơ (relax nerves, and muscles)*
- *Tăng tuần hoàn và loại độc tố (detoxifies and increase circulation)*
- *Giảm lằn tuổi già, chậm lão hóa (soften aging lines and slow down premature aging)*

CÁC HÓA CHẤT CHĂM SÓC DA THÔNG THƯỜNG (SKIN CARE PRODUCTS)

1. **Chất sạch da (cleansers):** dùng để lau sạch làn da và có hóa tính khác nhau tùy theo da.
   - Da bình thường và da tổng hợp **(normal and combination)** nên dùng dung dịch làm sạch (cleansing lotion) có dạng nước (water based), dùng xốp (sponges) rửa sạch hơn.

   EFFLEURAGE MOVEMENT (STROKING)

   - Da khô và da tuổi già **(dry and mature skin)** nên dùng kem rửa (cleansing cream) có dạng dầu, sữa (milky cleansers), hoặc nhiều chất nhờn da (emollients), có thể dùng mỗi ngày 2 lần. Chất rửa cream đặc hơn dạng lotion.

   động tác massage vuốt nhẹ

2. **Chất chà nhẹ da (exfoliation):** dùng kem có những hạt mịn pha trộn như hạt cát, có thể dùng tay để chà hoặc dùng bàn chải máy facial để chà da mặt. Với da bình thường và da khô có thể dùng 2 lần mỗi tuần để mài mòn lớp ngoại bì (corneum).

3. **Chất massage:** có thể là dạng nước dung dịch (massage lotion) cho da bình thường, da dầu; hoặc dạng dầu, kem (massage oil, cream) cho da khô, da tuổi già.

4. **Mặt nạ (pack or mask):** để chữa trị và nuôi dưỡng da (nourish) và xử dụng tùy theo da.

   A. Packs tốt cho da khô, da nhạy cảm (sensitive) như mặt nạ kem, chất dẻo (cream mask, gel mask) như aloe hoặc rong biển (seaweed), mặt nạ trái cây (fruit mask) trải trên làn da khoảng **10 phút**, tạo nhiều độ ẩm cho da. Pack dinh dưỡng cho làn da hơn là làm sạch sâu làn da.

   CRISSCROSS MOVEMENT
   Tay kéo lui chéo nhau ra sau

   B. Masks là mặt nạ cho dầu và da tổng hợp (combination skin) như mặt nạ đất sét (clay mask) kích thích tuần hoàn và đóng chặt lỗ chân lông, loại bỏ chất dơ ở lỗ chân lông. Nếu trong clay masks có pha sulfur sẽ giúp sát trùng da mặt, mau lành, đặc biệt da mụn bọc (acne). Clay masks cần khô và sau đó lau đi bằng khăn ẩm.

* *Mặt nạ sáp (Paraffin wax masks)* đặt miếng gauze (vải thưa) lên mặt, trãi paraffin dày lên cỡ ¼ inch, thời gian từ 15 đến 20 phút. Paraffin masks giúp ích cho da tuổi già và da khô.

* *Mặt nạ nhiệt (Modelage masks or thermal masks)* thích hợp cho da khô, da tuổi già, có thể trãi mặt nạ dày ¼ inch lên lớp kem chữa trị da. Thành phần mặt nạ sẽ nóng lên cỡ 105 độ và được gở bỏ lúc mask nguội trong 20 phút. Mặt nạ nhiệt không nên dùng cho da nhạy cảm (sensitive skin), da dầu, và da có máy máu nhỏ bị vỡ (capillary problems).

* *Mặt nạ tổng hợp (Custom-Designed Masks)* thích hợp cho da khô, thường các loại pha trộn lẫn nhau như sữa, hạnh nhân (almond), yến mạch (oatmeal), mật ong (honey), trứng, trái cây tươi, và yogurt tạo nên dạng sền sệt trãi lên da mặt khoảng 10 đến 15 phút.

5. **Chất đóng lỗ chân lông (fresheners, toners, và astringents)** thường thoa sau chất làm sạch da (cleanser) và thoa trước chất làm ẩm (moisturizer), giúp phục hồi độ acid của da (pH balance). Tên cũng khác nhau tùy theo lượng cồn (alcohol) để dùng cho từng loại da.

   • **Fresheners**: cho da nhạy cảm, da khô, và da tuổi già có độ alcohol thấp từ 1 – 4%.

   • **Toners**: cho da bình thường, tổng hợp (combination skin) có độ alcohol từ 4 – 15%.

   • **Astringents**: dùng cho da dầu, mụn bọc dễ làm khô da có độ alcohol từ 35%

6. **Chất ẩm da (Moisturizers/Hydrators):** có thể dùng mỗi ngày 2 lần, mục đích tạo ẩm, bảo vệ bề mặt cho làn da.

   • **Chất ẩm dạng nước (water-based moisturizers)** có thể thoa hằng ngày có độ ẩm (humectants) hút nhanh lượng nước vào làn da, tốt cho loại da tổng hợp và da dầu.

   • **Chất ẩm dạng dầu (oil-based moisturizers)** chứa nhiều chất nhờn (emollient) tạo ẩm và cân bằng lượng nước và dầu, thích hợp cho da khô, da tuổi già (mature aging).

DIGITAL MOVEMENT

đan ngón tay kéo hai bên

FACIAL CHO TỪNG LOẠI DA

1. DA KHÔ: làn da khô có thể do khách uống không đủ nước *(lack of enough fluid intake)*, xông hơi quá nhiều, lạm dụng mỹ phẩm, tiếp xúc nhiều với nắng, gió, các dung dịch nhiều chất kiềm, tuổi già, ăn uống không đúng cách, dùng thuốc chữa bệnh kinh niên, và môi trường sống. Thông thường, da khô là do tuyến dầu *(sebaceous glands)* yếu, hoặc do tuổi già nên dầu không sản xuất đủ để làm trơn mịn da. Để tránh khô da, chất dùng cho da với lượng alcohol thật thấp.

TAPPING MOVEMENT

đánh nhẹ từ cằm lên trán

   Da khô cần làm facial bằng khăn ấm hoặc xông hơi cách da mặt từ 12 đến 20 inches, hoặc cách làm mặt nạ dầu ấm *(hot oil mask facial)* là dùng đèn đỏ *(infrared red)* chiếu lên miếng vãi thưa *(gauze)* để dễ thấm dầu vào da khô, da nhăn. Hoặc dùng những loại mặt nạ tạo ẩm như trái cây, aloe, paraffin để giúp da giữ được độ ẩm, và các mỹ phẩm cho da nên chọn có thành phần dầu thiên nhiên *(natural oil)*.

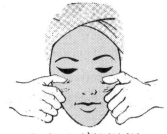

*dùng động tác nhồi bóp kích thích
sâu các tuyến da mặt*

2. *DA NHẠY CẢM VÀ DA ỨNG ĐỎ (SENSITIVE SKIN, ROSACEA):
da cần tạo êm dịu, mát. Nếu cần đặt xông hơi xa hơn bình thường
cỡ 20 inches và thời gian ít hơn, massage ít hơn, mỹ phẩm không
cần lượng alcohol. Các loại da trên cần chất ẩm, chất êm dịu, nên
dùng mặt nạ dẽo (gel masks) hoặc mặt nạ có tính dinh dưỡng da
(collagen masks). Đặc biệt da đỏ ứng (rosacea) thường ở vùng má,
mũi và xãy ra ở đàn bà hơn và thường sau 35 tuổi. Những mảng đỏ
có thể trầm trọng nếu lạm dụng alcohol và chất cay, do đó cần điều
trị theo bác sĩ về da (dermatologist).*

3. DA DẦU: tuyến dầu (sebaceous glands) tiết ra quá độ, kết hợp với bụi, phấn rất dễ nghẹt lỗ
chân lông dẫn đến tạo mụn đầu đen (black heads or comedones). Các mỹ phẩm dùng cho da
dầu nên ở dạng nước (water-based products), chủ yếu lau sạch làn da, dùng bàn chãi máy
(brush machine), dụng cụ hút sạch lỗ chân lông (vacuum machine). Nói chung da dầu là do sự
xáo trộn tuyến dầu nên dẫn đến mụn đầu trắng (white heads or milia), mụn bọc (acne). Da có
nhiều dầu cần xông hơi và kết hợp chiếu đèn xanh (blue dermal light) khi làm
facial, hoặc đắp mặt nạ (packs) như loại đất sét (clay masks).

4. *DA TỔNG HỢP (COMBINATION SKIN): diễn tả trên làn da mặt có nơi khô,
bình thường, và dầu. Da khách có thể bị khô ở vùng má, dưới mắt hoặc có nhiều
dầu vùng trán, mũi, cằm (T-zone). Bạn có thể dễ nhận ra vì lỗ chân lông nơi ấy
lớn và nhỏ dần ra ngoài má. Với làn da tổng hợp cần làm sạch sâu, chà da
(exfoliation), mỹ phẩm nên dùng loại dạng nước (water-based), và mặt nạ khác
nhau đắp ở nơi khô, nơi dầu (packs and masks). Da tổng hợp cần chăm sóc kỷ
hơn da bình thường (normal skin).*

Gel mask
*Good for all
skin types*

*Mặt nạ gel tốt
cho mọi loại da*

Facial là phương pháp chữa trị cho da tươi đẹp mà là nghệ thuật giãi tỏa căng thẳng cho khách
đến salon, do đó thẩm mỹ viên nên lưu ý những tiêu cực như:
- *Sự tiếp đón khách hời hợt (show no interest)*   - *Làm sai cách (fail in manner)*
- *Không giúp đỡ và hướng dẫn đúng cách, đúng lúc*   - *Làm sai hướng massage (wrong direction)*
- *Phòng không vệ sinh ồn ào (unsanitary and noisy)*   - *Mùi hôi từ hơi thở và thân thể (body odor)*
- *Đôi tay lạnh, khăn quá nóng đụng da khách*   - *Tấm trãi, khăn, áo choàng bẩn*

Sự thành công của chuyên viên thẩm mỹ là luôn tìm hiểu thêm từ
những kỷ thuật Âu châu (European techniques), Mỹ châu (America
techniques), và cả những nơi như Bali, Nhật, Hawaii đều có những đặc
điểm và sản phẩm giá trị cho từng chủng tộc và loại da. Luôn nhớ
mục đích chính của facial là kích thích da, tạo sự êm dịu cho da, thân
thể, và tinh thần.

Chapter 18: FUNCTION FACIAL MASSAGE, MASK TREATMENT AND THERAPEUTIC MASSAGE

A facial massage may change depending on the training established by the product manufactures. Do not a client who has health problems such as cold, contagious, cancer or high blood pressure. A facial massage is performed for around 10 minutes during a facial. If you cannot perform a massage, you can change your service by substituting with mask on longer.

- **The main purpose of massage #1** is to continue the cleansing process, help remove dead surface cells, and increase blood circulation.

clean face by tissues
lau sạch da

- Cream used in massage #1 is cold cream. Do not use a penetrating cream with massage #1 because it could act as a vehicle in carrying dirt and make-up deeper into the pores.

- **The main purpose of massage #2** is to aid in the deep penetration of treatment creams and to produce relaxation.

- Acne-blemished and oily skins benefit most from the Dr. Jacquet movement because its main purpose is to empty the oil ducts. The Dr. Jacquet movement can cause pain and stretch the skin. Do not use the Dr. Jacquet movement in the eye area.

- **The benefits of massages are**: reduces fat cells - stimulates blood circulation - brings oxygen and carries away waste products.

- Massage movements make the skin softer - more pliable - tones muscles - retards aging of skin - soothes and rests the nerves - loosens surface dead cells - relieves pain.

- **Normal skin** should have a facial treatment once or twice a month with proper home care.

- **Swedish massage** manipulates deep muscle tissues. Hand exercise is important to the esthetician because it will help to maintain control of your hands when doing fast or slow movements.

Phương cách massage có thể thay đổi tùy theo nơi huấn luyện và tùy sản phẩm. Đừng bao giờ massage cho khách bị trở ngại về sức khỏe như cảm lạnh, bệnh lây lan, ung thư hoặc máu cao. Thời gian làm facial khoảng 10 phút. Nếu không thể làm massage trên mặt, bạn có thể thay đổi bằng cách thay thế như đặt mặt nạ lâu hơn. Mục đích chính của massage #1 tiến trình liên tục làm sạch, giúp lấy đi lớp tế bào chết và nâng lên sự tuần hoàn máu.

Kem dùng cho massage #1 là kem lạnh. Không nên dùng loại kem thấm vào da cho massage #1 bởi vì có thể tác động như là phương tiện mang chất bẩn và đẩy lớp phấn sâu hơn vào da.

Mục đích chính của massage #2 là trợ giúp xâm nhập sâu của kem chữa trị và tạo sự thoải mái.

Mụn bọc và da dầu được tốt hơn khi dùng tác động của bác sĩ Jacquet bởi vì mục đích chính là lấy cạn chất dầu trong tuyến dầu của da. Tác động của Dr Jacquet có thể tạo đau và căng da. Không nên dùng tác động của Bác sĩ Jacquet nơi vùng mắt.

Sự tiện lợi của massage là: giảm tế bào mỡ – kích thích tuần hoàn máu – mang oxygen đến da và loại bỏ chất thải trong làn da.

Tác động massage làm cho da mềm hơn – uyển chuyển hơn – săn chắc bắp thịt – chống lão hóa – êm dịu và thư giãn thần kinh – mềm tế bào chết – giảm đau

Da bình thường nên làm facial mỗi tháng từ một đến hai lần với đúng cách chăm sóc ở nhà

Massage kiểu Thụy Điển là kích thích sâu vào mô bắp thịt. Thực tập cho đôi tay là điều quan trọng đối với thẩm mỹ viên bởi vì giúp kiểm soát đôi tay lúc làm động tác nhanh hay chậm.

- Shiatsu combines stretching of limbs with pressure on acupressure points

- **Lymphatic drainage massage** is using gentle pressure on the lymphatic system to move waste materials out of the body more quickly.
- **Acupressure massage** works with acupressure points on the body
- **Reflexology** is a therapeutic massage that manipulates areas on the hands and feet, may be useful in the salon.
- **Aromatherapy** massage is using essential oils, which penetrate the skin during massage movements and provide beneficial effects.
- Never massage on swollen joints, glandular swelling, disease skin, or abrasions of the skin.

Shiatsu là kết hợp sự căng giãn tay chân với sức ép trên những huyệt

Massage thông tuyến bạch cầu là dùng sức ép nhẹ trên hệ thống bạch huyết để giải tỏa các độc tố ra khỏi cơ thể được nhanh chóng hơn.

Massage acupressure làm ép ở những điểm thần kinh vận động trên cơ thể

Reflexology là cách massage trị liệu có tác dụng kích thích trên tay và chân có thể dùng ở tiệm thẩm mỹ.

Massage aromatherapy là dùng tinh dầu hương liệu, giúp xâm nhập vào da trong lúc massage và tạo ra những ảnh hưởng có ích.

Không bao giờ massage trên những khớp sưng, các tuyến phồng lên, da bệnh, hoặc vết lở.

FIVE BASIC MOVEMENTS USED IN MASSAGE.

- **Friction or Deep rubbing movement** has a marked influence on the circulation and glandular activity. Used on face and neck. Chucking, wringing, and rolling are variations of friction movements.
- **Tapotement or percusion movement** is the form of massage most stimulating. It consists of hacking, slapping, tapping movements. Tapping is used in facial massage. Slapping, hacking movements are used on the back, arms, and shoulders.
- **Effleurage or stroking movements** is used the cushion of the fingertips or the palm for soothing and relaxing effects. Effleurage is applied to the face, forehead, back, arms...
- **Vibration or shaking movements** is a highly stimulating movements, the ball of the fingertip are pressed on the point of application and shaking a few seconds on one spot.
- **Petrissage or kneading movement** is grasped between the thumb and forefinger to squeezed or rolled. Kneading movements give deeper stimulation, also help empty the oil ducts. Fulling is also a form of petrissage for arm massage with light pressure.

NĂM TÁC ĐỘNG CĂN BẢN XỬ DỤNG TRONG MASSAGE.

Tác động friction còn gọi là tác động chà sâu có ảnh hưởng trên sự tuần hoàn và hoạt động các tuyến. Dùng cho mặt và cổ. Động tác ép dọc xương (chucking), động tác vặn ngược theo xương (wringing), động tác ép lăn tròn cánh tay (rolling) là những kiểu của tác động friction

CRISSCROSS MOVEMENT

Tapotement (vỗ nhẹ) hoặc tác động Percusion là tác động massage kích thích. Gồm có động tác chặt, đánh và vỗ nhẹ. Vỗ nhẹ được dùng cho massage mặt. Động tác đánh nhẹ, chặt ở lưng, cánh tay và vai.

Effleurage hoặc tác động vuốt dùng đệm đầu ngón tay hoặc lòng bàn tay để làm êm dịu và thư giãn. Effleurage là tác động cho mặt, trán, lưng, cánh tay...

Vibration hoặc tác động rung là có tính kích thích cao, thịt ở đầu ngón tay ép trên điểm cần ấn và rung vài giây trên huyệt.

Petrissage hoặc tác động nhồi bóp là nắm giữa ngón cái và ngón trỏ vặn hoặc lăn. Tác động nhồi bóp tạo kích thích sâu, cũng giúp làm cạn tuyến dầu. Tác động fulling cũng là petrissage (tác động nhồi bóp) cho massage cánh tay với sức ép nhẹ.

động tác vuốt đi chéo trán

- Downward motion for all massage movements on the side of the neck

- The primary purpose of a facial mask is to remove impurities from the skin. Facial masks are also soothing, toning, and calming to the skin.
- The wax is first applied to the neck; it should be built up until its ¼ inch thick.
- **Pack** facials are recommended for normal and oily skin as clay and applied directly to the skin. **Mask** facials are recommended for dry skin and are applied to the skin with the aid of gauze layers as vegetable, fruits, herbs, and oil. Facial masks and facial packs are the same
- **Keeping the wax** at the right temperature throughout the treatment approximately 130 F degrees (54 C degrees).
- A wax mask traps moisture beneath the mask so that it will not evaporate. Instead, the moisture is forced into the corium layer of the skin where it plumps up fine lines.

Dùng tác động hướng đi xuống cho tất cả mọi cách massage ở hai bên cổ.

Mục đích đầu tiên của mặt nạ facial là lấy đi các chất dơ từ da. Mặt nạ cũng còn làm mịn màng, săn chắc da, và êm dịu da.

Sáp bắt đầu trãi lên từ ở cổ, nên phết dày lên ¼ inch.

*Mặt nạ **Pack** được khuyên cho da bình thường và da dầu như loại đất sét và trãi trực tiếp lên da. Mặt nạ **Mask** được khuyên cho da khô và trãi lên da có miếng gauze (vải thưa) giúp kết dính được dễ dàng như thảo mộc, trái cây, dược thảo và dầu. Mặt nạ Mask và Pack hơi giống nhau.*

Giữ cho sáp nhiệt độ thích hợp trong lúc đắp khoảng 130 độ F (54 độ C)

Mặt nạ sáp tạo ẩm dưới mặt nạ nên không bay hơi được. Thay vì, chất ẩm được đẩy vào lớp sừng ngoại bì tạo làn da được mịn hơn.

- **Two types of clays** are fuller's earth and kaolin. Mask come in 2 basic form: clay and gel.
- A clay mask absorbs oil and debris from the skin, leaving it with a smoother, more even texture. It is also beneficial in removing inflammation.

DIGITAL MOVEMENT

đan ngón tay kéo hai bên

- **A custom-designed mask** is a mask such as vegetables, herb, eggs, milk, honey, and oils.
- The "peel-off" gel mask helps to hydrate the skin and remove dead cells, flaky cells.
- Vitamin A used in a facial mask for softening the skin. Vitamins C for close the pores, Vitamin D for healing to the skin and vitamin E for lubricate and soften dry, rough skin.
- **Comfrey-root tea** is recommended for acne skin. Its healing, astringent, and soothing.
- **A tea that helps** reduce swelling & relieves irritations, good for dry, sensitive skin such as camomile tea. Peppermint tea is cooling, soothing, and mildly antiseptic, rich in Vitamin A and vitamin C, especially good for oily skin.

Hai loại đất sét là đất mùn và đất sứ. Mặt nạ có 2 loại căn bản là: đất sét và gel.

Mặt nạ đất sét thấm hút dầu và chất bẩn ở da, giữ cho da mịn hơn, cấu trúc da chặt hơn. Loại mặt nạ đất sét cũng giúp trong việc giảm sưng.

Mặt nạ pha trộn là mặt nạ dùng thảo mộc, dược thảo, trứng, sữa, mật ong và dầu.

Loại mặt nạ lột loại gel giúp ẩm da và lấy tế bào chết, tế bào đóng vảy.

Vitamin A được dùng trong mặt nạ để mềm da. Vitamin C để da mịn, đóng chặt lỗ chân lông. Vitamin D để lành da, và vitamin E để trơn và mềm da khô, da sần sùi.

Rễ trà cam thảo (comfrey) được khuyên cho da mụn bọc. Có tính lành da, săn chắc, và êm dịu.

Trà giúp giảm sưng & giảm ngứa, tốt cho da khô, da nhạy cảm như trà hoa cúc vàng La mã. Trà bạc hà có tính mát, êm dịu, sát trùng nhẹ, giàu vitamin A & C, đặc biệt tốt cho da dầu.

- Coltsfoot (wild ginger) – mint, may be use during the application of a cotton compress mask in a facial treatment for couperose skin.

- The benefits of steaming the face: opens follicles, soften dead surface cells, helps stimulate the sebaceous glands, sweat glands in the elimination of toxins, increases circulation of blood, leaves skin feeling soft and glowing, and leaves the client feeling relaxed.

- **Two alternate treatments** for dry skin, oil dry skin or dehydrated skins are wax mask or epidermabrasion. The epidermabrasion technique often uses pumice, almond meal, and coarse material to polish and cleanse the skin, especially popular in winter when skin becomes dry and flaky. Normally, skin cells are renewed every 28 days.

  Coltsfoot (gừng hoang) – bạc hà, có thể dùng với mặt nạ bông gòn compress trong chữa trị da mặt cho da couperose (trương nở và vỡ mạch máu).

  Sự xông hơi giúp mở lỗ chân lông mặt, mềm tế bào chết, giúp kích thích tuyến dầu, tuyến mồ hôi trong việc loại độc tố, nâng lên sự tuần hoàn máu, giữ cho da mềm và tươi sáng, và giúp cho khách cảm thấy thoải mái.

  Hai cách chữa trị cho da khô, vừa dầu vừa khô và thiếu nước là mặt nạ sáp và chà da mặt. Lột da mặt thường dùng với bột đá, bột quả hạnh hoặc những chất nhám, thô để bóng và làm sạch da, đặc biệt thông dụng làm vào mùa đông khi da trở khô và đóng vảy. Bình thường, tế bào da được tái tạo mỗi 28 ngày.

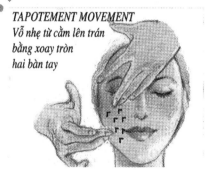

- When treating combination skin, each area is treated differently for its particular problem. **Example:** client has "T" zone (oily forehead, nose, and chin), can apply disincrustation lotion to the oily areas that has open pores and blackheads, can do Dr. Jacquet technique and apply moiturizer (hydrating fluid) to areas not covered with disincrustion compresses.

  TAPOTEMENT MOVEMENT
  Vỗ nhẹ từ cằm lên trán
  bằng xoay tròn
  hai bàn tay

- Treatment for acne problems should be done twice a week.

- **Desincrustation** is a process that softens and emulsifies grease deposits and blackheads in the follicles. If the infrared lamp is used around 7 to 10 minutes. A subtitude disincrustation lotion: 1 teaspoon of bicarbonate of soda with 1 cup of distilled water (a mild alkaline solution with a pH 8 ½). The Dr. Jacquet massage as the next step.

- **For couperose skin**: Ice cube should not be used, no strong massage movements, mild skin lotions, do not use infrared lamps, not astringent, not epidermabration technique.

  Lúc chữa trị cho da tổng hợp, mỗi vùng được chữa trị khác nhau theo vấn đề riêng của nó. Thí dụ: khách da dầu vùng T (trán, mũi, và cằm), có thể đắp dung dịch tan dầu tới vùng có dầu để mở lỗ chân lông và có mụn đầu đen, có thể làm theo kỷ thuật của Bác sĩ Jacquet và thoa chất ẩm tới những vùng không phủ với bông compress thấm chất tan dầu.

  Chữa trị cho da mụn bọc nên được làm 2 lần 1 tuần.

  Sự làm tan dầu là tiến trình mềm và tan các chất dầu bên trong và mụn đầu đen trong nang lông. Nếu đèn hồng ngoại được dùng khoảng 7 đến 10 phút. Một cách thay thế cho dung dịch tan dầu: pha muỗng nhỏ bicarbonate sôda với 1 ly nhỏ (cup) nước cất (một dung dịch alkaline nhẹ với nồng độ pH 8 ½). Cách xoa bóp của Bác sĩ Jacquet kế tiếp sau đó.

  Loại da trương nở và vỡ mạch máu: Đá cục không nên dùng, không massage mạnh, dung dịch nhẹ, không dùng đèn hồng ngoại, không astringent, không dùng kỷ thuật chà da

- **Preliminary treatments** on skin with a long acne history may appear to have worse result (flare-up). With such type of skin, carbonic gas spray may be used after treatment.

- The warm electrical pulverized spray or Lucas spray (herb tea, astringent lotion) is good for mature skin, couperose skin but excellent for dehyrated skin.

- **A lamp that works** with deep ultra violet light is called a wood's lamp. The esthetician and clients should not look directly into the light source. Need to protect the client's eyes.
- **The facial skin** tends to irritate and overstimulate the sebaceous glands due to excessive skin cleaning. In addition, it destroys the skin's acid mantle, which needs from 20 minutes or more to replace itself.
- The vaporizer, brushing machine, suction machine, and electric mask are all helpful aids when giving a treatment for combination skin.
- **When giving a treatment for oily skin**, galvanic machines and disincrustation lotion help to soften dead cells and other debris. Follicles are opened and debris is cleansed away.

FRICTION MOVEMENT
REMOVE DEAD CELL

Chà xoay lên kem loại bỏ da chết

Chữa trị lần đầu tiên cho da có mụn bọc lâu năm có thể tạo ra kết quả xấu. Với loại da này, bình xịt khí carbonic được dùng sau khi chữa trị.

Máy xịt hơi hoặc bình xịt Lucas (trà thảo mộc, dung dịch đóng lỗ chân lông) tốt cho da tuổi già, da vỡ mạch máu nhưng tốt nhất là cho da thiếu nước.

Dùng đèn mà có tia cực tím được gọi là đèn wood. Thợ thẩm mỹ và khách không nên nhìn trực tiếp vào ánh đèn. Cần phải bảo vệ đôi mắt khách.

Da mặt có khuynh hướng bị ngứa và kích thích quá độ các tuyến dầu là do làm sạch da quá mức. Thêm vào đó, còn tiêu hủy màng acid da mà lớp acid này cần 20 phút hoặc hơn để phục hồi.

Máy xông hơi, bàn chải xoay, dụng cụ hút da, và mặt nạ điện là tất cả những loại trợ giúp được khi chữa trị cho da tổng hợp.

Khi chữa trị cho da dầu, máy galvanic và dung dịch tan dầu giúp làm mềm tế bào chết và các chất bẩn khác. Nang lông được mở ra và chất bẩn được loại bỏ.

- Deep penetration is done for dry skin with treatment creams or lotion accomplished by: Massage #2, Warm wax mask, High-frequency current, Electric mask, and Galvanic ionization   .
- **When giving a treatment** for oily skin with the use of machines, the Dr. Jacquet movements are performed following disincrustation in the oily areas and where there are open follicles.
- Dry skin is classified as oil-dry (lacking sebum), dehydrated (lacking moisture), and mature (aging) and difference in the products used for treatments. The warm wax mask is used on dry skin to aid in deep penetration of products and this mask is left on for approximately 10 minutes.

DERMAL LIGHT FOR DRY SKIN *(dùng đèn dermal cho da khô)*

PLACE INFRARED LAMP 24 INCHES TO REST FOR 5 MINUTES
đặt đèn hồng ngoại cách mặt 24 inches (6tấl) trong 5 phút

Sự xâm nhập được sâu hơn đối với da khô khi dùng kem chữa trị hoặc dung dịch được hoàn tất bởi: massage #2 (cách xoa bóp đưa kem vào da), mặt nạ bằng sáp ấm, dòng điện cao tần, mặt nạ điện, và ion của dòng điện galvanic DC

Khi chữa trị da dầu với cách dùng máy, tác động của Bác sĩ Jacquet được làm tan dầu nơi vùng da có dầu và lỗ chân lông được mở ra.

Da khô được phân loại là khô dầu (thiếu dầu), thiếu nước (thiếu chất ẩm), và da tuổi già và có khác nhau về loại kem trong việc chữa trị. Mặt nạ sáp được dùng cho da khô để giúp kem chữa trị xâm nhập sâu và loại mặt nạ này để trên da khoảng 10 phút.

MANUAL TECHNIQUE FOR FACIAL TREATMENT
- The benefits for facial treatment include the following: softens wrinkles and aging line, stimulates the skin functions and metabolism, deep cleanses, exfoliates, helps clear up

blemishes and minor acne, relax the sense of nerves and muscles, and slow down premature aging.

- **For dry skin treatment**: Facial treatment will help stimulate the sebaceous glands and normalize the production of sebum for dry skin.

  Use a moisturizing cream with oil; parafin wax mask or thermal mask. The galvanic current of the massage can be used to assist in the penetration of a hydrating serum or nourishing cream or use an enzyme peel of gently glycolic peel (AHAs) to exfoliate the dry skin.

- **For sensitive skin treatment:** Use less hot steam and heat, gently exfoliates the skin, soothing gel mask, less massage, gentle cleansing milk in the best type.

  Sự ích lợi của chăm sóc da mặt gồm: mềm đường lằn da nhăn, da tuổi già, kích thích nhiệm vụ của da và trao đổi sự hấp thụ, làm sạch sâu làn da, lấy đi da chết, giúp làm sạch vết lở và mụn bọc nhỏ, êm dịu thần kinh và bắp thịt, chậm tiến trình hóa già

  Chữa trị cho da khô: Chữa trị cho làn da để giúp kích thích các tuyến dầu và bình thường lại tiến trình tạo dầu cho da khô.

  Dùng chất kem tạo ẩm với dầu; mặt nạ sáp parafin hoặc đắp nạ nóng. Dòng điện galvanic massage có thể được dùng để giúp thấm chất serum làm ẩm da hoặc kem nuôi da hoặc dùng chất men lột da nhẹ glycolic để chà lớp da khô.

  Chữa trị cho da nhạy cảm: Dùng ít hơi và nhiệt, chà nhẹ làn da, dùng mặt nạ chất gel làm êm dịu, ít massage, tốt nhất là dùng loại kem sữa để làm sạch.

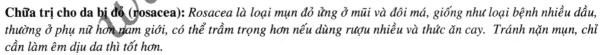

COVER EYES. PLACE BLUE DERMAL LIGHT
Che mắt. Đặt đèn dermal xanh biển

- **For rosacea skin:** - Rosaceas are affected to the nose and cheeks, like seborrhea, more common in females than in males, can be aggravated by too much alcohol and spiced food. Avoid squeezing, soothing treatments will be hepfull

- **For oily skin treatment:** - Focused on deep cleansing, not heavy cream or oil, need water based products treatment. For oily skin treatment is similar to acne treatments.

- **For acne treatment:** - Use glycolic acid; vitamin A and C; Benzyl peroxide; Beta hydroxy acid; Sulfur mask; Oxygen therapy treatments.

  Chữa trị cho da bị đỏ (rosacea): Rosacea là loại mụn đỏ ửng ở mũi và đôi má, giống như loại bệnh nhiều dầu, thường ở phụ nữ hơn nam giới, có thể trầm trọng hơn nếu dùng rượu nhiều và thức ăn cay. Tránh nặn mụn, chỉ cần làm êm dịu da thì tốt hơn.

  Chữa trị cho da dầu: Lưu ý đến việc làm sạch kỹ, không dùng kem đặc hoặc dầu, cần loại kem chữa trị dạng hòa tan trong nước. Đối với loại da dầu chữa trị như da có mụn bọc.

  Chữa trị cho da mụn bọc
  Dùng acid glycolic; Vitamin A và C; Benzyl peroxide; Acid Beta hydroxy; Mặt nạ lưu huỳnh; Trị liệu bằng oxy.

SAFETY PRECAUTION FOR MASSAGE

1. Do not massage over patron's skin without first applying cream or oil. To do so may damage tissues. Do not massage over swollen joints or glandular swellings.
2. **Do not employ** the use of heavy massage if the patron has a heart conditon or high blood pressure
3. Do not massage over skin abrasion, skin diseases or broken capillaries
4. **Do not massage** with hands or nails that are rough and too long or not beveled

5. Massage in the correct direction of movement. From the insertion of the muscle toward its origin

6. Do not use the ends of the fingertips of massage movement. Fingertips cannot control the degree of pressure and the free edge of the fingernails may scratch the skin. Use the cushion of the finger-tips

   Đừng massage trên da khách mà trước đó không thoa kem hoặc dầu. Làm như vậy sẽ hư làn da. Đừng massage trên những khớp và các tuyến sưng phồng

   Không nên cố làm tác động massage mạnh, nếu người khách có bệnh tim hoặc cao máu

   Không nên massage trên da bị lở, da bệnh hoặc mạch máu nhỏ bị vỡ

   Đừng massage mà đôi tay sần sùi hoặc móng tay dài và xướt cạnh

   Massage phải có tác động theo đúng hướng. Từ ngọn bắp thịt cho đến gốc bắp thịt

   Không nên dùng đầu móng tay để massage. Đầu móng bị ép vào da và dễ bị cào xướt. Dùng đệm đầu ngón tay để massage

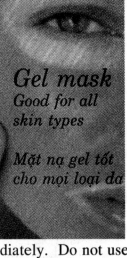

Gel mask
Good for all skin types

Mặt nạ gel tốt cho mọi loại da

7. **Do not use heavy pressure** when massaging the underside of the patron's upperarm, between the shoulder and elbow.

8. Do not use a deep friction movement when massaging the face or neck

9. Do not attempt to massage until the wrists and fingers have developed flexibility

10. **When applying creams** to the face, care should be taken to avoid getting creams into the eyes of the patron. Avoid excessive of rough massage.

11. Lotions, creams or water spilled on the floor should be wiped up immediately. Do not use very hot towels on the face.

12. **Do not squeeze** or use hairpins to remove blackheads. Use a sanitized comedone extractor only. Follow with application of an antiseptic solution.

13. **When giving a facial** is sure the patron't neck and ear jewelry has been removed. When giving a facial, the esthetician should never breathe into the patron's face.

    Đừng dùng động tác mạnh để massage dưới cánh tay trên giữa vai và cùi chỏ

    Không nên dùng động tác chà xoay mạnh để massage mặt và cổ

    Đừng cố gắng massage cho đến khi cổ tay và các ngón tay thấy uyển chuyển

    Khi thoa kem lên da mặt, cẩn thận để tránh vấy kem vào mắt khách. Tránh massage lâu và mạnh

    Dung dịch, kem và nước nhiểu trên nền nhà cần lau sạch ngay. Đừng dùng khăn quá nóng đắp trên mặt khách

    Đừng nặn mạnh hoặc dùng kẹp tóc để lấy mụn đầu đen. Chỉ dùng dụng cụ lấy mụn khử trùng. Sau đó thoa thuốc sát trùng lên.

    Khi làm facial, phải chắc rằng nữ trang ở cổ và tai phải được lấy ra. Khi làm facial, thợ thẩm mỹ sẽ không bao giờ thở vào mặt của khách hàng

14. **When applying creams** and lotions, the esthetician should use a sanitized spatula to remove all creams from jars. Clean cotton must be used to apply lotions.

15. Do not expose patron to infra-red lamp more than five minutes. Cover patron's eyes with moistened cotton pads when using the therapeutic light.

16. **The technician** should not be too long and her hands should be smooth for facial treatments

17. Follow a systematic procedure when giving a facial. Never permit creams or lotions to stand uncovered. Cap each bottle and jar after every use.

    Khi thoa kem và dung dịch lên da, thợ thẩm mỹ dùng que sạch để lấy kem từ lọ. Bông gòn sạch phải được dùng khi thoa.

*Đừng phơi da dưới đèn nhiệt (êm dịu, giảm đau) hơn 5 phút. Dùng bông gòn ẩm che mắt khi khách **nằm dưới** ánh đèn chửa trị*

Móng tay của thẩm mỹ viên không để quá dài và bàn tay phải mịn màng trong việc chửa trị da

Khi làm facial phải theo phương thức có hệ thống. Không bao giờ để kem hoặc dung dịch không che phủ. Đậy nắp mỗi bình và lọ sau khi dùng

18. **Do not cough** or sneeze near the patron's face. Avoid using facial makeup on a person **who** has acne. Carefully remove creams from around the eyes.

19. When giving a facial to a person with dry skin, avoid using any cosmetics containing alcohol. Before giving a facial always analyze the patron's skin texture.

20. **Have correct cosmetic** materials on hand before starting a facial treatment. For **the** patron's comfort, avoid jumping up and down when giving a facial treatment

21. Do not attempt to treat any skin disease. Never dip the fingers into any cosmetic material

Không nên ho hoặc nhảy mũi vào mặt khách. Tránh xử dụng phấn trang điểm cho người có mụn bọc Cẩn thận lúc lau kem từ chung quanh mắt.

Khi làm facial cho người có da khô, tránh dùng loại mỹ phẩm chứa cồn. Trước khi làm facial, luôn luôn phân tích loại da của khách

Chuẩn bị vật liệu, mỹ phẩm cần thiết trong tầm tay trước khi bắt đầu làm facial. Để cho khách được thoải mái, tránh động tác massage không thứ tự, lên xuống bất thường.

Đừng cố gắng chửa trị cho bất cứ da bị bệnh nào. Không nên đưa những ngón tay vào lọ mỹ phẩm để lấy

ELECTRICAL APPLIANCES (*Các dụng cụ dùng điện*)

- If a person has a weak heart, fever, inflammation or abscess, a vibrator should never be used. Use vibrator only after being instructed in its use.

  Nếu người khách yếu tim, nóng, sưng hoặc áp se (nhiễm trùng sâu dưới da), máy rung không nên xử dụng. Chỉ dùng máy rung khi được hướng dẫn.

- **When high-frequency** is to be used in connection with lotion containing an alcoholic content, the lotion must be applied after using the current.

  Khi dòng điện cao tần được xử dụng kèm với dung dịch có chứa cồn, chất cồn phải thoa sau khi dùng dòng điện.

- When a scalp treatment is to be given with high-frequency it should be started with a mild current, and gradually increased to the required strength.

  Khi chửa trị da đầu với dòng điện cao tần được bắt đầu bằng dòng điện nhẹ, và từ từ tăng lên đến độ mạnh cần thiết.

DIRECT HIGH-FREQUENCY ON CLIENT'S FACE
Xoay vòng điện cực cao tần trực tiếp lên da khách

- **A patron must never be left alone** when connected to any electrical machine. Therapeutic lamps should be adjusted to a distance that is comfortable for the patron.

  Không nên để khách một mình khi tiếp xúc với bất cứ dụng cụ điện nào. Đèn nhiệt chửa trị nên điều chỉnh khoảng cách tiện lợi cho người khách.

- The cosmetologist should be careful in adjusting the dryer so that it does not touch **the** patron's head. Use only one plug in each outlet; overloading may cause fuse to blow out.

  Thợ thẩm mỹ nên cẩn thận điều chỉnh máy sấy tóc không đụng đến đầu khách. Chỉ dùng mỗi dây cho mỗi ổ điện; dùng quá nhiều dây điện có thể là nguyên nhân cầu chì bị đứt.

Bài 19: PHƯƠNG PHÁP LẤY LÔNG TẠM THỜI VÀ VĨNH VIỄN

HAIR là danh từ cho lông và tóc. Sợi hair đều, chắc, bóng sáng là dấu hiệu sức khỏe tốt, hoặc trông mờ đục, yếu là thể lực kém được biểu hiện như là thước đo về sức khỏe.

Qua sự thay đổi trong đời sống như bệnh kinh niên, lạm dụng thuốc, tuổi già cũng làm cho kích thích tố không cân bằng (imbalance of hormones) và dẫn đến lông, tóc phát triển bất thường nên những vùng hair đó cần phải loại bỏ đi (remove unwanted hairs).

Thử hỏi nếu một phụ nữ có khuôn mặt cân đối, làn da đẹp nhưng lông mày, lông mặt, có râu mép, lông tay, lông chân dày sậm sẽ làm mất đi nét thanh tú.

Hair mọc quá độ lên những vùng da thường không có hoặc có rất ít (hypertrichosis; hairines; superfluous hair). Hoặc mọc nhiều ở mặt, tay, chân đối với phụ nữ (hirsutism) có thể do lúc mang thai, căng thẳng, thiếu chất dinh dưỡng, thời kỳ mãn kinh (menopause) dẫn đến xáo trộn các tuyến trong cơ thể. Có 2 cách lấy hair: tạm thời và vĩnh viễn (temporary and permanent hair removal).

A. CÁCH TẠM THỜI (TEMPORARY HAIR REMOVAL)

Đây là cách lấy hair tạm thời, sau đó sợi hair mọc lại theo thời gian và tiếp tục lấy đi, là cách làm ở salon. Thật ra từ xưa thời Hy Lạp và La Mã (Greek and Roman) người phụ nữ đã biết dùng loại đá nhám để gấp loại bỏ những lông thừa rồi.

- **Nhíp (tweezing)** là dùng kẹp (nhíp) rút hair ra khỏi gốc, dùng tỉa, nhổ chân mày, chung quanh miệng, cằm và nhổ theo chiều hair mọc, giật theo góc độ của hair mọc: vùng *cổ 30 độ*; vùng *mặt 45 độ*; và *cằm 60 độ*. Ngoài ra có loại nhíp điện (**electronic tweezers**) dùng làn sóng truyền làm khô chân lông để dễ nhổ và không đau, nhưng cũng chỉ là cách tạm thời.

- **Cạo (shaving)** là dùng dao bén lấy hair ở bề mặt da, đàn ông thường hằng ngày cạo râu hoặc với phụ nữ nên cạo ở những vùng da rộng như dưới nách, đùi. Cạo hair cũng dễ tạo cho lông mọc đâm vào da (**ingrown hairs or barbae folliculitis**), cạo dễ gây ngứa nên cần thoa lotion trước và sau khi cạo. Cạo là cắt hair ngang bề mặt da nên khi hair mọc lại sờ hơi cứng nhưng không phải là nguyên nhân làm hair mọc mạnh hơn và dày hơn.

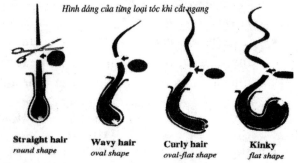

- **Se lông (threading)** là phương pháp xưa, dùng chỉ sợi vải (**cotton**) lăn xoắn trên da. Cách này cũng ít đỏ da, ít đau và lấy hair tạm thời cũng được thông dụng nhiều nơi.

- **Rụng hair bằng hóa chất (depilatories)** là dùng hóa chất kiềm có tính ăn mòn, mềm sợi hair như chất duỗi thẳng tóc (sodium hydroxide, thioglycolic acid...). Depilatories thường ở dạng cream, sền sệt, hoặc bột pha với nước có tính mạnh nên cần thử lên lên da trước, nếu khách không bị ngứa, sưng đỏ thì trãi lên những vùng da rộng hơn khoảng 10 phút hoặc theo hướng dẫn nhà sản xuất. Đây là cách không thông dụng mấy ở salon.

- **Sáp lấy hair (Epilator; Waxing)** là cách dùng nhựa dẻo thực vật (resin) như nhựa cây thông (pine trees) hoặc sáp ong (beewax) để lấy hair ra từ nang lông (follicle).

Lấy hair dùng sáp nóng (hot wax) hoặc sáp lạnh (cold wax).

- **Cold wax:** với khách nhút nhác, không chịu nóng, thích hợp vùng da nhạy cảm như dưới cánh tay (underarms), đồng thời sáp lạnh có thể dùng ngay không cần chờ chảy ra. Ngoài ra còn có chất dẻo **nhựa đường Sugaring** thời cổ xưa Ai cập (Egyptians) cũng dùng để lấy hair dễ chịu hơn, không gây ngứa,đỏ nên rất thích hợp cho da nhạy cảm (sensitive skin).

- **Hot wax:** sáp chảy lỏng trong lò (wax heater), thử nhiệt độ trước khi đặt lên da khách.

Dù dùng wax nóng hoặc lạnh, làn da có hair cần lau sạch, thoa phấn (talcum powder) để hair đứng lên và sáp bớt bám chặt tránh phỏng da. Sáp được dùng để lấy hair ở những vùng trong cơ thể như vùng môi trên (upper lip), vùng gáy (nape area), cánh tay (arm), má (cheeks), cằm (chin), chân mày (eyebrows), legs (chân) và với đàn ông còn dùng để lấy hair ở vùng lưng.

Sáp trãi theo chiều lông mọc, trãi mỏng với góc 45 độ từng đoạn ngắn (short strokes). Những vùng nách (underarm), vùng môi trên (upper lip) cần 2 lần trãi sáp cho mỗi chiều. Để dễ lấy hair bằng sáp dù hot or cold đều dùng vải sợi (strip of cellophane; cotton strip; muslin; linen) để ép lên sáp giật lấy hair. Độ dài của hair từ ¼ inch đến ½ inch là thích hợp, nên hair vùng bikini, underarms cần dùng kéo tỉa ngắn nếu dài hơn ½ inch.

Sáp có 2 loại là sáp mềm (soft wax) và sáp cứng (hard wax).

- *Sáp mềm (soft wax) dùng như hot wax, là cách trãi sáp mỏng theo chiều lông mọc, đặt vải lên vuốt theo chiều sáp trãi, chờ nguội sau vài giây và giật ngược chiều.*
- *Sáp cứng (hard wax) là sáp cũng cần chảy nóng ra và cách làm như sáp mềm (soft wax), nhưng không cần vải ép (no-strip wax) để giật. Hard wax sẽ cứng lại sau khi nguội và giật ra. Sáp cứng thích hợp cho da thường (normal skin), và da nhạy cảm (sensitive skin) và thích hợp cho vùng mắt, da mặt, bikini area, chân mày, môi, và dưới cánh tay (underarms).*

- Không loại bỏ lớp lông tơ mỏng không màu (vellus, lanugo hair) trên da sẽ làm da mất mềm mại.
- Không dùng sáp làm lần thứ hai trên cùng một nơi vì còn sót hair, nên dùng nhíp nhổ.
- Không trãi sáp trên vùng mắt, nốt ruồi, lở, sưng da, đỏ da do mạch máu vỡ (couperose, rosacea)
- Không lấy hair vì đang dùng hoặc vừa trãi qua lột da bằng hóa chất Retin-A, Hydroquinone, Glycolic, Salicylic hoặc vừa giải phẫu thẩm mỹ, da bị cháy nắng (sunburn), mụt mủ (pustules), da nhạy cảm (sensitive skin).

- Sau khi wax, không dùng kem chà da chết (exfoliation), chất gây ngứa, tránh nắng gắt (sun exposure), bồn nước nóng (hot tubs) từ 24 đến 48 giờ.
- Sau khi wax, nếu có sưng, đỏ, rát, thoa kem chống sưng (cortisone cream) hoặc aloe gel dịu làn da.

Apply strip over wax and rub in the direction of hair growth
Trãi linen lên sáp và chà nhẹ theo chiều lông mọc

B. CÁCH VĨNH VIỄN (PERMANENT HAIR REMOVAL)

Các phương pháp lấy hair vĩnh viễn đều được chuẩn nhận FDA (Food and Drug Administration).

- **Laser** là phương pháp dùng luồng sáng tạo nhịp đập lên da, gây tác động lên nang lông (follicle) lấy hair nhẹ nhàng, nhanh. Đôi khi hair có thể mọc lại nhưng yếu đi nhiều. Laser hiệu quả trên những sợi hair màu đậm hơn chung quanh và lúc hair bắt đầu mọc (anagen).

- **Photo Light or Photo-Epilation** là phương pháp lóa sáng (flash) đến những mục tiêu là tiêu diệt chân hair (to destroy the hair follicle), hoặc những tĩnh mạch nổi lên da (spider veins) mà không gây bỏng da. Photo Light có khả năng làm sạch hair khoảng 60% trong 12 tuần và một số tiểu bang cosmetologist và esthetician có thể làm tại salon.

- **Electrolysis** là phương pháp do bác sĩ về mắt Charle E. Michel năm 1875, dùng kim nhỏ đưa vào lỗ chân lông để diệt gốc hair, là phương pháp hiệu quả, tuy nhiên gây đau, mất nhiều thời gian, tốn kém nhưng electrolysis được xem là hiệu quả nhất được làm bởi electrologist được huấn luyện kỹ và cần có giấy phép hành nghề (electrologist license). Chuyên viên lấy hair (electrologist) không nên dùng phương pháp này để lấy lông mũi, lông tai, lông vùng mí mắt và luôn hiểu rõ góc độ từng vùng để đưa kim vào như:

- Vùng cằm (chin) 60 độ   - Vùng mặt (face) 45 độ   - Vùng cổ (neck) 30 độ

Những phương cách electrolysis gồm có:

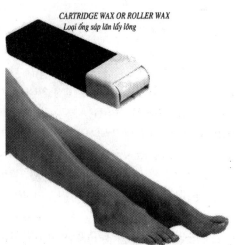

CARTRIDGE WAX OR ROLLER WAX
Loại ống sáp lăn lấy lông

- *Thermolysis là dùng dòng điện cao tần tạo nhiệt (high frequency current) tiêu hủy hoặc làm đặc lại nang lông (hair follicle).*
- *Galvanic dùng dòng điện âm, dương (+, -) tạo hóa tính phần hủy nang lông.*
- *Blend là dùng cả phương pháp dòng thermolysis và galvanic nghĩa là cùng lúc dùng dòng AC và DC qua kim để có tác dụng nhanh hơn.*

Bằng hành nghề của thẩm mỹ viên toàn phần (cosmetologist) và chuyên viên trang điểm (esthetician) chỉ được phép xử dụng phương pháp lấy hair tạm thời, tuy nhiên sẽ được hợp lệ nếu học thêm qua huấn luyện và làm việc qua giám sát của bác sĩ, hoặc tùy theo qui định của từng tiểu bang, bạn có thể lấy hair vĩnh viễn cho khách tại salon.

Chapter 19: TEMPORARY AND PERMANENT METHODS OF HAIR REMOVAL

Hair is made from a hard keratin which is produced from the hair follicle. Follicles grow all over the body but not follicles contain a hair shaft. And no hair grows, the soles of the feet, the eyelids, the lips, or on the palms of the hands.

Hair growing at a 60 degrees angle on the chin, 30 degrees angle on the neck and 45 degrees angle on the face. It takes **8 -13 weeks** for the hair to grow from the papilla to the skin surface.

A chemical depilatory left on the skin is about **7 to 10** minutes.

- **Electrolysis** is the process of removing hair permanently by means of electricity.
- Hypertrichosis (Greek word) and **Hirsuties** both terms mean excessive **hairiness.**
- **The talcum powder** absorbs and moisture or oil residue, helping the hair to adhere to the wax. Hard wax was prepared by mixing resin and beewax.
- Never use a wax depilatory on warts, moles, abrasions, irritated or inflamed areas.

Epilation is the removal of hair by the roots. It's done by waxing, tweezing, and electrolysis.

- Depilatories belong to the group of temporary methods for the removal of unwanted hair. There are physical (wax) and chemical (cream, paste, or powder) types of depilatories.

Lông được cấu tạo từ loại sừng cứng mọc từ lỗ chân lông. Lỗ chân lông mọc khắp cơ thể nhưng không phải lỗ chân lông nào cũng chứa sợi lông. Và lông không mọc ở gót bàn chân, mí mắt, môi, hoặc lòng bàn tay.

Lông mọc 60 độ ở cằm, 30 độ ở cổ và 45 độ ở mặt. Lông cần 8-13 tuần để mọc từ nang lông tới bề mặt của da.

Hóa chất thoa rụng lông thoa lên da khoảng 7 đến 10 phút.

Electrolysis là tiến trình lấy lông vĩnh viễn bằng điện.

Hypertrichosis (chữ Hy Lạp) và Hirsuties cả hai từ diễn tả lông mọc quá nhiều.

Bột phấn thấm chất ẩm hoặc chất dầu, giúp cho lông dính vào sáp. Sáp cứng được tạo ra từ nhựa resin và sáp ong.

Không dùng sáp lấy lông trên mụn cóc, nốt ruồi, vết lở, chỗ ngứa hoặc chỗ sưng.

Epilation là cách lấy lông ở tận gốc. Được lấy bằng sáp, nhíp, và bằng dòng điện.

Depilatories là những phương pháp lấy lông tạm thời cho những lông lộn xộn. Đó là phương pháp lấy lông bằng sáp và hóa chất như (kem, chất sền sệt, và bột).

The wax hair removal treatment is used to remove hair from large areas such as legs and arms. Wax is applied and removed in the direction of the hair growth. On some areas will grow in different directions (the hair of two sides on upper lip grows opposite direction). When eyebrows are thick and unruly, shaping can be done faster by first waxing then plucking excess hair with a tweezer.

Soft depilatory wax or liquid hair remover. Cut muslin into strips around 3 x 6 inches.

The size of the needle used for the shortwave machine method is determined by hair diameter and insert needle at the same angle as the follicle.

Dùng sáp để lấy lông ở những vùng rộng như chân và cánh tay. Sáp được nhổ lông theo chiều lông mọc. Nhiều nơi trên cơ thể lông mọc khác hướng (lông của hai bên của môi trên mọc ngược chiều nhau). Khi lông mày mọc dày và lộn xộn, tạo nét cho lông mày được làm nhanh bằng cách đầu tiên dùng sáp và sau đó nhổ lông bằng nhíp.

Sáp mềm lấy lông hoặc dung dịch lấy lông. Cắt vải muslin từng miếng khoảng 3 x 6 inch. Cỡ kích của cây kim dùng với phương pháp dùng tần sóng ngắn được đánh giá bằng cỡ đường kính của lông và đưa kim cùng góc độ với nang lông.

SAFETY PRECAUTION FOR ELECTROLYSIS

1. **Do not treat hairs** that are too close together. Do not treat diabetics without a doctor's written permission. Do not remove hairs from warts or moles. Do not treat children.

2. Instruct the patron on how to care for her skin after treatment. Instruct the patron not to pick or tamper with the skin. Never use force when inserting needle.

3. **When using the multiple needle** method for hair removal place sunglasses over the patron's eyes. Do not fail to insert the needle with the directional slant of the hair follicle.

4. Do not use pressure when inserting the needle. Gently slide it into the opening of the hair follicle. When removing the needle lift it out gently.

5. **Do not use the current** strong enough to make the patron uncomfortable. Be guided by the sensitivity of the patron, the area to be treated and the type of hair to be removed.

6. Do not damage the skin by using excessive current or by permitting the needle to remain in the follicle too long. Do not fail to time the needle according to fine or coarse hair removal.

7. **After the needles** have been removed use a special after-treatment lotion by pressing it gently on the area worked upon. Do not treat the eyelids, inside the ear or nostrils.

8. Never treat a patron who is having hormone treatments. Never depress the foot pedal of the machine while the needle is being inserted. Do not turn the machine off until after all the needles have been removed.

Lưu ý về an toàn lấy lông vĩnh viễn)

Đừng chữa trị những sợi lông mọc gần nhau. Không chữa trị người bệnh tiểu đường mà không có phép của bác sĩ. Đừng lấy lông ở trên mụn cóc hoặc nốt ruồi. Đừng lấy lông cho trẻ em.

Hướng dẫn cho khách chăm sóc da sau khi chữa trị. Hướng dẫn khách đừng tự ý hoặc làm sai phương pháp chăm sóc làn da. Không bao giờ dùng sức mạnh khi đẩy kim vào.

Dùng phương pháp nhiều kim để lấy lông, khách nên mang kiếng mát. Đừng đưa kim sai hướng vào nang lông. Đừng dùng sức ép khi đưa kim. Đưa kim nhè nhẹ vào nang lông mở ra. Khi lấy kim, nhấc nhè nhẹ ra ngoài.

Đừng dùng dòng điện quá mạnh làm cho khách khó chịu. Làm theo sự nhạy cảm của khách, nơi cần được chữa trị và loại lông cần được lấy. Đừng làm hư da do dùng dòng điện mạnh hoặc kim giữ lâu trong nang lông. Đừng lẫn lộn thời gian khi đưa kim vào lấy loại lông mịn hoặc lông cứng.

Sau khi lấy kim ra, dùng dung dịch riêng sau khi chữa trị và ép nhè nhẹ lên vùng da chữa trị. Đừng lấy lông bằng kim ở vùng mí mắt, bên trong tai hoặc lỗ mũi. Không bao giờ chữa trị cho khách có rối loạn kích thích tố. Không ép chân bàn đạp lên máy trong lúc kim được đưa vào. Đừng tắt máy cho đến khi tất cả kim được lấy ra.

9. **Do not attempt** the use of electrolysis unless thorough training has been received in both theory and practice. When using the shortwave method adjust the machine according to manufacturer's directions.

10. **When using chemical** depilatories it is advisable to give a skin test to determine if the individual is sensitive to the action of this type of depilatory.

11. To prevent burns, test temperature of heated wax before applying it to the patron's skin. Be careful to avoid letting wax run into eyes or over area where it is not wanted.

12. To reduce the possibility of irritation when shaving, apply shaving cream prior to shaving off the hair. When using an electric razor, apply a pre-shaving lotion. **Do not use** a wax depilatory under arms, over any warts, moles, abrasions or any irritated or inflamed areas.

Đừng cố gắng dùng phương pháp lấy lông bằng điện trừ khi được huấn luyện đầy đủ cả hai phương diện lý thuyết và thực hành. Khi dùng phương pháp tần số ngắn điều chỉnh máy theo hướng dẫn của nhà chế tạo.

Khi dùng hoá chất làm rụng lông, khuyên nên làm thử da để đánh giá độ nhạy cảm của loại hóa chất lấy lông này.

Để phòng bị bỏng, thử nhiệt độ của sáp nóng trước khi đặt lên da của khách. Cẩn thận tránh để sáp rớt vào mắt hoặc trên vùng không làm đến. Để giảm bớt ngứa khi cạo, thoa kem cạo da trước khi cạo lông đi. Khi dùng dụng cụ cạo lông bằng điện, thoa dung dịch trước khi cạo.

Đừng dùng sáp lấy lông dưới cánh tay, trên mụn cóc, nốt ruồi, vết lở hoặc bất cứ chỗ ngứa hoặc sưng nào.

Bài 20: NGHỆ THUẬT MÀU VÀ TRANG ĐIỂM

Là chuyên viên thẩm mỹ, bạn cần rõ qui luật màu sắc, hình nét khuôn mặt, tạo sự cân đối để đưa mọi dạng khuôn mặt thành dạng trái xoan lý tưởng. Nghệ thuật trang điểm là giảm thiểu những nét không đẹp để thành nét đẹp, màu sắc thích hợp sẽ giúp tăng thêm hay giảm bớt khuôn mặt tạo cân xứng. Trang điểm khuôn mặt cũng phải nghĩ đến sự hài hòa từ kiểu tóc, màu sắc quần áo, màu mắt, da, tóc, nhân dáng, và cá tính để đạt được sự toàn hảo của nghệ thuật.

Trang điểm là một nhu cầu, từ hơn 1.000 năm, thời Ai cập đã từng biết dùng màu trang điểm cho da cho tóc và chất thơm để hấp dẫn và giúp làn da chống lão hóa. Do đó, trang điểm đối với nữ giới hôm nay là điều không thể không có được, là khí cụ tạo sự tự tin, sự thành công trong tình yêu và nghề nghiệp và số đông phụ nữ cũng đồng ý rằng phải thoa một chút gì đó trước khi rời khỏi nhà.

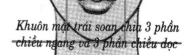

A. HÌNH NÉT MẶT NHÌN NGANG (PROFILE)

1. **Khuôn mặt thẳng (straight profile)** là trán và cằm theo đường thẳng, dạng khuôn lý tưởng, không lồi, không lõm.

2. **Khuôn mặt lõm (concave profile)** là cằm nhô ra, trán nhô ra (prominence chin and forehead), mũi lõm vào (receding nose).

3. **Khuôn mặt lồi (convex profile)** là trán và cằm trụt vào (receding forehead and chin), mũi nhô ra (prominent nose).

Khuôn mặt trái soan chia 3 phần chiều ngang và 3 phần chiều dọc

B. HÌNH NÉT MẶT NHÌN THẲNG (FACIAL TYPES)

Chiều dài của khuôn mặt được chia 3 phần đều nhau (three equal horizontal sections) từ:

- *Phần 1 từ viền tóc trán đến đầu chân mày*
- *Phần 2 từ đầu chân mày đến cạnh mũi dưới (tip of the nose)*
- *Phần 3 từ cạnh mũi dưới đến cạnh viền cằm*

* Qua hình dạng khuôn mặt lý tưởng (oval face) nhận biết được:

- *Chiều dài mũi bằng 1/3 chiều dài khuôn mặt từ viền tóc đến cằm (hairline to chin).*
- *Khoảng cách giữa 2 mắt bằng chiều dài một con mắt.*
- *Chiều rộng băng qua gò má bằng 5 lần chiều dài con mắt*
- *Môi trên mỏng hơn môi dưới*
- *Đầu và cuối chân mày cùng nằm trên đường ngang*
- *Đầu chân mày thẳng hàng góc trong của mắt*
- *Cánh mũi rộng bằng khoảng cách một con mắt.*

C. CÁC DẠNG KHUÔN MẶT (7 BASIC FACIAL SHAPES)

1. **Mặt vuông (square shaped)** viền trán và đường hàm rộng, vuông.
2. **Mặt tròn (round shaped)** đường hàm tròn và đường viền trán tròn
3. **Mặt trái soan (oval shaped)** chiều rộng bằng 2/3 hoặc 3/4 chiều dài
4. **Mặt dài hẹp (oblong shaped)** có chiều dài hơn mặt tròn, vuông và chiều ngang hẹp hơn
5. **Mặt trái lê (pear shaped, triangle face)** đường hàm rộng hơn đường viền trán.
6. **Mặt trái tim (heart shaped, inverted triangle face)** đường trán rộng, cằm hẹp
7. **Mặt hình thoi (diamond shaped)** trán hẹp, cằm hẹp và chiều rộng nhất là ngang qua gò má

Từ đặc điểm những khuôn mặt trên, chuyên viên thẩm mỹ trang điểm sao cho khuôn mặt có dạng trái xoan (OVAL). Với nguyên tắc màu đậm làm chìm đi, để giảm thiểu (**giảm diện tích**) những khuyết điểm và màu lợt làm nổi lên, để tăng rộng thêm (**tăng diện tích**).

Ví dụ: khuôn mặt TRÒN cần trang điểm để tạo khuôn mặt dài hơn, giảm bớt tròn bằng cách thoa phấn nền (foundation powder) đậm hơn từ thái dương đến đường hàm. Mặt hình THOI (diamond) muốn chiều ngang hẹp hơn, cần tạo bóng phấn nền đậm hơn ở vùng gò má (cheekbones), hoặc trán thấp, hai mắt gần nhau (close set eyes) nên dùng phấn màu nhạt để thoáng thấy rộng thêm.

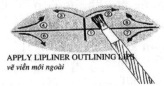
APPLY LIPLINER OUTLINING LIPS
vẽ viền môi ngoài

C. TRANG ĐIỂM CHO CHÂN MÀY, ĐÔI MẮT (MAKE UP FOR EYEBROWS AND EYES).

Điểm cao nhất của chân mày giữa con ngươi khi nhìn thẳng, khuôn mặt cân đối đường thẳng sẽ từ góc mũi qua góc mắt trong, đầu chân mày, và đuôi chân mày ra ngoài góc mắt khoảng ½ inch.

- **Đôi mắt gần nhau (close-set eyes)** là khoảng cách giữa 2 mắt ngắn hơn chiều dài con mắt, cần thoa bóng mắt (shadow) màu nhạt từ cạnh ngoài mắt cho đến giữa 2 mắt, trông rộng hơn.
  - Nên tỉa đầu chân mày xa rộng ra và vẽ thêm chân mày ra ngoài
- **Đôi mắt xa nhau (wide-set eyes)** là khoảng giữa 2 mắt dài hơn chiều dài con mắt, cần thoa bóng mắt màu đậm bên trong góc mắt tiến về mũi để khoảng cách trông hẹp lại
  - Nên vẽ thêm vô trong đầu chân mày vào góc trong mắt.
- **Đôi mắt tròn (round eyes)**, thoa bóng mắt màu đậm ngoài góc mắt.
  - Nhớ tạo chân mày cao để tạo khuôn mặt nhỏ hơn, vẽ đuôi chân mày dài ra bằng gò má.

E. TRANG ĐIỂM CHO MŨI (MAKE UP FOR NOSE)

Cánh mũi đẹp bằng chiều rộng giữa 2 mắt, do đó cần thoa phấn nền đậm hoặc lợt từng loại mũi

- *Mũi hẹp, mỏng (thin nose)* nên trải phấn nền lợt ở hai bên sẽ trông mũi đầy đặn hơn.
- *Mũi rộng, lớn (wide nose)* nên trải phấn nền đậm ở hai bên sẽ trông mũi hẹp, nhỏ lại.

F. TRANG ĐIỂM CHO ĐÔI MÔI (MAKE UP FOR LIPS)

Môi bình thường có độ cong và các điểm nhọn (peaks) của môi trên thẳng với đường lỗ mũi (nostrils), và môi trên hơi mỏng hơn môi dưới. Tuy nhiên nhiều dạng khác nhau vì môi dày, lớn (**large full lips**); môi dưới quá mỏng (**thin lower lip**); hai góc môi quập lại (**drooping corners**); môi không đều (**uneven lips**) v.v..., nên cần vẽ viền môi nhỏ lại hoặc lớn ra, chỉnh lại cho đều.

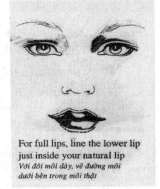
For full lips, line the lower lip just inside your natural lip
Với đôi môi dày, vẽ đường môi dưới bên trong môi thật

G. GẮN LÔNG MI GIẢ (ARTIFICIAL EYELASHES)

Mọi phụ nữ đều muốn lông mi dài, cong, dày sẽ đẹp và hấp dẫn, nên lông mi giả đã đáp ứng được. Gắn lông mi giả giúp cho đôi mắt trông lớn hơn, lông mi dày, đầy và rực rỡ hơn.

Lông mi có loại làm bằng sợi tổng hợp (synthetic fiber eyelashes) tạo độ cong sẵn, hoặc bằng lông mi thật hoặc lông chồn (mink) đã nhuộm màu thích hợp và tạo cong.

Có 2 loại lông mi thông dụng

- ***Lông mi từng sợi (individual lashes, eye tabbing)*** *là loại sợi tổng hợp, chấm keo (lash adhesive) gắn vào tại nền của lông mi thật.*
- ***Lông mi nguyên miếng (strip lashes, band lashes)*** *là mảng lông mi được thoa keo và gắn ngay đường nền lông mi thật.*

Chất keo (**lashes adhesive**) có thể tạo dị ứng khi tiếp xúc da, vì thế cần thử dị ứng da trước, bằng cách lau sạch vùng sau tai hoặc bên trong khuỷu tay cho 1 giọt keo gắn lông mi cỡ đồng 25 xu (quarter size), hoặc gắn thử 1 sợi lông mi lên mắt, để yên trong vòng 24 giờ, nếu không sưng, đỏ, ngứa là ghi kết quả vào bảng hồ sơ (client record card) âm tính (**NEGATIVE**) là gắn được lông mi giả.

<u>**Cách gắn lông mi**</u>

- *Khi gắn hàng lông mi trên thợ đứng phía sau, hoặc bên để dễ gắn hơn và khách cần nhắm mắt lại.*
- *Khi gắn hàng lông mi dưới, khách mở mắt lớn nhìn lên.*

Hàng tuần lông mi thật rụng từ 2 đến 3 sợi. Gắn lông mi giả giữ chặt 6 tuần và rơi ra theo lông mi thật. Lông mi hàng dưới dễ rụng hơn khoảng 1 tuần vì nước mắt và nhiều chất dầu ở mí mắt.

Để trông được tự nhiên thì hàng lông mi giả trên nên tỉa ngắn ở góc mắt và đuôi mắt, lông dài ở giữa, hàng lông mi giả dưới ngắn ở trong và dài dần phía đuôi mắt.

Sợi lông mi tổng hợp không ảnh hưởng thời tiết, tạo độ cong và nhuộm màu có thể là đen, nâu hoặc nâu đỏ thông dụng cho mọi phụ nữ.

Thường lông mi giả thích hợp cho những phụ nữ có công việc tiếp xúc thường xuyên nên gắn loại lông mi tạm thời này và dễ dàng tháo gỡ bằng khăn và nước ấm, dung dịch gỡ lông mi, kem làm sạch da.v.v..... Gỡ lông mi từ ngoài vào trong và cẩn thận tránh kéo đứt lông mi thật.

Lông mày có thể nhuộm vì bạc hoặc hợp màu tóc. Lông mi cũng có thể nhuộm hoặc uốn cong và công việc này chỉ dành cho thợ thẩm mỹ toàn phần (cosmetologist).

CÁC SẢN PHẨM TRANG ĐIỂM (MAKEUP PRODUCTS)

1. **Phấn nền (foundation):** có thể là dạng lỏng (liquid), cream có thể dạng dầu (oil-based) dùng cho da bình thường hoặc khô, dạng nước (water-based) cho da dầu. Foundation hợp với màu da và thử màu hợp với vùng da ở cằm (jaw area). Phấn nền tạo màng bảo vệ da ảnh hưởng đến thời tiết, bụi bậm và che đậy những khuyết điểm của làn da.

2. **Phấn bột (face powder):** loại phấn rời màu trong (translucent powder) hoặc được pha trộn màu và chất thơm hỗ trợ cho phấn nền giúp bám chặt vào da để che đậy những đốm da, hòa hợp làn da trông tự nhiên hơn.

3. **Màu chân mày (eyebrow color):** thêm màu đậm đà cho chân mày, tạo dáng thích hợp theo khuôn mặt và để tô điểm như chỗ lông mày thưa, thiếu. Màu nâu thường thông dụng hơn.

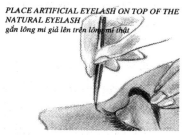

PLACE ARTIFICIAL EYELASH ON TOP OF THE NATURAL EYELASH
gắn lông mi giả lên trên lông mi thật

4. **Bóng mắt (eye shadow):** có thể dạng thỏi (stick), kem hoặc bột. Bóng mắt màu lợt làm con người trông sâu hơn và bóng

mắt màu đậm làm màu con ngươi trông lợt hơn. Thoa bóng mắt tạo cho đôi mắt sáng lên thêm hấp dẫn và cần hòa hợp màu sắc với màu quần áo.

5. **Viền mắt (eyeliners):** là dạng chì sáp dạng sáp, dầu để vẽ viền kề lông mi trên và dưới thường cùng màu với màu mascara trông tự nhiên hơn. Viền mắt giúp đôi mắt trông lớn hơn và lông mi trông dày hơn.

6. **Màu lông mi (mascara):** dạng đậm đặc, màu nâu, đen giúp lông mi trông dày hơn và dài hơn.

7. **Phấn má (cheek color):** dạng kem, lỏng, bột, thể dầu có màu, trãi phấn từ gò má lên thái dương giúp má hồng tự nhiên và tạo dạng khuôn mặt hấp dẫn hơn.

8. **Viền môi (lip liner):** chì kẻ viền môi để tạo sửa lại môi nhỏ hơn hoặc lớn hơn, viền môi giúp cho son môi khỏi tưa màu ra và màu viền hòa hợp với son môi.

9. **Son môi (lip color):** dạng thỏi, bóng, kem, thể dầu khoáng (mineral), thực vật (mineral) có chất chống nắng bảo vệ môi và chất ẩm để môi không bị khô, nức. Màu son có thể dùng cọ sơn môi và hòa hợp cân đối với màu mắt và làn da.

Trang điểm là một nghệ thuật tạo vẽ đẹp cho khuôn mặt bằng màu sắc chẳng những cho nữ giới mà còn cho nam giới trong mọi lãnh vực nghề nghiệp. Trang điểm ban ngày (daytime makeup) trông nhẹ nhàng, nhưng trang điểm ban đêm (evening makeup) cần màu sáng, đậm hơn và rực rỡ hơn.

Chapter 20: COSMETIC COLORS AND GLAMOUR MAKE UP

There are many good quality private label cosmetics in the world of makeup and it may take a while to learn color shades naturally and easily. When determining skin color, you must know if the skin is light, medium, or dark. Then determine skin's tone is warm or cool.

- Red, yellow, and blue are the three basis colors of **primary color**. Mix in equal parts of any two primary color such as (red + yellow = orange; red + blue = violet; blue + yellow = green) are **secondary color.**

  Mix in equal parts of any color from primary color and secondary color such as (red + orange ; orange + yellow; red + violet..) are **tertiary color.**

- Hue is a color as the eye perceives it (example: blue is seen as blue). Bright colors advance and make the area covered appear larger. Dull, dark colors recede and make the area covered appear smaller.

- **Poets refer** to color to express emotions. Melanin pigments are reponsible for skin color. Skin color is classified as being light, medium, deep, dark and pale.

  Có nhiều hiệu sản phẩm tốt trong ngành mỹ phẩm toàn cầu và bạn cần phải tìm hiểu màu sắc tự nhiên. Khi đánh giá màu da, bạn phải biết loại da nhạt, trung bình, và da đậm. Đồng thời đánh giá độ sáng da thuộc màu ấm hoặc màu lạnh.

  *Đỏ, vàng, và xanh biển là 3 màu căn bản của **nhóm màu thứ nhất**. Pha trộn đều nhau của bất cứ 2 màu thứ nhất nào như (đỏ +vàng = cam; red + xanh biển = tím; xanh biển + vàng = xanh lá) là **nhóm màu thứ hai**.*

  *Pha trộn đều nhau của bất cứ 2 màu của nhóm thứ nhất và nhóm thứ hai nào như (đỏ + cam; cam + vàng; đỏ + tím) là **nhóm màu thứ ba**.*

  Hue là màu mà mắt tiếp nhận được (ví dụ: xanh biển là đúng xanh biển). Màu sáng là tăng lên và phủ chỗ đó có vẽ rộng hơn. Màu tối, đậm là giảm đi và phủ chỗ đó có vẽ nhỏ hơn.

  Những thi sĩ diễn tả màu qua cảm xúc. Chất hạt màu có thể ảnh hưởng chính của màu da. Màu da được phân loại là màu lợt, trung bình, thẩm, đậm và rất nhạt.

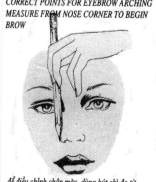

CORRECT POINTS FOR EYEBROW ARCHING MEASURE FROM NOSE CORNER TO BEGIN BROW

để điều chỉnh chân mày, dùng bút chì đo từ góc mũi thẳng đến đầu chân mày

- White color usually stands for purity. White skin is the skin without color pigmentation. Hemoglobin is the pigment gives red blood cells color.

- **Carotenes** are pigments give a yellow tone to the skin. Jaundice is the cause of discoloration of tissues and body excretions (skin and eyes take on a yellow cast).

- An albino is a person who has melanocyte cells that do not produce melanin. Albinism is the lack of color in a person's skin, hair and eyes.

- Brown, black, and charcoal are the most popular colors of eyeliners. Eye-color is used to enhance the beauty of the eye, and to conceal imperfections

- Lightest to darkest are described as kin colors: **Olive skin, golden skin, brown skin, white skin, ebony, tan skin, light creamy skin, and pink skin**

  Màu trắng thường tiêu biểu cho sự tinh khiết, trong trắng. Da trắng là da không có hạt màu. Hemoglobin là chất màu tạo cho máu có màu đỏ.

  Carotenes là màu tạo màu vàng cho làn da. Jaundice (bệnh vàng da) tạo sự lợt màu của các mô và điều tiết cơ thể (da và mắt có màu vàng).

  Albino là người mà có tế bào màu mà không sản xuất hạt màu. Người bị bệnh bạch tạng là thiếu chất màu trong da, tóc và đôi mắt.

Màu nâu, đen, và xám than là màu thông dụng của đường viền mắt. Màu mắt được dùng nâng lên nét đẹp của mắt, và che đậy những khuyết điểm.

Màu lợt và đậm nhất là diễn tả màu da: da olive (yellowish green), da sắc vàng (yellow cast), nâu nhạt đến nâu (clear brown to brown), da trắng không màu (no color pigment), da nâu đen (brownish black), da đỏ (red &yellow), da hồng vàng (florid cast), da hồng nhạt (pink undertones).

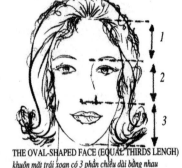

THE OVAL-SHAPED FACE (EQUAL THIRDS LENGH)
khuôn mặt trái xoan có 3 phần chiều dài bằng nhau

- **Three types** of pigment in the skin are melanin, hemoglobin, and carotenes

- An allergy test is recommended for eyelash adhesive. The best type of adhesive for eyelashes is the surgical adhesive. Baby oil may be used to remove artificial eyelashes.

- **Some women** are allergic to the adhesive eyelashes, so it is advisable to give the client an allergy test before applying the lash.

- Titanium dioxide is a white, crystalline powder used in the manufacture of some cosmetics for coverage, especially in foundations, coversticks, and lipsticks.

- **Applying makeup** artistically and being able to interest the client in purchasing cosmetics are two things important to being a successful makeup artist.

Có 3 loại màu da là melanin (hạt màu), hemoglobin (màu máu), và carotenes (hạt màu vàng)

Một thử nghiệm da được khuyên nên làm cho loại keo lông mi. Loại keo tốt nhất cho lông mi là loại keo trong ngành giải phẫu. Dầu thoa trẻ em có thể dùng để gỡ bỏ lông mi giả.

Một số phụ nữ có phản ứng đến keo lông mi, vì thế khuyên nên làm cho khách một thử nghiệm dị ứng da trước khi gắn lông mi.

Titanium dioxide là một loại bột trắng, bột kết tinh thường dùng trong sản xuất của một số mỹ phẩm để che phủ, đặc biệt có trong phấn nền, thỏi phủ màu và thỏi son.

Trang điểm có nghệ thuật và tạo cho khách có sự thích thú trong việc mua mỹ phẩm là 2 điều quan trọng của một chuyên viên trang điểm thành công.

- The ideal makeup mirror is one that resembles a theatrical makeup mirror. Bulbs place surround the mirror on three sides only.

- **The client's skin** prepare for a makeup, have to clean thoroughly and use astringent to remove traces of stale makeup. Remove all eye-color and lip-color, then apply a small amount of moisturizer for protection.

- The oval face is considered to be ideal, but all face shapes are attractive when makeup is applied correctly. Makeup is used to help to correct uneven features.

APPLY MASCARA TO TOP LASHES AND BOTTOM LASHES

- **Waxing** is the best method for removing extremely heavy eyebrows. Brows should be tweezed in the direction they grow

Tấm gương trang điểm lý tưởng là giống như loại gương trang điểm trong kịch trường. Các bóng đèn chỉ gắn 3 cạnh chung quanh gương.

Làn da của khách chuẩn bị cho việc trang điểm, phải làm sạch da hoàn toàn và dùng chất astringent lấy các vết trang điểm cũ. Lau tất cả màu mắt và màu son môi, rồi thoa một ít chất ẩm để bảo vệ.

Mặt trái xoan được xem là lý tưởng, nhưng tất cả khuôn mặt đều hấp dẫn khi trang điểm đúng cách. Trang điểm được làm để giúp sửa lại đường nét không đều.

thoa mascara cho lông mi trên và dưới

Sáp là cách tốt nhất để lấy những chân mày có nhiều lông. Chân mày nên dùng nhíp nhổ theo chiều lông mọc

- Freshener, toner, and astringent are products the same function for skin. For make up these liquids are used after cleasing, just before moisturizer is applied.

  - **Freshener** is beneficial for mature and dry skin, sensitive skin; often have the lowest alcohol content from 0 – 4%.

  - **Toner** is beneficial for normal and combination skin, alcohol content from 4 – 15%.

  - **Astringent** is beneficial for oily skin and acne skin, remove access oil on the skin, alcohol content up to 35%.

- Mascara is used to make the lashes look thicker, long and darker.

- **Cheek color** is called "blusher" or "rouge".

- The basic rules when applying eyeshadow are: - the main fashion color (blue, green, plum) on the eyelid and the shading color (brown, charcoal, navy) in the crease of the eyelid.

Toner, freshener, và astringent là sản phẩm có cùng tác dụng trên da. Đối với việc trang điểm, những chất này được dùng sau khi làm sạch da, phải dùng trước khi thoa chất ẩm lên da

Freshener thích hợp cho da tuổi già và da khô, da nhạy cảm, thường có chứa lượng cồn thấp nhất từ 0 đến 4 phần trăm.

Toner thích hợp cho da bình thường và da tổng hợp, lượng cồn chứa từ 4 đến 15 phần trăm.

Astringent thích hợp cho da dầu và da có mụn bọc, lấy bớt chất dầu trên da, lượng cồn chứa đến 35 phần trăm.

Mascara được dùng để làm cho lông mi trông dày hơn, dài và đậm hơn

Màu phấn ở má còn gọi là "blusher" hoặc "rouge".

Điều căn bản khi thoa bóng mắt là: -màu thời trang chính (xanh biển, xanh, đỏ mận) trên mí mắt và màu tạo bóng (nâu, than, xanh biển nhạt) nâng lên mí mắt.

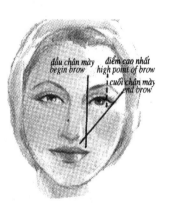

SAFETY PRECAUTION

- The patron should be in a comfortable reclining position. The facial chair should be locked securely. The parton's head should be raised slightly.

- The patron's hair should be covered with a towel or headband protector while makeup is being applied.

- Apply a skin toner to dry skin and an astringent to oily skin. Dust powder over the face, being careful not to get into the eyes.

- Usually mascara is applied to upper lashes only. Never use makeup in stick form in a beauty salon; it is unsanitary.

- When applying lipstick, remove it from the container with a clean toothpick. Remove cosmetics from containers with a sanitized spatula.

Khách nằm dài ở tư thế thoải mái. Ghế phải được giữ chặt an toàn. Đầu của khách hơi nâng lên.

Tóc của khách phải được bọc bằng khăn hoặc tấm choàng đầu trong khi trang điểm.

Thoa chất làm dịu da cho da khô và chất đóng lỗ chân lông cho da dầu. Thoa bột phấn cho da mặt, cẩn thận đừng để rơi vào mắt.

Thông thường màu lông mi (mascara) thoa ở lông mi trên. Đừng bao giờ dùng thỏi màu trang điểm ở tiệm vì không được vệ sinh.

Khi thoa son môi, lấy màu son từ trong lọ bằng cây tăm sạch. Lấy mỹ phẩm từ trong lọ bằng cây que khử trùng.

- **For sanitary reasons** use a disposable lip brush or the patron's own lip brush. Discard all used materials. Keep jars and lotion bottles tightly closed.

- Usually mascara is applied to upper lashes only.

- Dust powder over the face, being careful not to get into the eyes.
- Never use makeup in stick form in a beauty salon; it is unsanitary.

Vì lý do vệ sinh dùng cây cọ thoa môi chỉ một lần hoặc cây cọ riêng của khách. Vất bỏ các vật liệu đã dùng qua. Giữ gìn các chai lọ và dung dịch đậy nắp chặt

Thoa bột phấn cho da mặt, cẩn thận đừng để rơi vào mắt.

Thông thường màu lông mi (mascara) thoa ở lông mi trên.

Đừng bao giờ dùng thỏi màu trang điểm ở tiệm vì không được vệ sinh.

- Remove cosmetics from containers with a sanitized spatula.
- **Sponges are good** for blending foundation, concealer.
- Brushes to blend powder, blush, and eye shadows work better than sponge tips or fingers
- **For straight lashes**, a curler and be used prior to mascara
- Keep jars and lotion bottles tightly closed.

Lấy mỹ phẩm từ trong lọ bằng cây que khử trùng

Miếng xốp bọt tốt cho trãi phấn nền, phấn che

Chải lông mịn trãi bột, phấn hồng và bóng mắt tốt hơn là miếng xốp hoặc ngón tay.

Với lông mi ngay, dụng cụ làm cong được dùng trước khi thoa mascara

Giữ gìn các chai lọ và dung dịch đậy nắp chặt

PRIMARY COLORS *(màu thứ nhất)*
Three basic colors *(3 màu căn bản)*

BLUE   RED   YELLOW

SECONDARY COLORS *(màu thứ hai)*
Mixing equal portions of 2 primary colors
Trộn 2 màu căn bản đều nhau

Blue + Red	**VIOLET**
Blue + Yellow	**GREEN**
Red + Yellow	**ORANGE**

TERTIARY COLORS *(màu thứ ba)*
Mixing equal portions of 1 primary and 1 secondary color *(Trộn màu thứ 1& 2 đều nhau)*
Blue + Green; Blue + Violet; Green +Yellow...

COMPLEMENTARY COLORS *(màu thứ tư)*
Colors directly opposite each other, 2 complementary colors are mixed; they neutralize each other by creating brown
(2 màu đối diện trộn đều trung hòa nhau tạo màu nâu)

* ***Blue + Orange*** NEUTRAL ***Dark brown*** *(nâu đậm)*
* ***Red + Green*** NEUTRAL ***Reddish brown*** *(nâu đỏ)*
* ***Yellow + Violet*** NEUTRAL ***Golden brown*** *(nâu nhạt)*

If three primary colors such as (blue + red +yellow) are mixed in equal parts becomes black
(nếu 3 màu căn bản thứ nhất (xanh, đỏ, vàng) trộn đều số lượng nhau trở thành màu đen)

Bài 21: DINH DƯỠNG LÀN DA

Sự tuần hoàn của máu đỏ, máu trắng là nguồn dinh dưỡng chính cho sự phát triển, điều chỉnh làn da. Các động mạch (arteries), mạch máu nhỏ (capillaries), và bạch cầu (lymphatics) luôn có những nhánh nhỏ như mạng lưới nuôi dưỡng các tuyến ở da.

Để giúp cho làn da tươi trẻ, việc dinh dưỡng bằng nguồn thức ăn, nước uống đúng cách rất cần thiết. Những thức ăn quá cay, rượu dễ làm cho những mạch máu vỡ thành rosacea ở vùng mũi và má....

A. THỰC PHẨM

Nguồn thực phẩm cho từng người cũng tùy thuộc vào giới tính, tuổi tác, hình dạng, và hoàn cảnh sống, tuy nhiên cơ thể đều cần đến chất đạm (proteins), đường bột (carbohydrates), chất khoáng (minerals), chất bổ (vitamins).

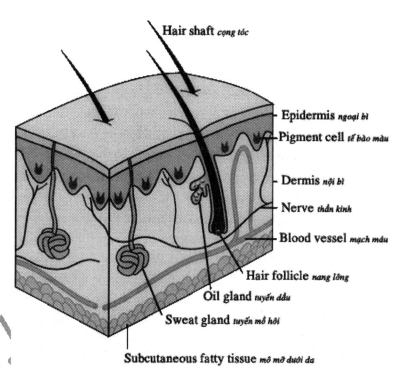

Hair shaft cộng tóc
Epidermis ngoại bì
Pigment cell tế bào màu
Dermis nội bì
Nerve thần kinh
Blood vessel mạch máu
Hair follicle nang lông
Oil gland tuyến dầu
Sweat gland tuyến mồ hôi
Subcutaneous fatty tissue mô mỡ dưới da

1.CHẤT ĐẠM (PROTEIN)

Lượng chất đạm dồi dào có trong động vật như cá, thịt, sữa, trứng tạo nhiều lượng amino acid cần cho cơ thể. Lượng chất đạm trong thực vật như đậu, ngũ cốc cũng cần nhưng không cung cấp amino acid cho cơ thể cần.

2.TINH BỘT, ĐƯỜNG (CARBOHYDRATES)

Thường là ngũ cốc, bánh mì, gạo, khoai tây, tạo năng lượng cho cơ thể. Carbohydrateskhông tạo năng lượng (calories) nhiều, nhưng dùng nhiều sẽ tạo mỡ lên cân.

3.CHẤT KHOÁNG (MINERALS)

Gồm các chất như magnesium, iron, copper, calcium, phophorus, potassium và trong trái cây, trứng, thịt giúp tạo chất dịch cho cơ thể, răng, xương, bắp thịt trong tiến trình phát triển cơ thể.

4.CHẤT BỔ DƯỠNG (VITAMINS)

Các chất bổ dưỡng cơ thể giúp chống bệnh tật, tạo vẻ ngoài hấp dẫn, tóc bóng, da mịn, và nhiệm vụ duy trì sức khỏe được tốt.

- *Chất bổ A trong rau, quả giúp ích cho da, tóc, móng tay chân.*
- *Chất bổ B có trong ngũ cốc, bánh mì, sữa, thịt tươi giúp ích cho hệ thống thần kinh, các chứng bệnh về da như sưng da, da sần sùi.*
- *Chất bổ C có trong nước chanh, cà chua, dưa, tốt nhất là dùng tươi. Vitamin C còn được biết là ascorbic acid giúp da mau lành, giữ da khỏe, săn chắc và giảm tiến trình da lão hóa.*

- *Chất bổ D có nhiều trong lòng đỏ trứng, gan, sữa và chiếm phần lớn trong nguồn sáng mặt trời. Vitamin D còn gọi là chất bổ dưỡng mặt trời, giúp da khỏe mạnh và chống lành vết thương ở da.*

B. BẢO VỆ LÀN DA

Cần biết rằng sự cân bằng năng lượng cần thiết cho mỗi con người như các chất đường, bột thì đàn ông cần 310 calories và năng lượng cho cả ngày khoảng 3.000 calories và đàn bà cần lượng đường bột 240 calories và cho cả ngày khoảng 2.000 calories.

clean face by tissues
lau sạch da

Các yếu tố cần thiết giúp làn da khỏe và giảm bớt lão hóa:

- *Nguồn thực phẩm hằng ngày đủ dinh dưỡng cho làn da được chia làm 5 nhóm:*
  1. *Rau, thảo mộc (vegetable) màu vàng, xanh đậm phong phú lượng vitamin A*
  2. *Bánh mì, ngũ cốc (bread, cereal..) nhiều chất sợi và lượng mỡ thấp*
  3. *Sữa, yogurt, cheese nhiều calcium giúp cho xương chắc*
  4. *Trái cây (fruit) giàu lượng vitamin C*
  5. *Thịt, cá, trứng, đậu giàu chất sắt và chất đạm.*
- *Nguồn chất bổ dưỡng cần cân đối các nhóm A,B,C,D...*
- *Chăm sóc da hằng ngày, kem rửa mặt thích hợp làn da, chà da chết loại bỏ lớp ô nhiễm của môi trường sống bám vào da, và thoa kem ẩm, kem bảo vệ để chống khô và ảnh hưởng môi trường sống.*
- *Dùng kem bảo vệ da chống tia UV ít nhất từ SPF 15, và làn da cần tránh giờ cao điểm từ 10A.M đến 3P.M. Kem bảo vệ cần thường xuyên thoa da những lúc tắm, bơi, hoặc các hoạt động ra nhiều mồ hôi.*
- *Cần uống đủ lượng nước sạch cần thiết theo phương pháp tính trọng lượng từng cá nhân. Ví dụ: người cân nặng 120 pounds đem chia 2, rồi chia cho 8 sẽ được con số lần của 8oz nước. Lấy 120: 2 = 60:8 = 7.5, nghĩa là người này cần uống 7 ly rưỡi nước (1 ly là 8oz).*

Gel mask
Good for all skin types

Mặt nạ gel tốt cho mọi loại da

THIẾT BỊ VÀ DỤNG CỤ TRONG PHÒNG FACIAL GIÚP TĂNG DINH DƯỠNG LÀN DA:

- ***Lò sáp (waxer):*** lò điện chảy sáp (soft wax, hard wax) và lò paraffin mặt nạ cho da khô.
- ***Máy cao tần*** (high-frequency machine) giúp tuần hoàn máu đến da, chống da nhiễm trùng.
- ***Máy galvanic*** (galvanic machine) giúp làn da mở hoặc đóng lỗ chân lông khi cần thiết
- ***Tủ khử trùng*** (UV sanitizer) giữ sạch dụng cụ sau khi diệt trùng
- ***Ống hút sạch da*** (vacuum machine) giúp hút sạch chất dơ trong lỗ chân lông
- ***Máy chà da*** (brushing machine) giúp chà làn da chết để giúp da hút nhiều chất ẩm hơn
- ***Bình xịt đóng lỗ chân lông*** (spray machine) xịt toner đóng lỗ chân lông sau khi làm facial
- ***Máy xông hơi*** (steamer) làm mềm da, mở lỗ chân lông giúp cleanser thấm lau sạch da.
- ***Kính phóng đại*** (magnifying lamp) dùng để nhìn rõ làn da qua kính phóng lớn có gắn đèn.
- ***Và dụng cụ nhỏ hơn*** như kéo, nhíp (tweezers), cây lấy mụn đầu đen (comedone extractors).

Da là hệ thống vỏ bọc (integumentary system) đảm nhiệm nhiều chức năng như bảo vệ, hút thấm, điều tiết, cân bằng nhiệt độ...,tuy nhiên rất nhiều yếu tố do sự thiếu hiểu biết của con người làm làn da bị hủy hoại, lão hóa. Luôn luôn nhớ rằng không thể có được làn da khỏe đẹp mà không chăm sóc và dinh dưỡng đúng cách.

Chapter 21: NOURISHMENT OF THE SKIN

A good diet, water intake, exercise, vitamins, antioxidants, lipids all has a positive effect on our health and our complexion. The food we eat and the water are the basic building of life.

Lack of water is the number-one cause of daytime fatigue. How many 8oz cups of water you need every day with formula divide your body weight by 2 then divide this number by 8.

Water composes 50 to 70% of the body's weight, elimanation of toxins, waste, helps regulate the body's temperature, aids degestion, keep the skin healthy.

Macronutrients mean three basic food groups these are proteins, carbohydates, and fats.

1. **Protein:** need to make muscle tissue, blood, and enzymes. Keratin in skin, nails, and hair. Collagen is made from protein. Protein deficiency cause anemia, low resistance to infection, and organ impairment.

2. **Carbohydrates**: (carbs) as glucose provides most of the body's energy, glucose in muscle and liver. Carbohydrate food groups such as sweets, syrups, honey, fruits, candy and vegetables.

3. **Lipids** (fats): make hormones, to retain heat, to create cell membranes, assist in the absorption of the fat-soluble vitamins A, D, E & K. Fat can be made from carbohydrates and proteins. Fats are very high in calories. A gram of fat has 9 calories while a gram of carbohydrate or protein has 4 calories.

Ăn uống đúng, dùng nước, thể dục, chất bổ dưỡng, chống oxýt hóa, lượng mỡ là những ảnh hưởng đến sức khỏe và làn da.

Thiếu nước là số một gây ra sự mỗi mệt hằng ngày. Bao nhiều ly nước cỡ 8 ounces bạn cần mỗi ngày theo công thức chia trọng lượng cơ thể cho 2; xong chia số này cho 8.

Nước chiếm 50 đến 70% của trọng lượng cơ thể, loại bỏ độc tố, chất thải, giúp điều hòa thân nhiệt, giúp tiêu hóa, giữ cho làn da khỏe.

Macronutrients là 3 nhóm thức ăn căn bản gồm chất đạm, đường, và mỡ.

Protein: cần tạo mô bắp thịt, máu, và men. Chất sừng trong da, móng, và tóc. Collagen (chất da được tạo từ chất đạm. Thiếu chất đạm là nguyên nhân thiếu máu đề kháng nhiễm trùng kém, và hư hại các chức năng.

Carbohydrates: (carbs) như là chất đường glucose cung cấp năng lượng cho cơ thể, glusose trong bắp thịt và gan. Các nhóm thức ăn thuộc carbohydrate như chất ngọt, siro, mật, trái cây, kẹo và rau cải.

Lipids (fats): tạo kích thích tố, tạo nhiệt, tạo màng bọc tế bào, giúp thẩm thấu cách chất vitamin A, D, E, và K có tính hòa tan mỡ. Mỡ có thể tạo ra từ chất đường và chất đạm. Mỡ tạo năng lượng cao. Một gram mỡ có 9 calories trong khi 1 gram đường hoặc chất đạm có 4 calories.

* Calories required depend on person's age, sex and individual circumstances. An adult female need about 1,600 to 2,400 calories and an adult male needs 2,300 to 3,100 calories.

Calories are the amount of energy required depends on the kind of work we do, our age, sex, height and weight. This energy is measured in calories, which are units of heat.

* Proteins may consist of grade A type: fish, meat, eggs, milk and grade B type: beans, peas, cereals, nuts, etc...

- **Protein deficiency**: anemia, loss of resistance to infection & impairment of internal and external organs, a child's growth can be retarded and an adult will lose weight.

- Foods causing frequent allergy symptoms are milk, eggs, nuts, grains, chocolate, fish, shellfish, and some fruits and vegetables.

Năng lượng cần, tùy thuộc vào tuổi, phái tính và hoàn cảnh cá nhân. Phụ nữ cần từ 1.600 - 2.400 calories và đàn ông cần từ 2.300 - 3.100 calories.

Calories là số lượng của năng lực đòi hỏi tùy theo loại công việc chúng ta làm, tuổi tác, giới tính, chiều cao và trọng lượng. Năng lực này được đo lường trong đơn vị nhiệt lượng calories

Chất đạm gồm có: Nhóm A : cá, thịt, trứng, sữa và Nhóm B: đậu, hạt đậu, ngũ cốc, quả hạch v.v

Thiếu chất đạm: gây bệnh thiếu máu, mất khả năng chống nhiễm trùng & làm suy yếu nội tạng và ngoại hình, đứa trẻ phát triển chậm và người lớn sẽ mất trọng lượng.

Thực phẩm thường gây ra triệu chứng dị ứng là sữa, trứng, quả hạch, hạt, chocolate, cá, sò ốc và một vài loại trái và rau.

- Pellagra is a skin rash and causes severe Vitamin B deficiency
- **Crash diets** is reduced the weight too fast, bad for skin and the skin will sag and wrinkles.
- In cosmetics, vitamin C (ascorbic acid) is used as a preservative. Lack of vitamin C over a period of time can cause scurvy.
- **A yellow cast** by malnutrition is jaundice. Glucose is a carbohydrate (store in the muscles).
- Acne, eczema, psoriasis and dermatitis can also be caused from vitamin deficiencies.
- Medications as penicillin, birth control pills, tranquilizers, and all drugs affect to the skin.
- **Symptoms** from food allergies are tearing eyes, nausea, headaches, diarrhea, and stomach.
- Fats are food groups supply the sebaceous glands (oil gland) with sebum in ducts

Pellagra là chứng da rách và nguyên nhân là thiếu sót trầm trọng Vitamin B.
Crash diets là làm giảm trọng lượng cơ thể nhanh, da bị xấu hơn và làn da sẽ bị xệ và nhăn.
Trong mỹ phẩm, vitamin C (ascorbic acid) được dùng như chất bảo quản. Thiếu vitamin C trãi qua một thời gian dài có thể là nguyên nhân gây scurvy (yếu người, chảy máu dưới da)
Da vàng do ăn uống không đúng gọi là jaundice. Đường Glucose là tinh bột (trong bắp thịt)
Mụn bọc, chốc lở, vẩy nến và sưng da có thể là nguyên nhân thiếu các chất vitamin.
Dùng thường xuyên trụ sinh, ngừa thai, giảm đau, và thuốc kích thích ảnh hưởng xấu cho da.
Triệu chứng dị ứng thức ăn là chảy nước mắt, nôn mửa, đau đầu, tiêu chảy, hoặc đau bao tử.
Mỡ là nhóm thức ăn cung cấp cho sebaceous glands (tuyến dầu) với chất dầu trong ống.

CRISSCROSS MOVEMENT

động tác vuốt đi chéo trán

VITAMIN SUMMARY
- Fat-soluble vitamins: A, D, E & K.
- Water-soluble vitamins: B, C,
- Vitamins effect on the skin's health: A, C, D & E.

Vitamin A is necessary for eyesight, repair skin cells, antioxidant, prevent cancers, to treat acne (retinoic acid or Retin-A). Liver, fish oils, and whole milk are all contain vitamin A.

Vitamin D: healthy and rapid healing of the skin, help the bone structure, best source in sunlight

Vitamin C (ascorbic acid): proper repair of the skin and tissues, healing, fighting aging promotes collagen production; keep the skin healthy & firm. Vitamin C is found in citrus fruits, dark green leafy vegetables, tomatoes.... Scurvy which results from vitamin C deficiency, including easy bruising, bleeding gums, poor wound healing and anemia.

Chất bổ hòa tan trong mỡ: A, D, E & K
Chất bổ hòa tan trong nước: B, C
Chất bổ ảnh hưởng sức khỏe của da: A, C, D & E

Vitamin A cần thiết cho sáng mắt, điều chỉnh tế bào da, chống độc tố, ngăn ngừa ung thư, chữa mụn bọc (retin A). Gan, dầu cá, và chất sữa nguyên là có chứa nhiều vitamin A.
Vitamin D: giúp làn da khỏe và nhanh lành da, giúp cấu trúc xương, tốt nhất là nguồn mặt trời
Vitamin C (acid ascorbic): điều chỉnh lại tế bào da và các mô, chữa lành, chống tuổi già tăng chất da; giữ cho da khỏe và săn chắc. Vitamin C tìm thấy trong nước chanh, lá cây xanh đậm, cà chua. Bệnh còi xương do thiếu vitamin C, dễ bầm da, chảy máu nướu răng, chậm lành vết thương và thiếu máu.

- **Vitamin E or tocopherol**: protect the skin from sun'ray, heal damage to tissues, has healing and softening properties. Vitamin E is found in deodorant.
- **Vitamin K:** stop bleeding, found in beans, spinach, broccoli, eggyolks, nessessary for blood coagulation.
- **Vitamin B:**
  - **Vitamin B1** in pork, beef, cereals, wheat and nuts. B1 defiency can also be caused by alcohol abuse. Carbon dioxide is removed from cells by vitamin B1.
  - **Vitamin B2** uses for dryness of the skin. B2 is found in milk, meats, liver, leafy vegetables, broccoli, salmon fish, and tuna.
  - **Vitamin B6** is important in the metabolism of proteins. Vitamin B6 deficiency can affect the level of white blood cells. B6 is present in meats, soybeans, fish, bananas, potatoes, and avocadoes.
  - **Vitamin B12** in conjunction with proper red blood vessel formation by the bone marrow. Anemia is caused by a lack of vitamin B12. Good food sources of B12 are liver, salmon, clams, oysters and eggyolks.

Vitamin E hoặc tocopherol: bảo vệ da từ tia mặt trời, giúp lành những mô da bị hư hại, có tính làm lành vết thương và dịu cơn đau. Vitamin E có trong chất khử mùi hôi
Vitamin K: cầm máu, tìm thấy trong đậu, lá spinach, bông cải, lòng đỏ trứng, cần thiết cho việc đông máu.
Vitamin B gồm:Vitamin B1 có trong thịt heo, bò, ngũ cốc, lúa mì và các loại hạt. Thiếu B1 có thể do dùng nhiều cồn (rượu). Độc tố ở tế bào được lấy đi nhờ vitamin B1.
Vitamin B2 dùng cho da bị khô. B2 được tìm thấy trong sữa, thịt, gan, lá cây, bắp cải, cá hồi và cá thu.
Vitamin B6 quan trọng trong việc trao đổi chất đạm. Thiếu vitamin B6 có thể ảnh hưởng đến tế bào máu trắng. B6 hiện diện trong thịt, đậu nành, cá, chuối, cà, và bơ
Vitamin B12 giúp việc kết nối các mạch máu đỏ bởi tủy xương. Thiếu máu là nguyên nhân do thiếu chất B12. Nguồn thức ăn tốt chứa B12 là gan, cá hồi, sò, hàu, và lòng đỏ trứng.

- **Sodium** regulates water level, transport of materials through the cell membranes, and moves carbon dioxide.
- **Calcium** helps prevent osteoporosis, brittle bones.
- **Potassium** is required for energy use, water balance and muscular movement.
- **Phosphorus** is found in DNA and is involved in energy release.
- **Magnesium** helps prevent tooth decay, and muscle movement.
- **Around 55 to 60%** of all calories from carbohydrates mainly breads, grains, vegetables and fruit. Spicy foods and alcohol consumption can induce rosacea flare-up.
- Junk foods and sweets are unhealthy and should not be consumed in large quantities.
- **Tobaco-nicotine** affects the blood and slows circulation. Alcohol-dilates the blood vessels.

Muối (sodium) điều hòa lượng nước, chuyển đổi vật chất qua màng bọc tế bào, và giúp chuyển đổi độc tố.
Vôi giúp ngăn ngừa bệnh loãng xương và xương dòn
Patassium yêu cầu cho năng lực, cân bằng lượng nước và chuyển động bắp thịt
Phosphorus tìm thấy trong DNA và góp phần giải thoát năng lượng
Magnesium giúp ngăn ngừa răng hư, và chuyển động bắp thịt
Khoảng 55 đến 60% các năng lượng từ chất đường chính yếu là bánh mì, gạo, rau đậu và trái cây. Thức ăn cay và rượu dùng đến có thể tạo ra nhiều rosacea
Thức ăn nhanh và ngọt là không lành mạnh, và nên chứa trong thùng lớn.
Chất nicotine trong thuốc lá ảnh hưởng máu và làm chậm tuần hoàn. Alcohol trương nở mạch máu

www.levan900.net

Bài 22: ĐIỆN VÀ DỤNG CỤ ĐIỆN Ở SALON

Ngành thẩm mỹ càng pháp triển càng đòi hỏi nhiều dụng cụ hỗ trợ làm đẹp ở salon mà phần lớn đều sử dụng điện năng để tạo nguồn sáng, nhiệt, tia chữa trị.v.v.... Do đó thẩm mỹ viên cần hiểu rõ nguồn điện và phương tiện xử dụng. Điện năng là một dạng năng lượng (ELECTRICITY), không chiếm chỗ trong không gian, không hình thể, và không là vật chất (not matter).

Có 2 loại dòng điện là trực tiếp và xoay chiều.

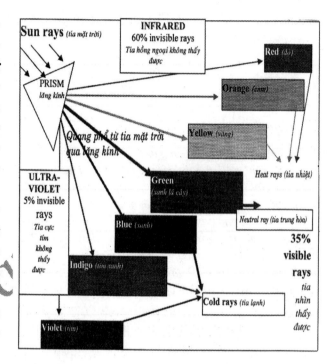

- **Dòng trực tiếp (Direct Current):** *dòng điện DC truyền một chiều và thường cung cấp bởi pin hoặc bình điện (batteries) như đèn pin (flashlights), máy cắt tóc không dây (cordless electric clippers), điện thoại cầm tay (cellular telephones), dòng Galvanic đóng, mở lỗ chân lông trong máy facial. Direct current tạo phản ứng hoá học (chemical reaction).*

- **Dòng xoay chiều (Alternating Current):** *dòng điện AC truyền nhanh và ngắt quãng như sấy tóc (hair dryers); kẹp quăn tóc (curling irons); dòng cao tần (Tesla high-frequency) diệt vi trùng; dòng fadaric, sinusoidal co thắt bắp thịt mặt và da đầu. Alternating current tạo phản ứng cơ học (mechanical reaction).*

Tuy nhiên, chuyển đổi nguồn điện qua hệ thống biến điện từ:

- DC sang AC gọi là **INVERTER OR CONVERTER.**
- AC sang DC gọi là **RECTIFIER.**

Dòng điện truyền nhanh chậm ảnh hưởng đến chất dẫn điện (conductors), điện bị cản trở bế tắc do chất cản (insulator).

- **Chất dẫn điện (conductors)** thường là kim loại, thông dụng như đồng (copper), tốt nhất là bạc (silver); than (carbon); và cơ thể con người chứa nhiều nước, muối nên cũng là chất dẫn điện nhưng kém hơn (weak conductors).

- **Chất cản điện (insulator or nonconductor)** như lụa, gỗ, cao su, đá, giấy khô, xi măng vì thế chúng ta thường thấy dây điện đồng bên trong và lớp bọc bằng lụa, cao su bọc ngoài.

CHỈ SỐ ĐIỆN NĂNG

- **Điện áp (Volt):** là sức ép điện đi qua chất dẫn điện, trị số **V** càng cao, càng mạnh sức ép.
- **Cường độ (Ampere):** sức mạnh của dòng điện, trị số **A** càng cao thì dây điện càng lớn.
- **Cản điện (Ohm):** sức chống lại dòng điện khó đi qua dây, trị số **O** càng lớn thì **A** càng nhỏ
- **Watt:** năng lượng dùng trên 1 giây, trị số **W** càng lớn tiêu thụ điện càng nhiều và năng lượng mạnh

DỤNG CỤ AN TOÀN
- **Nối điện (jack)** là đồ nối để tạo dòng điện tiếp xúc
- **Ổ điện (plug)** nơi để cấm dụng điện cho salon, có loại 2 que hoặc 3 que (2 or 3 prong connector).
- **Cầu chì (fuse)** là sợi chì sẽ chảy ra để ngắt điện khi có lượng điện quá lớn đi qua, an toàn dụng cụ.
- **Ngắt điện tự động (circuit breaker)** là dụng cụ an toàn khóa điện cho thiết bị ở salon khi có dòng điện quá mạnh đi qua (overload), sau đó mở lại mà không cần phải thay sợi chì như cầu chì (fuse).
- **Thay đổi điện năng (polarity changer or rheostat)** nút đổi trị số điện yếu mạnh theo nhu cầu.

MAGNIFYING LAMP
Kính phóng đại xem xét làn da

THIẾT BỊ Ở SALON Trong salon phục vụ thẩm mỹ, các thiết bị dùng điện đang sử dụng như:

- *Tia nhiệt hồng ngoại (infrared ray)*
- *Tia đèn chữa trị da (light therapy)*
- *Tia cực tím diệt trùng (ultra violet rays)*
- *Đèn xanh tan dầu (blue dermal light)*
- *Đèn đỏ cho da khô (red dermal light)*

- *Đèn trắng kích thích da thường (white derm light)*
- *Máy xông hơi mở chân lông (steamer, vaporizer)*
- *Hấp nhuộm, tẩy tóc (processing machines)*
- *Điện trị da mặt (Galvanic, Tesla high-frequency)*
- *Máy chà da chết (brush machine)*

DÙNG ĐIỆN TRỊ LIỆU
1. **Dòng Galvanic là dòng điện trực tiếp (DC)** có hóa tính ảnh hưởng lên mô da, gồm cực âm (negative pole) và dương (positive pole). Điện cực có thể hoán đổi tùy ứng dụng cho da.
   - **Cataphoresis là dùng điện cực dương (+) lên da mặt** (active) đẩy sang điện cực âm (-) cầm trong tay khách (inactive), sẽ tạo lượng acid (acidic reactions) cho da, đóng lỗ chân lông, làm săn chắc các mô da, êm dịu thần kinh, giảm lượng máu, và co thắt mạch máu.
   - **Anaphoresis là dùng điện cực âm (-) lên da mặt** đẩy sang điện cực dương (+) cầm trong tay khách, sẽ tạo chất kiềm (alkaline reactions), mở lỗ chân lông, giúp tan dầu, mềm các mô da, tăng lượng máu và giản mở mạch máu. Do đó điện cực âm giúp tan dầu thích hợp cho loại da dầu và mụn bọc gọi là **disincrustation**. Không dùng điện cực âm cho người máu cao, da mụn mủ, mạch máu vỡ (broken capillaries), và cấy kim loại trong người (metal implants).
2. **Dòng cao tần Tesla là dòng điện xoay chiều (AC)** cao tần tạo nhiệt (high-frequency current) với luồng khí tím phát ra còn gọi là *violet ray* chữa trị cho da mặt và da đầu. Dòng cao tần giúp tăng hoạt động các tuyến mồ hôi và dầu, kích thích tuần hoàn máu, giải thoát máu ứ đọng, giúp khép mau lành các vết mụn vừa nặn, sát trùng bằng điện cực hình nấm (mushroom electrode).
   Có 2 cách dùng là **điện cực trực tiếp (direct electrodes)** lên làn da và **điện cực gián tiếp (indirect electrodes)** là khách nắm điện cực trong tay, người thợ dùng ngón tay massage lên da.
3. **Máy xông hơi (steamer or vaporizer)** làm mềm da chết, mở lỗ chân lông, giúp sạch l àn da.
4. **Mặt nạ điện (heat mask)** tạo nhiệt có thể dùng cho các loại da. Heat masks đặt lên chất ẩm (moisturizer) cho da khô hoặc đặt lên kem giúp tan dầu cho da dầu và mụn bọc.
5. **Máy mài da (microdermabrasion)** trang bị cho những mỹ viện cao cấp. Máy có dụng cụ hút lớp da chết ở mặt da bằng bột nhôm (aluminum dioxide), loại bỏ được làn da sạm nắng, đốm màu...
6. **Tủ hấp khăn nóng (hot cabinet maintenance)** giữ khăn sạch, nóng tránh được nấm, mốc.

7. **Mũ nhiệt (heating caps)** để hấp dầu, nguồn nhiệt giúp dầu thấm vào tóc khô, dòn, tóc bị hư.

8. **Lò sáp paraffin (Paraffin wax heater)** dùng vải thưa (gauze) nhúng vào paraffin chảy ra để đắp mặt nạ cho da khô, da tuổi già. Sau khoảng thời gian ngắn, gỡ sáp ra sẽ thấy lớp da mịn sáng bóng, ẩm và cảm giác dễ chịu.

TIA ĐÈN TRỊ LIỆU

- **Tia Laser** dùng trong ngành giải phẫu, loại bỏ đốm da màu, da dư thừa, mạch máu nhỏ.

- **Tia hồng ngoại (infrared rays)** không thấy được (invisible rays) sóng dài, xâm nhập sâu, trương nở mạch máu, kích thích tuyến mồ hôi và tuyến dầu và tạo nhiều nhiệt. **Tia infrared chiếm 60%** trong nguồn sáng mặt trời nên đặt cách da **30 inches.**

- **Tia cực tím (Ultraviolet rays)** không thấy được (invisible rays) phát sóng ngắn, ít xâm nhập vào da, có tính diệt trùng. Tiếp xúc tia UV tạo da tăng sậm màu. Tia **UV** còn gọi là tia lạnh **(cold rays)** hoặc **actinic rays,** xử dụng đúng cách chữa được bệnh còi xương (rickets), vảy nến (psoriasis), mụn bọc, giúp tăng lượng chất sắt, calcium, và vitamin D trong máu đỏ và trắng.

  Tia cực tím chia ra 3 loại: UVA; UVB; UVC.

  1. *UVA: tia cực tím A gần trong quang phổ, tia có ích (tonic UV ray), làm làn da sạm trông khỏe mạnh (tanning booth), UVA không làm cháy da nhưng xâm nhập sâu dễ làm làn da dễ lão hóa vì mất đàn hồi.*
  2. *UVB: tia cực tím B trung bình giữa UVA và UVC để chữa trị, đặt lâu dễ bị cháy da.*
  3. *UVC: tia cực tím C xa nhất trong quang phổ tạo hóa tính và khả năng diệt trùng và bỏng da nếu tiếp xúc lâu.*

  Tia UV chiếm 5% trong nguồn sáng mặt trời nên đặt cách da từ **30 – 36 inches** khoảng **3 phút** lần đầu và tăng dần lên tối đa là **8 phút.**

  Dùng quá độ sẽ bỏng da, tiêu hủy hạt màu của hair, làm da mau già và dẫn đến ung thư da.

- **Tia quang phổ thấy được (visible spectrum)** tia mặt trời qua lăng kính (prism) tạo 7 màu gồm: Red, Orange, Yellow, Green, Blue, Indigo, Violet **chiếm 35% nguồn sáng mặt trời.**

  - Đỏ, Cam, Vàng (tia nhiệt)   - Xanh, Xanh tím, Tím (tia lạnh)   - Xanh lá (tia trung hòa)

  Hầu hết các tia thấy được trong chùm quang phổ là những nguồn đèn chữa trị (light therapy) được sử dụng như:

- **Đèn xanh (blue dermal light)** dùng trong facial chữa trị cho da dầu, tia đèn xanh không xâm nhập vào da nhưng cũng có nguồn nhiệt, êm dịu da, và giúp da sáng bóng. Tia đèn nên đặt cách da mặt khoảng **10 đến 12 inches,** thời gian từ **3 đến 5 phút.**

DERMAL LIGHT FOR DRY SKIN *(dùng đèn dermal cho da khô)*

PLACE INFRARED LAMP 24 INCHES TO REST FOR 5 MINUTES
đặt đèn hồng ngoại cách mặt 24 inches (6 tất) trong 5 phút

- **Đèn trắng (white dermal light)** dùng trong facial cho da bình thường, tia đèn trắng là sự kết hợp ánh sáng giải tỏa mạch máu nghẽn, giảm đau và thư giản bắp thịt. Tia đèn nên đặt cách da mặt khoảng **15 inches,** thời gian từ **10 đến 12 phút.**

- **Đèn đỏ (red dermal light)** chữa trị cho da khô, tia đèn nóng, tăng hấp thụ dầu hoặc kem vào làn da khô, da tuổi già. Tia đèn nên đặt cách da khoảng 24 đến 30 inch, thời gian 5 phút.

Chapter 22: ELECTRICITY AND SALON SERVICES
(Điện và dụng cụ điện ở salon)

Electrical devices enhance the facial by making it easier to give a skin analysis and skin treatment that you are familiar with how these tools are integrated into the facial experience.

- Iontophoresis (ionnization) is using the cataphoresis procedure which esthetician holds the positive pole (anode) and the client holds the negative pole (cathode), to force acid pH water soluble treatment products such as astringent, gel, ampoule into the skin.

- **The high-frequency current** or Tesla high-frequency, commonly called the violet ray. The primary action of the high frequency current is thermal or heat-producing, and effects simulating or soothing.

- Some of electrodes of high frequency current are the roller (over the cosmetic product on the face), the horse-shoe-shaped (upward strokes on the neck), the mushroom shape (circular motions on the face and neck).

- **The electrode** of high-frequency current applies and movements on the face, facial electrodes are started on the neck to the forehead.

- In a general facial treatment, high frequency should be applied for three to five minutes.

- There are three methods of using the high-frequency current:

  - **Direct application**: esthetician holds the electrode and applies over the client's skin.

  - **Indirect application**: the client holds the electrode, the esthetician massages the skin.

Dụng cụ bằng điện giúp phân tích da và chữa trị da dễ dàng hơn, nên bạn cần phải thành thạo.

Iontophoresis (sự ion hóa) là dùng phương thức điện cộng mà người thợ thẩm mỹ giữ cực dương (anode) và người khách giữ điện âm (cathode), đẩy nồng độ hydrogen acid của chất chữa trị da có thể hòa tan trong nước như astringent, gel, chất bổ dưỡng vào trong da.

Dòng high-frequency (Tesla), thường gọi là tia tím. Tác dụng đầu tiên của dòng Tesla là nhiệt hoặc tạo ra nguồn nhiệt, và có ảnh hưởng kích thích và êm dịu.

Vài điện cực thông dụng của dòng cao tần là điện cực trục lăn (lăn trên mỹ phẩm của làn da mặt), điện cực hình móng ngựa (vuốt lên ở vùng cổ), điện cực hình cái nấm (xoay tròn trên mặt và cổ).

Điện cực của dòng cao tần đặt và chuyển động trên mặt, điện cực facial được bắt đầu từ cổ đi lên trán.

Trong việc chữa trị facial tổng quát, dòng cao tần nên đặt từ 3 đến 5 phút.

*Có 3 phương pháp dùng dòng điện cao tần: **Đặt trực tiếp**: thợ giữ điện cực và đặt trên da khách và **Đặt gián tiếp**: khách giữ điện cực, thợ massage trên vùng da cần chữa trị*

- **The benefits of Tesla high-frequency current are:** *Ích lợi dùng dòng cao tần Tesla là:*
  - Germicidal action : *tác dụng diệt trùng*
  - Aids in elimination dioxide : *giúp loại bỏ độc tố*
  - Aids in absorption : *giúp thẩm thấu*
  - Products in deeper penetrating : *làm mỹ phẩm xâm nhập sâu hơn*
  - Generates heat inside the tissues : *tạo nhiệt bên trong các mô*
  - Stimulates blood circulation : *kích thích tuần hoàn máu*
  - Increases glandular activity : *nâng lên hoạt động các tuyến*
  - Increases metabolism : *nâng lên sự trao đổi chất của tế bào*

- **General electrification**: the client holds the electrode not esthetician (calm, sedative).

164

- Disincrustation may be accomplished with Galvanic current and electric mask.
- **After each use**, clean the brushes of the brushing machine with soap and water, then placing them in a bowl of alcohol at least 70 % for about 20 minutes.
- **The electric mask** help soften the skin. For dry skin, a moisturizer cream is used. For oily, and acne skin, can be used with disincrustation lotion. For combination skin, that has oily T zone to apply disincrustation lotion and dry skin area to apply moisturizer under electric mask.
- Do not use the electric mask if your client has a large percentage of broken capillaries.
- **A conductor** is a substance that readily transmits the electrical current.
- Fuses and circuit breakers are two safety devices preventing the overheating of electrical current. Ohm is an electrical resistance. Ampere is an electrical strength. Volt is an electrical pressure. Polarity changer alters an electrical current.

Điện tổng quát: khách giữ điện cực, không phải thợ (giúp êm dịu, giảm đau)

Sự tan dầu có thể làm kèm với dòng điện Galvanic và mặt nạ điện

Sau mỗi lần dùng, làm sạch bàn chài của máy chà với xà phòng và nước, rồi đặt chúng và tô đựng alcohol tối thiểu 70 % khoảng 20 phút.

Mặt nạ điện giúp làm mềm da. Đối với da khô, kem ẩm da được dùng. Đối với da dầu, và da mụn bọc có thể được dùng với dung dịch tan dầu. Đối với da tổng hợp, ở vùng T có da dầu đắp dung dịch tan dầu và vùng da khô đắp chất ẩm dưới mặt nạ điện.

Không nên dùng mặt nạ điện nếu người khách có tỉ lệ phần trăm cao làn da vỡ mạch máu.

Chất dẫn điện là một dạng sẵn sàng truyền dẫn dòng điện.

Cầu chì và dụng cụ ngắt điện là 2 dụng cụ an toàn ngăn ngừa đổ quá nóng của điện. Ohm là sức cản của dòng điện. Ampere là sức mạnh của điện. Volt là sức ép của dòng điện. Polarity changer là thay đổi điện cực.

- **A rheostat** regulates the strength of the current. Electrode serves as a conductor.
- Light therapy is a treatment using light rays. Three forms of light rays used in salons are: Infra-red rays -Ultra-violet rays -Visible rays (violet, indigo, blue, green, yellow, orange, red). These are rays from natural sunshine.
- **Natural sunlight** is composed of: 5% ultra violet rays, 60% infra-red rays are invisible rays and 35% visible rays (red, orange, yellow, green, blue, indigo, violet)
- In visible light rays (red, orange and yellow are heat rays); (blue, indigo and violet are cold rays or actinic rays); green is neutral ray.
- **Ultra violet**s are invisible rays stimulating the activity of the body cells, increase resistance to disease. Their action is both chemical and germicidal. Use for skin tanning with the exposure from 2-8 minutes. The esthetician and client must wear eye goggles.
- Solar spectrum (visible rays) are the seven color rays consists of: violet, indigo, blue (cold rays or actinic rays); green (neutral) and yellow, orange, red (heat rays)

Rheostat là bộ điều chỉnh sức mạnh dòng điện. Điện cực tác dụng như là một chất dẫn điện

Đèn therapy là cách chữa trị dùng tia đèn. Ba dạng tia đèn dùng ở salon là: Tia hồng ngoại – Tia cực tím – Tia thấy được (tím, chàm, xanh, xanh lá, vàng, cam, đỏ). Đây là những tia từ nguồn sáng tự nhiên của mặt trời.

Nguồn sáng mặt trời tự nhiên gồm có: 5% cực tím, và 60% tia hồng ngoại là những tia không thấy được và 35% là tia thấy được (đỏ, cam, vàng, xanh lá, xanh, chàm, tím).

Trong các tia thấy được gồm có: (đỏ, cam và vàng là các tia nhiệt); (xanh, chàm và tím là các tia lạnh hoặc actinic; xanh lá cây là tia trung hòa.

Tia cực tím không thấy được dùng kích thích sự hoạt động của tế bào cơ thể, tăng sự chống bệnh. Tác dụng cả hai vừa hóa tính và diệt trùng. Dùng để làm đậm da và tiếp xúc từ 2-8 phút. Thợ và khách phải mang kính bảo vệ.

Tia quang phổ (tia thấy được) là tia bảy màu gồm có: tím, chàm, xanh (tia lạnh hoặc actinic), xanh (tia trung hòa) và vàng, cam, đỏ (tia nhiệt).

ELECTRICAL APPLIANCES

- **Infra red** rays produce a soothing and penetrate into the tissues of the body: Relieves pain, relax the skin, increase perspiration and oil, increase metabolism, and dilates blood vessels
- The infra-red lamp should be placed 30 inches far from the skin and the heat from lamp is beneficial for dry skin.
- The suction machine is a helpful device in deep-pore cleansing of the skin. Stronger suction is recommended for oily skin except for skins that suffer from rosacea
- If a person has a weak heart, fever, inflammation or abscess, a vibrator should never be used. Use vibrator only after being instructed in its use.
- **When high-frequency** is to be used in connection with lotion containing an alcoholic content, the lotion must be applied after using the current.
- When a scalp treatment is to be given with high-frequency it should be started with a mild current, and gradually increased to the required strength.

DIRECT HIGH-FREQUENCY ON CLIENT'S FACE
Xoay vòng điện cực cao tần trực tiếp lên da khách

Tia hồng ngoại tạo tính êm dịu và xâm nhập vào các mô của cơ thể: giảm đau - êm dịu; da tăng lượng mồ hôi và dầu; tăng sự trao đổi; và chất trương nở mạch máu

Đèn hồng ngoại nên đặt cách xa 30 inch từ mặt của khách và sức nóng của đèn giúp ích cho loại da khô.

Máy hút sạch da là dụng cụ giúp làm sạch sâu trong lỗ chân lông ở da. Nếu hút mạnh hơn nên làm cho da dầu ngoại trừ cho da bị mụn rosacea (da đỏ ửng)

Nếu người khách yếu tim, nóng, sưng hoặc áp se (nhiễm trùng sâu dưới da), máy rung không nên xử dụng. Chỉ dùng máy rung khi được hướng dẫn.

Khi dòng điện cao tần được xử dụng kèm với dung dịch có chứa cồn, chất cồn phải thoa sau khi dùng dòng điện.

Khi chữa trị da đầu với dòng điện cao tần bắt đầu bằng dòng điện nhẹ, và từ từ tăng lên đến độ mạnh cần thiết.

- **You should not use** the high frequency machine when: Client is pregnant; Client with a pace maker; Client with metal implants:
- **A patron must never be left alone** when connected to any electrical machine. Therapeutic lamps should be adjusted to a distance that is comfortable for the patron.

Horse shoe electrode
uses at neck
*điện cực hình móng ngựa
dùng ở cổ*

- The cosmetologist should be careful in adjusting the dryer so that it does not touch the patron's head. Use only one plug in each outlet; overloading may cause fuse to blow out.
- **If an electrical** appliance goes out of order while in operation, shut off the electricity immediately at the main switch. Do not touch metal while using any electrical apparatus.
- Do not attempt to clean around electrical equipment when it is connected to an electrical current. Do not handle electrical equipment with wet hands.
- **To disconnect current**, grasp and remove plug without pulling cord. Examine cords regularly. Repair or replace worn cords to prevent short circuit, shock or fire.
- When replacing a blown-out fuse, make sure to use new fuse with proper rating. Stand on dry surface and keep hands dry while replacing fuse.

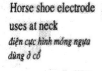

ELECTRIC HEATER USED WITH PRESSING COMB AND MARCEL IKON
lò nhiệt dùng cho lược ép và kẹp quăn Marcel

Bạn không nên dùng dòng điện cao tần khi mà: khách có mang thai, khách có mang máy trợ tim, và khách có gắn đồ nối bằng kim loại trong cơ thể.

Không nên để khách một mình khi tiếp xúc với bất cứ dụng cụ điện nào. Đèn nhiệt chữa trị nên điều chỉnh khoảng cách tiện lợi cho người khách.

Thợ thẩm mỹ nên cẩn thận điều chỉnh máy sấy tóc không đụng đến đầu khách. Chỉ dùng mỗi dây cho mỗi ổ điện; dùng quá nhiều dây điện có thể là nguyên nhân cầu chì bị đứt.

Nếu dụng cụ điện mất trong lúc đang dùng, đóng điện lại ngay ổ điện chính. Đừng đụng kim loại trong lúc dùng bất cứ dụng cụ điện nào.

Đừng cố gắng làm sạch dụng cụ điện khi dòng điện đang hoạt động. Đừng nắm dây điện với bàn tay ướt.

Muốn ngắt dòng điện, nắm và lấy đầu dây điện ra không nên kéo dây ra. Kiểm soát dây thường xuyên. Sửa chữa hoặc thay dây xấu để đề phòng mất điện, giựt hoặc bị cháy.

Khi thay thế những cầu chì bị đứt, chắc rằng dùng cầu chì mới và đúng trị số. Đứng trên bề mặt khô và giữ tay khô trong lúc thay cầu chì.

Dry sanitizer

ELECTRICAL DEVICES FOR SKIN CARE

- Client's with acne skin should avoid over cleansing their skins because it irriates the skin, verdries surface, and removes acid mantle:

- **A lamp that works with deep ultra violet light is called a wood's lamp.** The esthetician and clients should not look directly into the light source. Need to protect the client's eyes.

- Under the wood's lamp, the skin appeared: **oily area, comedones** (yellow or pink) – **normal skin** (blue-white), **dehyrated skin** (light violet), **hydrated skin** (bright fluorescent) – **dead cells** (white spots) – **pigmentation** (brown)

- Estheticians use magnifying lamps to aid in detecting tiny imperfections when analyzing the skin. It is especially helpful when extracting comedone (blackheads) and milia (whiteheads), and cleaning out pimples.

- The vapor nozzle should be set approximately 16 inches from the client's face.

- Use 1 cup white vinegar mixture to 1 quart of water used to clean the reservoir and heating elements of the vaporizing machine.

   Khách có mụn bọc, tránh làm quá sạch lần da vì dễ làm ngứa da, bề mặt da khô, và mất màng acid của da

   Dùng đèn mà có tia cực tím được gọi là đèn wood. Thợ thẩm mỹ và khách không nên nhìn trực tiếp vào ánh đèn. Cần phải bảo vệ đôi mắt khách.

   Màu da xuất hiện dưới ánh đèn wood: vùng da dầu, mụn đầu đen (vàng hoặc hồng), – da bình thường (xanh-trắng), - da thiếu nước (tím nhạt),- da ẩm (sáng trắng)- – da chết (đốm trắng), – da đốm màu (nâu)

   Thẩm mỹ viên dùng kính phóng đại giúp khám phá ra những khiếm khuyết nhỏ khi phân tích da. Đặc biệt giúp cho việc lấy mụn đầu đen và đầu trắng, và lấy sạch các mụn nhỏ

   Từ vòi xông hơi nên để khoảng cách thích hợp là 16 inches tính từ mặt khách.

   Dùng 1 (cup) ly nhỏ dấm trắng trộn với 1 quart nước thường để làm sạch bình đựng nước và dụng cụ làm nóng của máy xông hơi.

Rake electrode for scalp treatment
điện cực cây cào cho chữa trị da đầu

- **The purpose of the brushing machine** is to work cleansers into the skin more effectively and to slough off the dead surface cells.

- An automizer especially good for dry skin is the electric pulverizer (Lucas spray). The mist from plant extracts, herb teas, skin fresheners and astringent is excellent for treating dehydrated, mature and couperose skins. The pray is held 14 to 16 inches from client's face

- Working on couperose skin, the vaporizer should be placed farther than normal skin.

- A spray machine is used to suction out deeply embedded dirt, grease, and other impurities in deep pores of the skin.

- **Thin dehydrated skin** will appear purple color under Wood's lamp. Robert Williams Wood

www.levan900.net

developed the Wood's lamp.

- Dehydrated, mature, and couperose skin will benefit the most from electric pulverizer.
- Do not use the electric mask if your client has a large percentage of broken capillaries.

  Mục đích của bàn chải máy là làm sạch sâu vô da được hữu hiệu và làm tróc đi tế bào chết.

  Phục vụ cho da couperose (vỡ mạch máu), máy xông hơi nên đặt xa hơn da thông thường

  Loại máy xông hơi đặc biệt giúp cho da khô là electric pulverizer (Lucas spray). Hơi xông từ thảo mộc, trà thuốc, dung dịch mát da và chất astringent rất tốt cho da khô, da già và da vỡ mạch máu. Bình xịt được đặt khoảng 14 đến 16 inch từ mặt khách.

  Máy phun xịt cũng còn được dùng để hút ra những chất dơ, chất dầu, chất bẩn khác nằm sâu lỗ chân lông ở da.

  Da mỏng thiếu nước sẽ xuất hiện màu tím dưới đèn Wood. Robert Williams Wood là người phát minh ra đèn soi da.

  Da thiếu nước. Da tuổi già, và da vỡ mạch máu nhỏ hầu như thích hợp cho loại máy xông hơi

  Không nên dùng mặt nạ điện nếu người khách có tỉ lệ phần trăm cao làn da vỡ mạch máu.

- **The benefits of the vapor mist of the facial vaporizer (steamer) are:**
  - Mist aids in opening the pores
  - Help to eliminate toxins
  - Temporarily softens superficial lines
  - Grease, blackheads, makeup, and dirt can be removed.
  - Increases blood circulation
  - Improves cell metabolism
  - Softens dead surface cells

- The **carbonic gas spray** is mainly used on oily, blackheads, and acne skin. It help to: Deep pore cleaning action - Increase the acidity - Against germ penetration - Acne will not spread infection.

HIGH FREQUENCY MACHINE
Dụng cụ điện cao tần điều trị da gồm điện cực hình cong, hình nấm và hình muỗng.

- After blackhead extraction or cleansing out of blemishes, the carbonic gas is used on the face directly. The spray tank is about twenty inches from the client's face and 3 to 4 circles around the client's face. Protect eyes with eye pads during the carbonic gas is sprayed.
- Vacuum machine (suction machine) is to suction dirt and impurities from the skin and reduce the creases such as laugh lines.
- **Electrotherapy** is the use of electrical devices for therapeutic benefits as:
  - **Magnifying lamp (Loupe)** uses a cool flouorescent light bulb, magnifies the face, to help analyze the skin.
  - **Wood's lamp** conducts a more in depth skin analysis. The lamp developed by American physician Robert Williams Wood.
  - **Spray machine** with spray mist s are beneficial in calming and hydrating the skin. The spray bottle (1part toner or freshener solution and 2 parts distilled water) to hold approximately 12 to 15 inches away from the face and gently mist the client's face after cleasing or the massage.

Sự ích lợi hơi nước phun của máy xông hơi (facial vaporizer) là: hơi xông giúp mở lỗ chân lông -nâng lên sự tuần hoàn máu giúp loại bỏ độc tố- nâng lên sự trao đổi chất của tế bào- tạm thời làm mềm các đường nhăn- làm mềm các tế bào chết- chất dơ, mụn đầu đen, phấn trang điểm, và chất dơ có thể lấy đi.

Xịt khí carbonic được chính yếu dùng cho da dầu, mụn đầu đen, và da mụn. Giúp cho: làm sạch sâu chân lông- nâng tính acid- chống xâm nhập vi trùng- mụn bọc không lây lan nhiễm trùng

Sau khi lấy mụn đầu đen hoặc làm sạch những mụn lở, khí carbonic được dùng trực tiếp lên mặt. Khí từ bình xịt cách 20 inch từ mặt khách và xoay tròn 3 đến 4 vòng chung quanh mặt người khách. Bảo vệ mắt với miếng che mắt trong lúc xịt khí carbonic.

Máy hút sạch da là hút chất dơ và cáu bẩn trên làn da và giảm bớt nếp nhăn như những lần cười.

*Electrothrapy là xử dụng dụng cụ điện giúp việc chữa trị làn da như là:

*Đèn Loupe phóng đại dùng với bóng đèn sáng trắng, soi da mặt để giúp phân tích da

*Đèn Wood giúp phân tích da kỹ hơn. Đèn phát minh do một bác sĩ người Mỹ tên Robert Williams Wood

Bình xịt phun ẩm giúp làm dịu và tạo ẩm cho da. Bình xịt chứa (1 phần chất toner hoặc freshener làm mát da và 2 phần nước cất) giữ khoảng cách từ 12 đến 15 inches cách mặt và xịt nhẹ vào mặt khách sau khi làm sạch hoặc sau khi massage.

- **The steamer** helps to stimulate circulation, soften sebum and debris, should be kept around 16 inches from the face. Treatment time is between 6 to 10 minutes.
- **Tesla high- frequency current** stimulates circulation, increases cell metabolism, helps coagulate and heal open lesion after extraction by sparking it (violet ray) with the mushroom electrode, germicidal action. Do not use high- frequency on clients with couperose, acne skin, pregnant, asthma, epilepsy, pace maker or high blood pressure
- **The Lucas sprayer** carries plan extracts; herb tea, astringent, or skin freshener is filled ¾ of distilled water. The mist is excellent for treating dehydrated, mature, and couperose. The spray is placed 14 to 16 inches from the face.
- **Galvanic current** is used to create 2 reactions such as disincrustation and iontophoresis.
- **Rotary brush** assists in the cleansing process, exfoliate the skin. The brush helps soften excess oil, dirt, and dead cell build up.

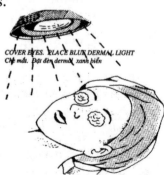

Xông hơi nước giúp kích thích tuần hoàn, mềm dầu và chất bẩn, nên đặt cách mặt khoảng 16 inch. Thời gian chữa trị từ 6 đến 10 phút.

Dòng cao tần Tesla kích thích tuần hoàn, nâng lên sự biến hóa tế bào, giúp đông cứng và làm lành các vết lở sau khi lấy mụn ra do tia tím xoẹt ra từ điện cực hình nấm, tính diệt trùng. Đừng dùng dòng cao tần cho khách có mạch máu vỡ trên da, mụn bọc, mang thai, suyễn, động kinh, mang máy trợ tim và máu cao

Bình xịt Lucas chứa thảo mộc tinh chế, trà, astringent, hoặc freshener (đóng chân lông) trộn chung với ¾ nước cất. Hơi sương xịt ra tốt cho da thiếu nước, da tuổi già và da đỏ ửng vì vỡ mạch máu. Bình xịt đặt cách mặt từ 14 đến 16 inch.

Dòng Galvanic xử dụng tạo 2 phản ứng tan dầu và đẩy dung dịch vào da (iontophoresis)

Bàn chãi xoay để giúp làm sạch da, làm mòn da. Bàn chãi giúp làm mềm dầu, chất dơ, và tế bào chết trên da.

- Disincrustation: during this process, galvanic current is used to create chemical reaction that liquefies sebum and debris, well for oily and acne skin.
- * Iontophoresis (ionization): is the process of introducing water-soluble products into the skin with the use of electric current such as positive or negative poles of the galvanic machine,
- Do not use galvanic current on couperose, pustular, acne skin or customer who have pacemakers, heart problems, high blood pressure, braces, epileptic, or are pregnant.
- **Heat mask** is used to help soften skin for deep pore penetration, good for dry skin or oily skin depending on the products being used. The mask is left on the face for 7 minutes.
- **The parafin wax heater** is used to create a warm parafin mask for hydrating dry skin. This is popular for women who want to quick results to give a glowing complexion.

Tan dầu: trong tiến trình này, dòng galvanic tạo phản ứng hóa học làm tan dầu và chất tốt cho da dầu và da có mụn bọc.

Tạo ion là tiến trình đưa sản phẩm hòa tan trong nước vào da dùng dòng điện như điện cực dương và âm của galvanic.

Đừng dùng dòng galvanic trên da vỡ mạch máu, mụt mủ, da mụn bọc hoặc khách mang máy trợ tim, bệnh tim, máu cao, niềng răng, bệnh động kinh hoặc mang thai

Mặt nạ nhiệt được dùng giúp mềm da để xâm nhập sâu vào lỗ chân lông, tốt cho da khô và da dầu tùy thuộc vào sản phẩm được dùng. Mặt nạ giữ trên mặt là 7 phút.

Sáp nóng parafin được dùng tạo mặt nạ parafin để làm ẩm làn da khô. Đây là dịch vụ thịnh hành cho phụ nữ muốn có kết quả nhanh để cho vẻ ngoài sáng đẹp.

Bài 23: **PHÁT TRIỂN SALON VÀ PHỤC VỤ KHÁCH**

Khi bạn có bằng hành nghề thẩm mỹ thì cũng nên nghĩ một lúc nào đó bạn trở thành chủ nhân một salon. Có thể là salon nhiều dịch vụ thẩm mỹ hoặc chỉ chuyên về nails. Kinh doan salon là mang trách nhiệm lớn, do đó cần kiến thức về thương mãi, kế toán, bảo hiểm, luật địa phương, tiểu bang, và liên bang, hiểu rõ tâm lý là những yếu tố cần cho những ai khao khát trở thành chủ tiệm.

YẾU TỐ MỞ TIỆM:

FACIAL TROLLEY
Khay dùng cho facial

1. <u>Địa điểm</u> luôn là điều cần lưu ý như đông đúc dân chúng sống quanh vùng, salon nên gần những nơi hoạt động thương mãi phát triển, nhà hàng, chợ, và xe cộ qua lại nhiều. Đồng thời tìm hiểu sự tiêu dùng dân chúng quanh vùng, thu nhập cá nhân.... . Salon phải trong tầm nhìn, hấp dẫn và thu hút khách đi bộ. Chỗ đậu xe thuận tiện để khách không phải lo lắng. Và tránh sự cạnh tranh với đồng nghiệp.

2. <u>Bảng hợp đồng</u> ghi rõ salon có thay đổi hoặc cần sửa chữa cơ sở kinh doanh thế nào sau khi ký hợp đồng để tránh sự bất đồng, cần hiểu điều nào thuộc về chủ và về người thuê. Nếu cần thuê luật sư để thương lượng hợp đồng.

3. <u>Bảng kế hoạch kinh doan</u> ghi chi tiết chi phí cho tiền lương, huê hồng, sửa chữa, quảng cáo, thuế, bảo hiểm, vật liệu tiêu dùng, lợi nhuận và thua lỗ, đủ nguồn vốn hoạt động, thời gian cần thiết tạo được lượng khách hàng thường xuyên, nói chung lập bảng kế hoạch kinh doanh để vay mượn vốn cần những yếu tố trên, tốt nhất nên tham khảo với chuyên viên kinh tế.

NAILS SALON – FULL SERVICE SALON

Nails salon: có thể bạn chỉ mở tiệm làm móng tay chân mà thôi, như thế có lợi cho những người thợ chia xẻ, học hỏi, trao đổi kinh nghiệm công việc, dễ dàng thay thế khi có người nghĩ bệnh. Đồng thời khách đến chăm sóc móng cũng thích đến chuyên môn của tiệm và chuyên môn của người thợ sẽ dễ dàng tạo được lượng khách trung thành.

Full service salon: salon phục vụ nhiều việc như tóc, da, massage thì thường chỉ 1 hoặc 2 người thợ làm móng. Sự tiện lợi cho khách làm tóc, da mặt và làm móng tay chân tiết kiệm thì giờ vì khỏi phải đến nơi khác. Tuy nhiên cũng có bất tiện là khi đau bệnh khó có người thay thế và vì không cạnh tranh nên không học hỏi được nhiều kỷ thuật hay từ đồng nghiệp.

Dù bạn mở salon hình thức nào bạn cần có sự hiểu biết về căn bản thương mãi, luật, bảo hiểm và ngay cả tìm hiểu tâm lý người tiêu dùng nữa.

Salon cần trình bày đẹp và hợp lý, bàn của thư ký, nhận phone gọi hẹn là nơi quan trọng, là nguồn thu nhập của tiệm nên chưng hoa và trả lời thật chuyên nghiệp; các lối đi trong salon thuận tiện, restroom sạch sẽ và salon cần thông thoáng tốt.

HÌNH THỨC LÀM CHỦ SALON

- *Cá nhân (individual ownership):* là hình thức làm chủ chỉ một người, vừa quản lý và có thể là thợ. Đây là cách làm chủ lời ăn lỗ chịu, người chủ tự quyết định mọi việc của salon.
- *Hùm hạp (partnership):* là hình thức làm chủ từ 2 người trở lên. Lợi điểm của cách làm chủ này là có được nhiều vốn, chia xẻ công việc, trách nhiệm và cùng có quyết định chung phát triển salon.
- *Công ty (corporation):* là cách làm chủ từ 3 người trở lên, hình thức cổ phần. Công ty bắt buộc phải có điều lệ riêng chặt chẽ, có bảo hiểm hỏa hoạn, cắp, trộm, tai nạn do bất cẩn xảy ra cho khách. Với hình thức cổ phần không bị mất mát phần tài sản riêng nếu cơ sở làm ăn thua lỗ, chỉ mất cổ phần tham dự vào công ty.

Dù hình thức nào, cần phải hiểu biết điều lệ, luật, và   bảo hiểm để hoạt động kinh doanh hợp pháp.

- Điều lệ địa phương (local regulations): sửa chữa, thay đổi về cấu trúc cơ sở.
- Luật tiểu bang (state laws): thuế bán, lệ phí giấy phép hành nghề, bồi thường nhân viên có thương tích.
- Luật liên bang (federal laws): an sinh xã hội, bồi thường thất nghiệp, pha chế mỹ phẩm, hóa chất, cơ quan bảo quản an toàn nghề nghiệp (OSHA).
- Luật thuế thu nhập (income tax laws): phụ trách cả tiểu bang và liên bang
- Bảo hiểm (insurance): rủi ro nghề nghiệp, bị hỏa hoạn, cướp, trộm, cơ sở tạm không hoạt động.

Giữ sổ sách salon là một trong yếu tố quan trọng để rõ sự chi tiêu, thu nhập, chi phí hàng ngày, tuần , tháng, như chi phí lặt vặt hàng ngày cần tổng kết giao cho người kế toán và cũng để định giá trị của salon từng năm và giá bán cho người có ý muốn mua cơ sở của bạn nữa.

Salon phục vụ khách được phép mở bán sản phẩm liên hệ đến dịch vụ làm đẹp (beauty supplies). Tuy nhiên để hợp thức hóa cơ sở cần xin giấy phép (sale permit), để tính phần thuế thanh toán lại sở thuế tiểu bang sau mỗi kỳ 3 tháng, cũng như nộp những chi phí được trừ ra từ nhân viên. Do đó cần có người trông coi về sổ sách kế toán cho salon (book keeping).

Sản phẩm trong tiệm gồm: thuốc, hóa chất, sản phẩm sử dụng, tiêu thụ cho nhu cầu khách hàng *(consumption supplies)* và sản phẩm để bán lẽ cho khách mang về sử dụng *(retail supplies)*.

Sản phẩm ở salon cần kiểm toán tồn kho để không bị thiếu sót trong khi sử dụng và dự trù cho những dịp lễ thường năm. Tuy nhiên cũng đừng ham rẻ mua số lượng lớn sản phẩm trở nên tồn đọng gây trở ngại nguồn vốn luân lưu và cất giữ lâu hóa chất mất tác dụng phải loại bỏ....

Chi phí salon được phân phối tương đối sau đây: tiền lương cho thợ hoặc ăn chia (commissions) khoảng 50% đến 60%; thuê địa điểm khoảng 13% đến 18% ; sản phẩm tiêu thụ dùng cho khách khoảng 5% đến 8%; quảng cáo khoảng 3% đến 5% và chi phí linh tinh salon khoảng 3%.

Điều hành salon là thành viên của tiệm bao gồm: thư ký, thợ tay chân, thợ thẩm mỹ, chuyên viên về màu, thợ massage nếu là salon nhiều dịch vụ. Đồng thời rõ ràng về giá cả phục vụ và sổ hẹn khách bố trí thích hợp theo thời gian từng việc.

DRYER CHAIR
Ghế sấy tóc

Việc bán lẽ cho khách cũng là yếu tố quan trọng, người thợ cũng cần hiểu rõ sản phẩm để mô tả cho khách, không nói sai lệch và cũng cần có sự tế nhị khi gợi ý người khách mua sản phẩm.

Theo tâm lý khách mua hàng cũng cần sự thúc đẩy của thợ như giúp khách làm quyết định sản phẩm có lợi thế nào và kết quả. Đồng thời người thợ, người chủ cũng luôn biểu lộ nét tươi trẻ, gọn gàng, hợp thời để khách luôn xem mình là người mẫu cố vấn cho họ về phương diện thẩm mỹ.

Để tạo uy tín, niềm tin cho khách, yếu tố đầu tiên là phục vụ người khách được hài lòng và chính họ tự giới thiệu người thân quen. Tuy nhiên quảng bá cơ sở cũng là một phần quan trọng khác như quảng cáo trên báo, radio, hoặc gởi thư trực tiếp cũng làm cho người khách cảm thấy được chiếu cố hơn....

Để phát triển kinh doanh người chủ salon, người thợ thẩm mỹ cần hiểu rõ chúng ta phục vụ mọi đối tượng khách từ giới trẻ đến người cao niên, từ người nhút nhác, nóng tính, đến cả người khách nhiều chuyện vẫn tự chủ giải quyết công việc nhẹ nhàng, trôi chảy. Với kinh nghiệm nghề nghiệp, kiên nhẫn, và thành thật sẽ giúp cho quí vị thành công kinh doanh ngành thẩm mỹ.

Chapter 23: HOW TO DEVELOP A SALON AND SERVICES
(Phát triển salon và phục vụ khách)

Starting your own business is a big responsibility and not a step to be taken without serious planning. Knowledge of business principles, bookkeeping, laws, insurance, salesmanship and psychology is crucial to the cosmetologist who aspires to be an owner of a salon.

Give careful consideration to every aspect of running a business. When planning to open a salon, careful consideration must be given to the selection of proper location. A good location is near a supermarket or a department store and attracts the attention of pedestrians, should be clearly visible.

A good location is one that has a population large enough to support the salon, near active business, restaurant, supermarket, high-traffic area.

OPENING THE SALON:
-   -Find out about the size, income, buying habits of the populations
-   -Eye catching to attract the attention (walking)
-   -The parking area should be well lighted, convenience, its should be a major consideration
-   -Avoid too much direct competition

Written Agreements: Agreements for building alterations and repairs will prevent disputes over. A lease be certain you understand pertain landlord and to the tenant. To protect your interests, hire a lawyer to help with your negotiation.

Business plan: General description salaries, equipments, supplies, repair, advertising, taxes, insurance, profit and loss, consult a professional, enough working capital. It often takes time to build a clientele.

Three types of ownership in a salon are:

-Individual ownership: The proprietor is owner and manager; determines policies and make decision; receives all profits and bears all losses.

-Partnership: Ownership (2 or more people) more capital for investment, share work and responsibilities to make decisions. Each partner assumes each other's unlimited liability for debts.

-Corporation: Ownership (3 or more people) called stockholders.
Protection against liability, fire, malpractice, burglary, insurance, keep accurate record

The stockholders cannot lose more than their original investment in the corporation.

Purchasing an Established Salon is written purchase and sale agreement to avoid any misunderstandings - Use of salon's name and reputation for a definite period of time - Additional guidance provided by your lawyer.

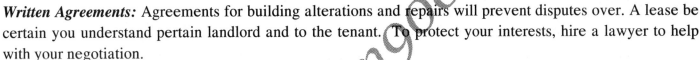

HIGH FREQUENCY MACHINE
Dụng cụ điện cao tần điều trị da gồm điện cực hình cong, hình nấm và hình muỗng.

Protection against fire, theft, and lawsuits: Securely locked; purchase liability, fire malpractice, and burglary insurance; keep accurate records.

Average expenses for salon: Salaries and commissions 53.5%; Rent 13%; Supplies 5%; Advertising 3%.

Business law and Insurance:

Local regulations: Building renovations (local business code)

-Federal laws: Cover social security, unemployment compensation of insurance and cosmetic. OSHA

requires that ingredients of cosmetic preparations (perm solutions, tints) OSHA distributes MSDS sheets for this purpose.

-*State laws*: Sales taxes, licenses and employee compensation

-*Income tax laws:* Cover by both the state and federal governments.

-*Insurance:* Cover malpractice, premises, liability, fire, burglary, theft and business interruption.

Record keeping: To determine income, expenses, profit or loss. To assess the value of the salon for prospective buyers. Weekly record, control expenses and waste, comparison (other years). Daily record: Sales slips, appointment book and petty cash book.

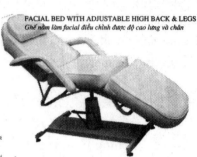
FACIAL BED WITH ADJUSTABLE HIGH BACK & LEGS
Ghế nằm làm facial điều chỉnh được độ cao lưng và chân

Purchase and Inventory records:

Prevent overstock, running short, net worth at the end of year. Consumption supplies uses for daily business operations and retail supplies to be sold the clients and price of services, booking appointments. Personal in the salon consist of receptionists, manicurists, cosmetologist, colorists, and masseurs

-**Types of clients:** Timid, shy; talkative; irritable, nervous; Inquisitive, over cautious; know-it-all, teenager, mature...

-**Selling in the salon**: Be familiar, never misrepresent, and use tact when selling to a client
Motives for buying and helping your client decide; result and benefits.

-**Advertising:** Newspaper, direct mail, window display, radio, T.V, telemarketing, taped promotions, personal public appearance. An advertising budget should run about 3% of your gross income. Concentrate most of your advertising on traditional slow period and plan for holiday and special yearly events.

CLIENT GOWN
Áo choàng cho khách làm facial

Criteria when selecting employees for a salon is general skill level, overall attitude, and personality. The flow of operational service toward the reception room with amenities such as: phone, coffee, magazines, and pleasant music.

Insurance policies are purchased by salon owner to protect themseves against suit for malpractice.

A color scheme that is restful and flattering to males, females, and young adult to senior groups. Daily sales slips and petty cash book should be kept for at least 6 months.

Lost of income as a result of wasted time can be minimized by keeping an accurate appointment book.

Consumption supplies use in the daily business operation. **Retail supplies** is sold to clients

Plumbing, lighting, air conditioning, and heating are sufficient for satisfactory services. A clean rest room containing toilet and basin.

Các tiêu chuẩn để chọn nhân viên cho cơ sở thẩm mỹ kỹ năng tổng quát, thái độ mọi mặt và cá tính.

Một loạt các dịch vụ đều tập trung về nơi tiếp khách với những điều cần phục vụ như: điện thoại, coffee, tạp chí và âm nhạc thích hợp. Bảng hợp đồng bảo hiểm được mua do chủ tiệm để bảo vệ cho chính họ chống lại những kiện tụng với những rủi ro do nghề nghiệp gây ra.

Màu sắc salon phải hài hòa dễ chịu và đẹp mắt cho mọi giới từ trẻ đến vị cao niên. Hóa đơn bán hằng ngày, và sổ chi tiêu lặt vặt nên giữ tối thiểu là 6 tháng. Thiệt hại về thu nhập như là kết quả của lãng phí thời gian, có thể giảm thiểu bằng cách giữ chính xác sổ hẹn khách. Vật liệu tiêu thụ dùng hằng ngày cho công việc. Vật dụng bán lẻ được bán cho khách hàng. Hệ thống nước, điện, điều hòa, và nhiệt hữu hiệu cho công việc. Nhà vệ sinh phải sạch có cả bồn cầu và bể tắm.

SERVICES: Promotions help introduce to clients to new products and services. For advertising to be effective, your efforts must be focused. The most effective advertising and promotion vehicle is client referrals, and word-of-mouth.

Direct mail is often seen as the most selective and efficient from of advertising for local businesses. One the business is established, 2 to 3% is a normal expenditure for advertising

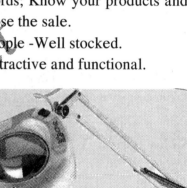

Sự quảng cáo giúp giới thiệu khách hàng đến những sản phẩm mới và công việc. Để quảng cáo được hữu hiệu, sự tác động của bạn phải tập trung. Hầu hết việc quảng cáo hữu hiệu và phương tiện thúc đẩy cho sự phát triển là khách hàng giới thiệu và miệng truyền miệng. Quảng cáo gởi tận nhà thường được ưa chuộng và hữu hiệu từ nguồn quảng cáo thương mãi địa phương. Một cơ sở kinh doanh cần chi 2 đến 3 % thông thường cho quảng cáo.

The key points in consultative selling are experience is worth a thousand words; Know your products and services; Listen, analyze, question, and probe; Be sensitive; Offer benefits; Close the sale.

Eight key points in retail display are: -Supported by signage -Supported by people -Well stocked. -Stocked with a variety of products -Well organized and neat -Well-lighted -Attractive and functional. -Visible.

Suggest several courses of action that the client can take using your services and products.

Take a moment to be personal. Ask about the children, the job- anything that is of importance to the client. Be sure to thank the client for the call, remind the client about the appointment. If did not schedule, invite them to call.

Các điểm chính trong việc tham khảo mua bán là kinh nghiệm đáng giá cả ngàn lời nói, biết rõ sản phẩm và các dịch vu, lắng nghe, phân tích, câu hỏi, thăm dò, nhạy cảm, đưa ra lợi ích, không phải sản phẩm, kết thúc việc buôn bán

MAGNIFYING LAMP
Kính phóng đại xem xét làn da

Tám điểm chính trong cách trình bày bán lẻ là: mọi lứa tuổi ủng hộ, dân chúng ủng hộ, đủ hàng hóa, có đủ các các loại hàng hóa, sắp xếp ngay ngắn và gọn gàng, đủ ánh sáng, hấp dẫn và có tác dụng, thấy dễ dàng.

Có vài lời khuyên và hướng dẫn. Gợi ý nhiều hướng dẫn ứng dụng cho khách có thể phục vụ và sản phẩm liên hệ.

Dùng hình thức có tính cá nhân. Hỏi về các em bé, bất cứ điều gì có quan trong đến khách. Cảm ơn khách khi gọi đến, nhắc nhở khách về giờ hẹn. Nếu không lấy hẹn, mời họ gọi đến.

Bài 24: HIV, BỆNH AIDS, VÀ VIÊM GAN

HIV (Human Immuno deficiency Virus) là siêu vi khuẩn tiêu diệt tính miễn nhiễm tự nhiên của cơ thể. Theo nghiên cứu siêu vi khuẩn HIV có từ 50 năm trước từ loại khỉ xanh của người Phi Châu và năm 1959 vi khuẩn bệnh AIDS phát hiện trong ngân hàng máu của người Phi Châu.

AIDS (Acquired Immune Deficiency Symdrome) là triệu chứng thiếu sót tính miễn nhiễm tự tạo trong cơ thể. AIDS là một triệu chứng có nghĩa là tiếp nhận những dấu hiệu đáng lưu ý tạo bệnh chứ không phải bệnh. Ví dụ như đau cổ họng, nóng, đau khớp xương là triệu chứng bệnh cúm (flu).

Một người có những nguyên nhân thiếu sót tính miễn nhiễm trong cơ thể (AIDS) là tạo ra những siêu vi khuẩn cực nhỏ, không thể thấy dễ dàng, là những siêu khuẩn tiêu diệt tính miễn nhiễm của người (HIV). Siêu vi khuẩn (virus) nhỏ hơn, đơn giản hơn, và khác hơn vi trùng (bacteria), vi trùng nhỏ hơn 100 lần so với đường kính của sợi tóc trong khi siêu vi khuẩn nhỏ hơn 50 lần vi trùng. Siêu vi khuẩn là ký sinh trùng, sống bên trong tế bào khác, chúng không thể sống và sinh sản tự chúng được, chúng phải làm nhiễm trùng vi trùng hoặc các mô tế bào để sống.

Triệu chứng AIDS có thể kéo dài hơn 10 năm để bước qua giai đoạn nhiễm trùng tiến tới HIV. Thường dấu hiệu đầu tiên của HIV khoảng 3 tháng sau khi nhiễm trùng. Triệu chứng giống bệnh cúm là tiêu chảy, nôn, đau bắp thịt, thường xuyên mỏi mệt và cũng nhanh chóng biến mất.

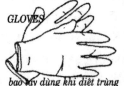
GLOVES
bao tay dùng khi diệt trùng

Sự lây truyền HIV thường là do:
Người có đời sống cẩu thả, sống ngoài lề đường vì thế việc giao hợp bừa bãi với nhiều người khác nhau mà không mang dụng cụ, bọc cao su bảo vệ, những người dùng thuốc kích thích, dùng chung kim chích, giao hợp bằng đường hậu môn nên vi khuẩn dễ xâm nhập qua những vết trầy xước nhất là đối với phụ nữ, những người lạm dụng loại thuốc kích thích dễ gây nghiện, sống ở nơi nghèo khổ thiếu thông tin về vệ sinh ở những nước Phi Châu, Haiti.
Tuy nhiên AIDS không thể lây truyền tay qua tay, ôm nhau, hôn hít, ăn uống chung, dùng cùng điện thoại và ngay cả ngồi cùng bồn cầu tiểu, tiện, hoặc luôn luôn dùng bao condom.

HEPATITIS (viêm gan)
Gan nằm bên phải, dưới lồng ngực nặng từ 2.5 pounds đến 4 pounds, là cơ quan chính thanh lọc độc tố, chuyển hóa thức ăn và giữ vai trò trọng yếu bảo trì sức khỏe. Gan phụ nữ nhỏ hơn gan đàn ông.
Năm 1930, khoa học đã khởi đầu khảo nghiệm gan và mãi đến 1973 mới tìm được viêm gan A phần nào hiểu được những chứng bệnh ngã nước bí ẩn xa xưa.

- **Viêm gan A** có thể lây lan qua mồ hôi, nước bọt, nước tiểu và nhiều nhất là phân người có bệnh và lây lan nhanh ở những nước nghèo, thiếu kiến thức vệ sinh.

- **Viêm gan B** thường gây ra cấp tính (acute hepatitis), mãn tính (chronic active hepatitis), chai gan (liver cirrhosis) và ung thư gan (liver cancer). Cứ 1 trong 3 người là có viêm gan B và hiện có khoảng 400 triệu người ở thời kỳ mãn tính. Vi khuẩn có trong máu, tinh dịch, nước tiểu, nước mắt, mồ hôi nhưng dễ dàng nhất là máu và tinh dịch.

- **Viêm gan C** cực kỳ nhỏ bé nhưng bọc bởi lớp vỏ cứng chắc rất khó chết ở điều kiện diệt trùng thông thường, khoảng 80% con người bệnh viêm gan C mãn tính. Viêm gan C xâm nhập tàn phá, tiêu hủy gan dẫn đến sưng gan và xơ gan (liver fibrosis), chai gan và ung thư gan. Cho đến nay chưa có thuốc trị.

- **Viêm gan D** là 1 dạng vi khuẩn đặc biệt sống nhờ vào vi khuẩn B gọi là vi khuẩn Delta. Đây là loại vi khuẩn nguy hiểm nhất, tàn phá mạnh lá gan và người bệnh chết rất nhanh.

175

Chapter 24: HIV/AIDS AND HEPATITIS

HIV- The cause of AIDS: Special studies on how HIV has evolved indicated that has existed for at least 50 years. AIDS is actually a syndrome, not a disease. Africans see the disease as a product of Western lifestyles; they learned that one type of HIV is almost identical to a virus found in the African green monkey. Further evidence has also been uncovered to support this idea. Stored, frozen blood samples taken from people in Africa in 1959 contained the AIDS-causing virus, HIV.

- **Human Immunodeficiency Virus (HIV)**: Visual sign of HIV are tiny viruses, smaller than bacteria which are visible through a powerful electron microscope. Viruses are so simple they cannot live or reproduce on their own. To live, a virus must infect a bacteria or tissue.

tủ khử trùng tia UV

- **Acquired Immune Deficiency Syndrome (AIDS)**: The collection of signs and symptoms that occur in such a case is called acquired immune deficiency syndrome or AIDS.

AIDS is not a disease. It is a collection of symptoms that show that the body is no longer capable of protecting itself from infection or disease. Bacteria are 100 times smaller than the diameter of a human hair. Virus, however, are 50 times smaller than bacteria.

Viruses are parasites. They can only live inside another cell called a host cell. Outside the host cell, viruses die quickly

Studies show that 99% of HIV is destroyed after several hours on dry surfaces.

In 1892, a young Russian scientist named Dimitrii Ivanovsky was the first to discover the existence of viruses. Viruses cause many human illnesses, such as influenza, measles, rubella, rabies, yellow fever, cold sores, herpes, mumps, chicken pox, warts, polio, AIDS and certain kinds of cancer.

Siêu vi khuẩn HIV là nguyên nhân gây bệnh AIDS

Theo nghiên cứu đặc biệt HIV có dấu hiệu phát triển và tồn tại ít nhất là 50 năm. AIDS là triệu chứng chứ không phải bệnh Người Phi châu xem bệnh này như là một sản phẩm của người phương Tây; họ học và biết được một loại HIV là vi khuẩn nhận biết qua từ loại khỉ xanh ở Phi châu. Những chứng minh thêm cũng chẳng khám phá để giúp cho ý kiến này. Máu đông cất giữ từ những người dân ở Phi Châu năm 1959 chứa nhiều bệnh AIDS.

Siêu vi khuẩn tiêu diệt miễn nhiễm của con người: HIV là loại siêu vi trùng rất nhỏ chỉ thấy được nếu qua sự phóng cực đại từ kính hiển vi điện tử, nhỏ hơn cả vi trùng. Virus không thể sống hoặc tự sanh sản được. Để sống còn, siêu vi khuẩn phải tấn công & tạo sự nhiễm trùng vào các vi trùng hoặc các mô sống khác.

Triệu chứng thiếu sót miễn nhiễm tự tạo: Sự thu thập dấu hiệu và triệu chứng xảy ra như trong trường hợp được gọi là triệu chứng thiếu sót miễn nhiễm tự tạo hoặc AIDS

AIDS không phải là bệnh. Là một sự tập hợp các triệu chứng biểu hiện dấu hiệu cơ thể không có khả năng bảo vệ từ sự nhiễm trùng hoặc bệnh. Vi trùng nhỏ hơn 100 lần so với đường kính của sợi tóc. Tuy nhiên siêu vi khuẩn lại 50 lần nhỏ hơn vi trùng. Siêu vi khuẩn là kí sinh trùng, chúng có thể sống bên trong của một tế bào còn gọi là tế bào chủ (con tin). Nếu bên ngoài tế bào chủ siêu vi khuẩn sẽ chết ngay.

Siêu vi khuẩn là nguyên nhân làm con người bệnh hoạn, như cúm (influenza), sởi (measles), bệnh phong chấn (rubella), bệnh dại (rabies), sốt vàng da (yellow fever),

TYPHOID BACILLI *(influenza)*

vi trùng hình que (thương hàn)

BACILLI *(tuberculosis)*

vi trùng hình que (lao phổi)

SPIRILLA *(syphilis)*

vi trùng hình xoắn (giang mai)

nấm lở miệng (cold sores), mụn giộp nước (herpes), bệnh quai bị (mumps), đậu mùa (chicken pox), mụn cóc (warts), tê liệt (polio), AIDS và một số bệnh ung thư khác.

Qua nghiên cứu có tới 99% siêu vi khuẩn bị tiêu hủy sau vài giờ trên bề mặt khô.

Năm 1892, nhà khoa học trẻ Dimitrii Ivanovsky, người Nga đầu tiên khám phá sự tồn tại của virus.

Transmitting HIV: Viruses enter the body it infects a tissues cell and once a cell is infected by a virus many things can happen. These viruses cause symptoms and disease very quickly. People infected with HIV usually don't show symptoms for 10 to 11 years.

In the first 11 years of the epidemic over 57,000 heterosexual women and men in the United States have gotten AIDS by sharing needles.

The second most risky type of behavior is anal sex. During anal sex, the virus may enter the blood stream through these small tears. Women are 2 – 3 times more likely to be infected if they participate in anal sex. Other studies have shown that over 90% of all new infections in gay men are a result of anal sex and others are blood to blood contact; share needles when injecting drug; sex with an HIV injected persons.

Sexually Transmitted Diseases (STDs): All anal sex is risky and dangerous. Some examples of STDs are: Hepatitis B; Genital warts; Syphilis; Gonorrhea; Pelvic inflammatory disease

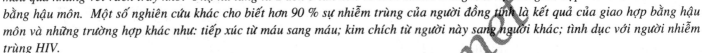

Lan truyền HIV: siêu vi khuẩn tiến vào cơ thể nhiễm trùng mô tế bào và tế bào bị nhiễm trùng do siêu vi khuẩn xảy ra nhiều biến chuyển. Những siêu vi khuẩn này là nguyên nhân gây triệu chứng và bệnh cực kỳ nhanh chóng. Người nhiễm HIV thường thì chưa thấy được triệu chứng có đến 10, 11 năm sau đó.

Trong 11 năm đầu tiên bệnh dịch có hơn 57.000 trường hợp giao hợp nghịch giống đàn bà và đàn ông tại Hoa Kỳ mắc phải bệnh AIDS do dùng chung kim chích.

Dry sanitizer

Sự nguy hiểm thứ nhì là dạng giao hợp bằng hậu môn. Trong thời kỳ đó, siêu vi khuẩn có thể tiến vào dòng máu qua những vết rách trầy nhỏ. Phụ nữ tăng từ 2 đến 3 lần hơn về tính nhiễm trùng nếu họ cho giao hợp bằng hậu môn. Một số nghiên cứu khác cho biết hơn 90 % sự nhiễm trùng của người đồng tính là kết quả của giao hợp bằng hậu môn và những trường hợp khác như: tiếp xúc từ máu sang máu; kim chích từ người này sang người khác; tình dục với người nhiễm trùng HIV.

Bệnh lây lan qua tình dục :Tất cả sự giao hợp qua hậu môn đều rủi ro và nguy hiểm. Ví dụ: viêm gan B; Bệnh bứu sinh dục; Bệnh giang mai; Bệnh lậu mủ; Bưng xương chậu.

Bisexual men rarely transmit HIV to women. Out of the first 174,893 AIDS cases reported only 544 women became infected by having sex with a bisexual male.

Causes of STDs: living in poverty, have sex with people who inject drugs, male homosexuals or sex with prostitutes (sex for money).

Smart Sex: Using condoms is smart for many reasons. In 1991 over half a million people (602,577) in the United States were treated for gonorrhea and another 41, 006 for syphilis.

HIV testing: the most widely used test is the EIA (enzyme immunoassay) the immune system would not cause disease or fighting antibodies unless HIV was present.

Dung dịch Quats diệt trùng

Signs and Symptoms of AIDS The symptoms of AIDS usually occur many years after infection. On the average, about 10 to 11 years will pass before infected individuals begin to show symptoms. Generally the first symptoms of HIV infection occur about three months after infection. Flulike symptoms with diarrhea, nausea, aching muscles and usually occur and quickly go away. Although infected with HIV, the person does not have AIDS. Many years may go by before AIDS symptoms appear.

Đàn ông giao hợp cả 2 giới ít khi lây truyền HIV tới phụ nữ. Trong số 174,893 người bệnh AIDS được báo cáo chỉ có 544 đàn bà bị nhiễm trùng do có giao hợp với đàn ông lưỡng tính.

Nguyên nhân STDs: sống ở vùng nghèo khổ, tình dục với những người dùng cần sa, hút, chích thuốc phiện, đồng tính hoặc mua bán tình dục. Cách giao hợp an toàn là dùng bao cao su khi giao hợp là một việc khôn khéo trong mọi lúc. Năm 1991 có hơn nửa triệu người (602.577) trong nước Mỹ bị bệnh lậu mủ và 41.006 bị bệnh giang mai.

Thử nghiệm HIV được dùng rộng rãi là chất men thử hệ thống miễn nhiễm (EIA) sẽ không gây bệnh hay chống lại cơ thể con người trừ khi có siêu vi khuẩn HIV hiện diện

Triệu chứng bệnh AIDS thường xảy ra nhiều năm sau khi nhiễm trùng. Trung bình 10 đến 11 năm trải qua trước khi nhiễm trùng bắt đầu có triệu chứng. Dấu hiệu đầu tiên của nhiễm HIV xảy ra khoảng 3 tháng sau nhiễm trùng. Triệu chứng giống như cúm gồm tiêu chảy, nôn mửa, đau bắp thịt và thường xảy ra và thường nhanh chóng biến mất. Mặc dầu bị nhiễm trùng với HIV, con người không có bệnh AIDS. Nhiều năm có thể đi qua trước khi triệu chứng bệnh AIDS xuất hiện.

Most new infections are traced to sharing needles, anal and vaginal sex, and from mother to her newborn

www.levan90

child are called Vertical transmission. Although Hepatitis is not spread by kissing but hepatitis can be transmitted through saliva.

Hepatitis A: About 10 people per 100,000 become infected with hepatitis A. Hepatitis A is the least dangerous type. It is spread by water contaminated with feces, eating or drinking food. Increased numbers of cases are usually seen in areas where sanitation is poorest.

Hepatitis B: Any infection or inflammation of the liver. Hepatitis has two terms: acute hepatitis (short term) and chronic hepatitis (last longer 6 months).

Hepatitis C is a serious illness, but much is still not understood. It can cause both acute and chronic disease and has also been linked to chronic liver desease and cancer. It can be as short as a few weeks or as long as one year.

Hepatitis D: This virus can cause either acute or chronic infections, usually greatly increases the dangers. Hepatitis D especially common in the Middle East not United States

Hepatitis E: The symptoms are similar to hepatitis A. Hepatitis E especially common from Mexico, Africa, or Asia not occur in the United States. Hepatitis spread the same ways as for AIDS

Hầu hết sự nhiễm trùng phát sinh là do chích kim chung, giao hợp hậu môn, âm đạo, và từ người mẹ có bệnh truyền sang bé được gọi là lan truyền theo chiều dọc (vertical transmission). Mặc dù bệnh không lây lan qua hôn hít nhưng có thể lan truyền qua tiếp xúc đến nước bọt.

Viêm gan A: Khoảng 10/100,000 bị nhiễm với viêm gan A. Viêm gan A ít nguy hiểm hơn. Sự lây lan thường qua nước bị cáu bẩn, ăn hoặc uống bẩn. Số lượng bệnh viêm gan A tăng ở những vùng kém vệ sinh.

Viêm gan B là bất cứ sự nhiễm trùng hoặc chứng gây sưng nào ở lá gan. Bệnh viêm gan có hai giai đoạn: sưng gan cấp tính (ngắn hạn) và sưng gan kinh niên (lâu hơn 6 tháng).

Viêm gan C là bệnh trầm trọng, nhưng vẫn chưa rõ nguyên nhân. Nguyên nhân tạo nên cả bệnh cấp tính và kinh niên và có liên hệ tới bệnh viêm gan kinh niên và ung thư. Có thể xảy ra trong vài tuần hoặc lâu cả năm.

Viêm gan D là loại siêu vi khuẩn có thể là nhiễm trùng cấp tính và kinh niên, thường tăng lên đến nguy hiểm. Viêm gan D đặc biệt thường ở Trung Đông chứ không có ở Hoa Kỳ.

Viêm gan E có triệu chứng giống như viêm gan A. Viêm gan E đặc biệt ở những nước Mễ tây cơ, Phi châu và Á châu chứ không có ở Hoa Kỳ. Cách lây lan vi khuẩn viêm gan giống như bệnh AIDS.

Protection:

- Disinfection instruments (E.P.A registered)
- Wash off any blood drops in the premise of the salon immediately
- Receive hepatitis vaccine and give information, training
- Wear gloves if you have cuts or sores. Handle sharp instrument carefully

Brush with Liquid soap & warm water
Dùng bàn chải chà rửa dụng cụ

High-quality disinfectants must perform several special jobs in the salon. They must be bactericides, fungicides and virucides. Disinfectants that perform both of these functions are called hospital level disinfectants.

Type of disinfectants: - Quats - Phenols - Alcohol - UV rays -Formalin

Những cách bảo vệ lây nhiễm như: Diệt trùng dụng cụ được cơ quan E.P.A chuẩn nhận; Lau sạch ngay bất cứ giọt máu nào nhiễu trong tiệm; Chủng ngừa phòng bệnh viêm gan và huấn luyện và thông tin đầy đủ; Mang bao tay nếu bạn bị cắt đứt hoặc bị sưng da; Cẩn thận với những vật dụng bén nhọn.

Các chất diệt trùng có chất lượng cao phải có nhiều công dụng cho salon. Chất diệt trùng phải diệt được các loại vi trùng, diệt nấm, và siêu vi khuẩn. Chất diệt trùng có được công dụng này gọi là chất diệt trùng cấp bệnh viện.

Các loại diệt trùng thường dùng như Quats; Phenols; Cồn; Tia cực tím; Formalin.

A duplicate license shall be issued upon filing a statement explaining the loss verified by oath & accompanied by a fee. Every license holder shall display his or her license in a conspicuous place of business.

Every establishment shall provide at least one public toilet, adequate hand washing facilities and drinking water. Implements are not to be placed in a uniform pocket

Each cosmological establishment shall display a copy of sanitary rules in a conspicuous place. All precaution for safety, health regulations and sanitation are the responsibility of the establishment owner, the instructor and the operators

Live animals are not permitted to be brought into or remain except a sightless person with a trained dog. The main purpose of maintaining sanitary conditions of implements and work areas in an establishment is to prevent the spread of germs.

Which of the following are grounds for disciplinary action by the Board of Cosmetology: if continued practiced by a person having a infections disease.

Giấy phép thứ hai sẽ được cấp lại nếu ghi trong tờ khai mất có xác nhận lời thề và kèm theo lệ phí cho giấy phép mới. Người có bằng sẽ trưng bày license ở nơi dễ thấy của tiệm

Mỗi cơ sở thẩm mỹ phải cung cấp nhà vệ sinh chung, đủ dụng cụ rửa tay, và nước uống. Dụng cụ không được đặt trong túi áo choàng

Mỗi cơ sở thẩm mỹ nên trưng bày bảng luật lệ vệ sinh ở nơi dễ thấy. Tất cả những điều về luật lệ an toàn, sức khỏe và vệ sinh là trách nhiệm của chủ tiệm, thầy, cô giáo, và người thợ

Thú vật sống không được mang vào tiệm hoặc giữ trừ trường hợp chó được huấn luyện dẫn đường cho người m.ù. Mục đích chính sự vệ sinh bảo quản dụng cụ và nơi làm việc trong tiệm là để ngăn ngừa lây lan của vi trùng gây bệnh

Điều căn bản nào là vi phạm luật đối với ngành thẩm mỹ: nếu tiếp tục làm việc màcó mang bệnh nhiễm trùng.

Towels are being laundered in an establishment, the treatment should include: Washing in water temperature of 140 - 160 degree F for at least 15 minutes.

Before using on a patron, all non-electrical instruments shall be disinfected in the following manner:

Washed with soap or detergent water, immerse in **E.P.A** disinfectant for a minimal **ten minutes**, and then stored on a clean, covered place.

All electrical instruments, such as clippers or vibrators shall be disinfected prior to each use by removing all matter and disinfected with **E.P.A** registered or according to manufacturer's instructions

All instruments that have been used on a patron and soiled in any manner shall be placed in a properly labeled container. All bottles and containers shall be correctly labeled to disclose their content.

No school or establishment shall have products containing hazardous substances which have been banned by: The food & Drug Administration (F.D.A),

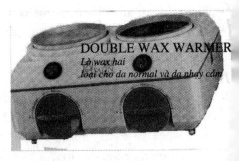

Trong tiệm thẩm mỹ, khăn được giặt với nước nóng vừa, từ 140 đến 160 độ F tối thiểu là 15 phút

Trước khi dùng cho khách, tất cả dụng cụ không phải bằng điện sẽ được diệt trùng bằng cách rửa xà phòng hoặc chất tẩy, nhúng chìm vào dung dịch diệt trùng E.P.A chuẩn nhận tối thiểu 10 phút, và giữ trong nơi sạch phủ kín.

Tất cả dụng cụ bằng điện như dụng cụ cắt tóc, lông hoặc máy rung được diệt trùng trước mỗi lần dùng bằng cách lấy rời ra và diệt trùng theo tiêu chuẩn E.P.A hoặc theo sự hướng dẫn của nhà chế tạo.

Tất cả mọi dụng cụ được sử dụng cho khách và dụng cụ dơ trong mọi hình thức sẽ đặt vào đúng chỗ đồ chứa vật dụng đó có dán nhãn. Tất cả chai, lọ và hộp chứa nên dán đúng nhãn hiệu như chất chứa bên trong.

Không có trường học hoặc cơ sở thẩm mỹ nào dùng những hóa chất độc hại mà bị cấm bởi cơ quan quản trị thuốc và thực phẩm (F.D.A).

No school or establishment shall have on the premises any razor edged device or tool to remove calluses, or any needle like instruments for the purpose of extracting skin blemishes.

Supplies, which use direct contact with a patron and can not be disinfected, shall be deposited in a wasted receptacle immediately.

The attire of operators in charge, while serving a patron shall at all times be kept clean. You must inform the Board of Barbering & Cosmetology for your changed of address within thirty days.

All liquids, creams, and other cosmetic preparations shall be kept in clean and closed containers. Powders may be kept in clean shakers. Neck dusters and all other brushes used in an establishment or school on a customer shall be maintained in a clean and sanitary condition.

Không có trường học hoặc cơ sở thẩm mỹ sử dụng bất cứ dụng cụ bằng dao cạo hoặc bất cứ dụng cụ nào để cạo, cắt da chai hoặc bất cứ dùng loại kim nào vào mục đích để rạch da lấy mụn (chỗ bị lở)

Các vật dụng trực tiếp dùng cho khách và không thể diệt trùng được sẽ vứt bỏ trong thùng rác ngay.

Quần áo của người thợ trong lúc đang phục vụ cho khách trong tất cả mọi lúc phải giữ sạch sẽ. Quí vị phải thông báo cho Hội đồng thẩm mỹ về thay đổi địa chỉ trong vòng 30 ngày.

Các mỹ phẩm pha chế dạng lỏng, kem nên cất giữ trong hộp chứa sạch có nắp đậy; dạng bột nên cất giữ trong lo chai rắc sạch sẽ. Cây phủi ở cổ và cây cọ dùng cho khách phải giữ sạch và trong điều kiện vệ sinh.

No establishment or school shall have on the premises cosmetic products containing hazardous substance which have been banned by the U.S. Food and Drug Administration for use in cosmetic products, including liquid methyl methacrylate monomer and methylene chloride. No product shall be used in a manner that is disapproved by the FDA.

Shampoo trays and bowls must be cleaned with soap and water or other detergent after each shampoo, kept in good rapair and in asanitary condition at all times. Treatment tables must be covered with a clean sheet of examination paper for each patron.

When only a portion of a cosmetic preparation is to be used on a patron, it shall be removed from the container in such a way as not to contaminate the remaining portion. Pencils cosmetics shall be sharpened before use.

Establishment and school shall keep the floors, furniture, walls clean and in good repair; shall have a systerm of adequate ventilation; provided a supply of hot and cold running water; drinking water; hand washing facilities, and shall provide public toilet rooms.

Không có salon hoặc trường học nào có mặt hàng mỹ phẩm nào chứa dạng độc hại bị cấm bởi cơ quan F.D.A dạng mỹ phẩm đó bao gồm dung dịch đắp bột methyl methacrylate monomer and methylene chloride. Không một sản phẩm nào được dùng mà chưa được chuẩn nhận bởi FDA

Khay đựng dầu gội và tô phải được làm sạch với xà phòng và nước hoặc chất tẩy sau mỗi lần gội tóc, giữ trong tình trạng tốt và vệ sinh trong mọi lúc. Bàn dùng làm cho khách phải được phủ với giấy sạch cho từng người khách.

Khi chỉ dùng 1 ít mỹ phẩm dùng cho khách, kem phải được lấy từ lọ ra mà không làm bẩn phần còn lại. Loại viết chì màu dùng cho trang điểm nên làm bén lại sau mỗi lần dùng.

Cơ sở thẩm mỹ và trường học phải giữ nền nhà, bàn tủ, vách tường sạch và luôn được bảo trì tốt; cần có hệ thống thông khí; cung cấp hệ thống nước nóng và lạnh; nước uống; chỗ rửa tay, và nhà vệ sinh chung.

tủ khử trùng tia UV

10 common violations

- Store all disinfected non-electrical items (example: combs, brushes, manicuring tools, etc.) in a clean and covered place that is labeled clean or disinfected.
- Store all soiled non-electrical items (example: combs, brushes, manicuring tools, etc.) in a receptacle that is labeled soiled or dirty.
- Immediately discard items that cannot be disinfected (example: buffers, sponges, wax sticks, etc.) in a waste receptacle.
- Distinctly label all bottles and containers of their contents (example: water, gel, oil, etc.).
- Before use upon a patron, clean instruments with soap or detergent and water. Totally immerse instruments in an EPA-registered disinfectant with bactericidal, fungicidal and virucidal activity and follow the manufacturer's instructions.

- Always keep disinfectant solution covered and change disinfectant at least once per week or when it is visibly cloudy or dirty.
- Store all liquids, creams, powders and cosmetics in clean and closed containers.
- When only using a portion of a cosmetic preparation, remove from container as not to contaminate the remaining portion. Example: When removing wax directly from the wax container avoid "double dipping" using the same applicator.
- When disinfecting tools and instruments, ensure there is enough disinfectant solution in the container to allow the tools and instruments to be completely covered.
- Display Health and Safety Rules in the reception area and ensure it is clearly visible.

When you become an establishment owner, you should be aware of these responsibilities:
- An establishment license must always reflect the current owner's name and information.
- Any time you move to a new location, you need to apply for a new establishment license. An establishment license is only valid for the address listed on the license. This also pertains to changing suite numbers.
- When you **change in partnership** must add or delete a partner, you must apply for a new establishment license. An establishment license needs to have the most current and valid information.
- You must send your establishment license and provide a brief statement along with the effective date of closure stating that you are closing your shop and are no longer in business.
- The owner(s) of an establishment are responsible for his/her salon and will be issued a citation for violations that exist in the salon and in addition to each individual in violation. Even if you have booth renters and/or independent contractors employed, you as the owner are responsible for each licensee. In addition, you must have a licensee in charge at all times.
- Health and safety and licensing violations are the most common found by Board inspectors and most often lead to a citation. Make sure that the licenses of all your employees/booth renters are current and displayed properly. You should also make sure everyone in your shop follows all rules and procedures regarding disinfecting and maintaining shop equipment and tools. These are detailed on the health and safety poster that is required by the Board to be posted in every shop. You can view the Board's rules and regulations by visiting our Web site at www.barbercosmo.ca.gov.

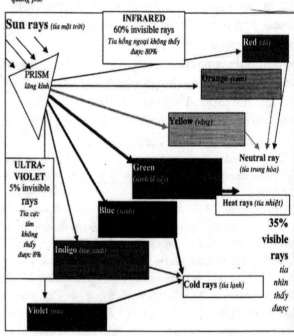

- Before a barbering and cosmetology establishment may open, it must meet certain requirements with regard to toilets, hot and cold running water, hand washing facilities and potable drinking water. Be aware that state law requires that potable (i.e. drinking) water must be supplied by a water fountain that is accessible to the disabled. While existing shops are not automatically required by law to install such a drinking fountain, one may be required by local building permit authorities before an establishment owner moves into a new building or remodels an existing one.

1. **A duplicate license** shall be issued upon filing a statement explaining the loss verified by oath & accompanied by a fee. Every license holder shall display his or her license in a conspicuous place of business
   Giấy phép thứ hai sẽ được cấp lại nếu ghi trong tờ khai mất có xác nhận lời thề và kèm theo lệ phí cho giấy phép mới
   Người có bằng sẽ trưng bày license ở nơi dễ thấy của tiệm

2. Every establishment shall provide at least one public toilet, adequate hand washing facilities and drinking water. Implements are not to be placed in a uniform pocket

   Mỗi cơ sở thẩm mỹ phải cung cấp nhà vệ sinh Chung, đủ dụng cụ rửa tay, và nước uống. Dụng cụ không được đặt trong túi áo choàng

3. **Each cosmological establishment** shall display a copy of sanitary rules in a conspicuous place. All precaution for safety, health regulations and sanitation are the responsibility of the establishment owner, the instructor and the operators

   Mỗi cơ sở thẩm mỹ nên trưng bày bảng luật lệ vệ sinh ở nơi dễ thấy. Tất cả những điều về luật lệ an toàn, sức khỏe và vệ sinh là trách nhiệm của chủ tiệm, thầy, cô giáo, và người thợ

4. **Live animals** are not permitted to be brought into or remain except a sightless person with a trained dog. The main purpose of maintaining sanitary conditions of implements and work areas in an establishment is to prevent the spread of germs.

   Thú vật sống không được mang vào tiệm hoặc giữ trừ trường hợp chó được huấn luyện dẫn đường cho người m.ù. Mục đích chính sự vệ sinh bảo quản dụng cụ và nơi làm việc trong tiệm là để ngăn ngừa lây lan của vi trùng gây bệnh

5. Which of the following are grounds for disciplinary action by the Board of Cosmetology: if continued practiced by a person having a infections disease.

   Điều căn bản nào là vi phạm luật đối với ngành thẩm mỹ: nếu tiếp tục làm việc mà có mang bệnh nhiễm trùng.

6. **Towels** are being laundered in an establishment, the treatment should include: Washing in water temperature of **140 -160 degree F** for at least **15 minutes.**

   Trong tiệm thẩm mỹ, khăn được giặt với nước nóng vừa, từ 140 đến 160 độ F tối thiểu là 15 phút

7. **Before using** on a patron, all non-electrical instrument shall be disinfected in the following manner: Washed with soap or detergent water, immerse in **E.P.A** disinfectant for a minimal **ten minutes**, and then stored on a clean, covered place.

   Trước khi dùng cho khách, tất cả dụng cụ không phải bằng điện sẽ được diệt trùng bằng cách rửa xà phòng hoặc chất tẩy, nhúng chìm vào dung dịch diệt trùng E.P.A chuẩn nhận tối thiểu 10 phút, và giữ trong nơi sạch phủ kín.

8. All electrical instruments, such as clippers or vibrators shall be disinfected prior to each use by removing all matter and disinfected with **E.P.A** registered or according to manufacturer's instructions

   Tất cả dụng cụ bằng điện như dụng cụ cắt tóc, lông hoặc máy rung được diệt trùng trước mỗi lần dùng bằng cách lấy rời ra và diệt trùng theo tiêu chuẩn E.P.A hoặc theo sự hướng dẫn của nhà chế tạo.

9. **All instruments** that have been used on a patron and soiled in any manner shall be placed in a properly labeled container. All bottles and containers shall be correctly labeled to disclose their content.

   Tất cả mọi dụng cụ được sử dụng cho khách và dụng cụ dơ trong mọi hình thức sẽ đặt vào đúng chỗ đồ chứa vật dụng đó có dán nhãn. Tất cả chai, lọ và hộp chứa nên dán đúng nhãn hiệu như chất chứa bên trong.

10. **No school or establishment** shall have products containing hazardous substances which have been banned by: The food & Drug Administration (**F.D.A**)

    Không có trường học hoặc cơ sở thẩm mỹ nào dùng hóa chất độc hại mà bị cấm bởi: Cơ quan quản trị thuốc và thực phẩm (F.D.A)

11. **No school or establishment** shall have on the premises any razor edged device or tool to remove calluses, or any needle like instruments for the purpose of extracting skin blemishes.

    Không có trường học hoặc cơ sở thẩm mỹ sử dụng bất cứ dụng cụ bằng dao cạo hoặc bất cứ dụng cụ nào để cạo, cắt da chai hoặc bất cứ dùng loại kim nào vào mục đích để rạch da lấy mụn (chỗ bị lở)

12. Supplies, which use direct contact with a patron and can not be disinfected, shall be deposited in a wasted receptacle immediately.

    Các vật dụng trực tiếp dùng cho khách và không thể diệt trùng được sẽ vứt bỏ trong thùng rác ngay.

13. **The attire of operators** in charge, while serving a patron shall at all times be kept clean. You must inform the Board of Barbering & Cosmetology for your changed of address within thirty days.

Quần áo của người thợ trong lúc đang phục vụ cho khách trong tất cả mọi lúc phải giữ sạch sẽ. Quí vị phải thông báo cho Hội đồng thẩm mỹ về việc thay đổi địa chỉ trong vòng 30 ngày.

14. All liquids, creams, and other cosmetic preparations shall be kept in clean and closed containers. Powders may be kept in clean shakers. Neck dusters and all other brushes used in an establishment or school on a customer shall be maintained in a clean and sanitary condition.

Các mỹ phẩm pha chế dạng lỏng, kem nên cất giữ trong hộp chứa sạch có nắp đậy; dạng bột nên cất giữ trong lo chai rắc sạch sẽ. Cây chổi phủi ở cổ và cây cọ dùng cho khách phải giữ sạch và trong điều kiện vệ sinh.

15. **No establishment or school** shall have on the premises cosmetic products containing hazardous substance which have been banned by the U.S. Food and Drug Administration for use in cosmetic products, including liquid methyl methacrylate monomer and methylene chloride. No product shall be used in a manner that is disapproved by the FDA.

Không có salon hoặc trường học nào có mặt hàng mỹ phẩm nào chứa dạng độc hại bị cấm bởi cơ quan F.D.A dạng mỹ phẩm đó bao gồm dung dịch đắp bột methyl methacrylate monomer and methylene chloride. Không một sản phẩm nào được dùng mà chưa được chuẩn nhận bởi FDA

16. Shampoo trays and bowls must be cleaned with soap and water or other detergent after each shampoo, kept in good rapair and in asanitary condition at all times. Treatment tables must be covered with a clean sheet of examination paper for each patron.

Dung dịch Quats diệt trùng

Khay đựng dầu gội và tô phải được làm sạch với xà phòng và nước hoặc chất tẩy sau mỗi lần gội tóc, giữ trong tình trạng tốt và vệ sinh trong mọi lúc. Bàn dùng làm cho khách phải được phủ với giấy sạch cho từng người khách.

17. **When only a portion** of a cosmetic preparation is to be used on a patron, it shall be removed from the container in such a way as not to contaminate the remaining portion. Pencils cosmetics shall be sharpened before each use.

Khi chỉ dùng 1 ít mỹ phẩm dùng cho khách, kem phải được lấy từ lọra mà không làm bẩn phần còn lại. Loại viết chì màu dùng cho trang điểm nên làm bén lại sau mỗi lần dùng.

18. Establishment and school shall keep the floors, furniture, walls clean and in good repair; shall have a systern of adequate ventilation; provided a supply of hot and cold running water; drinking water; hand washing facilities, and shall provide public toilet rooms.

Cơ sở thẩm mỹ và trường học phải giữ nền nhà, bàn tủ, vách tường sạch và luôn được bảo trì tốt; cần có hệ thống thông khí; cung cấp hệ thống nước nóng và lạnh; nước uống; chỗ rửa tay, và có nhà vệ sinh chung.

- *Màu đối diện trên bánh xe màu (color chart) là màu trung hòa như xanh biển và cam v.v.....*
- *Tế bào rễ móng tay tăng trưởng nằm trong màng da (nail mantle) ở gốc móng.*
- *Móng dầu (móng tay dầu, hot oil manicure) là dịch vụ móng dùng dụng cụ điện*
- *Lác đồng tiền không được điều trị trong salon*
- *Cách thử cọng tóc để xác định thời gian của hóa chất dùng là vuốt ngược tóc thử độ thấm (kéo tóc)*
- *Hiệu quả của sự xoa bóp da mặt (facial massage) là kích thích các sớ, bắp thịt.*
- *Tránh nước tràn vào cổ khi xả tóc, gội tóc, khách phải mang tấm choàng không thấm (shampoo cape)*
- *Cần kiểm soát tóc sau khi cắt để cân bằng độ dài và góc độ cắt (check balance)*
- *Phần lõm cuối nang lông (dermal papilla) được các mạch máu nhỏ, mao mạch (blood vessels) cung cấp dinh dưỡng giúp lông tăng trưởng.*
- *Giết (diệt) vi khuẩn là qúa trình tẩy uế để làm giảm, sạch vi khuẩn bằng chất khử trùng*
- *Tiệt trùng là hình thức tẩy uế giết mọi vi khuẩn kể cả bào tử (spores), thường được dùng ở bệnh viện.*
- *Căn bản của việc trang điểm (make up) là làm sáng lên (highlight) để nổi bật nét mặt.*
- *Khi uốn tóc, bạn nên dùng dầu gội trung hòa để giữ (rebond), cứng (harden) vỏ tóc để giữ độ cong.*
- *Tóc bị hư, nếu bạn dùng kẹp nhiệt làm quăn tóc khi tóc duỗi thẳng bằng hóa chất (sodium hydroxide).*
- *Cắt biểu bì (cuticle) quanh móng lúc bạn làm móng tay nước, đó là những biểu bì chết (dead cuticle).*
- *Lau chùi sạch sẽ (vệ sinh) là cấp độ thấp nhất của việc kiểm soát nhiễm trùng.*
- *Tuyến mồ hôi (sweat glands; sudoriferous glands) điều khiển bởi hệ thần kinh (nervous system).*
- *Dùng giấy dễ thấm nước (sanex strip) để lót quanh cổ tránh tấm choàng tiếp xúc trực tiếp lên da cổ.*
- *Phương pháp dùng keo và nhiệt nóng nối dài tóc vào tóc trên da đầu là sự kết hợp (fusion)*
- *Dùng sáp (wax) làm rụng lông, tóc (nhổ bỏ lông dư, thừa) bằng lò sưởi (wax heater)*
- *Phản ứng redox (reduce oxidation: phản ứng hóa làm giảm oxýt hóa), là giảm ôxy hoặc tăng hydro*
- *Trước khi khử trùng dụng cụ, cần loại bỏ chất dơ bám vào, đây là cách vệ sinh (nước ấm, xà phòng)*
- *Làm sạch bồn gội tóc bằng hình thức tẩy uế bằng nước ấm và xà phòng, xả sạch và lau khô*
- *Nồng độ hydro (pH) làm sáng tóc (lightener) có pH10; nhuộm pH 9.5; uốn tóc pH 9; duỗi tóc pH 12.*
- *Một phương pháp kết hợp làm giữa dợn sóng bằng tay (finger wave) và lọn quăn nắn tròn có kẹp (pincurl) là hình thức nhảy bỏ lọn quăn (skip wave).*
- *Khi nhuộm lợt chú ý phạm vi quá sáng nên cần cách da đầu ½ inch do thân nhiệt (body heat) tạo ra.*
- *Bắp thịt cánh tay trước dùng hầu hết để di chuyển ngón tay và cổ tay.*
- *Làm móng tay, nếu cắt nhiều da quanh móng sẽ xuất hiện da chết đẩy ngược quanh móng (hangnail)*
- *Đặc điểm khuôn mặt trái soan, bầu dục (oval face) thích hợp cho mọi kiểu tóc.*
- *Vẽ ngoài của da tốt, trông khỏe mạnh là có tính mềm, ẩm nhẹ, mịn, màu sắc tốt đều và đàn hồi.*
- *Khi nhuộm lại (color retouch), để tránh chồng lên (overlap) vùng tóc đã nhuộm, nên trãi thuốc nhuộm lên vùng tóc mới (new growth hair) từ chân tóc đến cách đường phân giới cở 1/16 inch.*
- *Thuốc duỗi tóc kiềm mạnh (alkaline relaxer) là một loại sút ăn mòn (NaOH) cuả sodium hydroxide.*
- *Phản chiếu hình ảnh 2 bán phần giống nhau là cân đối, cân xứng, đối xứng nhau (symmetry).*
- *Khi làm facial (chăm sóc da mặt) nên dùng khăn phủ lên khách từ ngực xuống (chest down)*
- *Nếu chỉ có vùng tối (vùng tóc đậm) trên tóc đã tẩy còn sót lại, chỉ cần tẩy lại trên vùng tối đó thôi*
- *Tiến trình hóa học phức tạp mà tế bào được nuôi dưỡng và cung cấp năng lượng giúp điều khiển mọi hoạt động của cơ thể là tiến trình trao đổi chất (metabolism).*
- *Myology (cơ nhục, cơ bắp, bắp thịt) là ngành học về những chức năng, cấu trúc, và bệnh bắp thịt.*
- *Ở các đầu ngón tay (finger tip) có rất nhiều thần kinh cảm giác.*
- *Bạn dùng kéo tỉa móng tóc (thinning shear) là lấy bớt độ dày của tóc.*

- *Integumentary là hệ thống da bao bọc quanh cơ thể, gọi là lớp da vỏ bọc chứa tuyến dầu, và mồ hôi*
- *Khi cần chữa trị da đầu (scalp treatment) như massage da đầu, lấy gàu, chạy điện cao tần Tesla, thì nên làm trước khi gội đầu, tóc cho khách. Không nên dùng hóa chất trước và sau chữa trị da đầu.*
- *Độ hút thấm (porosity), độ xốp (spongy) của tóc là những tiêu chuẩn xác định thời gian uốn tóc.*
- *Nhóm màu trung hòa (neutral) là nhóm màu bổ sung (complimentary) gồm những màu đối diện nhau.*
- *Trong kỹ thuật xoa bóp (massage) hướng chuyển động từ ngọn đến gốc bắp thịt (insersion to origin).*
- *Nguồn năng lượng có trong thực phẩm được tính bằng calo, nhiệt lượng (calorie)*
- *Con người bình quân có 8 đến 10 pints máu (1gallon). Máu là nguồn dinh dưỡng cơ thể chiếm 1/20 trọng lượng cơ thể. Máu có màu xanh (blue) là thiếu oxygen, máu màu đỏ là đủ oxygen.*
- *Thợ dùng cây cọ nhỏ sạch (bàn chải đã tẩy uế) vẽ son môi cho khách, sau đó cây cọ phải khử trùng.*
- *Độ pH của tóc có tính acid có pH là 4.5 đến 5.5, nên dầu gội cho tóc thích hợp cũng là 4.5 đến 5.5*
- *Màu nhuộm tạm thời bị mất đi sau một lần gội tóc. Màu bán vĩnh viễn (semi) mất đi sau 4- 6 lần gội.*
- *Ruột non hấp thụ nguồn dinh dưỡng thức ăn nuôi cơ thể. Tiêu hóa hoàn toàn thức ăn cần 9 giờ.*
- *Cầm giữ dụng cụ không đúng cách như quá chặt, bàn tay bị gập sẽ dẫn đến sưng cổ tay (CTS).*
- *Tóc có độ cao không đều so từ trục giữa trung tâm sọ đầu là không đối xứng, cân xứng (asymmetry).*
- *Da trở nên dày hơn là da đóng nhiều lớp sừng (keratin) còn gọi là da chai (callus).*
- *Mái tóc đã từng uốn body wave có lọn lớn (lơi), muốn thay đổi kiểu nhưng vẫn giữ độ quăn như cũ, tạm thời làm cách quấn ống hấp nóng (roller set) hoặc kẹp cuốn nóng (hot roller).*
- *Làm massage mặt có 7 xương không có ảnh hưởng đến là1 xương ethmoid (xương xốp giữa hốc mắt), 1 xương sphenoid (cánh bướm nối liền xương sọ), 2 xương turbinal (xương mỏng xốp thành ngoài của mũi, 1 xương vomer (xương mỏng ngăn vách mũi), 2 xương palatin (xương vòm trên miệng, dưới mũi).*

NAILS REVIEW *(ôn bài phần chăm sóc tay, chân, móng tay, bệnh móng....)*
- *Trước khi phục vụ khách hàng phải tư vấn khách hàng*
- *Trước khi chà da chân phải thoa chất mềm biểu bì*
- *Rửa ngâm xà phòng làm vệ sinh chân là làm mềm da chân khách*
- *Form giấy đắp bột xong vứt bỏ vào túi nylon hoặc bao rác, loại form kim loại đắp xong phải diệt trùng*
- *Lau chùi chai lọ dùng mỹ phẩm bằng vải soft, vải đệm*
- *Nước sơn móng còn gọi là men móng. Dùng polish remover lau chùi nước sơn bị nhòe, loang, lem*
- *Primer là nước lót tác nhân dùng để kết dính. Catalyst chất xúc tác còn gọi là chất kích hoạt*
- *Onychocrytosis (ingrown nail) là móng quặp, móng mọc đâm vào 2 bên thịt, đâm khóe, kẽ, rãnh móng*
- *Đọc M.S.D.S có kế hoạch xử lý khi gặp thảm họa*
- *Giữ hồ sơ sức khỏe của khách hàng, yêu cầu của bộ lao động, sức khỏe và an toàn nghề nghiệp OSHA*
- *Cơ gập giúp gập bàn tay; Cơ quay giúp quay gập cánh tay; Cơ duỗi giúp co duỗi cánh tay (extensor)*
- *Từ ngón tay đến cánh tay, xương lớn nhất là xương cánh tay trên (upper arm).*
- *Cơ thể có 206 xương. Lòng bàn tay có 5 xương. Cổ tay có 8 xương. Xương cổ tay không đồng đều*
- *Tế bào tự sinh sản bằng cách chia 2. Đơn bào thực vật là chỉ một tế bào thực vật*
- *Hiện tượng da bị sưng tấy, đỏ, viêm nhiễm là do vi trùng gây bệnh.*
- *Mộng thịt mọc chồm lên mặt móng (pterygium) là bệnh da biểu bì phát sinh. Mọc tràn lên thành móng*
- *Móng bị chẻ nứt dùng giấy hoặc vải để bọc bao gói móng.*
- *Móng là phần phụ thuộc của hệ thống da. Gốc móng luôn luôn được tái sinh.*
- *Liềm móng hình bán nguyệt lunula nằm ở nệm, đệm, nền móng gần gốc móng*
- *Phần nối tiếp với thân móng thuộc về móng, còn gọi là đầu móng (móng thừa)*
- *Dũa móng chân: dũa ngang rồi dũa ôm tròn theo đường cong của 2 bên móng*
- *Dây thần kinh ở móng non matrix và nền, đệm, giường móng (nail bed)*

- Móng non matrix bị tổn thương sẽ làm móng mọc chậm hoặc ngưng phát triển.
- Mặt móng bị gợn sóng là móng nhăn (corrugations)
- Gốc móng, nệm móng có nhiều chất dinh dưỡng để nuôi móng
- Lunula là liềm móng không phải là thành phần của đầu móng.
- Nên làm móng giả acrylic cho khách có thói quen cắn móng.
- Sủi da không đúng cách sẽ gây gợn sóng mặt móng
- Sắc tố, hắc tố, melanin, chất tạo ra màu da, màu móng
- Khi gắn đặt khuôn, form nên gắng nhẹ nhàng theo độ cong của móng
- Dùng đầu dũa kim loại trên móng thật sẽ gây tổn hại xước, rách, toét, vì nó sẽ lấy nhiều mặt móng.
- Móng bị chẻ, rách, là do móng dòn, dũa không đúng cách, suy dinh dưỡng, thường tiếp xúc xà phòng.
- Xước mang rô, hangnail, agnail nên dùng hot oil.
- Dùng dầu olive cho da khô, nứt nẻ, rách. Dùng lò điện (heater) để hâm dầu nóng (hot oil manicure)
- Trước khi vẽ (design) cần làm mịn và đánh bóng móng
- Làm móng giấy (paper wrap), phải bọc đầu móng để móng cứng thêm, tránh gãy và rách
- Có 2 loại móng gel: loại dùng đèn ánh sáng và không dùng đèn (không ánh sáng) để làm khô
- Làm khô móng gel (không ánh sáng) ngâm tay trong nước nóng hoặc xịt chất linh hoạt
- Làm khô móng gel (cần ánh sáng) dùng tia cực tím (tử ngoại) hoặc đèn huỳnh quang
- Keo gel dính đầy chai lọ, dùng acetone rửa. Móng gel kiểm soát sau 2 tuần vì móng mọc dài ra.
- Dùng cây gỗ cam hoặc cây cọ để lấy gel còn dính đáy chai lọ
- Dùng thanh kim loại, cây sủi da kim loại để trộn chất đã hòa tan khi bôi dầy fill lúc đắp bột
- Khi dán silk wrap nên dùng thêm chất kết dính hoặc chất xúc tác để khỏi bị bong tróc bột
- Dung dịch acetone và các chất hòa tan khác là chất hòa tan dung môi
- Cách tốt nhất để phục vụ khách có hẹn kế nhau là có sẵn 2 bộ dụng cụ đã diệt trùng
- Để lấy đi những chất còn dư dính trên móng sau khi đắp bột rửa tay khách bằng xà bông
- Phần thừa của miếng bọc sau khi làm paper wrap, móng giấy dùng cây gỗ cam nhét dưới đầu móng.
- Kháng thể miễn nhiễm giúp cơ thể chống bệnh.
- Dấu nhạt hơi nhô lên trên da sau khi vết thương đã lành gọi là thẹo, sẹo (scar)
- E.P.A (cơ quan bảo vệ môi trường) có trách nhiệm hướng dẫn và kiểm soát cách khử diệt trùng
- Acetone để chùi gel dính da, hoặc alcohol (cồn) cho gel cần ánh sáng. Nước cho gel không ánh sáng.
- Khi hoàn tất acrylic, xong nước đổ vào bột (nước acrylic trộn với bột acrylic) rồi đổ vào thùng rác
- Loại đầu dũa bằng vải, giấy, bột đá không sát trùng được
- Khi gắn móng típ nên dũa hai bên tip cho liền và khít với móng tự nhiên
- Massage thoa vuốt (effleurage) làm cho khách thoải mái và thư giản
- Không nên massage cho khách bị bệnh tim, cao máu, đột quy, tai biến
- Khi massage nên quay tay khách từ 3 đến 5 lần.
- Không nên làm khi tay chân khách bị nấm sưng đỏ, viêm, ghẻ lở, nên giới thiệu đi bác sĩ
- Kẽ móng chân bị da nứt, dộp nước (do nấm) giới thiệu đi bác sĩ
- Chân bị nấm, móng cái bị chẻ, sưng, không làm chân (pedicure)
- Kí sinh trùng sống nhờ bám vào vật khác
- Chí rận hay trùng rận (vi trùng gây ra từ chí rận) là kí sinh trùng có hại cho sức khỏe của vật chủ
- Bệnh tinea (nấm vòng, lát, ringworm) gây ra do kí sinh thực vật.
- Vi trùng xấu (có hại) xâm nhập vào cơ thể sẽ gây bệnh.
- Có 2 loại vi trùng: 70% là loại có lợi, không gây bệnh, và 30% là loại có hại, gây bệnh
- Móng arcrylic, móng bột, do sự kết hợp của monomer và polymer (bột+liquid + khuôn)
- Khử trùng chai lọ bằng alcohol 70% hoặc formalin 5%, chất này cấm ở tiểu bang vì gây ung thư
- Sự tiệt trùng ở salon là việc làm vượt quá tiêu chuẩn, được gọi là vô trùng hóa, vô trùng toàn bộ.

- Khi khử trùng, sát trùng, antiseptic sẽ làm chậm sự phát triển của vi trùng
- Bôi antiseptic để sát trùng và khô móng ẩm, sạch dầu trên mặt móng trước khi bọc móng (nails wrap)
- Dung dịch diệt trùng Quat, alcohol để làm sạch bề mặt bất động vật (bề mặt bàn, tủ)
- Quat, Acohol, phenol là hóa chất dùng để diệt trùng. Khi đã diệt trùng đồ nghề phải bỏ vào hộp đậy kín.
- Khi làm tay chân nên để sẵn trên bàn gồm cồn 70%, oxy già từ 3 đến 5% là chất sát trùng
- Ngoại bì có 4 lớp (sừng, trong, hạt, nẩy mầm) và nội bì có 2 lớp (lớp nhủ và lớp lưới)
- Lớp da kế thành móng gọi là da nền móng
- Da khô nên dùng dầu biểu bì hoặc làm hot oil manicure (làm móng tay dầu nóng)
- Dãi biểu bì là phần da dưới rìa móng hay dưới đầu móng
- Lớp da ngoài biểu bì chống thấm nước. Chất sừng karatine để chống thấm nước
- Da gồm 6 chức năng (điều tiết dầu; bài tiết mồ hôi; điều hòa thân nhiệt; cảm giác; bảo vệ; hút thấm)
- Da nền móng eponichium liên quan đĩa móng (nail plate)
- Da có 2 lớp gồm ngoại bì có 4 lớp và nội bì có 2 lớp
- Tinh dầu cây trà có sẵn tính sát trùng diệt khuẩn để làm massage
- M.S.D.S là bảng thành phần hóa chất và hướng dẫn cách sử dụng an toàn do nhà sản xuất cung cấp.
- Sự vệ sinh trong tiệm thẩm mỹ là luôn luôn rửa tay với xà phòng
- Thoa softener, sau đó dùng kiềm cắt da lấy bớt da khô (eponichium) trên mặt móng, tỉa từng miếng nhỏ.
- Dầu oil làm nước sơn dễ tróc. Lắc chai nước sơn nhẹ nhàng trong lòng bàn tay
- Trước khi bọc, bao, gói móng lụa, giấy, vải, nỉ (nails wrap) không nên ngâm tay trong nước
- Tiếp xúc nhiều với hóa chất thợ cảm thấy buồn nôn, ói mửa, uể oải, sức khỏe kém sút hoặc ốm yếu.
- Top coat, sealer còn được gọi là nước sơn bóng để bảo vệ mặt móng và nước sơn thật không bị nứt vỡ
- Base coat nước sơn lót, nước phủ trong để bảo vệ móng không bị ngã vàng
- Sợi thủy tinh fiber glass có dạng mịn, lỏng, thưa
- Dùng que gỗ có quấn bông gòn để ẩn biểu bì còn sót ở móng.
- Để lấy đi phần dư thừa của lụa sau khi gói móng, dùng dũa hoặc buffer rìa móng
- Ba độc tố trong ngành móng tay là toluene, formaldehyde, và dibutyl phthalate
- Toluene trong sơn móng, giúp nước sơn bớt khô, không đóng cục, tạo mịn m. Chất này làm khô da, nứt nẻ, ngứa mắt, mũi, nổi mề đay, mất ngủ, yếu cơ bắp, nhức đầu, chảy nước mắt, con ngươi giãn nở.
- Formadehyde trong chất làm cứng móng, mùi hăng, rát mắt, ho, buồn nôn, suyễn, có thể gây ung thư.
- Dibutyl phthalate có trong nước sơn móng, chất làm cứng móng, giúp móng dẽo dai, không bị tróc, gây nguy hại cho hệ thống hô hấp, và sự sinh sản.
- Nên mang găng tay loại nitrile vì loại vinyl và latex hóa chất thấm vào được. Khi mài dũa bột, nên dùng khẩu trang N95 có thể cản được 95% bụi acrylic vào mũi và miệng. Tuy nhiên khẩu trang không lọc được các hóa chất.

FACIAL REVIEW (ôn bài phần chăm sóc da, trang điểm, bệnh da....)
- Da tiết dầu và mồ hôi trộn lẫn tạo oxýt hoá, lập thành vảy đóng chặt nang u bả nhờn (sebaceous gland).
- Silicon là dạng khoáng giúp tạo độ nhờn (emollient) và tạo màng bảo vệ cho làn da (protectants).
- Da bị cháy nắng mặt trời làm ảnh hưởng đến lớp mầm chứa hạt màu (stratum germinativum)
- Phần khung xương bảo vệ phổi, tim, cơ quan nội tạng gọi là ngực.
- Cơ thể có 206 xương. Xương đầu (sọ) có 8 cái và xương mặt có 14 xương.
- E.P.A (cơ quan bảo vệ môi trường) có trách nhiệm hướng dẫn và kiểm soát cách khử diệt trùng
- Massage thoa vuốt (effleurage) làm cho khách thoải mái và thư giãn
- Ngoại bì có 4 lớp (sừng, trong, hạt, nẩy mầm) và nội bì có 2 lớp (lớp nhủ và lớp lưới)
- Lớp da ngoài biểu bì chống thấm nước. Chất sừng karatine để chống thấm nước
- Da có 6 chức năng (tiết dầu; bài tiết mồ hôi; điều hòa thân nhiệt; cảm giác; bảo vệ; hút thấm)

- *Da có 2 lớp gồm ngoại bì có 4 lớp và nội bì có 2 lớp*
- *Không nên massage cho khách bị bệnh tim, cao máu, đột quỵ, tai biến*
- *Hiện tượng da bị sưng tấy, đỏ, viêm nhiễm là do vi trùng gây bệnh.*
- *Sắc tố, hắc tố, melanin, chất tạo ra màu da, màu móng*
- *Tinh dầu cây trà có sẵn tính sát trùng diệt khuẩn để làm massage*
- *Myology là môn học về cấu trúc, nhiệm vụ, và bệnh của bắp thịt. Hệ thống cơ bắp hơn 600 bắp thịt, chiếm 40 % trọng lượng của cơ thể.*
- *Trong ngành chăm sóc da, lớp da mà thợ cần quan tâm là lớp ngoại bì (epidermis)*
- *Khi nhổ chân mày, dùng nhíp (tweezer) nhổ lông theo hướng của sợi lông mọc*
- *Da tạo ra một dạng dầu gọi là bả nhờn (sebum)*
- *Tác động massage kích thích tuần hoàn, nhưng không nên làm facial cho khách có huyết áp cao.*
- *Vết lở thứ nhì (secondary lesion) như vảy (scale); lở loét (ulcer); đốm (stain); vảy cứng (crust); vết trầy da (excoriation); nứt da (fissure); thẹo (scar).*
- *Dòng điện Tesla (high frequency current) tác hại đến phụ nữ mang thai (pregnant)*
- *Da đen (black skin) lâu già hơn vì có lớp sừng dày (hyperkeratosis), nhiều dầu hơn (oily) và dày đặc hạt màu nên bảo vệ da tốt hơn từ ánh nắng mặt trời.*
- *Da đen, da đỏ (Indian), da nâu Tây ban nha (Hispanic) có nhiều dầu cần làm sạch lỗ chân lông hơn*
- *Làn da Á đông (Asian) là da nhạy cảm (sensitive skin), có độ đàn hồi cao (great elasticity).*
- *Hầu hết làn da rám nắng, thay đổi sắc tố, hư hại bởi mặt trời là do tia cực tím (UV rays)*
- *Khi dùng bất cứ mỹ phẩm nào chăm sóc da hoặc lấy (lau) đi lớp kem massage không nên làm mạnh đến xương sàng vùng hóc mắt (ethmoid bone)*
- *Vùng trán, mũi, cằm, và lưng có nhiều chất nhờn (oily, sebum, sebaceous glands)*
- *Cơ nâng đỡ cằm ngang qua má, và môi dưới giúp nhai và thổi hơi là cơ quay hàm (buccinators)*
- *Theo bảng phân tích da của Bác sĩ Fitzpatrick da chịu đựng mặt trời thì người da trắng, Địa Trung Hải, da có nhiều chỗ trắng, da sậm dần lang rộng ra là làn da cấp 4 (IV)*
- *Có 12 cặp thần kinh sọ bắt nguồn từ não bộ tiến đến đầu, mặt, và cổ.*
- *Dấu nhạt hơi nhô lên trên da sau khi vết thương đã lành gọi là thẹo, sẹo (scar)*
- *Kí sinh trùng sống bám vào làm hại vật khác như chí rận hay trùng rận (vi trùng gây ra từ chí rận). Siêu vi khuẩn (virus) là kí sinh trùng.*
- *Bệnh tinea (nấm vòng, lát, ringworm) gây ra do kí sinh thực vật.*
- *Bộ phận biến đổi độ mạnh của dòng điện gọi là biến trở (rheostat).*
- *Mặt nạ đất sét (clay masks) hoặc Kaolin (đất làm sứ) có tính hút thấm dầu, dinh dưỡng (nourish), phục hồi làn da (rejuvenate), thích hợp loại da dầu, da tổng hợp.*
- *Mặt nạ đất sét lấy chất dơ ở làn da (draw impurities) và co thắt lỗ chân lông, săn chắc làn da (tighten), kích thích tuần hoàn máu ở mặt. Thời gian mặt nạ đất sét khô cỡ 10 phút.*
- *Chất làm ẩm da glycerin dẫn xuất từ chất paraffin giúp cho da khô, thiếu nước, da lão hóa.*
- *Mặt nạ sáp paraffin hoặc mặt nạ nhiệt (thermal masks, modelage masks) giúp cho da khô, da thiếu nước, da tái thiếu sức sống, và da tuổi già.*
- *Loại mặt nạ nhiệt (thermal masks), sau khi pha trộn cần đắp dày 1/4 inch. Mặt nạ nhiệt (modelage) nóng dần lên cỡ 105 độ F, và từ từ nguội dần. Thời gian mặt nạ nhiệt khoảng 20 phút.*
- *Mặt nạ nhiệt (thermal masks) không dùng da nhạy cảm, da dầu, mạch máu vỡ hoặc da có vết lở.*
- *Mặt nạ sáp paraffin nên trải lên lớp gauze (sợi thưa), che mắt, trải dày 1/4 inch và sáp sẽ định hình (cứng lại) và dùng que gỗ nhấc lên ở mặt và cổ, xong gở bỏ ra. Thời gian khoảng 15 đến 20 phút.*
- *Khi đắp mặt nạ sáp nên dùng cây cọ (brush), phết từng lớp cho dày đến 1/4 inch.*
- *Mặt nạ sáp paraffin không nên dùng cho làn da nhạy cảm, da dầu, da có mạch máu vỡ, vết lở*

- Động tác massage nhồi bóp bằng ngón cái và ngón trỏ. Massage mạnh và lâu gây đỏ, đau, xệ da.
- Massage cho vùng vai, lưng, cánh tay nên dùng động tác bóp chặt trong lòng bàn tay (slapping movements), và động tác chặt chặt bằng sóng bàn tay (hacking movements).
- Không nên nhổ lông (hair removal) bằng sáp nếu đã bôi lên kem rám da do cháy nắng (sunburn), *chất lột da bằng hóa chất Retinoic acid (Retin-A), Hydroquinone, Glycolic, Salicylic, trên mụt mủ (pustules), da nhạy cảm (sensitive skin).*
- Sau khi wax, không dùng kem chà da chết (exfoliation), chất gây ngứa, tránh nắng gắt (sun exposure), bồn nước nóng (hot tubs) từ 24 đến 48 giờ.
- Sau khi nhổ lông bằng sáp (wax), nếu có sưng, đỏ, rát, thoa kem chống sưng (cortisone cream) hoặc aloe gel dịu làn da.
- Lớp sừng ngoại bì cần phải loại bỏ để cho làn da thay mới (cell renewal factor). Thời gian phục hồi da ở tuổi 13 đến 19 tuổi (teenagers) từ 21 đến 28 ngày; từ 20 đến 49 tuổi cần 28 đến 42 ngày.
- Trước khi tẩy da, thử phản ứng của da theo hướng dẫn của nhà sản xuất và chỗ da cần thử là bên trong cánh tay (inner arm), gần khuỷu tay hoặc có thể một vùng nhỏ ở mặt.
- Trong tiến trình làm tan dầu điện cực dương của dòng điện Galvanic đặt ở trong tay khách.
- Cạo râu không đúng cách (cạo ngược) gây sưng (viêm) và làm lông mọc ngược vô da (ingrown hairs, follicullitis) đôi khi sưng và có mủ. Nên làm mặt nạ dẻo (gel mask) giúp êm dịu làn da.
- Động tác rung, ấn huyệt (vibration) là cách massage kích thích nhất ở mặt (highly stimulating movement). Động tác này ấn sâu, tăng tuần hoàn, tác động bắp thịt mạnh mẽ.
- Sự lão hóa gây ra do thiếu dinh dưỡng (poor diet), tia cực tím (U.V), môi trường sống (pollutants in the air), và cách sống như hút thuốc (smoking), rượu (alcohol), và thuốc phiện (illegal drugs).
- Retinoic acid (Retin-A) là thành phần của vitamin A dùng chữa trị mụn bọc (acne). Vitamin A có khả năng chống oxýt hóa, giúp da đàn hồi (elasticity) và ngăn ngừa ung thư da (skin cancer).
- Chất cồn (alcohol) dễ làm phỏng nặng thêm trong lúc chữa trị mụn bọc (acne treatment).
- Tóc thiếu sức sống (dull, lifeless hair), làn da tái là dấu hiệu của sức khỏe kém (health warning). Tóc mất nhiều hoặc sói là do di truyền.
- Lớp màn sần ở da là lớp tế bào sừng (keratinized corneum layer) dày khoảng 15 đến 20 lớp thay đổi theo độ dày cơ thể. Lớp sần làm làn da lão hoá.
- Phá vảy cứng lớp tế bào sừng để sạch sâu lỗ chân lông. Chất sừng trên da là thân tóc (hair shaft)
- Tuyến nội tiết không tiết ra chất có mùi hôi.
- Khi tẩy làn da nên bắt đầu từ cổ để màu da đều với màu da mặt.
- Trãi mỹ phẩm trên mặt khách bắt đầu từ cằm. Khi hoàn tất làm da mặt (facial), lau sạch kem từ cổ lên.
- Cơ vân, cơ sợi (striated muscle) chuyển động qua điều khiển của ý muốn. Cơ trơn, cơ mịn (non striated muscle) không chuyển động theo ý muốn có tính tự động như ruột, bao tử.
- Cơ tam giác nằm phủ bả vai (deltoid). Cơ 2 đầu (bicep) bên trong cánh tay trên (upper arm) để nhấc cánh tay trước (forearm) và bẻ quặp khuỷu tay vào (elbow).
- Cơ 3 đầu (tricep) là bắp thịt lớn phủ phía sau của cánh tay trên dùng duỗi cánh tay trước ra.
- Bắp thịt lớn phủ ở vùng lưng cổ ở trên và giữa lưng giúp xoay cổ (rotate) và đong đưa cánh tay (swinging movements of the arm) là trapezius.
- Lớp mô mỡ (fat, adipo tissues) nằm dưới da (subcutaneous tissue) cung cấp năng lượng và là lớp bọc uyển chuyển quanh cơ thể.
- Bàn tay, bàn chân, trán là nơi tiết ra nhiều mồ hôi.
- Loại da Á châu giữ làn da chậm già nua và tươi trẻ hơn, da Á châu nhạy cảm và có độ đàn hồi cao.
- Dùng phấn trên mặt (foundation cream, powder) nhằm mục đích che vết thâm, làm mịn và sáng da

- Cơ vòng nằm ở vùng ổ mắt (orbicularis oculi muscle) giúp nhắm mắt lại. Dải thịt bằng, chung quanh môi trên và môi dưới giúp chúm môi và co thắt vùng miệng.
- Lớp tế bào sừng chồng chất và nghẹt ống dầu đóng cục cứng lại trong nang lông là chất dầu khô gọi là mụn đầu đen (comedone).
- Thoa sáp ong (wax) và trải linen để nhổ lông luôn theo hướng lông mọc.
- Dụng cụ không được chấp nhận lấy mụn đầu đen (black head, comedone) là dùng nhíp (tweezer) và kẹp.
- Động tác chính nhồi bóp trên cánh tay gọi là tẩm quất có nghĩa là lăn da tới lui, nắm nhắc nhẹ rồi trải ra.
- Khi tham khảo khách, nên giải thích về hiệu quả của mỹ phẩm để tránh dị ứng gây đỏ da (viêm). Và là sinh viên thẩm mỹ và người đang học nghề nên cẩn thận xử lý làn da mỏng dễ bị đỏ lên.
- Loại mụn hạt mịn là mụn cám, mụn sữa tích tụ chất nhờn dưới da có đầu trắng (white head, milia).
- Khi lấy mụn đầu đen (black head, comedone) dùng cây nặn mụn bằng thép (comedone extractor).
- Mao mạch (capillaries) là những mạch máu li ti dễ bị vỡ.
- Chuyên viên thẩm mỹ nên từ chối khách, nếu khám phá khách có vết đỏ do côn trùng cắn.
- Massage tạo êm dịu, thư giản là tác động vuốt ngược, vuốt xuôi nhẹ không dùng sức (effleurage).
- Lúc phục vụ, bạn lỡ làm phỏng da khách, bạn phải thoa ngay chất gel tím ultra (ultra violet jelly).
- Massage bắp thịt mặt bắt đầu từ động đến tĩnh là từ ngọn đến gốc bắp thịt (insertion to origin).
- Lúc massage cổ dây thần kinh quan trọng là dây thần kinh giao cảm (cervical nerves) bắt nguồn từ dây tủy sống (spinal cord) cung cấp các cơ sau đầu và cổ.
- Bộ óc (brain) là mô thần kinh lớn và phức tạp chứa trong hộp sọ nặng 44 đến 48ounces có khả năng gởi và nhận tín hiệu qua 12 cặp thần kinh sọ từ bộ óc đến đầu, mặt, và cổ.
- Dây tủy sống (spinal cord) là phần của trung khu thần kinh kéo dài từ bộ óc đến thân mình và được bảo vệ bởi cột sống (spinal column). Có 31 cặp thần kinh tủy sống kéo dài ra các bắp thịt cơ thể.
- Đọc M.S.D.S có kế hoạch xử lý khi gặp thảm họa. M.S.D.S nêu lên thành phần hóa chất cũng như hướng dẫn cách sử dụng an toàn do nhà sản xuất cung cấp.
- Trước khi phục vụ khách hàng phải tư vấn khách hàng. Giữ hồ sơ sức khỏe của khách hàng, để theo sự đòi hỏi của bộ lao động, sức khỏe và an toàn nghề nghiệp OSHA.
- Tế bào tự sinh sản bằng cách chia 2. Đơn bào thực vật là chỉ một tế bào thực vật
- Móng, lông tóc là phần phụ thuộc của hệ thống da. 5 ngón của bàn tay có 14 đốt xương.
- Có 2 loại vi trùng: 70% là loại có lợi, không gây bệnh, và 30% là loại có hại, gây bệnh. Vi trùng borrelia là loài hình xoắn (spirilla) gây sốt.
- Vi trùng hình que, trực trùng (bacilli) và hình xoắn (spirilla) là loại chúng tự di chuyển như cấu trúc của cọng tóc (hairlike projection) là 2 loại vi trùng có hại.
- Sự tiệt trùng của thẩm mỹ viện là việc làm vượt quá tiêu chuẩn, được gọi là vô trùng hóa, vô trùng toàn bộ. Khử trùng bằng formalin 5%, chất này cấm ở tiểu bang vì gây ung thư
- Khi khử trùng, sát trùng, antiseptic sẽ làm chậm sự phát triển của vi trùng. Sự vệ sinh trong tiệm thẩm mỹ là luôn luôn rửa tay với xà phòng
- Quats, Acohol, phenol là hóa chất để diệt trùng. Dụng cụ đã diệt trùng phải bỏ vào hộp đậy kín.
- Cơ quan quản trị thực phẩm và dược phẩm, định nghĩa mỹ phẩm chuẩn nhận F.D.A là để chữa trị.
- Đắp mặt nạ lên miếng gạc (gauze) giúp sản phẩm khỏi trơn trợt lên da, thấm nhiều hơn và dễ lấy ra hơn.
- Để xác định loại da của khách có dầu nhiều hay ít cần để ý đến kích cỡ lỗ chân lông.
- Tóc muối tiêu (salt and pepper), tóc bạc (gray hair) khó nhổ vì hệ thống gốc tóc tăng lên (sâu hơn).
- Da được nuôi dưỡng chủ yếu bằng máu.
- Chất dùng để hòa tan các chất khác trộn lẫn nhau là dung môi (solvent) như nước, cồn (alcohol).
- Tình trạng đặc trưng bởi mụn đầu đen, mụn mủ và mụn nhọt là mụn trứng cá (comedone). Loại da đặc trưng có lớp mụn nhỏ là da khô (dry skin).

- Sự thay đổi tuyến nội tiết hoóc môn (hormon) làm lông mọc nhiều bất thường.
- Chất nhựa sừng (karetin) sinh ra từ nang lông, nang tóc (hair follicle).
- Da thiếu ẩm, căng, nứt, nhiều nếp nhăn là da bị mất nước nên cần uống đủ nước và thoa chất ẩm.
- Xà phòng diệt trùng không bao giờ dùng để rửa mặt vì có tính kiềm mạnh.
- Tình trạng viêm nhiễm cấp tính có tính cách đặc trưng của sự bùng phát nổi lên các chấm đỏ nhỏ, rát và ngứa gọi là rom sảy (miliaria rubra), do thời tiết quá nóng
- Cơ da cổ (platysma) là vùng cơ rộng kéo các cơ ngực và vai lên cằm giúp hàm dưới nhai.
- Dùng sáp nhổ lông (waxing) trên các vùng của cơ thể như: mặt, môi trên, chân mày, nách, vùng bikini, chân, mặt trên bàn chân và ngón chân.
- Không nên dùng sáp nhổ lông cho khách có mạch máu trương nở (dilated blood vessels) và căng giãn tĩnh mạch (varicose veins).
- Dùng nhíp nhổ lông (tweezing) trên các vùng như: mặt, môi trên, chân mày và bikini sau khi wax.
- Dùng hóa chất rụng lông (depilatories) trên các vùng cơ thể như: cánh tay, chân, bàn chân và ngón chân.
- Sugaring là chất dẻo từ đường dùng nhổ lông cho da nhạy cảm và vùng nhạy cảm như bikini. Sugaring nên trải hơi dày và điểm đặc biệt có thể lấy được lông ngắn cỡ 1/8 inch.
- Không bao giờ để lò nóng sáp (wax heater) qua đêm để tránh hỏa hoạn và nóng lâu có thể hư sáp.
- Dùng sáp nhổ lông ở vùng lông mọc dài nên dùng kéo cắt ngắn trong khoảng từ 1/4 đến 1/2 inch.
- Sự ích lợi của massage là giúp kích thích các tuyến ở da, da mềm mại dẻo dai, êm dịu thần kinh, tăng tuần hoàn bạch huyết, tạo co thắt bắp thịt, tăng tuần hoàn máu, giảm đau bắp thịt.
- Động tác rung ở huyệt (vibration or shaking movement): dùng đệm thịt (cushion) đầu ngón tay rung vào huyệt vài giây để tạo kích thích.
- Động tác vỗ nhịp (percussion or tapotement): dùng các ngón tay và lòng bàn tay đánh nhẹ, nâng nhẹ da mặt và giúp cho làn da khỏe, sáng da.
- Động tác chà sâu, ma sát da (friction or deep rubbing movement): dùng đệm ngón tay vừa ép nhẹ vừa xoay vòng từ giữa ra 2 bên má theo hướng lên.
- Động tác nhồi bóp (petrissage or kneading movement): dùng ngón tay ép da mặt vào lòng bàn tay, nhồi nâng da ép chặt sâu, nhằm mục đích kích thích các tuyến, thần kinh, bắp thịt, và các mô mỡ cũng tan bớt theo động tác này.
- Động tác vuốt nhẹ (effleurage or stroking movement): dùng ngón tay và lòng bàn tay vuốt nhẹ nhịp nhàng, tạo êm dịu và thoải mái.
- Lúc massage để tạo sự thoải mái (relaxation) phải cử động nhịp nhàng (rhythmic rhythm), tuy nhiên không nên làm cho khách bệnh cao máu (high blood pressure).
- Chất lột da AHA (Alpha Hydroxide Acid) không nên dùng loại acid mạnh hơn 30%.
- Khi xử dụng dòng điện cao tần Tesla (high frequency) trên da khoảng thời gian là 5 phút. Dòng điện Tesla không nên dùng cho phụ nữ đang mang thai.
- Khi làm facial mà da có mụn bọc (acne) nên đóng lỗ chân lông bằng astringent
- Khi gắn miếng (strip) lông mi giả vào hàng lông mi dưới nên đặt trên lông mi thật.
- Giấy phép chuyên viên về da (esthetician) chỉ được phép làm trên lớp ngoại bì (epidermis).
- Để lông mi giả loại nguyên miếng (strip eyelashes) dính lâu nên lau sạch trang điểm vùng mắt trước khi gắn. Khi cần gỡ đi lông mi giả dùng nước ấm và một ít xà phòng và gỡ nhẹ từ góc ngoài của mắt.
- Các phương cách chà mòn da (exfoliating), bằng tay hoặc bằng máy (brush machine) và ngay cả cách dùng hóa chất lột gần như cùng mục đích là lấy đi mô da chết (dead skin tissues).
- Độ pH là 9 có tính kiềm (alkalin) gấp 100 lần so với độ pH là 7 của nước cất trung hòa (distilled water).

Hair 900

PRACTICAL TEST

APPOINTMENT SCHEDULE
LỊCH TRÌNH THI

7:15 **Disinfection preparation for the day's appointment**
Pha chế dung dịch diệt trùng

7:25 **Do hair cut with guide line using scissor and complete the hair by razor**
Cắt tóc với đường viền tóc (guide line) bằng kéo và hoàn chỉnh tóc bằng dao

7:45 **Predisposition test for aniline derivative product**
Thử dị ứng da với thuốc nhuộm aniline derivative

7:55 **Tint on bleached hair back to natural color**
Nhuộm trở lại màu nguyên thủy lên mái tóc đã tẩy trước đó

8:15 **Complete manicure, and one tip with acrylic overlay**
Hoàn tất làm pedicure (chỉ 1 chân), và một móng tip phủ bột acrylic

8:45 **Facial for oily skin using dermal light**
Làm facial cho da dầu dùng đèn dermal

9:05 **Demonstrate a disinfection technique appropriate to the completion of the appointment at 7:25**
Trình bày cách thức diệt trùng đầy đủ cho dụng cụ đã làm lúc 7:25

9:20 **BREAK TIME**
THỜI GIAN NGHỈ 15 PHÚT

9:35 **Double press with pressing comb on over curly hair and make curls with Marcel iron at least 4 approciate principles of roller control**
Dùng lượt ép mỗi mặt tóc 2 lần trên tóc quăn và dùng Marcel tạo 4 lọn tóc căn bản

10:05 **Soft permanent waving on over curly hair**
Duỗi thẳng trên tóc quá quăn và uốn tóc lại để tạo lọn tóc lớn hơn

10: 45 **Wet set to include** *(tạo kiểu tóc bao gồm)*

- **Finger wave**
  Nắn dợn tóc bằng ngón tay
- **6 rollers demonstrating at least 4 principles of roller control**
  Quấn 6 ống cuốn tóc, trong đó 4 ống cuốn tóc với các góc độ căn bản
- **Pin curl (6 forward curls; 6 reverse curls; 3 stand up curls)**
  Nắn lọn tóc bằng (6 lọn tóc phía trước, 6 lọn tóc ra sau, 3 lọn tóc đứng)

11:15 **Shampoo and conditioner hair for model**
Gội và dưỡng tóc cho người mẫu

11: 30 **Clean up your work station**
Dọn dẹp nơi thi

NEW COSMETOLOGY PRACTICAL TEST
10 DOMAIN SERVICES
Practice on manikin or live model depend on each state
Chemicals for Cold Waving, Virgin Hair Lightening, Color Retouch, Virgin Relaxer and Relaxer Retouch will be simulated.

CÁCH THI THỰC HÀNH MỚI
GỒM 10 MÔN THI
Thực hành trên đầu giả, tay giả hoặc người mẫu tùy theo mỗi tiểu bang
Các hoá chất như uốn tóc, tẩy tóc, nhuộm, thuốc duỗi đều dùng chất giả thay thế (lotion hoặc gel màu)

COSMETOLOGY PRACTICAL EXAMINATION
ALL SUPPLIES MUST BE LABELED IN ENGLISH (Suggested kit size: 16" x 24" x 30" or smaller)

Dry storage -kit/container -hand sanitizer -container/bag for soiled/trash items -container or bag for items to be disinfected-cloth and paper towel(s) -neck strip(s) -shampoo cape -hair clamp(s) -comb(s) -hair brush(es) -spray bottle -protective cream -tape -spatula(s) - protective cotton -protective gloves -tissue -first aid supplies (blood spill kit) -cloth cape or waterproof cape- receptacle for soiled towels and linens -hand soap -#2 pencil – shower cap – spray water bottle –water container -EPA registered disinfectant that demonstrates bactericidal, fungicidal and virucidal properties must be used*.

Manufacturer's labels are required on all disinfectants and sanitizers.
DOMAIN SERVICES

1. **Set Up and Client Protection**
2. **Blow Dry Styling and Thermal Curling**
3. **Haircutting**
4. **Chemical Waving**
5. **Virgin Hair Lightening and Hair Color Retouch**

6. **Virgin Relaxer and Relaxer Retouch**
7. **Basic Facial**
8. **Manicure**
9. **Sculptured Nail**
10. **Hair Removal of the Eyebrows**

Chemicals for Cold Waving, Virgin Hair Lightening, Color Retouch, Virgin Relaxer and Relaxer Retouch <u>will be simulated</u>.

I. SET UP AND CLIENT PROTECTION (10 minutes). Verbal Instructions:

*"You will now set up the **general supplies**" "You will also **set up the thermal curling supplies.**" "You will have **10 minutes** to complete this section." "You will be informed when you have **5 minutes remaining.**"*

-**Examiner:** *"You may begin set up".* "Please <u>plug in curling irons</u> at this time."

*YOU WILL BE EVALUATED ON THE FOLLOWING TASKS

- Sanitizes your hands *(hand sanitizer)*
- Disinfects work area or uses protective covering. *(Spray disinfectant solution on table, chair, and station then wipe out to dry by paper towels)*
- **Re-sanitizes hands**
- Sets up work area with supplies and equipments on sanitary maintenance area *(S.M.A)*
- Uses **neck strip** and **shampoo cape** to **drape on model for thermal sections**
- Maintains work area in a safe manner throughout setup
- Re-sanitizes hands *(hand sanitizer)*

Placing neck strip & cap over neck strip
đặt giấy & khăn choàng lên giấy

II. BLOW DRY STYLING AND THERMAL CURLING (20 minutes)

BLOW DRY STYLING AND THERMAL CURLING SUPPLIES: Blow dryer -duck clamps (hard rubber) –linen cape (cloth cape) -trash bag - hair brush (round brush) - thermal curling iron -combs (hard rubber) - neck strips –soil container –paper towels-test paper for testing temperature of curling iron –spray water bottle –sectioning clips.

"You have **2 minutes** to remove the supplies from your kit for the **blow dry styling** and **thermal curling** section.

-**Examiner:** *"You may begin set up."*
-**Examiner:** *"You will now perform the blow dry styling section (10 minutes)"*
   *"You will blow **dry only the top** and **one side of the head**." "You will have **10 minutes** to complete this section." "You will be informed when you have **5 minutes** remaining."*

-**Examiner:** *"You may begin."*   ### *YOU WILL BE EVALUATED ON THE FOLLOWING TASKS

- Sanitizes your hands *(hand sanitizer)*
- Sets up disinfected implements on paper towels (blow dry, hard rubber clamps, combs, round brush)
- Sanitizes your hands *(hand sanitizer)*
- **Moist hair** with spray water and **section hair** *(5 sections)*
Demonstration of Blow Drying
- Directs air flow back-and-forth motion on **the top of the head**

- Controls hair with vent brush or round brush *(each subsection 1 inch)*
- Directs air flow the same way on **one side of the head**
- Demonstrates drying of hair to protect scalp

*(After **timing is completed** for blow dry styling and all candidates have **stepped back**)*

-*Examiner: "You will now perform the thermal curling section (10 minutes)."*

*"You will form **three curls on the top** of the head and **four curls on one side** of the head." "You will have **10 minutes** to complete this section." "You will be informed when you have **5 minutes** remaining."*

-*Examiner: "You may begin."*   **YOU WILL BE EVALUATED ON THE FOLLOWING TASKS*

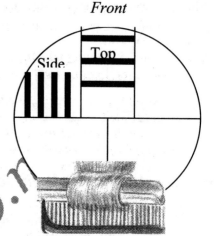

- Sanitizes your hands *(hand sanitizer)*

Demonstration of Curling
- Tests temperature of curling iron on the **test paper** to applying to hair
- Subsections hair same width as barrel of iron *(3/4 inch)*
- Length of subsection is no longer than 3 inches
- Make **3 curls on the top** of the head *(full base, half base, off base)*
- Make **4 curls on one side** of the head *(half bases)*
- Place the hard rubber comb below curling iron to protect scalp safely throughout service
- Forms a complete curl so that the hair is smooth and unmarked

Safety and Infection Control
- Uses iron safely at all times
- Disposes of soiled items in soil container *(brush, combs, clips)*
- Maintains work area in a safe manner throughout service *(unplug in curling irons, blow dryer)*
- Disposes of soiled materials in trash bag *(neck strip, used paper towels, test paper)*
- Sanitizes your hands *(hand sanitizer)*

*(After **timing is completed** for thermal curling and all candidates have **stepped back**)*

III. HAIRCUTTING (30 minutes)

HAIRCUTTING SUPPLIES: haircutting shears -razor -combs – spray water bottle -paper towels –neck strip -hair clamps.

"You have **2 minutes** to remove the supplies, **wet the hair and brush it straight back** for the haircutting section"

-*Examiner: "You may begin set up."*
-*Examiner: "You will now perform the haircutting section"* *"You will complete a basic layered haircut using a razor and shears."*

Placing neck strip & cap over neck strip
đặt giấy & khăn choàng lên giấy

"You will cut **the nape section** with a **razor**." "You will **complete the haircut** using the **shears**."
"Please **do not sweep the hair** from the floor **until you are instructed**."
"You will have **30 minutes** to complete this section." "You will be informed when you have **15 minutes** remaining."

-*Examiner: "You may begin."*   **YOU WILL BE EVALUATED ON THE FOLLOWING TASKS*

- Sanitizes your hands *(hand sanitizer)*
- Sets up implements on paper towels *(comb, razor, hair clamps, scissor, neck strip)*
- Drape model with clean neck strip and shampoo cape
- Divide hair in to 4 or 5 sections

Demonstration of Haircutting
- Razor should be held correctly to establish nape guide *(0 degree on 1 inch of guideline)*
- Sub-section ½ inch when cut hair
- Cuts entire nape section with elevation using razor *(cut 45 degrees on 2 more subsections)*
- Handles razor safely at all times
- Uses consistent subsections/partings while cutting hair

195

- Scissor should be held correctly to cut **2 back sections** (45 degrees or 90 degrees)
- Uses scissor to **cut sides** and complete hair
- Handles scissor safely at all times
- Check your hair cut should be well balance (check bang, sides, and backs)
- You **step back** when completed hair cut.

Balance razor
nắm dao cân bằng

Cách cầm và cắt tóc bằng dao

After candidate has stepped back to indicate that they have completed their haircut or the timing has elapsed: (Individually)
-Examiner: "May I please use your comb to check your haircut?"

* Cuts nape line to a uniform length
* Cuts sides uniform in length
* Blends haircut evenly
* Cuts at least one inch of hair throughout haircut
* Maintains neck strip and drape for protection

HOLDING THE COMB & SCISSOR WITH 45 DEGREES ANGLE
Giữ lược và kéo góc 45 độ khi chải tóc

After checking their haircut: (Individually)
-Examiner: "You may clean up only your hair at this time."

* Uses towel to **remove hair from skin, drape**, and work area
* **Removes hair** from floor completely
* Disposes of items to be disinfected in properly labeled receptacle (**comb, razor, scissor, hair clamps**)
* Disposes of soiled materials (**neck strip, paper towels**)
* Maintains work area in a safe manner throughout service
* Sanitizes your hands (hand sanitizer)

IV. <u>CHEMICAL WAVING</u> (20 minutes)

CHEMICAL WAVING SUPPLIES: Water bottle -Rat tail comb -towels -comb(s) -regular comb -end papers -perm rods -paper towels -cotton strip -protective cream -applicator bottle with simulated waving lotion (water) -hair clamps -gloves

"You have **2 minutes** to remove the supplies from your kit for the **chemical waving** section"

-Examiner: "You may begin set up."
-Examiner: "You will now perform the chemical waving section"
"You will wrap the **center back section** of the head, from **crown to nape**."
"You will be instructed to **apply simulated waving lotion**." "You will be instructed to demonstrate a **test curl**." "Once you are finished or if the timing has elapsed, please **step back for instructions** to demonstrate saturation and a **test curl**."
"Do not remove the perm rods until the examiner instructs you to remove them."
"You will have **20 minutes** to complete this section You will be informed when you have **10 minutes** remaining"

-Examiner: "You may begin." *YOU WILL BE EVALUATED ON THE FOLLOWING TASKS*

- Sanitizes your hands (hand sanitizer)
- Sets up work area, all supplies on paper towels (all supplies above)
- **Double drape** for model (2 towels and shampoo cape)
- Divide hair in to 9 sections (straight and evenly)
Demonstration of Chemical Waving
- Wet the hair on **center back section** (spray water bottle)
- Subsections hair **no longer than length of rod**
- Subsections hair **same width as diameter** of rod
- Wraps hair with perm rods evenly and smoothly around rod (double end papers) (**center back section** of the head, from **crown to nape**)
- Distributes hair evenly and extends end papers beyond hair ends
- Places rubber bands correctly (on top of each rod)
- Wraps hair around rod at least 2 ½ times

9 SECTIONS FOR STRAIGHT BACK WRAP
chia 9 kiểu uốn tóc thẳng ra sau

-*Examiner:* *"Please demonstrate saturation."*
- Applies protective cream and cotton band at nape *(or around hair line)*
- Wears gloves during application of waving lotion *(simulated product)*
- Applies waving lotion *(simulated product)* **on top and underneath each rod** safely

-*Examiner:* *"Please demonstrate a test curl."*
- Unwraps rod at least <u>**1 ½ turns**</u> and hair **is held to relax**

-*Examiner:* *"Please <u>stop the chemical waving</u> procedure. <u>Do not remove</u>*

the perm rods until the examiner instructs you to remove them."*

Wrapping hair from ends to scalp, double end papers, curl one half of base (90 degrees)
quấn tóc từ đuôi tóc đến da đầu, dùng 2 giấy quấn đuôi tóc, lọn tóc quấn nửa nền tóc (90 độ)

After examiners have finished checking all candidates:
-*Examiner:* *"Please <u>remove all rods</u> from the head and <u>brush the hair straight back.</u>"*
- Disposes of items to be disinfected in soil container *(rods, hair clamps, comb, applicator bottle)*
- Disposes of soiled in trash bag *(end papers, paper towel, cotton strip)*
- Take gloves off and put on trash bag
- Sanitizes your hands *(hand sanitizer)*

CHECKING THE "S" FORMATION

thử xem tóc tạo hình chữ "S"

V. <u>VIRGIN HAIR LIGHTENING APPLICATION AND HAIR COLOR RETOUCH</u>
(20 minutes, in two 10 minute segments)

HAIR LIGHTENING AND COLOR SUPPLIES; tint brush and bowl - combs -plastic bowl –paper towels –hair clamps -thick gel or colored cholesterol for lightening and color products –cottons –liquid soap –spray bottle.

*"You have **2 minutes** to remove the supplies for **the virgin hair lightening** application and **hair coloring retouch** sections.*

-*Examiner: "You may begin set up."*
-*Examiner: "You will now perform the virgin hair lightening application section."*
*"You will have **10 minutes** to complete the virgin hair lightening section." "You will be informed when you have **5 minutes** remaining."*
*"Upon completion, you will **step back** until instructed to apply the hair **coloring retouch** section."*
*"Have **10 minutes** to complete the hair coloring retouch section. You will be informed when you have **5 minutes** remaining"*

-*Examiner: "You may begin."* ***YOU WILL BE EVALUATED ON THE FOLLOWING TASKS**

- * Sanitizes your hands *(hand sanitizer)*
- Sets up work area, all supplies on paper towels *(3cotton balls, liquid soap, spray water bottle)*
- **Maintain double drape** for model *(towel)*

<u>**P D Test:**</u> Wear gloves *(moist a cotton ball and 2 dry cotton balls)*
- Clean behind the ear *(moist cotton with liquid soap or **hand sanitizer** on test area then dry it.)*
- Drop color product on other dry cotton ball then apply behind the ear for **Patch Test.**
- Take gloves off
- Divide hair in to **4 sections**
- Applies protective cream around hairline
- **Wears gloves** during application of **simulated lightener** and hair **color products**

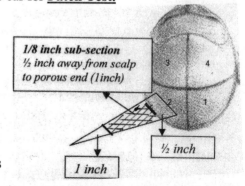

1/8 inch sub-section
½ inch away from scalp to porous end (1inch)

½ inch

1 inch

A. <u>DEMONSTRATION OF VIRGIN HAIR LIGHTENING APPLICATION (10 MINUTES)</u>

* Cover 3 remain sections (3, 4, 1) with paper towels and hair clamps
* Apply a <u>**back section** (2)</u>
* Subsections hair **1/8 inch** wide
* Applies lightening product *(simulated product)* <u>**1/2 inch away from scalp to last 1 inch of hair.**</u>
* Completely covers subsections with simulated product on section **2**

* Sanitizes your hands *(hand sanitizer)*

AFTER TIMING IS COMPLETED FOR VIRGIN HAIR LIGHTENING AND ALL CANDIDATES HAVE <u>STEPPED BACK</u>:

-Examiner: Candidates will be asked to <u>step back</u> until the hair color retouch begins.
*"You have **10 minutes** for hair coloring section. "You will be informed when you have **5 minutes** remaining."*

-Examiner: "You may begin."

B. <u>DEMONSTRATION OF HAIR COLOR RETOUCH</u> (10 MINUTES)

* **Cover 3 remain sections** (4, 1, 2) with paper towels and hair clamps
* Apply a **<u>front section</u>** (**3**)
* Sub-sections hair **1/2 inch** wide
* Applies color product quadrant *(simulated product)* from **<u>scalp and out to 2 inches</u>**
* Completely covers subsections with color simulated product on section **3**

Safety and Infection Control
* Keeps perimeter skin free of product
* Disposes of items to be disinfected in soil container *(tint brush, bowls, combs, hair clips)*
* Disposes of soiled in trash bag *(paper towels, cotton,)*
* Take gloves off and put on trash bag
* Sanitizes your hands *(hand sanitizer)*

> ½ inch sub-section
> 2 inches from scalp

VI. <u>VIRGIN RELAXER APPLICATION AND RELAXER RETOUCH</u> *(20 minutes, in two 10 minute segments)*

CHEMICAL RELAXING SUPPLIES: tint brush –plastic bowl -thick gel or colored cholesterol -comb(s) -paper towels -hair clamps - cottons –liquid soap –spray water bottle.

*"You have **2 minutes** to remove the supplies from your kit for the **virgin relaxer** application and **relaxer retouch** section).*

-Examiner: "You may begin set up."
-Examiner: "You will now perform the virgin relaxer application section."
*"You will have **10 minutes** for the <u>virgin relaxer</u> section." "You will be informed when you have **5 minutes** remaining."*

*-Examiner: "Upon completion, you will **step back** until instructed to apply the relaxer retouch section."*
*"You will have **10 minutes** for the <u>relaxer retouch</u> section." "You will be informed when you have **5 minutes** remaining."*

-Examiner: "You may begin."   *****YOU WILL BE EVALUATED ON THE FOLLOWING TASKS**

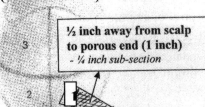

* Sanitizes your hands *(hand sanitizer)*
* Sets up work area, all supplies on paper towels *(tint brush, bowl, combs, paper towels, hair clamps, liquid soap)*
* **Maintain double drape** for model
* Applies protective cream around hairline
* Wear new gloves

A. <u>DEMONSTRATION OF VIRGIN RELAXER APPLICATION</u> (10 MINUTES)

* Cover 3 remain sections (2, 3, 4) with paper towels and hair clamps
* Apply relaxer product *(simulated product)* a **<u>back section</u>** (**1**)
* Subsections hair **1/4 inch** wide
* Applies relaxer product *(simulated product; color cholesterol)* **<u>1/2 inch away from scalp to last 1 inch of hair.</u>**
* Completely covers subsections with simulated product on section **1**

> ½ inch away from scalp
> to porous end (1 inch)
> - ¼ inch sub-section

www.levan900.net

Candidates will be asked to <u>step back</u> until the relaxer retouch application begins.

* The following will be read to all candidates after timing is completed

 for virgin relaxer and all candidates have **stepped back**:

*"You have **10 minutes** for the relaxer retouch section. "You will be informed when you have **5 minutes** remaining."*

-Examiner: "You may begin."

B. DEMONSTRATION OF RELAXER RETOUCH (10 MINUTES)
- * Cover 3 remain sections (3, 2, 1) with paper towels and hair clamps
- * Apply relaxer product *(simulated product)* **a <u>front section</u> (4)**
- * Subsections hair **1/4 inch** wide
- * Applies relaxer product <u>slightly off scalp, up to 1/4 inch away from scalp and out to 2 inches</u>
- * Completely covers subsections with simulated product on section **4**

-Examiner: "Please demonstrate <u>smoothing the relaxer retouch product.</u>"
- • Straighten *(smoothing)* each sub-section by <u>fingers</u> or <u>back of the comb</u>
- • Demonstrates smoothing of subsection in direction of hair growth and cuticle with moderate tension

Safety and Infection Control
- • Keeps perimeter skin free of product
  ***When finished, remove all paper towels and
  hair clips, comb model's hair, fold shampoo cape.***
- • Disposes of items to be disinfected in soil container
  (tint brush, bowls, combs, hair clips). And soil towels put on towel's bag
- • Disposes of soiled in trash bag *(paper towels, cotton,)*
- • Take gloves off and put on trash bag
- • Sanitizes your hands *(hand sanitizer)*
- • Maintains work area in a safe manner throughout service

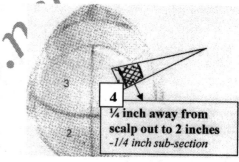

4 | ¼ inch away from scalp out to 2 inches -1/4 inch sub-section

VII. BASIC FACIAL 10 minutes (optional) Verbal Instructions for Set Up:
BASIC FACIAL SUPPLIES: Cleansing cream; Massage cream; Astringent or toner; Tissue paper; Spatula.

"You have **2 minutes** to remove the supplies from your kit for **the basic facial section**".

-Examiner: "You may begin set up."
-Examiner: "You will now perform the basic facial section."
 "You will be given **10 minutes** to complete this section."
"You will be informed when you have **5 minutes** remaining."

-Examiner: "You may begin." *<u>YOU WILL BE EVALUATED ON THE FOLLOWING TASKS</u>

- • Sanitizes your hands *(hand sanitizer)*
- • Applies hair drape to completely cover hair *(head band or shower cap)*
- • Uses towel to cover on model's chest
- • Organize tissue papers
- • Removes cleansing cream from container with a spatula
- • Apply cleansing cream over eyebrows, lips, and face and remove with tissues
- • Removes massage product from container with spatula
- • Distributes massage product over entire face safely
- • Demonstrates ***effleurage, petrissage, tapotement, friction*** movements
  (Maintains continuous contact during massage)
- • Removes massage product without dragging or pulling skin
- • Removes all residual massage product with tissue paper safely

APPLY CLEANSER
Trãi kem rửa mặt theo chiều mũi tên

EFFLEURAGE MOVEMENT (STROKING)

động tác massage vuốt nhẹ

- Applies astringent safely
- Disposes of soiled materials *(tissues, spatula, paper towels)*
- Sanitizes your hands *(hand sanitizer)*

VIII. MANICURE (20 minutes) Verbal Instructions for Set Up:

MANICURE SUPPLIES: - finger bowl -container of water -hand sanitizer -cuticle cream/remover - nail brush -file (emery board) -buffer -cuticle oil -polish remover -nail clipper -hand lotion or massage product –trash bag -metal pusher -orange wood stick -liquid soap -soil container -base coat -red polish -top coat.

"You have **2 minutes** to remove the supplies from your kit for the manicure section"

Examiner: "You will now perform the manicure section"

"You will have **20 minutes** to complete this section."
"You will be informed when you have **10 minutes** remaining."

-Examiner: "You may begin."   * <u>YOU WILL BE EVALUATED ON THE FOLLOWING TASKS</u>

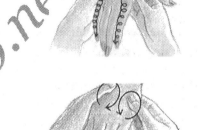

- Sanitizes your hands *(hand sanitizer)*
- Pour water and liquid soap into finger bowl
- Sanitizes hand for your model *(on one hand)*
- Shapes free edge (shorten and file nails) safely
- Establishes **uniform length and shape**

Demonstration of Cuticle Care
- Immerses fingers in bowl of water mix liquid soap
- Dries hand completely
- Applies cuticle cream or remover
- Pushes back cuticle in circular motion by metal pusher safely
- * Brush nail surface over finger bowl then blot dry with paper towel
- **Cleans under free edge** from center to out each side safely
- **Buffs nail** safely
- Applies cuticle oil around the nail plate

Demonstration of Hand Massage
- Applies massage cream
- Massages fingers, back of hand, and palm
  (*Maintains continuous contact while massaging hand*)
- Cleanses massage product from each nail plate

Application of Polish
- Applies base coat to cover nail plate
- Applies **red polish** to cover nail plate
- Applies top coat to cover nail plate

Final Appearance of Nails
- Final appearance of polish is smooth and even
- Cuticle and surrounding skin remain free of polish *(clean color's polish)*
- Disposes of items to be disinfected in soil container
  (brush, metal pusher, nail clipper and finger bowl after pour water to the sink)
- Clean shampoo bowl after pour water from finger bowl
- Disposes of soiled materials in trash bag
  (emery board, orange wood stick, buffer, used paper towels)
- Sanitizes your hands *(hand sanitizer)*

IX. SCULPTURE NAIL (20 minutes) Verbal Instructions for Set Up:

SCULPTURED NAIL SUPPLIES: -polish remover -nail dehydrator/cleanser -liquid & powder containers (2 small cups) -primer -hand sanitizer -cuticle pusher -sculptured nail forms -sculptured nail brush -nail file from 100-180 grids) -buffer -odorless powder and odorless liquid with the manufacturer's label

"You have **2 minutes** to set up the supplies for the **sculptured nail section** of this examination."

-Examiner: "You may begin set up."
-Examiner: "You will now perform the sculptured nail section
"You will apply **a sculptured nail to the index finger**."
"You will have **20 minutes** to complete this section."
"You will be informed when you have **10 minutes** remaining."

First ball on free edge
viên bột thứ nhất lên đầu móng

-Examiner: "You may begin." * **YOU WILL BE EVALUATED ON THE FOLLOWING TASKS**

- * Sanitizes your hands *(hand sanitizer)*
- • Sets up sculptured nail supplies
- • **Removes shine** from nail plate *(index finger)* by buffer safely
- • Cleanses nail plate and cuticle of dust

Application of Sculptured Nail Product
- • Applies nail form to fit snugly under free edge
- • Applies **primer** safely
- • Pour acrylic powder and liquid into cups
- • Applies sculptured product to cover nail plate, when completely dry and take nail form off.

Demonstration of Filing
- • Shapes free edge by nail file safely
- • Files sculptured nail to shape/balance safely
- • Buffs sculptured nail safely

Final Appearance of Nail
- • Finished sculptured nail is smooth, even, and beveled/tapered
- • Contour of sculptured nail is balanced
- • Nail plate is covered by sculptured nail product
- • Cuticle and surrounding skin remains **free of sculptured nail product**
- • Disposes of soiled materials *(nail form, paper towels, and pour remain acrylic liquid into remain acrylic powder, remove acrylic ball with paper towel then discard them in trash bag)*
- * Sanitizes your hands *(hand sanitizer)*

Second ball on center of nail
viên bột thứ hai lên giữa móng

Third ball at base of nail
viên bột thứ ba lên nền móng

Clean up:
Throw away orange wood stick file, paper towel
Vứt bỏ que gỗ, dũa, giấy lau

Pour extra liquid into acrylic powder. Remove it with paper towel, discard in trash bag.
Rót nước acrylic vào cup bột, dùng giấy lau, vứt bỏ vào bao rác

X. HAIR REMOVAL OF THE EYEBROWS: This section **is not timed** as the examiner
will instruct each candidate individually.

HAIR REMOVAL OF THE EYEBROWS SUPPLIES
Antiseptic; Tweezers; Gloves; Fabric strips; Spatulas; Soft wax product (simulated product); Astringent lotion; Cotton; Tissue papers; Hand sanitizer; wax powder; Post- epilation (after wax lotion); eye pads; eye pads lotion

"You have **2 minutes** to remove the supplies for **the hair removal of the eyebrows section**."
-Examiner: "You may begin set up."
-Examiner: "You will now perform the hair removal of the eyebrows section"
"You will be instructed individually to demonstrate the **tweezing** and **soft wax** procedure."

-Examiner: "You may begin preparation."
   A. TWEEZING SECTION: ***YOU WILL BE EVALUATED ON THE FOLLOWING TASKS**

- Sanitizes your hands *(hand sanitizer)*
- Applies hair drape to completely cover hair *(shower cap)*
- Uses towel to cover on model's chest
- **Wears gloves**
- Uses disinfected implements

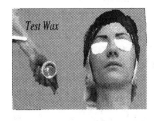

GRASP EACH HAIR BY TWEEZER IN THE
DIRECTION OF THE HAIR GROWTH
Giật từng cọng lông bằng nhịp theo chiều lông mọc

-Examiner: "Please demonstrate the tweezing procedure."
- Applies antiseptic to eyebrow area safely, **cover eye pads** *(optional)*
- Wear cotton ring finger
- Holds skin taut *(using index finger and thumb)*
  Tweezes hair with a quick motion in direction of hair growth
- Applies antiseptic *(or astringent lotion)* to treated area safely
- Disposes of soiled materials *(cotton ring finger put on trash bag and tweezers put on soil container)*

B. SOFT WAXING SECTION: *(simulated wax product such as **cholesterol** or **petroleum jelly**)*
- Wears new gloves or keep gloves after tweezing.
- Uses disinfected or disposable implements

-Examiner: "Please demonstrate the soft wax procedure."
* YOU WILL BE EVALUATED ON THE FOLLOWING TASKS

- Applies antiseptic to eyebrow area safely, **maintain eye pads** *(optional)*
- Uses absorbent material or product to dry eyebrow *(wax powder)*
- Removes wax by spatula *(simulated wax product)* from container
- Tests temperature of *(simulated wax product)* **on wrist** safely
- Applies simulated wax product in direction of hair growth safely
- Applies simulated wax product along entire area **under eyebrow** safely
- Applies an even, thin layer of simulated wax product safely
- Smoothes fabric over simulated wax product in direction of hair growth
- Holds skin taut *(without slack)*
- Pulls fabric in **opposite direction** of hair growth safely
- Applies post- epilation product *(after wax lotion)* to treated area safely
- Applies antiseptic *(or astringent lotion)* to treated area safely
- Remove shower cap, eye pads put on trash bag and soiled towels put on in closed fabric bag

Clean up your station
- Disposes of soiled materials *(spatulas; fabric strips, gloves, paper towels, eye pads put on trash bag)*
- Clean up your station *(spray disinfectant solution on table, chair, and station then wipe out to dry by paper towels)*
- Sanitizes your hands *(hand sanitizer)*

(The exam is timed so all the candidates will finish together and will leave at one time).

PHẦN THỰC HÀNH NGÀNH THẨM MỸ TOÀN PHẦN

MỌI ĐỒ DÙNG PHẢI DÁN NHÃN BẰNG ANH NGỮ

Chất sát trùng tay, chất diệt trùng EPA chuẩn nhận, bình xịt khử trùng có nhãn hiệu sản xuất. Hộp/túi đựng đồ nghề khô; túi đựng rác; gối tay (cushion); khăn vải và khăn giấy; bông gòn; hộp cứu thương (chất cầm máu); băng keo; bút chì số 2; xà phòng rửa tay; bình chứa nước (đổ vào tô ngâm tay pha với xà phòng);băng quấn cổ; choàng dầu gội đầu (kẹp tóc lược bàn chải tóc; kem bảo vệ; bao tay; dung dịch cầm máu; khăn choàng không thấm nước; bao đựng khăn sạch ;bao chứa khăn bẩn.

(Chất khử trùng tay (hand sanitizer, Quats diệt trùng, chất xịt khử trùng phải có nhãn hiệu của nhà sản xuất)

PHẦN THỰC HÀNH CỦA COSMETOLOGIST

1. Chuẩn bị vật dụng và bảo vệ khách (10 phút)
2. Sấy tóc và tạo lọn tóc bằng nhiệt (20 phút)
3. Cắt tóc (30 phút)
4. Uốn tóc (Chemical Waving) 20 phút
5. Tẩy tóc lần đầu và ủ huộm lại gốc tóc (20 phút)
6. Duỗi tóc và Duỗi lại phần gốc tóc (20 phút)
7. Chăm sóc da mặt (Basic facial) 10 phút
8. Chăm sóc tay 20 phút
9. Đắp móng bột (Sculptured Nail) 20 phút
10. Tỉa/nhổ chân mày bằng nhíp và sáp (theo chỉ dẫn)

Các hoá chất thuốc uốn tóc, tẩy tóc, nhuộm tóc, và duỗi tóc có thể thay thế bằng gel, hoặc cholesterol m àu

I. CHUẨN BỊ VÀ BẢO VỆ KHÁCH HÀNG (10 phút). Theo hướng dẫn:

SET UP Aả D CLIEả T PROTECTIOả

*"Bạn chuẩn bị các đồ nghề mà bạn sẽ dùng trong suốt buổi thi." "Bạn xấp xếp dụng cụ **quấn lọn tóc bằng nhiệt**"*
*"Bạn sẽ có **10 phút** để hoàn thành." "Bạn sẽ được nhắc khi còn **5 phút** nữa"*

-Giám khảo: You may begin set up (bắt đầu xấp xếp đồ và nhớ **cắm điện** dụng cụ làm quăn tóc)

BẠN ĐƯỢC TÍNH ĐIỂM SAU ĐÂY:

* Khử trùng tay bằng *(hand sanitizer)*
* Diệt trùng khu vực làm, trải giấy lên kệ, lên bàn kế đến đặt vật liệu
  (Xịt chất sát trùng lên bàn, các ghế, bàn xếp đồ và dùng giấy lau khô)
* Khử trùng tay lại (hand sanitizer)
* Chuẩn bị nơi thi, vật liệu, dụng cụ, chai, lọ đặt lên giấy sạch (S.M.A)
* Choàng tấm nhựa bảo vệ *(shampoo cape)* và giấy lót cổ *(neck strip)* cho người mẫu
* Giữ nơi làm việc an toàn trong suốt quá trình chuẩn bị
* Rửa tay lại *(hand sanitizer)*

Placing neck strip & cap over neck strip
đặt giấy & khăn choàng lên giấy

II. CÁCH SẤY TÓC KHÔ VÀ LỌN TÓC QUĂN BẰNG NHIỆT (20 phút)

BLOW DRY STYLIả G Aả D THERMAL CURLIả G

BLOW DRY STYLING AND THERMAL CURLING SUPPLIES: máy sấy tóc (blow dryer)- -trash bag - bàn chải sấy tóc (round brush) -kẹp quăn tóc (thermal curling iron) -combs (hard rubber) - giấy quấn cổ (neck strips) –soil container –paper towels- giấy thử nhiệt (test paper) – ình xịt nước (spray water bottle) – kẹp chia tóc (sectioning clips).

*"Bạn có **2 phút** để lấy đồ nghề ra khỏi hộp cho phần **sấy khô** và quấn **lọn quăn** bằng nhiệt*

-Giám khảo: "You may begin set up" Bạn bắt đầu phần chuẩn bị.

-Giám khảo: You will now perform the blow dry styling section *(thực hiện cách thức sấy tóc)*
*"Bạn sẽ chỉ sấy **phần đỉnh đầu** và một **bên đầu**."*

*"Bạn sẽ có **10 phút** để hoàn tất." "Bạn được nhắc khi còn **5 phút**"*

-Giám khảo: You may begin (Bạn bắt đầu làm)   ***BẠN ĐƯỢC TÍNH ĐIỂM SAU ĐÂY:**

- Sát trùng tay *(hand sanitizer)*
- Xấp xếp các dụng cụ đã được diệt trùng trên khăn giấy như máy sấy *(blow-dryer)*, kẹp chịu nóng *(hard rubber clamp)*, lược *(combs)*, bàn chãi tròn sấy tóc*(round brush)*, bàn chãi bằng sấy tóc *(vent brush)*.
- Sát trùng tay *(hand sanitizer)*
- Làm ẩm tóc và chia tóc làm 5 phần *(như hình vẽ)*

Cách sấy tóc
- Hướng hơi máy sấy đúng cách trên phần **tóc đỉnh đầu** (top)
- Kiểm soát độ dày của tóc khi sấy với bàn chãi *(mỗi lần sấy 1inch)*
- Hướng hơi máy sấy đúng cách trên phần **tóc bên đầu** (side) *(sấy từ dưới đi lên, lấy tóc mỗi 1 inch)*
- Sấy tóc lưu ý bảo vệ da đầu

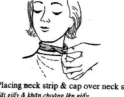

Placing neck strip & cap over neck strip
đặt giấy & khăn choàng lên giấy

(Sau khi sấy tóc và tất cả thí sinh nên <u>bước lùi lại</u>)

-Giám khảo: **You will now perform the thermal curling section**
"Bạn thực hiện lọn quăn tóc bằng nhiệt"

*"Bạn quấn **ba lọn quăn trên <u>đỉnh đầu</u>** và **bốn lọn quăn ở một <u>bên đầu</u>**."*
*"Bạn có **10 phút** để hoàn tất." "Bạn được nhắc khi còn **5 phút**"*

-Giám khảo: You may begin *(Bạn bắt đầu làm)*   ***BẠN ĐƯỢC TÍNH ĐIỂM SAU ĐÂY:**

- Sát trùng tay *(hand sanitizer)*

Cách quấn lọn tóc
- Thử nhiệt độ của dụng cụ quấn lên **giấy thử** khi đưa lên tóc
- Chia tóc có độ dày bằng ống quấn cỡ ¾ inch
- Chiều dài lọn tóc không lớn hơn 3 inch
- Quấn **3 lọn quăn trên <u>vùng đỉnh</u>** *(top)* cùng cỡ ống *(curling iron)* *(quấn 125 độ; 90 độ; 70 độ)*
- Quấn **4 lọn quăn một <u>bên đầu</u>** *(side)*, quấn *90 độ* cùng cỡ ống
- Dùng lược lót dưới ống quấn bảo vệ da đầu, cẩn thận an toàn
- Các lọn tóc mượt và không bị gãy tóc

An toàn
- Bỏ dụng cụ đã dùng vào hộp đựng đồ dơ *(bàn chãi, lược, kẹp tóc)*
- Giữ an toàn nơi làm *(rút điện ra dụng cụ quấn tóc, máy sấy)*
- Vật liệu bẩn bỏ vào túi rác *(giấy choàng cổ, giấy trải bàn, giấy thử)*
- Sát trùng tay *(hand sanitizer)*

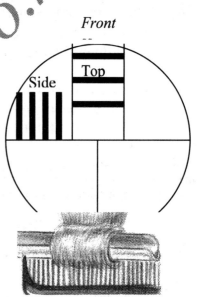

Front

Side | Top

(Sau khi quấn lọn tóc, thí sinh nên <u>bước lùi lại</u>)

III. <u>CẮT TÓC</u> (30 phút) HAIRCUTTIẢ G

HAIRCUTTING SUPPLIES: kéo -dao cắt tóc (razor) -bình xịt nước -khăn giấy - giấy lót cổ (neck strip) - kẹp tóc (hair clamps)

*"Bạn có **2 phút** để lấy các dụng cụ, <u>làm ướt tóc</u> và <u>chải tóc thẳng ra đằng sau</u> cho phần thi cắt tóc.*

-Giám khảo: "You may begin set up." *Bạn bắt đầu phần chuẩn bị.*
-Giám khảo: "You will now perform the haircutting section."

"Bạn trình bày phần cắt tóc"

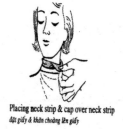

Placing neck strip & cap over neck strip
đặt giấy & khăn choàng lên giấy

*"Bạn sẽ cắt tóc căn bản bằng kéo và dao." "Bạn cắt **phần gáy bằng dao.**" "Bạn sẽ **hoàn tất cắt tóc bằng kéo.**" "Không quét **tóc** trên sàn nhà cho đến khi bạn được chỉ dẫn." "Bạn sẽ có **30 phút** để hoàn thành." "Bạn được nhắc khi còn **15 phút nữa.**"*

-Giám khảo: "You may begin." *Bạn bắt đầu làm* *BẠN ĐƯỢC TÍNH ĐIỂM SAU ĐÂY:*

- Sát trùng tay *(hand sanitizer)*
- Xếp dụng cụ lên khăn giấy

(lược, dao cắt tóc, kẹp tóc, kéo, giấy quấn cổ)

- Choàng khăn và giấy quấn cổ sạch *(neck strip)* cho người mẫu
- Chia tóc 4 hoặc 5 phần *(5 sections)*

Trình bày cách cắt tóc

- **Cắt tóc bằng dao** (razor), cầm đúng cách và cắt **0 độ,** lấy lớp tóc **1 inch** ở đường viền gáy, tóc **cắt ngắn ít nhất là 1 inch.**
- Cắt bằng dao phần gáy tóc *(45 độ, cắt thêm 2 lớp tóc)*
- Cắt tóc lấy mỗi lớp ½ inch *(sub-section ½ inch)*
- **Cắt tóc bằng kéo**, cầm đúng cách và cắt tóc toàn đầu gồm 2 phần tóc sau *(cắt layer 45độ hoặc 90 độ)*
- Cắt bằng kéo phần tóc 2 bên đầu *(sides)*
- Kiểm soát lại cho tóc cân bằng *(phía trước, sau và 2 bên)*

Cắt tóc xong bạn lùi lại, hoặc đã hết giờ bạn cũng phải lùi lại chờ giám khảo đến kiểm soát.

-Giám khảo: *"May I please use your comb to check your haircut?"*
Cho tôi dùng lược của bạn để kiểm soát tóc.

- *Cắt đường gáy chiều dài đều nhau*
- *Cắt hai bên chiều dài đều nhau*
- *Các lớp tóc phải đượccắt đều đặn*
- *Tóc cắt ngắn rơi xuống nền ít nhất là 1 inch (2.54 cm)*

Giám khảo sau khi kiểm soát tóc mà bạn đã cắt cho người mẫu sẽ nói: HOLDING THE COMB & SCISSOR WITH 45 DEGREES ANGLE
Giữ lược và kéo góc 45 độ khi chải tóc

-Giám khảo: *"You may clean up only your hair at this time."*

Bạn dọn sạch tóc vào lúc này.

- Dùng khăn phủi nhẹ tóc dính trên da, tấm choàng và chỗ cắt tóc
- Dọn sạch tóc rớt trên sàn *(nền)*
- Bỏ các dụng cụ sẽ khử trùng *(lược, dao, kéo, kẹp tóc)* vào thùng đựng đồ dơ *(soil container)*
- Vứt bỏ vật liệu bẩn vào túi rác *(giấy quấn cổ, khăn giấy trải bàn)*
- Luôn giữ an toàn, bảo vệ khách lúc cắt tóc
- Sát trùng tay *(hand sanitizer)*

IV. UỐN TÓC BẰNG HÓA CHẤT (20 minutes) CHEMICAL WAVIả G

CHEMICAL WAVING SUPPLIES: Bình xịt nước -Lược đuôi chuột (rat tail comb) -khăn -lược thường -giấy quấn tóc (end papers)- Ống cuốn tóc –khăn giấy –hand sanitizer –dãi bông gòn (cotton band) –kem bảo vệ (protective cream) -thuốc uốn tóc {waving lotion (water)} -kẹp tóc (hair clamps) –bao tay (gloves).

*"Bạn có **2 phút** để lấy các dụng cụ uốn tóc bằng hóa chất.*

-Giám khảo: *"You may begin set up."* Bạn bắt đầu phần chuẩn bị.

-Giám khảo: *"You will now perform the chemical waving section"*
Bạn sẽ trình bày cách uốn tóc bằng hóa chất.
"Bạn quấn ống cuốn ở phần giữa phía sau đầu (center back section), từ đỉnh đầu đến gáy."
*"Bạn thực hiện cách **cho thuốc uốn tóc** (nước)." "Bạn thực hiện cách **thử lọn tóc quăn.**"*

*"Khi bạn **hoàn tất quấn tóc** hoặc nếu hết giờ, hãy **lùi lại phía sau** để được hướng dẫn **cho thuốc lên ống cuốn và thử lọn**"*
*"**Không tháo ống cuốn tóc**, hãy chờ giám khảo yêu cầu."*
*"Bạn có **20 phút** để hoàn tất môn thi này."*
*"Bạn sẽ được nhắc lúc còn **10 phút**"*

-Giám khảo: *"You may begin."* Bạn bắt đầu làm ***BẠN ĐƯỢC TÍNH ĐIỂM SAU ĐÂY:**

- Sát trùng tay *(hand sanitizer)*
- Dụng cụ, vật liệu xấp xếp trên khăn giấy sạch *(vật dụng nêu trên)*
- Choàng tấm bảo vệ với 2 khăn *(double towel)* cho các môn dùng hóa chất
- Chia tóc 9 phần *(9 sections)* theo hình *(ngay và đều)*

Cách quấn ống cuốn tóc

- Xịt ẩm tóc lên **phần giữa tóc ở phía sau** *(center back section)*
- Chiều ngang phần tóc **không dài hơn chiều dài** ống cuốn tóc
- Lấy mỗi lớp tóc *(sub-section)* bằng đường kính ống cuốn tóc
- Trải tóc đều, đuôi tóc giữa 2 tờ giấy quấn *(double end papers)*
- {chỉ quấn phần giữa tóc phía sau từ đỉnh đến vùng gáy *(crown to nape)*}
- Đặt giấy giữ tóc trên ống cuốn đúng cách *(top of each rod)*
- Tóc đủ dài quấn quanh ống cuốn từ **2 ½ vòng**, hoặc dài hơn

-Giám khảo: *"Please demonstrate saturation."*
   Trình bày cách xịt thuốc uốn tóc lên ống cuốn

Wrapping hair from ends to scalp, double end papers, curl one half of base (90 degrees)
quấn tóc từ đuôi tóc đến da đầu, dùng 2 giấy quấn đuôi tóc, lọn tóc quấn nửa nền tóc (90 độ)

- Thoa kem bảo vệ *(protective cream)* ở phần gáy *(hoặc quanh viền tóc)*
- Quấn dãi bông gòn quanh viền tóc *(wrap cotton band around hairline)*
- **Mang bao tay** và cho thuốc uốn tóc *(dùng nước thay thế)*
- Xịt thuốc uốn tóc lên **mặt trên** và **mặt dưới** ống cuốn *(top and underneath each rod)*

CHECKING THE "S" FORMATION

-Giám khảo: *"Please demonstrate a test curl."*
   Trình bày cách thử lọn tóc

- Mở một ống cuốn tóc ra **1 ½ vòng**, xem lọn tóc quấn tạo dạng chữ **S**

-Giám khảo: *"Please <u>stop the chemical waving</u> procedure"*
   Tất cả ngưng lại môn thi uốn tóc chờ giám khảo.

thử xem tóc tạo hình chữ "S"

-Giám khảo: *"Please <u>remove all rods</u> from the head and <u>brush the hair straight back</u>."*
   Hãy <u>*tháo hết ống cuốn tóc trên đầu*</u>, <u>*gở kẹp tóc*</u> và <u>*chãi tóc*</u> *lại cho người mẫu.*

- Bỏ các dụng cụ sẽ khử trùng *(lược, ống cuốn tóc, kẹp tóc)* vào thùng đựng đồ dơ *(soil container)*
- Vứt bỏ vật liệu bẩn vào túi rác *(giấy kẹp đuôi tóc , bông gòn,khăn giấy trãi bàn)*
- Luôn luôn lưu ý về an toàn và bảo vệ khách
- Gỡ bỏ bao tay vào túi rác
- Sát trùng tay *(hand sanitizer)*

V. TẨY TÓC LẦN ĐẦU VÀ NHUỘM LẠI MÀU TÓC (20 phút, mỗi phần 10 phút)
VIRGIẢ HAIR LIGHTEẢ IẢ G APPLICATIOẢ AẢ D HAIR COLOR RETOUCH

HAIR LIGHTENING AND COLOR SUPPLIES; cây cọ nhuộm (tint brush) -tô nhuộm (plastic bowl) - combs - khăn giấy (paper towels) –kẹp tóc (hair clamps) -thick gel or colored cholesterol for lightening and color products –bông gòn (cottons) –liquid soap –bình xịt nước (spray water bottle).

*"Bạn có **2 phút** để lấy dụng cụ để làm phần **tẩy** màu tóc lần đầu và **nhuộm lại** màu tóc.*

-Giám khảo: *"You may begin set up."* Bạn bắt đầu phần chuẩn bị.
-Giám khảo: *"You will now perform the virgin hair lightening application section."*

www.levan900.net

"Bạn sẽ thực hiện phần tẩy màu tóc lần đầu."

*"Bạn có **10 phút** để hoàn tất môn thi này." "Bạn được nhắc lúc còn **5 phút**"*

*"Khi xong bạn **lùi lại phía sau** cho đến khi được hướng dẫn phần nhuộm lại màu tóc."*

-Giám khảo: You may begin. Bạn bắt đầu làm ***BẠN ĐƯỢC TÍNH ĐIỂM SAU ĐÂY:**

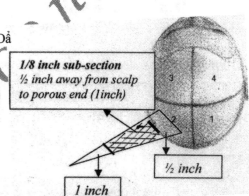

- Sát trùng tay *(hand sanitizer)*
- Dụng cụ, vật liệu xấp xếp trên khăn giấy sạch *(vật dụng nêu trên)*
- **Giữ lại tấm choàng bảo vệ với 2 khăn** cho người mẫu *(double towel)*

**PD Test (thử dị ứng da)*
- Mang bao tay và lấy 3 miếng bông gòn *(1 miếng ẩm và 2 miếng bông gòn khô)*
- Lau sạch sau tai *(bông gòn ẩm với xà phòng hoặc hand sanitizer và bông gòn lau khô)*
- Dùng bông gòn khô chấm thuốc nhuộm và thoa thuốc vùng sau tai để thử dị ứng da
- Gỡ bỏ bao tay, bông gòn vào túi rác
- Chia tóc 4 phần *(4 sections)* ngay và đều
- Thoa kem bảo vệ *(protective cream)* chung quanh đường viền tóc
- **Mang bao tay**

A. TRÌNH BÀY TẨY TÓC LẦN ĐẦU (10 PHÚT)
DEMOả STRATIOả OF VIRGIả HAIR LIGHTEả ià G APPLICATIOả

- Che 3 phần tóc chưa làm *(3,4,1)* để không bị dính thuốc tẩy
- Trải thuốc tẩy lên phần tư tóc <u>phía sau</u> {**back section (2)**}
- Lấy từng lớp tóc **dày 1/8 inch**
- Trải thuốc tẩy lên từng lớp tóc, **cách *da đầu 1/2 inch* đến cách đuôi tóc 1 inch.**
- Trải thuốc tẩy lên hết phần tóc **(2)**
- Sát trùng tay *(hand sanitizer)*

1/8 inch sub-section
½ inch away from scalp to porous end (1inch)

½ inch

1 inch

Hết giờ tẩy tóc, thí sinh hãy <u>lùi lại phía sau</u> cho đến khi bắt đầu bài nhuộm lại màu tóc
-Examiner: CANDIDATES WILL BE ASKED TO <u>STEP BACK</u> UNTIL THE HAIR COLOR RETOUCH BEGINS

*"Bạn có **10 phút** để hoàn tất phần **nhuộm lại màu tóc.**" "Bạn được nhắc khi còn **5 phút**"*
-Giám khảo: "You may begin." Bạn bắt đầu làm

B. TRÌNH BÀY NHUỘM LẠI MÀU TÓC (10 PHÚT)
HAIR COLOR RETOUCH

- **Giữ lại tấm choàng bảo vệ với 2 khăn** *(double wrap)* của môn thi trước
- Mang lại bao tay của bài tẩy tóc hoặc bao tay mới
- Che 3 phần tóc chưa làm *(4,1,2)* để không bị dính thuốc nhuộm
- Mang lại bao tay của bài tẩy tóc hoặc bao tay mới
- Trải thuốc nhuộm lên phần tư tóc <u>phía trước</u> {**front section (3)**}
- Lấy từng lớp tóc <u>**dày 1/2 inch**</u>
- Trải thuốc nhuộm lên từng lớp tóc, *từ da đầu kéo dài ra 2 inches (5 cm).*
- Trải thuốc nhuộm lên hết phần tóc nhuộm lại **(3)**
- Sát trùng tay *(hand sanitizer)*

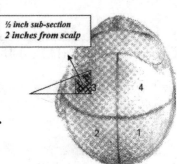

½ inch sub-section
2 inches from scalp

Kiểm soát về an toàn
- Tránh làn da chung quanh dính vào hoá chất tẩy hoặc nhuộm
- Bỏ các dụng cụ sẽ khử trùng *(lược, cây cọ, kẹp tóc, tô)* vào thùng đựng đồ dơ *(soil container)*

- Vứt bỏ vật liệu bẩn vào túi rác (*bông gòn, khăn giấy trãi bàn*)
- Luôn luôn lưu ý về an toàn và bảo vệ khách
- Gỡ bỏ bao tay vào túi rác
- Sát trùng tay *(hand sanitizer)*

VI. DUỖI TÓC LẦN ĐẦU VÀ DUỖI TÓC LẠI (20 phút, mỗi phần 10 phút)
VIRGIả RELAXER APPLICATIOả Aả D RELAXER RETOUCH

CHEMICAL RELAXING SUPPLIES: lược (combs) -cây cọ (tint brush) -tô nhựa (plastic bowl) -gel, và cholesterol màu thế thuốc duỗi (thick gel or colored cholesterol) -comb(s) -paper towels -kẹp tóc (hair clamps) - bông gòn (cottons) -xà phòng nước (liquid soap) -bình xịt nước (spray water bottle).

*"Bạn có **2 phút** để lấy dụng cụ phần **duỗi tóc lần đầu** và **duỗi tóc lại**"*

-Giám khảo: *"You may begin set up."* Bạn bắt đầu phần chuẩn bị.
-Giám khảo: *"You will now perform the virgin relaxer application section."*
"Bạn sẽ thực hiện phần duỗi tóc lần đầu."

*"Bạn có **10 phút** để hoàn tất phần duỗi tóc lần đầu này." "Bạn được nhắc lúc còn **5 phút**"*
*"Khi xong bạn **lùi lại phía sau** cho đến khi được hướng dẫn phần duỗi tóc lại"*

-Giám khảo: *You may begin.* Bạn có thể bắt đầu   *BẠN ĐƯỢC TÍNH ĐIỂM SAU ĐÂY:*
Chuẩn bị
- Sát trùng tay *(hand sanitizer)*
- Dụng cụ, vật liệu xấp xếp trên khăn giấy sạch *(tô, cọ, kem bảo vệ, bao tay, kẹp tóc)*
- **Giữ lại tấm choàng bảo vệ với 2 khăn** cho người mẫu *(double towel)*
- Che 3 phần tóc chưa làm *(2, 3, 4)* để không bị dính thuốc duỗi *(relaxer)*
- Sát trùng tay *(hand sanitizer)*

A. TRÌNH BÀY DUỖI TÓC LẦN ĐẦU 10 PHÚT
VIRGIả RELAXER APPLICATIOả

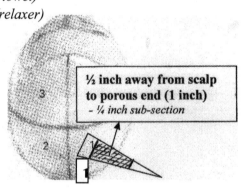

½ inch away from scalp
to porous end (1 inch)
- ¼ inch sub-section

- Bôi kem bảo vệ *(protective cream)* quanh đường viền tóc
- Mang găng tay (gloves)
- Trải thuốc duỗi lên phần tư tóc phía sau {**back section (1)**}
- Lấy từng lớp tóc **dày 1/4 inch**
- Trải thuốc duỗi lên từng lớp tóc,
  cách da đầu 1/2 inch đến cách đuôi tóc 1 inch.
- Trải thuốc duỗi lên hết phần tư tóc **(1)**
- Sát trùng tay *(hand sanitizer)*

*Hết giờ duỗi tóc, thí sinh hãy **lùi lại phía sau** cho đến khi bắt đầu môn duỗi tóc lại*
-Examiner: *CANDIDATES WILL BE ASKED TO **STEP BACK** UNTIL THE RELAXER RETOUCH BEGINS*
*"Bạn có **10 phút** để hoàn tất phần duỗi tóc tóc lại." "Bạn được nhắc lúc còn **5 phút**"*

-Giám khảo: *"You may begin."* Bạn có thể bắt đầu

B. TRÌNH BÀY DUỖI TÓC LẠI 10 PHÚT
RELAXER RETOUCH

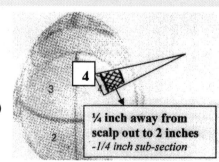

¼ inch away from
scalp out to 2 inches
-1/4 inch sub-section

- **Giữ lại tấm choàng bảo vệ với 2 khăn** cho người mẫu *(double towel)*
- Mang lại bao tay của môn duỗi tóc lần đầu hoặc mang bao tay mới
- Che 3 phần tóc chưa làm *(3, 2, 1)* để không dính thuốc duỗi tóc
- Trải thuốc duỗi tóc lên phần tư tóc phía trước {**front section (4)**}
- Lấy từng lớp tóc **dày 1/4 inch**

- Trãi thuốc duỗi lên từng lớp tóc,
  Thuốc cách xa da đầu tối đa 1/4 inch kéo dài ra 2 inches (5 cm).
- Trãi thuốc duỗi lên hết phần tư tóc **(4)**

-Giám khảo :*"Please demonstrate <u>smoothing</u> the relaxer retouch product."*
Bạn trình bày cách ép tóc thẳng cho phần duỗi tóc lại 2 inches

- Ép tóc *(smoothing)* mỗi lớp tóc, ép bằng ngón tay *(fingers)* hoặc bằng sóng lược *(back of the comb)*
- Ép tóc theo chiều tóc mọc *(từ chân tóc ép ra),* tóc căng vừa phải

Kiểm soát về an toàn
- Làn da chung quanh không dính vào thuốc duỗi tóc
- Luôn luôn lưu ý về an toàn và bảo vệ khách

Khi hoàn tất môn thi này, gỡ bỏ giấy che và kẹp tóc, chãi tóc cho gọn, xếp gọn tấm choàng bảo vệ.
- Bỏ các dụng cụ sẽ khử trùng *(lược, cây cọ, kẹp tóc, tô)* vào thùng đựng đồ dơ *(soil container)*
- Vứt bỏ vật liệu bẩn vào túi rác *(bông gòn, giấy che, khăn giấy trải bàn)*
- Bỏ khăn vào bao đựng khăn dơ
- Gỡ bỏ bao tay vào túi rác
- Sát trùng tay *(hand sanitizer)*

VII. CHĂM SÓC DA MẶT 10 minutes. *BASIC FACIAL (chưa thi môn này)*

BASIC FACIAL SUPPLIES: Hand sanitizer; Cleansing cream; Massage cream; Astringent; Tissue paper; Cotton; spatula.

APPLY CLEANSER
Trải kem rửa mặt theo chiều mũi tên

"Bạn có **2 phút** để lấy vật liệu đem theo cho môn **chăm sóc da mặt**".

*-Giám khảo: **You may begin set up** (Bạn bắt đầu dọn vật dụng lên bàn)*
*-Giám khảo: **You will now perform the basic facial section***
(trình bày môn chăm sóc da mặt trong cuộc thi này).
"Bạn có **10 phút** để hoàn tất môn thi này."
"Bạn sẽ được báo lúc bạn còn **5 phút**"

*-Giám khảo: **You may begin** (Bạn bắt đầu làm)*   ***BẠN ĐƯỢC TÍNH ĐIỂM SAU ĐÂY:**

<u>***Nếu có thi***</u> môn này, thì:
* Sát trùng tay *(hand sanitizer)*
* Bao che tóc *(shower cap)* trên đầu, trải khăn lên ngực
* Xếp giấy lau kem *(tissue papers)*
* Dùng que gỗ lấy kem làm sạch da *(cleansing cream)*
* Thoa kem làm sạch da lên chân mày, lên môi, mặt
* Trải đều kem bằng bàn tay và lau sạch bằng giấy mịn
* Lấy kem massage ra từ lọ chứa bằng que gỗ *(spatula)*
• Trải kem massage khắp da mặt một cách an toàn

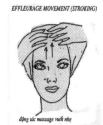

EFFLEURAGE MOVEMENT (STROKING)

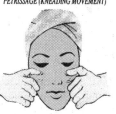

động tác massage vuốt nhẹ

    -Biểu diễn động tác vuốt (effleurage)
    -Biểu diễn động tác nhồi bóp (petrissage)
    -Biểu diễn động tác vỗ nhịp (tapotement)
    -Biểu diễn động tác ma sát, xoay vòng (friction)
Động tác massage luôn tiếp xúc da, không gián đoạn.
    • Lau sạch kem massage nhẹ nhàng , đừng kéo da thật an toàn
• Thoa chất astringent đóng lỗ chân lông *(chất se da)*
• Vứt bỏ vào túi rác *(tissues, cotton, giấy trải bàn, que gỗ)*
* Sát trùng tay lại *(hand sanitizer)*

PETRISSAGE (KNEADING MOVEMENT)

TAPOTEMENT MOVEMENT
Vỗ nhẹ từ cằm lên trán
bằng xoay tròn
hai bàn tay

dùng động tác nhồi bóp kích thích
sâu các tuyến da mặt

VIII. CHĂM SÓC 1 BÀN TAY (20 phút) MAả ICURE.

VẬT LIỆU CHĂM SÓC TAY: tô ngâm tay; bình đựng nước (rót vào tô ngâm tay và xà phòng); chất khử trùng tay (hand sanitizer); kem mềm da; bàn chãi móng; giũa (emery board); buffer (chà mịn móng); dầu thoa da; chất chùi nước sơn; kềm cắt móng tay; kem massage; cây sủi da; que gỗ cam; nước sơn lót; nước sơn đỏ; nước phủ bóng; xà phòng nước; hộp đựng đồ dơ; túi giấy.

-Giám khảo: "You will now perform the manicure section"

Bạn thi môn **chăm sóc móng tay**.
"Bạn sẽ có **20 phút** để hoàn thành mục này." "Bạn sẽ được nhắc khi chỉ còn **10 phút**."

-Giám khảo: *You may begin* (Bạn bắt đầu làm). *BẠN ĐƯỢC TÍNH ĐIỂM SAU ĐÂY:

- Khử trùng tay *(hand sanitizer.* **Người mẫu không phải choàng bảo vệ.**
- Pha vài giọt xà phòng và rót nước vào tô ngâm tay
- Khử trùng một bàn tay người mẫu *(hand sanitizer)*

Cách giũa móng
- Tạo hình đầu móng *(cắt và dũa móng cho an toàn)*
- Tạo chiều dài và hình dáng đều như nhau

Cách chăm sóc biểu bì
- ẩ húng các ngón tay vào tô nước pha xà phòng ngâm tay
- Lấy bàn tay ra và dùng khăn giấy lau tay khô
- Thoa kem mềm da chung quanh móng
- Dùng cây sủi đẩy lùi da tay *(với động tác xoay tròn nhẹ từ cạnh móng đến nền móng).*
- * Dùng bàn chãi chà rữa mặt móng trên tô ngâm và lau khô bàn tay
- Làm sạch lớp dưới móng từ giữa ra hai bên móng.
- Đánh bóng mặt móng bằng buffer đúng cách
- Thoa dầu biểu bì *(cuticle oil)* lên chung quanh mặt móng

Cách massage bàn tay
- Trãi kem massage lên khắp bàn tay
- Massage các ngón tay, lưng bàn tay và lòng bàn tay *(động tác liên tục, nhịp nhàng)*
- Lau sạch mặt móng, da dưới móng bằng chất chùi nước sơn *(polish remover)*
- Phủ nước lót *(base coat)* lên toàn mặt móng
- **Sơn đỏ** *(red polish)* lên toàn mặt móng
- Phủ nước bóng *(top coat)* lên toàn mặt móng
  **(thấm chất chùi nước sơn vào bông gòn quấn gỗ cam
  lau quanh móng tay sơn bị lem)**

Hình dạng móng khi làm xong
- Móng sơn xong trông bóng mịn và đều
- Móng sơn không lem ra ngoài *(dùng que gỗ quấn ít bông gòn lau sạch)*
- Bỏ dụng cụ sau khi dùng *(cây sủi, bàn chãi, kềm cắt móng bỏ vào hộp đựng đồ dơ)*
- Tô ngâm tay đổ nước vào sink và dùng giấy lau sink kỹ
- Tô ngâm *(finger bowl)* bỏ vào hộp đựng đồ dơ *(soil container).}*
- Vứt bỏ vào túi rác *(que gỗ cam, cây giũa, buffer, giấy lót bàn bỏ).*

- Khử trùng tay *(hand sanitizer)*

IX. GẮN FORM ĐẮP BỘT LÊN MÓNG CỦA NGÓN TRỎ (20 phút)

VẬT LIỆU: cây sủi da; kéo; kềm cắt móng; ; keo; chất làm sạch móng; chất khử trùng tay; giũa nhám; buffer; dầu thoa da;chất chùi nước sơn; 2 ly nhỏ đựng bột và nước acrylic; cây sủi da; form móng; primer; cây cọ đắp bột; chất khử trùng tay (hand sanitizer); nước acrylic, bột acrylic không mùi có nhãn hiệu sản xuất.
"Bạn có **2 phút** để lấy đồ nghề cho phần **gắn form đắp bột**.

-*Giám khảo: You may begin set up (Bạn chuẩn bị dụng cụ)*
-*Giám khảo:* **Perform the sculptured nail section.** Đặt **form đắp bột** lên móng **ngón trỏ**

"Bạn sẽ có **20 phút** để hoàn thành mục này." "Bạn sẽ được nhắc khi chỉ còn **10 phút**."

-*Giám khảo: You may begin* (Bạn bắt đầu làm)***BẠN ĐƯỢC TÍNH ĐIỂM SAU ĐÂY:***

- Khử trùng tay bạn *(hand sanitizer)*
- Sắp xếp vật liệu gắn form móng và đắp bột
- Dùng buffer chà nhẹ mặt móng của ngón trỏ, để loại chất dầu trên mặt móng
- Lau sạch bụi trên móng *(nail cleanser)* và da chung quanh móng
- Đặt khuôn (form) móng vừa khít vùng đầu móng thật *(dùng 2 bàn tay nắm hai cạnh form móng đặt vào dưới đầu móng thật)*
- Thoa nhẹ chất primer lên mặt móng thật trước khi đắp bột acrylic
- Rót nước và bột acrylic vào ly nhỏ
- Đắp từng viên acrylic
  (thứ 1: nối dài đầu móng; thứ 2: lên 2/3 mặt móng thật; thứ 3: gần nền móng vuốt ra)
- Đắp thêm bột để móng acrylic cân đối, đẹp *(nếu cần)*
- Đợi khô, dùng cán cây cọ gõ nhẹ lên mặt acrylic, nghe kêu "click" là bột khô.
- Lấy form móng ra an toàn
- Giũa thẳng 2 bên móng, tạo dáng đầu móng bột, giũa từ giữa mặt móng bột xuống 2 bên theo hình chữ C
- Dùng cây buffer đánh bóng mặt móng bột theo hình chữ X

Hình dạng móng khi làm xong
- Móng acrylic trơn mịn cân đối và đầu móng cạnh hơi tròn
- Da chung quanh móng không được dính bột acrylic
- Dọn dẹp vật liệu sau khi dùng *(cọ lau sạch bỏ vào khay, kềm cắt móng bỏ vào hộp đựng đồ dơ).*
- Vứt bỏ vào túi rác *(que gỗ cam, cây giũa, buffer, form móng, giấy trãi bàn).*
  (Rót ly nước acrylic dư vào ly bột còn thừa, dùng giấy lau sạch bột trong ly và gói bỏ vào túi rác)
- Khử trùng tay *(hand sanitizer)*

First ball on free edge
viên bột thứ nhất lên đầu móng

Second ball on center of nail
viên bột thứ hai lên giữa móng

Third ball at base of nail
viên bột thứ ba lên nền móng

Clean up:
Throw away orange wood stick file, paper towel
Vứt bỏ que gỗ, đầu, giấy lau

Rót nước acrylic vào cup bột, dùng giấy lau, vứt bỏ vào bao rác

X. NHỔ LÔNG CHÂN MÀY (HAIR REMOVAL OF THE EYEBROWS).

Phần thi này bạn **không có ấn định thời gian**, giám khảo sẽ bảo từng người làm theo từng bước.

HAIR REMOVAL OF THE EYEBROWS SUPPLIES
Antiseptic; Tweezers; Gloves; Fabric strips; Spatulas; Soft wax product (simulated product); Astringent lotion; Cotton; Tissue papers; Hand sanitizer; wax powder; Post- epilation (after wax lotion); eye pads; Spatula; Shower cap;Muslin.

"Bạn có **2 phút** để lấy vật liệu đem theo cho môn **nhổ lông (bằng nhíp và bằng sáp)** trong phần thi này.
-*Giám khảo:* **You may begin set up** (xấp xếp vật dụng lên bàn)
-*Giám khảo:* **You will now perform the hair removal of the eyebrows section** (bạn sẽ trình bày phần thi nhổ lông mày).
"Bạn được hướng dẫn riêng để **nhổ lông bằng nhíp** (tweezing) và **sáp mềm** (soft waxing)"

-*Giám khảo:* **You may begin preparation** (chuẩn bị bắt đầu làm)

A. NHỔ LÔNG BẰNG NHÍP (TWEEZIảG)

* Sát trùng tay *(hand sanitizer)*
* **Bao che tóc** *(shower cap)* trên đầu, **trãi khăn lên ngực** người mẫu
* Xếp giấy lau *(tissue papers)* và mang bao tay
* Dùng dụng cụ đã diệt trùng

-*Giám khảo: "Please demonstrate the tweezing procedure"*
(Trình bày nhổ lông bằng nhíp)
* Thoa sát trùng an toàn chỗ lông mày sẽ nhổ, đắp che mắt *(tùy hướng dẫn))*
* Gắn bông gòn ở ngón đeo nhẫn
da căng khi nhổ *(căng da bằng ngón trỏ và ngón cái)*
  Dùng nhíp nhổ loại bỏ lông chân mày theo hướng lông mọc
* Thoa sát trùng *(antiseptic)* chỗ lông vừa nhổ,
  hoặc chất đóng lỗ chân lông *(astringent)*
cây nhíp *(tweezer)* vào hộp đựng đồ dơ *(soil container)*
* Vứt bỏ vật liệu bẩn vào túi rác *(bông gòn)*

B. NHỔ (GIẬT) LÔNG BẰNG SÁP MỀM (SOFT WAXIảG)
  Sáp giả bằng **cholesterol** hoặc **vaseline**.
• Dùng lại bao tay lúc nhổ bằng nhíp *(hoặc bao tay mới)*

*BẠN ĐƯỢC TÍNH ĐIỂM SAU ĐÂY:

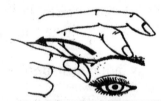

* Giữ

* Bỏ

GRASP EACH HAIR BY TWEEZER IN THE DIRECTION OF THE HAIR GROWTH
Giật từng cọng lông bằng nhíp theo chiều lông mọc

-*Giám khảo: "Please demonstrate the soft wax procedure"* *Dùng sáp mềm nhổ lông*
*BẠN ĐƯỢC TÍNH ĐIỂM SAU ĐÂY:

• Thoa sát trùng vùng lông mày sẽ giật, cẩn thận và an toàn {đắp che mắt *(tùy hướng dẫn)*}
* Thâm khô và thoa phấn *(waxing powder)*
• Dùng que gỗ để lấy sáp giả và thử nhiệt độ của sáp trên cổ tay để an toàn cho khách
• Trãi sáp giả cùng hướng lông mày mọc ở vùng dưới lông mày
• Trãi đều sáp giả một lớp mỏng
• Ép nhẹ vải *(muslin)* trên sáp giả theo hướng lông mọc
• Giữ da căng và giật muslin *(vải)* ngược chiều lông mọc một cách an toàn
• Thoa chất làm êm dịu da post-epilation *(after-wax-lotion)*
• Thoa chất sát trùng *(antiseptic)* hoặc chất đóng lỗ chân lông *(astringent)*
* Gỡ bỏ bao che tóc, che mắt vào túi rác
* Lấy khăn trãi trên ngực bỏ vào bao khăn dơ
* Vật liệu bẩn bỏ vào túi rác *(giấy trãi bàn, muslin, que gỗ)*
* Gỡ bỏ bao tay vào túi rác
* Xếp đồ vào vali và **xịt chất sát trùng để làm sạch bàn, ghế, tủ** xếp vật liệu ….
* Sát trùng tay lại *(hand sanitizer)*
(Thi xong xếp mọi vật liệu vào vali và tất cả mọi người dự thi sẽ rời phòng cùng lúc theo hướng dẫn).

HOW TO DO DISINFECTION & SANITATION TECHNIQUES

These are of practical importance to the Cosmetologist how to preserve the patron's health, all implements germ-free and to prevent the spread of infectious disease

A. MATERIAL
Liquid soap; Towel; Paper towels; Brush; Gloves; Cover container; Clean seal plastic bag; Quats (Quaternary ammonium compounds)

Brush with Liquid soap & warm water
Dùng bàn chải chà rửa dụng cụ

B. PROCEDURE
1. Technician wash hands with liquid soap and warm water
2. Set up area for disinfection
3. Prepare disinfectant solution (mix in box consist of 2/3 water + 1oz Quats)
4. Remove all foreign matter from implement or equipment
5. Brush with liquid soap & warm water then rinse by water
6. Pat & wipe with clean towels or paper towels
7. Totally immerse them in QUATS SOLUTION (10 minutes) E.P.A registers.
8. Wear gloves and remove them
9. Rinse & Wipe with towels or paper towels to dry
10. Put clean implements in seal plastic bag or covered container
11. Dispose Quats solution in shampoo bowl
12. Clean up your workstation

Rinse out with water

Sterilization: *Kill germ, bacteria and spores*
Disinfection: *Kill germ, bacteria (harmful or beneficial)*
Antiseptic : *May kill germ or retard the growth of bacteria*

- *All disinfectant solutions must be Environmental Protection Agency (E.P.A) registered and possess bactericidal, fungicidal and virucidal.*

<u>Notice</u>: *Disinfectant solution must be changed at least daily or whenever visibly cloudy or dirty.*

<u>E.P.A: Environmental Protection Agency</u>

CÁCH DIỆT TRÙNG DỤNG CỤ

Diệt trùng là tiến trình hủy diệt vi trùng những dụng cụ của người thợ để ngăn ngừa nhiễm trùng, lây lan, nhằm giữ gìn vệ sinh công cộng và tạo an toàn cho mọi người khách khi chúng ta phục vụ.

A. VẬT LIỆU

Xà phòng; Khăn; Khăn giấy; Bàn chải; Bao tay; Hộp chứa dung dịch; Bao nhựa sạch, kín; Nước QUATS (hợp chất diệt trùng)

B. CÁCH LÀM

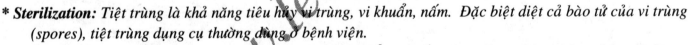

Dung dịch Quats diệt trùng

1. *Thợ rửa tay với nước ấm và xà phòng*
2. *Dọn bàn, chuẩn bị trải giấy để đặt dụng cụ diệt trùng*
3. *Pha chế dung dịch diệt trùng (2/3 nước sạch + 1oz Quat)*
4. *Lau và lấy sạch các chất bám vào dụng cụ*
5. *Dùng bàn chải chà rửa với xà phòng và nước ấm xong xả nước sạch*
6. *Vỗ bớt nước, lau khô với khăn giấy sạch*
7. *Nhúng chìm vào dung dịch QUATS 10 phút (E.P.A chuẩn nhận)*
8. *Mang bao tay lấy dụng cụ ra*
9. *Xả lại nước sạch, lau khô bằng khăn hoặc khăn giấy sạch*
10. *Bỏ vào bao nhựa dán kín hoặc hộp kín*
11. *Đổ bỏ nước Quats vào bồn gội tóc*
12. *Dọn dẹp chỗ làm*

* ***Sterilization:*** *Tiệt trùng là khả năng tiêu hủy vi trùng, vi khuẩn, nấm. Đặc biệt diệt cả bào tử của vi trùng (spores), tiệt trùng dụng cụ thường dùng ở bệnh viện.*

* ***Disinfection:*** *Diệt trùng là khả năng diệt vi trùng, vi khuẩn và nấm, được dùng diệt trùng dụng cụ ở salon, trường thẩm mỹ (Quats solution)*

    Ngoài ra còn nhiều cách diệt trùng khác như xông hơi hóa chất; nước sôi ở 212 độ F (100 độ C) trong 20 phút; Sấy nóng; Tia cực tím.

* ***Antiseptic:*** *Sát trùng là khả năng có thể giết vi trùng hoặc làm chậm phát triển của vi trùng, chất sát trùng thường dùng khi da bị trầy xước hoặc chảy máu nhẹ.*

    * *Tại Salon hoặc School, nước QUATS diệt trùng mỗi ngày thay 1 lần hoặc thay bất cứ khi nào thấy đục hoặc dơ bẩn*

    * *Tại trung tâm thi, diệt trùng dụng cụ xong đem dung dịch đổ đi vào bồn rửa tay hoặc đổ sau cuộc thi*

E.P.A: Environmental Protection Agency
Cơ quan bảo vệ môi trường

Prepare disinfection solution
2/3 water + 1 oz Quats
Pha chế dụng dịch diệt trùng.
lấy 2/3 nước + 1 oz quat

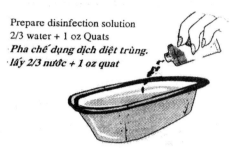

> **DISINFECTON & SANITATION TECHNIQUE**
> *Cách diệt trùng dụng cụ*

Brush with Liquid soap & warm water
Dùng bàn chải chà rửa dụng cụ

Rinse out with warm water
Rửa lại bằng nước cho sạch

Wipe with clean paper towels
Lau khô với khăn giấy

Immerse them in Quat solution 10 minutes
Nhúng vào dung dịch diệt trùng 10 phút

Wear gloves & remove implements out
Mang bao tay, lấy dụng cụ ra

Rinse out with water
Xả lại nước sạch

Wipe with clean paper towels
Lau khô với khăn giấy

Putting seal plastic bag
Bỏ vào bao nhựa sạch

Dispose Quats solution
in shampoo bowl
Đổ bỏ nước Quats

www.levan900.net

HOW TO DO A HAIR CUT FOR 0, 45, 90, 180 degrees

Cách cắt tóc 0, 45, 90, 180 độ

A good haircut serves as a foundation for attractive hairstyles performed in the salon.
Cắt tóc đẹp là một dịch vụ hấp dẫn được làm ở salon.

- 0 degree (solid form; bob style; one length)
- 45 degrees (layered form; graduated form)
- 90 degrees (uniform; perpendicular)
- 180 degrees (high elevation; up side down)

MATERIAL & IMPLEMENTS *(VẬT LIỆU VÀ DỤNG CỤ)*

- Liquid soap
- Plastic clamps
- Soil container

- Shampoo cape
- Scissor
- Spray bottle

- Combs
- Razor; Trash bag
- Towels; Sanex strip

PROCEDURES *(CÁCH LÀM)*

1. Technician wash hands with liquid soap and warm water
   Thợ rửa tay với nước ấm và xà phòng
2. Set up table on sanitary maintenance area (S.M.A)
   Chuẩn bị vật liệu đặt trên giấy sạch
3. Drape patron with sanex strip and plastic cape
   Choàng khăn cắt tóc với giấy bọc quanh cổ và tấm cape nhựa
4. Examine client's scalp
   Xem xét da đầu của khách
5. Shampoo hair or wet hair by spray water
   Gội tóc hoặc xịt nước ướt tóc
6. Divide hair into four sections
   Chia tóc làm bốn phần
7. Scissors & razor should be held correctly
   Kéo và dao cắt tóc nên nắm đúng cách
8. Cutting hair *(Cắt tóc)*
   - Cut guide line first
     Đầu tiên cắt theo lằn viền tóc (hair guide line) theo hướng dẫn
   - Sub-section 1/2 inch, cut back section first then two front sections
     Lấy tóc cỡ 1/2 inch, cắt tóc từ hai phần sau rồi đến hai phần đầu

9. Check your hair cut should be well balance
   Kiểm soát lại mái tóc đã cắt
10. Brush off hair on patron and sweep hair off floor
    Phủi tóc sạch trên người khách và quét sạch tóc trên nền nhà
11. Style hair if needed
    Chãi tóc nếu cần thiết
12. Undrape patron
    Tháo choàng khăn cho khách
13. Clean up work station
    Dọn dẹp chỗ làm

Placing neck strip & cap over neck strip
đặt giấy & khăn choàng lên giấy

HOLDING THE COMB & SCISSOR WITH 45 DEGREES ANGLE
Giữ lược và kéo góc 45 độ khi chãi tóc

Balance razor
nắm dao cân bằng

Hold and cut position
Cách cầm và cắt tóc bằng dao

HOW TO DO A SHAMPOOING
Cách gội tóc

Shampooing is to clean the hair and scalp maintaining the growth and health of the hair and prevent it from any disorder.

Gội là làm sạch tóc và da đầu để đề phòng bệnh

MATERIALS *(VẬT LIỆU)*

- Liquid soap
- Shampoo
- Towels
- Conditioner
- Shampoo cape
- Combs

PROCEDURES *(CÁCH LÀM)*

Wash hands
Thợ rửa tay

1. Wash hands with soap and warm water
   Thợ rửa tay với nước ấm và xà phòng

2. Set up table on sanitary maintenance area (S.M.A)
   Chuẩn bị vật liệu đặt trên giấy sạch

3. Drape client with a tower and plastic cape(single drape)
   Choàng khăn gội tóc bằng khăn và tấm cape nhựa (một khăn)
   - Remove pins, earrings, and glasses if possible
     Cất giữ kẹp, bông tay và gương đeo mắt có thể được

4. Examine client's scalp *(Xem xét da đầu của khách)*

5. Adjust the shampoo chair for comfortable position
   Điều chỉnh ghế gội cho thoải mái

6. Check water temperature
   Kiểm sóat nhiệt độ của nước

7. Wet hair thoroughly with warm water
   Làm ướt tóc với nước ấm

8. Apply shampoo from hair line to nape area *(Cho thuốc gội lên tóc từ viền tóc đến sau ót))*
   - Manipulate scalp using cushion of fingers *(Xoa nhẹ da đầu dùng đệm ngón tay)*

9. Keep fingers in contact with water to Insure control of water temperature
   Các ngón tay luôn tiếp xúc với nước để kiểm soát nhiệt độ nước

10. Rinse hair thoroughly with a strong water force *(Xả tóc thật sạch với vòi nước mạnh)*
    - Protect ears by cupped hands *(Dùng tay che tai tránh nước)*

11. Towel dry hair to avoid water dripping
    Dùng khăn lau tóc để tránh nước nhiều

12. Clean shampoo bowl before going back to station
    Lau sạch bồn gội trước khi đưa khách trở lại ghế ngồi

13. Comb hair *starting at nape area*
    Chãi tóc bắt đầu từ gáy

14. Style hair *(Chãi kiểu cho mái tóc)*

15. Undrape client
    Tháo khăn choàng cho khách

Protecting the ears when rinsing with water
Che tai khi xả nước

16. Clean up work station
    Dọn dẹp chỗ làm

www.levan900.net

HOW TO DO A SCALP TREATMENT
Chữa trị da đầu

A scalp treatment is to preserve the healthy and beauty of the hair and scalp. Doing a scalp treatment with manipulation helps the scalp stimulate circulation of the blood, relaxing and soothing the nerves, stimulating the muscles and activity of the scalp glands.
Chữa trị da đầu là giữ cho tóc và da đầu được tốt. Kích thích sự tuần hoàn máu, thư giãn hệ thống thần kinh và tác dụng vào các tuyến của da đầu.

MATERIALS *(VẬT LIỆU)*

- Liquid soap
- Towels, paper towels
- Combs
- Shampoo cape
- Plastic clamps
- Trash bag
- Sanex strip
- Hairbrush
- Soil container
- Shampoo
- Conditioner

PROCEDURES *(CÁCH LÀM)*

1. Technician wash hands with liquid soap and warm water
   Thợ rửa tay với nước ấm và xà phòng
2. Set up table on sanitary maintenance area (S.M.A)
   Chuẩn bị vật liệu đặt trên giấy sạch (khu vực giữ gìn vệ sinh)
3. Drape patron with sanex strip and plastic cape
   Choàng khăn cho khách với giấy bọc cổ và tấm cape nhựa
4. Examine client's scalp
   Xem xét da đầu của khách
6. Divide hair into four sections
   Chia tóc làm bốn phần

BRUSHING
Chãi sạch da đầu

7. Step 1: **BRUSHING** *(Chãi tóc)*
   - Brush must be rolled from scalp out through end of hair
     Lăn bàn chãi từ da đầu đến đuôi tóc
   - Brush patron's hair away from operator & patron's face.
     Chãi tóc cho khách theo hướng không vào người thợ và mặt khách.
8. Step 2: **MASSAGE** *(Xoa bóp)*
   - Give a manipulation on the scalp, massage with pad of fingers
     Tác động bàn tay lên vùng da đầu, xoa bóp với đệm ngón tay
   - Movement should have continuity & rhythm throughout massage
     Chuyển động xoa bóp nên liên tục và nhịp nhàng trong lúc massage.

9. Drape patron with tower and plastic cape for shampoo hair as shampooing technique
   Choàng khăn và tấm cape nhựa gội tóc sau khi chữa trị da đầu
10. Comb hair and style hair
    Chãi tóc và tạo kiểu cho mái tóc
11. Undrape patron
    Tháo khăn choàng khách
12. Clean up work station
    Dọn dẹp chỗ làm

Protecting the neck & support client' head
bảo vệ cổ & giúp đầu khách

HOW TO DO FINGER WAVING & CURL CONSTRUCTION
Cách làm dợn sóng tóc bằng ngón tay và tạo quăn lọn tóc

Wet hairdressing is the art of shaping the hair into waves using the fingers, rollers and pin curls.
Đây là nghệ thuật tạo kiểu tóc dợn quăn bằng ngón tay, ống cuốn và kẹp tóc.

MATERIALS *(VẬT LIỆU)*

-Liquid soup	-Shampoo cape	-Clamps	-Double clips, pins
-Combs, brush	-Towels	-Soil container	-Trash bag
-Paper towels	-Rollers	-Hair spray	-Hair net
-Setting lotion	-Water spay bottle		

PROCEDURE *(CÁCH LÀM)*

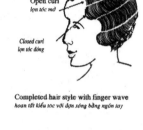

1. Technician wash hands with liquid soap and warm water
   Thợ rửa tay với nước ấm và xà phòng
2. Set up table on sanitary maintenance area (S.M.A)
   Chuẩn bị vật liệu đặt trên giấy sạch
3. Drape patron with a tower and plastic cape (single drape)
   Choàng khăn cho khách bằng khăn và tấm cape nhựa (dùng một khăn)
4. Examine client's scalp *(Xem xét da đầu của khách)*
5. Shampoo hair or damp hair *(Gội tóc hoặc làm ẩm tóc)*
6. Apply setting lotion or styling gel *(Trải đều dung dịch nắn tóc hoặc gel chãi tóc)*
7. Mold finger wave on client's hair *(Nắn dợn sóng bằng ngón tay trên tóc khách)*

- Mold starts from the top of heavy hair. Then, mold the waves on the other side and in the back in the same manner.
   Làm dợn sóng bắt đầu từ phía tóc nhiều đi dần qua bên tóc ít hợp với phía sau.

8. Set hair (6 rollers with four principal curls) *(Quấn 6 ống cuốn với 4 góc độ căn bản)*
   - **Over directed base 180 degrees** *(Quấn ống 180 độ)*
   - **On base**   **135 degrees** *(Quấn ống 135 độ)*
   - **Half off base**   **90 degrees** *(Quấn ống 90 độ)*
   - **Out of base**   **45 degrees** *(Quấn ống 45 độ)*

   (And 2 rollers on any side of hair with any base)
   (và 2 ống cuốn có thể quấn bất cứ nơi nào, góc độ nào trên tóc)

9. Pin curls *(nắn lọn tóc bằng tay)*
   - **6 forward curls** *(6 lọn đi về hướng tới mặt)*
   - **6 reverse curls or backwards** *(6 lọn đi hướng xa mặt)*
   - **3 stand up curls** *(3 lọn tóc đứng)*

10. Dry hair under the hood dryer *(Làm khô tóc bằng máy sấy tóc)*
11. Comb out curls *(Chãi lọn tóc)*
12. Undrape patron *(Tháo khăn choàng khách)*
13. Clean up work station
    Dọn dẹp chỗ làm

www.levan900.net

HOW TO DO A THERMAL HAIR PRESSING & CURLING
Cách ép tóc và tạo lọn tóc quăn bằng nhiệt

Press and curl is a type of thermal hair styling. It is a temporary straightening of curly hair and prepares hair for thermal hair curling with a Marcel iron.

Ép tóc và tạo lọn tóc quăn bằng nhiệt. Là cách làm thẳng tóc tạm thời trên tóc quăn và cách dùng kẹp nhiệt Marcel làm quăn lại lọn tóc theo ý muốn.

MATERIAL & EQUIPMENTS *(VẬT LIỆU VÀ DỤNG CỤ)*

-Liquid soap
-Clippies
-Linen cape (clothe cape)
-Towels
-Duck clamps
-Combs (hard rubber)

-Test papers
-Pressing oil
-Heater appliance
-Trash bag
-Soil container
-Sanex strip

ELECTRIC HEATER USED WITH PRESSING COMB AND MARCEL IRON
lò nhiệt dùng cho lược ép và kẹp quăn Marcel

NONELECTRIC COMB (STRAIGHTENING COMB)
lược ép thẳng tóc

PROCEDURE *(CÁCH LÀM)*

1. Technician wash hands with liquid soap and warm water
   Thợ rửa tay với nước ấm và xà phòng

2. Set up table on sanitary maintenance area (S.M.A)
   Chuẩn bị vật liệu đặt trên giấy sạch

3. Drape patron with sanex strip and linen cape
   Choàng khách với giấy quấn cổ và khăn choàng vải

4. Examine client's hair & scalp
   Xem xét tóc và da đầu của khách

5. Section hair
   Chia từng section

- **PLACE PRESSING COMB IN HEATER** *(Đặt lược ép vào lò)*

6. Apply pressing oil on hair
   Thoa dầu lên tóc để ép

7. Test the temperature of pressing comb on test paper for 3 seconds
   Thử nhiệt độ của lược ép lên giấy mịn khoảng 3 giây

8. Press hair (straight hair) on each subsection. Press hair close to scalp
   Ép thẳng tóc lên từng lớp tóc nhỏ. Ép tóc gần da đầu

   * Subsection 1/4 inch or depending on the back of the pressing comb
   (Từng phần nhỏ cỡ 1/4 inch hoặc tùy vào sóng lưng của lược ép)

   - **Soft press: One on each side   (50 - 60% relaxed)**
     Ép nhẹ: Mỗi mặt tóc một lần   (50 - 60% giãn tóc ra)
   - **Hard press: Twice on each side   (100% relaxed)**
     Ép mạnh: Hai lần mỗi mặt tóc   (100% giãn tóc ra)

   * Place pressing comb out after pressed *(đặt lược ép ra ngoài khi ép tóc xong)*

- **PLACE MARCEL IRON IN HEATER** *(Đặt kẹp Marcel vào lò)*

9. Test temperature of Marcel Iron on test paper
   Thử nhiệt độ của kẹp Marcel trên giấy thử

www.levan900.ne

10. Make the curl with 4 base principles of styling. Curling hair using "click &turn" technique.
   Tạo lọn tóc với 4 kiểu căn bản. Làm quăn lọn tóc dùng kỷ thuật "nhấp nhấp kẹp & xoay kẹp"

   - **Volume base curl**   **135 degrees** (*quấn lọn 135 độ*)
   - **Full base curl**   **125 degrees** (*quấn lọn 125 độ*)
   - **Half base curl**   **90 degrees** (*quấn lọn 90 độ*)
   - **Off base curl**   **70 degrees** (*quấn lọn 70 độ*)

   - Place the hard rubber comb below Marcel Iron to protect scalp
     Đặt lược nhựa chịu nóng dưới kẹp Marcel để bảo vệ da đầu
   - Pin the curls using clips
     Giữ lọn tóc quăn bằng kẹp nhỏ
   - Wait until cool for curl and remove hair clips
     Đợi lọn tóc nguội hẳn và gỡ kẹp

11. Comb out in styling if needed
    Chãi tóc kiểu nếu cần

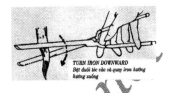

12. Undrape patron
    Gỡ áo choàng cho khách

13. Clean up work station
    Dọn dẹp chỗ làm

HOW TO DO A PERMANENT WAVING (COLD WAVE)
Cách uốn tóc quăn vĩnh viễn (Uốn lạnh)

A permanent waving is an art of chemically changing the structure of straight hair into a desired curly hair. It is also called cold waving.

Uốn tóc là nghệ thuật dùng hóa chất thay đổi cấu trúc của sợi tóc thẳng thành tóc quăn. Cũng còn được gọi là uốn lạnh.

MATERIALS *(VẬT LIỆU)*

- Liquid soap
- Shampoo cape
- Towels
- Combs
- End papers
- Perm rods
- Protective cream

- Waving lotion
- Neutralizer lotion
- Record card
- Plastic clamps
- Cotton bands, cotton
- Water spray bottle
- Gloves; Plastic cap

PROCEDURE *(CÁCH LÀM)*

1. Technician wash hands with liquid soap and warm water
   Thợ rữa tay với nước ấm và xà phòng

2. Set up table on sanitary maintenance area (S.M.A)
   Chuẩn bị vật liệu đặt trên giấy sạch

3. Drape patron (double drape) with 2 towels and plastic cape
   Choàng khăn cho khách (hai khăn) với 2 khăn bảo vệ và tấm cape nhựa

4. Examine client's hair &scalp
   Xem xét da đầu và tóc của khách

5. Shampoo or wet hair
   Gội tóc hoặc làm ướt tóc

6. Divide hair in to 9 sections
   Chia tóc làm 9 phần

7. Wrap hair with perm rods distributing hair evenly
   Quấn tóc trãi đều trên ống cuốn

8. Apply protective cream on skin around the facial hair line
   Thoa kem bảo vệ lên da chung quanh đường viền tóc

9. Wrap cotton band around hairline
   Quấn bông gòn quanh viền tóc

10. Wear gloves and get products (perm solution and perm neutralizer)
    Mang bao tay và lấy dung dịch uốn tóc và chất trung hòa

11. Apply perm solution on top and underneath the rods (F.M.D)
    Xịt thuốc uốn tóc mặt trên và mặt dưới ống cuốn (theo sự hướng dẫn của nhà sản xuất)

12. Remove cotton band after absorb excess perm solution
    Gở bỏ bông gòn sau khi đã thấm chất thuốc uốn tóc
    - Cover plastic cap (salon) *(Phủ bao nhựa nếu ở salon)*

13. Test curls by unwinding one a half circle
    Thử lọn tóc cần mở ra một vòng rưởi

14. Rinse hair with warm water and blot-dry each rod by towel
    Dùng nước ấm xả sạch tóc và thấm khô mỗi ống cuốn tóc bằng khăn

9 SECTIONS FOR STRAIGHT BACK WRAP
chia 9 kiểu uốn tóc thẳng ra sau

Wrapping hair from ends to scalp, double end papers, curl one half of base (90 degrees)
quấn tóc từ đuôi tóc đến da đầu, dùng 2 giấy quấn đuôi tóc, lọn tóc quấn nửa nền tóc (90 độ)

15. Re-wrap cotton band around the hairline
    Quấn lại bông gòn chung quanh viền tóc

16. Apply neutralizer on hair for 5 minutes (F.M.D)
    Xịt dung dịch trung hòa lên tóc khoảng 5 phút

CHECKING THE "S" FORMATION

thử xem tóc tạo hình chữ "S"

17. Remove cotton band
    Tháo gỡ bông gòn

18. Rinse hair thoroughly and blot dry
    Xả tóc thật sạch và thấm khô

    • ***For State Board Exam:*** have to wait until examiner check hair ends (*if fish hook*)
      Nơi thi Board: phải đợi giám khảo đến kiểm soát đuôi tóc (nếu có móc câu)

19. Remove rods & rinse hair very well from 3 - 5 minutes
    Gở ống cuốn và xả tóc thật kỷ từ 3-5 phút

20. Rinse shampoo bowl, remove hair (if any) from basket and wipe with paper towel
    Xả sạch bồn gội tóc, lấy bỏ tóc trong đáy bồn (nếu có) và dùng giấy lau bồn

21. Take gloves off and wash your hands with liquid soap and warm water
    Gở bỏ bao tay và rửa tay với xà phòng và nước ấm

22. Take client back to your station
    Đưa khách về chỗ làm

23. Style hair
    Chãi tóc kiểu

24. Undrape patron
    Gở áo choàng cho khách

25. Fill out client's record card
    Ghi vào hồ sơ cho khách

Protecting the ears when rinsing with water
Che tai khi xả nước

26. Clean up work station
    Dọn dẹp chỗ làm

HOW TO DO A CHEMICAL HAIR STRAIGHTENING
WITH SODIUM HYDROXIDE
Cách duỗi thẳng tóc dùng sodium hydroxide

This is a technique that uses sodium hydroxide, a strong alkaline product with pH from 10 to 14 to relax naturally curly hair.

Đây là kỹ thuật dùng sodium hydroxide, là một chất kiềm mạnh với nồng độ hydrogen từ 10 đến 14 để duỗi thẳng loại tóc quăn tự nhiên

MATERIALS & EQUIPMENTS *(VẬT LIỆU VÀ DỤNG CỤ)*

- Shampoo cape
- Towels
- Plastic clamps
- Tint brush
- Combs
- Spatula
- Liquid soap

- Protective base
- Sodium hydroxide product
- Stabilizer (Fixative/ Neutralizer)
- Gloves
- Plastic bowl
- Trash bag
- Record card

PROCEDURE *(CÁCH DÙNG)*

1. Technician wash hands with liquid soap and warm water
   Thợ rửa tay với xà phòng và nước ấm
2. Table set up on sanitary maintenance area (S.M.A)
   Chuẩn bị vật liệu đặt trên giấy sạch
3. Drape patron (double drape) with 2 towels and plastic cap
   Choàng khăn cho khách (hai khăn) với tấm cape nhựa
4. Examine client's hair & scalp
   Xem xét tóc và da đầu của khách
5. Divide hair into 4 sections
   Chia tóc làm 4 phần

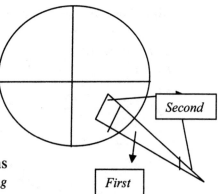

6. Apply protective base around hairline, sections and sub-sections
   Thoa kem bảo vệ chung quanh đường viền tóc, đường chia tóc, và từng đường kẻ da đầu
7. Wear gloves and get relaxer products (sodium hydroxide and stabilizer lotion)
   Mang bao tay và lấy thuốc duỗi tóc (sodium hydroxide và chất trung hòa)
8. Apply product *(cho thuốc lên tóc)*
   - Back section first and each sub-sections are from ¼ inch to ½ inch
     Đầu tiên làm hai phần tóc phía sau và lấy từng phần tóc từ ¼ đến ½ inch
   - **First:** Straightening cream must be applied 1/2 inch away from the scalp up to the porous ends (around 1 inch off ends)
     Đầu tiên dùng kem duỗi tóc đặt lên phần giữa tóc cách da đầu 1/2 inch và cách đuôi tóc một inch.
   - **Second:** Straightening cream must be applied to the remaining area (near scalp and the ends).
     Thứ nhì cho kem lên phần tóc còn lại (da đầu và đuôi tóc).
9. Straightening technique must be a rocking motion of the hands down the hair shaft using the back of a comb or your fingers to straighten the hair
   Kỹ thuật duỗi tóc dùng động tác lắc lư bằng tay đưa xuống lọn tóc hoặc bằng sóng lược hay dùng ngón tay để duỗi tóc.

10. Do a strand test
   Thử lọn tóc

11. Rinse off sodium hydroxide with warm water and blot dry
   Xả sạch với nước ấm loại bỏ hóa chất sodium hydroxide và lau khô

12. Apply stabilizer lotion or neutralizing shampoo on hair for 5 minutes (F.M.D)
   Dùng dung dịch trung hòa hoặc thuốc gội có dung dịch trung hòa cho lên tóc 5 phút (theo hướng dẫn nhà sản xuất)

13. Rinse hair thoroughly and blot hair with clean tower
   Xả tóc thật sạch và thấm khô với khăn sạch

14. Rinse shampoo bowl, remove hair (if any) from basket and wipe with paper towel
   Xả sạch bồn gội tóc, lấy bỏ tóc trong đáy bồn (nếu có) và dùng giấy lau bồn

15. Take gloves off and wash your hand with liquid soap and warm water
   Gở bỏ bao tay và rửa tay với xà phòng và nước ấm

16. Take client back to your station
   Đưa khách về chỗ làm

17. Fill out record card
   Điền hồ sơ cho khách

18. Undrape your client
   Tháo khăn choàng cho khách

19. Clean up work station
   Dọn dẹp chỗ làm

ROCKING MOTION TECHNIQUE FOR STRAIGHTEN HAIR (*ép tóc thẳng bằng bàn tay*)

SOFTCURL PERMANENT WAVING ON OVERLY CURLY HAIR
(THIOGLYCOLATE RELAXER)
Uốn tóc gợn nhẹ trên mái tóc quá quăn (Thuốc duỗi tócThioglycolate)

This is a permanent wave on overly- curly hair. First, use ammonium thioglycolate relaxer on hair. Second, restructure the curl with rods and soft perm products.

Đây là cách uốn dợn trên lọn tóc quăn nhiều, đầu tiên dùng thuốc duỗi Thio làm cho tóc thẳng ra, sau đó uốn tóc quăn nhẹ tạo lọn tóc lớn hơn.

MATERIALS *(VẬT LIỆU)*

-Liquid soap
-Plastic clamps
-Towel, gloves
-Paper towels
-Tint brush
-Protective cream

-End papers
-Thioglycolate relaxer
-Soft perm solution
-Soft perm neutralizer
-Shampoo cape
-Perm rods

PROCEDURE *(CÁCH LÀM)*

1. Technician wash hands with liquid soap and warm water
   Thợ rửa tay với nước ấm và xà phòng
2. Set up table on sanitary maintenance area (S.M.A)
   Chuẩn bị vật liệu đặt trên giấy sạch
3. Drape patron (double drape) with 2 towels and plastic cape
   Choàng khăn cho khách (hai khăn) với 2 khăn bảo vệ và tấm cape nhựa
4. Examine client's hair &scalp *(Xem xét da đầu và tóc của khách)*
5. Divide hair into 4 sections & applies protective cream around hair line and over the ears
   Chia tóc 4 phần và thoa kem bảo vệ
6. Wear gloves & get relaxing products
   Mang bao tay và lấy thuốc duỗi
7. Apply product on damp hair *(Cho thuốc lên tóc ẩm)*
   * Apply on 2 back sections (curliest hair) and then on 2 front sections
     Trãi thuốc duỗi lên 2 phần sau (chỗ tóc quăn nhất) trước, sau đó trãi thuốc duỗi lên 2 phần phía trước

   First: Thio relaxer apply from scalp to porous end (subsection hair get no greater than 1 inch)
   Đầu tiên trãi thuốc duỗi thio da đầu đến cách đuôi tóc (từng phần tóc lấy lớn không hơn một inch)

   Second: Then apply thio relaxer to the hair end
   Thứ nhì trãi thuốc duỗi thio lên phần đuôi tóc

8. Straightening technique
   Cách làm ngay tóc
   * Comb the hair (wide tooth & narrow tooth comb)
     Dùng lược chải tóc (dùng mặt răng lược thưa và dầy)
9. Do strand test to conform the degree of relaxation
   Thử tóc xem thích hợp độ duỗi của tóc
10. Rinse hair with warm water and blot dry
    Xả tóc với nước ấm và lau khô tóc

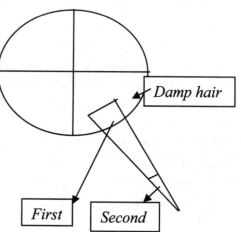

11. Rinse shampoo bowl, remove hair (if any) from basket and wipe with paper towel

    Xả sạch bồn gội tóc, lấy bỏ tóc trong đáy bồn (nếu có) và dùng giấy lau bồn

12. Take gloves off and wash your hand with liquid soap and warm water

    Gỡ bỏ bao tay và rửa tay với xà phòng và nước ấm

13. Take client back to your station *(Đưa khách về chỗ làm)*

14. Divide hair into 9 sections *(Chia tóc làm 9 phần)*

15. Wrap the rods on each section

    (rod size must be at least twice as large as natural curl)

    Quấn ống cuốn lên mỗi phần tóc (cỡ ống cuốn ít nhất lớn gấp hai lần lọn tóc tự nhiên)

9 SECTIONS FOR STRAIGHT BACK WRAP
chia 9 kiểu uốn tóc thẳng ra sau

16. Apply protective cream around the hair line and over the ears

    Thoa kem bảo vệ chung quanh viền tóc và tai

17. Wrap cotton band around the hairline

    Quấn bông gòn chung quanh viền tóc

18. Wear gloves and get thio softperm products (soft perm waving lotion and soft perm neutralizer lotion)

    Mang bao tay và lấy thuốc uốn tóc sofperm

19. Apply soft perm waving lotion on top and underneath the rods)

    Trãi thuốc uốn tóc lên ống cuốn xịt lên mặt trên và xịt mặt dưới ống cuốn)

20. Remove cotton band after absorb excess softperm solution

    Gỡ bỏ bông gòn sau khi cotton đã thấm chất thuốc uốn tóc dư ra (sofperm solution)

    • Cover plastic cap (salon way) *(Phủ bao nhựa nếu ở salon)*

CHECKING THE "S" FORMATION

21. Test curls by unwinding one a half circle

    Thử lọn tóc cần mở ra một vòng rưỡi

22. Rinse hair with warm water and blot-dry each rod by towel

    Dùng nước ấm xả sạch tóc và thấm khô mỗi ống cuốn tóc bằng khăn

23. Re-wrap cotton band around the hairline

    Quấn lại bông gòn chung quanh viền tóc

thử xem tóc tạo hình chữ "S"

24. Apply softperm neutralizer on hair for 5 minutes (F.M.D)

    Trãi dung dịch trung hòa softperm lên tóc khoảng 5 phút (theo hướng dẫn của nhà chế tạo)

25. Take cotton band off *(Gỡ bỏ bông gòn)*

26. Rinse hair with warm water and blot-dry each rod by towel

    Dùng nước ấm xả sạch tóc và thấm khô mỗi ống cuốn tóc bằng khăn

    • **For State Board Exam:** have to wait until examiner check hair ends (if fish hook)

    Nơi thi Board: phải đợi giám khảo đến kiểm soát đuôi tóc (nếu có quéo móc như lưỡi câu)

27. Remove rods & rinse hair thoroughly from 3 - 5 minutes

    Gỡ ống cuốn và xả tóc thật kỹ từ 3-5 phút

28. Rinse shampoo bowl, remove hair (if any) from basket and wipe with paper towel

    Xả sạch bồn gội tóc, lấy bỏ tóc trong đáy bồn (nếu có) và dùng giấy lau bồn

29. Take gloves off and wash your hand with liquid soap and warm water

    Gỡ bỏ bao tay và rửa tay với xà phòng và nước ấm

30. Take client back to your station

    Đưa khách về chỗ làm

31. Fill out record card *(Điền vào hồ sơ khách)*

32. Undrape patron

    Gỡ khăn choàng cho khách

33. Clean up work station

    Dọn dẹp chỗ làm

PREDISPOSITON TEST FOR COLOR HAIR
(P.D; ALLERGY; PATCH; SKIN OR ANILINE DERIVATIVE TEST)
Thử nghiệm dị ứng da trước khi nhuộm tóc

P.D test is the allergy test for clients who want to permanently color their hair with aniline derivative products. The test must be done at least 24 hours or (F.M.D) prior to each application.

P.D test là cách thử dị ứng cho khách trước khi nhuộm tóc dùng loại thuốc aniline derivative.
Thử da nên được làm ít nhất là 24 giờ trước khi nhuộm.tóc.

MATERIAL *(VẬT LIỆU)*

-Shampoo cape   -Gloves   -Towels   --
Record card   -Plastic clamps   -Aniline derivative
-Cotton   -Hydrogen peroxide   -Applicator/tint bottle
-Water spray bottle

PROCEDURE *(CÁCH LÀM)*

WIPE INNER ARM WITH COTTON BALL ADD SOAP

Bông gòn thấm ẩm với xà phòng lau sạch khuỷu tay

1. Technician wash hands with liquid soap and warm water
   Thợ rửa tay với nước ấm và xà phòng

2. Set up table on sanitary maintenance area (S.M.A)
   Chuẩn bị vật liệu đặt trên giấy sạch

3. Drape patron (double drape) with 2 towels and plastic cape
   Choàng khăn cho khách (hai khăn) với 2 khăn bảo vệ và tấm cape nhựa

4. Cleanse skin in the inner portion of the elbow with moist cottons and liquid soap
   Làm sạch da bên trong khủy tay với những viên bông gòn ấm và bông gòn xà phòng

   • Dry test area with clean cotton.
     Lau khô chỗ da thử dị ứng màu với bông gòn sạch

5. Wear glove and mix tint product
   Mang bao tay và pha thuốc nhuộm

6. Apply tint product on a cleansed quarter size area
   Thoa thuốc nhuộm lên chỗ da được làm sạch cỡ bằng đồng quarter

7. Take gloves off *(Gỡ bỏ bao tay)*

8. Fill out record card completely about result of P.D test at least 24 hours
   Điền hồ sơ cho khách đầy đủ về kết quả thử nghiệm sau 24 giờ

9. Undrape patron *(Gỡ áo choàng cho khách)*

10. Clean up work station
    Dọn dẹp chỗ làm

WEAR GLOVES APPLY TINT PRODUCT TO INNER ARM (QUARTER -SIZE)

Mang bao tay thoa thuốc nhuộm để thử da lên khuỷu tay cỡ đồng 25 xu

- Area must be left uncovered and undisturbed for 24 hours. Do not wash off. After 24 hours the test area must be examined. If any sign of swelling, burning, itching, redness or inflammation occurs, the clients may be allergic to the product tested and unable to receive an aniline derivative application (positive). If no reaction occurs, the product tested can be used (NEGATIVE).

   Chỗ da được thử không nên che đậy hoặc đụng đến 24 giờ sau đó. Đừng lau sạch đi. Sau 24 giờ chỗ da thử nghiệm phải được xem lại. Nếu có bất cứ dấu hiệu nào phồng lên bỏng, ngứa, đỏ, hoặc sưng, người khách đã bị dị ứng với thuốc thử và không thể nhuộm tóc với chất aniline derivative (dương tính). Nếu không có phản ứng gì thì thuốc nhuộm được phép dùng cho khách (ÂM TÍNH).

HOW TO DO A VIRGIN TINT TO DARKER
Cách nhuộm đậm màu tóc

Hair coloring is the art of changing the color of hair by an addition of an artificial color to the natural pigment in the hair.
Nhuộm tóc là nghệ thuật thay đổi màu tóc bằng cách thêm màu nhân tạo tới màu tóc tự nhiên.

SUPPLIES *(VẬT LIỆU)*

- Liquid soap
- Plastic bowl
- Cotton
- Trash bag
- Hydrogen peroxide
- Aniline derivative tint

- Tint brush
- Spatula
- Protective cream
- Combs
- Water bottle
- Soil container

- Shampoo cap
- Towels
- Plastic clamps
- Applicator
- Gloves
- Record card

PROCEDURE *(CÁCH LÀM)*

1. Technician wash hands with liquid soap and warm water *(Thợ rửa tay với nước ấm và xà phòng)*
2. Set up table on sanitary maintenance area (S.M.A) *Chuẩn bị vật liệu đặt trên giấy sạch*
3. Drape patron (double drape) with 2 towels and shampoo cape
   Choàng khăn cho khách (hai khăn) với 2 khăn bảo vệ và tấm cape nhựa
4. Examine client's hair &scalp *(Xem xét da đầu và tóc của khách)*
5. Divide hair into 4 sections *(Chia tóc làm 4 phần)*
6. Apply protective cream around hairline and over the ears
   Thoa kem bảo vệ chung quanh viền tóc và trên tai
7. Wear gloves and mix products *(Mang bao tay và lấy thuốc nhuộm)*
8. Apply product *(Cho thuốc nhuộm lên tóc)*
   - Apply 2 front sections first then back sections. Subsections 1/8 to 1/4 inch
     Cho thuốc nhuộm lên 2 phần tóc trước rồi đến 2 phần sau. Lấy từng lớp tóc khoảng 1/8 tới 1/4 inch.
   - **First:** Tint product apply from scalp to porous end (no greater than 1 inch)
     Cho thuốc nhuộm từ da đầu đến cách đuôi tóc khoảng gần 1 inch
     * Strand test and combed through ends *(Thử tóc và chãi đều màu)*
   - **Second:** Then cream apply to the end
     Cho thuốc lên phần đuôi tóc
     * Strand test *(Thử tóc)*
9. Rinse hair thoroughly and blot to dry hair
   Xả tóc thật sạch và thấm khô với khăn sạch
10. Rinse shampoo bowl, remove hair (if any) from basket and wipe with paper towel
    Xả sạch bồn gội tóc, lấy bỏ tóc trong đáy bồn (nếu có) và dùng giấy lau bồn
11. Take gloves off and wash your hand with liquid soap and warm water
    Gở bỏ bao tay và rửa tay với xà phòng và nước ấm
12. Take client back to your station, and dry hair with towel *(Đưa khách về chỗ làm, khăn lau khô tóc)*
13. Comb, style hair *(Chãi, tạo kiểu tóc)*
14. Undrape patron *(Tháo áo choàng cho khách)*
15. Complete record card *(Điền vào hồ sơ cho khách)*
16. Clean up work station *(Dọn dẹp chỗ làm)*

HOW TO DO A VIRGIN TINT TO LIGHTER
Cách nhuộm nhạt màu tóc

Virgin tint to lighter with an aniline product mixed with hydrogen peroxide developer to lift the pigment from hair.
Nhuộm lợt tóc với thuốc aniline pha trộn với peroxide để nhuộm và lấy bớt đi hạt màu của tóc tự nhiên

SUPPLIES *(VẬT LIỆU)*

- Liquid soap
- Applicator
- Towels
- Plastic bowl
- Gloves

- Trash bag
- Soil container
- Spatula
- Record card
- Cotton

- Tint brush
- Protective cream
- Trash bag
- Aniline tint

- Plastic clamps
- Shampoo cap
- Hydrogen peroxide
- Combs

PROCEDURE *(CÁCH LÀM)*

1. Technician wash hands with liquid soap and warm water *(Thợ rửa tay với nước ấm và xà phòng)*
2. Set up table on sanitary maintenance area (S.M.A) *Chuẩn bị vật liệu đặt trên giấy sạch*
3. Drape patron (double drape) with 2 towels and plastic cape
   Choàng khăn cho khách (hai khăn) với 2 khăn bảo vệ và tấm cape nhựa
4. Examine client's hair &scalp *(Xem xét da đầu và tóc của khách)*
5. Divide hair into 4 sections *(Chia tóc 4 phần)*
6. Apply protective cream *(thoa kem bảo vệ)*
7. Wear gloves and mix products *(Mang bao tay và pha thuốc)*
8. Apply product *(Cho thuốc nhuộm)*
9. Apply 2 back sections first then 2 front sections *(Cho thuốc lên 2 phần sau rồi đến 2 phần trước)*
   - Subsections 1/8 to 1/4 inch *(Lấy từng phần tóc khoảng 1/8 tới 1/4 inch)*
   - **First**: Tint product apply 1/2 inch away from scalp through the ends
     Đầu tiên cho thuốc lên tóc cách da đầu 1/2 inch đến đuôi tóc
   - Strand test for color developments
     Thử tóc để xem màu phát triển
   - **Second**: Apply remain areas
     Cho thuốc lên phần tóc còn lại
   - Do strand test *(Thử tóc)*

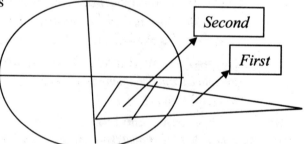

10. Rinse hair thoroughly and blot to dry hair
    Xả tóc thật sạch và thấm khô với khăn sạch

11. Rinse shampoo bowl, remove hair (if any) from basket and wipe with paper towel
    Xả sạch bồn gội tóc, lấy bỏ tóc trong đáy bồn (nếu có) và dùng giấy lau bồn
12. Take gloves off and wash your hand with liquid soap and warm water
    Gỡ bỏ bao tay và rửa tay với xà phòng và nước ấm
13. Take client back to your station *(Đưa khách về chỗ làm)*
14. Comb, style hair *(Chãi tóc)*
15. Undrape patron *(Tháo khăn choàng khách)*
16. Complete record card *(Điền hồ sơ cho khách)*
17. Clean up work station *(Dọn dẹp chỗ làm)*

HOW TO DO A VIRGIN BLEACH
Cách tẩy tóc

This is a technique removing pigment from the hair if the entire head is lightened or lightener can be used to remove some color before the tint is applied.
Đây là kỷ thuật lấy màu ở tóc nếu tóc được tẩy hoặc tẩy trước khi nhuộm

MATERIALS *(VẬT LIỆU)*

-Liquid soap	-Tint brush	-Towels
-Shampoo	-Plastic clamps	-Combs
-Protective cream	-Spatula	-Plastic bowl
-Applicator	-Cotton	-Gloves
-Lightener (Bleach)	-Hydrogen peroxide	-Record card
-Trash bag	-Soil container	

PROCEDURE *(CÁCH LÀM)*

1. Technician wash hands with liquid soap and warm water *(Thợ rửa tay với nước ấm và xà phòng)*
2. Set up table on sanitary maintenance area (S.M.A) *Chuẩn bị vật liệu đặt trên giấy sạch*
3. Drape patron (double drape) with 2 towels and plastic cape
   Choàng khăn cho khách (hai khăn) với 2 khăn bảo vệ và tấm cape nhựa
4. Examine client's hair &scalp *(Xem xét da đầu và tóc của khách)*
5. Divide hair into 4 sections *(Chia tóc làm 4 phần)*
6. Apply protective cream around the hairline and over the ear
   Thoa kem bảo vệ chung quanh đường viền tóc và trên tai
   Wear gloves and mix products *(Mang bao tay và lấy thuốc tẩy)*
7. Apply bleach product *(Cho thuốc tẩy lên tóc)*
   - Apply 2 back sections then 2 front sections *(Cho thuốc lên phần sau rồi tới trước)*
   - Subsections 1/8 – 1/4 inch *(Lấy từng phần tóc nhỏ cỡ 1/8 – 1/4 inch)*
   - **First:** Bleach product apply 1/2 inch away from scalp through the end
     Đầu tiên cho thuốc tẩy lên cách da đầu 1/2 inch tới đuôi tóc
     * Strand test *(Thử tóc)*
     - **Second:** Apply bleach to remain area
       Thứ nhì cho thuốc tẩy lên phần còn lại
       - Strand test
         Thử tóc

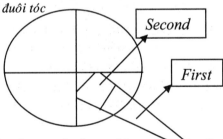

8. Rinse hair with **cool water** *(Xả tóc với nước mát)*
9. Rinse shampoo bowl, remove hair (if any) from basket and wipe with paper towel
   Xả sạch bồn gội tóc, lấy bỏ tóc trong đáy bồn (nếu có) và dùng giấy lau bồn
10. Take gloves off and wash your hand with liquid soap and warm water
    Gở bỏ bao tay và rửa tay với xà phòng và nước ấm
11. Take client back to your station *(Đưa khách về chỗ làm)*
12. Comb, style hair *(Chãi kiểu tóc)*
13. Undrape patron *(Gỡ bỏ khăn choàng)*
14. Complete record card *(Điền hồ sơ cho khách)*
15. Clean up workstation *(Dọn dẹp chỗ làm).*

HOW TO DO A TINTING BLEACHED HAIR BACK TO NATURAL COLOR
Cách nhuộm lại mái tóc đã tẩy trở lại màu tự nhiên

The hair is previously lightened and now we use an aniline product to tint it back to the natural color.
Mái tóc đã tẩy trước đó và bây giờ chúng ta dùng thuốc aniline nhuộm lại màu tóc thật của khách

SUPPLIES *(VẬT LIỆU)*

- Liquid soap
- Shampoo cape
- Towels
- Protective cream
- Plastic clamps
- Tint combs

- Spatula
- Tint brush
- Plastic bowl
- Soil container
- Aniline derivative tint
- Trash bag

- Applicator
- Gloves
- Trash bag
- Cotton
- Hydrogen peroxide
- Record card

PROCEDURE *(CÁCH LÀM)*

1. Technician wash hands with liquid soap and warm water *(Thợ rửa tay với nước ấm và xà phòng)*
2. Set up table on sanitary maintenance area (S.M.A) *Chuẩn bị vật liệu đặt trên giấy sạch*
3. Drape patron (double drape) with 2 towels and plastic cape
   Choàng khăn cho khách (hai khăn) với 2 khăn bảo vệ và tấm cape nhựa
4. Examine client's hair &scalp *(Xem xét da đầu và tóc của khách)*
5. Divide hair into 4 sections *(Chia tóc làm 4 phần)*
6. Apply protective cream around the hairline and over the ear *(Thoa kem bảo vệ viền tóc và trên tai))*
7. Put on gloves & mix tint product *(Mang bao tay & lấy thuốc nhuộm)*
8. Apply product on 2 back sections and then 2 front sections
   Cho thuốc lên hai phần tóc sau và đến hai phần trước

- Subsection from 1/8 to 1/4 inch *(Lấy từng phần tóc từ 1/8 đến 1/4 inch)*
- **First:** Appy product from the line of dermarcation (1/2 inch from scalp) to the porous end.
  Đầu tiên cho thuốc nhuộm cách da đầu 1/2 inch và cách đuôi tóc 1 inch
  * Strand test to conform the color development *(Thử tóc xem kết quả màu phát triển))*
- **Second:** Then apply tint product to the ends *(Cho thuốc lên phần đuôi tóc)*
  * Strand test *(Thử tóc)*

9. Soap cap and comb through
   Trộn shampoo, dùng lược chãi từ gốc đến đuôi tóc
10. Rinse hair thoroughly with warm water and blot to dry hair
    Xả tóc sạch với nước ấm và dùng khăn thấm khô
11. Rinse shampoo bowl, remove hair (if any) from basket
    and wipe with paper towel
    Xả sạch bồn gội tóc, lấy bỏ tóc trong đáy bồn (nếu có) và dùng giấy lau bồn
12. Take gloves off and wash your hand with liquid soap and warm water
    Gở bỏ bao tay và rửa tay với xà phòng và nước ấm
13. Take client back to your station *(Đưa khách về chỗ làm)*
14. Comb, style hair *(Chãi tóc kiểu)*
15. Undrape patron *(Gở khăn choàng khách)*
16. Complete record card *(Điền hồ sơ cho khách)*
17. Clean up work station *(Dọn dẹp chỗ làm)*

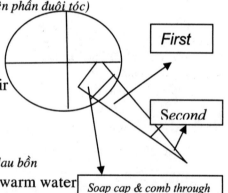

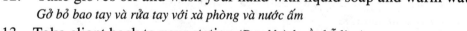

HOW TO DO A VIRGIN PASTEL TONER
TO PRE-LIGHTEN HAIR
Cách toner mái tóc đã được tẩy trước

Toners are applied to the lightest degrees from the decolorizing process. Toners require a double-process application. The first process is the lightener; the second process is the toner.
Toner là phương thức đưa màu rất lợt đến loại tóc đã tẩy. Toner đòi hỏi 2 lần làm. Đầu tiên là tẩy tóc, sau đó là toner.

SUPPLIES *(VẬT LIỆU)*

- Liquid soap
- Shampoo cape
- Towels
- Tint brush
- Cotton
- Record card

- Combs
- Soil container
- Plastic clamps
- Applicator (mix product)
- Hydrogen peroxide (H202)
- Aniline derivative toner

- Protective cream
- Spatula
- Plastic bowl
- Trash bag,
- Gloves
- Paper towels

PROCEDURE *(CÁCH LÀM)*

1. Technician wash hands with liquid soap and warm water *(Thợ rữa tay với nước ấm và xà phòng)*
2. Set up table on sanitary maintenance area (S.M.A) *Chuẩn bị vật liệu đặt trên giấy sạch*
3. Drape patron (double drape) with 2 towels and plastic cape
   Choàng khăn cho khách (hai khăn) với 2 khăn bảo vệ và tấm cape nhựa
4. Examine scalp & hair condition *(Xem xét da đầu và tóc)*
5. Divide hair into 4 sections *(Chia tóc làm 4 phần)*
6. Apply protective cream *(Thoa kem bảo vệ da)*
7. Wear gloves of mix product *(Mang bao tay & lấy thuốc toner)*
8. Apply product on clean damp hair *(Cho toner lên tóc ẩm sạch)*
   Apply toner on 2 back sections then 2 front sections
   Cho thuốc lên phần tóc sau đến phần tóc trước
   - Sub section 1/8 - 1/4 inch
     Lấy từng lọn tóc cỡ 1/8 – 1/4 inch
   - **First:** Apply toner from scalp to porous ends
     Cho toner từ da đầu đến cách đuôi tóc 1 inch
   - Strand test *(Thử tóc)*
   - **Second:** Then apply product to the ends
     Cho thuốc lên phần đuôi tóc
   - Strand test *(Thử tóc)*

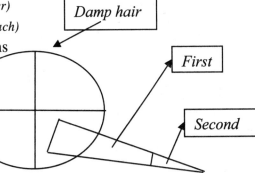

9. Rinse hair thoroughly and blot hair with clean towel *(Xả tóc thật sạch và thấm khô với khăn sạch)*
10. Rinse shampoo bowl, remove hair (if any) from basket and wipe with paper towel
    Xả sạch bồn gội tóc, lấy bỏ tóc trong đáy bồn (nếu có) và dùng giấy lau bồn
11. Take gloves off and wash your hand with liquid soap and warm water
    Gỡ bỏ bao tay và rửa tay với xà phòng và nước ấm
12. Take client back to your station and style hair *(Đưa khách về chỗ làm và chãi tóc)*
13. Undrape patron *(Tháo khăn choàng cho khách)*
14. Complete record card *(Điền hồ sơ cho khách)*
15. Clean up workstation *(Dọn dẹp chỗ làm)*

HOW TO DO A TINT RETOUCH OR BLEACH RETOUCH
Cách nhuộm lại, hoặc tẩy lại gốc tóc

A tint retouch is a coloring hair with same manner with virgin tint (darker or lighter) but only on the new growth hair for blend the color.
Nhuộm gốc tóc là cách làm như nhuộm tóc nguyên thủy (đậm hay lợt) nhưng chỉ nhuộm phần tóc mới mọc để tóc đều màu.

SUPPLIES *(VẬT LIỆU)*

-Liquid soap	-Protective cream	-Tint brush	-Combs
-Shampoo cape	-Plastic bowl	-Gloves	-Hydrogen peroxide
-Towels	-Cotton-Trash bag	-Applicator	-Record card
-Plastic clamps	-Spatula-Soil container	-Aniline derivative	

PROCEDURE *(CÁCH LÀM)*

1. Technician wash hands *(Thợ rửa tay)*
2. Set up table S.M.A *(Dọn bàn)*
3. Drape patron *(Choàng 2 khăn cho khách)*
4. Examine scalp and hair *(Xem xét da đầu và tóc*
5. Divide hair into 4 sections *(Chia tóc làm 4 phần)*
6. Apply protective cream *(Thoa kem bảo vệ da)*
7. Wear gloves and mix product *(Mang bao tay và trộn thuốc nhuộm)*
8. Apply product (tint to darker, lighter, toner, bleach hair)
    Cho thuốc lên tóc (nhuộm đậm, nhuộm lợt, toner, hoặc tẩy tóc)

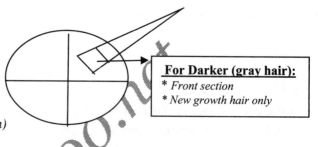

For Darker (gray hair):
* Front section
* New growth hair only

For lighter, toner, bleach:
* Back section first
* New grouth hair only

   - Start front section first if darker retouch and start back section first if lighter or bleach.
     Bắt đầu ở phần tóc phía trước nếu nhuộm đậm và bắt đầu ở phần sau nếu nhuộm màu lợt hoặc tẩy
   - Sub-section 1/8 - 1/4 inches *(Lấy từng lọn tóc cỡ 1/8 – 1/4 inch)*
   - Apply product to new growth hair only (1/2")
     Chỉ cho thuốc lên phần tóc mới mọc ra (1/2")
   - Strand test for color development
     Thử màu tóc

9. Soap cap and comb through
    Trộn shampoo và dùng lược chãi đều từ gốc tóc ra đuôi tóc
10. Rinse hair thoroughly and blot hair with clean towel
    Xả tóc thật sạch và thấm khô với khăn sạch
11. Rinse shampoo bowl, remove hair (if any) from basket and wipe with paper towel
    Xả sạch bồn gội tóc, lấy bỏ tóc trong đáy bồn (nếu có) và dùng giấy lau bồn
12. Take gloves off and wash your hand with liquid soap and warm water
    Gỡ bỏ bao tay và rửa tay với xà phòng và nước ấm
13. Take client back to your station and style hair *(Đưa khách về chỗ làm và chãi tóc)*
12. Undrape patron *(Tháo khăn choàng cho khách)*
13. Complete record card *(Điền hồ sơ cho khách)*
14. Clean up workstation *(Dọn dẹp chỗ làm)*

* **For toner retouch:** Mix product (H_2O_2 & toner) then apply back section and new growth hair, rinse warm water
  Với toner gốc tóc: Trộn thuốc toner cho lên phần tóc sau trước và chỗ tóc mới mọc, xả tóc bằng nước ấm.
* **For Bleach retouch:** Mix product (H_2O_2 & bleach) then apply back section and new growth hair, rinse cool water.
  Với tẩy gốc tóc : Trộn thuốc tẩy cho lên phần tóc sau trước và chỗ tóc mới mọc, xả tóc bằng nước mát.

CLIENT RECORD CARD *(Hồ sơ khách hàng)*

The model is not less than 15 years of age; and is not a current or former student in barbering or any branch of cosmetology; a current or former licensee of this state or any other; persons currently or formerly owners or employees of school of barbering, cosmetology, or electrology.

Người mẫu không dưới 15 tuổi; và không là đang học ngành thẩm mỹ; không là thợ thẩm mỹ trong tiểu bang này hoặc tiểu bang khác; không là người chủ và nhân viên của trường thẩm mỹ gồm cắt tóc, thẩm mỹ toàn phần, hoặc ngành lấy lông, tóc vĩnh viễn.

Candidate's name _____   Application #...
Người dự thi   *Đơn thi số#*

Valid photographic I.D number _____   Type of I.D...
Số thẻ chứng nhận giá trị có ảnh   *Loại thẻ chứng nhận*

Signature _____   Date ....
Chữ ký người dự thi   *Ngày*

Model's name
Tên khách (người mẫu)

Address _____
Địa chỉ

City: State   Zipcode
Thành phố   *Tiểu bang*   *Zipcode*

Valid photographic I.D number _____   Type of I.D ....
Số thẻ chứng nhận giá trị có ảnh   *Loại thẻ chứng nhận*

Signature
Chữ ký :

• HAIR COLOR RECORD *(Hồ sơ màu)*

Date _____   P.D test result...
Ngày   *Kết quả thử dị ứng da*

Hair conditon _____   Scalp condition ....
Tình trạng tóc   *Tình trạng da đầu*

Procedure _____
Cách làm

• PERMANENT WAVE RECORD *(Hồ sơ uốn tóc)*

Hair condition _____   Scalp condition ....
Tình trạng tóc   *Tình trạng da đầu*

Procedure _____
Cách làm

• CHEMICAL RELAXER RECORD *(Hồ sơ duỗi tóc)*

Hair condition _____   Scalp condition ....
Tình trạng tóc   *Tình trạng da đầu*

Procedure _____
Cách làm

Type of chemical relaxer used ....
Loại thuốc duỗi tóc xử dụng

• SKIN CARE *(Chăm sóc da)*

Skin type _____   Treatment ....
Loại da   *Cách chữa trị*

HOW TO DO AN EYEBROW ARCHING WITH TWEEZER

(Cách lấy lông mày bằng nhíp)

Use tweezers to remove disorderly grown hair above and below the natural line to give eyebrows a clean cut and an attractive appearance.

Đây là cách dùng nhíp lấy lông lộn xộn ở trên và dưới lông mày để có đường nét tự nhiên và hấp dẫn

MATERIAL AND IMPLEMENTS: *(VẬT LIỆU VÀ DỤNG CỤ)*

- Liquid soap
- Clean sheet
- Towels, Gloves
- Headband;
- Booties (optional)
- Cleansing cream
- Facial tissues
- Cotton; spatula
- Orangewood stick

- Tweezer
- Eyebrow brush
- Eye pads
- Eye pad lotion
- Antiseptic
- Eyebrow pencil
- Astringent lotion, antiseptic lotion
- Trash bag
- Soil container

PROCEDURE: *(CÁCH LÀM)*

1. Wash hands with soap and warm water
   Thợ rửa tay với nước ấm và xà phòng
2. Set up table on sanitary maintenance area (S.M.A)
   Chuẩn bị vật liệu đặt trên giấy sạch
3. Prepare facial chair for patron
   Điều chỉnh ghế facial để nhổ lông mày (135 degrees)
   - Fix head rest
     Gắn tựa đầu
   - Ask patron to stand up
     Bảo khách đứng dậy
   - Adjust back of the chair (half upright)
     Điều chỉnh lưng ghế facial (135 độ)
   - Resanitize hands
     Rửa tay lại
   - Cover facial chair with clean sheet
     Trãi giấy phủ toàn bộ ghế facial
   - Help patron lie down on facial chair
     Giúp khách nằm xuống ghế facial

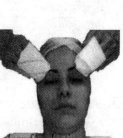

Wash hands
Thợ rửa tay

clean face by tissues
lau sạch da

4. Drape patron *(choàng khách để chuẩn bị nhổ lông mày)*
   - Put linen towel on chest and organize tissues
     Đặt khăn vải lên ngực khách và xếp giấy mịn
   - Wear head band and make sure not to leave any hair out
     Choàng băng giữ tóc và xem lại tránh tóc lòe xòe ra ngoài da
   - Patron must remove shoes then cover patron's feet with booties (optional)
     Người mẫu tháo giày và sau đó mang đôi tất (nếu muốn) vào hai bàn chân

5. Discuss type of arch with patron
    Thảo luận về độ cong lông mày với khách

6. Apply cleansing cream around eyebrow areas, spread it out over eyelids. Remove with tissues.
    Thoa kem làm sạch da lên chung quanh mắt và vùng chân mày, trãi đều qua mí mắt. Lau sạch bằng giấy mịn

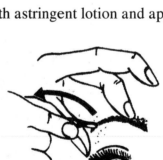

7. Moisten eye pads with eye pad lotion and apply on patron's eyes for protection
    Đặt hai miếng gòn thấm ẩm lotion lên đôi mắt để bảo vệ mắt.

8. Brush the eyebrows with a small brush
    Chãi lông mày với bàn chãi nhỏ

9. Saturate 2 pledgets of coton with warm water. Then place over the brows to soften skin for remove unwanted hairs.
    Nhúng nước ẩm 2 miếng bông gòn. Đắp lên lông mày làm mềm da để nhổ lông dư thừa

10. Wear gloves and applies antiseptic to eyebrow area safely
    Mang bao tay và thoa chất sát trùng lên vùng chân mày

11. Wrap cotton around ring finger and remove 2 pledgets of cotton from eyebrows
    Lấy bông gòn quấn vào ngón tay đeo nhẫn và gỡ bỏ 2 miếng bông gòn trên chân mày

12. Remove unwanted hair by grasp each with a tweezer. Lay each on cotton ring finger.
    Nhổ lông mọc lộn xộn ở chân mày (từng sợi một) bằng nhíp đặt lên ngón tay nhẫn bông gòn
    -   Holds skin taut (without slack) using index finger and thumb.
        Giữ căng da (không bị dùn) bằng ngón trỏ và ngón cái lúc nhổ lông
    -   Pull hairs with a quick motion in the direction of the hair growth.
        Dùng tweezer nhổ nhanh theo hướng lông mọc
    -   Between brows, hairs above and under brows.
        Khoảng giữa hai chân mày, lông mọc ở trên và dưới chân mày

13. Applies antiseptic to treated area safely or moisten cotton ball with astringent lotion and apply on eyebrow areas to tighten pores and blotting excess lotion remaining on skin by tissues.
    Thoa chất sát trùng hoặc dùng bông gòn thấm ẩm chất astringent thấm lên vùng chân mày để đóng lỗ chân lông và thấm khô chất astringent còn thừa bằng giấy mịn

14. Undrape patron (remove eye pads; headband; booties; towel on chest) and help patron to stand up.
    Tháo khăn choàng tóc, tất, khăn trãi trên ngực và giúp cho khách đứng dậy

15. Adjust facial chair. Remove clean sheet, and ask patron resume sitting facial chair.
    Điều chỉnh ghế và vứt bỏ giấy trãi, khách ngồi lại ghế facial

GRASP EACH HAIR BY TWEEZER IN THE DIRECTION OF THE HAIR GROWTH
Giật từng cọng lông bằng nhíp theo chiều lông mọc

16. Clean up your work station
    Dọn dẹp sạch sẽ nơi làm việc

HOW TO DO AN EYEBROW ARCHING WITH WAX

(Cách lấy lông mày bằng sáp)

Most people have disorderly grown hair both above and below the natural line. These hairs should be removed to give the eyebrows an attractive appearance. Because of the sensitivity of the skin around the eyes some patrons cannot tolerate tweezing. Therefore, waxing is an alternative method.

Hầu hết mọi người đều có lông mọc lộn xộn ở trên và dưới chân mày. Vì thế cần phải lấy đi để có vẻ đẹp. Một số người không thể chịu đau do nhổ bằng nhíp nên dùng sáp lấy lông êm dịu hơn.

MATERIAL AND EQUIPMENT: *(VẬT LIỆU VÀ DỤNG CỤ)*

- Liquid soap, towels
- Headband, booties
- Cleansing cream
- Cotton; Spatula; Facial tissues
- Clean sheet, gloves
- Eye pad; Eye pad lotion
- Astringent lotion, antiseptic lotion

- Eyebrow brush
- Honey wax
- Heater, Talcum powder
- Linen; Scissor
- Oil remover (after-wax lotion)
- Tweezers
- Trash bag; Soil container

PROCEDURE: *(CÁCH LÀM)*

1. Wash hands with soap and warm water
   Thợ rửa tay với nước ấm và xà phòng

2. Set up table on sanitary maintenance area (S.M.A)
   Chuẩn bị vật liệu đặt trên giấy sạch

   - Prepare warm wax
     Chuẩn bị lò cho sáp mềm ra

Wash hands
Thợ rửa tay

3. Prepare facial chair for patron
   Điều chỉnh ghế facial

   - Fix head rest *(Gắn tựa đầu)*
   - Ask patron to stand up
     Bảo khách đứng dạy
   - Adjust back of the chair (half upright)
     Điều chỉnh lưng ghế facial (135 độ)
     Resanitize hands *(Rửa tay lại)*
   - Cover facial chair with clean sheet
     Trãi giấy phủ toàn bộ ghế facial
   - Help patron lie down on facial chair
     Giúp khách nằm xuống ghế facial

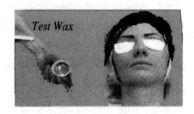
Test Wax
Apply the wax in the direction of the hair growth
Trãi sáp theo chiều lông mọc

4. Drape patron *(choàng khách để chuẩn bị wax lông mày)*

   - Put towel on chest and organize tissues
     Đặt khăn lên ngực khách và xếp giấy mịn
   - Wear head band and make sure not to leave any hair out
     Choàng băng giữ tóc và xem lại tránh tóc lòe xòe ra ngoài da
   - Patron must remove shoes then wear booties (optional)

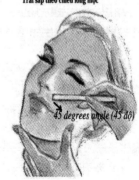
45 degrees angle (45 độ)

Người mẫu tháo giày và mang đôi tất (nếu muốn) vào hai bàn chân

- Cut linen, organize tissues
  Cắt vải linen, xếp sẵn giấy mịn

5. Discuss type of arch with patron
   Thảo luận về độ cong lông mày với khách

6. Apply cleansing cream around eyebrow areas, spread it out over eyelids. Remove with tissues.
   Thoa kem làm sạch da lên chung quanh mắt và vùng chân mày, trãi đều qua mí mắt và lau sạch   bằng giấy mịn rồi thấm khô bằng giấy mịn

6. Moisten eye pads cotton with eye pad lotion and apply to client's eyes for protection.
   Đặt hai miếng bông gòn thấm lotion lên đôi mắt bảo vệ mắt

8. Brush eyebrows with a small brush *(Chải lông mày với bàn chãi nhỏ)*

9. Wear gloves and applies antiseptic to eyebrow area safely
   Mang bao tay và thoa chất sát trùng lên vùng chân mày

10. Apply talcum powder around eyebrows over area of unwanted hairs.
    Thoa phấn chung quanh chân mày, những sợi lông mày dư thừa cần lấy đi

11. Test temperature of wax at your wrist
    Thử nhiệt độ của sáp ở cổ tay bạn

12. Apply warm wax the same direction of growth hair by clean spatula evenly at area where hairs will be removed
    Trãi sáp cùng chiều lông mọc bằng que gỗ sạch ở chỗ lông mày cần lấy đi

13. Apply linen on wax and pressing hard in the direction of hair growth.
    Đặt vải linen lên sáp và ép nhiều lần cùng chiều lông mọc

14. Tauten skin with thumb and other hand to remove linen with a quick motion, pulling against the direction of hair growth.
    Căng da khách bằng ngón cái và tay kia giật vải linen ngược hướng của lông mọc

    Apply strip over wax and rub in the direction of hair growth
    Trãi linen lên sáp và chà chà nhẹ theo chiều lông mọc

    - Remove remaining resistant hairs with tweezer if needed
      Nhổ những sợi lông còn sót lại bằng nhíp, nếu còn
    - Light massage on treated areas
      Xoa nhẹ chỗ lông vừa lấy đi

15. Apply cool gel or after-wax-lotion *(Thoa gel hoặc lotion lên chỗ vừa wax)*

16. Applies antiseptic to treated area safely or moisten cotton ball with astringent lotion and apply on eyelids to tighten pores and blot excess lotion remaining on skin by tissues.
    Thoa chất sát trùng vào vùng đã nhổ hoặc dùng bông gòn thấm ẩm chất astringent thấm lên da mặt đóng lỗ chân lông và thấm khô chất astringent còn thừa bằng giấy mịn

17. Undrape patron (remove eye pads; headband; booties; towel on chest) and help patron to stand up.
    Tháo khăn choàng tóc, tất, khăn trãi trên ngực và giúp cho khách đứng dậy

18. Adjust facial chair. Remove clean sheet, and ask patron resume sitting facial chair.
    Điều chỉnh ghế và vứt bỏ giấy trãi, khách ngồi lại ghế facial

    PEEL OFF THE STRIP IN OPPOSITE DIRECTION
    giật linen ngược chiều
    lông mọc

19. Turn off wax warmer and return to designated area
    Tắt lò wax và mang trả lại chỗ cũ

20. Clean up your work station
    Dọn dẹp sạch sẽ nơi làm việc

HOW TO DO A PLAIN FACIAL
(Massaging The Face)
(Cách làm facial thông thường, có cách massage)

A plain facial improves the patron's skin to maintain firm muscle and skin healthy. It is the process of cleansing and massaging the skin on the face.
Facial thông thường là giữ cho da được khỏe và săn chắc. Đây là tiến trình làm sạch da và massage cho làn da mặt.

MATERIAL: (*VẬT LIỆU*)

- Liquid soap
- Paper treatment
- Towels
- Headband, booties
- Cotton, spatula
- Facial tissues

- Cleansing cream
- Massage cream
- Astringent lotion
- Trash bag
- Soil container
- Record card

PROCEDURE: (*CÁCH LÀM*)

1. Wash hands with soap and warm water.
   Thợ rửa tay với nước ấm và xà phòng

APPLY CLEANSER
Trải kem rửa mặt theo chiều mũi tên

2. Set up table on sanitary maintenance area (S.M.A).
   Chuẩn bị vật liệu đặt trên giấy sạch (vùng giữ sạch sẽ)

3. Prepare facial chair for patron.
   Điều chỉnh ghế làm facial cho khách gồm:
   - Fix head rest.
     Gắn dựa đầu
   - Ask patron to stand up.
     Bảo khách đứng dậy
   - Adjust the back of facial chair.
     Điều chỉnh lưng ghế facial
   - Sanitize hands (*Rửa tay lại*)
   - Cover facial chair with clean sheet.
     Trãi giấy phủ toàn bộ ghế facial
   - Help patron lie down on facial chair.
     Giúp khách nằm xuống ghế facial

clean face by tissues
lau sạch da

4. Drape patron (*choàng khách để chuẩn bị làm facial*)
   - Put towel on chest and organize tissues.
     Đặt khăn lên ngực khách và xếp giấy mịn
   - Put head band on patron and make sure not to leave any hair out.
     Choàng băng giữ tóc và xem lại tránh tóc lòe xòe ra ngoài da
   - Patron must remove shoes then cover patron's feet with booties.
     Người mẫu tháo giày và sau đó mang đôi tất vào hai bàn chân

EFFLEURAGE MOVEMENT (STROKING)
động tác massage vuốt nhẹ

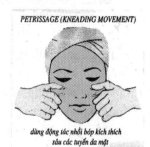

PETRISSAGE (KNEADING MOVEMENT)
dùng động tác nhồi bóp kích thích sâu các tuyến da mặt

5. Re-sanitize hands with soap and warm water.
   Thợ rửa lại đôi tay cho sạch với xà phòng và nước ấm

6. Analyze facial skin
   Phân tích loại da của khách

7. Apply cleansing cream over eyebrows, spread evenly and remove with tissues.
   Thoa kem làm sạch da lên chân mày, trãi đều và lau sạch bằng giấy mịn

8. Apply cleansing cream over lips, spread evenly and remove with tissues from corner to lip center.
   Thoa kem làm sạch da lên môi, trãi đều và lau sạch bằng giấy từ góc môi tới giữa

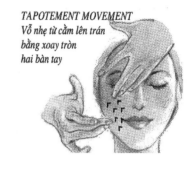

TAPOTEMENT MOVEMENT
Vỗ nhẹ từ cầm lên trán bằng xoay tròn hai bàn tay

9. Apply cleansing cream over neck, face spread evenly and remove with tissues.
   Thoa kem làm sạch da lên cổ, mặt trãi đều và lau sạch bằng giấy mịn

10. Apply massage cream from neck to over entire face and spread out evenly.
    Thoa kem massage lên cổ và mặt trãi đều cho trơn da

11. Give a manipulation using at least 5 movements such as (effleurage; petrissage; tapotement friction; vibration) with technique upward and outward.
    Làm massage mặt ít nhất là 5 cách chuyển động bằng bàn tay trên mặt khách gồm có (Động tác vuốt nhẹ; Nhồi bóp; Vỗ nhẹ; Chà xát; Rung) theo hướng đưa lên và ra ngoài.

12. Remove excess massage cream with tissues.
    Lau sạch kem massage còn thừa bằng giấy mềm

13. Moisten cotton ball with astringent lotion and apply on face to tighten pores and blot excess lotion remaining on skin by tissues.
    Dùng bông gòn thấm ẩm chất astringent thấm lên da mặt đóng lỗ chân lông và thấm khô chất astringent còn thừa bằng giấy mịn

14. Undrape patron (remove headband; booties; towel on chest) and help patron to stand up.
    Tháo khăn choàng tóc, tất, khăn trãi trên ngực cho khách và giúp khách đứng dậy

FRICTION MOVEMENT
REMOVE DEAD CELL

15. Adjust facial chair. Remove clean sheet, and ask patron resume sitting facial chair.
    Điều chỉnh ghế và vứt bỏ giấy trải, khách ngồi lại ghế facial

16. Fill out record card.
    Điền chi tiết về loại da, cách chữa trị vào bảng hồ sơ của khách

Chà xoay lên kem loại bỏ da chết

17. Clean up your work station.
    Dọn dẹp sạch sẽ chỗ làm

HOW TO DO A FACIAL MASK
(Cách đắp mặt nạ)

A facial mask improves the patron's skin to maintain firm muscle and skin healthy. Masks are products that are applied to the skin for a short time, but have more immediate effects. Cream and paraffin masks are often used for dry skin; Gel masks are good for sensitive and dehydrated skin; Clay-based masks are often used for oily and combination skin.

Đắp mặt nạ là giữ gìn cho da được khỏe và săn chắc. Mặt nạ đắp lên trong thời gian ngắn nhưng hiệu quả ngay. Mặt nạ kem, paraffin thường cho da khô; mặt nạ gel tốt cho da nhạy cảm và da thiếu nước; Mặt nạ đất sét thường dùng cho da dầu và da tổng hợp.

MATERIAL: *(VẬT LIỆU)*

- Liquid soap; Hand sanitizer
- Paper treatment; Towels
- Cotton, spatula; Facial tissues
- Headband; booties
- Trash bag; Soil container

- Cleansing cream
- Massage cream
- Mask facial (cream, paraffin; gel; clay...)
- Astringent lotion
- Record card

PROCEDURE: *(CÁCH LÀM)*

1. Wash hands with soap and warm water.
   Thợ rửa tay với nước ấm và xà phòng
2. Set up table on sanitary maintenance area (S.M.A).
   Chuẩn bị vật liệu đặt trên giấy sạch (vùng giữ sạch sẽ)
3. Prepare facial chair for patron.
   Điều chỉnh ghế làm facial cho khách gồm:
   - Fix head rest.
     Gắn dựa đầu
   - Ask patron to stand up.
     Bảo khách đứng dậy
   - Adjust the back of facial chair.
     Điều chỉnh lưng ghế facial
   - Sanitize hands *(Rửa tay lại)*
   - Cover facial chair with clean sheet.
     Trãi giấy phủ toàn bộ ghế facial
   - Help patron lie down on facial chair.
     Giúp khách nằm xuống ghế facial
4. Drape patron *(choàng khách để chuẩn bị làm facial)*
   - Put towel on chest and organize tissues.
     Đặt khăn lên ngực khách và xếp giấy mịn
   - Put head band on patron and make sure not to leave any hair out.
     Choàng băng giữ tóc và xem lại tránh tóc lòe xòe ra ngoài da
   - Patron must remove shoes then cover patron's feet with booties.
     Người mẫu tháo giày và sau đó mang đôi tất vào hai bàn chân

5. Re-sanitize hands with soap and warm water.
   Thợ rửa lại đôi tay cho sạch với xà phòng và nước ấm

REMOVE CREAM BY SPONGE

Lau kem bằng miếng xốp

EFFLEURAGE MOVEMENT (STROKING)

động tác massage vuốt nhẹ

FRICTION MOVEMENT
REMOVE DEAD CELL

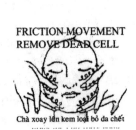

Chà xoay lên kem loại bỏ da chết

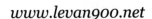

6. Analyze facial skin (dry, oil, sensitive, combination skins)

   Phân tích loại da của khách (da khô, dầu, nhạy cảm, tổng hợp)

7. Apply cleansing cream over eyebrows, spread evenly and remove with tissues.

   Thoa kem làm sạch da lên chân mày, trãi đều và lau sạch bằng giấy mịn

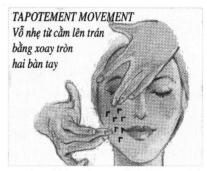

TAPOTEMENT MOVEMENT
Vỗ nhẹ từ cằm lên trán bằng xoay tròn hai bàn tay

8. Apply cleansing cream over lips, spread evenly and remove with tissues from corner to lip center.

   Thoa kem làm sạch da lên môi, trãi đều và lau sạch bằng giấy từ góc môi tới giữa

9. Apply cleansing cream over neck, face spread evenly and remove with tissues.

   Thoa kem làm sạch da lên cổ, mặt trãi đều và lau sạch bằng giấy mịn

10. Apply massage cream from neck to over entire face and spread out evenly.

    Thoa kem massage lên cổ và mặt trãi đều cho trơn da

Gel mask
Good for all skin types

Mặt nạ gel tốt cho mọi loại da

11. Give a manipulation using at least 5 movements such as (effleurage; petrissage; friction; tapotement; vibration) with technique upward and outward.

    Làm massage mặt ít nhất là 5 cách chuyển động bằng bàn tay trên mặt khách gồm có (Động tác vuốt nhẹ; Nhồi bóp; Chà xát; Vỗ nhẹ; Rung) theo hướng đưa lên và ra ngoài.

12. Remove excess massage cream with tissues.

    Lau sạch kem massage còn thừa bằng giấy mềm

13. Apply a treatment mask for the client's skin condition by finger tip, sponge, or brush. (Eye pads are optional).

    Trãi mặt nạ tùy loại da khách bằng đầu ngón tay, xốp, hoặc cây cọ. (Có thể đặt miếng che mắt cho khách dễ chịu).

14. Apply the mask with brush, starting at the neck. Use long, slow strokes from the center of the face moving outward to the sides evenly and safely, excluding eyes, lips, and nasal passages.

    Trãi mặt nạ bằng cọ thì bắt đầu từ cổ. Trãi dài, vuốt chậm từ giữa ra bên ngoài cho đều, không trãi mặt nạ lên mắt, môi, và lỗ mũi.

15. Allow the mask remain on the face for 7 to 10 minutes (depend on each mask for each skin)

    Giữ mặt nạ trên mặt khoảng 7 đến 10 phút (tùy theo từng loại mặt nạ cho từng loại da)

16. Remove all residual mask products safely with wet cotton pads, sponges, or towels.

    Lau sạch mặt nạ trên da với miếng gòn, miếng xốp, hoặc khăn.

17. Apply the toner, astringent, or freshener on face (depending on the skin type) to tighten pores and blot excess lotion remaining on skin by tissues.

    Thoa toner, astringent, or freshener lên da mặt (tùy loại da) để đóng lỗ chân lông và thấm khô chất astringent còn thừa bằng giấy mịn

18. Apply a moisturizer to the skin face safely.

    Thoa chất làm ẩm lên làn da

19. Undrape patron (remove headband; booties; towel on chest) and help patron to stand up.

    Tháo khăn choàng tóc, tất, khăn trãi trên ngực cho khách và giúp khách đứng dậy

20. Adjust facial chair. Remove clean sheet, and ask patron resume sitting facial chair.

    Điều chỉnh ghế và vứt bỏ giấy trãi, khách ngồi lại ghế facial

21. Fill out record card.

    Điền chi tiết về loại da, cách chữa trị vào bảng hồ sơ của khách

22. Clean up your work station.

    Dọn dẹp sạch sẽ chỗ làm

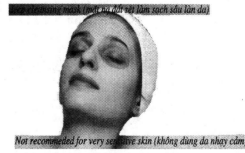

Deep cleansing mask (mặt nạ đất sét làm sạch sâu làn da)

Not recommended for very sensitive skin (không dùng da nhạy cảm)

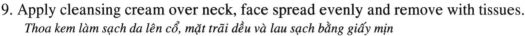

HOW TO DO A FACIAL MAKEUP
(Cách trang điểm)

Makeup minimizes facial defects and emphasizes strong facial features. Every patron desires the best possible appearance.
Trang điểm là giảm thiểu những khuyết điểm nét mặt cũng như làm nổi lên nét đẹp. Mỗi người khách đều ước muốn có được nép đẹp rạng rỡ nhất.

MATERIAL: *(VẬT LIỆU)*

- Liquid soap
- Clean sheet
- Towels; headband
- Sharpener
- Cleansing cream
- Spatula
- Q-tip
- Facial tissues
- Astringent lotion
- Foundation cream (base makeup)

- Eye-shadow powder
- Eye-liner
- Eyebrow pencil
- Mascara
- Cheek color
- Lipcolor (lip liner)
- Face powder (translucent powder)
- Cosmetic sponge
- Cotton
- Trash bag
- Soil container

Wash hands
Thợ rửa tay

PROCEDURE: *(CÁCH LÀM)*

1. Wash hands with soap and warm water
   Thợ rửa tay với nước ấm và xà phòng
2. Set up table on sanitary maintenance area (S.M.A)
   Chuẩn bị vật liệu đặt trên giấy sạch
3. Prepare facial chair for patron
   Điều chỉnh ghế facial

   - Fix head rest
     Gắn tựa đầu
   - Ask patron to stand up
     Bảo khách đứng dậy
   - Adjust back of the chair (half upright)
     Điều chỉnh lưng ghế facial (135 độ)
   - Resanitize hands
     Rửa tay lại
   - Cover facial chair with clean sheet
     Trãi giấy phủ toàn bộ ghế facial
   - Help patron lie down on facial chair
     Giúp khách nằm xuống ghế facial

4. Drape patron *(choàng tóc để chuẩn bị trang điểm)*
   - Put towel on chest and organize tissues
     Đặt khăn lên ngực khách và xếp khăn giấy mịn
   - Wear head band and make sure not to leave any hair out
     Choàng băng giữ tóc và xem lại tránh tóc lòe xòe ra ngoài da

6. Analyze patron's facial skin *(Phân tích làn da mặt của khách)*

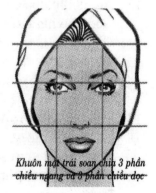
Khuôn mặt trái soan chia 3 phần chiều ngang và 5 phần chiều dọc

APPLY CLEANSER
Trải kem rửa mặt theo chiều mũi tên

7. Apply cleansing cream over eyebrows, spread evenly and remove it by tissues.
   Thoa kem làm sạch da lên chân mày, trãi đều và lau sạch bằng giấy mịn

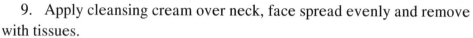

8. Apply cleansing cream over lips, spread evenly and remove with tissues from lip corner to lip center.
   Thoa kem làm sạch da lên môi, trãi đều và lau sạch kem bằng giấy từ góc môi vào giữa môi

9. Apply cleansing cream over neck, face spread evenly and remove with tissues.
   Thoa kem làm sạch da lên cổ, mặt trãi đều và lau sạch bằng giấy mịn

   thoa mascara cho lông mi trên và dưới

10. Moisten cotton ball with astringent lotion and apply on face to tighten pores and blot dry excess lotion remaining on skin with tissues.
    Dùng bông gòn thấm ẩm chất astringent thấm lên da mặt đóng lỗ chân lông và thấm khô chất astringent còn thừa bằng giấy mịn

11. Apply liquid foundation, spreading evenly over facial skin using cosmetic sponge.
    Thoa kem nước làm nền và trãi đều trên da che khuyết điểm bằng xốp mềm

    Nose is too broad, apply a slightly darker base in a thinc line each side of the nose
    Mũi rộng, cho nền phần đậm mỏng ở mũi bên cảnh mũi

12. Apply face powder (translucent powder) using a cosmetic sponge
    Dùng xốp mềm thấm thấm phấn bột trong để màu da trông tự nhiên

13. Draw eyebrows using eyebrow pencil with light feathery strokes.
    Dùng viết chì vẽ chân mày, vuốt nhẹ theo chiều cong
    - Sharpen pencil before and after use *(Vót lại cây chì vẽ trước và sau khi dùng)*

14. Apply eyeshadow color from the inner to the outer eyelids to make eyes more prominent.
    Thoa màu bóng mí mắt trên từ trong ra ngoài để nổi bật đôi mắt

15. Apply eyeliner to make the eyes look larger
    Vẽ viền mí mắt để tạo đôi mắt trông lớn hơn

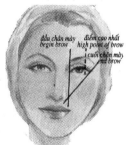

16. Apply mascara with eyelash brush using gentle strokes on eyeslashes
    Chãi màu lông mi bằng bàn chãi nhỏ vuốt nhẹ mascara cho lông mi

17. Apply cheek color blending upward and outward toward the temples.
    Thoa phấn màu gò má, vuốt lên và ra ngoài hướng về thái dương

18. Apply face powder (translucent powder) using a cosmetic sponge to protect the makeup
    Dùng xốp mềm thấm phấn mặt (bột trong) để để bảo vệ màu trang điểm làm màu da trông tự nhiên

19. Apply lipliner outlining lips. Then fill in with lip color.
    Dùng cây màu lipliner vẽ đường viền môi và thoa son đều lên đôi môi
    - Blot lips with tissue to remove excess
      Thấm giấy tissue lên môi để loại bớt lớp son thừa

    APPLY LIPLINER OUTLINING LIPS
    vẽ viền môi ngoài

20. Touch up face (not lips), with face powder as needed
    Phủ nhẹ một ít phấn bột cho đều, tránh đôi môi, nếu cần.

21. Undrape patron (remove headband; towel on chest) and blend foundation to hairline as needed. Then help patron to stand up
    Tháo khăn choàng tóc, khăn trên ngực và phủ nhẹ phấn nền theo viền tóc nếu cần. Giúp khách đứng dậy.

22. Adjust facial chair. Remove clean sheet, and ask patron resume sitting facial chair.
    Điều chỉnh ghế và vứt bỏ giấy trãi, khách ngồi lại ghế facial

23. Clean up your work station *(Dọn dẹp sạch sẽ nơi làm việc)*

REMEMBER: RE-SHARPEN THE PENCILS BEFORE AND AFTER USED

HOW TO DO A FACIAL WITH CLEANSING SCRUB
(Cách làm facial với kem chà mịn)

A facial with cleansing scrub helps to remove all impurities, cleans deep under the skin, improves patron's skin and maintains firm muscles and healthy skin.

Facial với kem hạt cát mịn giúp lấy đi chất bẩn và làm thật sạch làn da, giúp da khỏe, loại bỏ tế bào chết và săn chắc làn da

MATERIAL: *(VẬT LIỆU)*
- Liquid soap
- Towels, booties
- Headband (head covering)
- Facial tissues
- Paper treatment (clean sheet)
- Spatula

- Plastic bowl
- Two small towels
- Cleansing cream
- Massage cream
- Cleansing scrub

PROCEDURE: *(CÁCH LÀM)*

1. Wash hands with soap and warm water
   Thợ rửa tay với nước ấm và xà phòng
2. Set up table on sanitary maintenance area (S.M.A)
   Chuẩn bị vật liệu đặt trên giấy sạch
3. Prepare facial chair for patron
   Điều chỉnh ghế làm facial cho khách gồm:
   - Fix heat rest
     Gắn dựa đầu
   - Ask patron to stand up
     Bảo khách đứng dậy
   - Adjust the back of the facial chair
     Điều chỉnh lưng ghế facial
   - Resanitize hands
     Rửa tay lại
   - Cover facial chair with clean sheet
     Trãi giấy phủ kín mặt ghế facial
   - Help patron lie down on facial chair
     Giúp khách nằm xuống ghế facial

Wash hands
Thợ rửa tay

clean face by tissues
lau sạch da

4. Drape patron *(choàng khách để chuẩn bị làm facial)*
   - Put towel on chest and organize tissues
     Đặt khăn lên ngực khách và xếp giấy mịn
   - Put head band on patron and make sure not to leave any hair out
     Choàng băng giữ tóc và xem lại tránh tóc lòe xòe ra ngoài da
   - Patron must remove shoes then cover patron's feet with booties
     Người mẫu tháo giày và sau đó mang đôi tất vào hai bàn chân

5. Re-sanitize hands with soap and warm water
   Thợ rửa lại đôi tay cho sạch với xà phòng và nước ấm

FRICTION MOVEMENT
Chà xoay xoay vùng trán

6. Examine facial skin
   Xem da khách

7. Apply cleansing cream over eyebrows, spread evenly and remove with tissues.
   Thoa kem làm sạch da lên chân mày, trãi đều và lau sạch bằng giấy mịn

CIRCULAR FRICTION

8. Apply cleansing cream over lips, spread evenly and remove with tissues from corner to lip center.
   Thoa kem làm sạch da lên môi, trãi đều và lau sạch bằng giấy từ góc môi tới giữa

9. Apply cleansing cream over neck, face spread evenly and remove with tissues.
   Thoa kem làm sạch da lên cổ, mặt trãi đều và lau sạch bằng giấy mịn

động tác chà xoay vòng

10. Apply cleansing scrub, spread out the scrub gently and remove dead cells *(F.M.D)*
    Trãi kem chà, massage xoay nhẹ để lấy đi tế bào chết (theo hướng dẫn nơi sản xuất)

11. Remove cleansing scrub with moist warm towels.
    Dùng khăn âm ấm lau thật sạch chất kem chà trên mặt

12. Apply massage cream on neck, over entire face and spread out evenly.
    Thoa kem massage và trãi đều trên cổ, da mặt.

13. Give a manipulation using at least 5 movements such as (effleurage; petrissage; friction; tapotement; vibration) with technique upward and outward.
    Làm massage mặt ít nhất là 5 cách chuyển động bằng bàn tay trên mặt khách gồm có (Động tác vuốt nhẹ; Nhồi bóp; Chà xát; Vỗ nhẹ; Rung) theo hướng đưa lên và ra ngoài.

DIGITAL MOVEMENT

14. Remove excess massage cream with tissues.
    Lau sạch kem massage còn thừa bằng giấy mềm

15. Moisten cotton ball with astringent lotion and apply on face to tighten pores and blot dry excess lotion remaining on skin by tissue papers.
    Dùng bông gòn thấm ẩm chất astringent thấm lên da mặt đóng lỗ chân lông và thấm khô chất astringent còn thừa bằng giấy mịn

đan ngón tay kéo hai bên

16. Undrape patron (remove headband; booties; towel on chest) and help patron to stand up.
    Tháo khăn choàng tóc, tất, khăn trải trên ngực và giúp cho khách đứng dậy

17. Adjust facial chair. Remove clean sheet, and ask patron resume sitting facial chair.
    Điều chỉnh ghế và vứt bỏ giấy trải, khách ngồi lại ghế facial

TAPPING MOVEMENT

18. Fill out record card.
    Ghi chi tiết về loại da, cách chữa trị vào bảng hồ sơ của khách

19. Clean up your work station.
    Dọn dẹp sạch sẽ chỗ làm

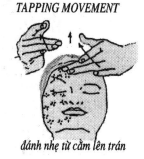

đánh nhẹ từ cằm lên trán

HOW TO DO A FACIAL WITH DERMAL LIGHT
FOR NORMAL SKIN
(Cách làm facial với đèn dermal cho da thường)

A facial with dermal light is a facial treatment for normal skin using white dermal light.
It helps to maintain skin and relieves any pain.

Làm facial bằng đèn dermal là cách chữa trị da bằng điện đèn, đối với loại da bình thường dùng đèn trắng. Đèn bóng trắng giữ gìn cho da khỏe và giúp giảm đau.

MATERIAL AND EQUIPMENT: *(VẬT LIỆU và DỤNG CỤ)*

- Liquid soap
- Clean sheet
- Towels; head band
- Booties; spatula
- Cotton; eye pad; eye pad lotion
- Facial tissues

- Cleansing cream
- Massage cream
- White dermal light
- Astringent lotion
- Trash bag; soil container
- Record card

PROCEDURE: *(CÁCH LÀM)*

APPLY CLEANSER
Trãi kem rửa mặt theo chiều mũi tên

1. Wash hands with soap and warm water
   Thợ rửa tay với nước ấm và xà phòng
2. Set up table on sanitary maintenance area (S.M.A)
   Chuẩn bị vật liệu đặt trên giấy sạch
3. Prepare facial chair for patron
   Điều chỉnh ghế facial cho khách gồm:
   - Fit head rest *(Gắn tựa đầu)*
   - Ask patron to stand up
     Bảo khách đứng dạy
   - Adjust the back of chair
     Điều chỉnh lưng ghế facial
   - Resanitize hands
     Rửa tay lại
   - Cover facial chair with paper treatment.
     Trãi giấy phủ kín mặt ghế facial
   - Help patron lie down on facial chair
     Giúp khách nằm xuống ghế facial

4. Drape patron *(choàng khách chuẩn bị làm facial)*

EFFLEURAGE MOVEMENT (STROKING)

   - Put towel on chest and organize tissues
     Đặt khăn lên ngực khách và xếp giấy mịn
   - Wear head band and make sure not to leave any hair out
     Choàng băng giữ tóc và xem lại tránh tóc lòe xòe ra ngoài da
   - Patron must remove shoes then cover patron's feet with booties
     Người mẫu tháo giày và sau đó mang đôi tất vào hai bàn chân

5. Re-sanitize hands
   Thợ rửa lại đôi bàn tay cho sạch

động tác massage vuốt nhẹ

6. Examine facial skin
   Khám làn da của khách

7. Apply cleansing cream over eyebrows, spread evenly and remove with tissues.
   Thoa kem làm sạch da lên chân mày, trãi đều và lau sạch bằng giấy mịn

8. Apply cleansing cream over lips, spread evenly and remove with tissues from corner to lip center.
   Thoa kem làm sạch da lên môi, trãi đều và lau sạch bằng giấy từ góc môi tới giữa

9. Apply cleansing cream over neck, face spread evenly and remove with tissues.
   Thoa kem làm sạch da lên cổ, mặt trãi đều và lau sạch bằng giấy mịn

10. Moisten eye pads with eye pad lotion then apply to patron's eyes for protection
    Đặt hai miếng gòn thấm ẩm lotion lên đôi mắt để bảo vệ mắt

11. Turn light on and place **White dermal light** directly on patron's face
    *Mở đèn và đặt đèn **dermal bóng trắng** trực tiếp chiếu lên mặt khách*

    - Distance: 15 inches
      Khoảng cách: _15 inches (gần 4 tất)_
    - Rest time: 10 -12 minutes
      Thời gian: _Từ 10 đến 12 phút_

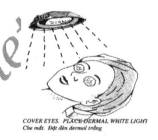

COVER EYES. PLACE DERMAL WHITE LIGHT
Che mắt. Đặt đèn dermal trắng

12. Turn off dermal light and put back to station.
    Tắt đèn dermal và trả lại đèn chỗ cũ

13. Re-sanitize hands with soap and warm water.
    Thợ rửa lại đôi tay với xà phòng và nước ấm cho sạch

14. Remove eye pads.
    Gỡ bỏ bông gòn che mắt

15. Apply massage cream on neck and over entire face and spread evenly
    Thoa kem massage trãi đều trên cổ, da mặt và trãi đều

DIGITAL MOVEMENT

16. Give a manipulation using at least 5 movements such as (effleurage; petrissage; friction; tapotement; vibration) with technique upward and outward.
    Làm massage mặt ít nhất là 5 cách chuyển động bằng bàn tay trên mặt khách gồm có (Động tác vuốt nhẹ; Nhồi bóp; Chà xát; Vỗ nhẹ; Rung) theo hướng đưa lên và ra ngoài.

17. Remove excess massage cream with tissues or warm linen towels
    Lau sạch kem massage bằng giấy mềm hoặc khăn ấm

20. Moisten cotton ball with astringent lotion and apply on face to tighten pores and blotting out excess lotion remaining on skin by tissues.
    Dùng bông gòn thấm ẩm chất astringent thấm lên da mặt đóng lỗ chân lông và thấm khô chất astringent còn thừa bằng giấy mịn

19. Undrape patron (remove headband; booties; towel on chest) and help patron to stand up.
    Tháo khăn choàng tóc, tất, khăn trãi trên ngực và giúp cho khách đứng dậy

TAPOTEMENT MOVEMENT
Vỗ nhẹ từ cằm lên trán bằng xoay tròn hai bàn tay

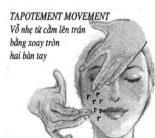

21. Adjust facial chair. Remove clean sheet, and ask patron resume sitting facial chair.
    Điều chỉnh ghế và vứt bỏ giấy trãi, khách ngồi lại ghế facial

22. Complete record card
    Ghi chi tiết vào hồ sơ khách (loại da thường, dùng đèn trắng ....)

23. Clean up your work station
    Dọn dẹp sạch sẽ chỗ làm

HOW TO DO A FACIAL WITH DERMAL LIGHT
FOR OILY SKIN
(Cách làm facial với đèn dermal cho loại da dầu)

Facial with dermal light is a facial treatment for oily skin using blue dermal light. It helps to remove oil under the skin.

Làm facial bằng đèn dermal là cách chữa trị da bằng đèn điện, đối với loại da dầu nên dùng đèn xanh. Đèn bóng xanh biển sẽ làm mềm và lấy bớt lớp dầu dưới da

MATERIAL AND EQUIPMENT: *(VẬT LIỆU & DỤNG CỤ)*

- Liquid soap
- Towels
- Clean sheet
- Headband, booties
- Facial tissues
- Cotton
- Eye pad, eye pad lotion
- Spatula
- Comedone extractor (optional)

- Cleansing cream
- Massage cream
- Blue dermal light
- Astringent lotion
- Trash bag
- Soil container
- Record card
- Antiseptic lotion

PROCEDURE: *(CÁCH LÀM)*

1. Wash your hands with liquid soap and warm water
   Thợ rửa tay bằng nước ấm và xà phòng

2. Set up table on sanitary maintenance area (S.M.A)
   Chuẩn bị vật liệu và dụng cụ trên vùng giấy sạch

clean face by tissues
lau sạch da

3. Prepare facial chair for patron
   Điều chỉnh ghế facial cho khách gồm:
   - Fit head rest *(Gắn tựa đầu)*
   - Ask patron to stand up *(Cho khách đứng dậy)*
   - Adjust the back of chair
     Điều chỉnh lưng ghế facial
   - Resanitize hands *(Rửa tay lại)*
   - Cover facial chair with paper treatment.
     Trãi giấy phủ kín mặt ghế facial
   - Help patron lie down on facial chair
     Giúp khách nằm xuống ghế facial

FRICTION MOVEMENT
Chà xoay xoay vùng trán

CIRCULAR FRICTION

4. Drape patron *(choàng khách chuẩn bị làm facial)*
   - Put towel on chest and organize tissue papers
     Đặt khăn lên ngực khách và xếp giấy mịn
   - Wear head band and make sure not to leave any hair out
     Choàng băng giữ tóc và xem lại tránh tóc lòe xòe ra ngoài da
   - Patron must remove shoes then cover patron's feet with booties
     Người mẫu tháo giày và sau đó mang đôi tất vào hai bàn chân

động tác chà xoay vòng

5. Re-sanitize hands with soap and warm water
   Thợ rửa lại đôi bày tay cho sạch với xà phòng và nước ấm

6. Examine patron's facial skin
Khám làn da mặt của khách

7. Apply cleansing cream over eyebrows, spread evenly and remove with tissues.
Thoa kem làm sạch da lên chân mày, trãi đều và lau sạch bằng giấy mịn

8. Apply cleansing cream over lips, spread evenly and remove with tissues from corner to lip center.
Thoa kem làm sạch da lên môi, trãi đều và lau sạch bằng giấy từ góc môi tới giữa

9. Apply cleansing cream over neck, face spread evenly and remove with tissues.
Thoa kem làm sạch da lên cổ, mặt trãi đều và lau sạch bằng giấy mịn

10. Moisten eye pads with eye pad lotion then apply on patron's eyes for protection
Đặt hai miếng gòn thấm ẩm lotion lên đôi mắt để bảo vệ mắt

11. Turn light on and place **Blue dermal light** directly on patron's face
*Mở đèn và đặt đèn **dermal bóng xanh biển** trực tiếp chiếu lên mặt khách*

  - Distance: 10 -12 inches
  Khoảng cách: Từ 10 đến 12 inches (3 tất)
  - Rest time: 3 - 5 minutes
  Thời gian: Từ 3 đến 5 phút

12. Turn off dermal light and put back to station.
Tắt đèn và đặt lại chỗ cũ

13. Re-sanitize hands with soap and warm water.
Thợ rửa lại đôi tay với xà phòng và nước ấm cho sạch

14. Remove eye pads.
Gở bỏ bông gòn che mắt

15. Apply massage cream on neck , over entire face and spread evenly.
Thoa kem massage trãi đều trên cổ vàda mặt

16. Give a manipulation using at least 5 movements such as (effleurage; petrissage; friction; tapotement; vibration) with technique upward and outward.
Làm massage mặt ít nhất là 5 cách chuyển động bằng bàn tay trên mặt khách gồm có (động tác vuốt nhẹ; Nhồi bóp; Chà xát; Vỗ nhẹ; Rung) theo hướng đưa lên và ra ngoài.

17. Remove excess massage cream with tissues or warm linen towels
Lau sạch kem massage còn dư bằng giấy mềm hoặc khăn ấm

18. Moisten cotton ball with astringent lotion and apply on face to tighten pores and blotting excess lotion remaining on skin by tissues.
Dùng bông gòn thấm ẩm chất astringent thấm lên da mặt đóng lỗ chân lông và thấm khô chất astringent còn thừa bằng giấy mịn

19. Undrape patron (remove headband; booties; towel on chest) and help patron to stand up.
Tháo khăn choàng tóc, tất, khăn trãi trên ngực và giúp cho khách đứng dậy

PETRISSAGE (KNEADING MOVEMENT)

dùng động tác nhồi bóp kích thích sâu các tuyến da mặt

20. Adjust facial chair. Remove clean sheet, and ask patron resume sitting facial chair.
Điều chỉnh ghế và vứt bỏ giấy trãi, khách ngồi lại ghế facial

21. Complete record card
Ghi chi tiết vào hồ sơ khách (loại da dầu, dùng đèn xanh biển ...)

24. Clean up your work station
Dọn dẹp sạch sẽ chỗ làm

HOW TO DO A FACIAL WITH DERMAL LIGHT
FOR DRY SKIN
(Cách làm facial với đèn dermal cho loại da khô)

A facial with dermal light is an electrical facial. It helps to correct facial skin condition such as dry skin using red dermal light to absorb facial oil under the skin

Làm facial bằng dermal light là loại đèn điện giúp trị liệu cho da, ví dụ như da khô dùng đèn đỏ giúp dầu khoáng thấm sâu vào da

MATERIAL AND EQUIPMENT: *(VẬT LIỆU và DỤNG CỤ)*

- Towel; Cotton
- Clean sheet
- Headband
- Liquid soap
- Facial tissues

- Spatula; Booties
- Cleansing cream
- Massage cream
- Red dermal light
- Eye pads; eye pad lotion

- Scissors; gauze; mineral oil
- Astringent lotion
- Trash bag
- Soil container
- Record card

PROCEDURE: *(CÁCH LÀM)*

1. Wash hands with soap and warm water.
   Thợ rửa tay với nước ấm và xà phòng

2. Set up table on sanitary maintenance area (S.M.A).
   Chuẩn bị vật liệu đặt trên giấy sạch

3. Prepare facial chair for patron.
   Điều chỉnh ghế facial cho khách

   - Fit head rest *(Gắn tựa đầu)*
   - Ask patron to stand up *(khách đứng dậy)*
   - Adjust the back of chair *(Điều chỉnh lưng ghế facial)*
   - Resanitize hands *(Rửa tay lại)*
   - Cover facial chair with paper treatment.
     Trãi giấy phủ kín mặt ghế facial
     Help patron lie down on facial chair
     Giúp khách nằm xuống ghế facial

4. Drape patron *(choàng khách chuẩn bị làm facial)*
   - Put towel on chest and organize tissues.
     Đặt khăn lên ngực khách và xếp giấy mịn
   - Wear head band and make sure not to leave any hair out.
     Choàng băng giữ tóc và xem lại tránh tóc lòe xòe ra ngoài da
   - Patron must remove shoes then cover patron's feet with booties
     Người mẫu tháo giày và sau đó mang đôi tất vào hai bàn chân

5. Re-sanitize hands with soap and warm water.
   Thợ rửa lại đôi bàn tay cho sạch với xà phòng và nước ấm

6. Examine patron's facial skin.
   Khám làn da mặt của khách

7. Apply cleansing cream over eyebrows, spread evenly and remove with tissues.
   Thoa kem làm sạch da lên chân mày, trải đều và lau sạch bằng giấy mịn

Wash hands
Thợ rửa tay

REMOVE CREAM BY SPONGE

Lau kem bằng miếng xốp

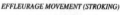

EFFLEURAGE MOVEMENT (STROKING)

động tác massage vuốt nhẹ

8. Apply cleansing cream over lips, spread evenly and remove with tissues from corner to center.

    Thoa kem làm sạch da lên môi, trãi đều và lau sạch bằng giấy từ góc môi tới giữa môi

9. Apply cleansing cream over neck, face spread evenly and remove with tissues.

    Thoa kem làm sạch da lên cổ, mặt trãi dều và lau sạch bằng giấy mịn

10. Use scissors to cut opening on the gauze for the eye, nose, and mouth. Then immerse gauze in a cup of mineral oil (face oil) then place on patron's face.

    Dùng kéo cắt gauze trống chỗ mắt, mũi và miệng. Nhúng gauze trong ly dầu khoáng và trãi gauze lên mặt khách

11. Moisten eye pads with eye pad lotion and apply to patron's eyes for protection.

    Đặt hai miếng gòn thấm ẩm lotion lên đôi mắt để bảo vệ mắt

12. Turn light on and place **Red dermal light** directly on patron's face.

    *Đặt đèn **dermal bóng đỏ** trực tiếp chiếu lên mặt khách*

    - Distance: 24 - 30 inches

      Khoảng cách: *Từ 24 đến 30 inches (gần 7 tất)*

    - Rest time: 5 minutes

      Thời gian: *5 phút*

DERMAL LIGHT FOR DRY SKIN *(dùng đèn dermal cho da khô)*

PLACE INFRARED LAMP 24 INCHES TO REST FOR 5 MINUTES
đặt đèn hồng ngoại cách mặt 24 inches (6tất) trong 5 phút

13. Turn off dermal light and put back to station.

    Tắt đèn và trả đèn dermal lại chỗ cũ

14. Re-sanitize hands with soap and warm water.

    Thợ rửa lại đôi tay với xà phòng và nước ấm cho sạch

15. Remove gauze and eye pads.

    Gỡ bỏ miếng gauze và bông gòn che mắt

16. Apply more mineral oil over entire face.

    Thoa thêm dầu khoáng lên da

17. Give a manipulation using at least 5 movements such as (effleurage;   petrissage; friction; tapotement; vibration) with technique upward and outward.

    Làm massage mặt ít nhất là 5 cách chuyển động bằng bàn tay trên mặt khách gồm có (động tác vuốt nhẹ; Nhồi bóp; Chà xát; Vỗ nhẹ; Rung) theo hướng đưa lên và ra ngoài.

DIGITAL MOVEMENT

đan ngón tay kéo hai bên

18. Remove excess mineral oil on face with tissues or warm linen towels.

    Lau sạch dầu khoáng còn dư bằng giấy mịn hoặc khăn ấm

19. Moisten cotton ball with astringent lotion and apply on face to tighten pores and blot dry excess lotion remaining on skin by tissues.

    Dùng bông gòn thấm ẩm chất astringent thấm lên da mặt đóng lỗ chân lông và thấm khô chất astringent còn thừa bằng giấy mịn.

20. Undrape patron (remove headband; booties; towel on chest) and help patron to stand up.

    Tháo khăn choàng tóc, tất, khăn trãi trên ngực và giúp cho khách đứng dậy

21. Adjust facial chair. Remove clean sheet, and ask patron resume sitting facial chair.

    Điều chỉnh ghế và vứt bỏ giấy trãi, khách ngồi lại ghế facial

22. Complete record card

    Ghi chi tiết vào hồ sơ khách (loại da khô, dùng đèn đỏ...)

23. Clean up your work station *(Dọn dẹp sạch sẽ chỗ làm)*

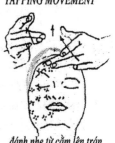
TAPPING MOVEMENT

đánh nhẹ từ cằm lên trán

HOW TO DO A PREDISPOSITION TEST FOR EYELASHES
(P.D TEST)
(Cách thử keo dị ứng khi gắn lông mi giả – P.D Test)

This is an allergy test for clients who want to apply artifical eyelashes. Apply adhesive to inner portion of patron's elbow. The test must be done at least 24 hours prior to each application.
Đây là cách thử dị ứng da về chất keo dán lông mi cho khách muốn gắn lông mi giả. Thoa keo thử dị ứng lên làn da bên trong khuỷu tay. Thử nghiệm dị ứng được làm trước khi gắn lông mi tối thiểu là 24 giờ.

SUPPLIES: *(VẬT LIỆU)*
- Cotton
- Q – tip
- Liquid soap
- Paper towels

- Black or white adhesive product
- Water bottle
- Record card

PROCEDURE: *(CÁCH LÀM)*
1. Wash hands with soap and warm water
   Thợ rửa tay với nước ấm và xà phòng
2. Set up table on sanitary maintenance area (S.M.A)
   Chuẩn bị vật liệu đặt trên giấy sạch
3. Clean the area to be tested (inner portion of elbow)
   Lau sạch chỗ cần thử (bên trong khuỷu tay

   - First, clean area with a cotton ball saturated in water
     Trước tiên là lau sạch với bông gòn ẩm
   - Second, clean area with cotton ball moisturized with liquid soap
     Thứ nhì, lau sạch bằng bông gòn ẩm với xà phòng
   - Third, clean area with cotton ball moisturized with water again
     Thứ ba, lau chỗ thử bằng bông gòn ẩm với nước thêm lần nữa
   - Finally, blot area with dry cotton
     Sau cùng lau khô với bông gòn

4. Apply eyelash adhesive quarter size to area to be tested with Q.tip.
   Dùng cây Q.tip thoa keo thử lông mi lên da cỡ vòng tròn 25 xu bên trong khuỷu tay
   - Allow area to air dry for 24 hours. Do not disturb.
     Để cho khô ít nhất 24 giờ. Đừng sờ vào.
   - Write on client's record card (date and P.D test result)
     Ghi vào hồ sơ cho khách (ngày và kết quả thử)
5. Clean up your work station *(Dọn dẹp sạch sẽ nơi làm việc)*

- **IF REDNESS, SWELLING, INFLAMMATION, OR ANY TYPE OF IRRITATION ON SKIN APPEARS:**
  Write P.D test result: **POSITIVE** (do not apply artificial eyelashes)
  Nếu bị đỏ, phồng, sưng hoặc ngứa, điền kết quả vào hồ sơ: DƯƠNG TÍNH (không gắn lông mi giả được)
- **IF NO INFLAMMATION, REDNESS, OR ANY TYPE OF IRRITATION ON SKIN APPEARS:**
  Write P.D test result: **NEGATIVE** (process is permissible)
  Nếu không bị sưng, đỏ, hoặc ngứa, điền kết quả và hồ sơ: ÂM TÍNH (có thể gắn lông mi giả được)

HOW TO DO AN APPLICATION OF ARTIFICIAL EYELASHES
(INDIVIDUAL AND STRIP) - P.D. TEST REQUIRED
Cách gắn lông mi giả loại từng sợi và nguyên miếng lông mi- Phải thử keo dị ứng

Artificial eyelashes are made by synthetic fiber that have a permanent curl and do not react to changes in weather conditions. Apply them when patron wants longer or thicker eyelashes.
Lông mi giả được làm bằng sợi tổng hợp có độ cong sẵn và không bị ảnh hưởng thời tiết. Gắn lông mi giả thường là cho khách hàng muốn lông mi dài và dày hơn.

MATERIAL AND IMPLEMENT: *(VẬT LIỆU VÀ DỤNG CỤ)*

- Liquid soap
- Treatment paper
- Towels; headband
- Cleansing cream (eyelash cleanser)
- Facial tissues
- Cotton

- Spatula
- Scissors ; Q-tip
- False eyelashes
  - Individual eyelashes
  - Strip eyelashes
- Eyelash adhesive
- Tweezer

PROCEDURE: *(CÁCH LÀM)*

1. Wash hands with soap and warm water.
   Thợ rửa tay với nước ấm và xà phòng
2. Set up table on sanitary maintenance area (S.M.A).
   Chuẩn bị vật liệu đặt trên giấy sạch
3. Prepare facial chair for patron.
   Điều chỉnh ghế facial
   - Fix head rest.
     Gắn tựa đầu
   - Ask patron to stand up.
     Bảo khách đứng dậy
   - Adjust back of the chair (half upright).
     Điều chỉnh lưng ghế facial (135 độ)
   - Resanitize hands
     Rửa tay lại
   - Cover facial chair with clean sheet.
     Trãi giấy phủ toàn bộ ghế facial
   - Help patron lie down on facial chair.
     Giúp khách nằm xuống ghế facial

Wash hands
Thợ rửa tay

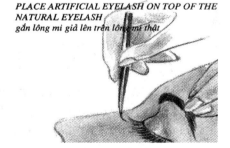
PLACE ARTIFICIAL EYELASH ON TOP OF THE NATURAL EYELASH
gắn lông mi giả lên trên lông mi thật

4. Drape patron *(Choàng băng giữ tóc khách để chuẩn bị gắn lông mi gia)*
   - Put towel on chest and organize tissues
     Đặt khăn lên ngực khách và xếp khăn giấy
   - Wear head band and make sure not to leave any hair out
     Choàng băng giữ tóc và xem lại tránh tóc lòe xòe ra ngoài da

5. Discuss length of lashes with patron.
   Thảo luận độ dài gắn lông mi giả với khách
   - Trim outside edge of artifical strip eyelashes with scissors.
     Tỉa cạnh ngoài miếng lông mi giả bằng kéo

6. Apply false eyelashes when patron prepare for the makeup procedure. If it has not done so, remove all eye makeup with cleansing cream around eyes and remove with tissues.
   Gắn lông mi giả khi khách xong phần trang điểm. Nếu khách chưa trang điểm, dùng kem lau sạch chung quanh mắt và lau với giấy mịn.
   - Work from behind or to the side of patron and apply strip eyelashes on upper lashes with tweezer and Q.tip (patron closes eyes when applying).
     Thợ đứng phía sau hoặc ở bên khách và gắn miếng lông mi lên hàng lông mi trên bằng nhíp và Q.tip (khách nhắm mắt lại khi gắn lông mi trên)

7. **APPLY STRIP EYELASHES WITH Q-TIP** (*GẮN LÔNG MI GIẢ NGUYÊN SỢI BẰNG Q-TIP*).
   - Apply a thin strip of lash adhesive on the base of strip eyelashes.
     Thoa đường keo mỏng lên chân viền lông mi giả nguyên sợi
   - Apply strip eyelash ¼ inch from inner corner of eye then pressing lightly along eyelid to the outer corner.
     Gắn lông mi cách ¼ inch từ góc mắt trong ép nhẹ ra cạnh ngoài của mí mắt

8. **INDIVIDUAL EYELASHES WITH TWEEZER** (*GẮN LÔNG MI TỪNG SỢI BẰNG NHÍP*)
   - Pour adhesive in small container.
     Rót keo trong ly nhỏ
   - Apply a thin strip of lash adhesive on the base of individual eyelashes.
     Thoa đường keo mỏng lên chân lông mi giả từng sợi
   - Apply individual shorter lash ¼ inch from inner corner of eye and the longer lash to outer part of the lid.
     Đặt lông mi từng sợi ngắn cách góc mắt trong ¼ inch và dài dần tới cạnh mí ngoài

9. Undrape patron (remove headband; towel on chest) and help patron to stand up.
   Tháo khăn choàng tóc, tất, khăn trải trên ngực và giúp cho khách đứng dậy

10. Adjust facial chair. Remove clean sheet, and ask patron resume sitting facial chair.
    Điều chỉnh ghế và vứt bỏ giấy trải, khách ngồi lại ghế facial

11. Clean up your work station.
    Dọn dẹp sạch sẽ nơi làm việc

BALANCE BETWEEN EYES & EYEBROWS
Cân bằng mắt và chân mày

Note:
- **Upper Lashes:** Outside natural lashes (patron closes eye).
  Lông mi trên: Gắn bên ngoài lông mi thật (bảo khách nhắm mắt lại)
- **Lower Lashes:** Inside natural lashes (patron opens eye).
  Lông mi dưới: Gắn bên trong lông mi thật (bảo khách mở mắt to)

HOW TO DO A PLAIN MANICURE
(Cách làm móng tay nước)

Manicure is the care of hands and nails. The word manicure is derived from Latin words. Manus meaning hand and Cura meaning care.

A plain manicure improves the appearance of the hands and nails because hands play an important role in both men and women appearance.

Manicure là chăm sóc tay và móng. Được trích từ tiếng Latin. Manus là tay, Cura là chăm sóc. Là cách làm đẹp đôi tay và móng tay vì tay giữ vai trò quan trọng mà nam và nữ giới đều cần đến.

MATERIALS AND IMPLEMENT: *(VẬT LIỆU VÀ DỤNG CỤ)*

Liquid soap –Trash bag – Soil container – Towels - Cushion – Paper towels – Cotton - Polish remover – Cuticle softener – Cuticle oil – Hand lotion - Nail brush – Finger bowl – Emery board – Orange wood stick – Metal pusher – Cuticle nipper – Nail clipper - Nail polish (base coat; color's polish; top coat).

PROCEDURE: *(CÁCH LÀM)*

1. Technician wash hands with liquid soap and warm water
   Thợ rửa tay với nước ấm và xà phòng

2. Set up table on sanitary maintenance area (S.M.A)
   Chuẩn bị vật liệu đặt trên giấy sạch

3. Take patron to shampoo bowl and help them to wash their hands
   Đưa khách đến bồn gội và giúp khách rửa tay

   *Mix liquid soap + water into finger bowl
   Pha xà phòng và nước trong tô ngâm tay

4. Examine patron's hands
   Khám tay khách

   *Patron removes all jewelries on hands
   Khách tháo cất nữ trang trên tay

Wash hands
Thợ rửa tay

Set up table
Dọn bàn

5. Remove old nail polish
   Chùi nước sơn cũ

6. Shorten /trim the nails with nail clipper
   Cắt ngắn móng tay bằng dụng cụ cắt móng

7. File nail of the left hand (**corner to center**) then soak fingers with soapy water into finger bowl
   Giũa móng bàn tay trái (từ góc và giữa) xong ngâm móng vào tô ngâm chứa nước có xà phòng

8. File nail of right hand
   Giũa móng bàn tay phải

9. Remove left hand from bowl then blot dry
   Lấy bàn tay trái ra, lau khô

10. Apply cuticle softener on cuticle around the nail plate
    Thoa chất mềm da lên vùng da quanh móng

11. Push cuticle back on nail plate in circular motion with flat side of metal pusher
    Đẩy lùi da tay trên mặt móng bằng cách xoay tròn mặt bằng cây sủi kim loại

12. Trim dead cuticle **to third finger then soak right hand**
    Tỉa da chết đến ngón thứ ba rồi nhúng bàn tay phải

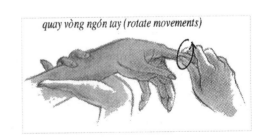
quay vòng ngón tay (rotate movements)

13. Brush nail surface over plastic bowl with soapy water then blot dry with paper towels
    Chà rửa mặt móng tay trên tô ngâm xà phòng nước xong lau khô bằng khăn giấy

14. Apply cuticle oil around nail plate and rotary movement on nails surface
    Thoa dầu chung quanh da móng & xoa xoay xoay mặt móng tay

chà xoay xoay bàn tay (friction movements)

15. Remove right hand, blot dry and repeat step 10 to 14 of right hand
    Lấy tay phải ra, lau khô và lập lại cách làm từ số 10 đến 14 cho bàn tay phải

16. Apply hand lotion; give a massage of both hands from finger to elbow (proper technique)
    Thoa kem massage, massage cả hai tay từ ngón đến khủyu tay (đúng kỷ thuật)

17. Clean the surface nails and underneath free edges of nails (center to toward each side)
    Lau sạch mặt móng và dưới đầu móng (từ giữa lau ra hai bên móng)

18. Apply nail polish (**base coat; color's polish; top coat**)
    Sơn móng tay (nước lót; nước sơn; nước phủ bóng)

    - Clean color's polish (if needed)
    - *Lau nước sơn bị lem ra ngoài (nếu có)*

19. Clean up your workstation.
    Dọn dẹp chỗ làm

Note:

When completed, discard emery board, orange wood stick, used paper towels in trash bag. Place soil implements in soil container and then wash hands with liquid soap and warm water.

Khi làm xong, vứt bỏ dũa giấy, que gỗ, giấy lau vào túi rác. Đặt dụng cụ vừa làm xong vào hộp đựng đồ dơ, và thợ rửa tay nước ấm và xà phòng.

Clean up:
Throw away orange wood stick
& file in trash bag
Vứt bỏ que gỗ và dũa

HOW TO DO A PEDICURE
(Cách làm móng chân)

Pedicure is the care of the feet, toes and toenails. The word pedicure is derived from the Latin word. Pedi meaning foot and Cura meaning care. In today's shoe fashions, toes and heels are often exposed. Neglected toenails and rough harsh heels distract from the beauty of the foot.

Pedicure là chăm sóc chân, ngón chân và móng chân. Xuất phát từ tiếng Latin. Pedi là chân và Cura là chăm sóc. Hiện nay nhiều kiểu dày để trống gót và ngón chân cho đẹp, nên không thể xao lãng chăm sóc đôi chân.

MATERIAL AND IMPLEMENT: *(VẬT LIỆU VÀ DỤNG CỤ)*

Liquid soap; Trash bag; Soil container; 2 basins; Paper towels; Towels; Toenail clipper; Toe separators; Low tool (salon); Cotton; Polish remover; Cuticle softener; Cuticle oil; Massage lotion; Nail brush; Emery board; Orange wood stick; Metal pusher; Cuticle nipper; Nail polish.

PROCEDURE: *(CÁCH LÀM)*

1. Technician wash hands with liquid soap and warm water
   Thợ rửa tay với nước ấm và xà phòng

2. Set up table on sanitary maintenance area (S.M.A)
   Chuẩn bị vật liệu đặt trên giấy sạch
   - Prepare 2 basins (1 warm water mix liquid soap and other 1 with clear water)
     Pha một thau nước ấm trộn xà phòng và một thau nước trong
   - Take off shoes or sandals of client.
     Tháo dày hoặc dép cho khách

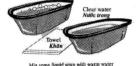

3. Soak patron's feet in basin warm water mix liquid soap
   Nhúng chân khách vào thau nước ấm trộn xà phòng

4. Brush toe nails and heels the both feet
   Dùng bàn chãi chà móng chân và gót cả hai chân

5. Take the both feet out and rinse in basin with clear water
   Lấy chân ra và rửa chân ở thau nước trong

6. Towel blot dry
   Dùng khăn lau khô

7. Examine patron's feet
   Khám chân khách

8. Remove old polish on toenails
   Chùi nước sơn cũ trên mặt móng

9. Shorten the toenails the both feet
   Cắt móng chân ở cả hai bàn chân

10. File and shape toenails of left foot (straight across) and slighly file at each corner
    Giũa và tạo dáng móng của bàn chân trái (giũa ngang) và giũa nhẹ ở mỗi góc

11. Soak left foot into clear water basin
    Nhúng chân trái vào thau nước trong

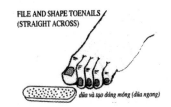

12. File and shape toenails of right foot
    Giũa và tạo dáng móng cho chân phải

13. Remove left foot, blot dry then soak the right foot
    Lấy chân trái ra, lau khô rồi nhúng chân phải

14. Apply cuticle softener on cuticle around toenails surface on left foot
    Thoa chất mềm da lên da quanh mặt móng ở chân trái
15. Push back cuticle with metal pusher
    Dùng cây sủi đẩy lùi da móng
16. Trim dead cuticle with cuticle nipper
    Tỉa da chết, da dư bằng kềm cắt da
17. Brush toenails surface into clear water basin, blot dry
    Chà rửa mặt móng ở thau nước trong, lau khô

Brush toe nail surface into clear water
Chà rửa mặt móng ở thau nước sạch

18. Apply cuticle oil and rotary movement on nails surface
    Thoa dầu chung quanh da, xoa xoay xoay mặt móng
19. Take the right foot out from basin, then blot dry by towel and repeat step from 14 to 18.
    Lấy chân phải ra khỏi thau, lau khô bằng khăn và lập lại từng bước từ số 14 đến 18.

Apply cuticle oil
Thoa dầu cho da

20. Apply massage lotion and give a massage from toenails to knees (proper technique)
    Thoa kem massage và làm massage từ ngón chân tới đầu gối (đúng kỷ thuật massage)
21. Clean toenails and under free edge of both feet with cotton and orange wood stick
    Lau sạch móng chân và dưới móng của hai chân bằng que gỗ quấn bông gòn

ROTARY MOVEMENT OF THE TOES

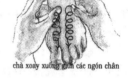
quay vòng các ngón chân

FRICTION MOVEMENT TO THE CENTER OF THE TOES

22. Put on toe separators
    Đặt miếng xốp ngăn ngón chân
23. Apply nail polish (**base coat; color's polish; top coat**)
    Sơn móng (nước lót; nước sơn; nước phủ bóng)
24. Clean up your workstation
    Dọn dẹp chỗ làm

chà xoay xuống giữa các ngón chân

ROTATE THE FOOT
quay vòng bàn chân

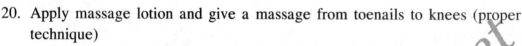
PUT ON TOE SEPARATORS AND APPLY NAIL POLISH
gắn xốp ngăn ngón chân và sơn móng

Note:
When completed, discard emery board, orange wood stick, toe separators, used paper towels in trash bag. Place soil implements in soil container and then wash hands with liquid soap and warm water.

Khi làm xong, vứt bỏ dũa giấy, que gỗ, miếng ngăn ngón chân, giấy lau vào túi rác. Đặt dụng cụ vừa làm xong vào hộp đựng đồ dơ, và thợ rửa tay nước ấm và xà phòng.

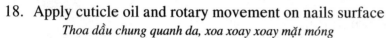

HOW TO DO AN APPLICATION OF ARTIFICIAL TIP
(Cách gắn tip)

When a woman can not grow natural nails of the desired length, she may solve the problem by the application of artificial nail tips. Nail tips are an artificial nails made of plastic, nylon or acetate. Nail tips are applied to the nail to extend the natural nail.

Khi móng tay phụ nữ không thể mọc dài một cách tự nhiên, có thể làm móng giả để có được một bộ móng dài như tay thật. Móng giả có thể bằng nhựa, nylon, hoặc acetate.

MATERIAL AND IMPLEMENT: *(VẬT LIỆU VÀ DỤNG CỤ)*
Liquid soap; Towels; Paper towels; Nail file (abrasive); Nail Clipper; Cotton; Nail tip; Thick & thin glue (adhesive); Buffer; Polish remover; Orange wood stick; Trash bag; Soil container.

PROCEDURE *(CÁCH LÀM)*

1. Technician wash hands with liquid soap and warm water
   (Thợ rửa tay với nước ấm và xà phòng)

2. Set up table on sanitary maintenance area (S.M.A)
   Chuẩn bị vật liệu đặt trên giấy sạch

3. Take patron to shampoo bowl and help them to wash their hands
   Đưa khách đến bồn gội và giúp khách rửa tay

4. Examine patron's hands *(Khám tay khách)*

5. Remove old nail polish on finger nails
   Chùi nước sơn cũ trên móng tay

6. Trim and shape natural nail *(Cắt và giũa tạo móng)*

7. Choose the tips that fit on natural nail
   Chọn tip vừa với móng thật

8. Rough all nails at free edges *Chà nhám các đầu móng*

9. Apply glue at the free edge of natural nails
   Chấm keo lên đầu móng thật

Measure tip fit with natural nail
Đo tip vừa vặn với móng thật

10. Apply nail tip on natural nail, 45 degree angle at well of tip, hold firm until dry
    Gắn tip trên vào móng thật, với gốc 45 độ ở chỗ khớp nối, giữ móng cho đến khi keo khô.

11. Cut nail tips to design length (if required)
    Cắt ngắn tip (khi cần)

Shorten the tip & add more glue at seam
Cắt ngắn tip, thêm keo ở lần nối

12. File nail at seam & leave resulting dust on nails
    Giũa chỗ khớp cho nhẵn, mịn và giữ lại chất bột giũa trên móng

13. Apply glue at seam *(Cho thêm keo chỗ lần nối*

14. File sides of tips, , shape tip, buff to blend with natural nails
    Giũa cạnh móng, tạo đầu móng chà mịn đều chỗ khớp với móng thật
    - Can apply more glue & buff seam (invisible line)
      Có thể cho thêm keo và chà mịn lằn nối (không thấy đường nối)

Buff on nail surface
Chà mịn mặt móng

15. Apply cuticle oil around cuticle and rotary movement on nails surface
    Thoa dầu lên da chung quanh móng và xoa tròn mặt móng

16. Patron washes hands, blot dry *(Khách rửa tay, lau khô)*

17. Apply nail polish on finger nails *(Sơn móng)*
    - (base coat; color polish; top coat *(Nước lót; màu sơn; nước bóng)*

18. Clean up workstation. *Dọn dẹp chỗ làm*

Clean up:
Throw away orange wood stick & file in trash bag
Vứt bỏ que gỗ và giũa

HOW TO DO A NAIL TIP WITH APPLICATION ACRYLIC OVERLAY
(Tip overlay)
(Cách gắn tip phủ bột)

When people desire long nails and they can not have it due to nail breakage or other factors, they will request the full set of tips with acrylic overlay to keep their nails in good shape. Models and actresses request this service because they prefer long nails and this improve their hands appearance. Tip is used to extend the natural nail and the mixture of acrylic powder and acrylic liquid help build over the nails. This is called **"Tip Overlay or Full Set"**

Khi khách muốn móng tay dài nên yêu cầu làm loại tip phủ bột để cho móng được đẹp. Người mẫu, tài tử rất thích dịch vụ này để tăng lên vẻ đẹp từ hai bàn tay.
Dùng tip để nối dài móng thật và pha trộn chất bột acrylic để đắp lên móng. Được gọi là (Full set)

MATERIAL AND IMPLEMENT: *(VẬT LIỆU VÀ DỤNG CỤ)*

Liquid soap; Towels; Paper towels; Nail tips; Glue (adhesive); Nail file 100 - 180 grids; Nail clipper; Acrylic brush; Acrylic liquid; Acrylic powder; 2 cups; Buffer; Cuticle oil; Nail polish (base coat, color's polish, top coat); Orange wood stick; Trash bag; Soil container.

Wash hands
Thợ rửa tay

PROCEDURE *(CÁCH LÀM)*

1. Technician wash hands with liquid soap and warm water
   Thợ rửa tay với nước ấm và xà phòng
2. Set up table on sanitary maintenance area (S.M.A)
   Chuẩn bị vật liệu đặt trên giấy sạch
3. Take patron to shampoo bowl and help them to wash their hands
   Đưa khách đến bồn gội và giúp khách rửa tay
4. Examine patron's hands
   Khám tay khách

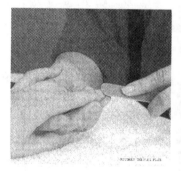

5. Remove old polish
   Chùi nước sơn cũ
6. Measure all tips fit to natural nails
   Đo các móng tip vừa cỡ móng thật
7. Rough on natural nails surface
   Làm nhám mặt móng thật
8. Push back cuticle on nail plate
   Đẩy lùi da tay trên mặt móng thật
9. Glue tips to free edge of natural nails
   Chấm keo lên đầu móng thật

Tips match with natural nail
Móng giả vừa vặn móng thật

10. Apply nail tip covering no more than 1/3 on natural nail. Add more glue at seam
    Giáng móng giả (tip) vào móng thật không quá 1/3 mặt móng thật. Thêm keo vào chỗ nối
11. Shorten the tips if required
    Cắt ngắn móng tip theo ý khách
12. File sides, shape tips and buff at seam to blend with natural nails, rough the tip surface
    Giũa hai bên móng giả, tạo dáng móng và chà mịn lần nối khớp với móng thật, làm nhám mặt tip

Pump acrylic liquid into cup
Hút nước acrylic bơm ra cup

13. Apply primer on natural nails (**salon only**)
Thoa primer lên móng thật (ở salon)

14. Pour acrylic liquid & acrylic powder into cups
Rót nước và bột acrylic vào hai ly nỏ

15. Apply each ball of acrylic on (first at tip; second at nail plate; third at near cuticle), wait until it dries or heart "click" sound when light beat by brush handle
Đặt từng viên bột acrylic lên móng (trước tiên ở đầu tip; thứ nhì ở mặt móng;thứ ba ở chỗ gần da), đợi cho đến lúc khô hoặc dùng thân cây cọ gõ nhẹ nghe tiếng kêu là khô.

Pour acrylic powder into cup
Rót bột ra cup

16. File & shape all acrylic nails
Giũa cong đều và tạo dáng móng acrylic

17. Buff all acrylic nails until smoothe
Dùng buffer chà mịn móng bột

18. Apply cuticle oil around cuticle and rotary movement on nails surface
Thoa dầu lên da chung quanh móng và xoa tròn mặt móng

19. Take patron to shampoo bowl and help them to wash their hands again
Đưa khách đến bồn gội và giúp khách rửa tay sạch lần nữa

20. Blot dry and clean underneath tips with polish remover
Lau khô và lau sạch dưới móng tip với chất chùi nước sơn

Three Beaded Method

21. Apply nail polish to all fingernails (base coat, nail polish, and top coat)
Sơn các móng tay (nước lót, nước sơn, và nước bóng

22. Clean up your workstation
Dọn dẹp chỗ làm

Apply every acrylic balls at tip, nail plate and near cuticle
Đặt từng viên bột lên móng ở tip, mặt móng thật và chỗ gần da

Note:

When completed, put orange wood stick, buffer, file in trash bag. Some reused implements put in soil container. And pour remain acrylic liquid into cup of remain acrylic powder, remove it with paper towel, and discard them in trash bag.

Khi làm xong, bỏ que gỗ, buffer, dũa vào bao rác. Bỏ dụng cụ đã dùng vào hộp đựng đồ dơ.
Và rót nước acrylic dư vào ly bột acrylic thừa, dùng giấy lau sạch bột trong ly, và vứt bỏ vào bao rác.

Buff on nail surface
Chà mịn mặt móng

Clean up:
Throw away orange wood stick file, paper towel
Vứt bỏ que gỗ, dũa, giấy lau

Pour extra liquid into acrylic powder. Remove it with paper towel, discard in trash bag.
Rót nước acrylic vào cup bột, dùng giấy lau, vứt bỏ vào bao rác

HOW TO DO AN APPLICATION OF A SCULPTURED NAIL
(Artificial nail; Acrylic nail; Brush on nail; Build on nail)
(Cách gắn móng Form đắp bột)

Sculptured nails are the extension of natural nails using acrylic form and acrylic powder mix to acrylic liquid. When it dries and forms a firm continuous nail plate. People who desire long nails and cannot have it due to nail breakage or other factors; will request the service of a sculptured nail.
Móng sculpture là nối dài móng thật bằn cách dùng form và bột acrylic. Khi móng khô, sẽ tạo mặt móng dài, dùng cho những người móng bị gãy hoặc vì lý do không giữ được móng dài.

MATERIAL AND IMPLEMENT: *(VẬT LIỆU VÀ DỤNG CỤ)*
Liquid soap; Cotton; Towels; Paper towels; Primer (salon); Acrylic liquid; Acrylic powder; Brush; File (black beauty file); Nail forms; 2 cups; Buffer; Finger nail clipper; Cuticle oil; Polish remover; Orange wood stick; Trash bag; Soil container.

PROCEDURE *(CÁCH LÀM)*

1. Technician wash hands with liquid soap and warm water
   Thợ rửa tay với nước ấm và xà phòng

2. Set up table on sanitary maintenance area (S.M.A)
   Chuẩn bị vật liệu đặt trên giấy sạch

Wash hands
Thợ rửa tay

3. Take patron to shampoo bowl and help them to wash their hands
   Đưa khách đến bồn gội và giúp khách rửa tay

4. Examine patron's hands
   Khám tay khách

5. Remove old nails polish
   Chùi nước sơn cũ

6. Push back cuticle on nail plates
   Đẩy lùi da tay trên mặt móng thật

7. Rough on natural nail surface
   Giũa nhám mặt móng thật

8. Apply nail form under free edge
   Đặt form dưới đầu móng

9. Apply primer on nail plate (at salon)
   Thoa primer trên mặt móng (ở salon)

10. Pour liquid and powder acrylic into two cups
    Rót nước và bột acrylic vào hai ly nhỏ

11. Apply each ball of acrylic on (**first** at tip; **second** at nail plate; **third** at near cuticle), wait until it dries or heart "click" sound when light beat by brush handle
    Đặt từng viên bột acrylic lên móng (trước tiên ở đầu tip; thứ nhì ở mặt móng;thứ ba ở chỗ gần da), đợi cho đến lúc khô hoặc dùng thân cây cọ gõ nhẹ nghe tiếng kêu là khô.

12. Take nail form off using fingers from both hands
    Lấy form ra khỏi đầu móng bằng các ngón của hai bàn tay

Three Beaded Method

13. File and shape acrylic nails to a smooth, good nail shape
    Giũa và tạo dáng móng bột cho mịn, tạo dáng móng đẹp

14. Buff nails and apply cuticle oil around cuticle
   Chà mịn móng và thoa dầu chung quanh da

15. Take patron to shampoo bowl and help them to wash their hands again
   Đưa khách đến bồn gội và giúp khách rửa tay sạch lần nữa

16. Blot dry and clean underneath acrylic nails with polish remover
   Lau khô và lau sạch dưới móng bột với chất chùi nước sơn

17. Apply nail polish (base coat, color's polish, top coat)
   Sơn móng tay (nước lót, nước màu, nước bóng)

18. Clean up your workstation
   Dọn dẹp chỗ làm

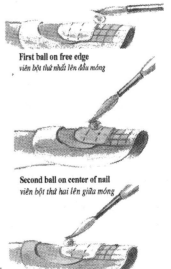

First ball on free edge
viên bột thứ nhất lên đầu móng

Second ball on center of nail
viên bột thứ hai lên giữa móng

Third ball at base of nail
viên bột thứ ba lên nền móng

Buff on nail surface
Chà mịn mặt móng

NOTE:

When completed, put orange wood stick, buffer, file in trash bag. Some reused implements put in soil container. And pour remain acrylic liquid into cup of remain acrylic powder, remove it with paper towel, and discard them in trash bag.

Khi làm xong, bỏ que gỗ, buffer, dũa vào bao rác. Bỏ dụng cụ đã dùng vào hộp đựng đồ dơ. Và rót nước acrylic dư vào ly bột acrylic thừa, dùng giấy lau sạch bột trong ly, và vứt bỏ vào bao rác.

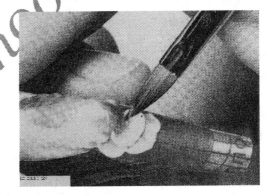

Clean up:
Throw away file, orange wood stick in trash bag. Pour extra liquid into acrylic powder. Remove it with paper, discard in trash bag

Dọn dẹp: *bỏ dũa, que gỗ vào bao rác. Rót nước acrylic vào cup bột, dùng giấy lau, và bỏ vào bao rác*

HOW TO DO A SILK WRAP
(Cách bao móng lụa)

When the people can not grow natural fingernails of the desired strength, silk wrap is used to fortify weak and fragile nails by silk. We can use LINEN or FIBERGLASS to fortify weak and fragile nail
Khi móng tay khách không được cứng chắc, bao móng bằng lụa cho những móng bị yếu và dễ gãy.
Có thể dùng vải dày hoặc thủy tinh sợi để bọc móng.

MATERIALS AND IMPLEMENT: *(VẬT LIỆU VÀ DỤNG CỤ)*
Liquid soap; Towels; Paper towels; Nail file; Silk; Glue; Scissor; Cotton; Cuticle oil; Buffer; Polish remover; Cushion; Nail clipper; Cuticle pusher; Orange wood stick; Nail polish; Trash bag; Soil container.

PROCEDURE *(CÁCH LÀM)*

1. Technician washes hands with liquid soap and warm water
   (Thợ rửa tay với nước ấm và xà phòng)

2. Set up table on sanitary maintenance area (S.M.A)
   Chuẩn bị vật liệu đặt trên giấy sạch

3. Take patron to shampoo bowl and help them to wash their hands
   Đưa khách đến bồn gội và giúp khách rửa tay

4. Examine patron's hands *(Khám tay khách)*

5. Remove old nail polish
   Chùi nước sơn cũ

6. Push back cuticle *(Đẩy lùi da tay)*

7. Rough on natural nail surface (nail must have a visible free edge)
   Chà nhám mặt móng thật, cần có đầu móng để dễ làm

8. Cut silk and apply silk over on natural nail (away 1/16 inch from the cuticle and edge nail plate)
   Cắt lụa và dán lụa lên móng thật (miếng lụa hở 1/16 inch chung quanh da nền móng và cạnh móng)

9. Draw glue on silk
   Trải keo lên mặt lụa

10. File to cut the silk mesh (excess silk wrap) and shape nail
    Giũa đứt hẳn lụa dư ra đầu móng và tạo dáng móng

11. Add more glue at free edge
    Thêm keo ở đầu móng

12. Buff all nails to smooth the nail plate
    Chà mịn mặt móng

13. Apply cuticle oil around the nail (rotary movement)
    Thoa dầu chung quanh móng (xoay tròn)
    .* Wash patron's hands, dry with paper towel *(Rửa tay khách, dùng giấy lau khô)*

14. Apply nail polish (base coat, nail polish, top coat)
    Sơn móng tay (nước lót, sơn màu, nước bóng)

15. Clean up your work station *(Dọn dẹp chỗ làm)*

Note: When completed, put orange wood stick, buffer, file in trash bag. Some reused implements put in soil container.
Khi làm xong, bỏ que gỗ, buffer vào bao rác. Bỏ dụng cụ đã dùng vào hộp đựng đồ dơ.

Wash hands
Thợ rửa tay

Cut silk
Cắt lụa

Buff on nail surface
Chà mịn mặt móng

Clean up:
Throw away orange wood stick & file in trash bag
Vứt bỏ que gỗ và dũa

HOW TO DO A PAPER WRAP
(Cách làm móng giấy)

Nail wrap is used to mend torn, broken or split nails and to fortify weak or fragile nails by using mending tissue and mending liquid to correct the nail to the desired strength.

Bao móng bằng giấy là vá móng tét, gãy hoặc chẻ, làm cho móng mạnh, cứng chắc hơn bằng giấy vá và keo vá.

MATERIAL AND IMPLEMENT: *(VẬT LIỆU VÀ DỤNG CỤ)*

Liquid soap; Towels; Paper towels; Cushion; File; Mending tissue; Mending liquid; Orange wood stick; Scissor; Nail polish; Polish remover; Cuticle pusher; Nail clipper; Cotton; Buffer; Trash bag; Soil container.

Wash hands
Thợ rửa tay

PROCEDURE *(CÁCH LÀM)*

1. Technician wash hands with soap and warm water
   Thợ rửa tay với nước ấm và xà phòng

2. Set up table on sanitary maintenance area (S.M.A)
   Chuẩn bị vật liệu đặt trên giấy sạch

3. Take patron to shampoo bowl and help them to wash their hands
   Đưa khách đến bồn gội và giúp khách rửa tay

Cut paper in slit shape
Cắt giấy răng cưa

4. Examine patron's hands *(Khám tay khách)*

5. Remove old nail polish
   Chùi nước sơn cũ

6. Push back cuticle
   Đẩy lùi da tay

Apply mending liquid over paper wrap
Thoa keo vá móng lên giấy

7. Rough on natural nail surface (nails must have visible free edge)
   Chà nhám nhẹ mặt móng thật (móng phải có đầu móng để dễ làm)

8. Cut mending tissue small than natural nail
   Cắt giấy vá nhỏ hơn mặt móng thật một chút

9. Apply paper over on natural nail (away 1/16 inch from the cuticle and edge nail plate)
   Cắt giấy và dán giấy lên móng thật (miếng giấy hở 1/16 inch chung quanh da nền móng và cạnh móng)

10. Smooth down with orange wood stick
    Dùng que gỗ ép nhẹ giấy xuống móng

11. Cut paper in slit shape *(Cắt răng cưa ở đầu giấy vá)*

12. Stick paper under free edge with orange stick
    Nhét giấy dưới đầu móng thật bằng que gỗ cam

Buff on nail surface
Chà mịn mặt móng

13. Apply mending liquid over entire tissue and under neath
    Thoa keo vá móng ở mặt trên và dưới móng

14. Wait until it dries, buff on nail to smooth
    Đợi khô, dùng cây buffer chà mịn mặt móng

15. Apply nail polish (Base coat - Nail polish - Top coat)
    Thoa nước sơn (Nước lót - Nước sơn - Nước bóng)

16. Clean up your work station *(Dọn dẹp chỗ làm)*

Note:

When completed, put orange wood stick, buffer, file in trash bag. Some reused implements put in soil container.

Khi làm xong, bỏ que gỗ, buffer vào bao rác. Bỏ dụng cụ đã dùng vào hộp đựng đồ dơ.

Clean up:
Throw away orange wood stick
& file in trash bag
Vất bỏ que gỗ và dũa

www.levan900.net

HOW TO DO A HOT OIL MANICURE
(Reconditioning hot oil manicure)
Cách làm móng tay dầu

If clients have dry skin, brittle nails recommend them to do this service instead of plain manicure once a week.

Khách hàng có da khô, móng dòn nên làm móng tay dầu hàng tuần thay vì làm manicure thông thường.

MATERIAL, IMPLEMENT AND EQUIPMENT: (*VẬT LIỆU, DỤNG CỤ VÀ THIẾT BỊ*)
Liquid soap; Towels; Spatula; Paper towels; Cushion; Orange wood stick; Polish remover; Nail brush; Bowl (hot oil heater); Emery board; Cuticle oil (olive, hot oil); Cuticle nipper; Nail clipper; Nail polish; Cotton; Trash bag; Soil container.

Wash hands
Thợ rửa tay

PROCEDURE (*CÁCH LÀM*)

1. Technician washes hands with liquid soap and warm water
   Thợ rửa tay với nước ấm và xà phòng

2. Set up table on sanitary maintenance area (S.M.A) *vật liệu đặt trên giấy sạch.*
   - Prepare heater, lotion (*Chuẩn bị lò và lotion*)

Hot Oil Manicure Heater
Lò làm móng tay dầu

3. Take patron to shampoo bowl and help them to wash their hands
   Đưa khách đến bồn gội và giúp khách rửa tay

4. Do client consultation about client's dry skin, brittle nails (*Tham khảo khách về da khô, móng khô..*)

5. Remove old nail polish (*Chùi nước sơn cũ*)

6. Shorten finger nails (*Cắt ngắn móng*)

7. File and shape finger nails on left hand (*Giũa, tạo móng của bàn tay trái*)

8. Put left hand in warm lotion (*Đặt tay trái vào dầu đả làm ấm*)

9. File and shape finger nails on right hand (*Giũa, tạo móng của bàn tay phải*)

10. Remove left hand from lotion (*Lấy bàn tay trái ra khỏi dầu*)

Hot Oil

11. Place right hand in lotion (*Đặt bàn tay phải vào dầu*)

12. Spread lotion on left hand to the elbow
    Thoa dầu lên cánh tay từ bàn tay đến khủyu tay

13. Massage hand and forearm (*Massage bàn tay và cánh tay trước*)

quay vòng ngón tay (rotate movements)

14. Loosen cuticles using orange wood stick covered by cotton
    Đẩy lùi da tay bàn với que gỗ bọc bông gòn

15. Nip excess cuticles on fingernails (*Cắt những da dư trên móng tay*)

16. Repeat steps 10-15 on right hand (*Lập lại động tác từ 10-15 trên bàn tay phải*)

17. Wipe or wash hands (warm towel & wipe off excess lotion)
    Lau hoặc rửa tay với khăn nóng và lau sạch dầu dư

chà xoay xoay bàn tay (friction movements)

18. Wrap a cold towel around forearm, pressing gently to close pores
    Bọc khăn lạnh trên cánh tay và ép nhẹ để đóng lổ chân lông

19. Remove traces of oil on nail surface and under free edge
    Lau những vết dầu trên mặt móng và dưới đầu móng

20. Apply nail polish (base coat, nail polish, top coat)
    Sơn móng (nước lót, nước sơn, nước bóng)

21. Clean up your workstation (*Dọn dẹp chỗ làm*)

Clean up:
Throw away orange wood stick
& file in trash bag
Vứt bỏ que gỗ và dũa

Hair 900

WRITTEN TEST

COSMETOLOGY EXAMINATION 1

1. Your hands need to wash with liquid soap, scrub your hands and lather for at least:
- a. 10 seconds
- b. 20 seconds ✗
- c. 30 seconds
- d. 40 seconds

Bạn nên rửa tay với xà phòng nước, chà đôi tay nổi bọt với thời gian tối thiểu:
- *a. 10 giây*
- *b. 20 giây*
- *c. 30 giây*
- *d. 40 giây*

2. A small amount of waving lotion will run toward the scalp and the body heat will process the scalp hair quickly. To avoid this problem apply the waving lotion:
- a. 1/8 inch away from the scalp
- b. 1/8 inch to 1/6 inch away from the scalp
- c. ¼ inch away from the scalp
- d. ½ inch to 1 inch from the scalp ✗

Một số lượng nhỏ dung dịch uốn tóc chạy vào da đầu và thân nhiệt sẽ phát triển ở vùng da đầu đó nhanh hơn. Để tránh vấn đề này cho dung dịch uốn tóc:
- *a. 1/8 inch cách da đầu*
- *b. 1/8 đến 1/6 cách da đầu*
- *c. ¼ inch cách da đầu*
- *d. ½ inch đến 1 inch từ da đầu*

3. When super curly hair has been relaxed and is very fragile, the operator needs to use the following implement for cutting:
- a. Trimmer
- b. Clipper
- c. Razor
- d. Scissors

Khi tóc quá quăn được duỗi thẳng ra và rất dễ gãy tóc, người thợ cần dùng dụng cụ sau đây để cắt tóc:
- *a. Trimmer*
- *b. Clipper*
- *c. Dạo*
- *d. Kéo*

4. Why is rinsing the hair for at least 3 minutes before applying neutralizer. Recommended, because it provides:
- a. Comfort to the client
- b. Cool
- c. Body waves
- d. Oxygen and neutralizes the lotion ✗

Tại sao cần xả tóc 3 phút trước khi cho dung dịch trung hòa. Theo lời khuyên như vậy, bởi vì chúng cung cấp:
- *a. Sự thoải mái cho khách*
- *b. Mát mẻ*
- *c. Dợn sóng lớn*
- *d. Lượng oxy và trung hòa dung dịch*

5. Negative pole in galvanic current produces alkaline reaction and positive pole in galvanic current is best described as:
- a. Chemical reaction
- b. Mechanical reaction
- c. Physical reaction
- d. Acidic reaction ✗

Điện âm của dòng điện galvanic tạo phản ứng kiềm và điện cực dương của dòng điện galvanic được xem là:
- *a. Phản ứng hóa học*
- *b. Phản ứng cơ học*
- *c. Phản ứng thể lý*
- *d. Phản ứng acid*

6. During a shampoo, what should be used when massaging and lathering the client's scalp and hair?
- a. The cushions of the fingers ✗
- b. Your fingernails
- c. The palm of your hand
- d. The thumb only

Trong suốt thời gian gội tóc, điều gì nên xử dụng khi massage để tạo bọt ở da đầu và trên tóc người khách:
- *a. Đệm các đầu ngón tay*
- *b. Ngón tay của bạn*
- *c. Lòng bàn tay*
- *d. Chỉ dùng ngón cái*

. To make sure hair is evenly porous on resistant hair before tinting, you must use the:

a. Pre-softening shampoo
c. Filler
b. Color blender
d. Cream or oil bleach

Để chắc rằng tóc thấm đồng đều trên loại tóc khó thấm trước khi nhuộm, bạn phải dùng:

a. Thuốc gội làm mềm
c. Filler (cho lên tóc hư)
b. Trộn màu đều
d. Thuốc tẩy dạng kem hoặc dầu

. If using excessive hydrogen peroxide, the hair will become:

a. Resistant
c. Increase porous
b. Keratinization
d. Decrease porous

Nếu dùng nhiều hydrogen peroxide, tóc sẽ trở nên:

a. Khó thấm
c. Tăng thêm độ thấm
b. Sự hóa sừng
d. Giảm độ thấm

. The permanent wave neutralizer is designed to stop the action of the waving lotion and:

a. Rebonds or reform the new curls
c. Relax curled hair
b. Soften and swell
d. Close hair cuticle

Dung dịch trung hòa thuốc uốn tóc được làm để ngừng lại tác dụng của dung dịch uốn tóc và:

a. Kết lại hoặc tạo lại lọn quăn mới
c. Dãn lọn tóc quăn
b. Mềm và trương phồng lên
d. Khép lại vảy ngoài của tóc

0. To avoid overlapping in a "touch up" color the new growth about:

a. 1/16 inch over tinted hair
c. ¼ inch over tinted hair
b. 1/16 inch up to tinted hair
d. ¼ inch up to tinted hair

Để tránh chồng lên nhau trong lúc nhuộm lại (touch up) phần tóc mới mọc cỡ:

a. 1/16 inch qua phần tóc đã nhuộm
c. ¼ inch qua phần tóc đã nhuộm
b. 1/16 inch gần đến phần tóc đã nhuộm
d. ¼ inch gần tới phần tóc đã nhuộm

1. When bleach hair, subsection must be used:

a. 1/8 inch
c. ½ inch
b. ¼ inch
d. 1 inch

Khi tẩy tóc, từng phần nhỏ tóc (subsection) nên được chia cỡ:

a. 1/8 inch
c. ½ inch
b. ¼ inch
d. 1 inch

2. Hair that is tapered and thinned well is:

a. Hard to wave
c. Finger wave
b. Easy to wave
d. Not wave

Tóc được cắt từng lớp và tỉa mỏng nhiều:

a. Khó quăn
c. Dợn sóng bằng tay
b. Dễ dàng quăn
d. Không quăn

13. What should the technician do to avoid chemically burning the skin during a permanent wave process?

a. Apply coton band
c. Remove plastic cap
b. Apply protective base
d. Remove saturated cotton band

Thợ thẩm mỹ làm gì để tránh hóa chất làm phỏng da khách trong suốt tiến trình uốn tóc?

a. Đặt bông gòn
c. Gở bỏ mũ chụp bằng nhựa
b. Thoa kem bảo vệ
d. Gở bỏ bông gòn ướt đẫm

14. When tapering with the razor, the amount hair is cut in one stroke depends on:
    a. Density of the hair   c. Texture of hair
    b. Style of razor   d. Angle that razor is held
Khi tỉa tóc bằng dao, số lượng tóc được cắt trong một lần vuốt tùy thuộc:
a. Độ dày của tóc   c. Cỡ tóc
b. Kiểu dao   d. Góc độ cầm dao

15. When blunt cutting, the hair is held outward by:
    a. The combs   c. Index and middle fingers
    b. The blade of scissors   d. Plastic clamps
Khi cắt ngang tóc, tóc được cầm giữ hướng ra ngoài bởi:
a. Lược   c. Ngón trỏ và ngón giữa
b. Lưỡi kéo   d. Những kẹp nhựa

16. In cold waving the degree to which the hair will wave or curl depends on one of the following:
    a. Hair density   c. Hair elasticity
    b. Diameter of the rod & number of rods used   d. Acid or alkaline waving product
Trong uốn tóc độ dợn sóng của tóc hoặc lọn quăn tùy thuộc vào một trong những điều sau đây:
a. Độ dày của tóc   c. Độ đàn hồi của tóc
b. Đường kính ống cuốn & số ống cuốn cần dùng   d. Thuốc uốn tóc loại acid hoặc kiềm

17. For best results when thinning and shaping the neckline, use the:
    a. Clipper   c. Scissor
    b. Thinning shear   d. Points of the scissor
Để xử dụng thuận lợi khi tỉa tóc và cắt tóc ở đường viền cổ, dùng:
a. Clipper (cắt tóc điện)   c. Kéo
b. Kéo tỉa mỏng   d. Đầu nhọn của kéo

18. When picking up articles from the floor, use the muscle of:
    a. Ankles and the toes of the feet   c. Legs and the balls of the feet
    b. Back and the heels of the feet   d. Thigh
Khi nâng một vật từ nền nhà, xử dụng bắp thịt của:
a. Mắt cá và các ngón của chân   c. Chân và các khối thịt ở bàn chân
b. Lưng và gót chân   d. Đùi

19. For proper hair tapering, the adjacent right next to length of hair strands should not vary more than:
    a. ¼ inch   c. 1 inch
    b. ½ inch   d. 2 inches
Tỉa tóc đúng cách, cạnh kề so với chiều dài của tóc sẽ không thay đổi hơn:
a. ¼ inch   c. 1 inch
b. ½ inch   d. 2 inches

20. When winding the hair in the curling iron close to the scalp, cosmetologist must place a hard rubber comb between the curling iron and the scalp to:
    a. Protect the hair   c. Prevent burning hair
    b. Glide easily   d. Prevent burning scalp
Khi quấn tóc với kẹp nhiệt gần da đầu, thợ phải đặt lược nhựa cứng chịu nóng giữa kẹp nhiệt và da đầu để:
a. Bảo vệ tóc   c. Ngăn ngừa cháy tóc
b. Trợt dễ dàng   d. Ngăn ngừa cháy da đầu

21. The method of cutting the hair straight across while flat of hand against the neck is:
a. Club cutting
c. Tapering
b. Razor cutting
d. Slithering

Phương pháp cắt tóc ngang trong lúc mặt bằng của bàn tay dựa vào cổ là:
a. Club cutting (blunt cutting)
c. Tỉa
b. Cắt dao
d. Tỉa mỏng tóc đều với kéo

22. How many vegetable cells make up a microbe?
a. One cell
c. Three cells
b. Two cells
d. Four cells

Có bao nhiêu tế bào thực vật tạo thành vi khuẩn:
a. Một tế bào
c. Ba tế bào
b. Hai tế bào
d. Bốn tế bào

23. Shaping or cutting wet hair is done with a:
a. Scissors
c. Clippers
b. Razor
d. Trimmer

Tỉa tóc hoặc cắt tóc ướt được làm với:
a. Kéo
c. Cắt tóc điện
b. Dao
d. Trimmer (dụng cụ cắt quanh viền tóc)

24. Wary ridge on a fingernail may be improved by rubbing the nail with:
a. Pumice powder
c. Oil
b. Cream
d. Polish remover

Những đường gợn sóng trên móng tay có thể chữa lại bằng cách chà móng tay với:
a. Bột đá bọt
c. Chất dầu
b. Chất kem
d. Chất chùi nước sơn

25. Nail whiteners are available in the form of:
a. A liquid
c. A powder
b. A paste
d. Oil

Chất làm trắng móng ngừa nấm thoa dưới đầu móng tay thường ở dạng:
a. Thể lỏng
c. Thể bột
b. Thể sền sệt
d. Thể dầu

26. A hangnail condition may be corrected by trimming the hangnail and softening the surrounding skin with:
a. Naphtha soap
c. Boric acid
b. Cuticle oil
d. Polish remover

Da tay bị xướt có thể chữa bằng cách tỉa da xước và làm mềm chung quanh da với:
a. Xà phòng naphtha
c. Boric acid
b. Dầu thoa da
d. Chất chùi nước sơn

cây xủi thép xủi da

27. Cosmetology textbooks recommend that a steel pusher be used on a moist nail:
a. To prevent scratching of the nail plate
c. So the mantle will not be disturbed
b. To increase circulation
d. So the lunula can be seen

Sách giáo khoa thẩm mỹ khuyên nên dùng cây thép xủi da trên móng tay ẩm:
a. Ngăn ngừa mặt móng trầy xước
c. Màng da sẽ không bị đụng chạm đến
b. Tăng sự tuần hoàn
d. Vòng trắng mặt móng có thể thấy được

28. When applying a virgin hair with sodium hydroxide chemical relaxer, the cosmetologist should apply:

a. From scalp through the ends

b. From scalp to the porous ends

c. ¼ inch away from scalp to the porous ends

d. ½ inch away from scalp to the porous ends ✓

Khi tóc nguyên thủy dùng hóa chất duỗi tóc sodium hydroxide, thợ thẩm mỹ nên trải thuốc duỗi:

a. Từ da đầu đến hết đuôi tóc

b. Từ da đầu đến phần đuôi tóc thấm

c. ¼ inch cách da đầu đến phần đuôi tóc thấm

d. ½ inch cách da đầu đến phần đuôi tóc thấm ✗

29. When coloring with half lift and half deposit, which volume of Hydrogen peroxide (H₂O₂) will you use?

a. 5 volume

b. 15 volume

c. 25 volume

d. 35 volume

Khi nhuộm tóc một nửa lấy màu và một nửa đưa màu vào, nồng độ hydrogen peroxide sẽ dùng là bao nhiêu?

a. Nồng độ 5

b. Nồng độ 15 ✓

c. Nồng độ 25

d. Nồng độ 35

30. The visible portion of the nail, resting upon the nail bed is the:

a. Nail body ✓

b. Nail root

c. Lunula

d. Free edge

Phần móng tay thấy được nằm trên nền móng tay là:

a. Thân móng tay

b. Rễ móng tay

c. Lunula (vòng trắng nhỏ ở mặt móng)

d. Đầu móng tay

31. Anode forcing alkaline solution through the skin from the negative galvanic for skin:

a. Dehydrated

b. Acne

c. Oily ✓

d. Dry

Điện cực đẩy dung dịch alkaline qua da từ cực âm của dòng điện galvanic đối với loại da:

a. Da thiếu nước

b. Mụn bọc

c. Dầu

d. Khô

32. The carpal bones are classed as:

a. Regular shape

b. Irregular shape ✓

c. Flat shape

d. Round shape

Xương cổ tay được sắp xếp loại:

a. Hình dạng bình thường

b. Hình dạng bất bình thường ✓

c. Hình bằng phẳng

d. Hình tròn

33. The nail root begins from an actively growing tissue called the:

a. Lunula

b. Matrix ✓

c. Hyponichium

d. Eponychium

Rễ móng tay bắt đầu từ tế bào tăng trưởng gọi là:

a. Lunula (hình bán nguyệt)

b. Móng non

c. Phần da dưới đầu móng tay

d. Phần da ở nền móng tay

34. To achieve a natural tone, which color additive you should add to blue base toner on pre-lighten hair to pale yellow.

a. Orange

b. Green

c. Violet

d. Red ✓

Để đạt sắc màu tự nhiên, màu nào bạn thêm vào màu nền xanh biển trên tóc đã tẩy đến màu vàng thật lợt?

a. Cam

b. Xanh lá

c. Tím

d. Đỏ

35. Pathogenic bacteria that require living matter for growth are called:

a. Pimples

c. Boils

b. Parasites ∨

d. Pus

Vi trùng gây bệnh thường bám vào vật sống để sinh tồn được gọi là:

a. Mụt nhọt

c. Mụn mủ

b. Ký sinh trùng ✓

d. Mủ

36. Skin condition caused by overactivity and excessive secretion of the sebaceous glands or greasy scales on the skin (nose, forehead & scalp) is often a sign of:

a. Acne vulgris

c. Acne rosacea

b. Acne simplex

d. Seborrhea ✓

Tình trạng da tiết chất dầu quá nhiều và có vảy dầu trên da ở (mũi, trán và da đầu) thường là dấu hiệu của:

a. Mụn thông thường

c. Mụn đỏ ửng do nghẽn máu

b. Acne simplex

d. Seborrhea (nhiều dầu)

37. Which of the following has acid?

e. Cassia oil

g. Lavender

f. Almond

h. Astringent ✓

Theo sau đây chất nào có acid:

a. Dầu tăng tuần hoàn có mùi quế

c. Cây oải hương (hoa tím mùi thơm)

b. Quả hạnh nhân

d. Chất đóng lỗ chân lông ✓

38. A round, thickened patch of epidermis caused by friction is called:

a. Keratoma ∨

c. Lentigines

b. Chloasma

d. Leucoderma

Những mảng dày, tròn ở lớp ngoại bì gây ra do sự cọ sát gọi là:

a. Keratoma (da chai)

c. Tàn nhang

b. Đốm nâu đen

d. Mảng da trắng

39. Unwanted hair is removed from large areas by the use of:

a. Bleaching agent

c. An electric tweezer

b. Tweezing

d. Soft wax ✓

Lấy những lông mọc lộn xộn ở phần diện tích da rộng bằng cách dùng:

a. Thành phần thuốc tẩy

c. Nhổ bằng nhíp điện

b. Nhổ bằng nhíp

d. Sáp mềm ✓

40. The suction machine usually is used on small sections of the face when treating:

a. Dry skin

c. Blemished skin ✓

b. Aging skin

d. Normal skin

Sử dụng máy hút mụn trên từng phần nhỏ của da mặt lúc chữa trị:

a. Da khô

c. Da có mụn nhỏ

b. Da tuổi già

d. Da bình thường

41. How long does it take to do a P.D test in order to apply artificial eyelashes?

a. 24 hours ✓

c. Over 10 minutes

b. 7 to 10 minutes

d. 20 minutes

Thời gian bao lâu để bạn thử keo dị ứng (P.D) để gắn cho lông mi giả:

a. 24 giờ

c. Trên 10 phút

b. 7 đến 10 phút

d. 20 phút

42. **Matter is defined as anything that:**
   a. Floats on water
   b. Has gaseous form
   c. Occupies spaces
   d. Contain colors

   Vật chất được định nghĩa là bất cứ điều gì mà:
   a. *trên mặt nước*
   b. *Dạng thể khí*
   c. *Chiếm chỗ trong không gian* ✓
   d. *Chứa màu sắc*

43. **The earliest sign of developing acne that may lead to inflammatory acne is:**
   a. Furuncle
   b. Rosacea
   c. Cyst
   d. Microcomedone

   Dấu hiệu báo trước về mụn bọc phát triển có thể dẫn đến mụn bọc sưng lên là:
   a. *Mụn nhọt dưới lỗ chân lông*
   b. *Mụn sưng đỏ do nghẽn máu*
   c. *Bướu nhỏ*
   d. *Vi khuẩn mụn đầu đen* ✓

44. **The spray machine (otomizer) serves to stimulate nerve endings and:**
   a. Activates cell metabolism ✓
   b. Decrease circulation
   c. Harden tissues
   d. Decrease oil

   Máy phun hơi làm sạch lỗ chân lông giúp kích thích thần kinh cuối và:
   a. *Kích thích trao đổi chất của tế bào*
   b. *Giảm sự tuần hoàn*
   c. *Làm cứng các mô*
   d. *Giảm lượng dầu*

45. **Secondary lesions are those that develop in the skin during which stage of a disease:**
   a. Primary
   b. Later ✓
   c. Early
   d. Acute

   Vết lở ở giai đoạn hai được phát triển trong da suốt giai đoạn nào của bệnh:
   a. *Giai đoạn đầu*
   b. *Giai đoạn sau bệnh*
   c. *Giai đoạn sớm*
   d. *Cấp tính*

46. **The process whereby the galvanic machine introduces acid pH astringent into the skin is known as:**
   a. Anaphoresis
   b. Phoresis
   c. Cataphoresis ✓
   d. Electrode

   Tiến trình mà dòng điện máy galvanic đẩy hóa phẩm dung dịch acit astringent vào trong làn da được biết là:
   a. *Điện âm đẩy alkaline vào da*
   b. *Phoresis (điện kết hợp đẩy vào da)*
   c. *Điện cực dương của galvanic* ✓
   d. *Điện cực*

47. **Aniline tint with a pH of 9.5 and pure water, with a pH of 7 is considered to be:**
   a. Neutral ✓
   b. Acid
   c. Alkaline
   d. Salty

   Thuốc nhuộm aniline có nồng độ hydrogen là 9.5 và nước sạch có nồng độ hydrogen là 7 được xem là:
   a. *Trung hòa*
   b. *Chất acid*
   c. *Chất kiềm*
   d. *Chất muối*

48. **Converter is mechanical electrical device used to change a direct current (D.C) into an alternating current (A.C) and what device changes alternating current (A.C) into direct current (D.C).**
   a. Insulator
   b. Conductor
   c. Galvanic
   d. Rectifier

   Converter là dụng cụ để đổi điện từ D.C sang A.C và dụng cụ gì đổi điện từ A.C sang D.C.
   a. *Chất ngăn điện*
   b. *Chất dẫn điện*
   c. *Dòng Galvanic*
   d. *Rectifier*

49. Part of a cell that is vitally important to reproduction is called the:

a. Protoplasm   c. Gland

b. Nucleus ✓   d. Membrane

Phần quan trọng của tế bào cho sự sanh sản được gọi là:

a. Nguyên sinh chất   c. Tuyến

b. Nhân bào   d. Màng bọc tế bào

50. Saturated steam is another method for sterilizing objects with:

a. Chemical   c. Fumigation

b. Baking   d. Moist heat ✓

Hơi nước bảo hòa là một phương pháp khác của tiệt trùng dụng cụ với:

a. Hóa chất   c. Sự tỏa hơi

b. Nướng   d. Hơi nóng

51. Which one of the following is not a main part of the finger nail?

a. Body   c. Mantle ✓

b. Root   d. Free edge

Phần nào sau đây không phải là phần chính của móng tay:

a. Thân móng tay   c. Màng da

b. Rễ móng tay   d. Đầu móng tay

52. Split ends are best removed by:

a. Blunt cutting ✓   c. Thinning

b. Ruffing   d. Effilating ✓

Đuôi tóc chỉ tốt nhất là loại bỏ đi bằng:

a. Cắt ngang   c. Làm mỏng

b. Đánh rối   d. Tỉa mỏng đều bằng kéo

53. When bacteria are in the spore stage, they are:

a. Active stage   c. Inactive stage ✓

b. Tetanus (lockjaw)   d. Non-productive

Khi vi trùng ở trong giai đoạn lập bào tử, chúng ở:

a. Giai đoạn hoạt động   c. Giai đoạn không hoạt động

b. Phong đòn gánh (cứng hàm do vi trùng bacilli)   d. Không sinh sản

54. Electric vaporizing iron should not be used on pressed hair because they cause the hair to:

✓ a. Revert   c. Straighten

b. Break   d. Discolor

Kẹp quăn tóc bằng điện có hơi nhiệt không được dùng để ép tóc bởi vì làm cho tóc:

✓ *a. Quăn trở lại   c. Thẳng ra*

b. Gãy   d. Phai màu

55. Before applying a chemical depilatory, it is necessary to give a/an:

a. Hair test   c. Skin test ✓

b. Strand test   d. Acid test

Trước khi dùng hóa chất để lấy lông, điều cần thiết là làm:

a. Thử tóc   c. Thử da

b. Thử lọn tóc   d. Thử acid

56. The nail walls are small folds of skin overlapping the sides of the nail:

a. Mantle
c. Bed

b. Matrix
d. Body

Thành móng tay là những nếp xếp nhỏ được chồng lên nhau bên cạnh của:

a. Màng da móng tay
c. Nền móng tay

b. Móng non
d. Thân móng tay ∨

57. If you have 1 oz Quats solution mix 1 gallon of water, how many percentages of active ingredients should you add?

a. 10%
c. 12%

b. 12.5% ∨
d. 15%

Nếu có 1oz nước Quats pha trộn với 1 gallon nước, bao nhiêu phần trăm hoạt chất Quats cần có:

a. 10%
c. 12%

b. 12.5%
d. 15%

58. The hair shaping with the surface longer than the sub-surface is the result of:

a. Under cut ∨
c. Over comb cut

b. Blunt cut
d. Club cutting

Cắt tỉa một kiểu tóc mà bề mặt tóc ngoài dài hơn mặt tóc trong là kiểu cắt:

a. Under cut
c. Over comb (kéo và lược cắt song song)

b. Cắt ngang
d. Cắt kiểu club

59. If the fastening band is twisted or stretched too tightly on permanent waving curling rods, it may cause a:

a. Straight hair
c. Discoloring

b. Hair breakage ∨
d. Frizzy hair

Nếu dây cao su ống cuốn tóc bị xoắn hoặc căng chặt trên những ống cuốn của việc uốn tóc, nó có thể là nguyên nhân:

a. Tóc ngay
c. Nhạt màu

b. Gãy tóc
d. Tóc quăn lọn nhỏ, lộn xộn

60. Before applying an aniline derivative hair color, need skin test, or (patch test, allergy test, P.D test) is left undisturbed for a period of:

a. 6 hours – 12 hours
c. 18 hours – 24 hours

b. 12 hours – 18 hours
d. 24 hours – 48 hours ∨

Trước khi nhuộm tóc chất aniline derivative, cần thử da, hoặc (thử mảng nhỏ, thử dị ứng, thử đoán trước) để yên đừng đụng đến một khoảng thời gian:

a. 6 giờ – 12 giờ
c. 18 giờ – 24 giờ

b. 12 giờ – 18 giờ
d. 24 giờ – 48 giờ

61. Ultraviolet rays are applied with a lamp at a distance of 30" to 36" from the skin. If the shorter rays are needed, the ultra-violet ray lamp is placed within:

a. 12" from the skin ∨
c. 36" from the body

b. 30" from the skin
d. 40" from the body

Tia ultraviolet được đặt với cây đèn khoảng cách từ 30 inch đến 36 inch cách da. Nếu cần dùng tia ngắn hơn, đèn ultra-violet được đặt trong khoảng:

a. Cách da 12 inch
c. Cách cơ thể 36 inch

b. Cách da 30 inch
d. Cách cơ thể 40 inch

62. To avoid breakage when pressing fine hair, the following is required:
   a. Less heat and less pressure ✓
   c. More heat and more pressure
   b. Less heat and more pressure
   d. More heat and less pressure

   Để tránh gãy tóc khi ép trên tóc mịn, đòi hỏi theo sau đây:
   a. Ít nhiệt và ép nhẹ
   c. Nhiều nhiệt và ép nhiều
   b. Ít nhiệt và ép nhiều
   d. Nhiều nhiệt và ép nhẹ

63. When using scissors to cut hair on comb (over comb), should first cut at:
   a. Nape and around ear ✓
   c. The front area
   b. The crown area
   d. The side of the head

   Khi dùng kéo cắt tóc trên lược (kiểu over comb), đầu tiên nên cắt ở:
   a. Gáy và quanh tai
   c. Vùng phía trước
   b. Vùng đỉnh đầu
   d. Hai bên đầu

64. Over processed in permanent waving result in:
   a. Tight curl
   c. Loose curls
   b. Frizzy curls ✓
   d. Elastic curls

   Khi uốn tóc để dung dịch lâu quá độ trên tóc, kết quả:
   a. Lọn tóc quăn nhỏ
   c. Lọn tóc giãn
   b. Frizzy curl (lọn tóc quăn nhỏ, lộn xộn)
   d. Lọn tóc đàn hồi

65. For style set with rollers, the diameter of the roller has the most has the most important effect on:
   a. The firmness of the curl ✓
   c. Placement of the rollers
   b. Length of the rollers
   d. Pinning of the rollers

   Đối với kiểu tóc quấn ống cuốn, đường kính ống cuốn hầu như có ảnh hưởng quan trọng trên:
   a. Độ quăn nhiều của lọn tóc
   c. Đặt ống cuốn
   b. Chiều dài của ống cuốn
   d. Kẹp ống cuốn

66. When mix aniline derivative with hydrogen peroxide (H2O2), it cause a chemical reaction called:
   a. Oxidation ✓
   c. Pre-lightening
   b. Neutralizing
   d. Pre-softening

   Khi pha trộn thuốc nhuộm aniline với chất peroxide (H2O2), nguyên nhân tạo phản ứng hóa học gọi là:
   a. Sự oxýt hóa
   c. Tẩy trước
   b. Trung hòa
   d. Làm mềm trước

67. What will happen when the perm rods are placed in a vertical position?
   a. Roller curl
   c. Stack perm
   b. Straight back
   d. Spiral curl ✓

   Tóc sẽ thế nào khi ống cuốn tóc được đặt theo chiều dọc:
   a. Lọn tóc ống cuốn
   c. Uốn tóc lọn lớn ở gáy
   b. Uốn tóc kiểu đứng lên và cách xa mặt
   d. Lọn tóc xoắn spiral

68. Applying pressing oil helps the hair to make softer, condition hair, add sheen to pressed hair, help prevent hair breakage and:
   a. Easy to comb
   c. Avoid skin irritation
   b. Easy to curl
   d. Help prevent hair from burning or scorching ✓

   Thoa dầu ép tóc giúp cho tóc mềm hơn, tốt tóc, thêm bóng tóc để ép, giúp ngăn ngừa tóc gãy và:
   a. Dễ chải
   c. Tránh ngứa da
   b. Dễ tạo lọn quăn
   d. Giúp ngăn ngừa cháy tóc hoặc cháy sém

69. If while relaxing the hair, your client complains of a stinging sensation in a small area, you should:

a. Apply neutralizer
c. Shampoo immediately

b. Rinse with warm water
d. Spray this area with cool water

Nếu trong khi duỗi tóc, khách của bạn cho biết da xốn xáo như kim chích một chỗ nhỏ, bạn nên:

a. *Dùng dung dịch trung hòa*
c. *Gội ngay*

b. *Xả với nước ấm*
d. *Xịt nước mát chỗ đó*

70. Before applying a thioglycolate relaxer product to the hair, should be first:

√ a. Shampooed
c. Tinted

b. Bleached
d. Brushed

Trước khi dùng hóa chất thioglycolate duỗi tóc, đầu tiên nên:

a. *Gội*
c. *Nhuộm*

b. *Tẩy*
d. *Chãi da đầu*

71. 70% of ethyl alcohol or grain alcohol is equivalent to how much of isopropyl alcohol (rubbing alcohol)?

√ a. 70%
c. 99%

b. 90%
d. 120%

70 % cồn ethyl hoặc cồn từ ngũ cốc tương đương với bao nhiêu phần trăm cồn isopropyl (cồn lau chùi)?

a. *70 %*
c. *99 %*

b. *90 %*
d. *120 %*

72. When tinting on extreme resistance hair, you should be first:

a. Use a color filler
c. High volume H2O2 (hydrogen peroxide)

√ b. Soften and slightly bleach the hair
d. Low volume H2O2

Khi nhuộm trên tóc quá khó thấm thuốc, đầu tiên bạn nên:

a. *Dùng chất color filler cho đều màu*
c. *Nồng độ hydrogen peroxide cao*

b. *Làm mềm và tẩy nhẹ tóc*
d. *Nồng độ hydrogen peroxide thấp*

73. When rinsing bleached hair, using cool water will prevent:

a. Hair discoloration
c. Breakage

√ b. Skin irritation
d. Brittle

Khi xả tóc tẩy, dùng nước mát để ngăn ngừa:

a. *Sự lợt màu tóc*
c. *Gãy tóc*

b. *Ngứa da*
d. *Dòn tóc*

74. Eclectic clippers should be kept lubricated and sharpened to prevent:

√ a. The hair from being pulled while hair cutting
c. The clippers from being dull

b. Cutting on the client's hair
d. The clippers from being rusty

Dụng cụ cắt tóc bằng điện (clipper) nên giữ được trơn và bén để ngăn ngừa:

a. *Tóc bị kéo trong khi cắt*
c. *Clipper bị cùn*

b. *Cắt đứt tóc khách*
d. *Clipper bị rỉ sét*

75. A tint product is applied first on the darkest hair area is:

a. Darken the hair
c. Toner the hair

√ b. Lighten the hair
d. Straighten the hair

Thuốc nhuộm tóc trải lên đầu tiên ở vùng tóc đậm nhất để làm:

a. *Đậm tóc*
c. *Toner tóc (cho màu dịu lại sau khi tẩy)*

b. *Lợt tóc*
d. *Ngay tóc*

76. Hair cut short at the nape line, high at the crown area creates the illusion of:

a. Width

b. Softness

c. Depth

d. Height ✓

Cắt tóc ngắn ở đường gáy, tóc cao ở vùng đỉnh đầu tạo được ấn tượng:

a. Rộng

b. Mềm

c. Sâu

d. Cao

77. The main ingredient of oil-in-water emulsion is:

a. Colloids

b. Oil

c. Water ✓

d. Suspensions

Thành phần chính của một dung dịch mà dầu trong nước là:

a. Colloids (chất da keo)

b. Dầu

c. Nước

d. Chất lơ lửng

78. The technique to thin hair with the shear is known as:

a. Rimming

b. Layer cut

c. Blunt cut

d. Slithering ✓

Kỷ thuật tỉa mỏng tóc với kéo tỉa được biết là:

a. Viền lề

b. Cắt từng lớp

c. Cắt ngang

d. Slithering

79. In blow dry styling, the blower is directed away from the scalp to prevent:

a. Burning scalp ✓

b. Split ends

c. Dry scalp

d. Hair breakage

Với cách dùng máy sấy chãi kiểu, máy sấy đặt cách xa da đầu để ngăn ngừa:

a. Cháy da đầu

b. Tóc bị chẻ

c. Khô da đầu

d. Tóc gãy

80. It is necessary to remove jewelry when using electricity on the client because?

a. Jewelry can break

b. Good insulator material

c. Jewelry can discolor

d. Good conductor and can make a shock ✓

Cần gỡ cất trang sức bằng kim loại khi sử dụng điện cho khách bởi vì:

a. Trang sức kim loại có thể gãy

b. Chất liệu ngăn điện tốt

c. Trang sức kim loại có thể nhạt màu

d. Chất dẫn điện tốt và có thể giật điện

81. An under development tint in hair coloring on hair prominently grey hair is indicated by:

a. Deposit excess spots

b. Under development product ✓

c. The hair is extreme oil

d. The hair is extreme dirty

Thuốc nhuộm tóc không đúng mức trên tóc còn lộ ra tóc bạc là dấu hiệu do:

a. Thấm quá nhiều đốm

b. Thuốc nhuộm phát triển kém

c. Tóc quá nhiều dầu

d. Tóc quá dơ

82. Vigorously brush the hair before a permanent waving may cause:

a. Scalp tightening

b. Irritations scalp ✓

c. Hair discoloration

d. Poor porosity

Chãi tóc mạnh trước khi uốn tóc có thể là nguyên nhân:

a. Da đầu cứng chặc

b. Da đầu ngứa

c. Sự nhạt màu tóc

d. Độ thấm kém

83. Why should a cosmetologist place the index finger on the glass rake electrode for scalp treatment, to?

a. Increase sparks

b. Keep low electricity

c. Protect themselves

d. Decrease sparks and ground current ✓

Tại sao thợ thẩm mỹ đặt ngón tay trỏ lên trên điện cực dạng cào cổ thủy tinh cho chữa trị da đầu để:

a. Nâng độ xoẹt điện

b. Giữ thấp dòng điện

c. Bảo vệ chính họ

d. Giảm độ xoẹt và tiếp cận dòng điện

84. An alternation of the properties of a substance without the formation of any new substance is a:

a. Mixtures

b. Chemical change

c. Compound

d. Physical change ✓

Sự thay đổi đặc tính của một dạng mà không thành lập bất cứ dạng mới nào là:

a. Pha trộn

b. Thay đổi hóa tính

c. Hợp tố

d. Thay đổi thể lý

85. A base cream is applied when giving sodium hydroxide chemical relaxes to:

a. Remove dirt, oils cosmetic and skin debris

b. Form smooth and even curl and wave

c. Protect the scalp from the strong chemical ✓

d. Easy to rinse out

Loại cream lót được thoa lên khi dùng hóa chất duỗi thẳng tóc sodium hydroxide để:

a. Lấy chất dơ, chất dầu và mảng da

b. Tạo cho lọn tóc mịn đều và dợn sóng

c. Bảo vệ da đầu từ loại hóa chất mạnh

d. Dễ xả tóc

86. Potential Hydrogen (pH) of the skin and hair range from:

a. 1 – 3

b. 3 – 4

c. 4.5 – 5.5 ✓

d. 7 – 9

Nồng độ hydrogen (pH) của da xếp loại từ:

a. 1 - 3

b. 3 - 4

c. 4.5 - 5.5

d. 7 - 9

87. Covered containers must be used for the storage of:

a. Cream only

b. All cosmetics ✓

c. Liquids only

d. Lotions only

Hộp chứa có nắp đậy được sử dụng để cất giữ:

a. Chỉ cho chất kem

b. Tất cả các mỹ phẩm

c. Chỉ cho chất lỏng

d. Chỉ dung dịch

88. When press the hair, the pressing comb must start:

a. Close to the scalp ✓

b. At the middle of the hair shaft

c. At the ends

d. Near the hairline

Khi ép tóc, lượt ép tóc phải bắt đầu:

a. Gần da đầu

b. Ở phần giữa của tóc

c. Đuôi tóc

d. Gần đường viền tóc

89. Hair difficult to bleach up to the yellow must likely contains:

a. Brown pigments

b. Red pigments ✓

c. Yellow pigments

d. Green pigments

Tóc khó tẩy tới màu vàng vì tóc có chứa:

a. Hạt màu nâu

b. Hạt màu đỏ

c. Hạt màu vàng

d. Hạt màu xanh

. The immediate effects of massage are first noticed:
   a. In the mucous membranes   c. On the skin ✓
   b. Inside the ear   d. Under the eyelids

Ảnh hưởng tức thời của massage là được lưu ý đầu tiên ở:
a. Trong màng nhầy   c. Trên da
b. Bên trong tai   d. Dưới mí mắt

. Tweezing, hotwax, cold wax, shaving, chemical depilatories, and thermolysis (electrolysis) are all treatment methods for:
   a. Monilethrix   c. Pityriasis steatoides
   b. Pityriasis capitis simplex   ∨ d. Hypertrichosis or hirsuties

Dùng nhíp, sáp nóng, sáp lạnh, cạo, hóa chất lấy lông, và dùng kim diệt lông vĩnh viễn (electrolysis) là tất cả những phương pháp đối với:
a. Monilethrix (tóc có hạt, yếu và dễ gãy)   c. Gàu dầu
b. Gàu khô   d. Lông mọc quá nhiều hoặc hirsuties

. Black hair wants to change to red-brown hair color, but you have only blue base tint in your stock, when you should stop bleaching?
   a. Achieves orange color ✓   c. Achieves green color
   b. Achieves yellow color   d. Achieves red color

Tóc đen muốn đổi thành tóc màu nâu đỏ nhưng bạn chỉ có thuốc nhuộm nền màu xanh trong tủ thuốc, khi nào việc tẩy tóc bạn nên ngưng lại?
a. Đạt được màu cam   c. Đạt được màu xanh lá
b. Đạt được màu vàng   d. Đạt được màu đỏ

. When tint on hair with base is green and is previously bleach into pal yellow what color should be added achieves a good result:
   a. Violet   c. Orange
   b. Blue   d. Red

Khi nhuộm tóc với thuốc màu nền xanh lá cây và tóc có tẩy trước đó thành vàng nhạt, màu nào nên được thêm vào để có kết quả tốt:
a. Tím   c. Cam
b. Xanh   d. Đỏ ✓

. If a cold wave lotion accidentally drips on the skin around the face or neck what lotion you can do on skin:
   a. Wash with cool water immediatelly   c. Apply 3% hydrogen peroxide to the skin
   b. Apply neutralizer to the skin ✓   d. Wipe with lukewarm water to the skin

Nếu dung dịch uốn tóc nhiều (dính) trên da chung quanh mặt hoặc cổ dung dịch nào bạn có thể làm trên da:
a. Rửa với nước mát tức thì   c. Cho 3% H2O2 (chất sát trùng) lên da
b. Cho chất trung hòa lên da   d. Lau nước âm ấm lên da

. How the scissor is properly positioned while the cosmetologist divides subsections the hair in hair cutting?
   a. Closing the scissors and facing the client   c. Opening the scissors and facing the client
   b. Closing the scissors & facing the cosmetologist d. Opening the scissors & facing the cosmetogist

Vị trí của cây kéo cắt tóc thế nào trong lúc thợ thẩm mỹ chia từng phần tóc trong việc cắt tóc?
a. Kéo khép lại và hướng vào khách   c. Kéo mở ra và hướng vào khách
b. Kéo khép lại và hướng vào thẩm mỹ viên ∨ d. Kéo mở ra và hướng vào thẩm mỹ viên

96. What would the color result be when you use blue base toner on hair that has been pre-bleached to pal yellow stage:

a. Green cast ✓   c. Orange cast

b. Violet cast   d. Red cast

Kết quả màu sẽ thế nào khi bạn dùng màu nhạt (toner) nền màu xanh mà trên tóc mà đã được tẩy trước đến tầng màu vàng lợt:

a. Sắc xanh lá cây   *c. Sắc màu cam*

b. Sắc màu tím   *d. Sắc màu đỏ*

97. When applying the cold wave neutralizer, seat the patron in an upright position because:

a. Direction requires it   c. More comfortable for the client

b. Easier to take care of the dripping   d. Easier to reach all sections of the head ✓

Khi dùng hóa chất trung hòa trong uốn tóc, cho khách ngồi tư thế thẳng 90 độ (upright) bởi vì:

a. Theo hướng dẫn đòi hỏi   *c. Để khách được thoải mái hơn*

b. Dễ dàng để kiểm soát thuốc bị nhiễu   *d. Dễ dàng trãi thuốc lên từng phần trên đầu* ✓

98. When shaping the hair style, the cosmetologist must consider the length of hair, texture and:

a. Shape of body   c. Length of neck ✓

b. Height of body   d. Color of eyes

Khi cắt một kiểu tóc, thợ thẩm mỹ cần quan sát chiều dài của tóc, cở tóc, và:

a. Hình dạng thân thể   *c. Chiều dài của cổ*

b. Chiều cao của thân thể   *d. Màu đôi mắt*

99. Changing the way matter, such as ice cubes melted to water is called physical change, if matter is changed to form new substance such as hydrogen peroxide mix with aniline tint of permanent color is called a:

a. Organic change   c. Inorganic change

b. Oxidation change   d. Chemical change ✓

Cách thay đổi một vật, như đá cục chảy thành nước gọi là thay đổi thể lý, nếu vật chất được thay đổi thành lập một dạng chất mới như H2O2 trộn với thuốc nhuộm aniline của chất nhuộm vĩnh viễn được gọi là:

a. Thay đổi chất hữu cơ   *c. Thay đổi chất vô cơ*

b. Thay đổi sự oxýt hóa   *d. Thay đổi hóa tính* ✓

100. The characterictic of a type of alopecia by the falling out of hair in spots or round patches around the head is called:

a. Traumatic alopecia   c. Androgenic alopecia

b. Postpartum alopecia   d. Alopecia areata ✓

Đặc tính của kiểu sói tóc do rụng tóc từng đốm hoặc từng mảng tròn chung quanh đầu được gọi là:

a. Sói tóc do dùng nhiều hóa chất (nhuộm, uốn tóc)   *c. Sói tóc ở tuổi trẻ thường do di truyền*

b. Sói tóc do thiếu kích thích tố (khi mang thai)   *d. Alopecia areata*

COSMETOLOGY EXAMINATION 2

1. **Cosmetologist (practioner) can re-lighten the hair after lightening service within how many hours?**
   a. 12 hours   c. 24 hours ✓
   b. 18 hours   d. 30 hours
   Thợ thẩm mỹ (chuyên viên) có thể tẩy tóc lại sau khi vừa tẩy tóc trong vòng bao nhiêu giờ?
   a. *12 giờ*   c. *24 giờ*
   b. *18 giờ*   d. *30 giờ*

2. **The club-shaped structure forming the lower part of the hair root is called the:**
   a. **Bulb** ✓   c. **Follicle**
   b. **Shaft**   d. **Papilla**
   Sự cấu tạo của lớp bọc (bầu tròn) nằm dưới chân tóc được gọi là:
   a. *Bulb*   c. *Nang tóc*
   b. *Cọng tóc*   d. *Papilla (hình chóp nhỏ bên dưới nang lông)*

3. **Cocci are bacteria having a round shape, bacilli are bacteria having a rod shape, and spirilla are bacteria having a corkscrew shape. All of them are:**
   a. **Harmless bacteria**   c. **Harmful bacteria** ✓
   b. **Helpful bacteria**   d. **Curved shape**
   Cocci là vi trùng hình tròn, bacilli là vi trùng hình ống cuốn tóc (hình gậy), và spirilla là vi trùng có hình xoắn. Tất cả các loại vi trùng đó là:
   a. *Vi trùng vô hại*   c. *Vi trùng có hại*
   b. *Vi trùng giúp đỡ*   d. *Vi trùng hình cong*

4. **To insure long lasting springy curls, the hair strand must be rib boned, stretched and wound uniformly, and each curl is:**
   a. **Directed toward the face**   c. **Directed away from the face**
   b. **Placed correctly on base** ✓   d. **Place off base**
   Để giữ được lọn tóc cong lâu, lọn tóc phải được kéo căng với sóng lược, căng và quấn đều, mỗi lọn tóc:
   a. *Trực tiếp với mặt*   c. *Đặt trực tiếp xa mặt*
   b. *Đặt trực tiếp trên nền tóc (on base)*   d. *Đặt xa nền (base)*

5. **Hairs remove by wax, shaving, electrolysis, and tweezing are among the treatments for:**
   a. **Hypertrichosis** ✓   c. **Pityriasis capitis simplex**
   b. **Trichorrhexis nodosa**   d. **Androgenic alopecia**
   Lông lấy bằng sáp, cạo, dòng điện, vào nhổ nhíp là trong số các cách lấy lông đối với:
   a. *Lông mọc nhiều*   c. *Gàu khô*
   b. *Tóc có gút, khô và dòn*   d. *Mất tóc di truyền*

6. **Textbook recommend steel pusher to be used:**
   a. **Flat, with gentle pressure, on a dry nail body**   c. **Flat, with gentle pressure, on a moist nail body**
   b. **At an angle, with pressure, on a dry nail**   d. **At an angle, light pressure, on moist nail**
   Sách giáo khoa hướng dẫn nên dùng cây xủi da kim loại:
   a. *Nằm ngang, đè nhẹ nhàng trên thân móng khô*   c. *Nằm ngang, ép nhè nhẹ trên thân móng ẩm* ✓
   b. *Nghiêng, đè mạnh trên móng khô*   d. *Nghiêng, ép nhẹ trên thân móng ẩm*

7. **Hormonal changes during puberty cause some areas of vellus hair to be replaced with:**
   a. Gray hair
   b. Lanugo
   c. Medula
   d. Terminal hair ✓

   Kích thích tố thay đổi trong suốt tuổi dậy thì, là nguyên nhân một vài nơi lông măng được thay thế bằng:
   a. Tóc bạc
   b. Lông măng (lông tơ)
   c. Lõi tóc
   d. Lông mịn và dài

8. **Tincture of iodine is commonly used on the skin as a/an:**
   a. Deodorant
   b. Antiseptic
   c. Disinfectant
   d. Styptic

   Chất tincture iốt thường dùng cho da là chất:
   a. Khử mùi hôi
   ✓ b. Sát trùng
   c. Diệt trùng
   d. Cầm máu

9. **When you mix blue, green, and violet, what base color will be corrected?**
   a. Drab ✓
   b. Tertiary
   c. Translucent
   d. Blender

   Khi bạn pha trộn màu xanh, xanh lá, và màu tím, màu nền căn bản nào là đúng:
   a. Nâu xám
   b. Nhóm màu thứ ba
   c. Trong suốt
   d. Pha đều

10. **Hair, nails, and skin are chiefly composed of a horny substance called:**
    a. Hemoglobin
    b. Melanin
    c. Keratin ✓
    d. Calcium

    Tóc, móng, và da là thành phần căn bản của chất sừng gọi là:
    a. Hemoglobin (chất đạm trong máu đỏ)
    b. Melanin (hắc tố, chất màu)
    c. Keratin
    d. Calcium (chất vôi)

11. **Why should you use conditioner filler before applying thio chemical relaxer?**
    a. Conditioning
    b. Even porosity ✓
    c. Even color
    d. Faster action

    Tại sao bạn dùng chất làm tốt tóc (conditoner filler) trước khi cho thuốc duỗi thẳng thio lên tóc
    a. Conditioning
    b. Đều độ thấm tóc
    c. Đều màu
    d. Tác dụng nhanh hơn

12. **Pathogenic bacteria are common known as:**
    a. Antiseptics
    b. Disinfectants
    c. Germs or microbes ✓
    d. Beneficial bacteria

    Vi trùng gây bệnh thường được biết là:
    a. Sát trùng
    b. Chất diệt trùng
    c. Germ hoặc microbes
    d. Vi trùng có lợi

13. **Before attempting to comb out the set hair, it must be thoroughly:**
    a. Brushed
    b. Tangled
    c. Cooled ✓
    d. Perm

    Trước khi muốn chải kiểu mái tóc đã được cuốn ống, tóc phải hoàn toàn:
    a. Chải
    b. Rối
    c. Nguội
    d. Uốn

14. **The muscle connected to the hair follicle is called the:**
   a. Epicranium
   b. Arrector pili ✓
   c. Procerus
   d. Auricularis
   Bắp thịt nối liền đến chân nang lông được gọi là:
   a. Cơ phủ đỉnh đầu
   b. Cơ dựng lông
   c. Cơ phủ cầu mũi
   d. Cơ ở trên tai

15. **Dry normal hair can stretch to about:**
   a. ½ of its natural length
   b. 1/5 of its natural length ✓
   c. ¾ of its natural length
   d. Double its natural length
   Tóc khô bình thường có thể kéo căng khoảng:
   a. ½ chiều dài tóc tự nhiên
   b. 1/5 chiều dài tóc tự nhiên
   c. ¾ chiều dài tóc tự nhiên
   d. Gấp đôi chiều dài

16. **The average life of hair on the head is about:**
   a. 8 - 10 months
   b. 12 - 15 months
   c. 4 - 7 years ✓
   d. More than 8 years
   Trung bình sự sống của tóc ở trên đầu khoảng:
   a. 8 – 10 tháng
   b. 12 – 15 tháng
   c. 4 – 7 năm
   d. Hơn 8 năm

17. **The direction of the natural flow of hair on the scalp is known as the hair:**
   a. Whorl
   b. Stream ✓
   c. Arch
   d. Cowlick
   Hướng mọc của tóc tự nhiên trên vùng da đầu được biết là _____ tóc:
   a. Vòng xoắn
   b. Dòng, hướng
   c. Hình cánh cung
   d. Xoáy bò, nhúm tóc xoáy dựng lên

18. **The classification of hair color that does not lift natural melanin but requires 10 volume developers is:**
   a. Semi permanent
   b. Non-oxidative color
   c. Oxidative deposit only ✓
   d. Henna
   Loại màu nhuộm mà không lấy được màu tự nhiên trong tóc mà cần pha chất xúc tác chỉ nồng độ 10 là:
   a. Nhuộm bán vĩnh viễn
   b. Nhuộm màu không oxid hóa
   c. Tác dụng oxid hóa chỉ đưa màu vào
   d. Chất nhuộm Henna (lá cây)

19. **The main ingredient of nail polish is:**
   a. 70 % alcohol
   b. White lead
   c. Glue
   d. Nitro cellulose ✓
   Thành phần chính của nước sơn là:
   a. Cồn 70 %
   b. Chì trắng
   c. Keo
   d. Nitro cellulose

20. **Watery blisters and thick white skin between the toes are signs of:**
   a. Pterygium
   b. Onychia
   c. Pedicuring
   d. Atheletes foot ✓
   Mụn nước và da trắng dày giữa các ngón chân là dấu hiệu của:
   a. Da mọc chồm
   b. Móng non sưng có mủ
   c. Săn sóc chân
   d. Nấm ở chân

21. **An inflammatory condition of the tissues surrounding the nail is known as:**
   a. Onychatrophia
   b. Onychia
   c. Paronychia
   d. Onychoptosis ✓

   Tình trạng sưng chung quanh móng được biết là:
   a. Onychatrophia (rụng móng)
   b. Onychia (nhiễm trùng móng)
   c. Paronychia
   d. Onychoptosis (móng rụng dần)

22. **If the matrix is destroyed, then the growth of the nail:**
   a. Continues
   b. Is increased
   c. Stop ✓
   d. Is less

   Nếu móng non bị hư, sự tăng trưởng của móng sẽ:
   a. Tiếp tục
   b. Tăng lên
   c. Ngưng lại
   d. Giảm đi

23. **What is lightest color in primary color?**
   ✓ a. Yellow
   b. White
   c. Pink
   d. Blue

   Màu nhạt nhất trong nhóm màu thứ nhất là:
   a. Màu vàng
   b. Màu trắng
   c. Màu hồng
   d. Màu xanh biển

24. **To determine the hair's degree of elasticity is known as the:**
   a. Strand test
   b. Alergy test
   c. Push test
   d. Pull test ✓

   Để đánh giá độ đàn hồi của tóc được biết là:
   a. Thử tóc
   b. Thử dị ứng
   c. Đẩy thử
   d. Kéo thử

25. **What chemical should be used to remove artificial hair tint:**
   ✓ a. Dye solvent
   b. 40 % volume of Hydrogen peroxide
   c. Crystal peroxide
   d. Bleach powder and Hydrogen peroxide

   Hóa chất nào nên dùng để lấy đi màu nhuộm nhân tạo:
   a. Chất dung môi thuốc nhuộm
   b. Nồng độ 40% H_2O_2
   c. Chất bột trong peroxide
   d. Bột tẩy và H_2O_2

26. **Nail grows by constant multiplication of nail cells in the:**
   a. Eponychium
   b. Matrix ✓
   c. Cortex
   d. Cuticle

   Móng mọc ra bằng sự phân chia liên tục của những tế bào ở:
   a. Lớp da ở gốc móng
   b. Móng non
   c. Lớp trong sợi tóc
   d. Biểu bì

27. **What is a method for wrapping long hair for a regular permanent wave?**
   ✓ a. Piggy back
   b. Drop curl
   c. Straight back
   d. Spiral perm

   Phương pháp quấn cho tóc dài của cách quấn tóc thông thường là:
   a. Quấn 2 ống chồng lên nhau
   b. Quấn phần dưới lọn tóc
   c. Quấn thẳng ra sau
   d. Quấn tóc xoắn vòng như lò xo

28. Dry crystal packets add more in a cream lightener formula will:
    a. Damage the hair ends
    b. Make the hair more porous
    c. Increase the strength of product ✓
    d. Decrease the strength of product

    Dạng gói bột xúc tác khô thêm vào kem tẩy sẽ:
    a. Hư hại đuôi tóc
    b. Tạo cho tóc dễ thấm hơn
    c. Nâng lên độ mạnh của hóa chất
    d. Giảm độ mạnh của hóa chất

29. The three phases of hair growth are anagen, catagen, and:
    a. Telogen ✓
    b. Transition phase
    c. Final phase
    d. Growth phase

    Ba giai đoạn của tóc mọc là anagen (phát triển), catagen (ngưng phát triển), và:
    a. Không hoạt động
    b. Giai đoạn chuyển tiếp
    c. Giai đoạn kết thúc
    d. Giai đoạn phát triển

30. Using 40 volume of Hydrogen peroxide will produce:
    a. No deposit and high lift
    b. More deposit and high lift
    c. Low deposit and low lift
    d. Low deposit and high lift ✓

    Dùng nồng độ 40Hydrogen peroxide sẽ tạo ra:
    a. Không đưa màu vào và lấy màu từ tóc nhanh
    b. Đưa màu vào nhiều và lấy màu từ tóc nhanh
    c. Đưa màu vào chậm và lấy màu từ tóc chậm
    d. Đưa màu vào chậm và lấy màu từ tóc nhanh

31. Scratches on a nail body could be the result from the use of:
    a. Certain type of base coats
    b. A steel pusher on a dry nails ✓
    c. Strong polish remover
    d. The orangewood sticks on a wet nail body

    Những vết trầy trên thân móng là hậu quả của việc sử dụng:
    a. Một số loại nước sơn lót
    b. Dùng cây sủi kim loại trên móng khô
    c. Chất chùi nước sơn quá mạnh
    d. Dùng que gỗ trên thân móng ướt

32. If a client wants both a hair coloring and a permanent waving, you should:
    a. Apply both chemical at the same time
    b. Perm first then tint one week later ✓
    c. Tint first then perm
    d. Either first but has at least 3 days

    Nếu có người khách muốn nhuộm tóc và uốn tóc, bạn nên:
    a. Cả hai loại hóa chất làm cùng lúc
    b. Uốn tóc trước rồi nhuộm 1 tuần sau đó
    c. Nhuộm tóc trước rồi uốn tóc
    d. Chất nào trước cũng được mà cách nhau ít nhất 3 ngày

33. Cuticle creams are used to:
    a. Treat brittle and dry cuticle ✓
    b. Remove dead cuticle
    c. Encourage the growth of nails
    d. Remove dry cuticle

    Các loại kem thoa da được dùng để:
    a. Chữa trị móng dòn và da khô
    b. Lấy đi da chết
    c. Khuyến khích sự tăng trưởng của móng
    d. Lấy đi da khô

34. The highest volume of developer used with bleach powder is:
    ✓ a. 20 volume
    b. 25 volume
    c. 30 volume
    d. 35 volume

    Nồng độ cao nhất của chất xúc tác (developer) dùng với thuốc tẩy bột là:
    a. Nồng độ 20
    b. Nồng độ 25
    c. Nồng độ 30
    d. Nồng độ 35

35. **Most cosmetology textbook recommend that cotton tipped orangewood stick be used to apply:**
    a. Nail bleach   **c. Cuticle solvent**
    b. Nail cream   **d. All of the above** ✓
    Hầu hết sách giáo khoa ngành thẩm mỹ khuyến khích dùng cây gỗ quấn bông gòn để thoa:
    a. Chất tẩy móng   *c. Chất làm mềm da*
    b. Kem dưỡng móng   *d. Tất cả những chất kể trên*

36. **The skin on which the nail body rest is known as the:**
    a. Matrix   **c. Nail-bed**
    b. Nail-groove   **d. Nail root** ✓
    Lớp da mà thân móng nằm lên được gọi là:
    a. Móng non   *c. Nền móng*
    b. Nail-groove (rãnh móng)   *d. Nail root (gốc móng)*

37. **The temperature of heated thermal irons depends on:**
    a. The Marcel iron   **c. Heater**
    b. The hair texture ✓   **d. Hair stylist**
    Nhiệt độ của dụng cụ làm quăn tóc bằng sức nóng tùy thuộc:
    a. Dụng cụ Marcel   *c. Lò nhiệt*
    b. Cỡ, loại tóc   *d. Người thợ tóc*

38. **Which one of these daily requirements for cosmetologist good grooming is not required?**
    a. Daily bath and use body deodorant   **c. Clean teeth and sweet breath**
    b. Comfortable white shoe   **d. Fresh, clean uniform**
    Một trong những yêu cầu hằng ngày cho sự tươm tất của người thợ mà không đòi hỏi:
    a.   Tắm hằng ngày và khử mùi thân thể   *c. Răng sạch sẽ, hơi thở trong lành*
    ✓ *b.   Giày trắng vừa vặn*   *d. Đồng phục sạch sẽ*

39. **No person shall massage a surface of skin or a scalp on a patron that is**
    a. Dead cell   **c. Black patch**
    b. Infected   **d. White patch**
    Không người nào được masssage bề mặt của da hoặc da đầu của khách hàng có:
    a.   Tế bào chết   *c.   Mảng đen*
    ✓ *b.   Nhiễm trùng*   *d.   Mảng trắng*

40. **The immunity that is inherited refers as:**
    a. Acquired   **c.   Vaccination**
    b. Natural ✓   **d.   Susceptible**
    Sự miễn nhiễm mà do sự di truyền coi như là:
    a. Tự tạo   *c.   Chủng ngừa*
    b. Tự nhiên   *d.   Tính dễ xúc cảm*

41. **Other names of dermis are derma, cornium, true skin and:**
    a. Epidermis   **c.   Cutis** ✓
    b. Stratum lucidum   **d.   Stratum granulosum**
    Các tên khác của lớp nội bì là derma, corium, true skin và:
    a. Ngoại bì   *c.   Cutis (da thật)*
    b. Lớp trong suốt của ngoại bì   *d.   Lớp hạt để thay lớp sừng của ngoại bì*

42. Client just underwent chemical peel can have a facial treatment:
- a. 3 to 5 days
- b. 3 to 5 weeks
- c. 3 to 5 months
- d. After 12 weeks ✓

Khách hàng vừa lột da mặt bằng hóa chất, có thể làm facial thông thường:
- *a. Từ 3 đến 5 ngày*
- *b. Từ 3 đến 5 tuần lễ*
- *c. Từ 3 đến 5 tháng*
- *d. Sau 12 tuần lễ*

43. The branch of science that deals with healthful living is:
- a. Hygiene ✓
- b. Cosmetology
- c. Dermatology
- d. Cosmetics

Một ngành của khoa học có liên hệ đến sức khỏe đời sống là:
- *a. Vệ sinh*
- *b. Ngành thẩm mỹ*
- *c. Ngành học về da*
- *d. Ngành mỹ phẩm*

44. The protective fluid that is applied on acne skin contains:
- a. Moisturize cream
- b. Potential Hydrogen (pH) under 7 ✓
- c. Astringent lotion
- d. Alkaline

Dung dịch bảo vệ để thoa trên lớp da có mụn bọc chứa:
- *a. Chất kem làm ẩm da*
- *b. Nồng độ hydrogen dưới 7* ✓
- *c. Chất đóng lỗ chân lông*
- *d. Chất kềm (alkaline)*

45. A substance used for lubricating the skin during massage is:
- a. Petroleum cream
- b. Essential oil
- c. Emollient cream ✓
- d. Paraffin

Một chất xử dụng để làm trơn trong lúc massage là:
- *a. Kem petroleum*
- *b. Chất dầu chính yếu*
- *c. Kem mềm và trơn da*
- *d. Sáp (paraffin)*

46. An ingredient used in mask that has stimulating effect & its drawing action absorbs oil & dead cells is:
- a. Fuller earth ✓
- b. Zinc oxide
- c. Herbal jelly
- d. Camomile

Thành phần trong mặt nạ mà có tính kích thích và có tính hút thấm chất dầu và tế bào chết là:
- *a. Đất mùn*
- *b. Oxide kẽm*
- *c. Chất gel thảo mộc*
- *d. Hoa cúc vàng La Mã*

47. How do you take-off the muslin wax strip for remove unwanted hair:
- a. In opposite direction of the hair growth ✓
- b. In the same direction as the hair growth
- c. In a vertical position
- d. In a horizontal position

Làm thế nào bạn dùng vải mỏng và chất sáp để lấy đi lông mọc lộn xộn:
- *a. Ngược chiều với lông mọc*
- *b. Cùng chiều với lông mọc*
- *c. Theo chiều thẳng đứng*
- *d. Theo chiều ngang*

48. When your hand has a chap (fissure), what you do protect your client and yourself:
- a. Continue working
- b. Wear gloves ✓
- c. Put protective cream on that area
- d. Stop working

Khi tay bạn bị nứt da, bạn sẽ làm gì để bảo vệ cho khách và chính bạn:
- *a. Tiếp tục làm việc*
- *b. Mang bao tay*
- *c. Thoa kem bảo vệ vào chỗ nứt*
- *d. Ngưng làm việc*

49. The neutral of potential Hydrogen (pH) such as pure water is:
   a. 5
   √ b. 7
   c. 9
   d. 10

Độ trung hòa của nồng độ hydrogen (pH) ví dụ như nước trong là:
   a. 5
   b. 7
   c. 9
   d. 10

50. The mixing of two substances is based on:
   a. Glycerin
   √ b. Binders
   c. Moisture
   d. Surfactant

Trộn lẫn hai chất dựa trên căn bản:
   a. Chất dầu nhờn
   b. Chất kết dính
   c. Độ ẩm
   d. Làm sạch bề mặt

51. Substances that attract water and moisture is:
   √ a. Humectant
   b. Surfactant
   c. Solvents
   d. Preservatives

Chất mà hút nước và giữ ẩm là:
   a. Hút ẩm
   b. Làm sạch bề mặt
   c. Chất hòa tan
   d. Chất bảo quản

52. Which agency is responsible for the ingredient of a product?
   a. O.S.H.A.
   √ b. F.D.A.
   c. F.M.D.
   d. M.S.D.S.

Cơ quan nào có trách nhiệm về thành phần cấu tạo của một sản phẩm:
   a. O.S.H.A. (cơ quan bảo vệ nghề nghiệp)
   b. F.D.A (cơ quan thực phẩm và thuốc)
   c. F.M.D (sự hướng dẫn của nhà sản xuất)
   d. M.S.D.S (bảng an toàn vật liệu)

53. For dry skin people, commercial mask should have:
   √ a. Pectin paraffin
   b. Petroleum cream
   c. Bee wax
   d. Emollient

Đối với người có da khô, loại mặt nạ thường dùng là:
   √ a. Chất sáp pectin
   b. Chất kem trong mỏ dầu hỏa
   c. Sáp ong
   d. Chất nhờn mềm da emollient

54. Potential Hydrogen (pH) of the skin range from:
   a. 1 – 3
   b. 3 – 4
   c. 4.5 – 5.5 √
   d. 7 – 9

Nồng độ Hydrogen(p.H) của da xếp loại từ:
   a. 1 - 3
   b. 3 - 4
   c. 4.5-5.5
   d. 7 - 9

55. Covered containers must be used for the storage of:
   a. Cream only
   b. Liquids only
   c. Lotions only
   d. All cosmetics √

Hộp chứa có nắp đậy nên được sử dụng để cất giữ:
   a. Chỉ chất kem
   b. Chỉ có chất lỏng
   c. Chỉ dung dịch
   b. Tất cả các mỹ phẩm

56. **The hair layer which is sometime missing in women's fine hair is the:**
   - a. Medulla ✓
   - c. Cuticle
   - b. Cortex
   - d. Lanugo

   Lớp tóc mà đôi khi thiếu trong tóc mịn của phụ nữ là:
   - a. Lõi tóc
   - c. Vảy ngoài
   - b. Lớp giữa của tóc
   - d. Lông non (lông măng)

57. **Wet normal hair can stretch its natural length about:**
   - a. 10% - 15%
   - c. 40% - 50% ✓
   - b. 20% - 25%
   - d. 50% - 70%

   Tóc ướt có thể kéo căng trên tóc tự nhiên khoảng:
   - a. 10% - 15%
   - c. 40% - 50%
   - b. 20% - 25%
   - d. 50% - 70 %

58. **For hair and scalp cleanliness, the hair should be shampooed:**
   - a. Every day
   - c. As often as necessary ✓
   - b. Every other day
   - d. Once a week

   Để cho tóc và da đầu được sạch sẽ, tóc phải được gội:
   - a. Mỗi ngày
   - c. Thường xuyên khi cần thiết
   - b. Cách khoảng một ngày
   - d. Mỗi tuần một lần

59. **After a scalp cream has been applied, expose the scalp to the:**
   - a. Ultra-violet rays
   - c. Rays of blue lights
   - b. Infra-red rays ✓
   - d. Actinic rays (cold rays)

   Sau khi thoa kem trên da đầu, cho da đầu tiếp xúc với:
   - a. Tia cực tím
   - c. Tia đèn xanh
   - b. Tia hồng ngoại
   - d. Tia lạnh cực tím có tính hóa chất

60. **The process used in thinning the hair with scissors is known as:**
   - a. Clipper over comb
   - c. Layer cutting
   - b. Razor cutting
   - d. Slithering ✓

   Tiến trình tỉa mỏng tóc bằng kéo được biết là:
   - a. Máy cắt tóc điện trên lược
   - c. Cắt layer (cắt từng lớp so le nhau)
   - b. Cắt bằng dao
   - d. Slithering

61. **Cutting the hair in graduated length from the nape toward the crown of the head is known as:**
   - a. Layer cutting
   - c. Club cutting
   - b. Razor cutting
   - d. Shingling ✓

   Cắt tóc theo chiều dài đều lên từ gáy cổ tiến dần đến đỉnh đầu được biết là:
   - a. Cắt layer
   - c. Cắt ngang không tỉa mỏng
   - b. Cắt dao
   - d. Shingling

62. **In razor hair shaping, the thinning is controlled by the:**
   - a. Direction of the razor ✓
   - c. Speed of movement
   - b. Pressure of the razor
   - d. Way the razor is held

   Dùng dao cắt tóc, bào mỏng tóc được kiểm soát do:
   - a. Hướng dao cắt
   - c. Tốc độ chuyển động
   - b. Sức ép của dao
   - d. Cách giữ dao

63. **The hair, which can be thinned closest to the scalp, is:**
   ✓ **a. Fine hair**   **c. Coarse hair**
   b. Medium hair   **d. Damaged hair**
   Tóc có thể tỉa mỏng gần nhất so với da đầu là:
   a. Tóc mịn   *c. Tóc cứng*
   b. Tóc trung bình   *d. Tóc hư*

64. **Before giving a finger to wave, should be located on the:**
   a. New hair growth   **c. Natural wave line** ✓
   b. Partial hair line   **d. Line of demarcation**
   Trước khi làm gợn sóng bằng ngón tay, nên dựa trên:
   a. Tóc mới mọc   *c. Đường gợn sóng tự nhiên*
   b. Đường rẽ tóc   *d. Lằn nối giữa tóc mới và cũ*

65. **Skill in the finger waving is important to the cosmetologist because it:**
   a. Creates very tight waves   **c. Eliminates the use of layer**
   b. Is very easy to master   **d. Is the foundation of styling** ✓
   Kỹ năng làm gợn sóng bằng ngón tay là quan trọng đối với thẩm mỹ viên bởi vì:
   a. Tạo lọn sóng nhỏ   *c. Loại bỏ tóc layer*
   b. Dễ dàng thành bậc thầy   *d. Nền tảng của chãi kiểu tóc*

66. **Another name for a pin curl is a/an:**
   a. Roller curl   **c. Spiral curl**
   b. Barrel curl   **d. Sculpture curl** ✓
   Một tên khác của lọn tóc nắn bằng tay (pin curl) là:
   a. Lọn tóc bằng ống   *c. Lọn xoắn đứng (spiral)*
   b. Lọn tóc quấn bằng ngón tay   *d. Sculpture curl*

67 **When hair is bleached to red-gold, which tone base produce a neutralizer effect?**
   a. Orange   **c. Green**
   b. Violet   **d. Gold** ✓
   Khi tóc được tẩy đến màu đỏ-vàng óng (gold), màu nền nào tạo ra tính trung hòa cho tóc:
   a. Cam   *c. Xanh lá*
   b. Tím   *d. Vàng óng (gold)*

68. **The three principal parts of a pin curl are the base, the circle, and:**
   a. Texture   **c. Stem** ✓
   b. Elasticity   **d. Mobility**
   Ba phần chính yếu của lọn tóc nắn (pin curl) là nền tóc, vòng lọn tóc, và:
   a. Cở tóc   *c. Stem (khoảng tóc từ base đến circle)*
   b. Sự đàn hồi   *d. Chuyển động*

69. **Mobility of a pin curl is determined by its:**
   a. Base   **c. Pivot**
   ✓ **b. Stem**   **d. Circle**
   Sự chuyển động của lọn tóc được đánh giá do:
   a. Nền   *c. Trục*
   b. Stem   *d. Vòng lọn tóc*

70. **When hairstyle requires a great deal of mobility, use the:**
   - **a. Full-stem curl** ✓
   - **b. Half-stem curl**
   - **c. No-stem curl**
   - **d. Round-stem curl**

   Khi kiểu tóc đòi hỏi có tính chuyển động nhiều, dùng:
   - *a. Lọn tóc full-stem*
   - *b. Lọn tóc half-stem*
   - *c. Lọn tóc no-stem*
   - *d. Lọn tóc round-stem*

71. **To avoid splits or breaks at the front or facial hairline, use:**
   - **a. Triangular bases** ✓
   - **b. Square bases**
   - **c. Circular bases**
   - **d. Pivot curls**

   Để tránh đường chẻ và hở ở phía trước hoặc đường tóc ở viền mặt, dùng:
   - *a. Nền tam giác*
   - *b. Nền tóc vuông*
   - *c. Nền vòng tròn*
   - *d. Trục của lọn tóc*

72. **Pin curls placed behind the ridgeline of a shaping, are called:**
   - **a. Roller curls**
   - **b. Ridge curls** ✓
   - **c. Pivot curls**
   - **d. Sculpture curls**

   Lọn tóc nắn tay đặt phía sau đường gợn của kiểu tóc, được gọi là:
   - *a. Lọn tóc bằng ống*
   - *b. Lọn tóc gợn*
   - *c. Trục của lọn tóc*
   - *d. Lọn tóc nắn*

73. **The most desirable hair length for best results in skip waving is:**
   - **a. 7 to 8 inches**
   - **b. 3 to 5 inches** ✓
   - **c. 1 to 2 inches**
   - **d. 8 to 10 inches**

   Hầu hết chiều dài của tóc thích hợp để có được làm gợn sóng cách khoảng là:
   - *a. Từ 7 đến 8 inch*
   - *b. Từ 3 đến 5 inch*
   - *c. Từ 1 đến 2 inch*
   - *d. Từ 8 đến 10 inch.*

74. **Hair strength and elasticity are traceable to the:**
   - **a. Medulla**
   - **b. Cuticle**
   - **c. Follicle**
   - **d. Cortex** ✓

   Độ mạnh và độ đàn hồi của tóc có thể kể đến:
   - *a. Lõi tóc (medulla)*
   - *b. Vảy ngoài của tóc*
   - *c. Nang lông (follicle)*
   - *d. Lớp giữa của tóc*

75. **Aniline derivative tints, para-phenylene-diamine is also referred to as:**
   - **a. Synthetic organic tints** ✓
   - **b. Vegetable tints**
   - **c. Metallic dye**
   - **d. Compound dye**

   Thuốc nhuộm aniline derivative, para-phenylene-diamine còn được xem là:
   - *a. Thuốc nhuộm tổng hợp*
   - *b. Thuốc nhuộm thực vật*
   - *c. Thuốc nhuộm kim loại*
   - *d. Thuốc nhuộm hỗn hợp (thực vật và kim loại)*

76. **Around 35 to 40 hairs lose a day is considered normal. 40% of men and women show some degree of hair loss by the age:**
   - **a. 30**
   - **b. 35** ✓
   - **c. 45**
   - **d. 55**

   Khoảng 35 đến 40 sợi tóc rụng mỗi ngày là bình thường. 40% đàn ông và đàn bà thường mất tóc ở độ tuổi:
   - *a. 30*
   - *b. 35*
   - *c. 45*
   - *d. 55*

77. The hair retouch, the hair tint is applied to the:

    a. Hair ends   **c.** New growth of hair ✓

    b. Entire hair shaft   **d.** Hairline only

Phần gốc tóc mới mọc ra của mái tóc đã nhuộm, cần nhuộm lại ở:

    a. *Đuôi tóc*   *c.* *Phần tóc mới mọc*

    b. *Khắp sợi tóc*   *d.* *Chỉ ở đường viền tóc*

78. To avoid overlapping in a tint retouch, color the new growth of hair about:

    a. 1/16 of an inch over tinted hair   **c.** ¼ of inch over tinted hair

✓ **b.** 1/16 of an inch <u>up</u> to the tinted hair   **d.** ½ of an inch up to the tinted hair

Để tránh thuốc nhuộm chồng lên khi nhuộm retouch, nhuộm phần tóc mới mọc khoảng:

    a. *1/16 inch qua lằn tóc nhuộm cũ*   *c.* *¼ inch qua lằn tóc nhuộm cũ*

    b. *1/16 inch tới gần lằn tóc nhuộm cũ*   *d.* *½ inch tới gần lằn tóc nhuộm cũ*

79. Highlighting shampoo tint contain a/an:

    a. Vegetable tint and shampoo   **c.** Metallic tint and aniline derivative tint

✓ **b.** Aniline derivative tint and shampoo   **d.** Compound dye, shampoo, and tint product

Thuốc nhuộm gội sáng tóc (highlighting shampoo tint) chứa:

    a. *Thuốc nhuộm thực vật và shampoo*   *c.* *Thuốc nhuộm kim loại và aniline derivative*

    b. *Thuốc nhuộm aniline và shampoo*   *d.* *Nhuộm hỗn hợp, shampoo, và thuốc nhuộm*

80. Egyptian henna colors the hair by:

    a. Coating the medulla   **c.** Penetrate the hair cuticle

✓ **b.** Coating the hair shaft   **d.** Penetrate the hair cortex

Màu nhuộm tóc henna của người Ai cập bằng cách:

    a. *Bọc ngoài lõi tóc*   *c.* *Xâm nhập vào lớp ngoài của tóc*

    b. *Bọc ngoài sợi tóc*   *d.* *Xâm nhập lớp giữa của tóc*

81. Oil lighteners are mixtures of hydrogen peroxide with:

    a. Sulfonated oil ✓   **c.** Mineral oil

    b. Olive oil   **d.** Classified oil

Thuốc tẩy dầu (oil bleach) pha trộn của hydrogen peroxide với:

    a. *Dầu acid sulfuric*   *c.* *Dầu khoáng*

    b. *Dầu olive*   *d.* *Dầu phân chất*

82. Color rinse contains:

    a. Penetrating colors   **c.** Aniline colors

✓ **b.** Certified colors   **d.** Compound colors

Color rinse (chất xả có màu) chứa:

    a. *Màu xâm nhập*   *c.* *Màu aniline*

✓ *b.* *Certified colors (màu tiếp nhận)*   *d.* *Màu hỗn hợp (metallic & henna)*

83. Metallic salts are found in:

    a. Vegetable hair tints   **c.** Progressive hair dye ✓

    b. Aniline hair tints   **d.** Crayon color tints

Muối kim loại được tìm thấy trong:

    a. *Thuốc nhuộm thực vật*   *c.* *Màu phát triển (progressive color)*

    b. *Thuốc nhuộm aniline*   *d.* *Nhuộm phấn màu*

84. **When a desires shade is reached the lightener should be removed with:**
   a. Suffonated oil
   b. Cool water ✓
   c. Hydrogen peroxide
   d. Warm water

   Khi đạt đến màu mong muốn thuốc tẩy nên cần xả bỏ với:
   a. Dầu acid sulfuric
   b. Nước mát
   c. Hydrogen peroxide (H2O2)
   d. Nước ấm

85. **A semi-permanent tint contains a/an:**
   a. Compound henna
   b. Aniline derivative ✓
   c. Certified color
   d. Metallic dyes

   Thuốc nhuộm bán vĩnh viễn chứa:
   a. Hỗn hợp henna
   b. Aniline derivative
   c. Màu tiếp nhận (certified color)
   d. Thuốc nhuộm kim loại

86. **Two types of fillers are conditioning fillers and:**
   a. Cream filler
   b. Toner filler
   c. Color fillers ✓
   d. Process fillers

   Hai loại filler là conditioning filler (sửa chữa tóc hư) và:
   a. Cream filler (kem filler)
   b. Toner filler (filler sáng tóc)
   c. Color fillers (cân bằng độ thấm)
   d. Process filler (filler phát triển)

87. **In order to make hair porosity uniform, and deposit a base color prior to hair tinting, first use a:**
   a. Cream rinse
   b. Color filler ✓
   c. Color blender
   d. Color shampoo

   Để tạo cho tóc thấm đều, và đưa màu nền căn bản trước khi nhuộm tóc, đầu tiên dùng:
   a. Cream rinse (kem xả tóc)
   b. Color filler (cân bằng độ thấm)
   c. Phủ đều màu
   d. Color shampoo (chất gội màu)

88. **The action of hydrogen peroxide is hastened by the addition of:**
   a. Distilled water
   b. Hard water
   c. Soft water
   d. 28% ammonia ✓

   Tác dụng của hydrogen peroxide được thúc đẩy bằng cách thêm vào của:
   a. Nước chưng cất
   b. Nước nặng (nước còn nhiều khoáng chất)
   c. Nước mềm (nước lọc kỹ, nước mưa)
   d. 28% ammonia

89. **If tension is used when wrapping the hair for permanent waving, the action of the cold wave solution could be:**
   a. Retarded ✓
   b. Hastened
   c. Stopped
   d. Accelerated

   Nếu quá căng khi quấn tóc vĩnh viễn, tác dụng của thuốc uốn tóc có thể bị:
   a. Chậm lại
   b. Thúc đẩy
   c. Ngưng lại
   d. Tăng nhanh

90. **When sectioning for a cold wave, each section should be:**
   ✓ a. ½ inch shorter than the rod
   b. ½ inch longer than the rod
   c. ¼ inch longer than the rod
   d. 1 inch longer than the rod

   Khi chia từng phần trên đầu cho việc uốn tóc, mỗi phần tóc được chia nên:
   a. ½ inch ngắn hơn ống cuốn tóc
   b. ½ inch dài hơn ống cuốn tóc
   c. ¼ inch dài hơn ống cuốn tóc
   d. 1 inch dài hơn ống cuốn tóc

91. Muscle in the skin that contracts and causes "goose flesh" is the:
a. Follicle   c. Arrector pili ✓
b. Root   d. Orbicularis oculi

Bắp thịt ở trong da co thắt và nguyên nhân tạo "nổi da gà" là:
a. Nang lông   *c. Cơ dựng lông*
b. Gốc   *d. Cơ vòng hóc mắt để nhắm mí mắt*

92. The action of the chemical hair relaxer is to cause the hair:
✓ a. Soften and swell   c. Harden and set
b. Form new curls   d. Shrink

Tác dụng của hóa chất duỗi tóc là nguyên nhân tạo cho tóc:
a. Mềm và trương nở   *c. Cứng và tạo thẳng (neutralizer)*
b. Tạo lọn quăn mới   *d. Co lại*

93. What chemical agent is required in addition to the chemical relaxer?
a. Lacquer   c. Waving lotion
b. Gentian violet jelly   d. Stabilizer ✓

Hóa chất được yêu cầu thêm vào hóa chất duỗi tóc là:
a. Chất phủ bóng   *c. Dung dịch uốn tóc*
b. Chất jel chữa phỏng   *d. Stabilizer (dung dịch ổn định)*

94. The person credited as being the originator of Marcel waving was a/an:
a. Englishman   c. Belgian
b. Hungarian   d. Frenchman ✓

Người được công nhận phát minh dụng cụ làm dợn sóng tóc Marcel là:
a. Người Anh   *c. Người Bỉ*
b. Người Hung ga ri   *d. Người Pháp*

95. The stabilizer is also known as neutralizer and:
a. Thio relaxer   c. Fixative ✓
b. Caustic   d. Ammonia

Chất ổn định (stabilizer) được biết là chất trung hòa (neutralizer) và:
a. Thio relaxer (chất duỗi tóc thio)   *c. Fixative (chất chỉnh đốn lại)*
b. Chất ăn mòn   *d. Hỗn hợp khí hydrogen và nitrogen (không màu, nồng)*

96. Cold permanent waving is possible because hair has a high content of:
a. Protein bonds   c. Sulfur bonds ✓
b. Porosity bonds   d. Keratin bonds

Chất thuốc uốn tóc có thể là nguyên nhân làm tóc tăng cao lượng:
a. Protein bonds (cấu tạo đạm)   *c. Sulfur bonds (cấu tạo bond chữ S)*
b. Porosity bonds (cấu tạo độ thấm)   *d. Keratin (cấu tạo chất sừng)*

97. A double treatment with a heated comb for pressing hair is known as:
a. Soft press   c. Regular press
✓ b. Hard press   d. Comb press

Dùng lượt ép làm 2 lần để ép tóc được biết là:
a. Ép nhẹ (ép mỗi mặt tóc 1 lần) *c. Ép thông thường*
b. Ép mạnh (ép mỗi mặt tóc 2 lần) *d. Ép lược*

98. To insure better tint coverage on resistant hair, use:

a. A filler applied to the pigmented hair

✓ b. A softerner of mild bleach applied before the tint

c. Tint mix with distilled water

d. A mixture of water and ammonia applied to the pigmented hair

Để cho thuốc nhuộm phủ đều trên loại tóc khó thấm, dùng:

a. Dùng filler cho lên tóc màu

b. Làm mềm tóc hoặc tẩy nhẹ trước khi nhuộm

c. Thuốc nhuộm trộn với nước chưng cất

b. Trộn nước với ammonia cho lên tóc màu.

99. To keep the hair from tangling after a sodium hydroxide relaxing treatment, it should be used _____ after shampooing:

a. Acid rinses

b. Acid balanced rinses

c. Conditioner or cream rinses ✓

d. Medicated rinses

Để giữ cho tóc khỏi rối sau khi dùng hóa chất duỗi tóc sodium hydroxide, nên dùng hóa chất gì_____ sau Khi gội?

a. Acid rinses (phục hồi độ pH cho tóc)

b. Acid balanced rinses (ngăn ngừa lợt màu sau khi nhuộm)

c. Kem phục hồi tóc hoặc kem xả cho mịn tóc

d. Medicated rinses (chất thuốc xả trị gàu ở da đầu)

100. To minimize wide set eyes and make them appear closer, it is best to:

a. Shorten the outside eyebrow line on both sides

c. Extend the eyebrow line inside the corner of the eye ✓

b. Make the eyebrow line straight

d. Arch the ends of the eyebrows

Để giảm thiểu đôi mắt rộng và làm chúng trông gần hơn, tốt nhất là:

a. Ngắn lại bên ngoài đường chân mày ở cả hai bên

b. Tạo cho chân mày thành đường thẳng

c. Vẽ thêm đường chân mày vô bên trong góc mắt

d. Làm cong cuối đường chân mày

COSMETOLOGY EXAMINATION 3

1. During the degrees of decolorizing, from black hair to pale yellow, hair can go through:

    a. 5 major color changes   c. 7 major color changes

    b. 9 major color changes   d. 10 major color changes ✓

Trong tiến trình lợt màu tóc, từ tóc đen đến tóc vàng nhạt, tóc có thể đi qua:

    a. Thay đổi 5 tầng màu   *c. Thay đổi 7 tầng màu*

    b. Thay đổi 9 tầng màu   *d. Thay đổi 10 tầng màu* ✓

2. Hairdressing for pay may legally be performed by a licensed cosmetologist in a client's home rather than in a salon:

    a. If client is a friend or relative   ✓ c. For an ill patron, when arrangements have been made by a beauty salon owner

    b. After regular business hours   d. Under no circumstances

Người thợ có bằng tóc nhận tiền hợp pháp được làm tại nhà của khách mà không cần phải ở salon:

    a. Nếu khách là bạn hoặc người thân   *c. Khách bị bệnh, được sắp xếp bởi chủ tiệm thẩm mỹ*

    b. Sau giờ làm việc   *d. Không có bất cứ tình huống nào*

3. For a hairstyle set with rollers, which one of the following has the most important effect on the firmness? of the curl:

    a. Pinning of the rollers   c. Placement of the rollers

    b. Length of the rollers   d. Diameter of the rollers ✓

Đối với việc tạo kiểu tóc với ống cuốn, một trong số điều quan trọng sau đây ảnh hưởng đến độ quăn chặt của lọn tóc:

    a. Kẹp với ống cuốn   *c. Cách đặt ống cuốn*

    b. Chiều dài cuả ống cuốn   *d. Đường kính của ống cuốn*

4. When doing a virgin tint on a head of hair with damaged and porous ends, before applying the tint, you would:

    a. Treat the ends with a softener   c. Tint mixture to the ends

✓ b. Treat the ends with a color filler   d. Tint mixture to shampoo

Lúc tóc nhuộm dù là lần đầu mà tóc bị hư và đuôi tóc thấm, trước khi cho thuốc nhuộm, bạn nên:

    a. Thấm đuôi tóc với chất mềm tóc   *c. Thuốc nhuộm trộn ở đuôi tóc*

    b. Thấm đuôi tóc với chất giúp đều màu (color filler)   *d. Thuốc nhuộm trộn với shampoo*

5. Hair may be thinned with scissors, thinning shears or with:

    a. The clippers   c. The tang

✓ b. A razors   d. The pivot

Tóc có thể được tỉa mỏng bằng kéo, kéo tỉa hoặc với:

    a. Clipper (dụng cụ cắt tóc bằng điện)   *c. Chuôi dao*

    b. Dao   *d. Trục*

6. The offset a long neck in hair shaping, it advisable:

    a. Leave the neck exposed   c. Leave the hair full at the neck ✓

    b. Leave a single cut   d. Taper the neck line to form a V shape

Để bù lấp chỗ cổ dài trong khi cắt tóc, được khuyên:

    a. Để chỗ cổ trống ra   *c. Giữ lại tóc dài phủ xuống cổ*

    b. Chỉ cắt ít tóc   *d. Tỉa tóc theo đường cổ theo hình chữ V*

7. A tertiary color is achieved by mixing equal amounts of a secondary color and its neighboring:

a. Quaternary colors   c. Warm colors

b. Cool colors   d. Primary colors ✓

Nhóm màu thứ 3 (tertiary color) có được do pha lượng màu đều nhau từ màu thứ 2 và màu kế cận là:

a. *Màu thứ 4 (quarternary color)*   c. *Màu ấm*

b. *Màu mát*   d. *Màu thứ nhất (primary color)*

8. For fine thin hair that needs more body, you would usually:

a. Cut blunt ✓   c. Cut with razor

b. Clippers   d. Slither the ends

Đối với tóc mịn cần tạo độ phồng của tóc hơn, bạn nên luôn luôn:

a. *Cắt tóc ngang (0 độ)*   c. *Cắt tóc bằng dao*

b. *Cắt tóc với dụng cụ điện*   d. *Tỉa mỏng đều đuôi tóc bằng kéo*

9. Bleaching before a toner is necessary for lightening natural color as well as for:

a. Less developing time   c. Texture (fine, medium, coarse)

b. Porosity ✓   d. Density

Tẩy tóc trước khi cho lên tóc màu nhạt (toner) là điều cần thiết, khi muốn làm lợt đi màu tóc tự nhiên cũng như sẽ giúp tóc tốt cho:

a. *Bớt thời gian phát triển*   c. *Cỡ tóc (mịn, vừa, cọng tóc lớn)*

b. *Khả năng hút thấm (độ thấm)*   d. *Độ dày của tóc*

10. In a bleach retouch, hair breakage may result:

a. A weak lighten formula is used   c. A short lightening time is given

b. The lighten over lap to bleached hair ✓   d. Lift color from the hair

Trong việc tẩy lại phần gốc tóc, tóc gãy có thể là hậu quả:

a. *Cách dùng thuốc tẩy yếu*   c. *Thời gian tẩy quá ngắn*

b. *Thuốc tẩy chồng lên tóc tẩy cũ*   d. *Lấy màu tóc*

11. When removing bulk during a hair cut what distance from the scalp should you begin:

a. From ½ to one inch when the hair is fine   c. From 1 to 1 ½ inches when the hair is medium

b. From 1 ½ to 2 inches when the hair is coarse   d. All of the above are correct ✓

Khi cắt tỉa cho tóc bớt bù xù, khoảng cách bao nhiêu cần cắt cách da đầu:

a. *Từ ½ đến 1 inch đối với tóc mịn*   c. *Từ 1 đến 1½ inch đối với tóc trung bình*

b. *Từ 1 ½ tới 2 inch đối với tóc cứng*   d. *Tất cả câu trên đều đúng*

12. Common procedure for virgin bleach is to wait until the second application to apply bleach to the:

a. Middle of the strand   c. Middle of the strand and ends

b. Roots and middle of the strand   d. Roots ✓

Cách thông thường để tẩy tóc nguyên thủy là đợi cho đến lần thứ hai rồi cho thuốc tẩy đến:

a. *Giữa sợi tóc*   c. *Giữa sợi tóc và đuôi tóc*

b. *Gốc tóc và giữa sợi tóc*   d. *Gốc tóc*

13. Boosters, protinators, and activators are products add to bleach to:

a. Slow down the action of the bleach   c. Add drabbing action to the bleach

✓ b. Speed up the action of the bleach   d. Add red highlights to the hair

Chất thúc đẩy (Boosters, protinators, và activators) là những sản phẩm giúp cho thuốc tẩy:

a. *Chậm lại tác dụng của thuốc tẩy*   c. *Thêm tác dụng màu nâu xám tới thuốc tẩy tóc*

b. *Tăng nhanh hơn tác dụng của thuốc tẩy*   d. *Thêm màu sáng đỏ đến tóc*

14. **The action of a bleach mixture on hair will continue:**
    a. For one hour
    b. For two hours
    c. As long as it is moist ✓
    d. After it dries out

    Tác dụng của thuốc tẩy trên tóc sẽ tiếp tục:
    a. Một giờ
    b. Hai giờ
    c. Lâu nếu như còn ẩm
    d. Sau khi khô đi

15. **In which part of the hair is the coloring matter found:**
    a. Cuticle
    b. Cortex ✓
    c. Medulla
    d. Follicle

    Phần nào của tóc được tìm thấy có chất màu:
    a. Vảy ngoài của tóc
    b. Lớp giữa của tóc (lớp thứ hai)
    c. Lõi tóc
    d. Nang lông

16. **The ray that produces vitamin D in the skin and can be used to treat acne, rickets, psoriasis is:**
    a. White ray
    b. Infrared ray
    c. Blue ray
    d. Ultraviolet ray ✓

    Tia sáng tạo vitamin D trong da và có thể dùng để trị mụn bọc, bệnh còi xương, bệnh vảy nến là:
    a. Tia trắng
    b. Tia hồng ngoại
    c. Tia xanh biển
    d. Tia cực tím

17. **Horizontal uneven lines across the nail plate are caused by minor injury to the nail or**
    a. Incorrect filing
    b. Thickening of the nail plate
    c. Weak eyes
    d. Internal disease ✓

    Các lằn ngang không đều ở mặt móng là nguyên nhân do tổn thương nhẹ ở móng hoặc:
    a. Giũa không đúng cách
    b. Mặt móng dày
    c. Đôi mắt yếu
    d. Bệnh nội thương

18. **One of the following is an accepted method for the laundering of towel**
    a. 160 degrees for 5 minutes
    b. Both a and b
    c. 140 degrees for 15 minutes ✓
    d. None of the above

    Một trong những điều sau đây là phương pháp chấp nhận cho việc giặt khăn:
    a. 160 độ F giặt trong 5 phút
    b. Cả hai câu a và b
    c. 140 độ F giặt trong 15 phút
    d. Không có các điều trên

19. **The main ingredient in cuticle remover is:**
    a. Potassium hydroxide
    b. Lanolin
    c. Hydrogen peroxide
    d. Resin

    Thành phần chính trong chất làm/mềm da là:
    a. Potassium hydroxide ✓
    b. Chất kem dưỡng da
    c. Hydrogen peroxide (H_2O_2)
    d. Nhựa resin

20. **If a patron has a condition known as onychophagy, you should:**
    a. Send her to a physician
    b. Give oil manicure to promote grow ✓
    c. File nail very short
    d. Buff well

    Nếu khách hàng có thói quen cắn móng tay, bạn nên:
    a. Khuyên khách đi bác sĩ
    b. Làm móng tay dầu giúp móng tăng trưởng
    c. Giũa móng thật ngắn
    d. Đánh bóng móng thật mịn

21. More different types of tissues working together to perform a particular function is called:

a. Organ ✓✓
c. Tissue
b. Cell
d. System

Nhiều loại mô khác nhau cùng hoạt động chung nhiệm vụ đặc biệt được gọi là:

a. Bộ phận (chức năng)
c. Mô
b. Tế bào
d. Hệ thống

22. Bleach product is usually applied to dry hair and which bleach is harsher in hair action:

a. Cream bleach
c. Powder bleach ✓
b. Oil bleach
d. Ammonia and water

Thuốc tẩy luôn luôn cho lên tóc khô và thuốc tẩy nào có tác dụng làm tóc khô cằn hơn:

a. Cream (kem tẩy sền sệt)
c. Bột tẩy
b. Dầu tẩy
d. Ammonia và nước

23. Using sodium hydroxide for hair relaxing where would you apply product during first step:

a. ½" from scalp through the ends
c. From scalp to the porous ends
✓ b. Back section & ½" from scalp to porous end
d. Back section and from scalp through the ends

Dùng hóa chất sodium hydroxide duỗi tóc, nơi nào thuốc duỗi tóc cho lên trước:

a. ½ inch từ da đầu đến hết đuôi tóc
c. Từ da đầu tới phần đuôi tóc dễ thấm
b. Phần tóc phía sau và ½ inch từ da đầu
d. Phần tóc phía sau và từ da đầu đến hết đuôi tóc
*   đến phần đuôi tóc dễ thấm*

24. If the skin is accidentally nipped while manicuring:

a. Use a styptic pencil
✓ c. Apply an antiseptic solution or 3% H2O2
b. Use formalin disinfectant
d. Send patron to a physician

Nếu có rủi phạm cắt vào da khi làm móng, bạn dùng:

a. Bút chì cầm máu
c. Dung dịch sát trùng hoặc 3% peroxide ✓
b. Dùng chất diệt trùng formalin
d. Đưa khách đi bác sĩ

25. The ability of the body to withstand disease is called:

a. Septicemia
c. Resistance ✓
b. Contagion
d. Contamination

Khả năng chống cự lại bệnh tật của cơ thể gọi là:

a. Nhiễm trùng máu
c. Sự kháng bệnh
b. Sự lây lan
d. Sự nhiễm bẩn

26. A general infection is:

a. Confined to a small area
c. In the blood stream ✓
b. Around the nails
d. At the hair roots

Nhiễm trùng toàn bộ là ở:

a. Nhiễm trùng một vùng nhỏ
c. Trong dòng máu
b. Chung quanh các móng tay
d. Ở những chân tóc

27. When pathogenic bacteria multiply rapidly, a disease becomes:

a. Immune
c. Virulent ✓
b. Antitoxic
d. Antiseptic

Khi vi trùng gây bệnh sinh sản nhanh chóng, cơn bệnh trở thành:

a. Miễn nhiễm
c. Nhiễm khuẩn trầm trọng
b. Kháng độc
d. Sát trùng

28. **Which of the following is not an antiseptic?**
   a. Hydrogen peroxide 3%
   b. Powder alum
   c. Formalin 2%
   d. Boric acid 5%

   Chất nào dưới đây không phải là một chất sát trùng?
   a. Hydrogen peroxide 3%
   b. Thuốc cầm máu (phèn bột)
   c. Formalin 2%
   d. Boric acid 5%

29. **When you color the hair to high lift and deposit tint, how do you apply the tint in the first application:**
   a. ½ inch away from scalp to porous end
   b. 1 inch away from scalp to end
   c. From scalp to porous end
   d. Back section and from scalp to end

   Khi bạn nhuộm màu tóc đã tẩy lợt và cần đưa màu vào, bạn cho thuốc nhuộm thế nào lúc đầu tiên:
   a. ½ inch cách xa da đầu đến phần tóc dễ thấm
   b. 1 inch cách xa da đầu và đuôi tóc
   c. Từ da đầu đến phần đuôi tóc dễ thấm
   d. Phần tóc phía sau và từ da đầu đến đuôi tóc

30. **Articles such as metal files, nippers or steel pushers that drop on the floor may be used again, if they are:**
   a. Used on the same patron
   b. Rinsed with hot water
   c. Wiped of with 70% alcohol
   d. Sanitized with a germicide

   Vật dụng như giũa kim loại, đồ cắt da, hoặc cây sủi thép bị rớt xuống sàn nhà có thể dùng lại nếu chúng:
   a. Dùng cùng một người khách
   b. Xả bằng nước nóng
   c. Lau bằng alcohol 70%
   d. Khử trùng với chất diệt vi trùng gây bệnh

31. **The fingernail must be prepared or the acrylic nail will:**
   a. Lift
   b. Peel
   c. Crack
   d. Dissolve

   Móng tay phải được chuẩn bị kỹ, nếu không, móng bột sẽ:
   a. Tróc
   b. Lột ra
   c. Nứt
   d. Hòa tan

32. **Which one of the following is caused by an infection?**
   a. Onychorrhexis
   b. Pterygium
   c. Onychophagy
   d. Paronychia

   Bệnh nào dưới đây gây ra do nhiễm trùng:
   a. Móng tét
   b. Bệnh dư da (da chồm)
   c. Bệnh cắn móng tay
   d. Bệnh nhiễm trùng quanh móng

33. **Your customer's hair has over 50% gray hair, where do you first apply the tint:**
   a. Front section
   b. Back section
   c. Around hair line
   d. From front then back section

   Người khách của bạn có hơn 50% tóc bạc, phần nào bạn cần cho thuốc nhuộm lên trước:
   a. Phần tóc trước
   b. Phần tóc sau
   c. Chung quanh viền tóc
   d. Từ phần trước rồi đến phần sau

34. **The transfer of specific disease from person to person is called:**
   a. Systemic
   b. Toxaemia
   c. Contagion
   d. Susceptibility

   Sự truyền bệnh từ người này sang người khác được gọi là:
   a. Thuộc về cơ thể
   b. Nhiễm trùng máu
   c. Sự truyền nhiễm bệnh trực tiếp hoặc gián tiếp
   d. Sự mẫn cảm

35. The hair-like organs that enable bacteria to move are called:
a. Anthrax   c. Flagella ✓
b. Both of a & b   d. None of the above

Cấu trúc như sợi tóc của vi trùng giúp chúng di chuyển được gọi là:
a. Bệnh than (nhọt lở lớn có mủ)   c. Chân giả (lông bơi)
b. Cả hai câu a và b   d. Không phải các câu kể trên

36. Amotile bacteria are:
a. Capable of moving   c. Harmless
b. Incapable of moving ✓   d. Capable of producing specific disease

Loại vi khuẩn amotile là:
a. Có khả năng di chuyển   c. Vô hại
b. Không có khả năng di chuyển   d. Có khả năng gây bệnh đặc biệt

37. Bacteria reproduce best in:
a. Direct sunlight   c. Closed cabinet
b. Freezing temperature   d. Warm, dark, damp and dirty places ✓

Vi khuẩn sinh sản tốt nhất nơi:
a. Trực tiếp ánh sáng mặt trời   c. Trong tủ đóng kín
b. Có độ đông lạnh   d. Những chỗ ấm, tối, ẩm và dơ bẩn

38. Good topics for salon conversation are:
a. Politics   c. Non-controversial ✓
b. Controversial   d. Debatable

Những đề tài thích hợp cho việc đàm thoại trong salon là:
a. Chính trị   c. Không tranh luận
b. Tranh luận   d. Có thể thảo luận

39. In some states, an esthetician must first be licensed as a:
a. Manicurist   c. Barber/stylist
b. Cosmetologist ✓   d. Podiatrist

Một vài tiểu bang, chuyên viên về da, trang điểm trước hết phải có giấy phép của:
a. Thợ làm móng tay, chân   c. Thợ chuyên về tóc/ chải kiểu
b. Thợ thẩm mỹ toàn phần (hair, nail, facial)   d. Bác sĩ về chân

40. A physician who specializes in the practice of that branch of medicine dealing with skin disorders is a:
a. Physiologist   c. Psychologist
b. Dermatologist ✓   d. Psychiatrist

Một bác sĩ chuyên khoa trị bệnh về da:
a. Nhà sinh lý học   c. Nhà tâm lý học
b. Bác sĩ chuyên khoa da   d. Bác sĩ tâm thần

41. A severe infection of several adjoining hair follicles that drain onto the skin's surface from multiple apertures is known as:
a. Scales   c. Carbuncle ✓
b. Cyst   d. Furuncle

Nhiễm trùng trầm trọng cạnh bên các lỗ chân lông dẫn đến bề mặt da từ những kẻ tóc được biết là:
a. Vảy   c. Carbuncle
b. Bướu nhỏ   d. Furuncle (mụt nhiễm trùng nhỏ hơn carbuncle)

42. Public hygiene is valuable to everyone because it:

    a. Preserves the health of the individual   c. Preserves the health of the community ✓

    b. Maintain the quality of esthetic service   d. Aids in esthetician training

Vệ sinh công cộng có ảnh hưởng cao đến tất cả mọi người bởi vì:

a. Giữ gìn sức khỏe cá nhân   c. Giữ gìn sức khỏe cộng đồng

b. Giúp duy trì phẩm chất dịch vụ thẩm mỹ   d. Trợ giúp huấn luyện thẩm mỹ viên

43. The functioning of body organs is weakening by:

    a. Mental depression ✓   c. Balance diet

    b. Exercise   d. Sunshine

Chức năng của các bộ phận yếu đi do:

a. Thần kinh suy sụp   c. Kiêng ăn đúng cách

b. Luyện tập   d. Ánh sáng

44. Angry thoughts may often cause the heart action to:

    a. Stop   c. Retrogress

    b. Slow up   d. Increase ✓

Giận dữ thường là nguyên nhân tác động của bệnh tim:

a. Ngừng đập   c. Suy yếu

b. Chậm dần   d. Gia tăng

45. The body gets support and balance from:

    a. High heels   c. Bitten cuticles

    b. Bunions   d. Well fitting shoes ✓

Cơ thể được nâng đỡ và cân đối từ:

a. Giày cao gó   c. Cắn da tay

b. Xương nhô đầu ngón chân   d. Giày vừa chân

46. Bacilli and spirilla are both considered motile, because they use hair like projections called:

    a. Harmful bacteria   c. Syphilis

✓ b. Flagella or cilia   d. Cocci

Vi trùng hình que và hình xoắn là loại tự chuyển, bởi vì chúng di chuyển như cấu trúc như cọng tóc gọi là:

a. Vi trùng có hại   c. Vi trùng hình xoắn gây bệnh giang mai

b. Chân giả, lông bơi (cilia)   d. Vi trùng hình tròn

47. The cosmetologist massages the client's face while the client holds the tube electrode in:

    a. Faradic application   c. Indirect high-frequency application ✓

    b. Disincrustation   d. Direct low-frequency application

Thợ thẩm mỹ massage trên mặt khách trong khi người khách cầm giữ ống điện cực trong:

a. Cách co thắt bắp thịt   c. Cách dòng điện cao tần gián tiếp

b. Cách tan tuyến dầu   d. Cách dòng điện thấp tần trực tiếp

48. What is the purpose of melanin in the skin?

    a. It has no purpose   c. To protect the skin against ultra-violet rays ✓

    b. Melanin is not found in the skin   d. None of the above

Mục đích của chất màu có trong da là gì:

a. Không có mục đích   c. Bảo vệ da chống lại tia cực tím

b. Chất màu không tìm thấy trong da   d. Không có câu nào kể trên

49. If the papilla is destroyed, then the hair will:

a. Grow again   c. Grow shorter

b. Grow longer   d. Never grow again ✓

Nếu papilla (phần lõm dưới bầu tóc) bị hư hại, thì tóc sẽ:

a. Mọc trở lại   c. Mọc ngắn hơn

b. Mọc dài hơn   d. Không bao giờ mọc trở lại

50. The proper foundation must be achieved for lightener before using a:

a. Aniline derivative tint   c. Protective cream

b. Toner ✓   d. Dark color product

Nền tóc phải đạt đúng khi tẩy tóc trước khi dùng:

a. Thuốc nhuộm aniline derivative   c. Kem bảo vệ

b. Toner   d. Màu nhuộm đậm

51. An example of a local infection is:

a. Blood poisoning   c. A common cold

b. A boil ✓   d. A syphilis

Ví dụ của loại nhiễm trùng tại chỗ là:

a. Nhiễm độc máu   c. Cảm lạnh

b. Mụn nhọt   d. Bệnh giang mai

52. The ability of the body to resist and destroy bacteria is known as:

a. Infection   c. Immunity ✓

b. Contagion   d. Susceptibility

Khả năng của cơ thể chống lại và tiêu diệt vi trùng được biết là:

a. Nhiễm trùng   c. Miễn nhiễm

b. Lây nhiễm   d. Tính dễ xúc cảm

53. Vaccination is an example of immunity that is:

a. Acquired ✓   c. Permanent

b. Natural   d. Contagious

Chủng ngừa là ví dụ của loại miễn nhiễm đó là:

a. Tự tạo   c. Vĩnh viễn

b. Tự nhiên   d. Lây nhiễm

54. Bacteria have the ability to move about with the aid of:

a. Legs   c. Fins

b. Flagella ✓   d. Spores

Vi trùng có khả năng di chuyển với sự trợ giúp của:

a. Chân   c. Vây cá

b. Chân giả (lông bơi)   d. Bào tử

55. A substance that hinders the growth of or destroys another type of organism is a/an:

a. Antibiotic ✓   c. Parasite

b. Virus   d. Disintegrator

Một chất liệu mà ngăn chận sự tăng trưởng hoặc tiêu diệt loại sinh vật khác là:

a. Kháng sinh   c. Ký sinh trùng

b. Siêu vi khuẩn   d. Sự phân hủy

56. The structure of the hair can be changed by chemical treatment contains:
✓ a. Alkali   c. Lanolin

b. Alcohol   d. Lacquer

Sự cấu trúc của tóc có thể bị thay đổi do dùng hoá chất có chứa:
a. Chất kiềm (alkali)   *c. Lanolin (chất nhờn)*
b. Cồn (alcohol)   *d. Lacquer (chất phủ bóng)*

57. A soap shampoo has a reaction that is usually:
✓ a. Alkaline   c. Neutral

b. Acid   d. Non-Alkaline

Xà phòng gội tạo sự phản ứng luôn luôn là loại:
a. Kiềm (alkaline)   *c. Trung hoà*
b. Acid   *d. Không có kiềm*

58. Phenol is a caustic poison, with 5% dilute solution, is used to sanitize metallic implements. The common name of phenol:
a. Sodium bicarbonate   c. Sodium hypochlorite

✓ b. Carbolic acid   d. Sodium hydroxide

Phenol là chất độc ăn mòn, với 5% pha loãng dùng để khử trùng dụng cụ kim loại. Tên thường gọi phenol là:
a. Sodium bicarbonate (baking soda)   *c. Sodium hypochlorite (chất diệt trùng tẩy nhà)*
b. Carbolic acid   *d. Sodium hydroxide (chất kiềm duỗi tóc)*

59. The substance used as the developer in hair coloring work:
a. Solvent   ✓ c. Hydrogen peroxide (H_2O_2)

b. Sodium chloride (muối NaCl)   d. Soft water

Một chất dùng để pha và phát triển trong nhuộm tóc:
a. Solvent (dung môi)   *c. H_2O_2*
b. Muối NaCl   *d. Nước nhẹ như nước mưa*

60. A high pH factor of hair straightening products indicates a greater content of:
a. Neutrality   c. Acid

b. Water   ✓ d. Alkaline

Nồng độ cao Hydrogen của thuốc duỗi tóc thẳng biểu hiện chứa số lượng lớn:
a. Sự trung hoà   *c. Acid*
b. Nước   *d. Chất kiềm*

61. Before applying the chemical hair relaxed, the hair must be analyzed to determine its:
a. Color, length, and direction   ✓ c. Porosity, texture, and elasticity

b. Density, hair flow, and age   d. Growth, shade, and density

Trước khi dùng hóa chất duỗi thẳng tóc, tóc phải được phân tích đánh giá:
a. Màu, thời gian, và hướng tóc   *c. Độ thấm, cỡ tóc, và đàn hồi*
b. Độ dày, dòng tóc, và tuổi tác   *d. Mọc ra, hình dáng, và độ dày của tóc*

62. The penetrating action of the chemical relaxed on the hair shaft is stopped in the application of:
a. Ammonium thioglycolate   ✓ c. Neutralizer

b. Glyceryl monothioglycolate   d. Sodium hydroxide

Sự xâm nhập của hóa chất duỗi tóc trên tóc được ngừng lại lúc cho lên chất:
a. Hoá chất của thuốc uốn tóc alkaline   *c. Trung hoà*
b. Hoá chất của thuốc uốn tóc acid   *d. Hoá chất duỗi thẳng tóc*

63. Protective gloves should be worn when straightening hair with products containing:

a. Ammonium sulfite   c. Sodium hydroxide ✓

b. Thioglycolate   d. Ceresin

Bao tay bảo vệ được mang khi duỗi thẳng tóc với thuốc duỗi chứa:

a. *Ammonium sulfite (ammonia +muối sulfuric)*   c. *Sodium hydroxide*

b. *Thioglycolic acid (không màu, mùi nồng)*   d. *Amino dye (nhuộm tổng hợp từ than đá như aniline)*

64. In chemical hair straightening, the action of the chemical hair relaxer is to cause the hair:

a. Form new curls   c. Harden the set

b. Swell and soften ✓   d. Becomes less porous

Trong hóa chất duỗi tóc, tác dụng của thuốc duỗi là nguyên nhân làm cho tóc:

a. *Tạo lọn tóc mới*   c. *Làm cứng lại (vị trí mới)*

b. *Trương nở và mềm*   d. *Trở nên ít thấm*

65. The action of neutralizer on chemically straightened hair is to make it:

a. Harden and set ✓   c. More porous

b. Swell and soften   d. Form new curls

Tác dụng của chất trung hòa của hóa chất duỗi tóc là tạo cho tóc:

a. *Làm cứng lại (vị trí mới)*   c. *Dễ thấm hơn*

b. *Trương nở và mềm*   d. *Tạo lọn tóc mới*

66. Onychomycosis is which of the following:

a. Brittle nails   c. Ingrown nails

b. Nail biting   d. The nails due to fungi ✓

Onychomycosis là gì theo sau đây:

a. *Móng dòn*   c. *Móng mọc đâm khóe*

b. *Cắn móng*   d. *Nấm ở móng*

67. What is henna color?

a. A vegetable hair dye ✓   c. A compound hair tint

b. An aniline hair tint   d. A metallic hair dye

Thuốc nhuộm henna là gì:

a. *Thuốc nhuộm thảo mộc*   c. *Thuốc nhuộm hỗn hợp henna và kim loại*

b. *Thuốc nhuộm aniline derivative*   d. *Thuốc nhuộm kim loại*

68. In hair tinting, color fillers are recommended for:

a. Virgin hair   c. Extreme porosity hair

b. Hair pieces   d. Oily hair ✓

Trong nhuộm tóc, chất giúp cân bằng độ thấm màu (color filler) được khuyên cho:

a. *Tóc nguyên thuỷ (chưa dùng hóa chất)*   c. *Tóc có độ thấm nhiều*

b. *Miếng tóc*   d. *Tóc dầu*

69. Tints which last four or six shampoos and no developer are classified as:

a. Demi-permanent colors (oxidative colors)   c. Semi-permanent hair colorings ✓

b. Temporary hair colorings   d. Certified colors (temporary colors)

Thuốc nhuộm mà giữ được từ 4 đến 6 lần gội và không dùng developer được phân loại là:

a. *Thuốc nhuộm oxýt hóa*   c. *Thuốc nhuộm bán vĩnh viễn*

b. *Thuốc nhuộm tạm thời*   d. *Màu tạm thời*

70. If a client complains of an itchy burning scalp after a touch up, the cause may be:
   a. The tint could have been old
   b. The developer was not strong enough
   c. The color was too dark
   d. The beginning of an accumulative allergy ✓

   Nếu người khách than phiền bị ngứa da đầu sau khi nhuộm tóc lại, nguyên nhân có thể:
   a. *Thuốc nhuộm có thể quá cũ*
   b. *Chất developer không đủ mạnh*
   c. *Mầu quá đậm*
   d. *Hiện tượng của dị ứng*

71. Never use an aniline derivative tint:
   a. For tinting virgin hair
   b. For retouching
   c. For tinting eyebrow ✓
   d. Following a negative skin test

   Không bao giờ dùng thuốc nhuộm aniline derivative:
   a. *Để nhuộm tóc nguyên thủy*
   b. *Để nhuộm lại gốc tóc*
   c. *Để nhuộm lông mày (eyebrow)*
   d. *Cho thử dị ứng da là âm tính*

72 Text books are agreed that shape, size, and grown direction of hair determine by the hair:
   a. Papilla
   b. Root sheath
   c. Bulb
   d. Follicle ✓

   Sách giáo khoa cho biết hình dáng, cỡ kích, và hướng mọc của tóc đánh giá do:
   a. *Papilla (lõm hình nón ở gốc tóc)*
   b. *Root sheath (lớp bọc ngoài chân tóc)*
   c. *Bulb (bầu tóc)*
   d. *Nang tóc*

73. When an aniline derivative tint is mixed with peroxide, it causes a chemical reaction known as:
   a. Pre softening
   b. Pre bleach
   c. Oxidation ✓
   d. Progressive

   Khi thuốc nhuộm aniline derivative được pha peroxide, là nguyên nhân tạo phản ứng hóa học được biết là:
   a. *Làm mềm trước*
   b. *Tẩy trước*
   c. *Oxýt hóa*
   d. *Tăng triển*

74. The hair ends during a retouch procedure may be applied demipermanent color if:
   a. The color is faded ✓
   b. Retouch 4 weeks
   c. The color is darker
   d. Retouch 2 weeks

   Trong lúc tóc được nhuộm lại ở gốc tóc, phần đuôi tóc có thể cho thuốc nhuộm oxýt hóa (demipermanent) bán vĩnh viễn pha với nồng độ thấp lên nếu:
   a. *Màu bị phai*
   b. *Nhuộm lại 4 tuần*
   c. *Màu đậm hơn*
   d. *Nhuộm lại 2 tuần*

75. License of cosmetologist entitles the license holder to do all expect one of the following:
   a. Use wax depilation on the brows and facials
   b. Give scalp and hair treatments
   c. Hair cut, color, perm, and relaxer hair
   d. Remove hair by electrolysis ✓

   Giấy phép của thợ thẩm mỹ bao gồm làm những dịch vụ sau ngoại trừ:
   a. *Dùng sáp lấy lông mày và làm da mặt*
   b. *Trị da đầu và tóc*
   c. *Cắt tóc, nhuộm, uốn, và duỗi tóc*
   d. *Lấy lông bằng điện cực*

76. If the fastening band is twisted or stretched too tightly in a cold wave it may cause:
   a. Frizzy curl
   b. Springy curl
   c. Breakage of the hair ✓
   d. A resilient curl

   Nếu dây cao su bị xoắn hoặc quá căng trong lúc uốn tóc, có thể gây nguyên nhân:
   a. *Lọn tóc xoắn nhỏ và chặt*
   b. *Lọn tóc co dãn không đều*
   c. *Gãy tóc*
   d. *Lọn tóc đàn hồi*

77. Cotton strips (cotton bands) use in cold waving is placed for skin protection and when it removed:
a. Before waving solution application   c. As soon as the hair stop dripping
b. Just before the neutralizing step   ✓ d. As so as on the strip becomes wet with solution

Dãi bông gòn (miếng bông gòn) dùng trong uốn tóc được đặt để bảo vệ da và lấy bỏ đi lúc:
a. Trước lúc cho thuốc uốn tóc   *c. Khi tóc ngưng nhiễu thuốc*
b. Chỉ lúc trước khi cho thuốc trung hoà   *d. Lúc mà miếng bông gòn ướt đẫm dung dịch*

78. In cold waving, a tighter curl may be achieved by:
a. Using a stronger waving lotion   c. Using small rods ✓
b. Processing for a longer period   d. Neutralizing for shorter period

Trong dịch vụ uốn tóc, lọn tóc quăn nhỏ, chặt có thể đạt được do:
a. Dùng thuốc uốn tóc mạnh   *c. Dùng ống cuốn nhỏ*
b. Cần phát triển thời gian dài   *d. Trung hòa với thời gian ngắn*

79. The shortest processing time in cold waving is usually for:
a. Lightened hair ✓   c. Wiry hair
b. Resistant hair   d. Coarse hair

Thời gian phát triển ngắn nhất trong dịch vụ uốn tóc luôn luôn đối với:
a. Tóc tẩy   *c. Tóc quăn cứng, bóng*
b. Tóc khó thấm   *d. Tóc cứng đường kính lớn*

80. End papers should be of absorbent materials to assure:
a. Control of the hair end   c. Penetration of the waving lotion ✓
b. A smooth wrap   d. Prevention on kinky ends

Giấy cuốn đuôi tóc nên dùng loại giấy thấm để chắc rằng:
a. Kiểm soát đuôi tóc   *c. Thuốc uốn tóc xâm nhập vào*
b. Quấn tóc mịn   *d. Ngăn ngừa đuôi tóc quăn tít*

81. Hair wrapped without tension and evenly spread on the rod to assure:
a. A tight curl   c. Good penetration of the lotion ✓
b. A loose curl   d. Poor penetration of the lotion

Tóc quấn không căng và trải đều trên ống cuốn để chắc rằng:
a. Lọn tóc quăn nhỏ   *c. Dung dịch uốn tóc thấm dễ dàng*
b. Lọn tóc dãn ra   *d. Dung dịch uốn tóc khó thấm*

82. If heat is used a long time with lightening chemicals, the hair will soften and can make it:
a. Stronger   c. More fragile ✓
b. Poor porosity   d. More resistant

Nếu sức nóng được dùng lâu với hóa chất tẩy, tóc sẽ mềm và có thể làm:
a. Mạnh hơn   *c. Dễ gãy hơn*
b. Độ thấm kém (khó thấm)   *d. Tóc cứng hơn*

3. Test curl is taken during processing of a cold wave should be given:
a. On the same curl   c. In the back section
b. Where the firmest curl is desired   d. In several different areas ✓

Thử lọn tóc được làm trong lúc uốn tóc nên được thử:
a. Trên cùng một lọn tóc   *c. Phần tóc phía sau*
b. Nơi có lọn tóc quăn nhất như ý muốn   *d. Tóc ở nhiều vị trí khác nhau*

84. The processing time of a cold wave depends chiefly upon the:

a. Elasticity   c. Porosity ✓

b. Length of the hair   d. Size of the rods

Thời gian phát triển của mái tóc uốn tùy thuộc phần lớn vào:

a. Sự đàn hồi   c. Độ thấm

b. Chiều dài của mái tóc   d. Cỡ của ống cuốn

85. The best way to determine if ends of hair are overly porous on a virgin tint is:

a. Make frequent strand test while tint   c. Ask the customer if she had a permanent waving

b. Make a preliminary strand test ✓   d. To examine hair and scalp carefully before tinting

Cách tốt nhất đánh giá là nếu đuôi tóc quá thấm trên mái tóc nhuộm lần đầu tiên là:

a. Cần thử thường xuyên trong lúc nhuộm   c. Hỏi khách nếu cô ấy đã từng uốn tóc

b. Trước tiên là cần thử trên lọn tóc   d. Đánh gía tóc và da đầu cẩn thận trước khi nhuộm

86. When giving a press to coarse hair, over curly hair, it can tolerably:

a. Less heat than fine hair   c. More heat and pressure than fine hair ✓

b. Less pressure than medium hair   d. Less pressing oil

Khi ép tóc trên tóc cứng, tóc quá quăn, tóc có thể chịu được:

a. Ít nhiệt hơn tóc mịn   c. Nhiều nhiệt và ép mạnh hơn tóc mịn

b. Ít ép hơn tóc trung bình   d. Ít dầu ép

87. Test the hair between your fingers and it feels smooth, the hair has:

a. Good elasticity   c. Poor porosity ✓

b. Low elasticity   d. Good porosity

Thử lọn tóc giữa ngón tay và cảm thấy mịn, tóc có:

a. Sự đàn hồi mạnh   c. Độ thấm kém (tóc khó thấm)

b. Ít đàn hồi   d. Độ thấm tốt (tóc dễ thấm)

88. When pressing gray hair use light pressure and:

a. More heat   c. No heat

b. Moderate heat ✓   d. Intense heat

Khi ép tóc bạc nên ép nhẹ và:

a. Nhiều nhiệt   c. Không dùng nhiệt

b. Nhiệt vừa phải   d. Nhiệt thật cao

89. Use a haircolor with a base blue, if a customer has unwanted . . . . :

a. Green tones   c. Violet tones

b. Yellow tones   d. Orange tones ✓

Dùng màu nhuộm tóc với màu nền là xanh, nếu người khách không muốn tóc có màu . . . . :

a. Sắc xanh lá   c. Sắc tím

b. Sắc vàng   d. Sắc cam

90. A mistake in thermal waving can be corrected by:

✓ a. Repeated pressing until the hair is straight c. Wetting the entire head

b. Dampening the hair and starting over again d. Giving a croquignole heat curl

Sự sai sót trong làm dợn tóc bằng nhiệt có thể làm lại bằng cách:

✓ *a. Ép lại cho đến khi tóc được ngay   c. Ướt hết cả tóc trên đầu*

b. Ẩm tóc và bắt đầu làm lại   d. Dùng kẹp nhiệt quấn tóc từ đuôi tóc đến da đầu

91. For the construction of thermal curls, which of the following usually requires only a warm iron?
a. Coarse black hair   c. Fine bleached hair ✓
b. Long brown hair   d. Short virgin hair

Để tạo lọn tóc bằng nhiệt, loại tóc nào theo sau đây luôn luôn chỉ cần kẹp nhiệt ấm:
a. Tóc đen cứng   c. Tóc mịn đã tẩy
b. Tóc nâu dài   d. Tóc ngắn nguyên thủy

92. A primary mix secondary color (such as red & green) is opposite each other on the color wheel are:
a. Complementary colors ✓   c. Tertiary colors
b. Quarternary colors   d. Cool colors (blue, green)

Màu thứ nhất pha màu thứ hai (như đỏ và xanh lá) là những màu đối diện nhau trên bảng màu là:
a. Màu trung hòa   c. Nhóm màu thứ ba
b. Nhóm màu thứ tư   d. Nhóm màu mát (xanh, xanh lá)

93 The temperature of heated Marcel irons is tested on a:
a. Strand of hair   c. Damp cloth
b. Pieces of white tissue-paper ✓   d. Wax paper

Nhiệt độ của kẹp Marcel được thử trên:
a. Lọn tóc   c. Vải ẩm
b. Giấy trắng mịn   d. Giấy sáp

94. The blood vessels that nourish the hair are located in the:
a. Epidermis   c. Hair shaft
b. Hair papilla ✓   d. Hair bulb

Mạch máu nuôi dưỡng cho tóc được nằm trong:
a. Ngoại bì   c. Cọng (sợi) tóc
b. Phần lõm chứa mạch máu dưới bầu tóc   d. Bầu tóc (chỗ lõm, hình nón, phần dưới của gốc tóc)

95. A fish hooked end curl is caused when the:
a. Irons are too hot   c. Curl is started to high
✓ b. Ends of the hair are not caught in the iron   d. Curl is started to low

Đuôi tóc bị xoắn móc câu là nguyên nhân lúc:
a. Kẹp quá nóng   c. Lọn tóc được dựng cao
b. Đuôi tóc không nằm trong kẹp nhiệt   d. Lọn tóc được hạ thấp

96. Solution breaks the disulfide bonds in the cortex throught a reaction in permanent waving called:
a. Oxidation   c. Sulfur bonds
b. Reduction ✓   d. Subtraction

Dung dịch làm gãy những liên kết phần cấu tạo chất sừng trong lớp giữa của tóc qua phản ứng hoá chất trong thuốc uốn tóc được gọi là:
a. Sự oxýt hóa   c. Cấu trúc chữ S (sulfur) cho tóc
b. Làm co lại, thêm hydrogen vào sợi tóc   d. Loại bỏ đi

97. Nails are composed of chemical substance called:
a. Keratin ✓   c. Corium
b. Carbon   d. Protein

Móng tay được cấu tạo bằng hóa chất có tên:
a. Keratin (chất sừng)   c. Corium (nội bì)
b. Carbon (than)   d. Protein (chất đạm)

98. Which of the following hair area of the head would you generally start applying a tint having lightening power of two or more shades?

a. Nape area ✓

c. Side front

b. Crown

d. Top front

Vùng tóc nào của da đầu, bạn bắt đầu cho thuốc nhuộm để làm lợt tóc từ 2 tầng màu trở lên:

a. Vùng tóc ở gáy

c. Vùng tóc bên ở trước

b. Vùng tóc đỉnh đầu

d. Vùng tóc trước

99. Diseases such as tuberculosis, the common cold, scabies, ringworm, and virus infections that prevent the cosmetologist from working are known as:

a. Infections

c. General infection

b. Local infection

d. Communicable or contagious diseases ✓

Những bệnh như bệnh lao, cảm lạnh, ghẻ ngứa, nấm vòng và vi khuẩn nhiễm trùng cần ngăn ngừa cho thợ thẩm mỹ tiếp xúc là:

a. Nhiễm trùng

c. Nhiễm trùng toàn bộ

b. Nhiễm trùng tại chỗ

d. Truyền nhiễm hoặc bệnh lây lan

100. A skin test, aniline test, patch test, or alergy test are the same meaning. This area is undisturbed for a
period of:

a. 24 hours to 48 hours ✓

c. 8 hours to 12 hours

b. 12 hours to 20 hours

d. 4 hours to 8 hours

Thử da, thử thuốc nhuộm aniline, thử mảng nhỏ, hoặc thử dị ứng cùng nghĩa như nhau. Chỗ thử này đừng đụng đến khoảng:

a. 24 giờ đến 48 giờ

c. 8 giờ đến 12 giờ

b. 12 giờ đến 20 giờ

d. 4 giờ đến 8 giờ

COSMETOLOGY EXAMINATION 4

1. **You have a new client desiring a soft permanent waving on natural super curly hair of medium texture and density. To insure the best chances of success, what is the most important first step?**
   a. Consultation ✓
   b. Shampoo
   c. Hair and scalp brushing
   d. Conditioner

   Người khách mới của bạn muốn uốn tóc dợn trên mái tóc nguyên thủy quăn nhiều với cỡ tóc trung bình và độ dày của tóc vừa phải. Để có cơ hội thành công tốt nhất, điều gì là bước quan trọng đầu tiên:
   a. *Tham khảo*
   b. *Gội tóc*
   c. *Chãi tóc và da đầu*
   d. *Conditioner*

2. **When giving a permanent wave, in order to control the size and tightness of the curl from scalp to hair end on extra long hair, you would:**
   a. Use a large to medium size perm rod
   b. Use the single paper method of wrapping
   c. Use the piggy back method of wrapping ✓
   d. Take large subsections

   Khi uốn tóc, để kiểm soát cỡ và độ quăn của lọn tóc từ da đầu đến đuôi tóc của mái tóc dài, bạn sẽ:
   a. *Dùng cỡ ống cuốn lớn đến trung bình*
   b. *Dùng 1 miếng giấy để quấn*
   c. *Quấn kiểu 2 ống cuốn chồng nhau (piggy back)*
   d. *Lấy lớn từng phần tóc*

3. **For a hairstyle set with rollers, which one of following has the most important effect on the tightness of the curl is:**
   a. A diameter of the rollers ✓
   b. Length of the rollers
   c. Placement of the rollers
   d. Pinning of the rollers

   Tạo kiểu tóc với ống cuốn, một trong những điều quan trọng ảnh hưởng đến độ quăn nhiều của lọn tóc là:
   a. *Đường kính của ống cuốn*
   b. *Chiều dài của ống cuốn*
   c. *Cách đặt ống cuốn*
   d. *Cách kẹp ống cuốn*

4. **Tighter pin curls result from:**
   a. A curl with ends on the outside
   b. An overlapping curl
   c. A spiral curl
   d. A curl with ends on the inside ✓

   Kết quả của lọn tóc quấn được nằm chặt từ:
   a. *Lọn tóc với đuôi tóc nằm bên ngoài*
   b. *Lọn tóc chồng lên nhau*
   c. *Quấn tóc xoắn (spiral)*
   d. *Lọn tóc với đuôi tóc nằm bên trong* ✓

5. **The removal of client's lip color should start at:**
   a. The outside corner of the lip ✓
   b. In the middle of the lip
   c. On the upper lip
   d. On the lower lip

   Lau môi son cho khách nên bắt đầu ở:
   a. *Góc ngoài của môi*
   b. *Giữa môi*
   c. *Môi trên*
   d. *Môi dưới*

6. **Solution used to test hair for a metallic salt color coating is comprised of one ounce 20 volume H_2O_2 and how many drops of 28% ammonia waters:**
   a. 2 drops
   b. 10 drops
   c. 15 drops
   d. 20 drops ✓

   Dung dịch thử tóc có bọc nhuộm muối kim loại gồm 1oz H_2O_2 của 20 volume và bao nhiêu giọt 28% ammonia:
   a. *2 giọt*
   b. *10 giọt*
   c. *15 giọt*
   d. *20 giọt*

7. Aniline derivative tints having pale and delicate colors are called color:
   a. Metalic salt   c. Henna
   b. Rinses   d. Toners ✓

   Thuốc nhuộm aniline derivative có những màu lợt và màu nhẹ nhàng được gọi là màu:
   a. Nhuộm kim loại   c. Màu nhuộm thảo mộc (henna)
   b. Thuốc xả tóc   d. Toner

8. In hair lighteners are used to diffuse pigment from black hair to a pale yellow, hair goes through:
   a. 7 major color changes   c. 9 major color changes
   b. 8 major color changes   d. 10 major color changes ✓

   Trong thuốc tẩy tóc được dùng phân phối chất màu từ đen đến vàng trắng lợt, tóc đổi màu đi qua:
   a. Đổi 7 tầng màu   c. Đổi 9 tầng màu
   b. Đổi 8 tầng màu   d. Đổi 10 tầng màu

9. When equal parts of the three primary colors are mixed together, they produce the color:
   a. White   c. Brown
   b. Black ✓   d. Gray

   Khi pha trộn đồng đều của 3 màu thuộc nhóm thứ nhất (đỏ, vàng, vàxanh), chúng tạo ra màu:
   a. Trắng   c. Nâu
   b. Đen   d. Xám bạc

10. Aniline derivative tints are produce from a/an:
    a. Coal tar product ✓   c. Animal matter
    b. Vegetable matter   d. Inorganic product

    Thuốc nhuộm aniline derivative được tạo ra từ:
    a. Sản phẩm của than đá   c. Động vật
    b. Thực vật   d. Sản phẩm vô cơ

11. An aniline derivative hair tint is an example of a:
    a. A compound dye   c. Metallic hair dye
    b. Penetrating hair dye ✓ d. Vegetable hair dye

    Một ví dụ thuốc nhuộm tóc aniline derivative là của:
    a. Thuốc nhuộm hỗn hợp (metal & henna) c. Thuốc nhuộm kim loại
    b. Thuốc nhuộm xâm nhập vào tóc   d. Thuốc nhuộm thảo mộc

12. In "thio" hair straightening, the function of the neutralizer is to:
    a. Relax the hair   c. Change the structure of the hair
    b. Release the chemical bonds d. Reform and harden the hair ✓

    Trong chất duỗi thẳng tóc "thio", nhiệm vụ của dung dịch trung hòa là để:
    a. Duỗi tóc   c. Thay đổi cấu trúc của tóc
    b. Giải thoát những cấu trúc hoá chất kết tụ d. Tái tạo và giữ lại dạng thể sợi tóc

13. In the diamond shaped face, the greatest width is across the:
    a. Jaw line   c. Eye line
    b. Forehead   d. Cheek bone ✓

    Khuôn mặt hình hột xoàn (hình thoi), chiều ngang rộng đi qua:
    a. Đường hàm   c. Đường mắt
    b. Trán   d. Xương gò má

14. To avoid smoke while pressing hair, use:

a. More heat

b. Less heat

c. More pressing oil

d. Less pressing oil ✓

Để tránh bốc khói trong lúc ép tóc, dùng:

a. Nhiều nhiệt

b. Ít nhiệt

c. Nhiều dầu ép

d. Ít dầu ép ·

15. When giving a hair press to coarse over curly hair, it can tolerate:

a. Less heat than fine hair

b. Less pressure than medium hair

c. More heat and pressure than fine hair ✓

d. More pressing oil when pressing hair

Khi ép tóc cho loại tóc cứng quăn nhiều, tóc có thể chịu đựng được:

a. Ít nhiệt hơn tóc mịn

b. Ít ép hơn tóc trung bình

c. Nhiều nhiệt và ép mạnh hơn tóc mịn

d. Nhiều dầu ép hơn khi tóc ép

16. The use of excess heat on gray, tined, or lightened hair may:

a. Make good curl for hair

b. Discolor the hair ✓

c. Add moisture to the hair

d. Make the hair wiry

Dùng quá nhiều nhiệt trên tóc bạc, tóc nhuộm, hoặc tóc tẩy có thể:

a. Làm cho tóc quăn tốt

b. Lợt màu tóc

c. Thêm ẩm cho tóc

d. Làm cho tóc quăn mạnh

17. The temperature of the straightening comb should be adjusted to hair:

a. Cleanliness

b. Shortness

c. Texture

d. Density

Nhiệt độ của lược ép làm thẳng tóc nên được điều chỉnh tới:

a. Tóc sạch sẽ

b. Tóc ngắn

c. Cỡ tóc

d. Độ dày của tóc (số lượng tóc trong mỗi inch vuông)

18. The hair must damp if hair shaping is done with:

a. Shears

b. Clippers

c. A razor ✓

d. Thinning scissors

Tóc phải ẩm nếu tóc được cắt tỉa với:

a. Kéo tỉa

b. Dụng cụ cắt tóc bằng điện

c. Dao cắt

d. Kéo tỉa mỏng

19. The process used in tapering and thinning the hair to graduated lengths with scissors is known as:

a. Clipping

b. Razor cutting

c. Layer cutting

d. Slithering (effilating) ✓

Tiến trình tỉa và làm mỏng tóc cùng chiều dài của tóc với kéo được biết là:

a. Cắt tóc bằng dụng cụ điện

b. Cắt tóc bằng dao

c. Cắt tóc so le

d. Slithering (effilating)

20. If the fastening band stretch too tightly or is twisted on permanent waving rod, give:

a. Too curls

b. Hair breakage ✓

c. A shorter processing time

d. Under process

Nếu sợi cao su quá căng chặt hoặc bị xoắn trên ống cuốn tóc, tạo:

a. Quá quăn

b. Gãy tóc

c. Thời gian ngắn hơn

d. Chưa đủ thời lượng quăn tóc

21. Scrubbing the nail plate and washing hands removes:
   a. Contaminant
   b. Fungal spores and bacteria
   c. Oil surface on nail ✓
   d. All of the above

Chà mặt móng và rửa tay là lấy đi:
   a. Chất bẩn
   b. Bào tử nấm và vi trùng
   c. Lớp dầu trên mặt móng
   d. Tất cả các câu trên

22. The charcoal filter in a vented manicuring table must be changed every:
   a. Month
   b. 20 hours ✓
   c. 48 hours
   d. One week

Miếng than lọc khí của bàn làm móng tay phải được thay mỗi:
   a. Một tháng
   b. 20 giờ
   c. 48 giờ
   d. Một tuần

23. You hold the artificial tip in place until it dries for:
   a. 15 to 25 seconds
   b. 14 to 20 seconds
   c. 5 to 10 seconds
   d. 3 seconds ✓

Bạn đặt móng giả nên giữ móng cho đến lúc khô khoảng:
   a. 15 đến 25 giây
   b. 14 đến 20 giây
   c. 5 đến 10 giây
   d. 3 giây

24. For gray hair from 10 – 30%, when formulating oxidation color, your color choice should be:
   a. 1 level lighter ✓
   b. 1 level darker
   c. 2 level lighter
   d. 2 level darker

Với mái tóc bạc khoảng 10% đến 30%, khi dùng thuốc nhuộm oxýt hóa, bạn nên chọn màu:
   a. Lợt hơn 1 tầng màu
   b. Đậm hơn 1 tầng màu
   c. Lợt hơn 2 tầng màu
   d. Đậm hơn 2 tầng màu

25. Abnormal whiteness patches that are sometime found on patrons hand and arm is known as:
   a. Lentigo
   b. Melanoderma
   c. Chloasma
   d. Leucoderma ✓

Những vệt trắng bất thường đôi khi tìm thấy trên bàn tay và cánh tay khách được biết là:
   a. Lentigo (tàn nhang)
   b. Melanoderma (mảng da sậm)
   c. Chloasma (nám da)
   d. Leucoderma

26. Nerves have their own origin in the:
   a. Connective tissue
   b. Skeletal muscles
   c. Brain and spinal cord ✓
   d. Voluntary muscles

Dây thần kinh bắt nguồn ở trong:
   a. Mô liên kết
   b. Những bắp thịt của bộ xương
   c. Não bộ và tủy sống
   d. Bắp thịt tự ý (cơ tự quản)

27. Shortening and thinning the hair at the same time is known as:
   a. Clipping
   b. Effilating
   c. Tapering ✓
   d. Back combing

Cắt ngắn và tỉa mỏng tóc cùng lúc được biết là:
   a. Cắt tóc bằng dụng cụ điện
   b. Effilating (tỉa mỏng đều)
   c. Tapering
   d. Chải đánh rối

28. There are three bones in each finger and two in each thumb. They are called:

   a. Metacarpals

   b. Carpus

   c. Phalanges ✓

   d. Skeletal

   Có ba lóng xương ở mỗi ngón, và 2 lóng ở ngón cái. Chúng được gọi là:

   a. Xương lòng bàn tay

   b. Xương cổ tay

   c. Xương ngón tay

   d. Bộ xương

29. The proper way to wind the hair for a cold wave is to distribute hair evenly on rod and:

   a. Wind it without tension ✓

   b. Twist the hair and wind it without tension

   c. Stretch it in winding

   d. Bunch the hair in center

   Quấn tóc đúng cách cho dịch vụ uốn tóc là phân phối tóc đều trên ống cuốn và:

   a. Quấn tóc không căng

   b. Xoắn tóc và quấn tóc không căng

   c. Căng tóc khi quấn

   d. Chụm tóc lại vào giữa

30. Fillers are used to equalize porosity and:

   a. Open the cuticle

   b. Diffuse melanin

   c. Remove color buildup

   d. Deposit a base color ✓

   Filler được dùng để cân bằng độ thấm và:

   a. Mở lớp ngoài của tóc

   b. Phân phối chất màu

   c. Lấy màu bám vào

   d. Đưa màu căn bản vào

31. Which one of the following is not a function of the nail?

   a. Protective covering

   b. A protective covering of the humerus ✓

   c. Covers nerves and delicate structures

   d. Serves as a tool for grasping objects

   Điều nào dưới đây không phải là một chức năng của móng:

   a. Che phủ bảo vệ

   b. Bảo vệ xương cánh tay trên ✓

   c. Bảo vệ dây thần kinh và cấu trúc li ti

   d. Dùng như một dụng cụ nắm đồ vật

32. To make the hair lighter for previously tinted hair, you should:

   a. Use a color remover before tinting ✓

   b. Apply lighter single process tint

   c. Apply lower peroxide

   d. Apply cream bleach

   Để làm cho tóc lợt hơn trên tóc đã nhuộm trước đó, bạn nên:

   a. Dùng hóa chất lấy màu trước khi nhuộm

   b. Nhuộm một lần cho lợt tóc

   c. Dùng nồng độ peroxide yếu hơn

   d. Dùng kem tẩy

33. The cuticle overlapping the lunula is the nail:

   a. Hyponychium ✓

   b. Mantle

   c. Eponychium

   d. Groove

   Lớp da mọc lên hình bán nguyệt của móng là:

   a. Hyponychium

   b. Màng móng

   c. Eponychium

   d. Rãnh móng

34. The medical term for brittle nails, split nails is:

   a. Onychorrhexis ✓

   b. Onychauxis (hypertrophy)

   c. Onychophagy

   d. Onychatrophia (atrophy)

   Danh từ y học cho móng dòn, móng chẻ là:

   a. Onychorrhexis (móng dòn, tét)

   b. Móng lớn dày

   c. Onychophagy (cắn móng tay)

   d. Atrophy (rụng móng)

35. What is the hair condition prior to receive a thermal straightening service?
    a. Dry and curly   c. Clean and dry, clean is more important than dry
    b. Clean, damp hair   d. Dry and clean, dry is more important than clean ✓

Điều kiện nào của tóc trước khi nhận khách làm ngay tóc bằng nhiệt:
    a. Khô và quăn   *c. Sạch và khô, sạch quan trọng hơn khô*
    b. Sạch và ẩm   *d. Khô và sạch, khô quan trọng hơn sạch*

36. People who have abnormal white patches on the skin is known as:
    a. Naevus   c. Stain
    b. Lentigines   d. Leucoderma

Người có những mảng trắng bất thường trên da được biết là:
    a. Dấu vết khi sinh ra   *c. Đốm*
    b. Tàn nhang   *d. Leucodema* ✓

37. The number of hair per square inch is called hair:
    a. Texture   c. Melanin
    b. Pigment   d. Density ✓

Số lượng tóc trên mỗi inch vuông được gọi là:
    a. Cỡ tóc   *c. Hạt màu*
    b. Chất màu trong tóc   *d. Density*

38. A movement used mainly on the client's arm is a form of petrissage, or is known as:
    a. Vibration   c. Fulling ✓
    b. Hacking   d. Friction

Động tác massage chính yếu trên cánh tay khách là sự nhồi bóp, được biết là:
    a. Rung   *c. Kéo*
    b. Chặt   *d. Chà xá*

39. One disadvantage after the acne treatment is often:
    a. Treatment at home   c. Break-out ✓
    b. Flare-up   d. Redness

Một điều không tốt sau khi chữa mụn bọc thông thường là:
    a. Chữa trị ở nhà   *c. Vỡ ra*
    b. Lây ra   *d. Sưng đỏ*

40. The strength of hydrogen peroxide that can provide both lift and deposit:
    a. 15 volume ✓   c. 10 volume
    b. 5 volume   d. 40 volume

Độ mạnh của hydrogen peroxide có thể cung cấp cho vừa lấy màu và đưa màu vào:
    a. Nồng độ 15   *c. Nồng độ 10*
    b. Nồng độ 5   *d. Nồng độ 40*

41. When the customer has neavus, you should:
    a. Give a facial treatment   c. Conceal it with make-up ✓
    b. Leave it alone   d. Tattooing

Khi khách có dấu vết lúc mới sinh ra, bạn nên:
    a. Làm da mặt   *c. Che phủ bằng phấn trang điểm*
    b. Không đụng đến   *d. Xâm*

42. The sign of broken capillaries is:
- a. Red ✓
- b. Swelling
- c. Dilute
- d. Split

Dấu hiệu của sự vỡ mạch máu nhỏ là:
- *a. Đỏ*
- *b. Sưng*
- *c. Tan loãng*
- *d. Nứt nẽ*

43. When doing facial treatment, the cosmetologist recognizes that the client has a wheal, you should:
- a. Stop the service
- b. Use antiseptic for that area
- c. Continue to work
- d. Leave it alone ✓

Khi điều trị da, chuyên viên thẩm mỹ nhận biết khách có vết đỏ do côn trùng cắn, bạn nên:
- *a. Ngừng phục vụ*
- *b. Sát trùng vào chỗ đó*
- *c. Tiếp tục phục vụ*
- *d. Để yên như vậy, đừng đụng đến*

44. Dermatitis venenata has this sign on the skin is:
- a. Epidermis
- b. Dry patches flakes
- c. Swelling redness ✓
- d. Oily

Dị ứng da do mỹ phẩm có dấu hiệu trên da là:
- *a. Ngoại bì*
- *b. Những vảy khô*
- *c. Sưng đỏ*
- *d. dầu*

45. On which should you use the steel extractor:
- a. Milia
- b. Comedone ✓
- c. Acne
- d. Pimple

Trường hợp nào bạn dùng cây nặn mụn bằng thép:
- *a. Mụn đầu trắng (mụn cám)*
- *b. Mụn đầu đen (mụn trứng cá)* ✓
- *c. Mụn bọc*
- *d. Mụn nhọt*

46. When giving a massage, if you do it too strong or excessive, the muscle of the face would be:
- a. Tone
- b. Invigorate
- c. Stretched ✓
- d. Firm

Khi đang làm massage, nếu bạn làm quá mạnh hoặc quá lâu, bắp thịt ở mặt sẽ:
- *a. Tươi sắc*
- *b. Khỏe mạnh hơn*
- *c. Giãn ra*
- *d. Rắn chắc*

47. A movement that has its soothing or relaxing effect is:
- a. Friction
- b. Kneading
- c. Effleurage ✓
- d. Percussion

Động tác massage có tính làm êm dịu hoặc tạo sự thư giãn là:
- *a. Ma sát (chà xoay xoay)*
- *b. Nhồi bóp*
- *c. Vuốt nhẹ*
- *d. Vỗ nhẹ*

48. A movement that gives a deeper stimulation, improve circulation & invigorate the muscle is:
- a. Effeurage
- b. Petrissage ✓
- c. Friction
- d. Vibration

Sự chuyển động có tính kích thích sâu, tăng sự tuần hoàn và tác động mạnh mẽ bắp thịt là:
- *a. Vuốt nhẹ*
- *b. Nhồi bóp*
- *c. Chà xoay xoay*
- *d. Rung*

49. When working on client, you accidentally burn that client's skin, what should you apply:

a. **Astringent**

c. **Boric acid** ✓

b. **Alcohol**

d. **Antiseptic**

Khi đang phục vụ, bạn lỡ tay làm phồng da khách, bạn thoa chất gì:

a. Chất đóng lỗ chân lông

c. Thuốc rửa boric acid

b. Cồn

d. Sát trùng

50. Which substance makes the skin more burning when you do the acne treatment:

a. **Camomile**

c. **Astringent**

b. **Alcohol** ✓

d. **Boric acid**

Chất nào làm cho da bị phồng nặng thêm lúc bạn chữa trị mụn bọc:

a. Hoa cúc La Mã (chất ẩm êm dịu)

c. Chất đóng lỗ chân lông

b. Cồn

d. Chất rửa sạch da

51. What layer of the skin has nerve senses?

a. **Papillary layer** ✓

c. **Dermis**

b. **Epidermis**

d. **Reticular**

Lớp da nào có hệ thần kinh cảm giác:

a. Lớp nhũ có tính đàn hồi

c. Nội bì

b. Ngoại bì

d. Thuộc lớp nội bì của mô dưới da

52. Most of the nerve's ending are in the:

a. **Dermis** ✓

c. **Stratum corneum**

b. **Epidermis**

d. **Scarf's skin**

Hầu hết giây thần kinh cuối ở trong lớp:

a. Nội bì

c. Lớp sừng thuộc ngoại bì

b. Ngoại bì

d. Lớp ngoài cùng của da

53. Metallic salts are found in:

a. **Vegetable hair tints**

c. **Bluing rinses**

b. **Aniline hair tints**

d. **Mineral hair dyes** ✓

Muối kim loại nhuộm tóc được tìm thấy trong:

a. Thuốc nhuộm tóc thảo mộc

c. Chất thuốc xả màu blue (trung hòa màu cam)

b. Chất thuốc nhuộm aniline

d. Chất khoáng nhuộm tóc

54. With 5% phenol dilute solution is used to sanitize metalic implements, common name of phenol is:

a. **Glycerin**

c. **Sodium bicarbonate**

b. **Carbolic acid** ✓

d. **Sodium carbonate**

Với 5% dung dịch pha loãng phenol để diệt trùng dụng cụ kim loại, tên thông thường của phenol là:

a. Glycerin (chất nhờn)

c. Sodium bicarbonate (baking soda)

b. Carbolic acid

d. Sodium carbonate (chất ngăn ngừa mòn kim loại)

55. To create strong curls and high volume in hair curling with electric curling iron, you should give:

a. **Volume base curl (135degrees)** ✓

c. **Half - base curl (90 degrees)**

b. **Full base curl (125 degrees)**

d. **Off base curl (70 degrees)**

Để tạo lọn tóc mạnh và độ cao của tóc bằng dụng cụ kẹp lọn bằng nhiệt, bạn nên làm:

a. Volume base (nâng cao 135 độ)

c. Half - base (nâng cao 90 độ)

b. Full base curl (nâng cao 125 độ)

d. Off - base (nâng cao 70 độ)

56. The modality which has a chemical effect if use:

a. Faradic current

c. Sinusoidal current

b. High frequency current

d. Galvanic current ✓

Điện cực cho da mặt và da đầu có ảnh hưởng hóa tính nếu:

a. *Faradic (điện AC cơ học không có hóa tính)*

c. *Sinusoidal (dòng Sin, co thắt cho da đầu và mặt)*

b. *Cao tần*

d. *Galvanic (dòng điện âm và dương)*

57. Which one of the following has the most direct effect on the softness and flexibility of the skin?

a. Lymph glands

c. Sweat glands

b. Oil glands ✓

d. Papillae

Một trong những điều sau đây có ảnh hưởng trực tiếp mềm da và tạo da mềm mại:

a. *Tuyến bạch cầu*

c. *Tuyến mồ hôi*

b. *Tuyến dầu*

d. *Papillae (chóp nhô lên dưới bầu tóc trong nội bì)*

58. The purpose of using a softener on gray hair before a tint is to:

a. Remove hair pigment

c. Take out the yellow

b. Drab highlights

d. Make the hair porous ✓

Mục đích dùng hóa chất làm cho mềm (softener) cho tóc bạc trước khi nhuộm là để:

a. *Lấy chất màu*

c. *Loại bỏ màu vàng*

b. *Sáng lên màu xám*

d. *Làm cho tóc dễ thấm* ✓

59. In permanent waving, the scalp should be checked for disease and scalp condition after:

a. Hair has been wrapped

c. Patron has been draped ✓

b. Hair has been shampooed

d. Patron is seated

Trong lúc uốn tóc, da đầu nên kiểm soát bệnh và xem tình trạng da đầu sau khi:

a. *Tóc được quấn*

c. *Khách được choàng bảo vệ*

b. *Tóc được gội*

d. *Khách được ngồi*

60. You should use color remover products instead of bleach in which one of the following client with:

a. Natural dark brown hair goes light brown

c. Red tinted hair goes pale yellow ✓

b. Natural black hair goes light brown

d. Gray hair goes pale yellow ↘

Bạn nên dùng hóa chất lấy màu tóc thay vì thuốc tẩy trong điều kiện sau đây mà người khách có:

a. *Tóc màu nâu đậm tự nhiên xuống màu nâu lợt*

c. *Tóc nhuộm màu đỏ xuống màu vàng thật lợt*

b. *Tóc màu đen tự nhiên xuống màu nâu lợt*

d. *Tóc bạc xuống màu vàng thật lợt*

61. The chemical actions of permanent wave solutions on hair are swelling and:

a. Curling

c. Stretching

b. Softening ✓

d. Reshaping

Tác dụng hóa chất của dung dịch uốn tóc trên tóc là trương nở và:

a. *Lọn quăn*

c. *Căng*

b. *Mềm ra*

d. *Tạo kiểu lại*

62. Dry brittle hair after a permanent wave may be due to:

a. Shampooing before the perm

c. Improper rod size

b. Over neutralization ✓

d. Wrapping with no tension

Tóc khô dòn sau khi uốn tóc có thể do:

a. *Gội trước khi uốn*

c. *Cỡ ống cuốn không đúng cách*

b. *Dùng quá lâu dung dịch trung hòa* ↘

d. *Quấn không căng tóc*

63. The length of time that permanent solution is left on the hair determines the:
a. Size of curl
c. Direction of wave pattern
b. Durability of the curl ✓
d. Amount of volume obtained

Thời gian của dung dịch uốn tóc giữ lâu trên tóc đánh giá:
a. Cỡ lọn tóc
c. Hướng lọn quăn
b. Khả năng chịu đựng của lọn tóc
d. Độ cao của lọn tóc có được

64. If there is no wave development after the maximum time indicated by the manufacturer:
a. Rinse with warm water, and neutralize
c. Towel blot and resaturate ✓
b. Rinse with warm water, towel blot
d. Nothing more can be done

Nếu không có dợn sóng sau khi dung dịch uốn tóc trãi qua thời hạn tối đa như qui định của nhà sản xuất:
a. Xả bỏ với nước ấm, và trung hòa thuốc
c. Lấy khăn thấm và cho thuốc lại
b. Xả bỏ với nước ấm, dùng khăn thấm
d. Không thể làm thêm điều gì

65. To judge if processing time of a permanent wave is completed, take a test curl and observe the:
a. Strength of the pattern ✓
c. Moisture content
b. Hair elasticity
d. Rod size and strength

Để phán đoán lúc thời gian phát triển hoàn tất, thử lọn tóc và quan sát:
a. Độ mạnh của lọn tóc
c. Giữ độ ẩm
b. Độ đàn hồi của tóc
d. Cỡ ống cuốn tóc và độ mạnh

66. Body structures such as the kidneys, stomach, intestines, heart, and lungs are called:
a. Systems
c. Cells
b. Tissues
d. Organs ✓

Cấu trúc trong cơ thể như thận, bao tử, ruột, tim, và phổi được gọi là:
a. Các hệ thống
c. Các tế bào
b. Các mô
d. Các chức năng (bộ phận)

67. The minimum recommended time interval between a commercial dye removal treatment and an application of a tint is usually:
a. 1 week
c. 24 hours
b. 3 days
d. 2 hours ✓

Khoảng thời gian tối thiểu giữa việc lấy màu nhuộm từ tóc và cho thuốc nhuộm lên ở salon luôn luôn là:
a. 1 tuần
c. 24 giờ
b. 3 ngày
d. 2 giờ

68. Which of the following colors belong to the secondary color:
a. Red, yellow, and blue
c. Orange, green, and violet ✓
b. Yellow, orange, and green
d. Green, yellow, and red

Màu nào theo sau đây thuộc về nhóm màu thứ hai:
a. Đỏ, vàng, và xanh
c. Cam, xanh lá, và tím
b. Vàng, cam, và xanh lá
d. Xanh lá, vàng, và đỏ

69. Pre-softening of extra curly hair is done before wrapping to accomplish a:
a. Smooth and even wrap ✓
c. Bunched and curly wrap
b. Short and timely wrap
d. Sectioning for wrapping

Làm mềm trước trên loại tóc quá quăn trước khi quấn để tạo được:
a. Quấn mịn và đều
c. Bó lại và quấn lọn tóc
b. Quấn ngắn và nhanh
d. Chia tóc để quấn

70. **When bleaching naturally blond hair for a pale silver toner, the hair may reach the desirable shade before it reaches the necessary is:**
    a. **Texture**
    c. **Porosity** ✓
    b. **Elasticity**
    d. **Density**

    Khi tẩy mái tóc tự nhiên màu vàng hoe đến màu bạc thật lợt, tóc đạt được màu như ý muốn trước đó phải đạt đến điều cần thiết là:
    a. *Cở tóc*
    c. *Độ thấm*
    b. *Độ đàn hồi*
    d. *Độ dày của tóc*

71. **Your client has 75% gray hair and wants to darken her hair color. In what area would you usually begin your tint application?**
    a. **Top back**
    c. **Right crown**
    b. **Left crown**
    d. **Front top** ✓

    Người khách của bạn có 75% tóc bạc và muốn nhuộm tóc đậm. Nơi nào bạn thường bắt đầu để nhuộm:
    a. *Đỉnh đầu phía sau*
    c. *Vùng đỉnh đầu bên phải*
    b. *Vùng đỉnh đầu bên trái*
    d. *Đỉnh đầu phía trước*

72. **When shaping hair, if client has cowlick or a whorl at the nape or hair line; what should you do when come up to those areas?**
    a. **Apply gel and cut slowly**
    c. **Cut over comb**
    b. **Lift and cut with the tension**
    d. **Lift and cut without the tension** ✓

    Khi cắt tóc, nếu khách có túm tóc đứng hoặc xoáy tròn ở gáy hoặc đường viền tóc; bạn làm thế nào:
    a. *Thoa gel lên và cắt chậm*
    c. *Cắt tóc đều (kéo và lượt cùng chãi cắt song song)*
    b. *Nâng tóc thẳng lên và cắt*
    d. *Nâng tóc và cắt không căng*

73. **When you use electric clipper to remove hair at the nape; in order to avoid cutting the customer's skin, the operator should:**
    a. **Hold the clipper at 45 degrees angle**
    c. **Align the stationary extend beyond the moving blade** ✓
    b. **Hold the clipper at 90 degrees angle**
    d. **Align the moving blade extend beyond the stationary**

    Khi bạn dùng dụng cụ cắt tóc bằng điện cắt tóc ở gáy; để tránh cắt vào da khách, người thợ nên:
    a. *Giữ clipper góc 45 độ*
    c. *Mặt để dưới clipper nhô ra hơn phần mặt cắt di động*
    b. *Giữ clipper góc 90 độ*
    d. *Mặt cắt di động nhô ra hơn phần mặt để dưới*

74. **Whenever any doubt exists about the ability of the hair to develop a statistically permanent wave, what action should be taken?**
    a. **Give a test curl**
    c. **Pull test**
    b. **Extensive test**
    d. **Follow customer's previous records**

    Bất cứ lúc nào nghi ngờ về khả năng của tóc có tác dụng trong uốn tóc, tác động nào cần được làm:
    a. *Làm thử nghiệm lọn tóc*
    c. *Thử kéo tóc*
    b. *Thử nghiệm bao quát*
    d. *Theo hồ sơ trước đó của khách*

75. **You have pre-softened, wrapped, processed, and performed a test curl on super curly hair, the next step would be:**
    a. **Stopping process action**
    c. **Apply neutralizer**
    b. **Stopping neutralization**
    d. **Resaturate hair with chemical conditioner**

    Bạn đã làm mềm tóc, quấn, cho thuốc, và thử nghiệm lọn tóc trên tóc quá quăn, bước kế tiếp nên:
    a. *Ngưng lại tác dụng sự phát triển*
    c. *Cho thuốc trung hòa*
    b. *Ngưng lại sự trung hòa*
    d. *Tái trung hòa tóc với hóa chất làm tốt cho tóc*

76. Overprocessing time during permanent waving is caused by:
a. Waving lotion on hair to long of time   c. Neutralizing lotion on hair to long of time
b. Waving lotion on hair to short of time   d. Neutralizing lotion on the hair to short of time
Tóc uốn để lâu quá độ (overprocessing) trong dịch vụ uốn tóc là nguyên nhân do:
a. Dung dịch uốn quăn cho lên tóc quá lâu   c. Dung dịch trung hòa cho lên tóc quá lâu
b. Dung dịch uốn quăn cho lên tóc quá ít   d. Dung dịch trung hòa cho lên tóc quá ít

77. The foil technique of highlighting can be done by either slicing or:
a. Frosting cap   c. Weaving
b. Folding   d. Hooking
Phương pháp dùng giấy bạc (nhôm) làm lợt sáng tóc vừa là hình thức lấy từng lọn (slicing) hoặc:
a. Frosting cap (mũ nhựa trùm đầu, móc lấy tóc) c. Đan tóc
b. Xếp tóc   d. Dùng móc lấy tóc

78. A powder bleach is used away from the scalp because it:
a. Could be extremely, irritating to the scalp   c. Would leave that hair no porous
b. Will not produce the desired results   d. Cannot be applied properly
Thuốc tẩy bột được xử dụng trãi cách xa da đầu bởi vì:
a. Có thể quá mạnh, ngứa da đầu   c. Để tóc không thấm
b. Không tạo kết quả mong muốn   d. Không thể làm đúng cách

79. Test strands are vital when bleaching the hair to determine the timing of:
a. Pigment removal   c. Hair porosity
b. Color deposit   d. Hair elasticity
Thử lọn tóc là nghệ thuật khi tóc được tẩy để đánh giá thời gian của:
a. Lấy màu tóc   c. Độ thấm của tóc
b. Đưa màu vào tóc   d. Độ đàn hồi của tóc

80. Texture refers to the diameter and feel of the hair. On the following, which should bleach quickest?
a. Soft, fine hair, light color   c. Coarse, harsh hair, dark color
b. Gray, wiry, fine hair   d. Harsh, medium hair, light brown hair
Cở tóc được xem là đường kính và cảm nhận sợi tóc. Thuốc tẩy tác dụng nhanh nhất trên tóc nào sau đây?
a. Mềm, mịn, tóc màu nhạt   c. Cứng, khô, màu đậm
b. Tóc bạc, xoắn, mịn   d. Khô, trung bình, màu nâu nhạt

81. When removing bleach it is necessary to shampoo and recondition the hair because of it's:
a. Neutral state   c. Acid state
b. Oxidation state   d. Alkaline state
Khi xả bỏ thuốc tẩy nên gội shampoo và tái tạo cho tóc được tốt bởi vì:
a. Tình trạng trung hòa   c. Tình trạng acid
b. Tình trạng oxýt hóa   d. Tình trạng chất kiềm

82. To be sure the desired shade has been achieved on bleach retouch:
a. Remove bleach completely and dry   c. Match roots to ends
b. Scrape bleach off with comb   d. Check hair porosity
Để đạt được màu mong muốn trên tóc tẩy lại trong gốc tóc:
a. Xả bỏ thuốc tẩy hoàn toàn và để khô   c. Hòa đều màu từ gốc đến đuôi tóc
b. Dùng lược gạt bỏ đi thuốc tẩy   d. Kiểm soát lại độ thấm của tóc

83. Hair that is slithered too much with scissors or cut with razor will cause the ends to be porous to cold waving lotion and will make the hair:

a. Soft curl

b. Easy to wrap

c. Good curl

d. Become frizzy

Tóc bị tỉa nhiều bằng kéo hoặc cắt bằng dao sẽ là nguyên nhân làm đuôi tóc thấm nhiều thuốc uốn tóc và sẽ làm cho tóc:

a. *Lọn quăn mềm*

b. *Dễ quấn*

c. *Lọn quăn tốt*

d. *Trở nên quăn tít*

84. Hair that is heavily tapered:

a. Shinier

b. Harder to roller set

c. Fuller looking

d. Less mobile

Tóc mà bị tỉa quá nhiều:

a. *Bóng hơn*

b. *Khó quấn ống*

c. *Trông đầy đặn hơn*

d. *Ít chuyển động*

85. Life style and health practices would be included in what part of the services to the client:

a. Chemical procedures

b. Hair analysis

c. Communication consultation

d. Appointment making

Cách sống và sức khỏe được lưu ý đến phần nào trong dịch vụ liên hệ đến người khách:

a. *Cách dùng hóa chất*

b. *Phân tích tóc*

c. *Tham khảo trong lúc đàm thoại*

d. *Làm hẹn*

86. You can achieve better accuracy during a haircut if you section the hair, this helps the operator to maintain proper:

a. Elevation

b. Control

c. Tension

d. Angle

Bạn đạt được tốt hơn trong lúc cắt tóc nếu bạn chia tóc từng phần, điều này giúp người thợ giữ được điều gì đúng cách:

a. *Độ cao*

b. *Kiểm soát*

c. *Độ căng*

d. *Góc độ*

87. To ensure that proper tools are used for each haircut given, it is necessary to identify the _____ if the hair to be cut:

a. Amount of curl present

b. Porosity

c. Color pattern

d. Texture and elasticity

Để chắc rằng dụng cụ dùng đúng cách mỗi lần cắt tóc, điều cần thiết nhận rõ điều gì ___ nếu tóc được cắt:

a. *Số lọn tóc có*

b. *Độ thấm*

c. *Màu*

d. *Cỡ tóc và sự đàn hồi*

88. Pigment molecules of traditional semi-permanent color are smaller the temporary colors. They have a mild penetrating action and their funtion:

a. Enter the medulla

b. Coat hair shaft

c. Enter the cortex

d. Lighten the hair

Phân tử màu của loại thuốc nhuộm bán vĩnh viễn nhỏ hơn loại thuốc nhuộm tạm thời. Thuốc có tính xâm nhập nhẹ và tác dụng của thuốc:

a. *Đi vào lõi tóc*

b. *Bọc ngoài tóc*

c. *Đi vào lớp giữa của tóc*

d. *Làm lợt tóc*

89. Implement is used for thermal straightening of the hair is modern pressing combs are made of:

a. Iron

b. Aluminum

c. Steel

d. Brass

Dụng cụ được dùng làm thẳng tóc bằng nhiệt là kiểu lược ép được làm bằng:

a. Sắt

b. Nhôm

c. Thép

d. Thau (hợp kim cứng hơn đồng)

90. Before a chemical straightened is applied to the patrons' hair, you must first:

a. Give patron a good shampoo

b. Give patron a scalp treatment

c. Apply neutralizing shampoo

d. Analyses patrons scalp and hair

Trước khi dùng hóa chất duỗi thẳng tóc cho khách, đầu tiên phải:

a. Gội tóc kỹ cho khách

b. Chữa trị da đầu cho khách

c. Dùng thuốc gội trung hòa

d. Phân tích da đầu và tóc của khách

91. A base cream is applied when giving a sodium hydroxide chemical relaxed to:

a. Remove dirt, oils, cosmetics, and skin debris

b. Form smooth and even curl and wave

c. Protect the scalp from strong chemical

d. Determine the presence of skin eruptions

Kem thoa bảo vệ da và da đầu khi tóc dùng loại thuốc duỗi hóa chất sodium hydroxide để

a. Lấy chất dơ, dầu, mỹ phẩm, và da cáu bẩn

b. Tạo dợn sóng mịn và lọn quăn đều

c. Bảo vệ da đầu do hóa chất mạnh

d. Đánh giá da bị sưng đỏ, có mủ

92. After pre-softening extra curly hair, a test curl may be used to determine the:

a. Processing time

b. Penetrating

c. Rod size

d. Porosity

Sau khi làm mềm loại tóc quăn nhiều, thử lọn tóc có thể làm để đánh giá:

a. Thời gian phát triển

b. Sự xâm nhập

c. Cỡ ống cuốn

d. Độ hút thấm

93. When selecting color filler:

a. Reduce the hair's missing secondary color

b. Replace the hair's missing secondary color

c. Reduce the hair's additional primary color

d. Replace the hair's missing primary color

Khi chọn color filler (hóa chất giúp cho tóc bị hư được thấm màu đều hơn):

a. Giảm đi số lượng màu thứ 2 bị mất

b. Thay thế màu thứ hai của tóc bị mất

c. Giảm bớt lượng màu thứ nhất thêm vào

d. Thay thế màu thứ nhất của tóc bị mất

94. If client desires chemical application to overly damaged hair, you should explain problems and:

a. Proceed with services

b. Recommend doing nothing

c. Recommend reconditioning services

d. Proceed with shampoo set only

Nếu khách ước muốn dùng hóa chất trên tóc đã bị hư, bạn nên giải thích những vấn đề trở ngại và:

a. Tiến trình công việc

b. Chẳng khuyên họ điều gì cả

c. Khuyên nên làm những dịch vụ cho tốt tóc

d. Chỉ tiến hành làm gội và sét tóc

95. A green cast in blond hair can be corrected by the addition of:

a. Yellow color

b. Blue color

c. Red color

d. White color

Nổi lên màu xanh lá trong tóc vàng hoe có thể chỉnh lại bằng cách thêm vào:

a. Màu vàng

b. Màu xanh

c. Màu đỏ

d. Màu trắng

96. In hair coloring, the term drab or drabber is used to use to identify a product with what color base:

a. Red or yellow

b. Blue or violet

c. Red or gold

d. Black or brown

Trong dịch vụ nhuộm tóc, từ ngữ màu xám hoặc nâu xám được dùng để phân biệt sản phẩm có màu nền gì:

a. Đỏ và vàng

b. Xanh và tím

c. Đỏ và vàng gold

d. Đen và nâu

97. Which of the following is a good reason to recommend products for home use?

a. Supply client with proper product

b. Increase productivity and income

c. Teach client to use products correctly

d. All of the above

Một trong những lý do chính để khuyến khích dùng sản phẩm ở nhà:

a. Cung cấp khách hàng đúng sản phẩm

b. Gia tăng sản xuất và thu nhập

c. Hướng dẫn khách dùng sản phẩm đúng cách

d. Tất cả các câu trên

98. In bleach touch up application, it is best to:

a. Apply thinnish

b. Overlap slightly

c. Underlap slightly

d. Rub bleach into hair

Trong cách tẩy lại gốc tóc, tốt nhất là:

a. Thoa hơi mỏng

b. Vượt qua mức tẩy cũ một chút

c. Dưới mức tẩy cũ một chút

d. Chà thuốc tẩy trong tóc

99. The type of material used to accomplish frosting bleach is usually a:

a. Liquid

b. Powder

c. Gel

d. Cream

Chất để dùng hoàn tất trong việc tẩy tóc bằng mủ chụp và lấy tóc bằng móc (frosting bleach) luôn luôn là:

a. Chất lỏng

b. Bột

c. Gel (chất dẻo trong)

d. Cream

100. To ensure proper hair color selection on a new client a . . . . test advisable:

a. Hair end

b. Patch

c. Hair strand

d. Hair porosity

Để chắc rằng chọn màu đúng cách trên người khách mới, khuyên là nên thử gì:

a. Đuôi tóc

b. Thử dị ứng

c. Lọn tóc

d. Độ thấm của tóc

COSMETOLOGY EXAMINATION 5

1. We must disinfect used implements because their surface can:
   a. Kill germs
   b. Harbor bacteria
   c. Mold
   d. Destroy germs

   Chúng ta phải diệt trùng dụng cụ bẩn bởi vì bề mặt của chúng có thể:
   a. *Giết vi trùng*
   b. *Ổ vi trùng*
   c. *Mốc*
   d. *Tiêu diệt vi trùng*

2. If the client doesn't want to do a P.D.Test on them at the first time for a tinting service, what should we do?
   a. Not proceed with the service
   b. Continue with service
   c. Perform P.D.Test the next time
   d. Optional

   Chúng ta nên làm gì, nếu khách không muốn làm thử nghiệm màu nhuộm lần đầu tiên?
   a. *Không tiến hành dịch vụ*
   b. *Tiếp tục tiến hành*
   c. *Làm P.D test lần kế tiếp*
   d. *Tùy ý , không bắt buộc*

3. We can not do makeup and facial massage on the skin that has what viral infection?
   a. Herpes simplex
   b. Comedones
   c. Milia
   d. Acne

   Chúng ta không thể trang điểm và massage mặt trên da mà có nhiễm vi trùng nặng (trầm trọng):
   a. *Dời leo (mụn giộp nước, lây lan)*
   b. *Mụn đầu đen*
   c. *Mụn đầu trắng*
   d. *Mụn bọc*

4. Doing acrylic nail, avoid chemical contact to:
   a. Epidermis
   b. Dermis
   c. Nail plate
   d. Nail free edge

   Làm móng bột, không để hóa chất tiếp xúc với:
   a. *Da ngoài, ngoại bì, biểu bì*
   b. *Da trong, nội bì*
   c. *Thân móng*
   d. *Phần móng dài ra, đầu móng*

5. Good posture for practitioner (operator , cosmetologist) enhances :
   a. Physical well being
   b. Injure the body
   c. Client feels comfortable
   d. Getting healthy for clients

   Người thợ làm việc với tư thế đúng cách tăng thêm:
   a. *Thể lý khỏe mạnh*
   b. *Tổn thương cơ thể*
   c. *Khách hàng cảm thấy thoải mái*
   d. *Có sức khỏe cho khách hàng*

6. How should implements that have been involved in a blood spill accident be handled?
   a. Clean with soap and water
   b. Tuberculocidal , put in double plastic bag and label as hazardous waste
   c. Alcohol
   d. Formalin

   Những dụng cụ mà đụng chạm đến máu trong tai nạn, nên xử lý thế nào?
   a. *Rửa với xà bông và nước*
   b. *Dùng chất diệt trùng lao , đặt vào hai bao nylon và dán nhãn là chất thải độc hại*
   c. *Cồn (alcohol)*
   d. *Chất khử trùng formalin*

7. Influence on hair shaft are shape, size, and the direction of:
   a. Cuticle
   b. Cortex
   c. Medulla
   d. Follicle

   Ảnh hưởng trên thân tóc là hình dạng, kích cỡ và hướng của:
   a. *Lớp ngoài tóc*
   b. *Lớp giữa tóc, thịt tóc*
   c. *Lớp lõi tóc*
   d. *Nang lông, tóc*

8. In a scalp burning accident, we use:
   a. 1% gentian violet jelly
   b. Astringent
   c. Alcohol
   d. Protective cream

   Với tai nạn phỏng da đầu, chúng ta dùng:
   a. *1 % gentian violet jelly (gel tím trị phỏng)*
   b. *Nước làm se da (astringent)*
   c. *Cồn (alcohol)*
   d. *Kem bảo vệ*

9. Electric wires are composed of twisted metal threads and covered with silk or rubber is:
   a. Conductor
   b. Insulator
   c. Converter
   d. Rectifier

   Dây điện được hình thành từ sợi kim loại xoắn lại và được bọc lụa hoặc bọc nhựa là:
   a. *Chất dẫn điện*
   b. *Chất cách điện*
   c. *Máy đổi điện từ AC to DC*
   d. *Máy chỉnh điện từ DC ra AC*

10. Disinfection on work surfaces in salons is important because:
    a. Client health and well being
    b. Prevent disease from bacteria
    c. Attract clients
    d. Promotes cleaniness

    Sự diệt trùng trên bề mặt ở salon là quan trọng bởi vì:
    a. *Sức khỏe tốt cho khách hàng*
    b. *Ngăn ngừa bệnh do vi trùng*
    c. *Hấp dẫn khách hàng*
    d. *Tăng sự sạch sẽ*

11. In a chemical process, the resistant hair has poor .... ?
    a. Porosity
    b. Elasticity
    c. Density
    d. Texture

    Trong tiến trình của hóa chất, tóc khó thấm là tóc kém (thiếu):
    a. *Độ thấm*
    b. *Độ đàn hồi*
    c. *Độ dày (số lượng tóc trong mỗi inch vuông)*
    d. *Cấu trúc cở tóc*

12. Imaginary lines make halves that is?
    a. Symmetry
    b. Asymmetry
    c. Diagonal
    d. Horizontal

    Những đường tưởng tượng chia đôi đó là?
    a. *Đối xứng*
    b. *Không đối xứng*
    c. *Đường chéo*
    d. *Đường ngang chân trời*

13. The skin becomes a callus, that means the layer gets more:
    a. Keratin
    b. Melanin
    c. Fiber
    d. Oil

    Da trở thành chai, có nghĩa là da thêm nhiều lớp:
    a. *Chất sừng*
    b. *Hắc tố*
    c. *Sợi*
    d. *Dầu*

14. After tweezing the eyebrow hair, we apply astringent to:
    a. Relax
    b. Prevent infection
    c. Relieve pain
    d. Clean the area

    Sau khi nhổ chân mày, chúng ta thoa chất đóng lỗ chân lông (se da) để:
    a. *Thư giản*
    b. *Ngăn ngừa nhiễm trùng*
    c. *Giảm đau*
    d. *Làm sạch vùng đó*

15. Overly curly clients want their curls without disturbing curls, you use:
    a. Curling iron
    b. Hot rollers
    c. Blow dry
    d. Pin curls

    Khách hàng có tóc quá quăn, muốn lọn tóc quăn của họ rời ra, bạn dùng:
    a. *Cây cuốn tóc tạo lọn quăn*
    b. *Cuốn tóc bằng nhiệt*
    c. *Máy sấy tóc*
    d. *Nắn lọn tóc bằng tay và kẹp lại*

16. Another name for strand test is :
   a. Preliminary test
   b. P.D test
   c. Skin test
   d. Patch test

   Một từ khác về thử tình trạng của tóc (strand test) còn được gọi là:
   a. *Preliminary test (thử tóc trước khi làm)*
   b. *Thử đoán trước (P.D test)*
   c. *Thử da*
   d. *Thử vùng da nhỏ*

17. Holding the tools too tightly for a long time and incorrectly holding it can cause :
   a. Carpal tunnel syndrome
   b. Tarsal tunnel syndrome
   c. Bruising
   d. Skin sores

   Cầm dụng cụ quá chặt và không đúng cách trong thời gian dài, biến chứng có thể là nguyên nhân:
   a. *Hội chứng xương ống cổ tay (CTS)*
   b. *Hội chứng xương ống cổ chân*
   c. *Bầm*
   d. *Vết thương ở da (da bị đau)*

18. Which features of the face fits most hair styles?
   a. Square
   b. Round
   c. Oval
   d. Diamond

   Diễn tả nét mặt nào thích hợp hầu hết các kiểu tóc?
   a. *Vuông*
   b. *Tròn*
   c. *Hình trái soan (bầu dục)*
   d. *Hình thoi (diamond)*

19. Myology is the study of what?
   a. Organs
   b. Bones
   c. Cells
   d. Muscles

   Myology là môn học về gì?
   a. *Cơ quan, chức năng*
   b. *Xương*
   c. *Tế bào*
   d. *Cơ bắp, cơ nhục*

20. How many skull bones are left without massaging during facial?
   a. 1
   b. 3
   c. 5
   d. 7

   Có bao nhiêu xương đầu (xương thuộc về sọ) không đụng đến khi massages mặt?
   a. *1*
   b. *3*
   c. *5*
   d. *7*

21. What is the first level of decontamination?
   a. Sterilization
   b. Boiling
   c. Clean, sanitation
   d. Disinfection

   Cách thức đầu tiên của việc tẩy uế là?
   a. *Tiệt trùng*
   b. *Đun sôi*
   c. *Làm sạch, vệ sinh (nước + xà bông)*
   d. *Diệt trùng*

22. Good posture prevents:
   a. Client's well being
   b. Practitioner's well being
   c. Injury to the body
   d. Muscle strain on the body

   Tư thế đúng cách ngăn ngừa:
   a. *Sức khỏe tốt cho khách hàng*
   b. *Sức khỏe tốt cho người thợ*
   c. *Tổn thương cơ thể*
   d. *Bắp thịt hoạt động quá sức*

23. Nutrition absorbs into which of the body first?
   a. Small intestine
   b. Stomach
   c. Large intestine
   d. Esophagus

   Chất dinh dưỡng hấp thụ đầu tiên vào bộ phận nào của cơ thể?
   a. *Ruột non*
   b. *Bao tử*
   c. *Ruột già*
   d. *Thực quản*

24. What is the function of nerve tissues?
  a. Connective
  b. Support
  c. Coordinate
  d. Cover

Chức năng nào là của mô thần kinh?
  a. *Liên kết*
  b. *Nâng đỡ*
  c. *Phối hợp*
  d. *Bao bọc*

25. Hair that weighs highly unequally from the center to axis is considered?
  a. Vertical
  b. Horizontal
  c. Triangular
  d. Asymmetry

Tóc mà có độ cao không đồng đều từ trục (đường giữa của đầu) được xem như là:
  a. *Đường thẳng đứng chiếu dọc*
  b. *Đường ngang đường chân trời*
  c. *Tam giác*
  d. *Không đối xứng*

26. What nail service needs to use oil heater?
  a. Silk
  b. Over lay
  c. Hot oil manicure
  d. Water manicure

Dịch vụ móng nào làm cần dùng đến lò dầu nhiệt:
  a. *Lụa*
  b. *Chất liệu phủ lên móng*
  c. *Chăm sóc tay bằng dầu làm nóng*
  d. *Chăm sóc tay bằng nước*

27. What do you use to warm depilatory?
  a. Wax heater
  b. Soak in hot water
  c. Microwave
  d. Stove

Bạn dùng gì để làm ấm chất lấy lông?
  a. *Dụng cụ (lò) làm nóng wax*
  b. *Ngâm trong nước nóng*
  c. *Microwave (lò vi ba)*
  d. *Lò nướng*

28. The stretch and return are not allowed if you have hair that is poor in:
  a. Porosity
  b. Elasticity
  c. Density
  d. Texture

Kéo tóc căng và trở lại không được là nếu tóc bạn kém:
  a. *Độ thấm*
  b. *Độ đàn hồi*
  c. *Độ dày của tóc*
  d. *Cấu trúc tóc, cỡ tóc*

29. What is the first step permanent waving absorbs the hair?
  a. Papilla
  b. Cortex
  c. Cuticle
  d. Medulla

Bước đầu tiên của thuốc uốn tóc thấm vào tóc là?
  a. *Mầm tóc*
  b. *Lớp thịt tóc*
  c. *Lớp ngoài cùng của tóc*
  d. *Lõi tóc (tủy tóc)*

30. What is primarily used to mix in lightening sevices?
  a. Sodium hydroxide
  b. Hydrogen peroxide (H_2O_2)
  c. Ammonium thioglycolate
  d. Metallic dye

Thành phần chính yếu nào thường được dùng pha trộn trong dịch vụ tẩy tóc (làm sáng tóc)?
  a. *Thuốc duỗi tóc (sodium hydroxide NaOH)*
  b. *Hydrogen peroxide (H_2O_2, oxy già)*
  c. *Ammonium thioglycolate*
  d. *Nhuộm kim loại (metallic dye)*

31. What is the study of structure, composition, and properties of matter?
  a. Physiology
  b. Biology
  c. Chemistry
  d. Microbiology

Môn học nào về cấu trúc, thành phần và những đặc tính của vật chất là:
  a. *Sinh lý học*
  b. *Sinh vật học*
  c. *Hóa học (hữu cơ, vô cơ)*
  d. *Vi sinh vật học*

32. To decrease sun exposure, wearing a moisturizer or protective lotion should have a minimum of how much SPF (sun protection factor):
    a. SPF 5
    b. SPF 10
    c. SPF 15
    d. SPF 20
    Để giảm ảnh hưởng tiếp xúc với mặt trời, thoa kem ẩm da hoặc dung dịch bảo vệ có độ SPF tối thiểu là:
    a. *SPF 5*
    b. *SPF 10*
    c. *SPF 15*
    d. *SPF 20*

33. When tweezing the eyebrow hair, it should be tweezed?
    a. Slowly and opposite of hair growth
    b. Quickly & opposite direction of hair growth
    c. Quickly & follow direction of hair growth
    d. Pull up direction of hair growth
    Khi nhổ chân mày, nên nhổ như thế nào?
    a. *Chậm và ngược chiều lông mọc*
    b. *Nhanh và ngược chiều lông mọc*
    c. *Nhanh và cùng chiều lông mọc*
    d. *Kèo lên theo chiều lông mọc*

34. What do you use to protect the nail polish from chipping?
    a. Adhesive (glue)
    b. Primer
    c. Base coat
    d. Top coat
    Bạn dùng gì để bảo vệ sơn móng tay bị nứt (tróc ra)?
    a. *Keo dán*
    b. *Chất giúp kết dính*
    c. *Lớp nền*
    d. *Lớp phủ bóng*

35. When the skin lacks elasticity, it can cause:
    a. Blemishes
    b. Wrinkles
    c. Freckles
    d. Acne
    Khi da thiếu đàn hồi, có thể tạo:
    a. *Da khiếm khuyết*
    b. *Da nhăn*
    c. *Tàn nhang*
    d. *Mụn bọc*

36. Where can you find complementary colors on the color wheel?
    a. Next to each other
    b. Opposite (across) each other
    c. In the center
    d. Next to primary colors
    Nơi nào mình có thể tìm màu bổ sung, trung hòa (complementary color) trên vòng bảng màu?
    a. *Hai màu kế nhau*
    b. *Hai màu đối diện, băng ngang qua*
    c. *Trong trung tâm*
    d. *Kế bên màu chính*

37. What product is used to remove polish on acrylic nails?
    a. Oil
    b. Cuticle remover
    c. Polish remover
    d. Lotion
    Điều gì được dùng để chùi nước sơn trên móng bột?
    a. *Dầu*
    b. *Chất làm mềm da*
    c. *Chất chùi nước sơn*
    d. *Lotion*

38. What product is used to remove acrylic nails?
    a. Cut them with clipper
    b. Soak in aceton or acrylic remover
    c. Soak in alcohol
    d. Use to buffer to sand down
    Chất nào được dùng để gỡ móng bột?
    a. *Cắt nó với đồ cắt móng tay*
    b. *Ngâm vô aceton hoặc chất làm mềm acrylic*
    c. *Ngâm vô alcohol*
    d. *Dùng cây chà mịn móng (buffer) để mài dần*

39. One-celled micro-organisms with both animal and plant characteristics is?
    a. Virus
    b. Bacteria
    c. Cell
    d. Metabolism
    Vi sinh vật đơn bào với cả hai đặc tính động vật và thực vật là:
    a. *Siêu vi khuẩn*
    b. *Vi trùng (vi khuẩn)*
    c. *Tế bào*
    d. *Sự trao đổi chất*

40. To prevent damage for coarse hair and over curly hair has qualities the processing time, it requires:
   a. High heat and pressure
   b. Medium heat and pressure
   c. Low heat and pressure
   d. Medium heat and low pressure

   Để ngăn ngừa tóc bị hư hại với tóc cứng và tóc quá quăn trong tiến trình làm, yêu cầu:
   a. *Độ nóng và sức ép cao*
   b. *Độ nóng và sức ép trung bình*
   c. *Độ nóng và sức ép thấp*
   d. *Độ nóng trung bình và sức ép thấp*

41. The massage movement that is a light continuous stroking movement with the fingers in a slow rhythmic manner?
   a. Friction
   b. Vibration
   c. Effleurage
   d. Petrissage

   Sự chuyển động massage vuốt nhẹ nhàng và liên tục bằng những ngón tay với tác động chậm rãi, nhịp nhàng:
   a. *Cọ sát sâu và di chuyển (friction)*
   b. *Rung (vibration)*
   c. *Vuốt nhẹ (effleurage)*
   d. *Nhồi bóp bằng tay (petrissage)*

42. Acne is a disorder of what skin characteristic?
   a. Normal
   b. Dry skin
   c. Oily skin
   d. Moist skin

   Mụn bọc là sự rối loạn của loại da có đặc tính:
   a. *Da thường*
   b. *Da khô*
   c. *Da dầu, nhờn*
   d. *Da ẩm*

43. Onychophagy is what type of nails?
   a. Hang nails
   b. Split nails
   c. Fungus around the nail
   d. Bitten nails

   Onychophagy là từ kỹ thuật chỉ loại móng nào?
   a. *Da ở cạnh móng tay bị xước*
   b. *Móng chẻ*
   c. *Nấm xung quanh móng*
   d. *Cắn móng (da xù xì, cạnh móng xây xác)*

44. Which of the following is responsible for the recommended daily dosage of food?
   a. Department of agriculture
   b. Pharmecopia
   c. EPA
   d. OSHA

   Cơ quan nào có bổn phận cho lời khuyên về số lượng thực phẩm dinh dưỡng hằng ngày?
   a. *Cơ quan nông nghiệp*
   b. *Cơ quan dược phòng*
   c. *Cơ quan bảo vệ môi trường*
   d. *Quản trị sức khỏe và an toàn nghề nghiệp*

45. What source of energy does our body get it from?
   a. Grams
   b. Calories
   c. Carbohydrates
   d. Protein

   Nguồn năng lực nào mà cơ thể chúng ta tiếp nhận?
   a. *Gram (đơn vị nhỏ nhất của kilogram)*
   b. *Calories (năng lượng)*
   c. *Carbohydrate (tinh bột)*
   d. *Protein (chất đạm)*

46. For dramatic makeup, dark colors are used to?
   a. Highlight prominent features
   b. Diminish facial features
   c. Make features appear larger
   d. Create a drastic look

   Với trang điểm cho kịch nghệ sân khấu (tạo ấn tượng mạnh, xúc động, bi thảm), màu đậm được dùng để:
   a. *Làm sáng lên những nét nhô ra*
   b. *Giảm đi đường nét của khuôn mặt*
   c. *Tạo cho những đường nét hiện ra lớn hơn*
   d. *Làm tăng nét mạnh mẽ*

47. The direction of movement in massage techniques should always be:
   a. Insertion to origin
   b. Origin to insertion
   c. Origin to muscle
   d. Insertion to motor point

   Hướng của động tác trong kỹ thuật xóa bóp nên luôn là:
   a. *Từ ngọn đến gốc*
   b. *Từ gốc đến ngọn*
   c. *Từ gốc đến bắp thịt*
   d. *Từ ngọn đến huyệt vận động*

48. The pH level measures :
   a. Potential of hydroxide
   b. The levels of acidity and alkalinity
   c. Water content
   d. Levels of ammonia

Nồng độ pH đo lường:
   a. Khả năng của hydroxit
   b. Nồng độ của acid và kiềm (alkaline)
   c. Số lượng nước
   d. Mức độ của ammonia (trong thuốc uốn tóc)

49. Peptide bonds (end bonds) are joining by which of the following?
   a. Amino acids
   b. Disulfide bonds
   c. Keratin
   d. Atoms

Sợi peptide được kết hợp với điều nào sau đây?
   a. Amino acid (carbon, oxygen, hydrogen, nitrogen)
   b. Sợi disulfide (nguyên tử sulfur kết hợp amino acid)
   c. Chất sừng (keratin)
   d. Nguyên tử

50. What is the first part of cold waving?
   a. Waving solution
   b. Shampooing
   c. Neutralizer
   d. Stabilizer

Việc đầu tiên của uốn tóc là gì?
   a. Thuốc uốn (waving lotion)
   b. Gội tóc
   c. Dung dịch trung hòa (neutralizer)
   d. Chất làm ổn định sau khi duỗi (stabilizer)

51. What is the hyponychium?
   a. Thicken skin around the nail
   b. Soft tissue
   c. Dry cuticle
   d. Beneath the free edge

Hyponychium là gì?
   a. Da dày xung quanh móng
   b. Mô mềm
   c. Da ngoài bị khô
   d. Da dày ở dưới đầu móng

52. What is the chemical process in which the cells receive nutrient for growth?
   a. Anatomy
   b. Myology
   c. Metabolism
   d. Physiology

Tiến trình hóa tính nào mà tế bào tiếp nhận chất dinh dưỡng cho sự phát triển?
   a. Giải phẫu , bộ xương (anatomy)
   b. Học về cơ bắp (myology)
   c. Quá trình trao đổi chất (chuyển hoá)
   d. Sinh lý học (physiology)

53. Redox reaction means the transfer of oxidizing or?
   a. Heat
   b. Water
   c. Alcohol
   d. Reducing agent

Redox là phản ứng giảm oxyt hóa nghĩa là chuyển hoá sự oxyt hóa hoặc:
   a. Nhiệt nóng
   b. Nước
   c. Cồn
   d. Thành phần giảm khử oxyt

54. The process of cells reproduction is called?
   a. Mitosis
   b. Rapid growth
   c. Multiply
   d. Born

Tiến trình của sự sinh sản tế bào được gọi là:
   a. Gián phân, chia đôi tế bào
   b. Phát triển nhanh chóng
   c. Nhân lên
   d. Sinh ra

55. In lightening retouch, the new growth should be applied product from:
   a. Scalp to end
   b. Demarcation line to end
   c. ½ in through the end
   d. Up to the demarcation line

Trong cách tẩy gốc tóc (lightening retouch), phần tóc mới mọc nên được trải thuốc tẩy từ:
   a. Từ da đầu đến đuôi tóc
   b. Từ đường ranh giới đến đuôi tóc
   c. ½ inch cho đến đuôi tóc
   d. Từ gốc đến đường ranh giới tóc cũ

56. What shape of base recommended preventing splits at the front hairline?

    a. Square
    c. Rectangular
    b. Triangular
    d. Arc

Dạng nền tóc nào được khuyên để tránh kẻ hở ở viền tóc phía trước?

    a. Hình vuông
    c. Hình chữ nhật
    b. Hình tam giác
    d. Vòng cung

57. What layer of the skin does not contain blood vessels?

    a. Dermis
    c. **Cutis (derma , corium , true skin)**
    b. Epidermis
    d. Follicle

Lớp nào của da không chứa mạch máu?

    a. Nội bì (da trong)
    c. Nội bì, da thật
    b. Ngoại bì, da ngoài, biểu bì
    d. Nang lông

58. Disinfected implements should be ketp in?

    a. Pocket of uniform
    c. **In a closed, dry clean container**
    b. Drawer
    d. On counter

Dụng cụ đã diệt trùng nên được cất giữ trong:

    a. Túi áo đồng phục
    c. Trong đồ đựng khô, đậy nắp
    b. Ngăn kéo
    d. Trên quầy tính tiền

59. A non–pathogenic form of bateria is called?

    a. Bacilli
    c. Cocci
    b. **Saprophytes**
    d. Spirilla

Một dạng vi trùng không gây bệnh được gọi là:

    a. Vi khuẩn hình que (trực trùng, thẳng)
    c. Cocci (vi khuẩn hình tròn)
    b. Saprophytes (thực vật hoại sinh)
    d. Spirilla (vi khuẩn hình xoắn, cong)

60. A combination of finger wave and alternating pin curls is?

    a. Curl wave
    c. Ridge wave
    b. Wave pattern
    d. Skip waves

Sự phối hợp nắn gọn tóc bằng ngón tay và quấn lọn tóc có kẹp xen kẽ kề nhau luân phiên là:

    a. Sóng tóc quăn
    c. Lằn gợn giữa hai sóng tóc
    b. Mẫu tóc ngắn
    d. Dợn sóng cách khoảng giữa lọn tóc kẹp

61. Slithering (affiliating) is the process of?

    a. Create volume
    c. Add weight
    b. Make hair slippery
    d. **Thinning the hair with shears**

Slithering (affiliating) là tiến trình:

    a. Tăng độ cao
    c. Thêm độ rộng ra hoặc dài thêm
    b. Làm cho tóc trơn
    d. Tỉa mỏng tóc bằng kéo

62. After lightening , there are some dark areas on the hair shaft, practitioner (cosmetologist) should:

    a. Dark tint
    c. **Apply lightener on dark areas only**
    b. Reconditioned the lightened area only
    d. Use color remover

Sau khi tẩy tóc, có những vùng màu đậm trên thân tóc, người thợ nên:

    a. Nhuộm đậm
    c. Chỉ tẩy trên vùng tóc đậm
    b. Phục hồi lại vùng tóc được tẩy
    d. Dùng chất lấy màu nhân tạo

63. What determines the processing time in a cold wave service?

    a. Elasticity
    c. Texture
    b. **Porosity**
    d. Density

Điều gì đánh giá thời gian trong dịch vụ uốn tóc?

    a. Độ đàn hồi
    c. Cấu trúc cỡ tóc
    b. Độ thấm
    d. Độ dày của tóc (nhiều hay ít tóc)

64. The agency that controls the health and safety of the place you are working at is?

a. EPA   c. FDA

b. OSHA   d. MSDS

Cơ quan điều hành sức khỏe và an toàn nơi làm việc là:

a. EPA (cơ quan bảo vệ môi trường)   c. FDA (cơ quan quản trị thuốc và thực phẩm)

b. OSHA (an toàn, sức khỏe nghề nghiệp) d. MSDS (bảng dữ kiện an toàn vật liệu)

65. What kind of new hair extension technique using heat special glue on hair single strand?

a. Weft   c. Fusion

b. Sewing tracks   d. Clips

Kỹ thuật nối tóc kiểu mới nào cần dùng nhiệt với keo đặc biệt nóng kết trên từng lọn tóc?

a. Mảng tóc giả may lại   c. Fusion (chất keo sừng kết hợp)

b. Đường may   d. Kẹp tóc

66. Why is it necessary to use conditioner filler for overly porous hair to accept the color?

a. Coats and seals the color into the hair   c. Helps to equalize the porosity

b. Allows deeper penetration of color   d. So the hair does not dry out

Tại sao là điều cần thiết dùng chất dưỡng tóc cho tóc quá thấm để tiếp nhận màu nhuộm?

a. Bọc và giữ kín màu vào trong tóc   c. Giúp cân bằng độ thấm

b. Để màu xâm nhập sâu hơn vào thân tóc   d. Làm cho tóc không bị khô

67. The color of the skin depends on the blood supply to the skin and color pigmentation is called:

a. Keratin   c. Melanocyte

b. Melanin   d. Melanin and melanocytes

Màu da tùy thuộc vào nguồn máu cung cấp cho da chứa lượng hạt màu được gọi là:

a. Chất sừng   c. Tế bào sắc tố (thành lập tế bào sắc tố)

b. Sắc tố (hắc tố)   d. Sắc tố và tế bào sắc tố

68. What is the function of sebum?

a. To dry the skin   c. To cleanse the skin

b. To harden the skin   d. To lubricate the skin

Chức năng (nhiệm vụ) của chất dầu là gì?

a. Làm khô da   c. Làm sạch da

b. Làm cứng da   d. Làm trơn da

69. The nail plate extends from the nail root to the?

a. Nail bed   c. Hyponychium

b. Free edge   d. Matrix

Mặt móng kéo dài từ gốc móng đến:

a. Đệm móng (giường móng)   c. Hyponichium (da dưới đầu móng)

b. Đầu móng tay   d. Mầm móng, móng non

70. A cream lightener and oil lightener can be applied?

a. Away from the scalp   c. On the scalp

b. Porous ends   d. Mid shaft

Kem tẩy tóc và dầu tẩy tóc có thể được làm:

a. Cách xa da đầu   c. Trên da đầu

b. Phần thấm đuôi tóc   d. Giữa thân tóc

71. What is a 0° haircut?

a. One length   c. Zero degree

b. Blunt cut (solid form)   d. All of the above

Cắt tóc 0° (không độ) là gì?

a. One length (cùng chiều dài)   c. Zero degree (dạng tóc trông đầy đặn)

b. Blunt cut (cắt ngang)   d. Tất cả các câu trên

72. **To prepare nail polish paint, what should you do?**
    a. Add polish thinner
    b. Shake air bubbles out first
    c. Mix polish with acetone to dry faster
    d. Rotate polish bottle between both palms
    Để chuẩn bị sơn móng, bạn nên làm gì?
    a. *Thêm chất làm loãng sơn*
    b. *Đầu tiên lắc cho bọt khí ra ngoài*
    c. *Trộn với aceton để khô nhanh hơn*
    d. *Lăn lọ nước sơn giữa hai lòng bàn tay*

73. **Nerves endings are found abundant are located where?**
    a. Palms
    b. Wrists
    c. Fingertips
    d. Arms
    Dây thần kinh cuối được tìm thấy rất nhiều (phong phú) nằm ở đâu?
    a. *Lòng bàn tay*
    b. *Cổ tay*
    c. *Đầu ngón tay*
    d. *Cánh tay*

74. **Three kind of effect in electric current is chemical, magnetic and ……?**
    a. Cold
    b. Themal
    c. Heat
    d. Thermal and heat
    Ba loại dòng điện ảnh hưởng là hóa chất, điện từ và……?
    a. *Lạnh*
    b. *Dòng điện nhiệt (thermal)*
    c. *Nóng*
    d. *Thermal và heat*

75. **Ringworm of the nail is? (ringworm is tinea unguium, infection disease of the nail due to fungi)**
    a. Tinea pedis
    b. Onychomycosis
    c. Onychophagy
    d. Melanonychia
    Nấm vòng ở móng là gì? (tên kỹ thuật ringworm là nấm tinea unguium, bệnh nhiễm trùng móng do nấm).
    a. *Tinea pedis (nấm ở chân)*
    b. *Onychomycosis (mảng nấm trắng ở móng)*
    c. *Tật cắn móng*
    d. *Móng bị lằn đậm (móng tay, chân)*

76. **Most of the muscle that move the hand and fingers are located in the?**
    a. Triceps
    b. Forearm
    c. Biceps
    d. Wrists
    Hầu hết các cơ tạo chuyển động cho bàn tay và các ngón tay nằm ở?
    a. *Cơ ba đầu*
    b. *Cánh tay trước*
    c. *Cơ hai đầu*
    d. *Cổ tay*

77. **To remove lightener, hair should be rinsed in water that is?**
    a. Hot
    b. Tepid
    c. Cool
    d. Warm
    Để lấy đi chất tẩy tóc, tóc nên được gội với nước?
    a. *Nóng*
    b. *Âm ấm*
    c. *Mát*
    d. *Ấm*

78. **What is formed when two or more non-mixable substances are united with the help of a binder or gum-like substance?**
    a. Solvent
    b. Emulsion
    c. Suspension
    d. Solution
    Chất gì được tạo thành khi hai hoặc nhiều chất không pha trộn được, nhưng lại kết hợp với sự giúp đỡ của chất nối kết hoặc một dạng keo dẻo là?
    a. *Dung môi (chất dễ pha trộn)*
    b. *Nhũ tương (emulsion), như kem massage*
    c. *Chất kết tủa, lơ lửng (như salad dressing)*
    d. *Dung dịch (chất đã được pha trộn)*

79. The blood and nerve supply that provides nutrients needed for hair growth are contain in the :

    a. Arrector pilli   c. Sebaceous glands

    b. Dermal papilla   d. Hair shaft

Nguồn máu và thần kinh cung cấp dinh dưỡng cần cho lông mọc được chứa ở:

    a. Cơ dựng lông   *c. Tuyến dầu*

    b. Mầm tóc (dermal papilla)   *d. Sợi tóc*

80. Hangnail may be treated by softening the cuticle with:

    a. Hot oil manicure   c. Boric acid

    b. Strong soap   d. Polish remover

Xướt da quanh móng (hangnail) được điều trị bằng cách làm mềm da ngoài với:

    a. Làm móng tay dầu   *c. Boric acid (chất sát trùng mắt)*

    b. Xà bông mạnh   *d. Chất chùi nước sơn*

81. Disinfectants are substances that kill microbes on contaminated tools on non porous surfaces?

    a. Tuberculocidal   c. Bleach

    b. Formalin   d. Lysol

Chất diệt trùng mà giết được vi trùng gây bệnh trên dụng cụ bẩn có bề mặt không thấm:

    a. Diệt trùng lao   *c. Thuốc tẩy*

    b. Chất khử trùng cho vật liệu thấm nước   *d. Thuốc sát trùng lysol*

82. Maxilla is the bone of the:

    a. Lower jaw (mandible)   c. Eye socket

    b. Nape area   d. Upper jaw

Maxilla là xương của:

    a. Hàm dưới (mandible)   *c. Hóc mắt*

    b. Vùng gáy cổ   *d. Hàm trên*

83. Disease transfer from one person to another person is called:

    a. Immunity   c. Communicable (contagious)

    b. Disease   d. Saprophytes

Bệnh truyền từ người này sang người khác được gọi là:

    a. Miễn nhiễm   *c. Bệnh lây lan, lây truyền*

    b. Bệnh   *d. Thực vật hoại sinh (không gây bệnh)*

84. When doing a facial, practitioner should drape the client from:

    a. Chest down   c. Shoulder down

    b. Neck down   d. Stomach down

Khi làm facial, người thợ nên phủ khăn cho khách từ:

    a. Ngực xuống   *c. Vai xuống*

    b. Cổ xuống   *d. Bụng xuống*

85. During anagen phase of hair growth, the hair is:

    a. Shedding   c. Actively growing

    b. Destroy itself   d. Disconnecting from papilla

Suốt thời kỳ phát triển của tóc (anagen phase) là :

    a. Rụng   *c. Tóc mọc (giai đoạn tóc hoạt động)*

    b. Tự hủy   *d. Tách rời với mầm tóc*

86. Which gland produces sebum?

    a. Sebaceous gland   c. Stratum corneum

    b. Sweat gland   d. Stratum lucidum

Tuyến nào sản xuất dầu?

    a. Tuyến dầu, bả nhờn   *c. Lớp sừng ngoài cùng của da*

    b. Tuyến mồ hôi   *d. Lớp trong suốt của ngoại bì*

87. **Cocci are pathogenic bacteria that have what shape?**
    a. Square
    b. Flat
    c. Rod
    d. Round

Cocci là vi trùng gây bệnh có hình dạng gì?
    a. *Vuông*
    b. *Dẹp , bằng*
    c. *Thẳng (trực trùng, que, hình ống cuốn tóc)*
    d. *Tròn (cầu trùng)*

88. **The sudoriferous glands (sweat glands) help the body regulate?**
    a. Oil
    b. Temperature
    c. Blood
    d. Emotion

Tuyến mồ hôi (sudoriferous glands) giúp điều hòa gì cho cơ thể?
    a. *Dầu*
    b. *Nhiệt độ*
    c. *Máu*
    d. *Xúc cảm*

89. **When should the hair color service be recorded?**
    a. One day
    b. Client's consultation
    c. Every time a client has a color sevice
    d. The first time only

Lúc nào nhuộm tóc nên được ghi vào hồ sơ?
    a. *Một ngày*
    b. *Tham khảo khách hàng*
    c. *Mỗi lần khách cần nhuộm tóc*
    d. *Chỉ lần đầu tiên*

90. **When bleach hair subsection should be used?**
    a. 1/8 inch
    b. ¼ inch
    c. ½ inch
    d. 1/16 inch

Khi tẩy tóc, từng lớp tóc (subsections) nên lấy như thế nào?
    a. *1/8 inch*
    b. *¼ inch*
    c. *½ inch*
    d. *1/16 inch*

91. **Mandible is the bone of the:**
    a. Upper jaw
    b. Eye socket
    c. Cheeks
    d. Lower jaw

Mandible là xương của:
    a. *Hàm trên*
    b. *Hóc mắt*
    c. *Gò má*
    d. *Hàm dưới*

92. **Disinfection cannot kill bacteria in what stage?**
    a. Cell
    b. Spores
    c. Virus
    d. Fungus

Diệt trùng không thể giết được vi trùng trong giai đoạn nào?
    a. *Tế bào*
    b. *Bào tử (vi trùng được bọc lớp vỏ ngoài)*
    c. *Siêu vi khuẩn*
    d. *Nấm*

93. **Skin system is also called:**
    a. Dermatology
    b. Epidermis
    c. Dermis (true skin)
    d. Integumentary

Hệ thống da được gọi là:
    a. *Dermatology (ngành học về da)*
    b. *Ngoại bì, biểu bì, da ngoài*
    c. *Nội bì, lớp da thật*
    d. *Integumentary (hệ thống da bọc khắp cơ thể)*

94. **What is the main ingredient in hair color service?**
    a. Ammonium thioglycolate
    b. Sodium hydroxide
    c. Hydrogen peroxide
    d. Neutralizer

Thành phần chính của màu nhuộm tóc là gì?
    a. *Ammonium thio (hóa chất uốn tóc)*
    b. *Sodium hydroxide (hóa chất duỗi tóc)*
    c. *Hydrogen peroxide (H_2O_2 pha thuốc nhuộm)*
    d. *Trung hoà*

95. **In addition to softening sebum, another function of a facial steamer is:**
    a. **Moisturize the skin (soften the tissues)**
    b. **Oxygenate the skin**
    c. **Detoxify the skin**
    d. **Decrease circulation**

    Tăng thêm làm mềm chất dầu, một chức năng khác của máy xông hơi mặt là :
    a. *Làm ẩm da (mềm mô da)*
    b. *Tạo oxy cho da*
    c. *Loại độc tố ở da*
    d. *Giảm tuần hoàn*

96. **The process of removing pathogen and other substances from tools and surfaces is:**
    a. **Contamination**
    b. **Washing**
    c. **Decontamination**
    d. **Cleansing**

    Tiến trình loại bỏ vi trùng gây bệnh từ những dụng cụ và mọi bề mặt là:
    a. *Sự ô uế, nhiễm trùng*
    b. *Rửa*
    c. *Tẩy trùng, tẩy uế*
    d. *Làm sạch*

97. **Which forms of lightener could be used on the scalp?**
    a. **Powder**
    b. **Oil and cream**
    c. **Liquid**
    d. **Tablet**

    Dạng (loại) chất tẩy nào có thể được dùng trên da đầu?
    a. *Bột*
    b. *Dầu và kem*
    c. *Lỏng*
    d. *Viên*

98. **Which gland produces perspiration?**
    a. **Sebaceous gland (oil gland)**
    b. **Sudoriferous gland (sweat gland)**
    c. **Epidermis**
    d. **Dermis (true skin)**

    Tuyến nào sản xuất ra mồ hôi?
    a. *Tuyến dầu*
    b. *Sudoriferous gland (sweat gland)*
    c. *Ngoại bì, biểu bì, da ngoài*
    d. *Nội bì (da thật)*

99. **Why do you use neutralizer shampoo after chemical hair relaxer (chemical hair straightening)?**
    a. **Scalp irritation**
    b. **Rebond**
    c. **Softening**
    d. **Restore natural pH of hair**

    Tại sao dùng dầu gội trung hòa sau khi duỗi tóc (duỗi thẳng) bằng hóa chất?
    a. *Ngứa da đầu*
    b. *Giữ lại, kết sợi lại*
    c. *Mềm tóc*
    d. *Phục hồi độ pH tự nhiên của tóc*

100. **What provides nutrients for the papilla to grow?**
    a. **Blood vessel**
    b. **Nerve**
    c. **White cell**
    d. **Red cell**

    Cái gì cung cấp chất dinh dưỡng cho mầm tóc để mọc?
    a. *Mạch máu*
    b. *Thần kinh*
    c. *Tế bào máu trắng*
    d. *Tế bào máu đỏ*

COSMETOLOGY EXAMINATION 6

1. **A rinse that is designed to highlight the color of the hair is a/an:**
   - a. Cream rinse
   - b. Tartaric rinse
   - c. Acid rinse
   - d. Color rinse

   Chất kem xả tóc được tạo ra để sáng màu tóc là:
   - *a. Cream rinse (kem xả)*
   - *b. Tartaric rinse (kem xả có chất chua)*
   - *c. Acid rinse*
   - *d. Color rinse (chất xả tóc có màu)*

2. **The temperature of the pressing comb should be adjusted to the hair:**
   - a. Cleanliness
   - b. Shortness
   - c. Texture
   - d. Length

   Độ nóng của lược ép nên được điều chỉnh đến điều gì của tóc:
   - *a. Sạch sẽ*
   - *b. Ngắn*
   - *c. Cỡ tóc*
   - *d. Chiều dài*

3. **Aniline derivative tints:**
   - a. Penetrate the hair shaft
   - b. Harden the hair shaft
   - c. Coat the hair shaft
   - d. Highlight the hair shaft

   Chất thuốc nhuộm aniline derivative:
   - *a. Xâm nhập vào trong sợi tóc*
   - *b. Cứng sợi tóc*
   - *c. Bám vào sợi tóc*
   - *d. Sáng màu sợi tóc*

4. **If a client who wants to have colored hair or hair cut service. She carries a hair color and hairstyle picture to the salon, how do you do with that client.**
   - a. Reject the client's opinion
   - b. Buy that picture
   - c. Please your client
   - d. Suggest other style to client

   Nếu khách hàng đến salon muốn nhuộm hoặc cắt tóc. Cô ta mang hình màu tóc và kiểu tóc, bạn làm thế nào với người khách đó.
   - *a. Phản đối ý kiến của khách*
   - *b. Mua bức hình đó*
   - *c. Làm theo ý khách (vừa lòng khách)*
   - *d. Gợi ý cho khách một kiểu tóc khác*

5. **To comb out a high, firmness and full style, you must do a roller set with which one of the following principals of roller control:**
   - a. Out off base
   - b. Half off base
   - c. On base
   - d. Overdirected base

   Chãi cho tóc có độ cao, kiểu lọn dợn và đầy đặn, bạn phải quấn ống theo góc độ nào cho tóc:
   - *a. Ngoài nền tóc (quấn góc 45 độ)*
   - *b. Nửa nền tóc (quấn góc 90 độ)*
   - *c. Trên nền tóc (quấn góc 135 độ)*
   - *d. Qua bên kia nền tóc (quấn góc 180 độ)*

6. **A very important attribute of a pleasing personality is a good:**
   - a. List of stories
   - b. Sense of humor
   - c. Loud voice
   - d. Financial standing

   Điều quan trọng góp phần làm vừa lòng mọi người là có cá tính hay về:
   - *a. Nhiều câu chuyện*
   - *b. Tính hài hước*
   - *c. Giọng lớn*
   - *d. Tài chính vững vàng*

7. A vapor used to keep clean objects sanitary is a:

a. Sepsis

c. Fumigant

b. Disinfectant

d. Germicide

Hơi khí xử dụng để giữ vật dụng được vệ sinh là:

a. Nhiễm trùng máu

c. Fumigant (khí diệt trùng)

b. Chất diệt trùng

d. Diệt vi trùng gây bệnh

8. The hair takes its shape, size, and direction from it's:

a. Cuticle

c. Medulla

b. Cortex

d. Follicle

Sợi tóc có được hình dạng, cỡ, và hướng tóc từ:

a. Cuticle (vỏ ngoài tóc)

c. Medulla (lõi tóc)

b. Cortex (lớp giữa của tóc)

d. Follicle (nang tóc, phần chân tóc)

9. The largest organ the human body and accounts for 15 % of body weight is the:

a. Lungs

c. Skin

b. Heart

d. Stomach

Cơ quan lớn nhất của cơ thể con người là:

a. Phổi

c. Da

b. Tim

d. Bao tử

10. The hair cuticle is the:

a. Pith

c. Second layer

b. Outer layer

d. Marrow

Lớp cuticle của tóc là:

a. Lớp giữa tóc

c. Lớp thứ hai

b. Lớp ngoài cùng

d. Tủy xương

11. Henna shampoo adds brightness to:

a. Blond hair

c. Darker hair

b. Gray hair

d. Lightened hair

Thuốc gội tóc henna (lá cây henna ở Ai cập thường màu đỏ, màu đậm) giúp làm sáng cho:

a. Tóc vàng hoe (blond)

c. Tóc đậm hơn

b. Tóc bạc

d. Tẩy lợt tóc

12. Itching is an example of a/an:

a. Primary skin lesion

c. Objective symptom

b. Secondary skin lesion

d. Subjective symptom

Ngứa là một ví dụ của:

a. Vết lở da cấp một

c. Triệu chứng thấy được

b. Vết lở da cấp hai

d. Triệu chứng cảm thấy

13. The best results in finger waving are obtained when the hair is:

a. Naturally wavy

c. Kinky

b. Frizzy

d. Straight

Đạt được lọn tóc đẹp trong cách nắn tóc bằng ngón tay (finger waving) là tóc có:

a. Dợn quăn tự nhiên

c. Xoắn

b. Quăn xù

d. Thẳng

14. To avoid split or break at the front or facial hairline use:

a. Square bases   c. Arc bases

b. Triangular bases   d. Rectangular bases

Để tránh đường chẻ hoặc kẻ hở ở đường viền tóc phía trước mặt dùng:

a. Square bases (nền vuông)   *c. Arc bases (nền cong)*

b. Triangular bases (nền tam giác)   *d. Rectangular bases (nền chữ nhật)*

15. Hair that can be thinning closes to the scalp:

a. Medium hair   c. Coarse hair

b. Fine hair   d. Damaged hair

Loại tóc có thể được cắt tỉa mỏng gần da đầu:

a. Trung bình   *c. Tóc cứng*

b. Tóc mịn   *d. Tóc hư*

16. A good finger waving lotion is not flake on hair when dry and:

a. Lightens the hair   c. Dries slowly

b. Is harmless to the hair   d. Colors the hair

Một chất liệu tốt dùng để nắn tóc bằng ngón tay là không đóng vảy trên tóc khi khô và:

a. Lợt tóc   *c. Khô chậm*

b. Không hại cho tóc   *d. Nhuộm tóc*

17. Alopecia is the technical term for any abnormal form of:

a. Sweat gland disorder   c. Oil gland disorder

b. Skin inflammation   d. Loss of hair

Olopecia là từ kỹ thuật về bất cứ tình trạng bất thường nào của:

a. Xáo trộn tuyến mồ hôi   *c. Xáo trộn tuyến dầu*

b. Sưng da   *d. Mất tóc*

18. The immovable part of the curl attached to the scalp is the:

a. Stem   c. Circle

b. Base   d. Arc

Phần không chuyển động của lọn tóc dính vào da đầu là:

a. Stem (đoạn tóc từ nền đến vòng lọn tóc)   *c. Circle (vòng lọn tóc)*

b. Base (nền tóc)   *d. Arc (vòng cung)*

19. If bangs are to be cut, it is important to test the hair for:

a. Rating   c. Color

b. Oiliness   d. Bounce

Nếu tóc trước trán được cắt, điều quan trọng là phải thử tóc về:

a. Tỷ lệ   *c. Màu*

b. Độ dầu   *d. Bounce (độ bồng bềnh sau khi cắt)*

20. Dandruff is generally believed to be:

a. Non-contagious   c. Non-pathogenic

b. Infections   d. An allergy

Gàu được xem như là:

a. Không lây lan   *c. Vi trùng không gây bệnh*

b. Nhiễm trùng   *d. Dị ứng*

21. A rinse that is formulated to make tangled hair easier to comb is a:

a. Reconditioned rinse

c. Non-strip rinse

b. Cream rinse

d. Medicated rinse

Chất kem xả mướt tóc để giúp cho tóc rối dễ chải hơn là:

a. Chất tái tạo tóc

c. Chất xả tóc không tạo lằn sọc

b. Cream rinse (kem xả tóc cho mượt mà)

d. Chất thuốc xảtóc trị liệu

22. To avoid matting lightened hair, apply shampoo very slowly and work with the hands:

a. On top of the hair

c. On the ends of the hair

b. Around the hairline

d. Underneath the hair

Để tránh cho tóc đã tẩy bị rối, gội tóc chậm chậm và khi gội bằng cách dùng tay:

a. Trên đỉnh tóc

c. Phần cuối tóc

b. Chung quanh viền tóc

d. Luồn dưới tóc

23. A wave formed by alternating finger waves and pin curls is called:

a. Stand up wave

c. Skip wave

b. Loose wave

d. Full wave

Lọn tóc quăn được tạo vừa dợn bằng ngón tay và dùng tay nắn lọn cong được gọi là:

a. Lọn tóc đứng

c. Lọn tóc cách khoảng

b. Lọn tóc rời

d. Lọn tóc đầy

24. Non-strip shampoos are recommended for hair that is:

a. Oily

c. Coarse

b. Tinted

d. Normal

Thuốc gội nhẹ không tạo vệt trên tóc được khuyên dùng cho loại tóc:

a. Dầu

c. Cứng

b. Đã nhuộm

d. Bình thường

25. The first consideration of the cosmetologist always should be the:

a. Protection of the patron

c. Patron's tip

b. Time consumed

d. Fee to be charge

Sự lưu ý đầu tiên của người thợ thẩm mỹ luôn luôn nên:

a. Bảo vệ cho khách

c. Tiền thưởng của khách

b. Thời gian cần làm

d. Số tiền tính cho khách

26. A dry nail polish (paste or powder) is best for the nails that are:

a. Brittle

c. Thin

b. Sculptured

d. Thick

Chất đánh bóng móng khô (dạng sền sệt hoặc bột) thích hợp cho loại móng:

a. Dòn

c. Mỏng

b. Móng bột

d. Dày

27. Hand massage should be included with each manicure because it keeps the skin and hands:

a. Smooth

c. Flexible

b. Well groomed

d. All of the above

Xoa bóp tay kết hợp với chăm sóc móng tay vì nó giữ cho da và tay:

a. Mịn màng

c. Mềm dẻo

b. Đẹp, gọn gàng

d. Tất cả các điều trên

28. Light bulb used for the manicure table is:

a. 75 watts

b. 40 watts

c. 120 watts

d. 60 watts

Năng lượng của bóng đèn đặt (gắn) ở bàn làm móng tay là:

a. 75 watt

b. 40 watt

c. 120 watt

d. 60 watt

29. The muscle extending down the forearm is called:

a. Flexors

b. Extensors

c. Both a & b

d. Neither of the above

Bắp thịt vươn dài xuống cánh tay trước được gọi là :

a. Cơ co cánh tay

b. Cơ duỗi cánh tay

c. Cả hai a & b

d. Không có điều nào ở trên

30. Linen wraps are not good service if client's hands are usually:

a. Held

b. In water

c. Photographed

d. Touched

Bao móng bằng vải dày (linen) không phải là cách tốt để làm cho khách, nếu bàn tay khách luôn luôn:

a. Nắm lại

b. Trong nước

c. Chụp hình

d. Chạm đến (sờ)

31. When giving a permanent wave to bleached hair, you should:

a. Use larger rods than on normal hair

b. Use smaller rods at side head

c. Use smaller spiral tubes

d. Use the same rod size all over the head

Khi uốn tóc trên tóc đã từng tẩy, bạn nên:

a. Dùng ống cuốn lớn hơn tóc bình thường

b. Dùng ống cuốn nhỏ hơn ở tóc hai bên đầu

c. Dùng ống cuốn dây spiral nhỏ hơn

d. Dùng cùng cỡ ống cuốn khắp đầu

32. Color filler is to correct the hair's porosity and to:

a. Help faster to deposit color

b. Remove unwanted gold color

c. Deposit a base color

d. Deep moisturizer the hair ends

Dung dịch giúp màu cho tóc (color filler) là để điều chỉnh lại tóc dễ thấm và:

a. Giúp đưa màu nhanh hơn

b. Loại bỏ màu vàng không thích

c. Thêm vào màu nền cho tóc cần đến

d. Thêm ẩm ở đuôi tóc

33. In order to apply the artificial nails, what do you use to roughen the surface of the nail?

a. Fine emery board

b. File

c. Nippers

d. Pushers

Để đắp móng bột, bạn dùng vật gì để làm nhám bề mặt móng?

a. Giũa giấy mịn

b. Giũa

c. Đồ cắt da

d. Đồ đẩy da

34. Example of an aniline derivative product is:

a. Certified color

b. Compound dye

c. Henna color

d. Penetrating tint

Ví dụ của thuốc nhuộm aniline derivative là:

a. Màu tạm thời

b. Màu hỗn hợp

c. Màu thảo mộc henna

d. Màu nhuộm xâm nhập bên trong

35. Giving artificial nails, the work room must be:

a. Warmed

c. On the second floor

b. Well ventilated and light

d. Have a large fan and light

Khi làm móng bột, nơi làm việc phải:

a. Được sưởi ấm

c. Nằm ở lầu hai

b. Thoáng khí và đủ ánh sáng

d. Có một quạt máy lớn và đèn lớn

36. To protect your health while doing acrylic nail by using acrylic liquid and acrylic powder you must:

a. Wear safety glasses

c. Wear dust mask

b. Wear contact lenses

d. Both "a" and "c"

Để bảo vệ sức khỏe của bạn khi làm móng bột với nước acrylic và bột acrylic, bạn phải:

a. Mang kính an toàn

c. Mang mặt nạ che bụi

b. Mang kính sát tròng

d. Câu a và c

37. In fingerwave technique, the wave will not remain in place if the hair is comb out:

a. Before it is completely dry

c. Before the hair net is put on

b. After the gel lotion is applied

d. After the hairnet is removed out

Trong kỹ thuật làm dợn sóng tóc bằng ngón tay, dợn sóng sẽ không giữ được nếu tóc được chải ra:

a. Trước khi hoàn toàn khô

c. Trước khi lưới tóc phủ lên

b. Sau khi gel trãi lên

d. Sau khi lưới tóc được lấy ra

38. What kind of chemical do you use to remove old polish for customer who has artificial nails?

a. Acetone

c. Non-acetone polish remover

b. None-acetone

d. Polish remover

Bạn dùng hóa chất nào để chùi nước sơn cho khách có mang móng giả?

a. Acetone

c. Chất chùi nước sơn không có acetone

b. Chất không có acetone

d. Chất chùi nước sơn

39. Pincurl method is similar to using rollers:

a. Stand up curls

c. Backward curls

b. Full stem curls

d. Forward curls

Cách làm lọn tóc kẹp lại (pincurl) giống như cách dùng ống cuốn:

a. Lọn tóc đứng

c. Lọn tóc đi lui

b. Lọn tóc căn bản

d. Lọn tóc hướng tới

40. How do you hold the nail tip for application?

a. Downward

c. Upward

b. Forward

d. Backward

Khi gắn móng tip, bạn giữ móng giả (tip) đó theo hướng nào?

a. Hướng xuống dưới

c. Hướng lên trên

b. Hướng về phía trước

d. Hướng ra sau

41. How long after application of the artificial nails, you can fill them?

a. 1 week

c. 3 weeks

b. 2 weeks

d. 1 month

Sau khi đắp móng giả một thời gian bao lâu thì bạn có thể làm fill?

a. Một tuần

c. Ba tuần

b. Hai tuần

d. Một tháng

42. What is the use of primer?

a. It is used as bonding substance

b. It is used as tape

c. It is used as glue

d. None of the above

Primer có tác dụng gì?

a. Dùng như một chất kết dính

b. Dùng như băng keo

c. Dùng như keo

d. Không phải những điều trên

43. When the nail tip is larger than the real nail, you can adjust it by using . . . . ?

a. Cuticle nipper

b. Cuticle pusher

c. File

d. Scissors and file

Nếu móng tip lớn hơn móng thật, bạn dùng dụng cụ . . . . để điều chỉnh?

a. Đồ cắt da

b. Đồ đẩy (sủi) da

c. Giũa

d. Kéo và giũa

44. Hair can be permed successfully if it has been:

a. Over porous hair

b. Used NaOH relaxer

c. Tinted hair

d. Metallic dye

Tóc có thể được uốn có kết quả tốt nếu tóc có:

a. Tóc quá thấm

b. Tóc dùng thuốc duỗi sodium mạnh

c. Tóc nhuộm

d. Tóc nhuộm bằng kim loại

45. After you finish the acrylic nail you should mix them together then use paper towel to wipe and:

a. Discard them in quats solution

b. Discard the neutralized product

c. Put them to the soil container

d. Keep using on another customer

Sau khi bạn đã hoàn tất móng acrylic, bạn nên trộn chúng lại rồi dùng giấy lau bỏ và:

a. Đổ bỏ chúng vào dung dịch quats

b. Vất bỏ đi sản phẩm đã trung hòa

c. Đổ chúng vào hộp đồ dơ

d. Giữ lại để dùng cho người khách khác

46. After hair is removed, it will grow from the papilla to the surface of the skin in approximately:

a. 4 days

b. 3 weeks

c. 1 – 3 months

d. 4 months

Sau khi lông được lấy đi, lông sẽ mọc lại từ nang lông đến bề mặt của da trong khoảng:

a. 4 ngày

b. 3 tuần

c. 1 – 3 tháng

d. 4 tháng

47. Pathogenic bacteria produce disease when they invade plant or animal tissues for their growth are:

a. Boils (furuncle)

b. Sebum

c. Parasites

d. Eczema

Vi trùng gây bệnh tạo ra bệnh khi chúng tấn công vào mô thực vật và động vật để chúng phát triển lên là:

a. Nhọt dưới nang lông

b. Dầu

c. Ký sinh trùng

d. Chốc lở

48. The body defends itself from harmful bacteria by producing:

a. Inflammation

b. Vaccines

c. Atrium

d. Ventricle

Cơ thể tự phòng vệ từ loại vi trùng có hại bằng cách tạo:

a. Sự sưng da

b. Chủng ngừa

c. Tâm nhĩ (ngăn trên, thành mỏng của tim)

d. Tâm thất (ngăn dưới, thành dày của tim)

49. Men grow thicker and coarser hair on their faces and bodies because of their higher levels of:

a. Oil

c. Estrogen

b. Testosterone

d. Perspiration

Lông đàn ông mọc dày hơn và cứng hơn trên mặt cũng như thân thể vì họ có mức cao hơn về:

a. Dầu

c. Kích thích tố nữ

b. Kích thích tố nam

d. Sự ra mồ hôi

50. Anabolism and catabolism are two phases of:

a. Metabolism

c. Mitosis

b. Reproduction

d. Amitosis

Đồng hóa (tích trữ năng lượng) và dị hóa (tiêu hao năng lượng) là hai quá trình của:

a. Sự trao đổi chất

c. Gián phân

b. Sinh sản

d. Trực phân

51. An organ usually consists of two or more different:

a. Tissues

c. Cell

b. Systems

d. Glands

Một bộ phận thường thường gồm có hai hay nhiều điều gì khác nhau:

a. Mô

c. Tế bào

b. Hệ thống

d. Các tuyến

52. The more movable attachment of the muscles is known as the:

a. Muscle tone

c. Origin

b. Ligament

d. Insertion

Phần chuyển động dính vào bắp thịt được biết là:

a. Bắp thịt mạnh mẽ

c. Gốc

b. Dây chằng

d. Ngọn bắp thịt

53. The nervous system coordinates and controls all body:

a. Structures

c. Diseases

b. Functions

d. Cleanliness

Hệ thống thần kinh phối hợp và kiểm soát tất cả điều gì của thân thể:

a. Cấu trúc

c. Bệnh

b. Nhiệm vụ

d. Sạch sẽ

54. Cervical nerves originate in the:

a. Sphenoid bone

c. Ethmoid bone

b. Spine

d. Lacrimal bones

Thần kinh cổ bắt nguồn từ:

a. Xương bướm (nối liền tất cả xương sọ)

c. Xương xốp giữa hốc mắt tạo xương mũi

b. Cột sống

d. Xương dòn nhỏ thành trong của hốc mắt

55. Other names for the dermis are cutis, derma, corium and:

a. Epidermis

c. True skin

b. Lucidum

d. Granulosum

Một số tên khác cho lớp nội bì là cutis, derma, corium và:

a. Lớp ngoại bì

c. Lớp da thật

b. Lớp trong suốt của ngoại bì

d. Lớp hạt của ngoại bì

56. Adipose tissues protect against heat loss and stores energy in the form of fat cells and gives body:

a. Elasticity
b. Color
c. Contour
d. A sense of touch

Mô mỡ để bảo vệ chống sự mất nhiệt và tích trử năng lượng trong dạng các tế bào mỡ và tạo gì cho cơ thể:

a. Độ đàn hồi
b. Màu
c. Lớp bọc ngoài
d. Cảm giác sờ đến

57. The skin protects the body from injury and:

a. Bacterial invasion
b. Sudoriferous secretion
c. Sebaceous secretion
d. Melanin invasion

Da bảo vệ cơ thể từ sự thương tổn và:

a. Tấn công của vi trùng
b. Điều tiết mồ hôi
c. Điều tiết dầu
d. Tấn công chất màu

58. Insect bites and hives are examples of lesions called:

a. Macules
b. Miliaria rubra
c. Wheals
d. Bulla

Côn trùng cắn và chích có dấu sưng, vết lở gọi là:

a. Macules (mảng lợt màu như freckles)
b. Rôm sởi (ngứa da tiếp xúc quá nóng)
c. Wheals (mẩn đỏ, ngứa, sưng)
d. Bulla (mụn nước)

59. A crack in the skin causing chapped hands is known as a/an:

a. Ulcer
b. Tumor or nodules
c. Tubercle
d. Fissure

Vết nứt trên da nguyên nhân gây ra nứt tay được biết là:

a. Ulcer (vết loét có mủ)
b. Bướu lớn
c. Cục da sần hơi cứng
d. Fissure

60. A ruptured follicle deep in the dermis, it destroys many live cells is often the cause of a/an:

a. Cyst
b. Asteatosis
c. Seborrhea
d. Dyskeratosis

Chỗ rách sâu trong nang lông của nội bì hủy diệt nhiều tế bào sống thường là nguyên nhân tạo ra:

a. U nang, bướu nhỏ
b. Thiếu chất dầu
c. Nhiều chất dầu
d. Thiếu chất sừng ở lớp ngoại bì

61. Matter exists in 3 forms: solids, liquids, and gases. It may be defined as anything that has mass and:

a. Contains color
b. Occupies space
c. Floats on water
d. Has a gaseous form

Vật chất tồn tại trong 3 dạng: đặc, lõng và khí. Vật chất được định nghĩa là bất cứ vật gì có khối lượng và:

a. Chứa màu
b. Chiếm chỗ trong không gian
c. Nổi lên mặt nước
d. Có dạng khí

62. The main ingredient in an oil-in-water emulsion is:

a. Water
b. Oil
c. Thickener
d. Baking soda

Thành phần chính của loại nhũ tương với thành phần dầu lẫn trong nước là:

a. Nước
b. Dầu
c. Chất sền sệt
d. Baking soda

63. Mascara is usually available in the form of cake, cream, or:
- **a. Powder**
- **b. Paste**
- **c. Crayon**
- **d. Liquid**

Mascara thường thường ở trong các dạng bánh, cream, hoặc:
- *a. Bột*
- *b. Sền sệt*
- *c. Chì sáp*
- *d. Dạng lỏng*

64. Broken capillaries that can be seen beneath the skin's surface are characteristic of:
- **a. Acne skin**
- **b. Couperose skin**
- **c. Seborrhea skin**
- **d. Rosasea skin**

Mạch máu nhỏ bị vỡ có thể được thấy dưới bề mặt của da là đặc tính của:
- *a. Da có mụn bọc*
- *b. Da Couperose*
- *c. Da tiết nhiều dầu*
- *d. Da bị đỏ ửng kinh niên ở má, mũi*

65. The four most common curl bases used in hairstyling are the square bases, rectangular base, triangular base, and:
- **a. Flat base**
- **b. Circular base**
- **c. Elevated base**
- **d. Arc base**

Bốn loại nền (base) lọn tóc được dùng trong chãi kiểu là nền vuông, nền chữ nhật, nền tam giác và:
- *a. Flat base (nền phẳng)*
- *b. Circular base (nền tròn)*
- *c. Elevated base (nền nâng lên)*
- *d. Arc base (nền cong cánh cung)*

66. During the shampoo, a scalp massage is given with:
- **a. The metacarpus**
- **b. Ear pads**
- **c. Rubber gloves**
- **d. The cushions of the fingertips**

Trong lúc gội tóc, massage da đầu được làm với:
- *a. Xương bàn tay*
- *b. Miếng che tai*
- *c. Bao tay cao su*
- *d. Đệm đầu các ngón tay*

67. The process of removing tangles from the hair should start in the:
- **a. Forehead area**
- **b. Nape area**
- **c. Hairline area**
- **d. Cross area**

Tiến trình gở rối tóc nên bắt đầu ở:
- *a. Vùng trán*
- *b. Vùng gáy*
- *c. Vùng viền trán*
- *d. Vùng chéo*

68. The mobility of a pin curl is determined by its:
- **a. Base**
- **b. Stem**
- **c. Pivot**
- **d. Circle**

Lọn tóc chuyển động được xác định do:
- *a. Base*
- *b. Stem*
- *c. Pivot*
- *d. Circle*

69. When styling a wig, pin curls are used instead of rollers to keep the:
- **a. Fullness of the style**
- **b. Fibers from unraveling**
- **c. Style close to the head**
- **d. Hair tightly knotted**

Khi chãi tóc trên đầu giả, quấn lọn tóc được thay thế cách quấn ống cuốn để giữ:
- *a. Tạo kiểu đầy đặn*
- *b. Tóc không rối*
- *c. Lọn tóc quấn được gần vùng da đầu*
- *d. Tóc thắt gút chặt*

70. The choice of setting lotion should be governed by:

   a. Its color

   b. Its drying qualities

   c. The texture of the patron's hair

   d. Its lacquer consistency

Chọn lựa chất trải lên tóc để chải kiểu cần lưu ý đến:

   a. Màu tóc

   b. Đặc tính khô

   c. Cỡ tóc của người khách

   d. Tính bám chặt của chất phủ lên

71. The neck strip or towel is used to prevent:

   a. Complete saturation of the hair

   b. An unpleasant feeling to the patron

   c. The cape from touching the skin

   d. The patron from perspiring

Giấy mềm che cổ hoặc khăn được dùng để ngăn ngừa:

   a. Trung hoà đều tóc

   b. Cảm giác khách không thoải mái

   c. Tấm choàng đụng vào da

   d. Khách chảy mồ hôi

72. Before attempting to comb out the set hair, it must be thoroughly:

   a. Brushed

   b. Tangled

   c. Cooled

   d. Perm

Trước khi muốn chải kiểu mái tóc đã được cuốn ống, tóc phải hoàn toàn:

   a. Chãi

   b. Rối

   c. Nguội

   d. Uốn

73. The hair must be damp if hair thinning is done with:

   a. Razor

   b. Thinning scissor

   c. Clippers

   d. Shears

Tóc cần ẩm nếu tóc được tỉa mỏng với:

   a. Dao

   b. Kéo tỉa mỏng

   c. Cắt tóc điện

   d. Kéo cắt, kéo tỉa

74. When in operation, the blow drier produces a steady stream of temperature controlled:

   a. Air

   b. Vapors

   c. Steam

   d. Water

Khi hoạt động, máy sấy tạo dòng nhiệt ổn định điều khiển:

   a. Không khí

   b. Tỏa hơi

   c. Hơi nước

   d. Nước

75. When matching hair color, whether dark or light, is determined by its:

   a. Shortest

   b. Darkest

   c. Lightest

   d. Dumpiest

Khi nhuộm đều màu tóc, dù đậm hay lợt, được đánh giá bởi chỗ tóc:

   a. Ngắn nhất

   b. Đậm nhất

   c. Lợt nhất

   d. Tóc rũ

76. The two most commonly methods of chemical hair relaxing are the sodium hydroxide method and the:

   a. Thio method

   b. Thermal method

   c. Gentian violet method

   d. Single-process method

Hai phương pháp thông thường dùng hóa chất duỗi tóc là duỗi tóc bằng sodium hyroxide và:

   a. Duỗi tóc bằng chất thioglycolate

   b. Phương pháp nhiệt

   c. Gentian violet (gel thoa phỏng)

   d. Cách làm một lần

77. Pre-softening before applying a one step (one process) hair tint serves to:

    a. Soften lightened hair
        c. Remove metallic dye

    b. Decrease the resistance of hair
      d. Harden lightened hair

Làm mềm tóc trước khi dùng thuốc nhuộm để:

    a. Mềm tóc tẩy
        c. Lấy ra chất nhuộm kim loại

    b. Giảm bớt độ khó thấm của tóc
    d. Cứng lại tóc tẩy

78. Color shades with some red or gold tones are classified as being:

    a. Drab color
        c. Silver color

    b. Warm color
        d. Cool color

Sắc màu mà có một số lượng màu đỏ hoặc vàng hoe được phân loại là:

    a. Màu drab (xám, khói)
        c. Màu bạc

    b. Màu ấm (màu có chứa màu đỏ)
    d. Màu mát (màu có chứa màu xanh biển)

79. The action of the chemical hair relaxer causes the hair to:

    a. Form new curls
        c. Shrink

    b. Soften and swell
        d. Harden and set

Hoạt tính của hóa chất duỗi tóc là nguyên nhân làm cho tóc:

    a. Tạo lọn tóc mới
        c. Co lại

    b. Mềm và phồng lên
        d. Cứng và tạo lọn tóc

80. Hair color rinses are coloring that are:

    a. Penetrating
        c. Temporary

    b. Semi-Permanent
        d. Permanent

Chất xả tóc có chứa màu là loại thuốc nhuộm, đó là loại:

    a. Xâm nhập
        c. Tạm thời

    b. Bán vĩnh viễn
        d. Vĩnh viễn

81. The natural color of hair, whether dark or light, is determined by its:

    a. Texture
        c. Medulla

    b. Pigment
        d. Cuticle

Màu tự nhiên của tóc, dù đậm hoặc lợt, được đánh giá do ở:

    a. Cỡ tóc
        c. Lõi tóc

    b. Hạt màu
        d. Lớp ngoài của tóc

82. The technique of drying and styling damp hair in one operation is called:

    a. Thermal irons styling
      c. Blow-dry styling

    b. Thermal styling
        d. Croquignole styling

Kỷ thuật làm tóc khô và chãi kiểu tóc ẩm trong cùng một lần làm được gọi là:

    a. Kẹp nhiệt tạo lọn tóc
        c. Chãi bằng máy sấy

    b. Chãi kiểu tóc bằng nhiệt
    d. Kiểu croquignole (quấn từ đuôi vào da đầu)

83. If tension is used when wrapping the hair, the action of the permanent wave solution could be:

    a. Stopped
        c. Retarded

    b. Accelerated
        d. Hastened

Nếu trong khi quấn tóc mà quá căng, tác dụng của dung dịch uốn tóc có thể:

    a. Ngưng lại
        c. Chậm lại (khó thấm)

    b. Thúc đẩy nhanh
        d. Nhanh thêm

84. Acid balanced permanent waving is done without offensive odors because:

   a. No ammonium is used

   b. Heat neutralizer the odor

   c. The solution is highly perfumed

   d. The processing is very fast

Dung dịch uốn tóc acid balance không có mùi nồng khó chịu bởi vì:

   a. Không dùng ammonium

   b. Nhiệt trung hòa mùi nồng

   c. Dung dịch nhiều chất thơm

   d. Tiến trình rất nhanh

85. When equal parts of the three primary colors (red, yellow, blue) are mixed together, they produce the color:

   a. Grey

   b. White

   c. Black

   d. Brown

Khi pha đều 3 màu căn bản thứ nhất (đỏ, vàng, xanh biển) cùng nhau, chúng tạo ra màu:

   a. Xám

   b. Trắng

   c. Đen

   d. Nâu

86. In acid-balanced or neutral permanent waving, damaged to the hair is minimized because:

   a. Small rods are used

   b. Harsh alkalis are not used

   c. Concentrated heat is applied

   d. Waving lotion is used

Trong thuốc uốn tóc acid balance hoặc dung dịch trung hòa, sự hư hại tóc được giảm thiểu bởi vì:

   a. Ống cuốn nhỏ được xử dụng

   b. Chất kềm không được dùng

   c. Sức nóng được dùng

   d. Thuốc uốn tóc được dùng

87. Sodium hydroxide relaxer is applied to the scalp area last because this area is speeded by:

   a. Ammonia thioglycolate relaxer

   b. The accelerator

   c. Body heat

   d. Hydrogen peroxide

Chất duỗi tóc sodium hydroxide cho lên vùng da đầu sau cùng vì vùng này được thúc đẩy nhanh do:

   a. Hóa chất duỗi tóc thio

   b. Chất xúc tác (thúc đẩy)

   c. Thân nhiệt

   d. H_2O_2

88. A green cast in blond hair can be corrected by the addition of:

   a. Red

   b. Blue

   c. Yellow

   d. Violet

Màu xanh lá tạo ra trong loại tóc vàng hoe có thể được chữa lại bằng cách thêm vào:

   a. Đỏ

   b. Xanh biển

   c. Vàng

   d. Tím

89. In the permanent waving, a test curl serves as a guide to determine the:

   a. Size of the section

   b. Processing time

   c. Hair tension

   d. Neutralizing time

Trong việc uốn tóc, thử lọn tóc như là cách để đánh giá:

   a. Cỡ chia tóc

   b. Thời gian phát triển

   c. Căng tóc

   d. Thời gian trung hòa

90. The smallest rods are usually wrapped for permanent wave at the:

   a. Crown area

   b. Nape area

   c. Temple area

   d. Frontal area

Ống cuốn tóc nhỏ nhất luôn được quấn cho uốn tóc vĩnh viễn ở:

   a. Vùng đỉnh đầu

   b. Vùng gáy

   c. Vùng thái dương

   d. Vùng trước trán

91. After a scalp cream has been applied, expose the scalp to:
a. Ultra violet rays
c. Rays of blue lights
b. Infra-red ray
d. Actinic rays
Sau khi kem chữa trị da đầu được thoa lên, cho da đầu tiếp xúc:
a. *Tia cực tím (U.V rays)*
c. *Tia xanh*
b. *Tia hồng ngoại*
d. *Tia không thấy được có hóa tính*

92. Egyptian henna is vegetable tint, colors the hair by:
a. Penetrating the hair medulla
c. Oxidation color
b. Penetrating the hair cortex
d. Coating the hair shaft
Thuốc nhuộm henna của người Ai cập là thuốc nhuộm thực vật, loại thuốc nhuộm tạo:
a. *Xâm nhập vào lõi tóc*
c. *Nhuộm oxýt hóa*
b. *Xâm nhập vào lớp thứ nhì của tóc*
d. *Bọc bên ngoài sợi tóc*

93. When tinting hair with over-porous ends or damaged hair to get a uniform color, first use:
a. A soap cape
c. A cream rinse
b. A color shampoo
d. A color filler
Khi nhuộm tóc với đuôi tóc quá thấm hoặc tóc hư để được đều màu, đầu tiên là dùng:
a. *Soap cape (trộn đều thuốc nhuộm và shampoo)* c. *Kem xả tóc*
b. *Thuốc gội có màu*
d. *Color filler*

94. To determine the reaction of a chemical relaxer on the hair. It should be:
a. Strand test
c. Pull test
b. Protective base
d. Test of elasticity
Để đánh giá phản ứng của hóa chất duỗi thẳng trên tóc. Tóc cần:
a. *Thử lọn tóc*
c. *Thử kéo tóc*
b. *Kem bảo vệ da và da đầu*
d. *Thử độ đàn hồi*

95. One of the following chemicals could be used after the hair being bleached:
a. Compound dye
c. Pastel toner
b. Henna product
d. Progressive dye
Một trong những hóa chất theo sau có thể được dùng sau khi tóc được tẩy:
a. *Thuốc nhuộm tổng hợp (metallic, henna)*
c. *Màu nhạt toner*
b. *Thuốc nhuộm henna*
d. *Thuốc nhuộm kim loại bọc ngoài tóc*

96. Which of the following colors belong to the secondary colors?
a. Green, Yellow, and red
c. Red, Yellow, and Blue
b. Violet, Green, and Orange
d. Orange, Yellow, and Green
Màu nào theo sau đây thuộc về nhóm màu thứ hai:
a. *Xanh lá, Vàng, và Đỏ*
c. *Đỏ, Vàng, và Xanh Biển*
b. *Tím, Xanh lá, và Cam*
d. *Cam, Vàng, và Xanh lá*

97. If the hair is lightened to the pale yellow stage and after that a blue base toner is applied, the result would be:
a. A gold cast
c. A blond cast
b. A violet cast
d. A green cast
Nếu tóc được tẩy đến tầng màu vàng rất lợt và sau đó cho toner với màu nền xanh biển lên tóc, kết quả sẽ là:
a. *Ngã màu của vàng kim (gold)*
c. *Ngã màu vàng hoe (blond)*
b. *Ngã màu tím*
d. *Ngã màu xanh lá cây*

98. Your client who has black hair wants to change to brown color and you have only blue base tint in your stock. When you should stop bleaching?

a. Obtains green color

c. Obtain light brown color

b. Obtains red color

d. Obtains orange color

Khách của bạn có tóc đen, muốn đổi sang màu nâu, và bạn chỉ có thuốc nhuộm với màu nền xanh biển trong tủ thuốc nhuộm. Lúc nào cần nên ngừng tẩy tóc?

a. *Đạt được màu xanh lá*

c. *Đạt được màu nâu lợt*

b. *Đạt được màu đỏ*

d. *Đạt được màu vàng cam*

99. Phoresis is the process using of galvanic current, chemical solutions are forced into the unbroken skin consists of:

a. Anaphoresis

c. The positive pole

b. Cataphoresis

d. a & b are correct

Phoresis là tiến trình của dòng điện galvanic, dung dịch hóa chất được đẩy vào trong làn da lành lặn gồm   có:

a. *Anaphoresis (cực âm tạo alkaline)*

c. *Cực dương*

b. *Cataphoresis (cực dương tạo acid)*

d. *a & b đều đúng*

100. The arrangement of hair with arc base at the back of the head in smooth vertical molded line is   called a:

a. Up do

c. French twist

b. Beehive

d. Piggy back

Tạo kiểu tóc với nền cánh cung ở phía sau đầu, quấn mượt mịn nổi lên theo chiều dọc được gọi là:

a. *Bới tóc kiểu*

c. *Xoắn tóc kiểu Pháp*

b. *Kiểu lọn tóc tổ ong*

d. *Kiểu quấn tóc 2 ống chồng lên nhau dành cho tóc dài*

COSMETOLOGY EXAMINATION 7

1. **When H2O2 is added with oil bleach, what reaction will happen for the hair?**
   a. Promote
   b. Soften
   c. Re-absorb
   d. Thicker

   Khi hydrogen peroxide pha trộn thuốc tẩy dầu, phản ứng gì sẽ xảy ra trên tóc:
   a. Màu lợt dần
   b. Mềm
   c. Cho thấm lại
   d. Đặc hơn

2. **A method of laundering such as dirty towels or uniforms in salon may include one of the following:**
   a. Immersion in water at 130 F degrees for not less than 10 minutes when washing
   b. Immersion in water at 165 F degrees for not less than 8 minutes when rinsing
   c. Immersion in water at 140 F degrees for not less than 15 minutes when washing and rinsing.
   d. Immersion in water at 180 F degrees for not less than 4 minutes when rinsing

   Phương pháp giặt khăn dơ hoặc áo đồng phục ở salon có thể bao gồm những điều sau đây:
   a. Nhúng chìm vào nước 130 độ F không ít hơn 10 phút khi giặt
   b. Nhúng chìm vào nước 165 độ F không ít hơn 8 phút khi xả nước
   c. Nhúng chìm vào nước 140 độ F không ít hơn 15 phút khi giặt và xả sạch
   d. Nhúng chìm vào nước 180 độ F không ít hơn 4 phút khi xả nước

3. **The sub-section for haircut is ½ inch and for bleach hair should be:**
   a. 1/8 inch
   b. 1/4 inch
   c. 1/2 inch
   d. 3/4 inch

   Từng phần nhỏ chia tóc khi cắt tóc là ½ inch và chia từng phần nhỏ tóc để tẩy tóc nên:
   a. 1/8 inch
   b. 1/4 inch
   c. 1/2 inch
   d. 3/4 inch

4. **The excessive use of hydrogen peroxide tends to make the hair:**
   a. Oily
   b. Dry and brittle
   c. Moist
   d. Non-porous

   Dùng quá nhiều chất hydrogen peroxide (H2O2) có khuynh hướng làm cho tóc:
   a. Dầu
   b. Khô và dòn
   c. Ẩm ướt
   d. Không thấm

5. **No person shall massage a surface of skin or a scalp on a patron that is:**
   a. Dead cell
   b. Infected
   c. Black patch
   d. White patch

   Không người nào được masssage bề mặt của da hoặc da đầu của khách hàng có:
   a. Tế bào chết
   b. Nhiễm trùng
   c. Mảng đen
   d. Mảng trắng

6. **The disease AIDS (Acquired Immune Deficiency Symdrom) is caused:**
   a. Spirilla
   b. Virus
   c. Saprophyte
   d. Spore

   Bệnh AIDS (chứng thiếu miễn nhiễm tự tạo) do nguyên nhân:
   a. Vi trùng hình xoắn
   b. Siêu vi khuẩn
   c. Thực vật hoại sinh
   d. Bào tử (vi trùng nằm trong vỏ bọc)

7. Method using chemical breaks down on over curly hair prior to cold wave is for the purpose of:

a. Relaxed

b. Smooth

c. Straight

d. Wave pattern

Cách dùng hóa chất làm vỡ cấu trúc trên loại tóc quá quắn trước khi uốn tóc nhằm mục đích làm cho tóc:

a. Duỗi ra

b. Mịn mượt

c. Giãn ngay ra

d. Dợn sóng

8. Back-combing and back-brushing (teasing, ratting, and matting) creates a firm cushion to build:

a. Matting hair

b. Soft hair

c. Flat hair

d. Full -volume curl

Đánh rối và chãi ngược lại (teasing, ratting, matting) giúp tăng thêm độ dày đệm tóc để tạo:

a. Tóc rối (matting hair)

b. Tóc mềm

c. Tóc bằng

d. Kiểu tóc dợn cao (góc 135 độ)

9. When hair cut, texture shears is used to achieve the purpose by the following:

a. Thinning the hairline

b. Shortening length

c. Blending steps

d. Mixing ends

Khi cắt tóc, cây kéo tỉa được dùng để đạt được mục đích bằng cách tỉa:

a. Mỏng đường viền tóc

b. Ngắn bớt chiều dài

c. Tạo tóc đều không bị sọc răn

d. Đuôi tóc lộn xộn

10. Why apply tint test at the inner elbow or behind the ears?

a. Less sensitive

b. More sensitive

c. No sensitive

d. Easy to work

Tại sao thử nghiệm thuốc nhuộm lại chọn ở trong khuỷu tay hoặc sau tai?

a. Ít nhạy cảm

b. Nhiều nhạy cảm

c. Không nhạy cảm

d. Dễ làm

11. Body heat and incomplete keratinization make color process faster at the:

a. Hair ends

b. Midshalf

c. Porous ends

d. Scalp

Nhiệt độ cơ thể và cấu trúc chất sừng chưa hoàn chỉnh tạo màu phát triển nhanh hơn ở vùng:

a. Đuôi tóc

b. Giữa sợi tóc

c. Đuôi tóc thấm

d. Da đầu

12. The maximum use of high frequency current for facial or scalp treatment in the beauty salon is:

a. 3 minutes

b. 5 minutes

c. 8 minutes

d.15 minutes

Dòng điện cao tần thời gian xử dụng tối đa cho da mặt hoặc chữa trị da đầu ở salon là:

a. 3 phút

b. 5 phút

c. 8 phút

d. 15 phút

13. Shampoo trays and bowls must be kept in good repair and in a sanitary condition by cleansing with:

a. Kerosene

b. 5% phenol

c. Soap and water or other detergent

d. 70% alcohol

Khay gội tóc và tô phải giữ trong điều kiện bảo toàn tốt và vệ sinh bằng cách làm sạch với:

a. Dầu lửa

b. 5 % phenol

c. Xà phòng và nước hoặc chất tẩy khác

d. 70% cồn

14. When you mix blue, green, and violet, what base color will be correct?

a. Blender　　　　　　　　　　c. Insert

b. Drab　　　　　　　　　　　 d. Translucent

Khi bạn pha trộn màu xanh, xanh lá cây, và tím, màu nền nào sẽ đúng nhất:

a. Trộn lẫn　　　　　　　　　 c. Đưa vào

b. Nâu xám (màu chứa nhiều màu xanh biển)　 d. Trong suốt

15. In chemical hair relaxed, when you go to the conclusion, you must:

a. Apply stabilizer　　　　　　c. Restructuring

b. Rinse thoroughly　　　　　　d. Category

Trong hóa chất duỗi tóc, khi bạn đã hoàn tất công việc, bạn phải:

a. Trải lên dung dịch ổn định　　c. Tái cấu trúc lại

b. Xả sạch hoàn toàn　　　　　 d. Phân loại

16. To neutralize the yellowish tinge in gray and white hair, use:

a. Violet　　　　　　　　　　c. Red

b. Yellow　　　　　　　　　　d. Blue

Để trung hòa màu trở vàng trong tóc bạc xám và bạc trắng, dùng:

a. Tím　　　　　　　　　　　c. Đỏ

b. Vàng　　　　　　　　　　 d. Xanh

17. To keep the protective drape from coming in contact with the patron's neck, use a:

a. Neck strip　　　　　　　　c. Plastic drape

b. Cloth drapes　　　　　　　d. All of the above

Để giữ cho tấm khăn choàng bảo vệ do sự tiếp xúc vào cổ khách, dùng:

a. Neck strip (giấy mềm che cổ)　c. Choàng tấm nhựa

b. Choàng quần áo　　　　　　d. Tất cả các câu trên

18. Lack of neutralizer in permanent cold wave your hair will have:

a. Strong wave　　　　　　　c. Constancy

b. Weak wave　　　　　　　　d. Inconstancy

Không dùng dung dịch trung hòa trong việc uốn tóc sẽ tạo:

a. Dợn sóng mạnh　　　　　　c. Tính ổn định, liên tục

b. Dợn sóng yếu　　　　　　 d. Tính không ổn định, không liên tục

19. The rules and regulations of the state board of cosmetology state that:

a. Towel can re-use between laundering.　c. Towels may not be used more than two times

b. Soiled towels is kept in an open container　d. Towels may not be used more than one time

Luật và điều lệ của ngành thẩm mỹ tiểu bang nói rằng:

a. Khăn có thể dùng lại đang khi chờ giặt　c. Khăn không thể dùng hơn hai lần

b. Khăn dơ được cất trong thùng trống　 d. Khăn không thể dùng hơn một lần

20. The nail turns black and . . . . when advanced nail mold.

a. Split　　　　　　　　　　 c. Soften

b. Smell bad　　　　　　　　 d. Harden

Móng trở màu đen và . . . . khi móng bị mốc lâu ngày:

a. Nứt　　　　　　　　　　　c. Mềm

b. Mùi hôi　　　　　　　　　d. Cứng

21. The time to set up your station and sanitized your instruments is when clients are:

a. Go home

c. Dinking coffee

b. Waiting

d. Not yet present

Thời gian chuẩn bị làm cho khách và khử trùng dụng cụ là lúc khách:

a. Về nhà

c. Đang uống cà phê

b. Đang đợi

d. Chưa có mặt

22. While cutting excessive cuticle around the nail, Annie accidentally cuts the client's skin so that it bleeds. What should Annie use to stop this bleeding?

a. Alum powder

c. Acetone

b. Alcohol

d. Polish remover

Trong lúc cắt da dư quanh móng của khách, Annie rủi cắt đứt da chảy máu. Annie sẽ dùng gì để cầm máu:

a. Alum powder (bột alum)

c. Aceton (chất làm mềm móng giả)

b. Cồn

d. Chất chùi nước sơn

23. To become a proficient hair stylist, the cosmetologist must understand hair shaping, permanent waving, and:

a. Hair disorders

c. Hair streaking

b. Scalp manipulation

d. Hair structure

Để trở thành thợ tóc giỏi, thẩm mỹ viên cần hiểu biết về hình dáng tóc, uốn tóc, và:

a. Bệnh về tóc

c. Tóc có sọc

b. Kích thích massage da đầu

d. Cấu trúc của tóc

24. Nail fungus usually appears as a discoloration on the nail that spread toward the:

a. Cuticle

c. Nail bed

b. Tip

d. Center

Nấm ở móng thường thấy như làm lợt màu móng tay, sự lây lan tiến tới:

a. Biểu bì (lớp da)

c. Đệm thịt dưới móng

b. Đầu móng

d. Giữa móng

25. The transfer of infected fluids between technician and clients is accomplished through:

a. Drinking glasses

c. Coughing

b. Open wounds

d. Brushes

Sự lây lan chất dịch nhiễm trùng giữa thợ và khách bị xảy ra qua:

a. Ly uống nước

c. Ho

b. Vết thương để trống

d. Bàn chải

26. Katherine's nail salon offers nail acrylic that uses a portable device (electric file) with a small motor. What type of device is?

a. Oil

c. Electric

b. Booth

d. Retouch

Tiệm nail của Katherine dùng máy giũa tiện lợi chạy bằng động cơ nhỏ làm móng bột. Loại dụng cụ này là:

a. Dầu

c. Điện

b. Phòng nhỏ (làm tạm thời)

d. Sửa lại

27. Hair too curly when wet, and too straight or too frizzy when dry is indicative over stretched and:

a. Over processed

b. Under processed

c. Too much tension

d. Too much neutralizer

Tóc quá quăn khi ướt, và quá ngay hoặc quá nhừ khi khô là dấu hiệu tóc quá giãn và:

a. Thấm quá độ

b. Chưa đủ độ thấm

c. Quá căng

d. Quá nhiều thuốc trung hòa

28. Rollers place on base to make high volume for hair, a roller holds the equivalent of:

a. One stand-up curl

b. Two to four stand-up curls

c. Two stand-up curls

d. Five to six stand-up curls

Ống roller đặt 135 độ (on base) để tạo cho tóc có độ cao, một ống roller giữ tóc tương đương với:

a. Một lọn tóc đứng

b. Từ hai đến bốn lọn tóc đứng

c. Hai lọn tóc đứng

d. Từ năm đến sáu lọn tóc đứng

29. The excess liquids that remain in a plastic bowl after treatment on a client must be:

a. Placed in a clean covered container

b. Discarded only if contaminated

c. Discarded immediately

d. Returned to the original container

Chất thuốc dư thừa còn lại trong tô sau khi sử dụng cho khách phải:

a. Đặt trong đồ chứa sạch đậy nắp

b. Chỉ đổ bỏ nếu nhiễm bẩn

c. Vứt bỏ ngay

d. Rót lại vào bình chứa ban đầu

30. The thin line of skin at the base of the nail that extends from the skin at the nail wall is the:

a. Eponychium

b. Hyponychium

c. Free edge

d. Nail groove

Đường da mỏng ở nền móng kéo dài từ da ở thành móng là:

a. Eponychium (da trên mặt móng)

b. Hyponychium (da dưới mặt móng)

c. Đầu móng tay

d. Rãnh móng tay

31. The type of bacteria that does not produce disease and is often beneficial is:

a. Spirilla

b. Bacilla

c. Pathogenic

d. Non-pathogenic

Loại vi trùng không tạo ra bệnh và thường có lợI là:

a. Vi trùng hình xoắn

b. Vi trùng hình gậy (que)

c. Vi trùng gây bệnh

d. Vi trùng không gây bệnh

32. Double rod technique or the piggy back is especially suitable for cold wave if hair is:

a. Very long

b. Very curly

c. Very porous ends

d. Naturally curly

Kỷ thuật cuốn tóc 2 ống hoặc piggy back là đặc biệt thích hợp cho uốn tóc nếu tóc:

a. Khá dài

b. Rất quăn

c. Quá thấm ở đuôi tóc

d. Quăn tự nhiên

33. The shortwave method of electrolysis destroys the hair by papilla:

a. Disincrustation

b. Coagulation

c. Keratinization

d. Decomposition

Chuyên viên lấy lông vĩnh viễn dùng phương pháp làn sóng ngắn để diệt lông ở chân lông bằng:

a. Sự tan dầu

b. Sự đông đặc lại

c. Sự hóa sừng

d. Sự phân hủy

34. The bridge of the nose is formed by the:

a. Hyoid bone

c. Mandible bone

b. Lacrimal bone

d. Nasal bones

Sóng mũi được tạo nên bởi:

a. Xương cổ hình chữ U

c. Xương hàm dưới

b. Xương lệ (hóc mắt)

d. Xương mũi

35. Effleurage movement, a continuous slow movement applied with fingertips and palms is also:

a. Stroking

c. Circular friction

b. Kneading

d. Wringing

Động tác vuốt (effleurage), nhịp nhàng chậm, liên tục bằng các ngón tay và lòng bàn tay cũng là:

a. Stroking

c. Chà xoay xoay

b. Nhồi bóp

d. Vặn, xoắn lại

36. Application of cleansing cream begins on the client's:

a. Forehead

c. Chin

b. Cheeks

d. Neck

Thoa kem làm sạch da bắt đầu từ chỗ nào của khách:

a. Trán

c. Cằm

b. Đôi má

d. Cổ

37. How many volume of hydrogen peroxide that gives more deposit in hair color:

a. 3 volume

c. 10 volume

b. 5 volume

d. 20 volume

Nồng độ hydrogen peroxide bao nhiêu tạo khả năng đưa nhiều chất màu vô tóc:

a. Nồng độ 3

c. Nồng độ 10

b. Nồng độ 5

d. Nồng độ 20

38. Clients use drug in large quantities adversely affect the skin because they interfere the body's intake:

a. Liquids

c. Oxygen

b. Air

d. Water

Khách uống quá nhiều lượng thuốc điều trị, ảnh hưởng xấu đến da vì chúng ngăn cản vào sự hấp thụ của:

a. Chất lỏng

c. Oxygen

b. Không khí

d. Nước

39. A physician specializing in skin disorders is:

a. Physiologist

c. Psychologist

b. Dermatologist

d. Psychiatrist

Bác sĩ chuyên khoa đặc biệt về bệnh da là:

a. Nhà sinh lý học

c. Nhà tâm lý học

b. Dermatologist

d. Bác sĩ tâm thần

40. Massage promotes warmth as the blood supply and circulation are:

a. Reduced

c. Maintained

b. Stop temporary

d. Increased

Massage thúc đẩy sự ấm áp cho lượng máu cung cấp và sự tuần hoàn:

a. Giảm bớt

c. Duy trì

b. Ngừng tạm thời

d. Gia tăng

41. During the disincrustation procedure, the positive pole of the galvanic current machine is held by:

a. The client

b. The esthetician

c. Not held at all

d. Not to be connected

Trong suốt tiến trình làm tan dầu, điện cực dương của dòng galvanic được cầm giữ bởi:

a. *Khách hàng*

b. *Thẩm mỹ viên*

c. *Không giữ gì cả*

d. *Không được nối liền với máy*

42. To avoid back strain when sitting on a chair:

a. Sit well back

b. Sit forward

c. Lean against the side

d. Lean on the arms

Để tránh đau lưng lúc ngồi lên ghế:

a. *Ngồi dựa lưng thẳng vào ghế*

b. *Ngồi ngã về phía trước*

c. *Dựa vào cạnh bên ghế*

d. *Dựa vào chỗ để tay*

43. Skin preparations often contain hormones produced in the body's:

a. Skeletal system

b. Glandular system

c. Digestive system

d. Circulatory system

Thành phần của da thường chứa kích thích tố tạo ra nơi đâu trong cơ thể:

a. *Hệ thống bộ xương*

b. *Hệ thống các tuyến*

c. *Hệ thống tiêu hóa*

d. *Hệ thống tuần hoàn*

44. The purpose of the M.S.D.S is to:

a. List the ingredients of a product

b. Protect the environment

c. Identify chemicals or chemical hazards

d. None of the above

Mục đích của bảng dữ kiện an toàn vật liệu (M.S.D.S) là:

a. *Ghi rõ thành phần của hóa chất*

b. *Bảo vệ môi trường*

c. *Nhận biết hóa chất và tính độc hại của chất đó*

d. *Không có câu nào ở trên*

45. Which of the following statement is not correct?

a. Close the pores before apply foundation

b. Mascara brushes are sanitized by hot water

c. Solid cake mascara can not be sterilized

d. Tranlucent powder must be kept in shakers

Tình trạng nào theo sau đây là không đúng?

a. *Đóng lỗ chân lông trước khi thoa phấn nền*

b. *Cây cọ mascara khử trùng bằng nước nóng*

c. *Thỏi mascara cho lông mi không thể diệt trùng*

d. *Phấn bột phải được giữ trong lọ rắc bột*

46. The operator is not permitted to work while suffering from one of the following:

a. Acquired immunity

b. Natural immunity

c. Communicable disease

d. Hyperhidrosis

Thợ không được phép làm cho khách trong lúc đang mắc phải một trong những điều sau đây:

a. *Miễn nhiễm tự tạo (chủng ngừa)*

a. *Miễn nhiễm tự nhiên (do di truyền)*

c. *Bệnh truyền nhiễm*

d. *Bệnh ra nhiều mồ hôi*

47. Which of the following is not a permissible styptic?

a. Peroxide 3%

b. Styptic pencil

c. Iodine

d. Powdered alum

Chất nào theo sau không được phép dùng để cầm máu?

a. *Chất sát trùng peroxide 3%*

b. *Viết chì cầm máu*

c. *Chất sát trùng iốt*

d. *Bột phèn chua*

48. The head rest of the facial chair should be covered with:

a. Plastic

b. A clean towel or clean sheet

c. A napkin

d. White paper

Chỗ tựa đầu của ghế facial sẽ được phủ với:

a. Nhựa

b. Khăn sạch hoặc giấy sạch

c. Giấy lau miệng

d. Giấy trắng

49. The rule and regulations of the Board of Barbering and Cosmetology:

a. Do not list minimum number and kinds of sanitary equipment

b. Do not cover the sanitary equipment

c. List minimum number and kinds of sanitary equipment

d. List minimum number of equipment

Luật và điều lệ của ngành thẩm mỹ tiểu bang:

a. Không cần tối thiểu số dụng cụ vệ sinh

b. Không bao gồm dụng cụ vệ sinh

c. Cần có tối thiểu số lượng dụng cụ giữ vệ sinh

d. Cần tối thiểu số dụng cụ

50. Quaternary ammonium compound 1000 P.P.M is the only germicides acceptable for use in a wet sterilizer for:

a. The manicure table

b. Sanitizing hands

c. Laundering towels

d. Scissors or razor

Hỗn hợp diệt trùng Quat 1000 p.p.m được chấp nhận là chất diệt trùng trong dạng khử trùng ướt cho:

a. Bàn làm móng tay

b. Vệ sinh đôi tay

c. Giặt khăn

d. Kéo và dao

51. A licensed cosmetologist from a licensed establishment may do work for cosmetology establishment shall be:

a. A nominal fee is charged

b. Only a few individuals are involved

c. No charge is made for the service

d. The person is bedridden or ill

Giấy phép của thợ thẩm mỹ làm việc trong salon có giấy phép có thể làm:

a. Sở phí dự thi

b. Chỉ có vài người tham dự

c. Không tính tiền phục vụ

d. Người nằm liệt giường hoặc bị bệnh

52. One of the following is not ground for disciplinary action by the board of cosmetology?

a. Failure to comply with the sanitary rules

b. Failure to perform acts of cosmetology after a reasonable period of time

c. Failure to properly display license

d. Performing acts of cosmetology outside of a licensed school or licensed establishment

Một trong những điều sau đây không bị vi phạm kỷ luật của hội đồng thẩm mỹ:

a. Bất tuân theo luật lệ vệ sinh

b. Không hành nghề thẩm mỹ sau một thời gian hợp lý

c. Trưng bày giấy phép sai

d. Hành nghề thẩm mỹ bên ngoài giấy phép của trường và tiệm

53. Low-lighting or high-lighting for hair you can achieve with the cap technique depends on:

a. How many ounce lightener you apply

b. Number of holes on the cap

c. Number of hair strands is pulled through

d. The style and size of the hook

Muốn móc tóc làm đậm màu (low-light) hoặc móc tóc làm lợt màu (high-light) mà bạn làm bằng cách móc tóc qua những lỗ nhỏ trên mũ nhựa (cap technique) là tùy vào:

a. Bao nhiêu ounce thuốc tẩy bạn dùng

b. Số lượng lỗ trên mũ nhựa (cap)

c. Số lượng tóc được kéo ra ngoài

d. Kiểu và cỡ kích của cây móc

54. Aniline derivative product is not used for:

a. Tint the hair

c. Tint eyebrows

b. Tint eyelashes

d. The both b and c correct

Thuốc nhuộm aniline derivative không nên dùng cho:

a. Nhuộm tóc

c. Nhuộm chân mày

b. Nhuộm lông mi

d. Cả hai b và c đều đúng

55. Supplies such as cotton, emery boards, ear pads, eye pads, and neck strips must be:

a. Saved for the entire day

c. Used on the next patron

b. Placed in uniform pocket

d. Disposed immediately after use

Vật dụng như bông gòn, dũa giấy, che tai, che mắt, và giấy che cổ phải:

a. Tiết kiệm lại dùng cho cả ngày

c. Dùng cho người khách kế tiếp

b. Đặt trong túi áo choàng

d. Vứt bỏ ngay sau khi dùng

56. A wet sterilizer should contain:

a. A germicidal solution

c. An antiseptic solution

b. 10% Formalin

d. 60% - 69% alcohol

Dung dịch khử trùng phải chứa:

a. Chất diệt trùng

c. Dung dịch sát trùng

b. 10% chất diệt trùng formalin

d. 60% - 69 % cồn

57. The cosmetologist is primary responsibly is protecting the patron from:

a. Loud noises

c. Over paying

b. Injury

d. Competitors

Trách nhiệm đầu tiên của thợ thẩm mỹ là bảo vệ khách từ:

a. Tiếng động ồn ào

c. Trả tiền quá mức

b. Sự thương tích

d. Các đối thủ (những người cạnh tranh trong nghề)

58. When draping for the thermal curling or air waving, it is wise to use a:

a. Plastic cape

c. Rubber cape

b. Short cape

d. Linen cape

Khi choàng khăn bảo vệ cho kẹp quấn lọn tóc bằng nhiệt hoặc nhiệt dợn sóng, nên khôn khéo dùng:

a. Tấm choàng bằng nhựa

c. Tấm choàng bằng nhựa dẻo

b. Tấm choàng ngắn

d. Tấm choàng bằng vải thô

59. The transfer of the HIV virus is through:

a. Sneezing

c. Touching

b. Common cold

d. Bodily fluids

Sự lây lan vi khuẩn HIV là qua:

a. Nhảy mũi

c. Sờ mó

b. Cảm lạnh

d. Chất dịch trong cơ thể

60. The pigment molecules of permanent color are:

a. Coat the hair cuticle

c. Smaller than semipermanent color molecules

b. Larger than semipermanent color molecules

d. Larger than certified color molecules

Phân tử hạt màu của thuốc nhuộm vĩnh viễn là:

a. Bọc ngoài sợi tóc

c. Nhỏ hơn phân tử màu thuốc nhuộm bán vĩnh viễn

b. Lớn hơn phân tử màu nhuộm bán vĩnh viễn

d. Lớn hơn phân tử màu thuốc nhuộm tạm thời

61. If hair is wound one turn around the roller, it will create C shape and if 1 ½ turns, it will create:

a. A base

b. A circle

c. A curl

d. A "S" shape

Nếu tóc được quấn 1 vòng chung quanh ống cuốn, sẽ tạo hình chữ C và nếu quấn 1 ½, sẽ tạo ra:

a. Nền tóc

b. Vòng tròn

c. Lọn tóc

d. Lọn chữ S

62. In treatment of a chemical hair straightening, if the patron has a cut, you should:

a. Apply protective cream on the cut area

b. Apply antiseptic on the cut before service

c. Wait until it heals

d. Scalp treatment

Trong phương cách dùng hóa chất duỗi thẳng tóc, nếu khách có vết cắt, bạn nên:

a. Thoa kem bảo vệ trên vết cắt

b. Thoa sát trùng trên vết cắt trước khi làm

c. Đợi cho đến khi lành

d. Chữa trị da đầu

63. It is inadvisable to give a scalp manipulation before a:

a. Haircut

b. Hairstyling

c. Shampoo and set

d. Hair relaxing treatment

Khuyên không nên kích thích massage da đầu trước khi:

a. Cắt tóc

b. Chãi kiểu tóc

c. Gội và cuốn tóc

d. Duỗi tóc thẳng

64. Finger test should be given in order to pre determine the results of a chemical relaxer or:

a. Elasticity test

b. Relaxer test

c. Patch test

d. Strand test

Thử tóc bằng ngón tay để đánh giá trước kết quả của việc duỗi tóc bằng hóa chất hoặc:

a. Thử độ đàn hồi của tóc

b. Thử thuốc duỗi tóc

c. Thử dị ứng da

d. Thử lọn tóc

65. Hydrogen peroxide (H2O2) has a pH between 3 to 4. If peroxide is mixed into a lightener, it begins to:

a. Increase hydrogen

b. Release hydrogen

c. Release oxygen

d. Increase oxygen

Chất peroxide có nồng độ pH giữa 3 và 4. Nếu peroxide được pha trộn trong thuốc tẩy, thuốc bắt đầu:

a. Nâng lên hydro

b. Giải thoát hydro

c. Giải thoát oxy

d. Nâng lên oxy

66. Objects dropped on the floor should be picked up and:

a. Washed and disinfected before reusing

b. Wiped with a towel

c. Wiped with a clean paper

d. Sanitized with a clean towels

Vật dụng rớt trên nền nhà sẽ nhặt lên và:

a. Rửa sạch và diệt trùng trước khi dùng lại

b. Lau với khăn

c. Lau vớI giấy sạch

d. Khử trùng với khăn sạch

67. In hair cutting, texture shears is used to achieve the purpose by the following:

a. Thinning the hairline

b. Blunt cut

c. Trimming ends

d. Blending steps

Trong cắt tóc, kéo tỉa được xử dụng để đạt mục đích sau đây:

a. Tỉa mỏng đường viền tóc

b. Cắt ngang

c. Tỉa đuôi tóc

d. Tỉa đều tóc không có sọc rằn

68. When rinsing, one or two fingers should be over the edge of the spray nozzle in order to:
a. Hold the nozzle in place
b. Determine the water pressure
c. Control the nozzle's direction
d. Monitor the water temperature

Khi xả tóc, một hoặc hai ngón tay nên để qua cạnh vòi nước để:
a. Giữ cho vòi đúng chỗ
b. Đánh giá sức ép của nước
c. Kiểm soát hướng vòi nước
d. Điều chỉnh nhiệt độ của nước

69. Which of the following technique is used for sanitizing plastic cape?
a. Wipe with alcohol
b. Immerse in the Quats
c. Wash with hot water
d. Wash with soap and warm water

Kỹ thuật nào được dùng để khử trùng tấm choàng bằng nhựa?
a. Lau với cồn
b. Nhúng trong nước Quat diệt trùng
c. Rửa với nước nóng
d. Rửa với xà phòng và nước ấm

70. If the skin is repeatedly exposed under U.V.rays, they will make:
a. Loosed pigment
b. Skin tanned
c. Skin lighter
d. Skin darker

Nếu da được nhiều lần tiếp xúc dưới tia U.V, tạo ra:
a. Mềm hạt màu
b. Da rám nắng
c. Da lợt ra
d. Da đậm hơn

71. All instruments that come into direct on a patron shall:
a. Destroyed if they cannot be sterilized
b. Not used until properly sterilized
c. Be placed in a properly labeled receptacle
d. All of the above

Những dụng cụ dùng trực tiếp trên khách hàng phải:
a. Hủy bỏ ngay nếu không thể tiệt trùng
b. Không dùng cho đến khi khử trùng đúng cách
c. Được đặt trong đồ chứa dán đúng nhãn hiệu
d. Tất cả các câu trên

72. Which of the following chemical has the capability of destroying bacteria, fungi, and viruses?
a. Boric acid
b. 69% alcohol
c. 3% H_2O_2 (hydrogen peroxide)
d. Quaternary ammonium compounds

Hóa chất nào theo sau đây có khả năng hủy diệt vi trùng, nấm, và siêu vi khuẩn?
a. Boric acid
b. 69% cồn
c. 3% H_2O_2 (chất sát trùng)
d. Hỗn hợp nước Quats

73. To ensure long lasting and springy curls, the hair strand is rib boned, stretched and each curl is:
a. Directed toward the face
b. Wound smoothly
c. Place in a hazard manner
d. Directed away from the face

Để giữ lọn quăn lâu, lọn tóc được kết chặt, căng và mỗi lọn tóc:
a. Hướng về phía khuôn mặt
b. Quấn mịn đều
c. Đặt trong phương cách trở ngại
d. Trực tiếp xa dần khuôn mặt

74. What should a cosmetologist do to remove excess color from the hairline or scalp?
a. Scratch area hard
b. Do not rub the color into tint
c. Do not rub the color in to skin
d. Rub left over tint mixed wih shampoo into the skin

Thợ thẩm mỹ làm gì để lau chùi thuốc nhuộm dính quá nhiều ở lằn tóc và da đầu?
a. Cào xướt nhiều vùng đó
b. Đừng chà lên màu nhuộm
c. Đừng chà màu trên da
d. Thuốc nhuộm dư trộn với shampoo chà nhẹ lên da

75. Difficult hair to bleach up the yellow, most likely contains:

a. Red pigments

b. Brown pigments

c. Green pigment

d. Yellow pigment

Khó khăn để tẩy tóc ra màu vàng, hầu hết là tóc có chứa:

a. Hạt màu đỏ

b. Hạt màu nâu

c. Hạt màu xanh

d. Hạt màu vàng

76. The permanent wave neutralizer is designed to stop the action of the lotion and following:

a. Rebonds or reforms the new curls

b. Soften and swell

c. Make kinky hair

d. Relax curled hair

Chất trung hòa của thuốc uốn tóc tạo ra để ngừng tác dụng của dung dịch và theo đó:

a. Kết lại hoặc tạo dạng lọn tóc mới

b. Mềm và trương lên

c. Làm lọn tóc quăn tít

d. Giãn lọn tóc

77. Creams, lotions remaining in a dishes or individual containers after treatment on a patron shall be:

a. Discarded immediately

b. Placed in a closed cabinet

c. Covered with sterile cabinet

d. Return to original container

Cream, dung dịch còn sót lại trong dĩa hoặc đồ đựng riêng sau khi dùng trên người khách nên:

a. Vứt bỏ ngay

b. Đặt trong tủ đậy kín

c. Cất trong tủ khử trùng

d. Trả lại hộp đựng đầu tiên

78. Pink, brown, and red color are referred to as:

a. Warm color

b. Cool color

c. Mixed color

d. Neutral color

Màu hồng, nâu, và đỏ được xem là:

a. Màu ấm

b. Màu mát

c. Màu pha trộn

d. Màu trung hòa

79. The brush used to apply sculpture nail is made of:

a. Feather

b. Sable

c. Plastic

d. Fiberglass

Loại cọ dùng đắp móng bột được làm bằng:

a. Lông chim

b. Lông chồn

c. Nhựa

d. Thủy tinh sợi

80. The best method of testing temperature of a heated comb is to test on:

a. White tissue paper

b. The ends of the hair

c. Hair of the back head

d. The cushion of the finger

Phương cách tốt nhất để thử nhiệt của lược ép tóc là thử trên:

a. Giấy trắng mềm

b. Đuôi tóc

c. Tóc ở phía sau đầu

d. Đệm da ở ngón tay

81. Direct contact instruments used on a patron require all except on of the following be accomplished:

a. Removal of foreign material

b. Washed with soap and water

c. Properly immersed in a disinfectant

d. Wipe with an antiseptic

Những dụng cụ trực tiếp đã dùng cho khách cần những điều kiện sau đây để hoàn tất ngoại trừ:

a. Lấy đi chất bẩn dính vào

b. Rửa với xà phòng và nước

c. Ngâm đúng cách vào dung dịch diệt trùng

d. Lau với chất sát trùng

82. Bleaching before using a toner is necessary for lightening natural hair color as well as for:

a. Less developing time   c. Porosity

b. Texture   d. Density

Tẩy tóc trước khi dùng toner là điều cần thiết để tẩy lợt màu tóc tự nhiên cũng như làm tăng cho:

a. Thời gian phát triển kém   *c. Độ thấm*

b. Cở tóc   *d. Độ dày*

83. If your client carries a hair style picture to the beauty salon, she wants to have special hair coloring and haircut, you should discuss with the client:

a. Take catolog to compare her picture   c. Reject client's opinion

b. The realistic expectation   d. Analyse her eyes and skin

Nếu khách của bạn mang kiểu như bức hình tới salon, cô ấy muốn có được màu tóc và kiểu tóc như vậy, bạn nên thảo luận với khách:

a. Lấy kiểu tóc trong sách so với bức hình   *c. Không chấp nhận ý kiến của khách*

b. Biểu hiện sự mong muốn được phục vụ   *d. Phân tích màu mắt và màu da của cô ấy*

84. One of the considerations when choosing a new haircolor is the customer's skin tone or for fine, thin hair

that needs more body you would usually:

a. Blunt cut   c. Taper

b. Cut with a razor   d. Slither the ends

Một trong những điều xem xét khi chọn màu tóc mới là quan sát sắc da của khách hoặc đối với loại tóc mịn, tóc thưa cần có dáng tóc trông đầy hơn bạn nên luôn:

a. Cắt ngang tóc (kiểu 0 độ)   *c. Tỉa tóc*

b. Cắt với dao   *d. Cắt đều đuôi tóc*

85. The active agent with 3% hydrogen peroxide for antiseptic and in with 6% hydrogen peroxide for:

a. Sterilized implements   c. Detergent

b. Disinfectant solution   d. Nail bleach

Hoạt tính của 3% peroxide để cho sát trùng và với 6% peroxide cho:

a. Tiệt trùng dụng cụ   *c. Chất tẩy*

b. Dung dịch diệt trùng   *d. Tẩy móng*

86. When applying the electrode of high-frequency current and when removing the electrode of high-frequency current from the skin in a direct surface:

a. Your finger hold on the mushroom electrode   c. Always avoid sparking

b. In disincrutation   d. Your customer holds on the mushroom electrode

Khi đặt tay lên dòng điện cực cao tần và khi rời tay dòng điện cực cao tần tiếp xúc trực tiếp từ bề mặt làn da:

a. Ngón tay bạn đặt trên điện cực hình nấm   *c. Luôn luôn tránh xoẹt điện*

b. Trong phương cách tan dầu   *d. Khách của bạn giữ điện cực hình nấm*

87. One of the following lights is capable of burning the skin:

a. Infrared   c. Fluorescent

b. Incandescent   d. Ultra-violet

Một trong số các loại tia sáng có khả năng làm cháy da:

a. Đèn hồng ngoại   *c. Đèn huỳnh quang (sáng trắng)*

b. Đèn nhiệt sáng (sáng vàng)   *d. Đèn cực tím (U.V)*

88. An aniline derivative product must be given a predisposition test before receives permanent color:
  a. 12 hours
  c. 40 hours
  b. 24 hours
  d. 60 hours
  Thuốc nhuộm aniline derivative phải cần làm thử nghiệm dị ứng da trước khi người khách nhuộm tóc:
  a. 12 giờ
  c. 40 giờ
  b. 24 giờ
  d. 60 giờ

89. What is the purpose of using a softerner on gray hair before a tint, to:
  a. Neutral the yellow color
  c. Tint to lighter color
  b. Help the hair porous and even color
  d. Remove pigment in the cortex
  Mục đích dùng chất làm mềm cho tóc bạc trước khi nhuộm là để:
  a. Trung hòa màu vàng
  c. Nhuộm màu lợt hơn
  b. Giúp cho tóc thấm và đều màu
  d. Lấy hạt màu trong lớp giữa của tóc

90. If your patron, who has amalgame, which of the following the cosmetologist should never perform:
  a. Facial dermal light
  c. Thermal straightening
  b. Hair and scalp treatment
  d. Permanent cold wave
  Nếu người khách của bạn có dùng thuốc nhuộm hỗn hợp, điều gì mà thợ thẩm mỹ không bao giờ làm:
  a. Chăm sóc da mặt bằng đèn
  c. Duỗi thẳng tóc bằng nhiệt
  b. Chữa trị tóc và da đầu
  d. Uốn tóc vĩnh viễn

91. The process of straightening on over curly hair by use of chemical agent is known as:
  a. Softener
  c. Solvent
  b. Relaxer
  d. Stabilizer
  Tiến trình làm ngay tóc trên tóc quá quăn bằng cách dùng hóa chất được biết là:
  a. Mềm
  c. Dung môi
  b. Duỗi thẳng
  d. Ổn định

92. Skin with blackheads or blemishes would respond favorable to a/an:
  a. Clay pack
  c. Milk mask
  b. Bleach mask
  d. Egg mask
  Da có mụn đầu đen hoặc những vết dơ khiếm khuyết trên da sẽ thích hợp làm:
  a. Mặt nạ đất sét
  c. Mặt nạ sữa
  b. Mặt nạ tẩy
  d. Mặt nạ trứng

93. All chemicals in the beauty salon should be:
  a. Properly labeled
  c. Stored in an unlocked cabinet
  b. Kept in a warm place
  d. Kept in open jars and bottles
  Tất cả hóa chất trong cơ sở thẩm mỹ phải:
  a. Dán nhãn đúng cách
  c. Cất trong tủ không khóa
  b. Giữ nơi ấm áp
  d. Giữ trong lọ và bình chứa mở nắp

94. An allowable styptic is:
  a. A styptic pencil
  c. Lump alum
  b. Powdered alum
  d. Boric acid crystals
  Chất cầm máu được phép dùng là:
  a. Viết chì cầm máu
  c. Cục phèn cầm máu
  b. Bột phèn cầm máu
  d. Tinh thể Boric acid

95. A basic chemical color, which is deposited on damaged hair in order that it takes and holds color evenly, is a color:

a. Filler

b. Primer

c. Conditioner

d. Remover

Hóa chất màu căn bản cho thêm vào tóc hư để giữ được màu đồng đều, là màu:

a. Filler (làm cho đều)

b. Primer (chất giúp kết dính)

c. Conditioner (tốt thêm)

d. Remover (lấy bỏ đi)

96. When hair is bleached to red-gold, which tone base produce a neutralizer effect?

a. Gold

b. Green

c. Violet

d. Orange

Khi tóc được tẩy đến màu vàng đỏ, cần sắc nền màu gì tạo sự trung hòa?

a. Vàng kim loại

b. Xanh lá

c. Tím

d. Cam

97. If a client who wants to have colored hair and hair cut service carries a hairstyle picture to the beauty salon. How do you do with client?

a. Must buy that picture

b. Match the color of the eyes and skin first

c. Refuse the client's opinion

d. Please satisfy with client

Nếu khách hàng muốn nhuộm màu tóc và cắt tóc như hình họ mang đến salon. Bạn xử trí thế nào với khách?

a. Phải mua tấm hình đó

b. Đầu tiên màu mắt và màu da phải hợp nhau

c. Khước từ ý kiến của khách

d. Làm vừa lòng người khách

98. Which one of the following procedure is the correct way to wrap cold wave rods, and to prevent fish hooks:

a. Single wrap

c. Book wrap

c. Double wrap

d. Any type which the ends are straight

Một trong những điều nào là đúng cho cách quấn ống cuốn tóc, và để phòng tóc bị xoắn hình lưỡi câu:

a. Quấn một miếng giấy

c. Quấn xếp đôi giấy kẹp tóc

c. Quấn 2 miếng giấy

d. Bất cứ kiểu nào mà đuôi tóc thẳng ra

99. Which one of the following procedures can cosmetologist use when doing facial with dermal ligh on dry skin:

a. Red light, 24 inches from the face

c. Yellow light, 10 inches from the skin

c. Blue light, 12 inches from the skin

d. White light, 15 inches from the face

Một trong những cách gì người thợ có thể dùng khi chăm sóc da mặt (facial) bằng đèn dermal trên da khô:

a. Đèn đỏ, đặt cách khuôn mặt 24 inch

c. Đèn vàng, đặt cách da 10 inch

c. Đèn xanh, đặt cách da 12 inch

d. Đèn trắng, đặt cách khuôn mặt 15 inch

100. If blue base toner were applied which before the hair is lightened to the pale yellow stage, the result would be:

a. A gold cast

b. An orange cast

c. A brown cast

d. A green cast

Nếu nền xanh của toner cho lên tóc mà trước đó tóc được tẩy tới tầng màu vàng trắng, kết quả sẽ là:

a. Sắc vàng hoe (gold)

b. Sắc cam

c. Sắc nâu

d. Sắc xanh lá

COSMETOLOGY EXAMINATION 8

1. Wax depilatories should never be applied over moles, warts, or abrasions since they can result in:

    a. Allergies

    b. Discoloration

    c. Irritation

    d. None of the above

Lấy lông bằng sáp sẽ không bao giờ trãi lên nốt ruồi, mụn cóc, hoặc chỗ da bị lở vì chúng có thể tạo ra:

    a. Dị ứng

    b. Sự lợt màu

    c. Ngứa

    d. Không có điều nào ở trên

2. One of the following statements is not correct:

    a. Bleached hair may be wrapped with water when giving a cold wave

    b. Neutralizing sets the hair in their new form

    c. Bleached hair should be given a test curl before giving a cold wave

    d. Neutralizer is always shampooed out of the hair

Một trong những tình trạng nào sau đây là không đúng:

    a. Tóc đã tẩy quấn với nước khi uốn tóc

    b. Trung hòa để giữ cho tóc thành dạng mới

    c. Tóc tẩy nên thử lọn tóc trước khi cần uốn tóc

    d. Chất trung hòa luôn luôn gội sạch trên tóc

3. An alergy test is made from 24 hours to 48 hours depends on product for hair tint at:

    a. Applying tint inner elbow

    b. Applying tint behind the ear

    c. Applying tint to small strand of hair

    d. The both a and b are correct

Thử nghiệm dị ứng da cần từ 24 giờ đến 48 giờ tùy theo loại thuốc nhuộm tóc nơi:

    a. Thoa thuốc nhuộmơ bên trong khuỷu tay

    b. Thoa thuốc nhuộm ở sau tai

    c. Lấy lọn tóc nhỏ để thử thuốc nhuộm

    d. Cả hai a và b đều đúng

4. Which one of the following is not an indication of allergy to aniline dye?

    a. Swelling around eyes

    b. Water blisters

    c. Inflammation of skin

    d. Leucoderma

Điều nào sau đây không phải là dấu hiệu dị ứng đến thuốc nhuộm aniline?

    a. Sưng phồng chung quanh mắt

    b. Nổi lên mụt nước

    c. Sưng da

    d. Mảng da trắng

5. In giving a tint retouch, if the ends of hair are already darker than desired shade, blending should be done by:

    a. Breaking line and shampoo immediately

    b. Combing diluted tint through ends

    c. Combing full-strength tint through ends

    d. Soap-capping for 10 to 15 minutes

Trong cách nhuộm lại màu ở gốc tóc, nếu đuôi tóc có màu đậm hơn màu mong muốn, cần làm cho tóc đồng màu bằng cách:

    a. Làm mất đường lằn và gội ngay

    b. Chãi thuốc nhuộm pha loãng qua đuôi tóc

    c. Chãi thuốc nhuộm qua đuôi tóc

    d. Soap cape từ 10 đến 15 phút

6. A mixture of peroxide and ammonia, then immerse at least 20 strands of hair in solution to test for metallic salts in the hair. Metallic salt coats on the hair shaft that may cause uneven curls, or:

    a. Frizzy and mild odor

    b. Discoloration and breakage

    c. Acohol odor and porous hair

    d. Hair straightening and strong odor

Pha trộn peroxide và ammonia, rồi nhúng ít nhất 20 sợi tóc trong dung dịch là để thử chất nhuộm kim loại trên tóc. Thuốc nhuộm kim loại bọc lên sợi tóc có thể gây ra lọn tóc quăn không đều và hoặc:

    a. Xù xì và mùi nhè nhẹ

    b. Bạc màu và gãy tóc

    c. Mùi cồn và tóc thấm

    d. Tóc ngay và mùi nồng

7. When applying a tint retouch to resistant gray hair, it is advisable to:

a. Use large parting   c. Overlap freely

b. Applying tint slowly   d. Use narrow parting

Khi dùng thuốc nhuộm lại phần gốc tóc mới mọc của tóc bạc khó thấm, được khuyên nên:

a. Lấy tóc từng phần lớn   c. Trãi chồng lộn xộn lên

b. Trãi thuốc nhuộm từ từ   d. Lấy tóc từng phần nhỏ

8. Hair that has been treated with tint remover which in some cases be quite porous. If this is the case a shade

a. Darker tint than desired should be used   c. Same tint as natural color should be used

b. Lighter tint than desired should be used   d. Neutralize tint with natural hair color

Tóc đã dùng với chất thuốc lấy màu mà trong trường hợp tóc vẫn không thấm. Nếu như vậy thì nên dùng thuốc nhuộm mà:

a. Màu nhuộm đậm hơn màu mong muốn   c. Dùng cùng màu như tóc tự nhiên

b. Màu nhuộm lợt hơn màu mong muốn   d. Trung hòa thuốc nhuộm với màu tóc tự nhiên

9. After strand test, good "S" shape, perm solution must be rinsed from the hair for at least 5 minutes before neutralizing to avoid:

a. Scalp irritation & under processing   c. Strong curls

b. Kinky & strong odor   d. Lightening the hair color

Sau khi thử lọn tóc tạo được dạng chữ "S", tóc phải được xả sạch dung dịch uốn tóc ít nhất là 5 phút trước khi dùng chất trung hòa lên tóc để tránh:

a. Ngứa da đầu và kém tác dụng giữ quăn tóc   c. Lọn tóc mạnh

b. Quăn xoắn tít và mùi nồng   d. Lợt màu tóc

10. When applying tints, it is advisable to wear rubber gloves:

a. If one is allergic to tints   c. During the entire process of tinting

b. At the discretion of the cosmetologist   d. When requested by a patron

Khi xử dụng thuốc nhuộm, khuyên là nên mang bao tay cao su nhựa dẽo:

a. Nếu có phản ứng với thuốc nhuộm   c. Trong suốt tiến trình nhuộm tóc

b. Do tùy tiện của thợ thẩm mỹ   d. Khi khách hàng đòi hỏi

11. A technique term for "thinning" is removing weight from hair. The process of removing bulk without shortening the lengh of hair called:

a. Removing texture   c. Elevating

b. Overdirection   d. Texturizing

Từ kỹ thuật của "thinning" là giảm bớt lượng tóc. Tiến trình lấy đi tóc bù xù mà không làm ngắn chiều dài của tóc được gọi là:

a. Lấy bớt tóc   c. Nâng lên

b. Quá góc độ   d. Tỉa mỏng tóc

12. In the using high frequency current direction on the skin of the customer, what will be the result when break contact without holding your finger on the electrode:

a. Electrical sparking   c. Shock

b. High blood pressure   d. Hair breaking

Trong lúc dùng dòng điện cao tần trực tiếp lên da của khách, kết quả sẽ ra sao khi ngừng tiếp xúc mà không giữ ngón tay trên điện cực.

a. Xoẹt điện   c. Điện giật

b. Áp suất máu cao   d. Đứt tóc

13. The action of adding distilled water or shampoo to tint result in:

a. Slowing down the action

c. Speeding up the action

b. Lightening the color of tint

d. All of preceding

Tác động thêm nước cất hoặc dầu gội tóc vào thuốc nhuộm có kết quả:

a. Làm chậm sự tác động

c. Thúc đẩy nhanh tác động

b. Lợt màu nhuộm

d. Tất cả đều như vậy

14. Aniline derivative tints having pale and delicate colors are called:

a. Color removers

c. Certified colors

b. Toners

d. Cream lighteners

Các loại thuốc nhuộm aniline có màu lợt và màu thật nhạt được gọi là:

a. Chất lấy màu

c. Màu tạm thời

b. Toner

d. Kem tẩy

15. A basic color which is deposited on damage hair in order to take and hold color evenly is a color . . . . :

a. Filler

c. Remover

b. Primer

d. Blender

Một màu căn bản mà được cho thấm vào trước trên tóc hư để giữ màu tóc được đồng đều là chất màu. . . . . . . :

a. Filler (đưa vào cho đều)

c. Remover (lấy bớt màu)

b. Primer (chất kết dính)

d. Blender (trộn lẫn màu)

16. When preparing to tweeze the eyebrows, it is correct to:

a. Apply heat to brow

c. Pull against direction of the hair growth

b. Clean with cleanser

d. Both a & b

Khi chuẩn bị nhổ lông mày bằng nhíp, đúng cách là:

a. Đấp ấm chân mày

c. Nhổ ngược hướng lông mọc

b. Làm sạch với thuốc rửa

d. Cả hai a và b

17. Which one of the following statements is not correct?

a. Egyptian henna coats the hair shaft

c. Metalic salt coats the hair shaft

b. Compound henna coats the hair shaft

d. A henna color rinse penetrates the hair shaft

Một trong những điều nào theo sau đây là không đúng?

a. Nhuộm henna người Ai cập bọc ngoài sợi tóc

c. Nhuộm muối kim loại bọc ngoài sợi tóc

b. Nhuộm tổng hợp henna bọc ngoài sợi tóc

d. Nhuộm henna xả tóc xâm nhập vào sợi tóc

18. The dermal light are used for:

a. Therapeutic treatments

c. All skin types

b. Specific treatments

d. Only for oily skin

Đèn dermal được dùng cho:

a. Chữa trị tổng quát

c. Tất cả các loại da

b. Điều trị đặt biệt

d. Chỉ cho da dầu

9. A common condition in which the cuticle around the nail split is known as:

a. Hangnails

c. Nail crack

b. Skin overgrowth

d. Callus

Thông thường da chung quanh móng bị xước được biết là:

a. Hangnails (xước da tay)

c. Móng nứt

b. Da mọc nhiều

d. Da dày (chai)

20. A prepared rinse that is used to give yellowish hair on a silvery gray is:

   a. Henna rinse   c. Citric rinse

   b. Cream rinse   d. Bluing rinse

Pha chế chất xả tóc được dùng cho tóc ngã màu vàng trên tóc trắng bạc là:

a. Chất xả henna (thuốc nhuộm người Ai Cập)   *c. Chất xả tóc bằng chanh cho bóng và ngừa rối tóc*

b. Kem xả mịn tóc   *d. Chất xả tóc màu xanh biển*

21. An aniline derivative tint may be applied with safety if the skin test is:

   a. Negative   c. Redness

   b. Positive   d. 20 hours on bare skin

Thuốc nhuộm aniline có thể dùng an toàn nếu thử da là:

a. Âm tính   *c. Đỏ*

b. Dương tính   *d. 20 giờ trên da thường*

22. The long and slender bones that form the foot are:

   a. Patella   c.Calcaneus

   b. Femur   d. Metatarsals

Các xương dài và thon tạo xương bàn chân là:

a. Patella (đầu gối)   *c. Calcaneus (xương gót chân)*

b. Femur (xương đùi)   *d. Metatarsals*

23. Aniline tints can be removed with a/an:

   a. Hydrogen peroxide and shampoo   c. Permanent wave lotion

   b. Hot peroxide   d. Dye solvent

Thuốc nhuộm aniline có thể bị lấy mất màu đi với:

a. Peroxide và dầu gội   *c. Dung dịch uốn tóc*

b. Peroxide nóng   *d. Dung môi nhuộm*

24. Color fillers are recommended when giving on of the following color treatment:

   a. Virgin tint darker   c. Virgin bleach

   b. Tinting bleached hair back to natural color   d. Virgin tint lighter

Chất giúp cho tóc thấm đều (color filler) được khuyên nên làm khi cho màu theo dịch vụ sau đây:

a. Nhuộm đậm tóc nguyên thủy   *c. Tẩy tóc nguyên thủy*

b. Nhuộm màu tóc đã tẩy trở lại màu tóc cũ   *d. Nhuộm tóc lợt nguyên thủy*

25. A chemical reaction that takes place when peroxide and tint solution are mixed and then applied to the hair is called:

   a. Dye solvents   c. Compound dye

   b. Oxidation   d. Dye-back

Phản ứng hóa học xảy ra khi peroxide và thuốc nhuộm pha trộn và cho lên tóc được gọi là:

a. Dung môi nhuộm   *c. Nhuộm hỗn hợp*

b. Oxýt hóa   *d. Nhuộm trở lại*

26. When a patron is having a tint after an application of dye remover, it is advisable to apply dye:

   a. After a lapse of 24 hours   c. Immediately

   b. After a thorough shampoo and hair drying   d. After a lapse of one hour

Khi người khách có nhuộm tóc sau khi lấy màu, được khuyên nên cho màu lên:

a. Sau 24 giờ làm sai sót   *c. Tức thì*

b. Sau khi hoàn toàn gội và khô tóc   *d. Sau 1 giờ làm sai sót*

27. A test given to determine if the proper shade has developed is called:
a. Predisposition test
b. Patch test
c. Skin test
d. Strand test

Thử nghiệm để đánh giá về sắc màu phát triển đúng cách được gọi là:
a. P.D test (thử dị ứng da)
b. Mảng da thử
c. Thử da
d. Thử lọn tóc

28. During a pedicure or manicure, the instruments that are not in use should be placed:
a. On top of the manicure table
b. Sanitary Maintenance Area (S.M.A)
c. In a clean manicure table drawer
d. In a labeled soil instrument receptacle

Trong lúc làm chân hoặc làm tay, dụng cụ chưa dùng sẽ được đặt:
a. Trên mặt bàn nail
b. Khu vực giữ vệ sinh (S.M.A)
c. Trong ngăn kéo sạch bàn nail
d. Trong hộp có dán nhãn chứa đồ dơ

29. The long and slender bones that form the palm of the hand are:
a. Metacarpals
b. Digits
c. Phalanges
d. Radius

Các xương dài và thon tạo lòng bàn tay là:
a. Metacarpals
b. Digits (ngón tay)
c. Các lóng tay
d. Xương quay

30. When giving virgin bleach, it is advisable to:
a. Take a strand test
b. Take a predisposition test
c. Work slowly
d. Apply a filler

Khi tẩy tóc nguyên thủy, được khuyên:
a. Thử một lọn tóc
b. Thử dị ứng thuốc
c. Làm từ từ
d. Cho thấm lên chất filler

31. Light therapy is a treatment with light rays. It makes to dilate blood vessels, relieve pain, and increase circulation is:
a. Dermal white light
b. Dermal blue light
c. Infra-red ray
d. Dermal red light

Đèn chữa trị là cách dùng các loại tia đèn. Làm trương nở mạch máu, giảm đau, và nâng sự tuần hoàn là:
a. Đèn trắng (dùng cho da bình thường)
b. Đèn xanh (dùng cho da dầu)
c. Đèn hồng ngoại
d. Đèn đỏ (dùng cho da khô)

32. The subsection for a virgin tint to darker should be:
a. 1/8 inch
b. 1/4 inch
c. 1/2 inch
d. 3/4 inch

Lấy từng phần tóc nhỏ của cách nhuộm tóc đậm nên:
a. 1/8 inch
b. 1/4 inch
c. 1/2 inch
d. 3/4 inch

33. Nail which are thin, white and curved over the free edge are called:
a. Furrowed
b. Normal
c. Eggshell
d. Dry

Móng tay mỏng, trắng và cong ở đầu móng tay được gọi là:
a. Móng gợn sóng
b. Móng bình thường
c. Móng vỏ trứng
d. Móng khô

34. Aniline derivative product is an example of a:
a. Vegetable hair tint   c. Penetrating hair tint
b. Compound dye   d. Temporary hair coloring

Thuốc nhuộm aniline derivative là ví dụ của:
a. Thuốc nhuộm thực vật   *c. Thuốc nhuộm xâm nhập*
b. Thuốc nhuộm hỗn hợp   *d. Thuốc nhuộm tạm thời*

35. What color reaction will occur when you mix hydrogen peroxide with oil bleach?
a. Toning   c. Lightening
b. Lowlighting   d. Highlighting

Phản ứng màu nào sẽ xãy ra khi bạn trộn hydrogen peroxide với thuốc tẩy dầu?
a. Sắc tươi sáng   *c. Tẩy lợt tóc*
b. Tạo vệt tóc đậm màu   *d. Tạo vệt tóc sáng*

36. In order to close the hair cuticles in shampooing service, which of the following is the best choice:
a. Conditioner   c. Color rinse
b. Citric rinse   d. Balance rinse

Để đóng lớp vảy ngoài của tóc khi gội tóc xong, điều nào theo sau đây là cách chọn lựa tốt nhất:
a. Conditioner (chất tái tạo tóc)   *c. Chất thuốc xả tóc có màu*
b. Chất xả bằng nước chanh   *d. Chất xả tạo cân bằng tóc*

37. To give sparkle to a nail art design, use:
a. Gems   c. Sequins
b. Metallic polish   d. Fine buffer block

Để cho móng óng ánh trong nghệ thuật làm móng, dùng:
a. Mảnh đá quí (đá màu bóng)   *c. Đồ trang sức*
b. Sơn kim loại   *d. Cục buffer mịn*

38. If the nail or skin to be worked on is inflamed, broken swollen or infected, the client must:
a. Be sanitize with alcohol   c. Need manicure
b. Be referred to a physician   d. Scrub with soap

Nếu móng tay hoặc da bị sưng, nứt nẻ, phồng lên hoặc nhiễm trùng, người khách nên:
a. Khử trùng với alcohol   *c. Cần chăm sóc tay*
b. Đưa đi bác sĩ   *d. Chà với xà phòng*

39. The "true skin", derma, corium is the deep layer of skin and 25 times thicker than the epidermis which is called:
a. Cuticle   c. Epidermis
b. Cutis   d. Clavicle

Lớp "da thật"; derma; corium là lớp nội bì và dày 25 lần hơn lớp ngoại bì, được gọi là:
a. Lớp vảy ngoài   *c. Ngoại bì*
b. Cutis   *d. Xương đòn gánh*

40. Adding lightens color of hair tint:
a. White henna   c. Distilled water
b. Vegetable dye   d. High volume of hydrogen peroxide

Thêm lợt màu cho tóc nhuộm:
a. Thuốc nhuộm henna trắng   *c. Nước cất*
b. Thuốc nhuộm thực vật   *d. Nồng độ cao của peroxide*

41. A primer is applied to the natural nail when does acrylic nails in order to:
    a. Dry properly
    b. Polish easily
    c. Prevent fungus
    d. Dry slowly
    Chất primer thoa lên móng thật khi làm móng bột để:
    a. Khô đúng cách
    b. Sơn dễ dàng
    c. Ngăn ngừa nấm
    d. Chậm khô

42. After pre-softening extra curly hair, a test curl may be used to determine the:
    a. Processing time
    b. Penetrating
    c. Rod size
    d. Porosity
    Sau khi làm mềm tóc quăn nhiều, thử lọn tóc có thể làm để đánh giá:
    a. Thời gian phát triển
    b. Sự xâm nhập
    c. Cở ống cuốn
    d. Độ hút thấm

43. On which skin condition would you not use the electric brushes?
    a. Acne
    b. Couperose
    c. Rosacea
    d. All of these
    Loại da nào không nên sử dụng bàn chãi chà mặt bằng điện?
    a. Mụn bọc
    b. Da vỡ mạch máu
    c. Nghẽn máu ở má và mũi
    d. Tất cả các câu trên

44. Rhinoplasty is surgery involving the:
    a. Mouth
    b. Nose
    c. Eyes
    d. Face lift
    Rhinoplasty là giải phẩu liên quan đến:
    a. Miệng
    b. Mũi
    c. Mắt
    d. Căng da mặt

45. After a client has had a chemical depilatory, there should be a . . . . .wait to wax:
    a. One week
    b. Two / three weeks
    c. Until skin hardens
    d. Both a & b
    Sau khi khách đã dùng hóa chất lấy lông, thời gian cần nên đợi . . . . mới dùng sáp lấy lông:
    a. Một tuần
    b. Hai / ba tuần
    c. Cho đến khi da cứng lại
    d. Cả hai a và b

46. When is it necessary to pre-soften the hair?
    a. When the hair accepts the tint easily
    b. When applying a henna pack
    c. When the hair is porous
    d. When the hair is resistant to tint
    Khi nào tóc cần thiết phải làm mềm trước?
    a. Khi tóc nhận màu thuốc nhuộm dễ dàng
    b. Khi nhuộm với gói henna
    c. Khi tóc thấm
    d. Khi tóc khó thấm với thuốc nhuộm

47. The correct techniques to employ when tweezing include all, except:
    a. Hold the skin tight
    b. Place tweezer at the base of the hair
    c. Pull against the growth of the hair
    d. Use antiseptic when finished
    Các phương pháp dùng nhíp nhổ đều đúng ngoại trừ:
    a. Giữ da chặt
    b. Đặt nhíp ở chân lông
    c. Kéo ngược chiều lông mọc
    d. Dùng sát trùng khi nhổ xong

48. Vessels that return blood to the heart are the:

    a. Arteries   c. Lymphatic

    b. Capillaries   d. Veins

Các mạch máu đưa máu trở lại tim là:

    a. Động mạch   *c. Tuyến bạch cầu*

    b. Mạo mạch (mạch máu li ti)   *d. Tĩnh mạch*

49. To cleanse the skin prior to waxing use:

    a. Soap cleanser   c. Lanolin

    b. Soapless cleanser   d. Emollient cream

Để làm sạch da trước khi lấy sáp dùng:

    a. Xà phòng làm sạch   *c. Chất nhờn*

    b. Chất làm sạch da không bọt   *d. Kem mềm và trơn da*

50. The gas produced by the Tesla current is:

    a. Odorless   c. Thermal

    b. Ozone   d. All of the above

Chất khí tạo ra do dòng điện cao tần Tesla là:

    a. Không mùi   *c. Nhiệt*

    b. Màng khí quyển   *d. Tất cả các câu trên*

51. When giving a permanent wave to tinted hair, you should:

    a. Use larger rods than on normal hair   c. Always use large rods all over the head

    b. Use small rods at front hair line   d. Use the same size rods all over the head

Khi cần uốn tóc trên tóc đã nhuộm, bạn nên:

    a. Dùng ống cuốn lớn hơn tóc bình thường   *c. Luôn luôn dùng ống cuốn lớn khắp cả đầu*

    b. Dùng ống cuốn nhỏ ở phía tóc trước   *d. Dùng cùng cỡ ống cuốn trên khắp cả đầu*

52. When using the dermal lights you must always do all of these, except:

    a. Use eye pads   c. Use correct distance

    b. Use a skin cream or tonic   d. Use correct time

Khi dùng đèn dermal bạn phải luôn luôn làm tất cả các việc sau đây, ngoại trừ:

    a. Dùng miếng che mắt   *c. Giữ đúng khoảng cách*

    b. Dùng kem thoa da hoặc chất dưỡng da   *d. Dùng đúng thời lượng*

53. The ultra violet rays of the sun are called cold invisible rays:

    a. Solar spectrum (visible rays)   c. Infra-red rays

    b. Invisible heat rays   d. Tonic & germicidal

Tia cực tím của mặt trời được gọi là tia lạnh không thấy được:

    a. Quang phổ mặt trời (tia thấy được)   *c. Tia hồng ngoại*

    b. Tia nóng không thấy được   *d. Tia bổ và diệt trùng*

54. Color shades with some gold or some red tones are classified as being:

    a. Cool color   c. Light color

    b. Dark color   d. Warm color

Những dạng màu với một số sắc vàng kim và một số sắc đỏ được phân loại là:

    a. Màu mát   *c. Màu lợt*

    b. Màu đậm   *d. Màu ấm*

55. In giving a dye back to natural on very porous hair, color filler is usually needed:
a. Only at the scalp
c. Not needed
b. On complete of hair shaft
d. In center of hair shaft

Trong cách nhuộm trở lại màu tóc tự nhiên trên loại tóc quá thấm, chất làm đều màu (color filler) luôn luôn được cần làm:
a. Chỉ ở phần da đầu
c. Không cần
b. Hoàn toàn lên tóc
d. Phần giữa sợi tóc

56. Hair treated with a concentrated protein conditioner had improved appearance, equalized porosity, and:
a. Acid balance rinse
c. Absorb color for new hair growth
b. Scalp inflamation
d. Increased elasticity

Tóc được chữa trị với chất đạm đậm đặc tạo cho tóc bóng mượt, cân bằng độ thấm, và:
a. Chất xả cân bằng acid
c. Thấm màu cho tóc mới mọc
b. Sưng da đầu
d. Nâng lên độ đàn hồi

57. In giving tint to darker, the application should be:
a. From the scalp through ends
c. ½ inch from the scalp to porous ends
b. From scalp to porous ends
d. 1 inch from the scalp through ends

Trong cách nhuộm tóc đậm màu, nên trải thuốc nhuộm:
a. Từ da đầu đến đuôi tóc
c. ½ inch từ da đầu đến phần đuôi tóc thấm
b. Từ da đầu đến phần đuôi tóc thấm
d. 1 inch từ da đầu đến đuôi tóc

58. The hair must be analysed to determine before applying the chemical hair relaxer for:
a. Growth, tone, and elasticity
c. Elasticity, texture, and porosity
b. Direction, color, and length
d. Age, cowlick, and density

Tóc phải được phân tích đánh giá trước khi dùng hóa chất duỗi tóc cho:
a. Tóc mọc, độ sáng, và độ đàn hồi
c. Độ đàn hồi, cở tóc, và độ thấm
b. Hướng tóc, màu, và độ dài
d. Tuổi tác, xoáy tóc, và độ dày

59. A predisposition test is not needed before the application of a:
a. Dye-back to natural
c. Virgin bleach and toner
b. Tint to lighter
d. Oil bleach and color rinse

Thử nghiệm da không cần làm trước khi dùng hóa chất:
a. Nhuộm lại màu nguyên thủy
c. Tóc tẩy lần đầu và nhuộm chỉnh màu (toner)
b. Nhuộm tóc lợt hơn
d. Tẩy dầu và dùng chất xả màu tạm thời

60. When two or more elements combine chemistry, they form a/an:
a. Atom
c. Substance
b. Mixture
d. Compound

Khi hai hoặc nhiều nguyên tố kết hợp trong hóa tính, chúng tạo ra một dạng:
a. Nguyên tử
c. Dạng thể
b. Trộn lẫn
d. Hợp tố

61. The hair takes its shape, size, and direction from the:
a. Arector pili muscle
c. Hair bulb
b. Hair follicle
d. Hair papilla

Tóc có được hình dáng, cở kích, và hướng của tóc là từ:
a. Cơ dựng lông
c. Bầu tóc
b. Nang lông
d. Phần lõm dưới chân lông

62. A short processing time in cold permanent waving is requires by:
   a. Gray, wiry hair
   c. Dark, wiry hair
   b. Red, resistance hair
   d. Fine, soft hair
   Thời gian ngắn hơn cho uốn tóc vĩnh viễn được dùng bởi loại:
   a. Tóc bạc, quăn nhiều
   c. Đậm, quăn nhiều
   b. Tóc đỏ, khó thấm
   d. Tóc mịn, mềm

63. Cold wave curls are wrapped with a slight amount of tension in order to allow stretching and:
   a. Give a good loose wave
   c. Give a tight wave
   b. Allow hair to contact on rod
   d. Make more comfortable
   Uốn tóc vĩnh viễn là được quấn tóc hơi căng một tí để cho phép độ dãn tóc và:
   a. Tạo lọn tóc nhẹ
   c. Tạo lọn tóc quăn chặt
   b. Để tóc tiếp xúc trên ống cuốn tóc
   d. Tạo cho dễ chịu hơn

64. When a cold wave is too frizzy, it may be corrected by combing diluted solution through hair and:
   a. Brick brushing
   c. Cold water shampoo
   b. Re-neutralizing
   d. Vinegar rinse
   Khi tóc uốn bị xù xì, có thể chữa tóc lại bằng cách chãi tóc từ gốc ra đuôi tóc với dung dịch pha loãng và:
   a. Chãi lát gạch
   c. Gội nước lạnh
   b. Cho thuốc trung hòa lại
   d. Chất xả dấm

65. When one of the following condition occur, a cold wave should not be given if:
   a. Patron is elderly
   c. There are abrasions on the scalp
   b. Patron has fine, thin hair
   d. Hair is bleached
   Khi một trong số điều kiện sau đây, uốn tóc vĩnh viễn không nên làm cho tóc nếu:
   a. Người khách già cả
   c. Có vết trầy xước trên da đầu
   b. Khách có tóc mịn, thưa
   d. Tóc bị tẩy

66. The ability of the hair to absorb fluids or liquids is:
   a. Elasticity
   c. Hygroscopic
   b. Curability
   d. Porosity
   Khả năng của tóc hút chất dung dịch hoặc chất lỏng là:
   a. Sự đàn hồi
   c. Sự hút ẩm
   b. Khả năng chữa trị
   d. Độ thấm

67. In analyzing hair before a permanent wave, you should know the condition, elasticity, and:
   a. Hair color
   c. Sectioning of hair
   b. Hygroscopic quality
   d. None of these
   Trong việc phân tích tóc trước khi uốn tóc, bạn cần biết điều kiện tóc, tính đàn hồi của tóc, và:
   a. Màu tóc
   c. Chia tóc
   b. Tính chất hút ẩm của tóc
   d. Không có các điều trên

68. Normal wet hair can be extended or stretch without breakage is:
   a. One-fifth of its natural length
   c. Not stretched at all
   b. 40% to 50% of its length
   d. None of the above
   Bình thường tóc ướt có thể kéo dài hoặc dãn ra mà không đứt là:
   a. 1/5 chiều dài tóc tự nhiên
   c. Không căng gì cả
   b. 40% đến 50% chiều dài
   d. Không có điều nào kể trên

69. **If the hair too curly when perming which of the following hair relaxes requires the least amount of time to remove curl from the hair:**

    a. Ammonium thioglycolate

    c. Permanent wave solution

    b. Sodium hydroxide

    d. Ammonium sulfite

Nếu tóc quá quăn khi uốn tóc, chất nào theo sau đây để làm cho tóc dãn ra với thời lượng tối thiểu bớt đi lọn tóc quăn:

    a. Chất duỗi thio (ammonium thioglycolate)

    c. Dung dịch uốn tóc

    b. Chất duỗi mạnh sodium hydroxide

    d. Ammonium sulfite

70. **Cold wave lotions may drastically discolor hair if:**

    a. Too strong a neutralizer is used

    c. Metallic dye had been used on hair

    b. Wrong type of solution is used

    d. Hair is under-processed

Dung dịch uốn tóc có thể ảnh hưởng mạnh làm lợt màu cho tóc nếu:

    a. Chất trung hòa dùng quá mạnh

    c. Nhuộm tóc bằng thuốc nhuộm kim loại

    b. Dung sai dung dịch

    d. Tóc chưa đủ thấm thuốc

71. **Medicated shampoos are strong shampoo and some time keeps on the scalp for a long period. Dry shampooing is recommended for anyone does not permit a wet shampoo or:**

    a. To increase shine

    c. To reduce dandruff

    b. Before permanent waving

    d. For elderly customers

Thuốc gội chữa trị là loại shampoo mạnh và đôi khi giữ trên da đầu hơi lâu. Gội khô được khuyên nên dùng cho người nào mà không được phép gội ướt tóc hoặc:

    a. Nâng lên độ bóng

    c. Để giảm gàu

    b. Trước khi uốn tóc

    d. Cho người khách tuổi già

72. **Before proceeding with any chemical relaxing treatment:**

    a. A color test must be given

    c. Thorough shampoo must be given

    b. A strand test must be given

    d. Hair must be thoroughly dry

Trước khi tiến hành làm với bất cứ loại thuốc duỗi tóc nào:

    a. Cần làm thử màu tóc

    c. Cần phải được gội hoàn toàn

    b. Cần phải thử lọn tóc

    d. Cần để tóc khô hoàn toàn

73. **In giving a virgin tint lighter, the application should be:**

    a. Application ½ inch away from scalp through ends, first at two back sections

    c. Application ½ inch away from scalp to through ends, first at two front sections

    b. Application from scalp to porous ends

    d. Application from scalp through ends

Trong cách nhuộm mái tóc lợt nguyên thủy, cách trải thuốc nhuộm nên:

    a. Trải thuốc cách da đầu ½ inch đến đuôi tóc, bắt đầu ở 2 phần tóc sau

    c. Trải thuốc cách da đầu ½ inch từ da đầu đến đuôi tóc, bắt đầu ở 2 phần tóc trước

    b. Trải thuốc từ da đầu đến phần tóc thấm

    d. Trải thuốc từ da đầu đến đuôi tóc

74. **Most conditioner products contain humectants. Penetrating conditioners must be left on the hair for 10 to 20 minutes for:**

    a. Kinky hair

    c. Straight hair

    b. Repair and treatment

    d. Resistant hair

Hầu hết sản phẩm conditioner chứa chất ẩm. Loại conditioner xâm nhập nên giữ trên tóc khoảng 10 đến 20 phút để cho:

    a. Tóc quăn tít

    c. Tóc ngay

    b. Điều chỉnh lại và chữa trị tóc

    d. Tóc khó thấm

75. In giving a virgin tint to a lighter shade, the application should be started where the hair is:

a. Grayest

b. Darkest

c. Most porous

d. Least resistance

Trong cách nhuộm lợt một mái tóc nguyên thủy, nên trải thuốc nhuộm lên vùng tóc:

a. Bạc màu nhất

b. Đậm nhất

c. Thấm nhiều nhất

d. Ít thấm nhất

76. Vigorously brush the hair before a permanent waving may cause:

a. Scalp tightening

b. Irritations scalp

c. Hair discoloration

d. Poor porosity

Chãi tóc mạnh trước khi uốn tóc có thể là nguyên nhân:

a. Da đầu cứng chặc

b. Da đầu ngứa

c. Sự nhạt màu tóc

d. Độ thấm kém

77. The correct way to hold a strand of hair while being wound for a permanent waving is:

a. Comb out and down from the scalp

b. Comb up and out from the scalp

c. Wind hair to one side with single wrap

d. Comb down from the scalp

Quấn tóc đúng cách là giữ cho lọn tóc trong lúc quấn cho uốn tóc là:

a. Chãi ra và kéo xuống cách da đầu

b. Chãi lên và ra ngoài cách da đầu

c. Quấn một mặt tóc với miếng giấy bọc đuôi tóc

d. Chãi xuống cách da đầu

78. Cold waving is accomplished by one of the following processes:

a. Rinse hair thoroughly

b. Physical action only

c. Chemical action only

d. Physical and chemical action

Uốn tóc được hoàn tất do những tiến trình theo sau đây:

a. Xả tóc sạch hoàn toàn

b. Chỉ tác dụng thể lý

c. Chỉ tác dụng hóa tính

d. Tác dụng thể lý và hóa tính

79. The tacky feel of the surface of odorless acrylic nail indicates the nail is:

a. Old

b. Separating from nail plate

c. Dry

d. Needing a fill

Lớp nhựa dẻo bề mặt của loại bột acrylic không mùi, là dấu hiệu móng:

a. Cũ

b. Mặt móng rời ra

c. Khô

d. Cần làm fill (thêm bột vào chỗ móng mới mọc)

80. The process of straightening over curly hair by chemical agents is called:

a. Permanent waving

b. Hair relaxing

c. Without curl

d. Lack of curl

Tiến trình làm ngay trên tóc quá quăn bằng hóa chất được gọi là:

a. Uốn tóc

b. Duỗi thẳng tóc

c. Không lọn tóc

d. Thiếu lọn tóc

81. Remove corrosion from the thermal irons, use:

a. Detergents

b. Soap and water

c. Glycerin

d. Salt-soda

Làm cho tróc đi những chất rỉ, ăn mòn của kẹp tóc bằng nhiệt, dùng:

a. Thuốc tẩy

b. Xà phòng và nước

c. Chất nhờn glycerin

d. Muối soda (salt-soda)

82. To restore pH balance for hair are used instant conditioners with pH range of 3.5 to 6.0. To prevent excessive dryness and hair damage during the cleasing process use acid-balance shampoo is:

a. Removing oil accumulation

b. Adding more color for porous hair

c. The same as lemon juice

d. Between pH range of 4.5 to 5.5

Để phục hồi cân bằng nồng độ hydrogen cho tóc được dùng loại conditioner thấm nhanh với pH từ 3.5 đến 6.0. Để ngăn ngừ tóc khô và hư trong tiến trình làm sạch tóc dùng thuốc gội cân bằng acid:

a. Lấy đi lượng dầu

b. Thêm màu cho tóc thấm

c. Cùng loại với nước chanh

d. Giữa nồng độ hydrogen 4.5 đến 5.5

83. In cold waving processing, the hair rearranges the cell structure which one of these will cause hair breakage while perming?

a. Porosity

b. Moisture

c. Tightly fastened band against base of wrap

d. Thickness of hair

Trong tiến trình uốn tóc, tóc tái sắp xếp lại tế bào mà một trong những điều nào theo sau đây là nguyên nhân gây gãy tóc trong lúc uốn tóc:

a. Độ thấm

b. Ẩm

c. Sợi cao su xoắn chặt ở nền tóc quấn

d. Độ dày của tóc

84. The nervous system consists of the:

a. Posterior auricular nerves

b. Brain and spinal cord

c. Mandibular nerves

d. Atrium

Hệ thống thần kinh gồm có:

a. Thần kinh sau tai ở nền sọ đầu

b. Bộ óc và tủy sống

c. Thần kinh ảnh hưởng vùng cằm và môi dưới

d. Tâm nhĩ

85. During permanent waving, bleached hair needs a shorter time than normal to process and larger rods are usually used in the:

a. Nape area

b. Side areas

c. Area just above the ear

d. Crown area

Trong suốt giai đoạn uốn tóc, tóc đã tẩy cần thời gian ngắn hơn tóc bình thường để phát triển và ống cuốn lớn hơn thường được dùng ở:

a. Vùng tóc gáy

b. Vùng tóc 2 bên

c. Vùng trên tai

d. Vùng đỉnh đầu

86. The action of cold waving solution on hair structure is one of softening and size of the wave formation in a cold wave in controlled by the amount of hair on each rod and:

a. Size of the rod

b. Type of end paper used

c. Cold wave solution is used

d. Length of time hair is left on rod

Tác động của dung dịch uốn tóc trên cấu trúc sợi tóc là làm mềm và thành lập cở lớn sóng tóc trong dung dịch được kiểm soát bằng số lượng tóc trên mỗi ống cuốn và:

a. Cở kích ống cuốn

b. Cở kích dùng giấy quấn đuôi tóc

c. Dung dịch uốn tóc được dùng

d. Bao lâu mà tóc còn giữ trên ống cuốn

87. The parietal bones are found in the crown area. The origin of the trapezium muscle is in the:

a. Epicranius

b. Occipitalis

c. Clavicle

d. Platysma

Xương parietal là xương nằm ở vùng đỉnh đầu. Bắt nguồn bắp thịt phủ sau cổ và vùng trên lưng là:

a. Bắp thịt phủ đỉnh đầu

b. Occipitalis (bắp thịt ót)

c. Clavicle (xương đòn)

d. Bắp thịt trước cổ

88. When in doubt about the strength of peroxide, it may be checked with the:
   a. Thin skin area   c. Peroximeter
   b. Barometer   d. Thermometer

Khi nghi ngờ về độ mạnh của peroxide, có thể được kiểm tra lại với:
   a. Vùng da mỏng   *c. Peroximeter*
   b. Phong vũ biểu   *d. Nhiệt độ kế*

89. The technical name for the "Adam's apple" is hyoid. The technical term for excessive perspiration is:
   a. Anidrosis   c. Sphenoid
   b. Ethmoid   d. Hyperidrosis

Tên kỹ thuật của "Adam's apple" là hyoid. Tên kỹ thuật của mồ hôi ra nhiều là:
   a. Anidrosis (ít mồ hôi)   *c. Sphenoid (xương bướm nối liền các xương đầu)*
   b. Xương sụn mũi   *d. Hyperidrosis*

90. Which one of the following controls the muscles of facial expression?
   a. Fifth cranial (tri-facial)   c. Spinal accessory
   b. Seventh cranial (facial)   d. Eleventh cranial nerve (neck and back)

Điều nào theo sau đây là kiểm soát bắp thịt diễn tả nét mặt?
   a. Thần kinh thứ 5 (kiểm soát nhai)   *c. Dây cột sống*
   b. Thần kinh thứ 7 (mặt)   *d. Thần kinh thứ 11 ảnh hưởng bắp thịt cổ và lưng*

91. Why the air intake of the back of the dryer must be kept clean at all the time?
   a. The dryer element might burn out   c. So hot that air flows in the same direction
   b. The dryer will be hot   d. The dryer will be cold

Tạo sao không khí vào phía sau máy sấy tóc phải được giữ sạch bất cứ lúc nào?
   a. Yếu tố làm cho máy sấy cháy   *c. Quá nóng để hơi khí vào cùng hướng*
   b. Máy sấy sẽ nóng   *d. Máy sấy sẽ lạnh*

92. High frequency current may be applied to the hair and scalp after:
   a. The hair is wet with tonic   c. The hair and scalp are dried
   b. The hair is wet with shampoo   d. Setting solution has been applied

Dòng điện cao tần có thể dùng trên tóc và da đầu sau khi:
   a. Tóc thấm ướt với chất dưỡng tóc   *c. Tóc và da đầu được khô*
   b. Tóc ướt với dầu gội   *d. Dụng dịch tạo tóc kiểu được thoa lên*

93. The corrugator muscle is found at the eyebrow line. The muscles of mastication are the:
   a. Platysma and zygomaticus   c. Temporalis and zygomaticus
   b. Maseter and temporalis   d. Masseter and platysma

Bắp thịt corrugator được tìm thấy ở đường chân mày. Bắp thịt nhai là:
   a. Thịt vùng cổ trước và gò má   *c. Bắp thịt ở thái dương và gò má*
   b. Bắp thịt mở miệng và đóng miệng   *d. Bắp thịt masseter và vùng cổ trước*

94. Croquignole curling involves winding the hair strand from the:
   a. Scalp to ends   c. Ends to mid-strand
   b. Mid-strand to ends   d. Ends to the scalp

Lọn quấn croquinole (cách quấn luồn tóc qua miếng da chận ở vùng da đầu) là cách quấn lọn tóc từ:
   a. Từ da đầu đến đuôi tóc   *c. Từ đuôi tóc đến giữa tóc*
   b. Từ giữa lọn tóc đến đuôi tóc   *d. Từ đuôi tóc đến kề da đầu*

95. Which of the following has a softening and swelling action, particularly on over-curly hair?
  a. Sodium hydroxide
  b. Neutralizer
  c. Neither of these
  d. Both of these

Chất nào sau đây có tính làm mềm và trương phồng tóc, đặc biệt trên loại tóc quá quăn?
  a. Sodium hydroxide
  b. Chất trung hòa
  c. Không phải cácloại này
  d. Cả hai loại này

96. Hair difficult to bleach up to the yellow, must likely contains:
  a. Red pigments
  b. Brown pigments
  c. Yellow pigments
  d. Green pigments

Tóc khó khăn tẩy đến màu vàng, vì cho chứa:
  a. Hạt màu đỏ
  b. Hạt màu nâu
  c. Hạt màu vàng
  d. Hạt màu xanh

97. Tinted hair, lightened hair, or hot iron services should not receive chemical hair relaxing treatments and why should you use conditioner filler before the application of chemical relaxed?
  a. Rebonds
  b. Even out the porous
  c. Color hair even
  d. Increase the strength

Tóc có nhuộm, tẩy, dùng lược nóng, hoặc dịch vụ liên quan đến kẹp nhiệt không nên làm duỗi tóc bằng hóa chất và tại sao bạn dùng conditioner filler trước khi trãi lên thuốc duỗi:
  a. Kết cấu trúc sợi tóc
  b. Trãi đều độ thấm tóc
  c. Màu tóc đều
  d. Nâng lên độ mạnh

98. The curl that rest on base after winding will produce the greatest degree of:
  a. Tightness
  b. Smoothness
  c. Fullness
  d. Glossiness

Lọn tóc nằm trên nền tóc góc 135 độ (on base) sau khi quấn sẽ tạo độ quăn mạnh nhất của lọn tóc:
  a. Quăn chặt
  b. Quăn mịn
  c. Quăn đầy, cao
  d. Quăn bóng

99. Ultraviolet rays are also called cold ray or actinic ray. The ultraviolet (UVA) ray is the tonic ray, however it can destroy the elasticity of the skin and:
  a. Lost pigment
  b. Skin tanned
  c. Skin darker
  d. Skin lighter

Tia cực tím còn gọi là tia lạnh hoặc tia actinic. Tia cực tím UVA là tia giúp tốt da, tuy nhiên có thể hủy hoại sự đàn hồi của da và:
  a. Mất màu
  b. Da rám sậm
  c. Đậm da hơn
  d. Lợt da hơn

100. Hot oil mask facial is recommended for scaly skin, wrinkle with the aid of gauze layers. Facial cleansing scrub is recommended for dead skin what area must be avoided?
  a. Chin
  b. Eyes
  c. Forehead
  d. Cheeks

Loại mặt nạ dầu khuyên cho da khô có vảy, da nhăn cần đặt mặt nạ gauze thấm dầu. Làm da mặt chà hạt cát được khuyên cho da chết, vùng da nào cần phải tránh ra?
  a. Cằm
  b. Đôi mắt
  c. Trán
  d. Đôi má

COSMETOLOGY EXAMINATION 9

1. Aniline derivative tint is mixed with hydrogen peroxide; it causes a chemical reaction known as:
   a. Pre-softening
   b. Oxidation
   c. Pre-lightening
   d. Neutralization

   Thuốc nhuộm aniline derivative được pha với hydrogen peroxide (H_2O_2), tạo phản ứng hóa học được biết là:
   a. Làm mềm trước
   b. Oxýt hóa
   c. Làm lợt tóc trước
   d. Sự trung hòa

2. How do you apply the protective base for sodium hydroxide method?
   a. Rub
   b. Scrub
   c. Pat
   d. Dot

   Bạn làm thế nào khi thoa kem nền bảo vệ đối với cách duỗi tóc bằng sodium hydroxide?
   a. Chà xát
   b. Lau, chà xát
   c. Thoa, chấm nhẹ lên da đầu
   d. Chấm từng điểm

3. A substance that readily transmits an electric current such as copper wire is a good conductor of electricity, and a substance that resists the passage of an electric is known as:
   a. An insulator
   b. A conductor
   c. A converter
   d. A rectifier

   Một dạng sẵn sàng truyền dòng điện như dây đồng là một chất dẫn điện tốt, và một dạng chống lại sự đi qua của dòng điện được biết là:
   a. Chất ngăn điện
   b. Chất dẫn điện
   c. Chuyển điện trực tiếp (DC) sang điện xoay chiều (AC)
   d. Chuyển điện xoay chiều (AC) sang điện trực tiếp (DC)

4. When using a hot wax to remove unwanted hair, test wax temperature that is:
   a. As hot as client can stand
   b. Warm to the wrist
   c. Spread evenly
   d. Cool

   Khi dùng sáp nóng để lấy lông mọc lộn xộn, thử độ nóng của sáp mà:
   a. Nóng mà khách có thể chịu đựng được
   b. Ấm ở cổ tay
   c. Trãi đều
   d. Mát

5. Before doing a facial massage, you should ask if your client has one of the following:
   a. Pacemaker
   b. Pregnancy
   c. Contact lens
   d. Filling teeth

   Trước khi làm massage da mặt, bạn nên hỏi nếu khách có một trong những điều sau đây:
   a. Máy trợ tim
   b. Mang thai
   c. Mang contact lens (kính sát tròng)
   d. Răng giả

6. The ideal ratio for hairstyles design is either 3 parts face to 2 parts hair or 2 parts face to 3 parts hair. If the proportion of 3 parts face to 2 parts hair is used, clients:
   a. Has good skin
   b. Wants attention to the face
   c. Wants attention to the hair
   d. Wants to minimize features

   Tỉ lệ lý tưởng của kiểu tóc có thể là 3 phần nét mặt 2 phần tóc hoặc là 2 phần nét mặt 3 phần tóc. Nếu chia 3 phần mặt 2 phần tóc, người khách:
   a. Có da tốt
   b. Muốn chú ý đến nét mặt
   c. Muốn chú ý tới tóc
   d. Muốn giảm thiểu nét mặt

7. A non-conductor is an insulator substance that will not permit electric force to flow through it, resists the passage of an electric current, such as:

a. Rectifier

c. Silver, copper, carbon, mercury

b. Converter

d. Asbestos, silk, dry wood, or rubber

Một chất không dẫn điện là một dạng thể ngăn điện không cho phép dòng điện đi qua, chống lại sự di chuyển của dòng điện, như:

a. Biến điện từ AC ra DC (rectifier)

c. Bạc, đồng, than, thủy ngân

b. Biến điện từ DC ra AC (converter)

d. Thạch cao, lụa, gỗ khô, hoặc cao su

8. Before you use thermal on client's hair, what of the following the technician should know to avoid breakage hair?

a. Sodium hydroxide

c. Permanent wave

b. Thioglycolate

d. Progressive tint

Trước khi bạn dùng dụng cụ bằng nhiệt trên tóc khách, những gì theo sau đây mà người thợ nên biết để tránh gãy tóc?

a. Sodium hydroxide (thuốc duỗi tóc mạnh)

c. Uốn tóc

b. Thioglycolate (thuốc duỗi tóc nhẹ)

d. Thuốc nhuộm kim loại

9. A narrow forehead may be made to look wider using highlights at the temples. If a client has a narrow forehead and a wide jaw (pear-shaped face), the aim is to:

a. Increase jaw width

c. Reduce forehead width

b. Increase chin line

d. Create the width in the forehead

Vầng trán hẹp có thể tạo rộng hơn bằng đánh sáng ở bên thái dương. Nếu người khách có trán hẹp và đường hàm rộng (mặt trái lê), điểm chính cần làm là:

a. Tăng chiều rộng đường hàm

c. Giảm chiều rộng của trán

b. Nâng đường cằm

d. Tạo chiều rộng ở trán

10. French lacing, teasing, matting, ratting are other names for back-combing. Ruffing is another name for:

a. Back combing

c. Smoothing

b. Back-brushing

d. Combs-out

French lacing, teasing, matting, ratting là những từ ngữ của đánh rối bằng lược. Ruffing còn có tên khác là:

a. Đánh rối bằng lược

c. Mịn màng

b. Đánh rối bằng bàn chải

d. Chải kiểu

11. To measure symmetry, divide the face into 4 equal parts and opposite sides of the hairstyles are a different length or volume if the design is:

a. Top and bottom

c. Three proportions

b. Symmetrical

d. Asymmetrical

Để đo sự (đối xứng) cân xứng, chia khuôn mặt làm 4 phần bằng nhau và chiều đối diện của một kiểu tóc mà có khác nhau về chiều dài và độ cao tạo ra nếu muốn tạo kiểu tóc dạng:

a. Bên trên và bên dưới

c. Ba phần

b. Tính đối xứng

d. Không đối xứng

12. The different between a body wave and a perm is:

a. The solution used

c. The hair damaged

b. The neutralizer used

d. The size of the rod used

Sự khác biệt giữa uốn tóc lọn lớn và uốn tóc thường là:

a. Dung dịch đã dùng

c. Tóc bị hư hại

b. Chất trung hòa đã dùng

d. Cỡ ống cuốn đã dùng

www.levan900.net

13. Cleanse and sanitize a customer's nail before applying artificial nails because::
   a. Attach the artificial nails   c. To prevent fungus
   b. Adhere acrylic to the real nails   d. Harden the acrylic nails

   Làm sạch và vệ sinh móng cho khách trước khi gắn móng giả bởi vì:
   a. Dính vào móng giả   *c. Ngăn ngừa nấm*
   b. Dính bột vào móng thật   *d. Cứng bột lại*

14. What should you add to the bleach to accelerate or to hasten its chemical action or its lifting power?
   a. Dye solvent   c. Presoftener
   b. 20 drops of 28% ammonia   d. Hydrogen peroxide

   Bạn thêm chất gì vào thuốc tẩy để tác động nhanh, hoặc làm mạnh hóa chất, hoặc có khả năng lấy màu tóc?
   a. Chất lấy màu nhuộm cũ trên tóc   *c. Chất tạo cho tóc thấm, mềm hơn*
   b. 20 giọt của 28% ammonia   *d. Hydrogen peroxide*

15. The high frequency current commonly used in the beauty salon is the Tesla current and commonly called the:
   a. Ultra-violet ray   c. Infra-red ray
   b. Violet ray   d. Sinusoidal current

   Dòng điện cao tần thường dùng trong tiệm thẩm mỹ là dòng Tesla và thường gọi là:
   a. Tia cực tím   *c. Tia hồng ngoại*
   b. Tia tím   *d. Dòng điện hình Sin kích thích da đầu và mặt*

16. Proper conduct in relation in to employer and co-worker is called professional:
   a. Ethics   c. Personality
   b. Courtesy   d. Honesty

   Sự cư xử đúng cách trong quan hệ người chủ và bạn đồng nghiệp được gọi là:
   a. Đạo đức   *c. Cá tính*
   b. Sự nhã nhặn   *d. Sự thành thật*

17. To pick up an article on the floor, what muscles are being use?
   a. Ankles   c. Back
   b. Legs and buttocks   d. Calves

   Để nâng lên một vật từ nền nhà, dùng những bắp thịt của:
   a. Mắt cá chân   *c. Lưng*
   b. Chân và mông   *d. Bắp chân*

18. To lift an extremely heavy object, use the muscle of the:
   a. Calves   c. Back
   b. Arms   d. Thighs

   Để nâng một vật nặng dùng các bắp thịt của:
   a. Bắp chân   *c. Lưng*
   b. Cánh tay   *d. Đùi*

19. It will be helpful to a student's success to develop a:
   a. List of good stories   c. Positive attitude
   b. Pleasing personality   d. Business attitude only

   Để giúp cho sự thành công của học viên, cần phát triển:
   a. Nhiều câu chuyện hay   *c. Thái độ tích cực*
   b. Cá tính vừa lòng khách   *d. Hình thái kinh doanh*

20. A very important attribute of a pleasing personality is a good:
  a. List of stories   c. Financial standing
  b. Loud voice   d. Sense of humor ✗
Một yếu tố quan trọng góp phần vào việc làm vừa ý khách là phát triển:
a. Nhiều câu chuyện   *c. Khả năng tài chánh*
b. Giọng lớn   *d. Tính hài hước*

21. Good topic for salon conversation should be:
  a. Debatable   c. Political
  b. Religious   d. Non-controversial ✗
Đề tài thích hợp để nói chuyện trong tiệm nên là
a. Chuyện có thể tranh luận   *c. Chính trị*
b. Tôn giáo   *d. Chuyện không gây mâu thuẫn*

22. An apparatus that changes direct current to alternation current is called a converter and to change alternating current to direct current is called:
  a. Transformer   c. Rectifier ✗
  b. Watts   d. Dynamo
Dụng cụ thay đổi điện từ một chiều ra xoay chiều được gọi là converter và đổi xoay chiều ra một chiều là:
a. Biến điện (tranformer)   *c. Rectifier*
b. Công suất   *d. Phát điện (dynamo)*

23. Fillers are used to deposit a base color and:
  a. Close the cuticle   c. Remove artificial color built up
  b. Open the cortex   d. Equalize porosity ✗
Chất filler được dùng để đưa thêm màu nền vào tóc và:
a. Đóng chặt vảy ngoài của tóc   *c. Loại bỏ màu nhân tạo bám vào tóc*
b. Mở rộng phần giữa của tóc   *d. Cân bằng độ thấm của tóc*

24. To minimize close-set eyes, space the brows so that distance between them equals the width of:
 ✗ a. One eye   c. The nostrils
  b. The chin   d. The lips
Để giảm thiểu đôi mắt gần nhau, khoảng cách giữa 2 lông mày bằng chiều rộng của:
a. Một con mắt   *c. Lỗ mũi*
b. Cằm   *d. Đôi môi*

25. The portion of a cell containing foods for growth and repair is called:
 ✗ a. Cytoplasm   c. Nucleus
  b. Protoplasm   d. Glands
Thành phần của tế bào có chứa thực phẩm cho sự tăng trưởng và phục hồi được gọi là:
a. Bào tương (tế bào chất)   *c.Nhân bào*
b. Chất nguyên sinh   *d.Các tuyến*

26. Melanin protects the skin from:
  a. Pathogenic bacteria   c. Steam heat
  b. Electric heat   d. Ultra-violet rays ✗
Chất màu bảo vệ cho da từ:
a. Vi trùng gây bệnh   *c. Hơi nóng*
b. Nguồn nhiệt từ điện   *d. Tia cực tím*

27. The main ingredient in a water-in-oil emulsion is:

a. Water
c. Thickener

✗ b. Oil
d. Baking soda (NaHCO₃)

Thành phần chính của nhũ tương nước trong dầu là:

a. Nước
c. Sền sệt

b. Dầu
d. Hóa chất làm mềm (baking soda)

28. An electrical current used for its heat-producing effects is the:

a. Faradic current
c. High frequency ✗

b. Low frequency current
d. Galvanic current

Dòng điện sử dụng có ảnh hưởng tạo nhiệt là:

a. Dòng điện kích thích cơ bắp Fadaric
c. Dòng điện cao tần

b. Dòng điện thấp tần
d. Dòng điện âm dương Galvanic

29. If you lost your cosmetology license. In order to replace new license, you must:

a. Call the board as soon as possible to secure a new license
✗ c. File a statement explaining the lost and verified by the oath, accompanied a fee then mail to the board

b. Retake the cosmetology examination
d. Apply for temporary license immediately

Nếu bạn mất bằng thẩm mỹ. Để lấy lại bằng mới, bạn phải:

a. Gọi Board càng sớm càng tốt cho bằng mới
c. Gởi Board bản khai báo mất có lời thề, kèm theo lệ phí

b. Cần thi lại bằng thẩm mỹ
d. Xin giấy phép tạm thời hành nghề cấp tốc

30. What should you ask your customer before performing a facial service?

a. Some allergy to product
✗ c. Wearing contact lenses

✗ b. Take any medication
d. Wearing sunglasses

Điều gì bạn cần hỏi khách hàng trước khi chăm sóc da mặt:

a. Phản ứng sản phẩm
c. Mang kính sát tròng (contact lenses)

b. Dùng thuốc điều trị bệnh
d. Mang kính mát

31. A cell is a minute portion of living substance containing:

a. Minerals
c. Tissues

✗ b. Protoplasm
d. Gases

Tế bào là phần nhỏ nhất của chất sống chứa:

a. Chất khoáng
c. Các mô

b. Chất nguyên sinh
d. Chất khí

32. In giving a facial, it's important that the client know what is being done and why it will be:

a. Harmless
c. Destructive

✗ b. Beneficial
d. Useless

Khi làm facial, điều quan trọng là để cho khách biết những điều gì được làm và tại sao làm:

a. Vô hại
c. Phá hủy

b. Lợi ích
d. Vô ích

33. The principal muscles on the front of the upper arm called the:

✗ a. Biceps
c. Extensors

b. Trapezius
d. Flexors

Bắp thịt chính yếu ở mặt trước cánh tay trên được gọi là:

a. Cơ hai đầu
c. Cơ duỗi thẳng tay

b. Bắp thịt bả vai
d. Cơ gấp tay

34. Temporary colors do not require a predisposition test, this color usually contains water, herbs, azo dye, and:

a. Color mouses

c. Semi-permanent color

b. Metalic dye

d. Vegetables ✗

Màu tạm thời không đòi hỏi phải thử nghiệm dị ứng da, màu này luôn luôn có chứa nước, thảo mộc, chất   nhuộm azo (azobenzene là loại nhuộm tổng hợp) và:

a. Màu bọt (mouses)

c. Màu bán vĩnh viễn giữ được 4 đến 6 lần gội

b. Màu kim loại

d. Màu thực vật

35. Sponges used during the cleansing procedure are kept:

a. On a clean towel

c. In a wet sanitizer

✓ b. In lukewarm water ✗

d. In a dry cabinet

Miếng xốp sử dụng trong lúc làm sạch da mặt được giữ:

a. Trên khăn sạch

c. Trong dung dịch khử trùng

b. Trong nước âm ấm

d. Trong tủ khô

36. A state of being free form germs is known as aseptic. Boiling water destroys all bacteria except:

a. Saprophytes

c. Parasites

b. Protozoa

d. Spores ✗

Tình trạng hoàn toàn không có vi trùng gây bệnh nào gọi là vô trùng (aseptic). Nước sôi hủy tất cả vi trùng ngoại trừ:

a. Thực vật hoại sinh

c. Ký sinh trùng

b. Động vật nguyên sinh

d. Bào tử (vi trùng được bọc lớp vỏ bảo vệ)

37. Immunity that is inherited is referred to as:

a. Acquired

c. Obtained

✗ b. Natural

d. Relinquished

Miễn nhiễm có được do di truyền được xem là:

a. Miễn nhiễm tự tạo

c. Có được

b. Miễn nhiễm tự nhiên

d. Từ bỏ

38. Which one of the following is not correct?

a. Orris root is used some of the dry shampoo

c. All dry shampoo is inflammable

b. Dry shampoo cleanses the hair without removing the wave

d. Some dry shampoos are made from ✗ a gasoline by product

Điều nào sau đây là không đúng?

a. Rễ cây orris có mùi thơm dùng làm gội khô

c. Tất cả loại gội khô không thể cháy được

b. Chất gội khô làm sạch tóc mà không lấy mất gợn sóng

d. Một vài chất gội khô được làm bằng sản phẩm dầu đốt

39. Massage cream serves to lubricate the skin. Emulsions used in a salon are oil-in-water which is   mixtures of two or more:

a. Contain more oil than water

c. Solution

b. Miscible solution

d. Immiscible substances ✗

Chất kem massage là chất làm trơn da. Nhủ tương dùng trong salon là sản phẩm có chứa một số thành phần dầu trong nước được pha trộn từ 2 hoặc nhiều hơn:

a. Chứa nhiều dầu hơn nước

c. Dung dịch

b. Dung dịch có thể pha trộn

d. Các chất không pha trộn được

40. Close-set eyes should apply eye shadow slightly darker on the outer edge of the eye and:

a. On the upper lid

c. Lightly on the inside near the nose ✗

b. At inner corner of upper lid

d. None of the above

Khoảng cách đôi mắt gần nên đánh bóng mắt hơi đậm ở cạnh ngoài mắt và:

a. Trên mí mắt trên

c. Màu lợt dần vô bên trong cạnh mũi

b. Góc trong của mí mắt trên

d. Không có điều nào ở trên

41. You should suggest your customer to use or to be treated with mild products when you found out that the client's hair is:

✗ a. Fine in texture and slightly damaged

c. Dry with split ends

b. Poorly elastic

d. Medium in texture and over porous

Bạn nên gợi ý cho khách sử dụng hoặc chữa trị những hóa chất nhẹ khi biết được tóc của khách:

a. Cỡ tóc mịn và tóc bị hư

c. Khô và đuôi tóc chẻ

b. Đàn hồi kém

d. Cỡ tóc trung bình và quá thấm

42. For shampooing bleached hair, it is best to use:

a. Hot water

c. Dry shampoo

✗ b. Mild shampoo and tepid water

d. Dandruff shampoo

Gội đầu cho tóc tẩy, tốt nhất là dùng:

a. Nước nóng

c. Gội khô

b. Dầu gội nhẹ và nước âm ẩm

d. Gội trị gàu

43. The epidermis of the skin is made from a substance called:

a. Dermis

c. Connective tissue

b. Subcutaneous tissue

d. Keratin ✗

Lớp ngoại bì của da được hình thành từ một chất được gọi là:

a. Nội bì

c. Mô liên kết

b. Mô dưới da

d. Chất sừng

44. Dry, over-bleached hair will be more easily managed if shampooed with:

a. Tar jelly shampoo

c. Egg shampoo

b. Soap less oil shampoo

d. Tincture of green soap ✗

Tóc bị khô, tóc tẩy quá độ sẽ được dễ chãi hơn nếu gội tóc với:

a. Gel gội tóc từ chất dầu đen

c. Dầu gội trứng

b. Xà phòng dầu không bọt

d. Dầu gội sắc xanh

45. A narrow forehead with a wide jaw line is typical of what facial type:

✗ a. Pear shaped

c. Heart shape

b. Oblong

d. Diamond

Trán hẹp với đường hàm rộng là kiểu khuôn mặt:

a. Hình trái lê

c. Hình trái tim

b. Hình thon dài oblong

d. Hình thoi

46. Which one of the following is not used sculpture curling:

a. Ends of hair inside of curl

c. Ends of hair on outside of curl ✗

b. Hair combed in direction of placement

d. Hair smooth and flat at base of curl

Điều nào theo sau là lọn tóc nắn không nên làm:

a. Đuôi tóc bên trong lọn tóc

c. Đuôi tóc bên ngoài lọn tóc

b. Chãi tóc theo hướng tạo lọn tóc

d. Tóc mịn và sát nền của lọn tóc

47. Curls should be placed in the direction:
    a. That the hair grows
    ✗ b. That they are to be styled in the comb-out
    c. Of the crown
    d. That is opposite to the desired comb-out effect
    Lọn tóc nên quấn theo hướng:
    a. Tóc mọc
    b. Theo kiểu tóc lúc chãi ra
    c. Ở đỉnh đầu
    d. Ngược hướng chãi kiểu

48. Cutting the hair in a graduated effect from the nape of the neck towards the crown is known as:
    a. Layer cutting ✗ *as*
    b. Back-combing
    c. Shingling
    d. Razor cutting
    Cắt tóc đều cỡ 45 độ từ gáy cổ tiến dần về đỉnh đầu được biết là:
    a. Cắt tóc so le từng lớp
    b. Đánh rối bằng lược
    c. Cắt kéo và lược song song (shingling)
    d. Cắt dao

49. A substance that can transmit an electrical current is known as a/an:
    a. Conductor ✗
    b. Pipe
    c. Insulator
    d. Non-conductor
    Một chất có thể dẫn truyền dòng điện được biết là:
    a. Chất dẫn điện
    b. Ống dẫn
    c. Chất ngăn điện
    d. Chất không dẫn điện

50. A hairstyle that provides extra width at the forehead would be most becoming to:
    a. A square-shaped face
    b. An oval-shape face
    c. A heart-shape face
    d. A diamond-shape face ✗ (pear shape)
    Một kiểu tóc cần tạo chiều rộng ở trán sẽ thích hợp hơn:
    a. Khuôn mặt hình vuông
    b. Khuôn mặt hình trái xoan
    c. Khuôn mặt hình trái tim
    d. Khuôn mặt hình thoi

51. The exposure time of infra-red rays should be about 5 minutes and applied at a distance of:
    a. 10 to 20 inches
    b. 24 to 30 inches ✗
    c. 6 to 8 inches
    d. 5 to 10 inches
    Thời gian tiếp xúc tia hồng ngoại cần khoảng 5 phút và đặt khoảng cách:
    a. 10 đến 20 inch
    b. 24 đến 30 inch
    c. 6 đến 8 inch
    d. 5 đến 10 inch

52. A half moon or arc base for pin curls is recommended for:
    a. Forming interlocking curls anywhere
    b. Producing deep wave at the forehead
    c. Preventing splits and breaks at the front hairline
    d. Styling upsweep effects at the back of the head ✗
    Nền nửa mặt trăng hoặc nền cánh cung của lọn tóc được làm với:
    a. Tạo ăn khớp vào nhau bất kỳ chỗ nào
    b. Tạo dợn sóng sâu ở trước trán
    c. Đề phòng tóc chẻ và gãy ở phía trước
    d. Kiểu lọn tóc cong lên ở phía sau đầu

53. For a comfortable sitting posture, keep the sole of the feet:
    a. Crossed
    b. Extended
    c. On the floor ✗
    d. Elevated
    Để ngồi với một tư thế thoải mái, đặt gót chân:
    a. Bắt chéo
    b. Duỗi ra
    c. Trên nền nhà
    d. Lên cao

54. What is the two step process called that involve first lightening drastically and then recolor by toner?
a. Single application
c. Single processing
b. Double processing ✗
d. Double application

Cách gọi thế nào là tiến trình làm tóc 2 lần mà bước đầu làm lợt tóc nhiều rồi cho màu nhạt toner?
a. Trãi thuốc một lần
c. Một tiến trình
b. Tiến trình 2 lần
d. Trãi thuốc hai lần

55. Massage should never be too deep or:
a. Beneficial
c. Prolonged ✗
b. Toning
d. Manipulative

Xoa bóp (massage) sẽ không bao giờ ép quá sâu hoặc:
a. Tiện lợi
c. Quá lâu
b. Săn mịn
d. Tác động bằng tay

56. Which one of the following is not a method of thinning the hair?
a. Slithering
c. Effilating
b. Tapering
d. Epilation ✗

Một trong số cách sau đây không phải là phương pháp làm mỏng tóc?
a. Slithering (tỉa mỏng tóc)
c. Effilating (tỉa mỏng tóc)
b. Tapering (cắt ngắn ở gáy dài lần lên đỉnh)
d. Epilation (sự nhổ lông)

57. When doing a thermal hair pressing, you must be careful at the hairline and which must be done?
✗ a. Small section, small comb with a short teeth c. Medium section, medium comb with long teeth
b. Small section, medium comb with short teeth d. Medium section, large comb with long teeth

Khi ép tóc bằng nhiệt, bạn phải cẩn thận ở đường viền tóc và những gì theo sau đây cần phải làm:
a. Từng phần nhỏ, lược nhỏ với răng ngắn
c. Lấy tóc trung bình, lược trung bình với răng dài
b. Từng phần nhỏ, lược trung bình với răng ngắn
d. Lấy tóc trung bình, lược lớn với răng dài

58. When each color application is applied and makes the color hair darker and darker is called:
a. Henna color
c. Color analysis
b. Permanent color
✗ d. Color builds up

Khi mỗi lần nhuộm tóc và làm màu tóc càng lúc càng đậm hơn xem là:
a. Màu henna (thực vật)
c. Phân tích màu
b. Màu vĩnh viễn
d. Màu bám dính bên ngoài

59. After a towel has once been used, it shall be deposited in:
a. A canvas bag
c. Neither a and b
✗ b. A close receptacle
d. Both a and b

Sau khi khăn đã dùng, được bỏ vào trong:
a. Túi vải bố (vải dày)
c. Không phải a và ba
b. Thùng chứa có nắp đậy
d. Cả hai a và b

60. The attire worn by an individual serving a patron must at all times be:
a. White, washable garment
c. Cotton or nylon material
b. Rules
✗ d. Neat and clean

Ăn mặc tươm tất của mỗi người thợ phục vụ cho khách tất cả mọi lúc nên:
a. Trắng, quần áo có thể giặt được
c. Vải bông hoặc vải nylon
b. Luật lệ
d. Gọn gàng và sạch sẽ

61. When coloring the hair, which one of the following requires a <u>pre-disposition test?</u>

    a. Highlighting shampoo   c. <u>Highlighting tint</u>   ✗

    b. Certified color   d. Temporary color

    Khi nhuộm tóc, một trong những điều gì đòi hỏi làm thử nghiệm da:

    a. Gội sáng tóc   *c. Nhuộm sáng tóc*

    b. Màu tiếp nhận   *d. Nhuộm tạm thời*

62. Which one the following is not an antiseptic:

    a. Formalin 2%   c. Powder alum

    b. <u>Witch hazel full strength</u>   ✗   d. Peroxide 3%

    Chất nào sau đây không phải là chất sát trùng:

    a. 2% formalin   *c. Bột alum cầm máu*

    b. Chất witch hazel (đóng lỗ chân lông)   *d. 3% H2O2*

63. To sanitize a <u>chamois</u> covered nail buffer, the chamois should be removed and <u>submerged in:</u>

    a. <u>Soap and water then rinsed thoroughly</u> ✗   c. Quaternary ammonium compounds

    b. 70% alcohol   d. 30% alcohol

    Để khử trùng miếng da dê phủ cây buffer chà bóng, miếng da dê nên lấy ra và nhúng chìm vào:

    a. Xà phòng và nước rồi xả hoàn toàn   *c. Hỗn hợp nước Quat*

    b. 70 % cồn   *d. 30% cồn*

64. When you mix blue, green, and violet, what color will be obtained?

    a. Blender   ✗   c. Insertion

    b. <u>Drabber</u>   d. Translucent

    Khi bạn pha trộn màu xanh, xanh lá cây, và tím, sẽ tạo được màu gì?

    a. Trộn lẫn   *c. Đưa vào*

    b. Nâu xám sậm   *d. Màu trong suốt*

65 Human cells of body reproduce by mitosis. <u>Protoplasm</u> is a colorless <u>jelly-like</u> substance in found in:

    a. <u>All cells</u>   ✗   c. Amitosis

    b. Only a few cells   d. Anabolism

    Tế bào con người sinh sản hình thức giản phân. Chất nguyên sinh là chất gel không màu tìm thấy ở trong:

    a. Tất cả tế bào   *c. Sinh sản trực phân*

    b. Chỉ có vài tế bào   *d. Giai đoạn đồng hóa (hấp thụ năng lượng)*

66. The type of pin curl base used mainly at the front or facial line of the forehead is the:

    a. Square base   c. Rectangular base

    b. <u>Triangular base</u> ✗   d. Half moon base

    Kiểu lọn tóc mà nền tóc đặt chính yếu ở phía trước hoặc viền tóc trước trán là:

    a. Nền hình vuông   *c. Nền chữ nhật*

    b. Nền tam giác   *d. Nền nửa mặt trăng*

67. Pathogenic organisms are those which produce disease. Poisoning due to pathogenic organism is known as:

    a. Bactericide   c. Asepsis

    b. <u>Sepsis</u>   ✗   d. Destroy odors

    Những sinh vật pathogenic là vi trùng gây bệnh. Độc tố do sinh vật vi trùng gây bệnh tạo ra được biết là:

    a. Diệt vi trùng   *c. Vô trùng*

    b. Nhiễm trùng máu   *d. Khử mùi hôi*

68. Brightening or highlighting shampoos are made by adding hydrogen peroxide and ammonia water to a temporary hair color and also to tone down overlightened hair and neutralized:

X a. **Yellowish tinge in unpigmented hair**   c. **Red**

b. **Greenish**   d. **Gold**

Làm sáng tóc hoặc gội sáng tóc được làm bằng cách thêm peroxide và nước ammonia đến màu tóc tạm thời và cũng làm hạ màu những tóc tẩy quá độ và trung hòa:

a. Tóc bạc ngã vàng   *c. Đỏ*

b. Xanh lá   *d. Vàng hoe*

69. When you do facial on clients with high blood pressure, to make revert effect on client's facial electrical. When using high frequency in facial treatment, what of the following results?

a. **Cellular tissue contracted**   c. **Facial with cleansing scrub**

X b. **Cellular tissue dilated**   d. **Facial makeup**

Khi bạn làm facial cho khách có cao máu, ảnh hưởng sẽ tác hại ngược lại khi dùng facial điện. Khi dùng dòng điện cao tần trong facial kết quả sau đó là:

a. Co thắt mô tế bào   *c. Facial chà mặt da chết*

b. Trương nở mô tế bào   *d. Facial trang điểm*

70. According to the Board of Cosmetology, the duty of person in charge of a salon is:

a. **The manager operator of the establishment**   c. **Cosmetology instructor**

b. **Operator with the most years of experience**   d. **Any persons have name appear on salon license** X

Theo như luật Hội đồng thẩm mỹ, trách nhiệm người làm ở tiệm thẩm mỹ là:

a. Người quản lý điều hành salon   *c. Giảng viên thẩm mỹ*

b. Thợ nhiều năm kinh nghiệm   *d. Bất cứ ai có tên trên giấy phép salon*

71. The pH scale reads from 0 to 14. Pure water is neutral with pH 7. If you were testing an acid product you would find the reading between 0 to 6.9 and alkaline product, the reading between:

a. **Neutral**   c. **7.1 to 14** X

b. **8.5 to 13**   d. **9 to 14**

Nồng độ hydrogen từ 0 tới 14. Nước trong là trung hòa với nồng độ hydrogen là 7. Nếu bạn thử acid bạn thấy được trong khoảng 0 đến 6.9 và alkaline trong khoảng:

a. Trung hòa   *c. 7.1 tới 14*

b. 8.5 tới 13   *d. 9 tới 14*

72. You must take the pre-disposition test before using the aniline derivative product, which result in negative?

a. **Inflamation and redness**   c. **Clear and smooth** X

b. **Clear and itching**   d. **Clear and burning**

Bạn phải cần thử nghiệm da trước khi dùng thuốc nhuộm aniline, kết quả âm tính:

a. Sưng và đỏ   *c. Không dấu vết và êm dịu*

b. Không dấu vết và ngứa   *d. Không dấu vết và phỏng*

73. What would the color result be when you use blue base toner on hair that has been pre-bleached to yellow stage:

a. **Gold**   c. **Violet**

b. **Brown**   d. **Green** X

Kết quả màu tóc sẽ thế nào khi bạn dùng màu xanh nền trên tóc đã tẩy trước đến tầng màu vàng:

a. Vàng hoe   *c. Tím*

b. Nâu   *d. Xanh lá*

74. If hair is straight, fine, and soft. What would you do to make client's hair to appear thicker and <u>fluffier</u>?

a. <u>Cut short and perm</u> ✗   c. Affilating

b. Back-combing   d. Back-brushing

Nếu tóc ngay, mịn, và mềm. Bạn làm thế nào để tạo cho khách có mái tóc dày hơn và <u>bồng bềnh</u> hơn?

a. Cắt ngắn và uốn tóc   c. Affilating (tỉa tóc nằm lược song song với kéo)

b. Đánh rối bằng lược   d. Đánh rối bằng bàn chải

75. Thinning the hair his usually done at the:

a. Hairline   c. <u>Lower crown area</u>   ✗

b. Side areas   d. Nape area

Làm mỏng tóc luôn luôn được làm ở:

a. Đường viền tóc   c. Vùng dưới đỉnh đầu

b. Vùng hai bên   d. Vùng tóc gáy

76. If a client is pregnant, which of the following should the cosmetologist never perform:

a. <u>High frequency current</u>   ✗   c. Comb-out

b. Shampooing   d. Manicure

Nếu khách có mang thai, điều nào sau đây thợ thẩm mỹ không bao giờ làm:

a. Dòng điện cao tần   c. Chãi kiểu

b. Gội   d. Chăm sóc tay

77. The electrologist must insert the needle at the same angle as the:

a. Papilla   c. Diathermy

b. Keratin   d. <u>Follicle</u>   ✗

Chuyên viên lấy lông vĩnh viễn phải đưa kim vào cùng góc độ của:

a. Gai (lớp nhũ)   c. Tạo nhiệt sâu trong mô bằng điện cao tần

b. Chất sừng   d. Nang lông

78. To change the hair color to a much lighter shade, the hair should first be:

a. Pre-softened   c. Toned

b. <u>Pre-lightened</u>   ✗   d. Neutralized

Để thay đổi màu tóc lợt nhiều, đầu tiên tóc nên:

a. Làm mềm tóc trước   c. Làm sáng màu tóc

b. Tẩy tóc trước   d. Trung hòa tóc

79. High frequency current may be applied to the hair and scalp after:

a. The hair is wet with tonic   c. <u>The hair and scalp is dry</u>   ✗

b. The hair is wet with shampoo   d. Setting solution has been applied

Dòng điện cao tần có thể dùng cho tóc và da đầu sau khi:

a. Tóc ướt với chất làm tốt tóc   c. Tóc và da đầu khô

b. Tóc gội ướt   d. Dung dịch được dùng

80. Which one of the following characteristics of hair <u>over process</u> of chemical relaxed?

a. Strengthen   c. Texture

b. <u>Porous</u> ✗   d. Color

Điều gì theo sau đây là đặc tính của tóc dùng hóa chất duỗi tóc <u>quá độ</u>?

a. Độ mạnh   c. Cỡ tóc

b. Tóc thấm   d. Màu

81. Why should you use conditioner filler before the application of chemical relaxed?

    a. Increase the strength   c. Color hair even

    b. Rebonds   d. Even out the porous ✗

Tại sao dùng conditioner filler (dung dịch giúp tốt tóc) trước khi dùng hóa chất duỗi tóc?

a. Nâng lên độ mạnh   c. Nhuộm tóc đều màu

b. Kết cấu trúc mới cho tóc   d. Độ thấm của tóc đồng đều

82. The ability of the body to resist invasion and destroy bacteria are known as:

    a. Infection   c. Sepsis

✗ b. Immunity   d. Sterilization

Khả năng của cơ thể chống lại sự tấn công và diệt vi trùng được biết là:

a. Nhiễm trùng   c. Nhiễm trùng máu

b. Miễn nhiễm   d. Sự tiệt trùng

83. Vigorous brushing, combing out tangles and shampooing before using a chemical. What will happen?

    a. Hair grow faster   c. Chemical burn

    b. Split ends   ✗ d. Hair breaking

Chãi tóc mạnh, chãi tóc rối và gội tóc trước khi dùng dung dịch hóa chất. Sẽ xảy ra điều gì?

a. Tóc mọc nhanh hơn   c. Hóa chất cháy

b. Đuôi tóc chẻ   d. Tóc gãy

84. To prevent slipping, hold razor:

    a. In a horizontal position   ✗ c. In a dry hand

    b. At a 45 degree angle   d. In an upright position

Đề phòng trợt tay, nắm dao cắt tóc:

a. Trong tư thế ngang   c. Trong tay khô

b. Ở góc 45 độ   d. Trong tư thế thẳng lên

85. A pus-forming bacteria that grows in bunches or a cluster is called:

✗ a. Staphylococcus   c. Spirilla

    b. Streptococcus   d. Bacilli

Vi trùng tạo mũ phát triển kết thành bó hoặc thành chùm được gọi là:

a. Staphylococcus   c. Vi trùng hình xoắn (spirilla)

b. Vi trùng kết chuỗi (streptococcus)   d. Vi trùng hình que (bacilli)

86. Shampoo manipulation starts:

    a. At the hairline in back of the ears   c. On the sides

    b. At the nape   ✗ d. At the hairline in front of the ears

Tác động massage khi gội tóc bắt đầu:

a. Ở đường viền tóc sau tai   c. Hai bên

b. Ở sau gáy   d. Ở đường viền tóc trước tai

87. Freckles are the common term for lentigines. Chloasma is technically of:

✗ a. Liver spots   c. White patches of skin

    b. Over growth of scar tissue   d. Albinism

Tàn nhan tên khoa học là lentigine. Đốm nâu đen (chloasma) là tên kỷ thuật của:

a. Đốm gan (liver spot)   c. Mảng trắng da

b. Mô sẹo mọc dày   d. Bệnh bạch tạng (albinism)

8. Primary colors are blue, yellow, and red. The blue color is the darkest of:
   a. Tertiary color
   b. Secondary color
   c. Primary color ✗
   d. Complementary color

Nhóm màu thứ nhất là xanh, vàng, và đỏ. Màu xanh là đậm nhất của:
   a. Nhóm màu thứ ba
   b. Nhóm màu thứ hai
   c. Nhóm màu thứ nhất
   d. Nhóm màu trung hòa

9. Hair that is too curly when wet and straight when dry is indicative of having been overstretched and:
   a. Under-processed
   b. Over-processed ✓
   c. That too much water was used
   d. That too much tension was used

Tóc quá quăn khi ướt và thẳng khi khô là dấu hiệu tóc giãn quá độ và:
   a. Thấm chưa đủ
   b. Thấm quá mức
   c. Dùng quá nhiều nước
   d. Làm quá căng

10. Bleaching before using a toner is necessary for lightening natural color as well as for:
   a. Less developing time
   b. Texture
   c. Porosity ✗
   d. Elasticity

Tẩy tóc trước khi dùng toner là cần thiết trong tiến trình làm lợt tóc tự nhiên để có được:
   a. Kém thời gian phát triển
   b. Cỡ tóc
   c. Độ thấm
   d. Sự đàn hồi

11. First, apply aniline derivative product to the darkest hair when:
   a. Tinting bleach hair back to natural color
   b. Lightening natural hair color ✗
   c. Tinting the gray hair
   d. Darkening natural hair color

Đầu tiên, trải thuốc nhuộm aniline đến vùng tóc đậm lúc:
   a. Nhuộm tóc tẩy trở lại màu tóc tự nhiên
   b. Nhuộm lợt màu tóc tự nhiên
   c. Nhuộm tóc bạc
   d. Đậm màu tóc tự nhiên

12. Yellow-orange, red-violet, blue-green, blue-violet is tertiary color. The secondary colors consist of:
   a. Yellow, red, and blue
   b. Blue, violet, and yellow
   c. Green, red, and orange
   d. Orange, green, and violet ✗

Vàng-cam, đỏ-tím, xanh-xanh lá, xanh-tím là nhóm màu thứ ba. Nhóm màu thứ hai bao gồm:
   a. Vàng, đỏ, và xanh
   b. Xanh, tím, và vàng
   c. Xanh lá, đỏ, và cam
   d. Cam, xanh lá, và tím

13. Four general classifications based on the chemistry of haircolors to affect the final color result and:
   a. Complementary color
   b. Lasting ability ✗
   c. Wholesale price
   d. Peroxide

Bốn loại hóa chất màu căn bản ảnh hưởng trên kết quả màu sau cùng và:
   a. Màu trung hòa
   b. Khả năng giữ lâu
   c. Giá sỉ
   d. Peroxide

14. Penetrated hair dye is considered permanent haircolor because the tint molecules:
   a. Are trapped in the cuticle
   b. Are trapped in the cortex ✗
   c. Coat the cuticle
   d. Are trapped in the medulla

Thuốc nhuộm tóc có tính xâm nhập là màu nhuộm vĩnh viễn vì các phân tử nhuộm:
   a. Được giữ lại trong lớp tóc ngoài cùng
   b. Được giữ lại trong lớp giữa của tóc
   c. Bọc lớp tóc ngoài cùng
   d. Được giữ lại trong lõi tóc

95. The elements that make up the oxygen, sulfur, nitrogen, hydrogen, amino acid and carbon in human hair. What element in human hair that makes up the highest percentage is:

a. Sulfur   c. Nitrogen

b. Oxygen   ✓ d. Carbon

Những nguyên tố oxygen, sulfur, nitrogen, hydrogen, amino acid và carbon trong tóc thật. Nguyên tố nào trong tóc có lượng phần trăm chiếm cao nhất:

a. Sulfur   c. Nitrogen

b. Oxygen   d. Carbon

96. In permanent waving, for what type of hair should you use a mild solution?

a. Thin hair   c. Thick hair

✓ b. Fine hair   d. Coarse hair

Trong uốn tóc, kiểu tóc nào nên dùng loại dung dịch nhẹ:

a. Tóc mỏng   c. Tóc dày

b. Tóc mịn   d. Tóc cứng

97. An Ohm is a unit for measuring the resistance of an electric current. A watt is a electric energy used in one second and a unit of electrical force is called:

a. Converter   c. Power

✗ b. Volt   d. Milliampere

Ohm là đơn vị đo sức cản của dòng điện. Watt là năng lực của dòng điện dùng trong 1 giây và đơn vị của sức mạnh dòng điện được gọi là:

a. Biến điện từ DC tới AC   c. Năng lực

b. Volt   d. 1/1000 ampere

98. To prevent splits in the finished style used triangular pin curl bases. Pin curl bases suitable for curly without much volume or lift hair are the:

a. French twist   ✗ c. Square base

b. Rectangular bases   d. Arc bases

Để ngăn ngừa thấy đường chẻ tóc, làm lọn tóc với nền tam giác. Nền lọn tóc thích hợp cho tóc quăn mà không cao hoặc độn tóc là:

a. Frecnch twist (lọn tóc hình cung sau ót)   c. Nền vuông

b. Nền chữ nhật   d. Nền cánh cung

99. Vaccinations are an example of immunity that is:

✗ a. Acquired   c. Permanent

b. Natural   d. Contagious

Sự tiêm chủng ngừa là ví dụ của miễn nhiễm:

a. Tự tạo   c.Vĩnh viễn

b. Tự nhiên   d. Truyền nhiễm

100. An electrical current used for its heat-producing effects is the:

a. Galvanic current   c. High-frequency current ✗

b. Fadaric current   d. Low-frequency current

Dòng điện được sử dụng để tạo nhiệt ảnh hưởng lên da là:

a. Dòng điện âm dương galvanic   c. Dòng điện cao tần

b. Dòng điện co thắt bắp thịt fadaric   d. Dòng điện thấp tần

COSMETOLOGY SUPPLEMENTAL QUESTIONS
Câu hỏi thẩm mỹ bổ sung

1. The slits or tracks in the nail bed at the sides of nail on which the nail grows are called:

a. Mantle

b. Lunula

c. **Grooves**

d. Furrows

Đường kẻ hai bên trong nền móng mà móng mọc ra gọi là:

a. Màng bọc móng

b. Vòng bán nguyệt ở nền mặt móng

c. Đường rãnh móng

d. Đường gợn móng tay

2. What is the hair result when excessive heat is applied on lightened, tinted or grey hair?

a. Make the hair wiry

b. Make the hair appear shinny

c. Add moisture to the hair

d. **Discolor the hair**

Kết quả của tóc thế nào khi dùng nhiều nhiệt trên tóc đã tẩy, tóc đã nhuộm hoặc tóc bạc?

a. Làm cho tóc quăn nhiều

b. Làm cho tóc thấy bóng

c. Thêm ẩm cho tóc

d. Lợt màu tóc

3. The clicking sound made by gently tapping the brush handle on an applied acrylic nail indicates the acrylic nails are:

a. **Dry**

b. Cracking

c. New

d. Need replacing

Dùng cán cọ gõ nhẹ lên mặt móng bột nghe tiếng kêu "cách, cách" là dấu hiệu móng bột:

a. Khô

b. Nứt

c. Mới

d. Cần thay đổi

4. In double process, the level of bleaching has been reached, the next step will be:

a. Rinse with cool wter

b. Toner

c. **Perform a & b**

d. Apply toner immediately

Trong tiến trình làm 2 phần, mức độ tẩy sau khi đạt được, phần kế tiếp sẽ là:

a. Xả tóc với nước mát

b. Toner

c. Làm cả phần a & b

d. Cho màu toner lên ngay

5. The substance can be in the stratum germinativum layer of the epidermis:

a. Elasticity

b. Mold

c. Herpes simplex

d. **Melanin**

Lớp mầm sống trong cùng của ngoại bì có:

a. Sự đàn hồi

b. Mốc

c. Mụn giộp nước

d. Sắc tố

6. In a diamond-shaped face, the greatest facial width is across:

a. Jaw line

b. Forehead

c. Eye line

d. **Cheekbone**

Với khuôn mặt hình thoi (diamond), chiều rộng nhất của mặt ngang qua:

a. Đường hàm miệng

b. Trán

c. Đường mắt

d. Xương gò má

7. **The use of high-frequency current (Tesla) for facial treatment will:**
a. Stimulates circulation of the blood   c. Increase glandular activity
b. Increase metabolism   d. <u>All of the above</u>
Sử dụng dòng cao tần (Tesla) cho việc chữa trị facial sẽ:
a. *Kích thích tuần hoàn máu*   c. *Gia tăng hoạt động của các tuyến*
b. *Gia tăng sự biến hóa của tế bào*   d. *Tất cả các câu trên*

8. **Ointments, lotions, and oils were used by ancient Egyptians to keep their:**
a. Nails colored   c. <u>Skin lubricated</u>
b. Hair styled   d. Hair colored
Thuốc mở đặc, dung dịch và dầu được dùng thời tổ tiên của người Ai Cập để giữ cho:
a. *Màu móng*   c. *Sáng bóng da*
b. *Kiểu tóc*   d. *Màu tóc*

9. **Even under the best conditions, a chemical peeling treatment leaves skin looking:**
a. Normal   c. <u>Artificial</u>
b. Scarred   d. Wrinkled
Ngay cả điều kiện tốt nhất, loại hóa chất lột da cũng làm cho làn da trông có vẻ như:
a. *Bình thường*   c. *Giả tạo*
b. *Thẹo*   d. *Nhăn nheo*

10. **An alternative to the use of wet cotton pads for facial cleansing is:**
a. Dry pads   c. Gauze
b<u>. Sponges</u>   d. Tissues
Có thể thay thế miếng bông gòn ướt để lau sạch da mặt là:
a. *Miếng khô*   c. *Vải gauze*
b. *Xốp mềm*   d. *Giấy mỏng mịn*

11. **Vaccinations are an example of immunity that is:**
a. <u>Acquired</u>   c. Permanent
b. Natural   d. Contagious
Sự tiêm chủng ngừa là ví dụ của miễn nhiễm đó là:
a. *Tự tạo*   c.*Vĩnh viễn*
b. *Tự nhiên*   d. *Truyền nhiễm*

12. **An electrical current used for its heat-producing effects is the:**
a. Galvanic current   c. <u>High-frequency current</u>
b. Fadaric current   d. Low-frequency current
Dòng điện được sử dụng để tạo nhiệt ảnh hưởng lên da là:
a. *Dòng điện âm dương galvanic*   c. *Dòng cao tần*
b. *Dòng co thắt bắp thịt fadaric*   d. *Dòng thấp tần*

13. **When doing virgin bleach you begin the application:**
a. From scalp to porous ends   c. <u>½ inch away from scalp through the ends</u>
b. 1 inch away from scalp to porous ends   d. ½ inch away from scalp to porous ends
Khi tẩy tóc nguyên thủy, bạn bắt đầu trải thuốc:
a. *Từ da đầu đến phần đuôi tóc thấm*   c. *½ inch cách da đầu đến hết đuôi tóc*
b. *1 inch cách da đầu đến phần đuôi tóc thấm*   d. *½ inch cách da đầu đến phần đuôi tóc thấm*

14. A chronic inflammatory disorder of the skin is called:

a. <u>Acne</u>   c. Steatoma

b. Seborrhea   d. Asteatosis

Triệu chứng xáo trộn sưng đỏ da lâu ngày được gọi là:

a. Mụn bọc   c. Bướu mỡ

b. Nhiều dầu   d. Thiếu dầu

15. To attain good body balance, it is important to:

a. <u>Distribute your weight evenly</u>   c. Walk very slowly

b. Slouch slightly   d. Keep the knees close together

Để đạt được tư thế cân bằng của cơ thể, điều quan trong là nên:

a. Trãi đều trọng lượng trên cơ thể   c. Đi bộ thật chậm

b. Hơi uể oải   d. Giữ cho đầu gối gần nhau

16. Ultra-violet rays are invisible rays. Their action produce chemical effect, kill germ and:

a. Cleansing   c. Increase the blood circulation

b. <u>Produce vitamin D on the skin</u>   d. Decrease the blood supply

Tia cực tím là tia không thể thấy được. Tác dụng của chúng tạo ảnh hưởng hóa tính, diệt trùng và:

a. Làm sạch   c. Tăng tuần hoàn máu

b. Tăng thêm vitamin D   d. Giảm đi lượng cung cấp máu

17. The skin can be adversely affected by:

a. Makeup foundation   c. A balanced diet

b. <u>Excessive massage</u>   d. Sunscreen oil

Da có thể bị ảnh hưởng ngược lại (nhão ra, xấu đi) do:

a. Căn bản trang điểm   c. Kiêng ăn đúng cách

b. Massage quá nhiều   d. Dầu chống nắng

18. A constant and direct current rectified to a safe, low-voltage level is called the:

a. Low-frequency current   c. Low-frequency level

b. Transformer current   d. <u>Galvanic current</u>

Dòng điện trực tiếp thường xuyên thay đổi có tính an toàn, điện với trị số thấp được gọi là:

a. Dòng thấp tần   c. Độ thấp tần

b. Dòng biến điện   d. Dòng galvanic

19. An accumulation of sebum and pus mixed with epidermal tissue is called:

a. A tumor   c. A scale

b. A bulla   d. <u>A crust</u>

Sự tích tụ chồng chất của dầu và mũ trộn lẫn với lớp mô ngoại bì được gọi là:

a. Bướu lớn   c. Vảy

b. Mụn nước nhỏ   d. Vảy cứng

20. Alternate facial treatments that can be used for normal skin include the wax mask treatment and:

a. A tumor   c. Oily skin facial

b. <u>Epidermabrasion</u>   d. Dry skin facial

Phương thức chữa trị facial có thể dùng cho da bình thường bao gồm làm mặt nạ sáp và:

a. Bướu lớn   c. Facial cho da dầu

b. Mài lớp ngoại bì   d. Facial cho da khô

21. When giving a massage, it is always important that the client be:

a. <u>Fully relaxed</u>   c. Lying

b. Kept cool   d. Stimulated

Khi làm massage, điều quan trọng là người khách phải luôn được:

a. Hoàn toàn thoải mái   c. Nằm dài

b. Giữ mát mẻ   d. Kích thích

22. After finishing the application of virgin bleach how long should you wait till you give the second application:

a. <u>24 hours</u>   c. 3 days

b. 1 week   d. 2 weeks

Sau khi làm xong tẩy tóc, bạn phải đợi bao lâu cho lần dùng hóa chất kế tiếp:

a. 24 giờ   c. 3 ngày

b. 1 tuần   d. 2 tuần

23. Which service slightly changes hair color by combing permanent hair color with shampoo into dry hair?

a. Single application   c. Double process

b. Single process   d. <u>Soap cap</u>

Cách làm nào có sự thay đổi nhẹ màu tóc bằng cách pha trộn màu vĩnh viễn chải với thuốc gội trên tóc khô?

a. Cách làm 1 lần   c. Tiến trình làm 2 lần

b. Tiến trình 1 lần   d. Soap cap

24. That part of a pin curl found between the base and the arc or the circle is known as:

a. Pivot   c. <u>Stem</u>

b. Hair strand   d. Circle

Phần của lọn tóc giữa nền tóc và vòng cong của lọn tóc được biết là:

a. Pivot (trục)   c. Stem

b. Lọn tóc   d. Vòng tròn

25. The substances that are capable of bringing about or speeding up body reactions are:

a. <u>Enzymes</u>   c. Calories

b. Vitamins   d. Minerals

Một dạng có thể chuyển đổi hoặc tăng nhanh phản ứng của cơ thể là:

a. Men tiêu hóa   c. Năng lượng

b. Vitamins   d. Khoáng chất

26. Human hair wigs may be properly cleansed by:

a. <u>Dry-cleaning</u>   c. An alkaline soap

b. A shampoo tint   d. Sodium hydroxide

Đầu giả kết tóc thật muốn làm sạch đúng cách bằng:

a. Dry – cleaning (cách giặt, hấp ở tiệm)   c. Xà phòng chất kiềm

b. Thuốc nhuộm pha thuốc gội   d. Sodium hydroxide (thuốc duỗi tóc)

27. Brushing the hair as part of the shampoo or scalp treatment:

a. Irritates the scalp   c. Tangles the hair

b. <u>Stimulates circulation</u>   d. Damages the scalp

Chãi tóc như là phần việc gội tóc hoặc chữa trị da đầu:

a. Ngứa da đầu   c. Rối tóc

b. Kích thích sự tuần hoàn   d. Da đầu hư hại

28. Before giving a finger wave, locate the:

a. New hair growth   c. **Line of demarcation**

b. Receding hairline   d. <u>Natural wave line</u>

Trước khi làm dợn sóng bằng ngón tay (finger wave), dựa theo:

a. *Tóc mới mọc*   c. *Lằn nối giữa tóc mới và cũ*

b. *Đường tóc trụt vào*   d. *Lằn dợn sóng tự nhiên*

29. If the hair is thinned near the ends of the strands, it will be:

a. Shingled   c. Slithered

b. Blunt cut   d. <u>Shapeless</u>

Nếu tóc được tỉa mỏng ở gần đuôi tóc, tóc sẽ:

a. *Shingled (tóc cắt ngắn từ gáy đến đỉnh đầu)*   c. *Slithered (tỉa mỏng)*

b. *Cắt ngang*   d. *Mất hình dạng (kiểu)*

30. In order to maintain accurate and efficient control of supplies, it is necessary to have an organized:

a. <u>Inventory system</u>   c. Sales force

b. Purchase order   d. Depreciation

Để giữ được chính xác và kiểm soát hữu hiệu nguồn vật liệu, điều cần thiết là phải có tổ chức:

a. *Phương thức kiểm tồn kho*   c. *Thúc đẩy việc buôn bán*

b. *Đặt hàng mua*   d. *Sự giảm giá*

31. In permanent waving, a longer time usually is requiring for hair that is:

a. Lightened   c. Porous

b. Tinted   d. <u>Resistant</u>

Trong dịch vụ uốn tóc vĩnh viễn, cần thời gian lâu hơn luôn luôn yêu cầu cho loại tóc:

a. *Tẩy*   c. *Thấm*

b. *Nhuộm*   d. *Khó thấm*

32. The hair tint that deposits and lightens the color hair several shades in one application is the:

a. Two-process tint   c. Two-step tint

b. Metallic dye   d. <u>One-step tint</u>

Việc nhuộm tóc mà vừa đưa màu vào tóc và làm lợt tóc vài tầng màu trong cùng một lần làm là:

a. *Tiến trình nhuộm 2 lần*   c. *Nhuộm hai giai đoạn*

b. *Nhuộm kim loại*   d. *Nhuộm một giai đoạn*

33. Excessive hairstyling by the blow-drying method may cause dryness and:

a. Deep waves   c. <u>Split ends</u>

b. Discoloration   d. Shadow waves

Chải tóc bằng máy sấy tóc quá lâu có thể làm tóc khô và:

a. *Dợn sóng quăn nhiều*   c. *Tóc bị chẻ đuôi*

b. *Sự lợt màu tóc*   d. *Dợn sóng nhẹ (dợn trên mặt tóc)*

34. Which one of the following colors should not be advisable for a client who swims in swimming pool regularly?

a. Red   c. Violet

b. Brown   d. <u>Blonde</u>

Màu nào trong số các màu tóc sau đây không nên khuyên cho khách thường xuyên bơi, tắm trong hồ:

a. *Đỏ*   c. *Tím*

b. *Nâu*   d. *Vàng hoe*

35. The best time to prepare the hair lightening formula is:

a. A day before using it   c. <u>**Immediately before using it**</u>

b. A week before using it   d. Two days before using it

Thời gian tốt nhất để pha chế cho thuốc tẩy tóc là:

a. Một ngày trước khi dùng đến   *c. Làm ngay trước khi dùng đến*

b. Một tuần trước khi dùng đến   *d. Hai ngày trước khi dùng đến*

36. Color shades with no red are classified as blue, green, ash, black or:

a. Warm   c. Very warm

b. <u>**Drab**</u>   d. Cool

Những sắc màu không chứa màu đỏ được phân loại như là xanh, xanh lá cây, xám tro, đen hoặc:

a. Màu ấm   *c. Màu rất ấm*

b. Drab (nâu xám)   *d. Màu mát*

37. Since no ammonia used in acid-balanced permanent waving, there is less of:

a. <u>**Skin irritation**</u>   c. Penetration of the lotion

b. Color control   d. Soft, natural looking waves

Nếu không dùng hóa chất ammonia trong thuốc uốn tóc acid-balanced, thì sẽ ít:

a. Sự ngứa da   *c. Xâm nhập của dung dịch*

b. Kiểm soát màu   *d. Dợn sóng mềm, trông tự nhiên*

38. Which one of the following colors should be used to neutralize yellow pigment in the hair?

a. Orange   c. <u>**Violet**</u>

b. Gold   d. Green

Màu nào theo sau đây nên được dùng để trung hòa sắc vàng của tóc?

a. Cam   *c. Tím*

b. Vàng hoe   *d. Xanh lá cây*

39. A method of wrapping a permanent wave that is especially suitable for extra long hair is the:

a. Straight back method   c. Dropped crown method

b. Stack perm method   d. <u>**Piggyback method**</u>

Cách thức quấn tóc trong việc uốn tóc vĩnh viễn đặc biệt thích hợp cho tóc thật dài là:

a. Straight back (uốn thẳng kiểu chia 9 phần)   *c. Dropped crown (chỉ uốn viền tóc trước và ở gáy)*

b. Stack perm (chỉ uốn lọn tóc lớn ở gáy)   *d. Piggyback (ống lớn, ống nhỏ chồng lên nhau)*

40. An electrical implement especially designed for drying and styling the hair in a single operation is a:

a. Thermal dryer   c. Hood dryer

b. <u>**Blow dryer**</u>   d. Curl dryer

Dụng cụ bằng điện đặc biệt có tác dụng vừa tạo tóc khô vừa chãi kiểu trong cùng một lần làm là:

a. Dụng cụ làm khô bằng nhiệt   *c. Dụng cụ chụp lên làm khô tóc*

b. Máy sấy cầm tay   *d. Dụng cụ tạo lọn tóc quăn*

41. Which one of the following chemicals should be used for tinting bleached hair back to natural color?

a. Lighter tint   c. Darker tint

b. <u>**Color filler**</u>   d. Compound tint

Một trong những hóa chất sau đây nên được sử dụng cho loại tóc cần nhuộm lại màu tự nhiên trên tóc đã tẩy trước đó:

a. Nhuộm lợt hơn   *c. Nhuộm đậm hơn*

b. Color filler (chất thêm vào màu căn bản)   *d. Nhuộm tổng hợp (henna & metallic tint)*

42. The styling of hair with an air waving is performed in the same technique as:

a. Thermal waving

c. Chemical waving

b. Blowout waving

d. <u>Finger waving</u>

Chãi kiểu tóc với cách dùng lượt ép nhiệt và lượt chãi tạo dợn sóng (air waving) được làm cùng cách như là:

a. Dợn sóng nhiệt

c. Dợn sóng hóa chất

b. Dợn sóng do máy sấy và lượt tròn

d. Dợn sóng bằng ngón tay

43. Regular bathing and the use of . . . . can prevent body odors:

a. Styptics

c. Shaving cream

b. Astringents

d. <u>Deodorants</u>

Tắm rửa thường xuyên và dùng . . . . có thể ngăn chận cơ thể có mùi hôi:

a. Chất cầm máu

c. Kem cạo râu

b. Chất đóng lỗ chân lông

d. Chất khử mùi cơ thể

44. When the desired shade is reached, the lightener should be removed with:

a. Sulfonated oil

c. Hydrogen peroxide

b. <u>Cool water</u>

d. Hot water

Tóc tẩy đã đạt được màu mong muốn, thuốc tẩy nên được xả bỏ với:

a. Dầu sulfur (như chất dẽo có trong keo xịt tóc)

c. Hydrogen peroxide (H202)

b. Nước mát

d. Nước nóng

45. Hydrogen, salt, and disulfide bonds are three types of bonds in:

a. Cuticle

c. Color

b. Medulla

d. <u>Cortex</u>

Cấu trúc nối kết hydrogen, salt và disulfide (thêm độ mạnh của chất sừng) là 3 loại cấu trúc có trong:

a. Vảy ngoài tóc

c. Màu

b. Lõi tóc

d. Lớp giữa của tóc

46. The temporary hair coloring used to add color to the eyelashes is:

a. Certified color

c. <u>Mascara</u>

b. Aniline

d. Mineral dye

Màu tạm thời dùng để thêm màu vào lông mi là:

a. Certified color (màu tiếp nhận)

c. Mascara

b. Aniline derivative (thuốc nhuộm aniline)

d. Nhuộm kim loại

47. Cold waving uses alkaline solution with a pH of 7.9 to 9.5 and cold wave solution uses acid with a pH of:

a. 4.5 - 5.0

c. 6.9 - 7.5

b. <u>5.8 - 6.8</u>

d. 8.0 - 10.5

Uốn tóc dùng dung dịch chất kiềm với nồng độ hydrogen khoảng 7.9 đến 9.5 và dung dịch uốn tóc chất acid với nồng độ hydrogen:

a. 4.5 - 5.0

c. 6.9 - 7.5

b. 5.8 - 6.8

d. 8.0 - 10.5

48. Anagen, catagen, and tolegen are three phases of hair growth, the end of the growth phase, and:

a. Stop action

c. Vellus hair

b. Arrector pili muscle

d. <u>The resting phase</u>

Anagen, catagen, và tolegen là 3 giai đoạn của tóc mọc, tóc ngưng phát triển, và:

a. Ngừng hoạt động

c. Lông măng

b. Cơ dựng lông

d. Giai đoạn nghĩ

49. When removing the wax mask, the first area to be removed is:

a. Bridge of the nose

b. Left cheekbone

c. <u>Neck</u>

d. Forehead

Khi lấy (gỡ bỏ) đi mặt nạ bằng sáp, nơi đầu tiên cần gỡ ra là:

61. Sóng mũi

61. Xương má trái

c. Cổ

d. Trán

50. The thermal iron curl that provides a strong curl with full volume is the:

a. Half base curl

b. <u>Full base curl</u>

c. Off base curl

d. No base curl

Kẹp nhiệt tạo lọn tóc được quấn cao với với góc độ cần quấn là:

a. Half base curl (90 độ)

b. Full base curl (125 độ)

c. Off base curl (70 độ)

d. No base curl

51. The hair longer than 7 inches may require a spiral perm or ponytail perm or which other type:

a. Stack perm

b. <u>Double halo</u>

c. Single halo

d. Dropped crown

Tóc dài hơn 7 inches (18 centimeters) đòi hỏi uốn xoắn spiral hoặc uốn đuôi ngựa hoặc kiểu khác như:

a. Stack perm (uốn lọn tóc dọc theo que gỗ)

b. Double halo (đầu cỡ lớn chia 8 phần)

c. Single halo (cỡ đầu trung bình chia 9 phần)

d. Dropped crown (chỉ uốn viền tóc trước)

52. The time for soaking patron's feet in an antiseptic solution is _____ minute:

a. 10 to 15

b. <u>3 to 5</u>

c. 20

d. 7 to 10

Thời gian ngâm chân khách trong dung dịch sát trùng là:

a. 10 đến 15 phút

b. 3 đến 5 phút

c. 20 phút

d. 7 đến 10 phút

61. Pterygium may be helped by manicure as it is:

a. Caused by nail biting

b. <u>An obstinate growth of cuticle</u>
<u>at the base of the nail</u>

c. Softening of the nail

d. An ingrown nail

Bệnh da chồm lên móng cần được chăm sóc móng tay, bàn tay, được xem là:

a. Thói quen cắn móng tay

b. Hiện tượng da mọc ở nền móng

c. Sự mềm móng

d. Móng mọc đâm khóe

61. The nervous system controls and coordinates all body:

a. Structures

b. <u>Functions</u>

c. Cleanliness

d. Disease

Hệ thống thần kinh kiểm soát và phối hợp tất cả những gì của thân thể:

a. Cấu trúc

b. Nhiệm vụ

c. Sạch sẽ

d. Bệnh

61. In finger wave lasts longer when the hair is molded:

a. In very high ridges

b. In very low ridges

c. <u>In the direction of the natural growth</u>

d. Opposite of natural growth

Dợn sóng tóc nắn bằng ngón tay giữ được lâu hơn khi tóc được nắn:

a. Dợn sóng rất cao

b. Dợn sóng rất thấp

c. Cùng chiều tóc tự nhiên mọc ra

d. Ngược chiều tóc mọc

61. Before a chemical relaxing treatment, take a:

a. Filler test

b. **Strand test**

c. **Stabilizing test**

d. **Patch test**

Trước khi duỗi tóc bằng hóa chất, cần làm:

a. Thử filler

b. Thử lọn tóc

c. Thử ổn định

d. Thử dị ứng

61. The production of nail cells occurs in the nail:

a. Root

b. Bed

c. **Matrix**

d. Cuticle

Sự phát triển của tế bào móng xảy ra ở:

a. Gốc (rễ) móng

b. Đệm móng (dưới mặt móng)

c. Móng non

d. Lớp da ngoài

61. When performing a chemical blowout, the important consideration is that the hair is not:

a. Blow dried

b. **Over-relaxed**

c. **Under-relaxed**

d. **Lifted**

Khi làm chemical blow-out (duỗi tóc bằng hóa chất và máy sấy), điều cần xem xét là tóc không nên:

a. Thổi khô

b. Duỗi quá nhiều

c. Duỗi chưa thẳng

d. Nâng lên

61. What should the cosmetologist do when using a thioglycolate relaxer on the resistant hair?

a. Apply sodium hydroxide relaxer

c. Use thermal iron

c. **Apply stabilizer**

d. **Under the hood dryer for 10 to 15 minutes**

Thợ thẩm mỹ làm gì khi dùng thuốc duỗi tóc thio trên tóc khó thấm?

a. Dùng thuốc duỗi sodium hydroxide

c. Dùng kẹp nhiệt

c. Dùng chất ổn định (trung hòa)

d. Đặt dưới máy sấy từ 10 đến 15 phút

60. Triangular base pincurls are recommended along facial hairline, rectangular base at the side front hairline, arc base (half moon) in the nape, and using square base around the head, to avoid splits it is advisable to:

a. **Stagger the section**

b. Use uniform curls

c. Overlap the bases

d. Use a french twist

Lọn tóc nền tam giác nên nằn dọc đường viền tóc phía trước, nền chữ nhật ở hai bên phía trước, nền cánh cung hoặc nữa mặt trăng ở gáy, và lọn tóc nền vuông làm được khắp da đầu, để tránh đường chẻ tóc nên làm:

a. Xếp lát gạch (stagger)

b. Dùng lọn tóc đồng đều

c. Nền chồng lên

d. Dùng xoắn tóc kiểu Pháp

61. The normal hair lost 40 hairs a day on women and men at the age:

a. 30

b. **35**

c. 40

d. 45

Tóc bình thường mất 40 sợi tóc một ngày ở đàn bà và đàn ông ở độ tuổi:

a. 30

b. 35

c. 40

d. 45

62. Red corpuscles to carry oxygen to the cell, white corpucles to destroy germs, blood platelets to clot of the blood and the fluid part of the blood to carry food and secretions to the cells and carbon dioxide from the cell are:

a. Thrombocytes

c. Leucocytes

b. Capillaries

d. **Plasma**

Hạt máu đỏ mang oxy đến tế bào, hạt máu trắng giúp diệt vi trùng gây bệnh, huyết thanh giúp chống đông máu và một phần chất dịch của máu giúp đem thức ăn và điều tiết đến các tế bào và thải độc tố từ tế bào từ:

a. Nghẽn mạch máu

c. Bạch cầu

b. Mao quản (mạch máu li ti)

d. Huyết tương

63. Alternating and interrupted current, used principally during scalp and facial manipulations to cause muscular contractions is used:

a. **Faradic current**

c. High-frequency (Tesla) current

b. Sinusoidal current

d. Galvanic current

Dòng điện xoay chiều và ngắt khoảng, chính yếu được dùng để kích thích da đầu và mặt tạo tính co thắt bắp thịt, được sử dụng là:

a. Dòng điện Fadaric

c. Dòng điện nhiệt cao tần Tesla có tia tím

b. Dòng điện hình Sin hơi giống Fadaric

d. Dòng Galvanic có thay đổi hóa tính

64. Three strengths of Quat solution are 10%, 12.5%, and 15%. When germicidal solution using 10% strength, how much Quat solution do you use in comparison with 12.5%, and 15% in one gallon.

a. Less solution

c. Same Amount

b. **More solution**

d. 70% alcohol

Ba nồng độ mạnh của dung dịch Quats là 10%, 12.5%, và 15%. Khi xử dụng độ mạnh 10%, cần bao nhiêu dung dịch Quats so với 12.5% và 15% pha chế trong cùng một gallon:

a. Ít dung dịch

c. Cùng số lượng

b. Nhiều dung dịch hơn

d. Cồn (alcohol) 70%

65. If a chemical relaxed is applied to hair that has been hot comb treated or the fastening band is twisted too tightly in permanent waving, they could result in:

a. Tangled hair

c. **Hair breakage**

b. Frizzy curl

d. Curl reversion

Nếu hóa chất duỗi tóc cho lên tóc đã dùng với lược ép nóng hoặc sợi dây cao su của ống cuốn tóc xoắn chặt quá trong khi uốn tóc vĩnh viễn, có thể tạo ra:

a. Rối tóc

c. Gãy tóc

b. Tóc xoắn lọn rất nhỏ

d. Lọn tóc trả lại

66. When you use thermal iron on client's hair, you should know about record card prior chemical treatment.

If use thermal on natural fine hair, how do you use?

a. More heat and more pressure

c. More heat and less pressure

b. **Less heat and less pressure**

d. Less heat and more pressure

Khi bạn dùng kẹp nhiệt trên tóc khách, bạn cần xem hồ sơ về những hóa chất đã dùng lên tóc trước đó. Nếu dùng nhiệt trên tóc mịn tự nhiên, bạn xử dụng thế nào?

a. Nhiều nhiệt và nhiều ép

c. Nhiều nhiệt và ít ép

b. Ít nhiệt và ít ép

d. Ít nhiệt và nhiều ép

67. How should we use blow drying movement to prevent burning of the scalp?
   a. Begin at the scalp
   b. Stop and go movement
   c. <u>Away from the scalp</u>
   d. Directly into the scalp

   Chúng ta nên sử dụng sấy tóc như thế nào để tránh phỏng da đầu?
   a. Bắt đầu từ da đầu
   b. Ngừng và di chuyển
   c. Cách xa da đầu
   d. Trực tiếp vào trong da đầu

68. Keeping protective covering from coming in direct contact with client's skin when cutting the hair, what should we use?
   a. Towel
   b. <u>Neck strips</u>
   c. End paper
   d. Cloth

   Giữ ấm choàng (shampoo cape) che phủ tiếp xúc trực tiếp với da của khách khi cắt tóc, chúng ta nên dùng cái gì?
   a. Khăn
   b. Giấy quấn cổ
   c. Giấy uốn tóc
   d. Vải

69. Before using toner, hair should be pre-lightened to:
   a. Golden brown
   b. Red
   c. Orange
   d. <u>Pale yellow</u>

   Trước khi toner (điều chỉnh màu nhạt theo ý muốn), tóc nên được tẩy trước tới:
   a. Nâu cam
   b. Đỏ
   c. Cam
   d. Vàng nhạt

70. What action of a waving chemical?
   a. Rebond or reform
   b. <u>Expand</u>
   c. Loosen curl
   d. Begin at the nape

   Sự hoạt động của thuốc uốn tóc là gì?
   a. Cứng lại hoặc hình thành lại
   b. Trương nở
   c. Giãn lọn tóc
   d. Bắt đầu ở gáy

71. Which bond in hair must be broken down to allow the perming process to occur?
   a. Hydrogen
   b. Salt
   c. Cortex
   d. <u>Disulfide</u>

   Cấu trúc kết nối nào của tóc phải đứt rời ra trong tiến trình uốn tóc?
   a. Hydrogen
   b. Salt (muối)
   c. Cortex (phần giữa của tóc)
   d. Disulfide

72. What problem can occur if using dirty combs and brushes are used on the client's hair?
   a. Split
   b. Blood poisoning
   c. <u>Pediculosis</u>
   d. Getting red eye

   Điều gì xảy ra nếu dùng lược và bàn chải dơ trên tóc của khách?
   a. Chẻ tóc
   b. Máu bị nhiễm độc
   c. Chí (head lice)
   d. Mắt bị đỏ

73. Two physical methods for sterilization are used in hospital not for salon, that are moist heat and:
   a. <u>Dry heat</u>
   b. Chemical
   c. Boiling
   d. Blow dry

   Hai phương pháp tiệt trùng thể lý dùng trong bệnh viện, không ở tiệm thẩm mỹ, đó là làm hơi nóng và:
   a. Nhiệt khô
   b. Hóa chất
   c. Đun sôi
   d. Sấy khô

74. When shampooing a client's hair, what should we do to regulate the temperature of the water?
   a. <u>Touch your finger in water stream</u>
   b. Control the faucet
   c. Test temperature on wrist
   d. Ask the client

   Khi gội đầu cho khách, điều gì chúng ta nên làm điều chỉnh nhiệt độ của nước:
   a. Ngón tay chạm vào trong dòng nước chảy
   b. Điều khiển vòi nước
   c. Thử nhiệt độ trên cổ tay
   d. Nhờ khách hàng

75. Nail mending paper is used to:
  a. Soften the cuticle
  b. **Repair broken and split nail**
  c. Remove nail polish
  d. Polish the nail

Loại giấy vá móng được dùng để:
  a. *Làm mềm da quanh móng (cuticle)*
  b. *Sửa lại móng gảy và nứt*
  c. *Chùi nước sơn*
  d. *Sơn móng tay*

76. In a roller set , which of the following importantly effects on firmness of curl?
  a. **Diameter of roller**
  b. Porosity
  c. Elasticity
  d. Texture

Trong cách quấn ống tạo lọn tóc (roller set), điều quan trọng nào ảnh hưởng đến độ mạnh của lọn tóc?
  a. *Đường kính của ống cuốn*
  b. *Độ thấm của tóc*
  c. *Độ đàn hồi của tóc*
  d. *Cấu trúc của tóc*

77. In pin curls, what is between the base and first arc?
  a. Curl
  b. **Stem**
  c. Pin
  d. No base

Trong cách nắn lọn tóc bằng tay, phần nào ở giữa nền và vòng cong đầu tiên?
  a. *Lọn tóc (curl)*
  b. *Cuống tóc (giữa nền và vòng cong)*
  c. *Kẹp (pin)*
  d. *Không nền (no base)*

78. What is it called when you increase the bulk of hair during comb out?
  a. **Back combing**
  b. Comb to follow direction
  c. Cushion
  d. Forward combing

Được gọi là gì khi bạn nâng cao tóc trong lúc chải tóc?
  a. *Lược chải ngược vào da đầu (đánh rối)*
  b. *Chải theo chiều xuôi*
  c. *Đệm lót*
  d. *Chải về phía trước*

79. To stop bleeding when cutting in an accident:
  a. **Alum powder, alum solution**
  b. Alcohol, quats
  c. Hydrogen peroxide, bleach
  d. Soap and water

Để làm ngưng chảy máu khi rủi ro bị cắt đứt:
  a. *Bột phèn chua, nước phèn chua*
  b. *Alcohol, nước quats*
  c. *Oxy già (H2O2), chất tẩy*
  d. *Xà bông và nước*

80. How should a scalp massage be given?
  a. **Slowly firm (steady pressure)**
  b. Use finger nails
  c. Fast movements
  d. Use a comb

Cách xoa bóp da đầu nên làm như thế nào:
  a. *Ép chặt (sâu) và từ từ (ép đều)*
  b. *Dùng móng tay*
  c. *Di chuyển nhanh*
  d. *Dùng lược*

81. What water should we use with mild shampoo on the lightened hair?
  a. **Tepid water**
  b. Hot water
  c. Spring water
  d. Cool water

Dừng nước gì với dầu gội nhẹ trên tóc đã tẩy?
  a. *Nước ấm*
  b. *Nước nóng*
  c. *Nước mùa xuân*
  d. *Nước mát*

82. Follow chemical services, what do we use for damage hair?
  a. Protein conditioner
  b. **Deep conditioner treatment**
  c. Conditioner filler
  d. Toner

Theo những dịch vụ hóa chất, chúng ta phải dùng gì cho loại tóc hư?
  a. *Protein conditioner (tạo protein cho tóc)*
  b. *Deep conditioner treatment (tạo tóc ẩm và tăng protein)*
  c. *Conditioner filler (tốt tóc trước khi nhuộm)*
  d. *Toner (chất nhuộm lợt làm sáng màu)*

83. Accelerators, activator, booster, speed up and which one of the following chemicals means the same thing:

a. Builders

b. Neutralizers

c. Stabilizers

d. Energizers

Chất tác động thúc đẩy nhanh là accelerator, activator, booster, speed up và hóa chất nào có cùng nghĩa:

a. Tạo ra (builder)

b. Trung hòa (neutralizer)

c. Ổn định (stabilizer)

d. Tạo năng lực (energizer)

84. A light-colored, slightly raised mark on the skin formed after an injury or lesion of the skin has healed is called a/an:

a. Scar

b. Scratch

c. Abrasion

d. Callus

Một dấu nhạt hơi nhô lên trên da sau khi bị thương tích hoặc vết lở của da được lành lại gọi là:

a. Thẹo

b. Cào xước

c. Lở

d. Da chai

85. In shaping coarse hair, it should never be thinned close to the:

a. Sides

b. Hair shaft

c. Cuticle

d. Scalp

Tỉa với loại tóc cứng, không bao giờ tỉa tóc mỏng gần:

a. Hai bên đầu

b. Cọng (sợi) tóc

c. Lớp ngoài của tóc

d. Da đầu

86. If either of your clients (men or women) has kinky hair or over curly hair and wants to have larger curls, what service should be done?

a. Double press

b. Single press

c. Sodium hydroxide

d. Soft perm

Nếu khách của bạn là đàn ông hoặc đàn bà có tóc quăn xoắn hoặc tóc quăn nhiều và muốn lọn tóc lớn, dịch vụ nào cần nên làm?

a. Ép 2 lần

b. Ép một lần

c. Thuốc duỗi tóc

d. Soft perm (duỗi tóc trước và uốn tóc lại lọn tóc lớn hơn)

87. Since there is no hair swelling in neutral or acid balanced permanent waving, there is only a minimum of hair:

a. Curling

b. Breakage

c. Penetration

d. Perming

Tóc không bị trương lên trong dung dịch trung hòa hoặc thuốc uốn tóc acid balance, giảm thiểu được:

a. Quăn tóc

b. Gãy tóc

c. Tính xâm nhập

d. Uốn tóc

88. Pathogenic bacteria or harmful bacteria are commonly known as:

a. Antiseptics

b. Disinfectants

c. Germs or microbes

d. Harmless bacteria

Vi trùng gây bệnh hoặc vi trùng gây hại thường được biết là:

a. Sát trùng

b. Chất diệt trùng

c. Germs hoặc microbes

d. Vi trùng vô hại

89. A form, immovable position, permitting only the circle of the curl to move, it's created by a:

a. <u>No-stem curl</u>

b. Half-stem curl

c. Full-stem curl

d. Round-stem curl

Lọn tóc không uyển chuyển, mà chỉ tạo vòng lọn tóc chuyển động, được tạo bởi:

a. Lọn tóc sát da đầu (no-stem curl)

b. Lọn tóc hơi gần da đầu (half-stem curl)

c. Lọn tóc xa da đầu (full-stem curl)

d. Lọn tóc tròn (round-stem curl)

90. If a client has gray hair with unwanted yellow streaks, cosmetologist would apply a violet base called:

a. Green rinse

b. Color rinse

c. Yellow rinse

d. <u>Bluing rinse</u>

Nếu khách có tóc bạc với những vệt vàng cần loại bỏ, thợ sẽ dùng hóa chất có nền tím (violet) gọi là:

a. Chất xả tóc màu xanh lá cây

b. Chất màu nhuộm tạm thời

c. Chất xả tóc màu vàng

d. Chất xả tóc màu xanh dương

91. What procedure should a cosmetologist suggest to client while working with a color and perm the same time?

a. Do perm and color same time

b. <u>Perm first then color</u>

c. Do perm over color

d. Color first then perm

Cách thức nào mà thợ thẩm mỹ gợi ý cho khách trong khi nhuộm và uốn tóc cùng lúc?

a. Uốn tóc và nhuộm cùng một lượt

b. Uốn tóc trước rồi nhuộm sau

c. Uốn tóc trên tóc nhuộm

d. Nhuộm trước rồi uốn tóc sau

92. The personal factor that contributes most to bringing patrons back to the salon is the cosmetologist's:

a. Aggressiveness

b. Gossip

c. <u>Personality</u>

d. Familiarity

Yếu tố cá nhân góp phần lớn trong việc đem khách trở lại salon là đặc điểm gì của người thợ:

a. Tính gây sự

b. Tính đồn nhảm

c. Nhân cách riêng

d. Sự thân mật

93. After hair is removed, it will grow from the papilla to the surface of the skin in approximately:

a. 4 days

b. 3 weeks

c. <u>1 – 3 months</u>

d. 4 months

Sau khi lông được lấy đi, lông sẽ mọc lại từ nang lông đến bề mặt của da trong khoảng:

a. 4 ngày

b. 3 tuần

c. 1 – 3 tháng

d. 4 tháng

94. Baldness in spot is known as alopecia . . . .:

a. <u>Areata</u>

b. Dynamica

c. Senility

d. Follicularis (ingrown hair)

Sói tóc từng đốm với từ kỹ thuật được biết là sói . . . . . . :

a. Areata (từng vùng)

b. Dynamica (do bứu hoặc bệnh)

c. Senility (tuổi già)

d. Do sưng lỗ chân lông (lông mọc đâm ngược vào)

95. The style of hair that is best suited for pin curling is:

a. Wiry, over curly hair

b. Fine curly hair

c. <u>Natural or permanent waved hair</u>

d. Straight, coarse hair

Dạng tóc thích hợp cho việc tạo lọn tóc nắn bằng tay (pin curling) là:

a. Xoắn, quá quăn

b. Tóc quăn mịn

c. Dợn sóng tự nhiên hoặc dợn quăn từ uốn tóc

d. Tóc ngay, cứng

ANSWER KEYS

Cosmetology examination 1

1.B	2.D	3.D	4.D
5.D	6.A	7.D	8.C
9.A	10.B	11.A	12.B
13.D	14.D	15.C	16.B
17.D	18.D	19.A	20.D
21.A	22.A	23.B	24.A
25.B	26.B	27.A	28.D
29.B	30.A	31.C	32.B
33.B	34.D	35.B	36.D
37.D	38.A	39.D	40.C
41.A	42.C	43.D	44.A
45.B	46.C	47.A	48.D
49.B	50.D	51.C	52.A
53.C	54.A	55.C	56.D
57.B	58.A	59.B	60.D
61.A	62.A	63.A	64.B
65.A	66.A	67.D	68.D
69.D	70.A	71.C	72.B
73.B	74.A	75.B	76.D
77.C	78.D	79.A	80.D
81.B	82.B	83.D	84.D
85.C	86.C	87.B	88.A
89.B	90.C	91.D	92.A
93.D	94.B	95.B	96.A
97.D	98.C	99.D	100.D

Cosmetology examination 3

1.D	2.C	3.D	4.B
5.B	6.C	7.D	8.A
9.B	10.B	11.D	12.D
13.B	14.C	15.B	16.D
17.D	18.C	19.A	20.B
21.A	22.C	23.B	24.C
25.C	26.C	27.C	28.B
29.A	30.D	31.A	32.D
33.C	34.C	35.C	36.B
37.D	38.C	39.B	40.B
41.C	42.C	43.A	44.D
45.D	46.B	47.C	48.C
49.D	50.B	51.B	52.C
53.A	54.B	55.A	56.A
57.A	58.B	59.C	60.D
61.C	62.C	63.C	64.B
65.A	66.D	67.A	68.C
69.C	70.D	71.C	72.D
73.C	74.A	75.D	76.C
77.D	78.C	79.A	80.C
81.C	82.C	83.D	84.C
85.B	86.C	87.C	88.B
89.D	90.A	91.C	92.A
93.B	94.B	95.B	96.B
97.A	98.A	99.D	100.A

Cosmetology examination 2

1.C	2.A	3.C	4.B
5.A	6.C	7.D	8.B
9.A	10.C	11.B	12.C
13.C	14.B	15.B	16.C
17.B	18.C	19.D	20.D
21.C	22.C	23.A	24.D
25.A	26.B	27.A	28.C
29.A	30.D	31.B	32.B
33.A	34.A	35.D	36.C
37.B	38.B	39.B	40.B
41.C	42.D	43.A	44.B
45.C	46.A	47.A	48.B
49.B	50.B	51.A	52.B
53.A	54.C	55.D	56.A
57.C	58.C	59.B	60.D
61.D	62.A	63.A	64.C
65.D	66.D	67.C	68.C
69.B	70.A	71.A	72.B
73.B	74.D	75.A	76.B
77.C	78.B	79.B	80.B
81.A	82.B	83.C	84.B
85.B	86.C	87.B	88.D
89.A	90.A	91.C	92.A
93.D	94.D	95.C	96.C
97.B	98.B	99.C	100.C

Cosmetology examination 4

1.A	2.C	3.A	4.D
5.A	6.D	7.D	8.D
9.B	10.A	11.B	12.D
13.D	14.D	15.C	16.B
17.C	18.C	19.D	20.B
21.D	22.B	23.C	24.A
25.D	26.C	27.C	28.C
29.A	30.D	31.B	32.A
33.C	34.A	35.D	36.D
37.D	38.C	39.B	40.A
41.C	42.A	43.D	44.C
45.B	46.C	47.C	48.B
49.C	50.B	51.A	52.A
53.D	54.B	55.A	56.D
57.B	58.D	59.C	60.C
61.B	62.B	63.B	64.C
65.A	66.D	67.D	68.C
69.A	70.C	71.D	72.D
73.C	74.A	75.A	76.A
77.C	78.A	79.A	80.A
81.D	82.C	83.D	84.B
85.C	86.B	87.D	88.C
89.D	90.D	91.C	92.A
93.D	94.C	95.C	96.B
97.D	98.C	99.B	100.C

Cosmetology examination 5

1.B	2.A	3.A	4.A
5.A	6.B	7.D	8.A
9.B	10.B	11.A	12.A
13.A	14.B	15.B	16.A
17.A	18.C	19.D	20.D
21.C	22.C	23.A	24.C
25.D	26.C	27.A	28.B
29.C	30.B	31.C	32.C
33.C	34.D	35.B	36.B
37.C	38.B	39.B	40.B
41.C	42.C	43.D	44.A
45.B	46.B	47.A	48.B
49.A	50.B	51.D	52.C
53.D	54.A	55.D	56.B
57.B	58.C	59.B	60.D
61.D	62.C	63.B	64.B
65.C	66.C	67.B	68.D
69.B	70.C	71.D	72.D
73.C	74.B	75.B	76.B
77.D	78.B	79.B	80.A
81.A	82.D	83.C	84.A
85.C	86.A	87.D	88.B
89.C	90.A	91.D	92.B
93.D	94.C	95.A	96.C
97.B	98.B	99.B	100.A

Cosmetology examination 7

1.A	2.C	3.A	4.B
5.B	6.B	7.C	8.D
9.C	10.B	11.D	12.B
13.C	14.B	15.B	16.A
17.A	18.B	19.D	20.B
21.D	22.A	23.D	24.A
25.B	26.C	27.A	28.B
29.C	30.A	31.D	32.A
33.B	34.D	35.A	36.D
37.C	38.C	39.B	40.D
41.A	42.A	43.B	44.C
45.B	46.C	47.B	48.B
49.C	50.D	51.D	52.B
53.C	54.D	55. D	56.A
57.B	58.D	59.D	60.C
61.D	62.C	63.D	64.A
65.C	66.A	67.D	68.D
69.D	70.B	71.D	72.D
73.B	74.D	75.A	76.A
77.A	78.A	79.B	80.A
81.D	82.C	83.B	84.A
85.D	86.A	87.D	88.B
89.B	90.D	91.B	92.A
93.A	94.B	95.A	96.B
97.D	98.D	99.A	100.D

Cosmetology examination 6

1.D	2.C	3.A	4.C
5.C	6.B	7.C	8.D
9.C	10.B	11.C	12.D
13.A	14.B	15.B	16.D
17.D	18.B	19.D	20.D
21.B	22.D	23.C	24.B
25.A	26.D	27.D	28.B
29.A	30.B	31.A	32.C
33.A	34.D	35.B	36.D
37.A	38.C	39.A	40.A
41.B	42.A	43.D	44.C
45.B	46.C	47.C	48.A
49.B	50.A	51.A	52.D
53.B	54.C	55.C	56.C
57.A	58.C	59.D	60.A
61.B	62.A	63.D	64.B
65.D	66.D	67.B	68.B
69.C	70.C	71.C	72.C
73.A	74.A	75.C	76.A
77.B	78.B	79.B	80.C
81.B	82.C	83.C	84.A
85.C	86.B	87.C	88.A
89.B	90.B	91.B	92.D
93.D	94.A	95.C	96.B
97.D	98.D	99.D	100.C

Cosmetology examination 8

1.C	2.D	3.D	4.D
5.A	6.B	7.D	8.B
9.A	10.C	11.D	12.C
13.A	14.B	15.A	16.D
17.D	18.C	19.A	20.D
21.A	22.D	23.D	24.B
25.B	26.B	27.D	28.B
29.A	30.A	31.C	32.A
33.C	34.C	35.C	36.B
37.A	38.B	39.B	40.D
41.C	42.A	43.D	44.B
45.B	46.D	47.C	48.D
49.B	50.C	51.A	52.B
53.D	54.D	55.B	56.D
57.B	58.C	59.D	60.D
61.B	62.D	63.B	64.B
65.C	66.D	67.B	68.B
69.C	70.C	71.D	72.B
73.A	74.B	75.B	76.B
77.B	78.D	79.C	80.B
81.D	82.D	83.C	84.B
85.D	86.A	87.B	88.C
89.D	90.B	91.A	92.C
93.B	94.D	95.A	96.A
97.B	98.C	99.B	100.B

Cosmetology examination 9

1.B	2.C	3.A	4.B
5.C	6.B	7.D	8.D
9.D	10.B	11.D	12.D
13.C	14.D	15.B	16.A
17.B	18.D	19.B	20.D
21.D	22.C	23.D	24.A
25.A	26.D	27.B	28.C
29.C	30.C	31.B	32.B
33.A	34.D	35.B	36.D
37.B	38.D	39.D	40.C
41.A	42.B	43.D	44.C
45.A	46.C	47.B	48.A
49.A	50.D	51.B	52.D
53.C	54.B	55.C	56.D
57.A	58.D	59.B	60.D
61.C	62.B	63.A	64.B
65.A	66.B	67.B	68.A
69.B	70.D	71.C	72.C
73.D	74.A	75.C	76.A
77.D	78.B	79.C	80.B
81.D	82.B	83.D	84.C
85.A	86.D	87.A	88.C
89.B	90.C	91.B	92.D
93.B	94.B	95.D	96.B
97.B	98.C	99.A	100.C

Nails 900 Book
New edition
Vietnamese & English ($30.00)

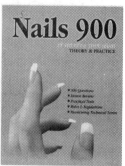

NAILS DVD Demo for Practice (105 minutes)
Vietnamese & English ($15.00)

Gel Nails (60 minutes)
Vietnamese ($15.00)

Acrylic Nails (60 minutes)
Vietnamese ($15.00)

Facial 900 Book
New edition
Vietnamese & English ($35.00)

Facial DVD Demo for Practice (105 minutes)
Vietnamese & English ($15.00)

Facial Machine & Deluxe Mask (60 minutes)
Vietnamese & English ($15.00)

Facial Wrap & Back, Head Massage (50 minutes)
Vietnamese & English ($15.00)

Hair 900 Book
New edition

Vietnamese & English ($45.00)

Hair DVD Demo for Practice (120 minutes)
Vietnamese & English ($15.00)

Graduated Bob Triangular Graduation (45 minutes)
Vietnamese & English ($15.00)

Stomach Wrap & Reflexology (45 minutes)

Vietnamese & English($15.00)

Women Razor Hair Cut
(45 minutes)
Vietnamese ($15.00)

Men's Textured Hair Cut
(45 minutes)
Vietnamese ($15.00)

Layer Cut for Long Hair
(45 minutes)
Vietnamese ($15.00)

Long Layer Hair Cut Round Shape (45 minutes)
Vietnamese ($15.00)

Levan900 Publisher

442 N. Rancho Santiago Blvd
Orange, CA 92869
Phone: (714) 878-2365
E-Mail: thammy900@yahoo.com Web: www.levan900.net

Order Form

Ship To:

ADDRESS: _____

_____

PHONE: _____

E-MAIL: _____

Quantity	Item	Unit Price (USD)	Total
	Hair 900 book	$45.00	
	Facial 900 book	$35.00	
	Nails 900 book	$30.00	
	Hair DVD demo	$15.00	
	Layer Cut for Long Hair DVD	$15.00	
	Long Layer Hair Cut Round Shape DVD	$15.00	
	Women Razor Hair Cut DVD	$15.00	
	Men's Textured Hair Cut DVD	$15.00	
	Graduated Bob Triangular Graduation DVD	$15.00	
	Facial DVD demo	$15.00	
	Facial Machine & Deluxe Mask DVD	$15.00	
	Facial Wrap & Back, Head Massage DVD	$15.00	
	Nails DVD demo	$15.00	
	Gel Nails DVD	$15.00	
	Acrylic Nails DVD	$15.00	
	Stomach and Reflexology Massage DVD	$15.00	

Make checks or money orders payable to:

Van Le 900

Subtotal:	
C.A Tax (subtotal x 7.75%)	
Shipping & Handling First Book/DVD:	$8.00
$3.00 each additional book/DVD purchase:	
Total:	

www.levan900.nerium.com
(714) 878-2365

NeriumAD™ Age-defying Treatment (Night Cream)

Product distribution for NeriumAD™ is provided for through Nerium International, LLC. and is Nerium SkinCare's first product available to the consumer market.

NHẬN LẬP HỒ SƠ THI

CÁC NGÀNH THẨM MỸ
NAILS, FACIAL, COSMETOLOGY, MASSAGE THERAPY....

- Chuyên lập thủ tục chuyển đổi bằng từ các quốc gia khác đến tiểu bang California.
- Chuyển đổi hồ sơ thi từ các tiểu bang trên toàn Hoa Kỳ đến tiểu bang California.
- Chuyên thiết lập hồ sơ thi tại tiểu bang California.
- Các học viên học dang dở muốn được thi tại tiểu bang California.

MỌI LIÊN HỆ ĐẾN NGÀNH THẨM MỸ TẠI CALIFORNIA.

Xin liên lạc: Mr. Brownn 909-620-6893
(Vietnamese and English)

CHÚNG TÔI GỒM CÁC NHÂN VIÊN ĐẢM TRÁCH
NHIỀU KINH NGHIỆM

Here are some tips about Acne:

1. Hormones- For boys and men, make sure to not take in energy drinks because you will be amplifying the Hormones in your body such as testosterone. Testosterone interacts with some naturally occurring enzymes in your body and stimulates your sebaceous glands, leading to increased production of an oily substance called sebum. If some of your hair follicles are blocked, the excess oil is forced to form into a pimple. For women, during ovulation and menstruation, estrogen level tends to drop which leads to an increase in testosterone production, then causing adult acne.

2. Nutrition- Having a poor diet and nutrition can also lead to an accumulation of oil in the glands and pores. Make sure to stay away from the greasy foods, such as deep fried anything! Have more fruits and vegetables which are water based foods and rich in nutrients.

3. Bacterial Infection- This one right here can be caused by the environment. If you want to prevent bacterial infection from causing any harm to your body, make sure to follow a good balanced healthy diet and drink lots of water. A clean internal environment can do wonders when you step out into the external environment.

4. Stress – This component is critical to maintain if you want to avoid breaking out. Make sure to Relax every now and then. Recent researches suggest that stress can both lead to new ance breakouts and make existing acne conditions worse.

5. Genetics - Recent study published indicated that there is a strong genetic component which affects one's likelihood of getting acne.
Please use the revised version below....

If you are suffering from Acne, bothersome with Acne scars, desire to improve your skin for a better, more youthful looking skin, give us a call to schedule a Free Consultation with our skincare specialist at Crystal Beauty Clinic.

Ms. Lydia Vu
Crystal Beauty Clinic
5421 W. First St. Ste 7
Santa Ana, CA 92703
(714) 265 - 1596

114 Agate Ave.
Newport Beach, CA 92662
(949) 723 - 5757